ടെഹ്റാനിലെ തടവുകാരി

മറീന നെമാത്

അനുഭവം

ടെഹ്റാനിലെ തടവുകാരി

മറീന നെമാത്

വിവർത്തനം
സുരേഷ് എം.ജി.

ഗ്രീൻ ബുക്സ്

green books private limited
gb building, civil lane road, ayyanthole,
thrissur- 680 003, kerala, ph: +91 487-2381066, 2381039
website: www.greenbooksindia.com
e-mail: info@greenbooksindia.com

original title
(english)
prisoner of tehran

malayalam
tehranile thatavukari
experience
by
marina nemat

translated by
suresh m.g.

first published january 2018

منحة الترجمة
Translation Grant
صندوق منحة الشارقة للترجمة
Sharjah Translation Grant Fund

cover design : rajesh chalode

branches:
thrissur 0487-2422515
palakkad 0491-2546162
thiruvananthapuram 0471-2335301
calicut 0495 4854662
ernakulam 8589095007

isbn : 978-93-87331-38-9

GBPL/985/2018

മുഖക്കുറിപ്പ്

തണുത്തുറഞ്ഞ ഭയവും മരവിപ്പിക്കുന്ന ഏകാന്തതയും

ഈ പുസ്തകം വായിച്ചുതീരുമ്പോൾ, "എത്ര ഭയാനകമായ അനുഭവം" എന്ന് നമ്മൾ നമ്മളോടുതന്നെ പറഞ്ഞു പോകും. വായനയുടെ ചില ഘട്ടങ്ങളിൽ ഗദ്ഗദം തൊണ്ടയിൽ അമർത്തിപ്പിടിക്കാൻ ശ്രമിച്ചാലും അനിവാര്യമായ ഒരു കരച്ചിൽ നമ്മളിൽ നിന്ന് പുറത്തു ചാടും. "ഈ അനുഭവം വായിക്കാതെ പോയിരുന്നെങ്കിൽ എത്ര വലിയ നഷ്ടമായേനെ" എന്ന് നമ്മൾ ആത്മഗതം പറയും. കാരണം, പനിനീർപ്പൂ പോലെ മൃദുലമായ ഒരു മനസ്സിൽ നിന്നാണ് ഈയെഴുത്തുകാരി ഒഴുകിയിറങ്ങുന്ന കണ്ണീരുകൊണ്ട് തടവറനോവുകളുടെ ഈ പുസ്തകം എഴുതിവെച്ചിരിക്കുന്നത്.

മറീനയും ജയിൽജീവിതവും

ദൈവത്തിലുള്ള മറീനയുടെ വിശ്വാസം അചഞ്ചലമായിരുന്നു. കേവലം പതിനാറു വയസ്സ് മാത്രമുള്ള പെൺകുട്ടിയായിരുന്നു മറീന. അവളുടെ മുത്തശ്ശി ഒക്ടോബർ വിപ്ലവത്തിന്റെ പോരാട്ടങ്ങൾക്കിടയിൽനിന്ന് ഇറാനിലേക്ക് ഓടിപ്പോന്നതാണ്. റഷ്യൻ ഓർത്തഡോക്സ് ക്രിസ്ത്യൻ മതാവബോധത്തിന്റെ വേരുകൾ പറിച്ചെടുക്കാനാവാത്തവിധം അഗാധമായി അവളുടെ വ്യക്തിസത്തയിൽ പതിഞ്ഞുകിടന്നിരുന്നു. അച്ഛൻ ഒരു നൃത്താദ്ധ്യാപകൻ. അമ്മ ഒരു ബ്യൂട്ടി സലൂൺ ഉടമ. അവളുടെ ഓർമ്മകൾ നഗരത്തിലെ സെക്കൻഡ് ഹാൻഡ് പുസ്തകക്കടയിലും കാസ്പിയൻ കടലിന്റെ പ്രശാന്ത തീരങ്ങളിലും സ്കൂളിലെ തന്റെ പ്രിയപ്പെട്ട സുഹൃത്തുക്കളിലുമൊക്കെയായി

കറങ്ങിത്തിരിയുന്നു. ദൈവത്തിലുള്ള വിശ്വാസം അവൾക്കു നൽകിയത് അചഞ്ചലമായ പ്രതീക്ഷകളും സ്വാതന്ത്ര്യവുമാണ്.

അവൾക്കു ചുറ്റും തിന്മ വലയം ചെയ്തപ്പോഴും ആ വിശ്വാസം നന്മയിൽ വിശ്വസിക്കാൻ അവളെ പ്രാപ്തയാക്കി. എങ്കിലും ജയിൽജീവിതം കൊടുംവേദനകളാണ് അവൾക്കു പകർന്നു നൽകിയത്. അവളുടെ പ്രിയപ്പെട്ട സ്കൂൾ സഹപാഠികളിൽ പലരേയും ഇസ്ലാമിക വിപ്ലവഗാർഡുകൾ വെടിവെച്ച് കൊന്നു. വധശിക്ഷയിൽനിന്ന് താൽക്കാലികമായി മാത്രമാണ് മറീന രക്ഷപ്പെട്ടത്. അതുപിന്നെ ജീവപര്യന്തം ശിക്ഷയായി മാറുകയായിരുന്നു. ബുദ്ധിപരമായ ഒരു നിലപാടുതറയിൽ ഉറച്ചുനിന്നുകൊണ്ട് യുക്തിപൂർവ്വം ചിന്തിച്ചിരുന്നു എന്നല്ലാതെ, വാസ്തവത്തിൽ മറീനയ്ക്ക് ഒരു പ്രത്യയശാസ്ത്രവും ഉണ്ടായിരുന്നില്ല. അസ്വാതന്ത്ര്യവും അടിമത്തവും നിഷേധിക്കുന്നു എന്നല്ലാതെ, സ്വതന്ത്ര ചിന്തകളിൽ ആകൃഷ്ടയാണ് എന്നല്ലാതെ, വേറിട്ടൊരു രാഷ്ട്രീയവും ഉണ്ടായിരുന്നില്ല. ലിപ്സ്റ്റിക് തേയ്ക്കാനും നല്ല വസ്ത്രങ്ങൾ ധരിക്കാനും അനുവാദമില്ലാത്ത അയത്തൊള്ള ഖൊമേനിയുടെ ഇസ്ലാമിക വിപ്ലവത്തെ അവൾ വെറുത്തു. മോഹനമായ കാലാവസ്ഥകളെ, കടൽത്തീരങ്ങളെ, പൂച്ചെടികളെ, നല്ല വർണ്ണപ്പകിട്ടുള്ള വസ്ത്രങ്ങളെ, പള്ളിയിലെ അൾത്താരകളെ, പുസ്തകങ്ങളെ സ്നേഹിച്ചു എന്നല്ലാതെ മറ്റൊരർത്ഥത്തിലും അവൾ ഇസ്ലാമിക വിപ്ലവത്തിനെതിരെയുള്ള ഒരു പോരാളിയായിരുന്നില്ല. അവൾ സംഘടനാപ്രവർത്തനത്തിന്റെ ഭാഗമായിരുന്നില്ല; മാനുഷിക പരിഗണന വച്ച് ചില ജാഥകളിലും പ്രകടനങ്ങളിലും പങ്കെടുത്തിരുന്നു എന്നല്ലാതെ, ശരിയായ അർത്ഥത്തിൽ അവൾ ഒരു ആക്ടിവിസ്റ്റുമായിരുന്നില്ല. എന്നിട്ടും, അവളെ വെടിവെച്ചുകൊല്ലാൻ തന്നെ ജയിൽമേധാവികൾ തീരുമാനിക്കുകയായിരുന്നു. അലി എന്ന ജയിൽമേധാവി താൽക്കാലികമായി മറീനയെ വധശിക്ഷയിൽനിന്ന് മാറ്റി നിറുത്തുന്നതും അവളെ ഭീഷണിപ്പെടുത്തിക്കൊണ്ട് മതം മാറ്റുന്നതും ജയിൽപ്പുള്ളി എന്ന നിലയിൽ അവൾക്ക് പ്രത്യേക ആനുകൂല്യങ്ങൾ നൽകിക്കൊണ്ട് അവളെ വിവാഹം കഴിക്കുന്നതുമൊക്കെയുള്ള ഭാഗങ്ങൾ നോവലിന്റെ മർമ്മപ്രധാനമായ ഭാഗങ്ങൾ. വർദ്ധിച്ച ഹൃദയമിടിപ്പുകളോടെയല്ലാതെ, ആ ഭാഗങ്ങൾ നമുക്ക് വായിച്ചു തീർക്കാനാവില്ല. നൂറും ഇരുന്നൂറും പേജുകൾ ഒരേയിരിപ്പിൽ നമ്മൾ വായിച്ചു പോകുന്നു. തീക്ഷ്ണമായ അനുഭവ ലാവയിൽ സ്വയം

ഉരുകിയില്ലാതാകുന്ന വാക്കുകൾ കൊണ്ട് അദ്ഭുതകരമായ ഒരു കഥാനിർമ്മിതി... ദുഃഖം എന്നത് വിചിത്രമാണ്. അതിനു പല രൂപങ്ങളും ഭാവങ്ങളുമുണ്ട്. പല പ്രകൃതങ്ങളുണ്ട്, അവയെല്ലാം ആരെങ്കിലും തിരിച്ചറിഞ്ഞിട്ടുണ്ടാകുമോ? അവർക്കെല്ലാം ആരെങ്കിലും എന്തെങ്കിലും വർണ്ണാഭമായ പേരുകൾ നൽകിയിട്ടുണ്ടാകുമോ? മറീന ചോദിക്കുന്നു.

തീക്ഷ്ണവേദനയിൽ പീഡിപ്പിക്കപ്പെടുമ്പോഴും വെറുപ്പിന്റെ വിഷവിത്തുകൾ അവൾ ഹൃദയത്തിൽ സൂക്ഷിച്ചില്ല. മതത്തിന്റെ പേരിൽ അവർ ചെയ്തതോ? വെറുപ്പിന്റെ രാഷ്ട്രീയം ആകാശത്തോളം ഉയർത്തിപ്പിടിച്ചു. അവർ മനുഷ്യരെ യാതൊരു മാനദണ്ഡവുമില്ലാതെ, വെടിവെച്ച് കൊല്ലുന്ന വെറുപ്പിന്റെ മൂർത്തികളായി മാറി. വെളിച്ചം ഒരു നുണയായിരുന്നു. ഇരുട്ട്, ഇരുട്ട് മാത്രമായിരുന്നു സത്യം.

ഖൊമേനിവാഴ്ചയുടെ ദുരന്തകഥകൾ

ഒരു കൊടുങ്കാറ്റു പോലെയാണ് ഇറാനിൽ അത് ആഞ്ഞടിച്ചത്. ഇറാനിലെ സ്വച്ഛസുന്ദരമായ സാമൂഹികജീവിതത്തെ തകർത്ത്, മതഭ്രാന്തന്മാരുടെ സകല തരത്തിലുള്ള ദുരുപയോഗത്തിനും ചൂഷണത്തിനുംവേണ്ടി നാടിനെ തീറെഴുതിക്കൊടുത്ത ഇസ്ലാമിക വിപ്ലവം. കമ്മ്യൂണിസ്റ്റുകാരടക്കം വലിയൊരു വിഭാഗം ജനങ്ങൾ കൊല്ലപ്പെട്ടു. സ്ത്രീകളുടെ സാമൂഹിക ഇടപെടലുകൾക്ക് പലവിധ പൊതുവിലക്കുകൾ വന്നു. പർദ്ദവൽക്കരണം നിർബ്ബന്ധിതമാക്കി. ആധുനിക ജീവിതത്തിന്റെ പരിഷ്ക്കാരങ്ങൾക്കെല്ലാം കർശനമായ വിലക്കുകൾ വീണു. ഇര പിടിക്കുന്ന ക്രൂരമായ ജന്തുക്കളെപ്പോലെ മനുഷ്യൻ മനുഷ്യന്റെമേൽ ചാടിവീഴുന്ന ഒരു പ്രാകൃതവ്യവസ്ഥിതി മതാധിപത്യത്തിന്റെ പേരിൽ ഇറാനിൽ സംജാതമായി. മതവൈതാളികരുടെ ഭരണത്തിൽ യഥാർത്ഥത്തിൽ മനുഷ്യന്റെ സത്തയിൽ പുരോഗതിയല്ല ഉണ്ടായത്. ഖൊമേനിയുടെ പരമാധികാരം സംരക്ഷിക്കാനെന്ന ഭാവേന ഇറാനിൽ സംഭവിച്ചത് മാനവികതയുടെ മേലുള്ള അതിനീചമായ കടന്നുകയറ്റവും ആക്രമണവുമായിരുന്നു. വിപ്ലവ ഗാർഡുകൾക്ക് ആരേയും സംശയത്തിന്റെ പേരിൽ നിമിഷങ്ങൾക്കകം വകവരുത്താമായിരുന്നു. ഇറാന്റെ മതരാഷ്ട്ര വ്യവസ്ഥിതിയിൽ ഏകാധിപത്യത്തിന്റെ കൊടുംപീഡനങ്ങളാണ് സംഭവിച്ചത്. നിസ്സഹായരായ പെൺകുട്ടികളായിരുന്നു ഈ കൊടുംപീഡനത്തിന് കൂടുതലും ഇരയായത്.

ടെഹ്റാനിലെ കുപ്രസിദ്ധമായ എവിൻ തടവറയിൽ പെൺകുട്ടികൾ പീഡിപ്പിക്കപ്പെട്ടതിന്റെ അനുഭവവിവരണങ്ങൾ, ഹൃദയത്തിൽ നിന്ന് ഉറവ് പൊട്ടുന്ന സ്വാഭാവിക പ്രാർത്ഥനയോടെയല്ലാതെ നമുക്കു വായിച്ചുതീർക്കാനാവില്ല. അത്യഗാധമായ മൗനനൊമ്പരങ്ങളുടെ നിശ്ശബ്ദതയിലേക്ക് എടുത്തുകൊണ്ടുപോകുന്ന വായനാനുഭവം. സ്കൂളിൽ കണക്കുപിര്യേഡിൽ ഖുർ-ആൻ പഠിപ്പിക്കുന്ന കണക്കുടീച്ചറെ ചോദ്യം ചെയ്തതാണ് മറീനയുടെ കുറ്റം. പലരും പോസ്റ്ററുകൾ ഒട്ടിച്ചതിനും മറ്റുമാണ് അറസ്റ്റ് ചെയ്യപ്പെട്ടിരിക്കുന്നത്. അവരിലാരും തന്നെ രക്ഷപ്പെടുന്നില്ല. വധിക്കപ്പെടുകയാണ്. മറീനയെ ഒരു ഭീകരകുറ്റവാളിയാക്കാൻ മാത്രമുള്ള കുറ്റങ്ങളൊന്നും അവൾ ചെയ്തിട്ടില്ല. എന്നിട്ടും മറീന ഭീകര കുറ്റവാളിയാണ്. ബൈബിൾ വായിച്ചതിനേക്കാൾ കൂടുതൽ അവൾ ഖുർ-ആൻ വായിച്ചിട്ടുണ്ട്. പക്ഷേ, അതുകൊണ്ട് ബൈബിൾ മോശമെന്നോ ഖുർ-ആൻ പരിശുദ്ധമെന്നോ അവൾക്കു തോന്നിയിട്ടില്ല. മനുഷ്യനെ തരംതാഴ്ത്തുന്ന നിസ്സാരനാക്കുന്ന ഒരു പ്രത്യയശാസ്ത്രത്തിലും അവൾ വിശ്വസിച്ചില്ല. അവളുടെ ക്രിസ്ത്യൻ വിശ്വാസങ്ങളെ എത്ര ശ്രമിച്ചിട്ടും ഉപേക്ഷിക്കാൻ അവൾക്കു കഴിഞ്ഞില്ല.

ഒരു വിപ്ലവത്തിന്റെ ഏറ്റവും മഹത്തായ കലാസൃഷ്ടികൾ അത് ഉല്പാദിപ്പിക്കുന്ന മനുഷ്യരാണ് എന്നാണെങ്കിൽ, ഖൊമേനിയുടെ ഇസ്ലാമിക വിപ്ലവം അത്യന്തം പൈശാചികമായ ജീവിതാവസ്ഥകളാണ് നിർമ്മിച്ചെടുത്തിരിക്കുന്നതെന്ന് മറീന സാക്ഷ്യപ്പെടുത്തുന്നു.

ഈ രാജ്യത്ത് അതിഭീകരമായ ചില കാര്യങ്ങൾ സംഭവിച്ചുകൊണ്ടിരിക്കുന്നുണ്ട്. അതിൽ രക്തത്തിന്റെ മണമുണ്ട്. സർവ്വനാശത്തിന്റെയും. ഒരു ഏകാധിപത്യം പോയിട്ട് അതിലും മോശമായ മറ്റൊന്ന് വരും. ഇവിടെ വിപ്ലവം ദൈവത്തിന്റെ പേരിന് പിറകിലൊളിച്ചാണ് വരുന്നത്. കുറ്റവാളികളും കൊലപാതകികളും മതത്തിന്റെ മറവ് പറ്റി നിന്ന്, ദൈവത്തിന്റെ നാമം പറഞ്ഞ്, നമ്മുടെ അമ്മമാരേയും സഹോദരിമാരേയും സുഹൃത്തുക്കളെയും ആക്രമിക്കുന്നതും അങ്ങനെ ആക്രമണം അഴിച്ചുവിടുന്നവർക്ക് ശിക്ഷയൊന്നും ലഭിക്കാത്തതും നാമിനി എത്ര നാൾ കണ്ടുനിൽക്കും?

മാനുഷികമായ ഒരു ലോകം കെട്ടിപ്പടുക്കാൻ യത്നിക്കുന്ന പൊരുതുന്ന യുവത്വത്തിന്റെ പ്രതീകമാണ് മറീന. മൂർത്തമായ

മനുഷ്യബന്ധങ്ങളിൽ അവൾ ഉൾച്ചേർന്നിരിക്കുന്നു. ജീവിതത്തിന്റെ സജീവപങ്കാളിത്തത്തിൽ അവൾ അലിഞ്ഞുചേർന്നിരിക്കുന്നു. എത്ര ഭയങ്കരമായ അടിച്ചമർത്തലുകൾക്കും ക്രൂരതകൾക്കുമിടയിൽ മാനവികാശയങ്ങളുടെ അന്തിമ വിജയം തന്നെ ഉയർന്നുവരും എന്നതാണ് ഈ നോവലിലെ ആശയം.

ജയിൽ മേധാവി അലിയുടെ ഭാര്യയാകുന്നതും ഗർഭിണിയാകുന്നതും പ്രസവിക്കുന്നതും കുഞ്ഞ് മരിക്കുന്നതും അലി കൊല്ലപ്പെടുന്നതും അവസാനം മറീന ജയിൽശിക്ഷയിൽനിന്ന് മോചനം നേടുന്നതുമെല്ലാം അത്യന്തം സങ്കീർണ്ണമായ ഒരു അനുഭവാവിഷ്ക്കാരമാണ്. എങ്കിലും, പളുങ്കു പോലെ വിശുദ്ധമായ വരികളിൽ ആലേഖനം ചെയ്തത്. തടവറയുടെ ഭീകരതയ്ക്കൊപ്പം മറീനയുടെ അതിമനോഹരമായ ബാല്യകാല സ്മരണകൾ.

സ്ത്രീപീഡനങ്ങളുടെ രക്തക്കറ പുരണ്ട പുസ്തകം.

കൃഷ്ണദാസ്
മാനേജിങ് എഡിറ്റർ

ഒന്ന്

“എവിടെ ചെന്നാലും ആകാശം ഒന്നുതന്നെ,”എന്നൊരു പേർഷ്യൻ പഴമൊഴിയുണ്ട്. എന്നാൽ ഇറാനിൽ ഞാൻ കണ്ടു പരിചയിച്ചതിൽനിന്നും വ്യത്യസ്തമായിരുന്നു കാനഡയിലെ ആകാശം. കുറച്ചുകൂടി ആഴമേറിയ നീല നിറം. അനന്തമാണീ ആകാശം എന്നും തോന്നി. ചക്രവാളവും കടന്നുപോകുന്ന ആകാശം.

1991 ആഗസ്റ്റ് 28നാണ് ഞങ്ങൾ ടൊറൊന്റോയിലെ പിയേഴ്സൺ വിമാനത്താവളത്തിലിറങ്ങുന്നത്. നല്ല വെയിലുള്ള, സുന്ദരമായ ദിവസം. അവിടെ എന്റെ സഹോദരൻ ഞങ്ങളെ കാത്തുനില്പുണ്ടായിരുന്നു. ഒരു വീട് കണ്ടെത്തുവാനാകുംവരേക്കും ഞാനും ഭർത്താവും രണ്ടരവയസ്സുള്ള മകനും സഹോദരനോടൊപ്പം താമസിക്കാം എന്നായിരുന്നു തീരുമാനം. പന്ത്രണ്ട് വർഷമായി ഞാൻ ചേട്ടനെ കണ്ടിട്ട്. അദ്ദേഹം കാനഡയിലേക്ക് പോകുമ്പോൾ എനിക്ക് പതിന്നാലു വയസ്സേ ഉണ്ടായിരുന്നുള്ളൂ. അദ്ദേഹത്തെ കണ്ട മാത്രയിൽ തിരിച്ചറിയുവാൻ എനിക്കായി. അദ്ദേഹത്തിന്റെ തല ഇത്തിരി നരച്ചിരിക്കുന്നു. മെലിഞ്ഞിട്ടുമുണ്ട്. എങ്കിലും ആറടി ഏഴിഞ്ച് ഉയരത്തിൽ ആ തല, കാത്തുനിന്നവരുടെ ആവേശം നിറഞ്ഞ അലങ്കോലത്തിനു മുകളിൽ നിവർന്നുനിന്നു.

പിയേഴ്സണിൽ നിന്നും വണ്ടി നീങ്ങിയപ്പോൾ ഞാൻ ജനലിലൂടെ പുറത്തേക്കു നോക്കി. ചുറ്റും കണ്ട വിശാലമായ ഭൂമി എന്നെ അതിശയിപ്പിച്ചു. ഭൂതകാലം എങ്ങോ പോയിമറഞ്ഞിരിക്കുന്നു. ഇനി തുറക്കാതെ അതെല്ലാം മൂടിവയ്ക്കണം. അതായിരിക്കും എല്ലാവരുടേയും താത്പര്യം സംരക്ഷിക്കാനുതകുന്നതും. പോകാനൊരു ഇടമില്ലാതിരുന്ന അവസരത്തിൽ ഞങ്ങൾക്ക് അഭയം നൽകിയ അപരിചിതമായ ഈ രാജ്യത്ത്, ഒരു പുതിയ ജീവിതം കെട്ടിപ്പടുക്കണം. നിലനില്പിനായി ഇനി എന്റെ ഊർജ്ജം മുഴുക്കെ അതിൽ മാത്രം കേന്ദ്രീകരിപ്പിക്കണം. ഭർത്താവിനും കുഞ്ഞിനും വേണ്ടി ഇത് ചെയ്തേ മതിയാകൂ.

ഞങ്ങൾ ഒരു പുതിയ ജീവിതം കെട്ടിപ്പടുക്കുകതന്നെ ചെയ്തു. നല്ലൊരു ജോലി ഭർത്താവിന് കണ്ടെത്താൻ കഴിഞ്ഞു. ഞങ്ങൾക്ക് ഒരു മകൻ കൂടി പിറന്നു. ഞാൻ വണ്ടിയോടിക്കുവാൻ പഠിച്ചു. കാനഡയിലെത്തിയതിന്റെ ഒമ്പതാം വർഷം, അതായത് രണ്ടായിരാമാണ്ടിലെ

ജൂലായിൽ നാല് കിടപ്പുമുറികളുള്ള ഒരു വീട് ഞങ്ങൾ വാങ്ങി. ടൊറൊന്റോയുടെ പ്രാന്തപ്രദേശങ്ങളിലൊന്നിലാണീ വീട്. അത് ഞങ്ങളുടെ അഭിമാനത്തെ വർധിപ്പിച്ചു. ഞങ്ങളും അഭിമാനികളായ മധ്യ വർഗ്ഗ കാനഡക്കാരായി. വീടിനു പുറകിലൊരു തോട്ടം വച്ചുപിടിപ്പിച്ചു. നീന്തൽ, പന്തുകളി, പിയാനോ എന്നിവ പഠിപ്പിക്കുവാൻ കുട്ടികളെ വണ്ടി യിൽ കൊണ്ടുപോയി. ഭക്ഷണശാലകളിൽ സുഹൃത്തുക്കളെ കണ്ടുമുട്ടി. അപ്പോഴാണെനിക്ക് ഉറക്കം നഷ്ടപ്പെട്ടു തുടങ്ങിയത്.

ഉറങ്ങാൻ കിടന്നാലുടൻ പഴയ സംഭവങ്ങളുടെ ശകലങ്ങൾ ഓർമ്മയെ വേട്ടയാടുവാൻ തുടങ്ങും. ആദ്യമാദ്യം അവയെ എന്നിൽനിന്നും തള്ളിയ കറ്റുവാൻ ശ്രമിച്ചു. എന്നാൽ എത്ര ശക്തിയോടെ തള്ളിമാറ്റിയോ അതിലും ശക്തിയിൽ അവ തിരിച്ച് വന്നു. ഭൂതകാലം എന്നെ വിഴുങ്ങുവാൻ തുടങ്ങി യിരിക്കുന്നു. പകലും രാത്രിയും ഭൂതകാലത്തിന്റെ പിടിയിൽ അമർന്നിരി ക്കുന്നു. എനിക്ക് ഉറങ്ങാനാകുന്നില്ല. എന്റെ ഭൂതകാലത്തെ അകറ്റി നിർത്താനാകുന്നില്ല. അതെന്റെ മനസ്സിന്റെ സമനില പൂർണമായും തെറ്റിക്കുമെന്ന് തോന്നി. മറക്കാനാകുന്നില്ലെങ്കിൽ പിന്നെയുള്ള പോംവഴി എല്ലാം ഓർത്തെടുക്കുക എന്നതാകണം എന്ന തീരുമാനത്തിലെത്തി. ഓർമ്മകളെല്ലാം എഴുതിവയ്ക്കുവാൻ തുടങ്ങി. ടെഹ്റാനിലെ കുപ്രസിദ്ധ മായ രാഷ്ട്രീയ തടവറയായ എവിനിൽവച്ച് എനിക്കുണ്ടായ അനുഭവ ങ്ങൾ. ആ അനുഭവങ്ങളുടെ ഓർമ്മകൾ. പീഡനം, വേദന, മരണം മാത്ര മല്ല, എനിക്കിതുവരേക്കും ആരോടും തുറന്നു സംസാരിക്കുവാൻ കഴി യാത്ത പലതും. എന്റെ ഓർമ്മകൾ വാക്കുകളായി. അവ മൗനത്തിന്റെ ശിശിരനിദ്രയിൽനിന്നും പുറത്തുവന്നു. അവയെ എഴുതിവച്ചാൽ എന്റെ മനസ്സിനൊരു സ്വസ്ഥത ലഭിക്കും എന്നെനിക്കു തോന്നി. പക്ഷേ അങ്ങനെ സംഭവിച്ചില്ല. അതിലും കൂടുതൽ എന്തൊക്കെയോ ചെയ്യണ മായിരുന്നു. എന്റെ മെത്തയ്ക്കരികിലുള്ള മേശവലിപ്പിൽ ആ കടലാസു കൾ ഒളിപ്പിച്ച് വയ്ക്കുവാൻ എനിക്കായില്ല. ഞാനൊരു സാക്ഷിയാണ്. എന്റെ കഥ എനിക്ക് പറഞ്ഞേ തീരൂ.

ആദ്യവായനക്കാരൻ ഭർത്താവ് തന്നെയായിരുന്നു. ഞാൻ ജയിലിൽ കഴിഞ്ഞകാലത്തെക്കുറിച്ച്, അവിടത്തെ എന്റെ അനുഭവങ്ങളെക്കുറിച്ച്, അദ്ദേഹത്തിനും അധികമൊന്നും അറിയില്ലായിരുന്നു. ഞാൻ കൈ യെഴുത്ത് പ്രതി അദ്ദേഹത്തിനു കൈമാറി. അദ്ദേഹം അത് ഞങ്ങളുടെ മെത്തയുടെ അദ്ദേഹത്തിന്റെ കിടപ്പുവശത്തുള്ള മേശപ്പുറത്ത് വച്ചു. അവിടെ അത് മൂന്ന് ദിവസം കിടന്നു. അദ്ദേഹമതിനെയൊന്ന് സ്പർശിച്ചു പോലുമില്ല. എനിക്ക് ആകാംക്ഷയായി. മനസ്സ് വേദനിച്ചു. അദ്ദേഹം എപ്പോ ഴാണത് ഒന്ന് വായിക്കുക? വായിച്ചാൽ അദ്ദേഹത്തിനതൊക്കെ മനസ്സി ലാകുമോ? ഇത്രയും വലിയ രഹസ്യങ്ങൾ പങ്കുവയ്ക്കാതെ സൂക്ഷിച്ച തിന് അദ്ദേഹം എനിക്ക് മാപ്പ് തരുമോ?

അവസാനം വായിച്ച് കഴിഞ്ഞപ്പോൾ “എന്തുകൊണ്ട് ഇത്ര നാളാ യിട്ടും പറഞ്ഞില്ല” എന്ന് ചോദിച്ചു.

പതിനേഴ് വർഷമായി ഞങ്ങളുടെ വിവാഹം കഴിഞ്ഞിട്ട്.

"ഞാൻ ശ്രമിച്ചു, പറയാനായില്ല... എന്നോട് ക്ഷമിക്കില്ലേ?"

"ക്ഷമിക്കാനെന്തിരിക്കുന്നു ഇതിൽ...? നീ എന്നോടല്ലേ ക്ഷമിക്കേണ്ടത്?"

"എന്തിന്?"

"ഇത്ര നാളായിട്ടും ചോദിക്കാതിരുന്നതിന്."

തുറന്ന് സംസാരിക്കുന്നതിനെക്കുറിച്ച് എനിക്ക് എന്തെങ്കിലും സംശയമുണ്ടായിരുന്നുവെങ്കിൽ 2005ലെ വേനലായപ്പോൾ അതെല്ലാം മാഞ്ഞുപോയി. അന്ന് ഒരു അത്താഴവിരുന്നിൽ ഇറാനിൽനിന്നുള്ള ഒരു ദമ്പതികളെ ഞാൻ കണ്ടുമുട്ടി. ഞങ്ങൾ ആ സൗഹൃദം ആസ്വദിച്ചു. ദൈനംദിന ജീവിതത്തെക്കുറിച്ച് സംസാരിച്ചു. ഞങ്ങളുടെ ജോലി, റിയൽ എസ്റ്റേറ്റ്, കുട്ടികളുടെ വിദ്യാഭ്യാസം അങ്ങനെയങ്ങനെ. സന്ധ്യ മയങ്ങിയപ്പോൾ പുറത്ത് തണുപ്പധികമായി. അത്താഴശേഷമുള്ള മധുരം വീടിനകത്തിരുന്നാകാം എന്ന് ഞങ്ങൾ തീരുമാനിച്ചു. ആതിഥേയ കാപ്പി ഒഴിച്ചു. എന്റെ പുസ്തകരചന എങ്ങനെ പോകുന്നു എന്ന് ചോദിച്ചു. അപ്പോൾ കൂടെയുണ്ടായിരുന്ന ഇറാനിയൻ വനിതയ്ക്ക് പുസ്തകത്തെക്കുറിച്ച് അറിയാൻ താത്പര്യമായി. പരീസ എന്നായിരുന്നു അവരുടെ പേര്.

"എനിക്ക് പതിനാറ് വയസ്സുള്ളപ്പോൾ ഞാൻ അറസ്റ്റ് ചെയ്യപ്പെട്ടു. രണ്ട് വർഷം എവിനിൽ രാഷ്ട്രീയ തടവുകാരിയായി കഴിയേണ്ടി വന്നു. അതിനെക്കുറിച്ച് എഴുതുന്നു." ഞാൻ പറഞ്ഞു.

അതു കേട്ടതും അവരുടെ മുഖം വിവർണ്ണമായി.

"എന്തുപറ്റി? കുഴപ്പമൊന്നുമില്ലല്ലോ?" ഞാൻ ചോദിച്ചു.

അവർ ഒരു നിമിഷം ശങ്കിച്ചു. പിന്നെ പരീസയും ഏതാനും മാസങ്ങൾ അതേ ജയിലിൽ കഴിഞ്ഞിട്ടുണ്ട് എന്ന വിവരം പങ്കുവച്ചു.

മുറിയിലുള്ളവരെല്ലാം പൊടുന്നനെ നിശ്ശബ്ദരായി. ഞങ്ങൾ ഇരുവരേയും തുറിച്ചു നോക്കിയിരിക്കുകയായിരുന്നു.

ഞാനും പരീസയും ഒരേ കാലത്ത് ആ ജയിലിലുണ്ടായിരുന്നു എന്ന് ഞങ്ങളിരുവരും തിരിച്ചറിഞ്ഞു. രണ്ട് വ്യത്യസ്ത കെട്ടിടങ്ങളിൽ. എന്റെ കൂടെ അറയിലുണ്ടായിരുന്ന ചിലരുടെയെല്ലാം പേരുകൾ ഞാൻ പറഞ്ഞു. ആ പേരുകൾ അവർക്ക് പരിചിതങ്ങളായിരുന്നില്ല. അവർ അവരുടെ സുഹൃത്തുക്കളെക്കുറിച്ച് പറഞ്ഞു. തടവറയിലുണ്ടായിരുന്ന സുഹൃത്തുക്കളെക്കുറിച്ച്. അവരെ എനിക്ക് അറിയില്ലായിരുന്നു. എങ്കിലും അക്കാലത്തെ ചില സംഭവങ്ങളെക്കുറിച്ചുള്ള ഓർമ്മകൾ ഞങ്ങൾ പങ്കുവച്ചു. എവിൻ ജയിലിലുണ്ടായിരുന്ന മിക്കവർക്കും അറിയാവുന്ന കഥകളായിരുന്നു അവയെല്ലാം. തന്റെ ജയിൽ അനുഭവങ്ങളെക്കുറിച്ച് ആരോടെങ്കിലും സംസാരിക്കുന്നത് ഇതാദ്യമായാണ് എന്നവർ പറഞ്ഞു.

"ആരും അതിനെക്കുറിച്ച് സംസാരിക്കാറേയില്ല." അവർ തുടർന്നു.

"ഇരുപത് വർഷത്തോളം ഈ മൗനമാണെന്നെ ഏതോ തടവറയി ലടച്ചിട്ടത്."

എവിൻ ജയിലിൽനിന്നും പുറത്ത് വിട്ടപ്പോൾ എന്റെ വീട്ടുകാരെല്ലാ വരും ഒന്നും സംഭവിച്ചിട്ടില്ലാത്തതുപോലെ പെരുമാറി. ജയിലിനെക്കുറിച്ച് ആരും സംസാരിച്ചില്ല. സംസാരത്തിൽ അതൊന്നും കടന്നുവന്നില്ല. 'നിനക്ക് എന്തൊക്കെ സംഭവിച്ചു' എന്നാരും ചോദിച്ചില്ല. എവിനിൽ എന്റെ ജീവിതം എങ്ങനെയായിരുന്നു എന്ന് പറയുവാൻ വെമ്പുകയായിരുന്നു ഞാൻ. പക്ഷേ എവിടെ തുടങ്ങണം എന്നറിയില്ലായിരുന്നു. ആരെങ്കിലും ഒന്ന് ചോദിക്കാനായി ഞാൻ കാത്തിരുന്നു. എന്തെങ്കിലുമൊക്കെ ചോദിച്ചി രുന്നുവെങ്കിൽ എനിക്ക് അവിടെ നിന്ന് തുടങ്ങാമായിരുന്നു. പക്ഷേ ഒന്നും സംഭവിച്ചിട്ടില്ലാത്തതുപോലെ ജീവിതം മുന്നോട്ട് പോയി. ഞാനൊരു നിഷ് കളങ്കയായ പെൺകുട്ടിയാണെന്ന രൂപത്തിൽ തന്നെ വീട്ടുകാർക്ക് എന്നെ കാണണമായിരുന്നു എന്ന് ഞാൻ കരുതുന്നു! ജയിലിൽ പോകുന്നതിനു മുമ്പ് ഞാൻ എങ്ങനെയായിരുന്നോ അതുപോലെ. എന്റെ ഭൂതകാല ത്തിൽ അനുഭവിച്ച വേദനയെക്കുറിച്ചും ഭീകരതകളെക്കുറിച്ചും അറിയു ന്നത് അവരെ ഭയപ്പെടുത്തും. അതിനാൽ അവയെ അവഗണിക്കുവാൻ അവർ തീരുമാനിച്ചു.

പരീസയുമായുള്ള സൗഹൃദം വളർത്താനും ഇടയ്ക്കിടെ ഫോൺ ചെയ്യാനും ഞാനവളെ പ്രോത്സാഹിപ്പിച്ചു. ഞങ്ങൾ പലതവണ സംസാ രിച്ചു. ഓർമ്മകൾ പങ്കുവെച്ചപ്പോഴൊക്കെ അവളുടെ സ്വരത്തിൽ വിറയൽ വരുമായിരുന്നു. ജീവൻ നിലനിർത്തുവാൻ ഞങ്ങളെ സഹായിച്ച തടവറ യിലെ കൂട്ടുകാരെക്കുറിച്ച് പറയുമ്പോൾ പ്രത്യേകിച്ചും.

ഏതാനും ആഴ്ചകൾ കഴിഞ്ഞപ്പോൾ തുടർന്ന് ഞാനുമായി സംസാ രിക്കുവാൻ ആഗ്രഹിക്കുന്നില്ല എന്നവർ എന്നെ അറിയിച്ചു. പഴയ കാര്യ ങ്ങൾ ഓർക്കുവാൻ ആഗ്രഹിക്കുന്നില്ല എന്നും.

"എനിക്കതിനാകുകയില്ല. വിഷമമാണത്. വേദനാജനകം." കരച്ചിൽ മൂലം അവർക്ക് സ്വരം ശ്വാസംമുട്ടി.

"എനിക്കത് മനസ്സിലാകും." ഞാനൊരു വാഗ്വാദത്തിനു നിന്നില്ല. അവർ അവരുടെ മാർഗ്ഗം തിരഞ്ഞെടുക്കുകയായിരുന്നു. ഞാൻ എന്റേതും.

രണ്ട്

1982 ജനുവരി പതിനഞ്ചാം തീയതിയാണെന്നെ അറസ്റ്റ് ചെയ്യു ന്നത്. രാത്രി ഏകദേശം ഒമ്പത് മണിക്ക്. അന്നെനിക്ക് പതിനാറ് വയസ്സ് പ്രായമായിരുന്നു.

അന്ന് പ്രഭാതത്തിൽ വളരെ നേരത്തേ ഞാൻ എഴുന്നേറ്റു. പിന്നെ ഉറങ്ങാനായില്ല. അസാധാരണമായ ഇരുട്ടും തണുപ്പും എന്റെ കിടപ്പു

മുറിയെ ആവേശിച്ചിരുന്നതുപോലെ. സൂര്യൻ പുറത്തെത്തുന്നതുവരേക്കും പുതപ്പിനുള്ളിൽ ചുരുണ്ടുകിടന്നു. ഇരുട്ട് വിട്ടുപോകാനായി വന്നതല്ല എന്ന് തോന്നിപ്പോയി. എത്ര കിടന്നിട്ടും നേരം വെളുക്കുന്നില്ല. ഇങ്ങനെ തണുപ്പുള്ള ദിവസങ്ങളിൽ അപ്പാർട്ട്മെന്റിനെ ചൂടാക്കുവാനായി കൂടുതൽ കാര്യക്ഷമതയുള്ള ഉപകരണങ്ങളുണ്ടായിരുന്നുവെങ്കിൽ എന്ന് ആഗ്രഹിക്കാറുണ്ട്. മണ്ണെണ്ണയുപയോഗിച്ച് പ്രവർത്തിപ്പിക്കുന്ന രണ്ട് യന്ത്രങ്ങളുടെ ചൂട് പോരാതെ വരുന്നു. പക്ഷേ എന്റെ മാതാപിതാക്കൾക്കുണ്ടായിരുന്നത് മറ്റൊരു അഭിപ്രായമാണ്. തണുപ്പുകാലത്ത് എനിക്ക് മാത്രമേ ഈ വീട്ടിൽ ഇത്രയും തണുപ്പ് തോന്നുന്നുള്ളൂ എന്നാണവരുടെ പരാതി.

എന്റെ കിടപ്പുമുറിയുടെ തൊട്ടുതന്നെയാണ് മാതാപിതാക്കളുടെ കിടപ്പുമുറിയും. അപ്പാർട്ട്മെന്റിലുള്ള മൂന്ന് കിടപ്പുമുറികളേയും ബന്ധിപ്പിക്കുന്ന ഇടനാഴിയുടെ ഒരറ്റത്താണ് അടുക്കള. അച്ഛനെഴുന്നേറ്റ് ജോലിക്ക് പോകാൻ തയ്യാറാകുന്ന സ്വരം ഞാൻ ശ്രദ്ധിച്ചു. വളരെ സാവധാനത്തിലും മൃദുവായും അധികം ഒച്ച കേൾപ്പിക്കാതെ ശ്രദ്ധിച്ചുമൊക്കെയാണച്ഛൻ നീങ്ങിയിരുന്നതെന്നാലും ആ മൃദുകാലൊച്ചകളിൽ നിന്നും അച്ഛൻ എങ്ങോട്ട് നീങ്ങുന്നു എന്നെനിക്ക് മനസ്സിലാകുന്നുണ്ടായിരുന്നു. ശൗചാലയത്തിലേക്കും പിന്നെ അടുക്കളയിലേക്കും അച്ഛൻ നീങ്ങിയത് ഞാനറിഞ്ഞു. അടുക്കളയിൽ നിന്നും കെറ്റിലിന്റെ വിസിൽ കേട്ടു. ഫ്രിഡ്ജ് തുറന്നടയ്ക്കുന്ന സ്വരം കേട്ടു. ഒരുപക്ഷേ അച്ഛൻ ബ്രഡും ജാമും വെണ്ണയും കഴിക്കുകയായിരുന്നിരിക്കണം.

അവസാനം ഒരു മങ്ങിയ വെളിച്ചം എന്റെ ജനലിലൂടെ അരിച്ചിറങ്ങി. അച്ഛൻ ജോലിക്ക് പോയിരിക്കുന്നു. അമ്മ അപ്പോഴും ഉറങ്ങുകയാണ്. സാധാരണ ഒമ്പത് മണിയായിട്ടേ അമ്മ എഴുന്നേൽക്കാറുള്ളൂ. ഞാൻ മെത്തയിൽ തിരിഞ്ഞും മറിഞ്ഞും കിടന്നു. അമ്മ എഴുന്നേൽക്കാനായി കാത്ത് കിടന്നു. ഈ സൂര്യൻ എവിടെപ്പോയി കിടക്കുകയാണ്? അന്ന് എന്തൊക്കെ ചെയ്യണം എന്ന് ഞാൻ മനസ്സിൽ ഒരു പദ്ധതിയിട്ടു. എന്നാൽ അതും എവിടേയുമെത്തിയില്ല. സമയത്തിന്റെ സാധാരണമായ ഒഴുക്കിൽ നിന്നും ഞാനെവിടേക്കോ വഴുതിപ്പോയിരിക്കുന്നോ എന്നൊരു സംശയം. ഞാൻ മെത്തയിൽ നിന്നെഴുന്നേറ്റു. നിലത്തിന് വായുവിനേക്കാൾ തണുപ്പുണ്ട്. അടുക്കളയ്ക്ക് എന്റെ കിടപ്പുമുറിയേക്കാൾ ഇരുട്ടുണ്ട്. ഈ തണുപ്പ് എന്നെ വിട്ടുപോകുകയേയില്ല എന്നെനിക്ക് തോന്നി. ഇത്തിരി ചൂടെന്നെ തേടിവന്നെങ്കിൽ എന്ന് കൊതിച്ചു. ഒരുപക്ഷേ ഇനി സൂര്യൻ ഉദിക്കുകയേയില്ലായിരിക്കാം. ഞാൻ ചായയുണ്ടാക്കി കുടിച്ചു. പിന്നെ എന്തു ചെയ്യണം എന്ന ചിന്ത എന്നെയെത്തിച്ചത് പള്ളിയിൽ പോകുക എന്നതല്ലാതെ ഒന്നും ചെയ്യാനില്ലല്ലോ എന്നതിലാണ്. അമ്മ എനിക്കായുണ്ടാക്കിയ തവിട്ടുനിറത്തിലുള്ള കമ്പിളിക്കോട്ടെടുത്തിട്ടു. ഇളം തവിട്ടുനിറത്തിലുള്ള ഒരു വലിയ ഷാളിട്ട് തലമുടി മറച്ചു. ചാരനിറമുള്ള ഇരുപത്തിനാല് പടികളിറങ്ങി മുൻവശത്തെ വാതിലിലെത്തി. ഈ വാതിൽ

ഞങ്ങളുടെ അപ്പാർട്ടുമെന്റിനെ തിരക്കേറിയ തെരുവുമായി ബന്ധിപ്പിക്കുന്നു. കടകളൊന്നും തുറന്നിട്ടില്ല. വഴിയിൽ അധികം വണ്ടികളില്ല. ഞാൻ നേരെ പള്ളിയിലേക്ക് നടന്നു. ചുറ്റിലുള്ള ഒന്നിലേക്കും എന്റെ നോട്ടം പോയില്ല. ചുറ്റും കാണാനും ഒന്നുമില്ലായിരുന്നു, കാണാനുള്ളത് അയാത്തുള്ള ഖൊമേനിയുടെ ചിത്രങ്ങൾ മാത്രം. അതിനോടൊപ്പം 'അമേരിക്ക തുലയട്ടെ', 'ഇസ്രയേൽ തുലയട്ടെ,' 'കമ്മ്യൂണിസ്റ്റുകളും ഇസ്ലാമിന്റെ എല്ലാ ശത്രുക്കളും തുലയട്ടെ', 'വിപ്ലവത്തെ എതിർക്കുന്നവർ തുലയട്ടെ' തുടങ്ങിയ ചുവരെഴുത്തുകളും നോക്കുന്നിടത്തെല്ലാം നിറഞ്ഞിരുന്നു.

പള്ളിയിലെത്താൻ അഞ്ച് നിമിഷമെടുത്തു. മരം കൊണ്ടുണ്ടാക്കിയ കനത്ത മുൻവാതിലിൽ കൈവെച്ചപ്പോൾ ഒരു മഞ്ഞുപാളിയടർന്ന് മൂക്കിൻതുമ്പിൽ പതിച്ചു. മഞ്ഞിൽ പുതഞ്ഞു കിടക്കുന്ന കമ്പളിപ്പിക്കുന്ന വളവുകൾക്കും കുനിവുകൾക്കുമിടയിൽ ടെഹ്റാൻ എന്നും സുന്ദരിയായിരുന്നു. നിഷ്കളങ്കത്വം നിറഞ്ഞൊരു സുന്ദരി. ഇസ്ലാം ഭരണകൂടം സൗന്ദര്യമുള്ള മിക്കവാറും എല്ലാ വസ്തുക്കളും നിരോധിച്ചിരുന്നു എങ്കിലും മഞ്ഞ് പെയ്യുന്നതിനെ നിരോധിക്കുവാൻ അവർക്കാവുമായിരുന്നില്ല. സ്ത്രീകൾ തല മറയ്ക്കണം എന്ന് സർക്കാർ ഉത്തരവിട്ടിരിക്കുന്നു. സംഗീതം, മേക്കപ്പ്, മൂടുപടമില്ലാത്ത സ്ത്രീകളുടെ ചിത്രങ്ങൾ എന്നിവയ്ക്കെതിരെ സർക്കാർ ശാസനങ്ങളുണ്ട്. അതുപോലെ തന്നെ പാശ്ചാത്യ പുസ്തകങ്ങൾക്കെതിരേയും. ഇവയെല്ലാം സാത്താന്റെ രൂപങ്ങളായി കണക്കാക്കപ്പെട്ടിരിക്കുന്നു. അതിനാൽ നിയമവിരുദ്ധവും.

ഞാൻ പള്ളിക്കകത്ത് കയറി വാതിലടച്ചു. ഒരു മൂലയിൽ പോയി ഇരുന്നു. യേശുവിന്റേയും കുരിശിന്റേയും ചിത്രങ്ങളിലേക്ക് നോക്കിയിരുന്നു. പള്ളിയിൽ ആരുമുണ്ടായിരുന്നില്ല. പ്രാർത്ഥിക്കുവാനൊരു ശ്രമം നടത്തി. വാക്കുകൾ അർത്ഥമില്ലാതെ എന്റെ മനസ്സിലങ്ങുമിങ്ങും ഓടി നടന്നു. അര മണിക്കൂർ കഴിഞ്ഞപ്പോൾ ഞാൻ പള്ളിയുടെ ഓഫീസിലേക്ക് നീങ്ങി. അച്ചനെ കാണണം. വെറുതെ വണക്കം പറയണം. അപ്പോൾ പള്ളി ഗായക സംഘത്തിലെ ഓർഗൺ വിദ്വാനായ സുന്ദരൻ, ആന്ദ്രെ എന്റെ മുന്നിൽ വന്നുനിന്നു. ഏതാനും മാസങ്ങൾക്കു മുമ്പാണ് ഞങ്ങൾ ആദ്യമായി കണ്ടുമുട്ടുന്നത്. അതിനുശേഷം ഞങ്ങൾ എന്നും പള്ളിയിൽവെച്ച് കണ്ടുമുട്ടുമായിരുന്നു. ഞങ്ങളിരുവർക്കും പരസ്പരം ഇഷ്ടമാണെന്ന് എല്ലാവർക്കുമറിയാം. പക്ഷേ അതൊന്ന് സമ്മതിക്കുവാൻ ഞങ്ങളിലെ ലജ്ജ അനുവദിച്ചില്ല. ഒരുപക്ഷേ ആന്ദ്രേയ്ക്ക് എന്നേക്കാൾ ഏഴ് വയസ്സ് കൂടുതലുള്ളതിനാലായിരിക്കാം ഈ ലജ്ജ. അയാളെ കണ്ടപ്പോൾ ഞാൻ തലകുനിച്ചു. എങ്കിലും ഇത്രയും നേരത്തെ പള്ളിയിലെന്തിനെത്തി എന്ന് ഞാൻ ചോദിച്ചു. കേടുവന്ന ഒരു വാക്വം ക്ലീനറിന്റെ കേടുപാടുകൾ തീർക്കാൻ എന്നായിരുന്നു വിശദീകരണം.

"കണ്ടിട്ട് കുറച്ച് ദിവസങ്ങളായല്ലോ? എവിടെയായിരുന്നു? പല തവണ നിന്റെ വീട്ടിൽ അന്വേഷിച്ചു. നിനക്ക് സുഖമില്ല എന്നാണമ്മ പറഞ്ഞത്. നിന്നെ വീട്ടിൽ വന്ന് കാണാനിരിക്കുകയായിരുന്നു ഞാൻ."

"സുഖമില്ലായിരുന്നു. ജലദോഷം."

ഞാൻ വല്ലാതെ ക്ഷീണിച്ചിരിക്കുന്നു, വിളർത്ത് പോയിരിക്കുന്നു, കുറച്ചു ദിവസംകൂടി വിശ്രമിക്കണമായിരുന്നു എന്നൊക്കെ അദ്ദേഹം ഉപദേശിച്ചു. ഞാനതിനോട് യോജിച്ചു. എന്നെ വീട്ടിൽ കൊണ്ടുപോയി വിടാമെന്ന് പറഞ്ഞു. എന്നാൽ നടന്ന് പോകാനാണിഷ്ടമെന്നും കുറച്ച് ശുദ്ധവായു ശ്വസിക്കണമെന്നും ഞാനറിയിച്ചു. എന്റെ മനസ്സപ്പോൾ അങ്ങനെ വിഷമിച്ചിരിക്കുകയല്ലായിരുന്നെങ്കിൽ അദ്ദേഹവുമൊത്ത് കുറച്ച് സമയം കൂടി ചിലവഴിക്കുമായിരുന്നു. പക്ഷേ, സ്കൂളിലെ എന്റെ സുഹൃത്തുക്കളായ സാറ, ഗീത, സാറയുടെ സഹോദരൻ സൈറൻ എന്നിവരെ അറസ്റ്റ് ചെയ്ത് എവിൻ ജയിലിലേക്ക് കൊണ്ടുപോയിരിക്കുന്നു എന്നറിഞ്ഞതുമുതൽ ഒരു പരിപാടിയിലും പങ്കെടുക്കുവാനുള്ള ഉന്മേഷം എനിക്കില്ലായിരുന്നു. ഒന്നാം ക്ലാസുമുതൽ എന്റെ അടുത്ത കൂട്ടുകാരിയാണ് സാറ. കഴിഞ്ഞ മൂന്നു വർഷത്തിലേറെയായുള്ള കൂട്ടുകാരിയാണ് ഗീത. നവംബർ മധ്യത്തോടെയാണ് ഗീത അറസ്റ്റ് ചെയ്യപ്പെടുന്നത്. സാറ, സൈറസ് എന്നിവരെ ജനുവരി രണ്ടാം തിയതിയും.

തന്റെ സുന്ദരമായ മൊണാലിസ പുഞ്ചിരിയും നീണ്ട തവിട്ട് മുടിയുമായി ഗീത ബാസ്കറ്റ്ബോൾ കോർട്ടിനു സമീപമുള്ള ബെഞ്ചിലിരിക്കുന്നത് ഞാൻ കാണുന്നു. അവളുടെ സുഹൃത്തായിരുന്ന റാമിൻ എന്ന യുവാവിനെന്തുപറ്റി എന്നദ്ഭുതപ്പെടുകയാണിപ്പോൾ ഞാൻ. 1978ലെ വേനലിനുശേഷം അവൾ അവനെക്കുറിച്ച് കേട്ടിട്ടേയില്ല. അതായത് വിപ്ലവം നടന്നതിനു തൊട്ടുമുമ്പുള്ള വേനലിനുശേഷം. ഈ ലോകത്തിൽ പുതിയ നിയമങ്ങൾ വരുന്നതിനുമുമ്പ് മുതൽ.

ഇപ്പോൾ അവൾ എവിൻ ജയിലിൽ രണ്ട് മാസത്തിലേറെക്കാലമായി ചിലവിടുന്നു. അവളുടെ മാതാപിതാക്കൾക്ക് അവളെ കാണാനുള്ള അനുവാദമില്ല. ആഴ്ചയിൽ ഒരു ദിവസം ഞാൻ ഗീതയുടെ അമ്മയെ വിളിക്കും. അവളുടെ അമ്മ ഫോണിലൂടെ കരയും. അവർ എന്നും മണിക്കൂറുകളോളം വാതിൽക്കൽ വന്ന് വഴിയിലൂടെ പോകുന്നവരെ തുറിച്ച് നോക്കി നിൽക്കും. ഗീത തിരികെ വരുന്നത് കാത്തുനിൽക്കുകയാണവർ. സാറയുടെ മാതാപിതാക്കൾ പല തവണ ജയിലിൽ ചെന്ന് മകളെ ഒരുനോട്ടം കാണിച്ചുതരണമെന്ന് അഭ്യർത്ഥിച്ചിട്ടുണ്ട്. എന്നാൽ അവരുടെ അഭ്യർത്ഥന നിരസിക്കപ്പെട്ടുകൊണ്ടേയിരുന്നു.

ഷാ ഭരണകാലം മുതൽക്കേ രാഷ്ട്രീയ തടവുകാരെ താമസിപ്പിച്ചിരുന്ന ജയിലായിരുന്നു എവിൻ. ആ പേര് എല്ലാവരുടെയും മനസ്സിൽ ഭീതി പടർത്തി. പീഡിപ്പിച്ച് കൊല്ലുക എന്നതിന്റെ അപരനാമമായിരുന്നു അത്. ടെഹ്റാന്റെ വടക്കൻ ഭാഗത്ത്, അൽബോർസ് മലനിരകൾക്ക് കീഴെ വിസ്തൃതമായ ഭൂപ്രദേശത്ത് ചിതറിക്കിടക്കുന്ന കെട്ടിടങ്ങളുണ്ട് ഈ ജയിലിന്. ജനങ്ങൾ എവിൻ ജയിലിനെക്കുറിച്ച് ഒരിക്കലും സംസാരിക്കാറില്ല. ഭീതിജനകമായ മൗനത്താൽ ആവരണം ചെയ്യപ്പെട്ടതായിരുന്നു എന്നുമത്.

സാറയേയും സൈറസിനേയും അറസ്റ്റ് ചെയ്ത അന്ന് രാത്രി ഞാൻ മെത്തയിൽ കിടന്ന് ഫോറൂഘ് ഫാറോഖ്സാദിന്റെ കവിതാപുസ്തകം വായിക്കുകയായിരുന്നു. പെട്ടെന്ന് എന്റെ കിടപ്പുമുറിയുടെ വാതിൽ തള്ളിത്തുറന്ന് അമ്മ പ്രവേശിച്ചു.

"സാറയുടെ അമ്മ വിളിച്ചിരുന്നു." അമ്മ പറഞ്ഞു.

അത് കേട്ടപ്പോൾ ശ്വാസനാളിയിലൂടെ മഞ്ഞുപാളികൾ അകത്തേക്കിരച്ച് കയറിയോ എന്നെനിക്ക് തോന്നി.

"വിപ്ലവ പൊലീസ് സാറയേയും സൈറസിനേയും ഒരു മണിക്കൂർ മുമ്പ് അറസ്റ്റ് ചെയ്ത് എവിനിലേക്ക് കൊണ്ടുപോയി."

ഞാൻ ആകെ മരവിച്ചു.

"അവരെന്ത് ചെയ്തിട്ടാണ്?" അമ്മ ചോദിച്ചു.

പാവം സാറയും സൈറസും. അവർ വല്ലാതെ ഭയന്നിരിക്കണം. പക്ഷേ അവർക്ക് കുഴപ്പമൊന്നും സംഭവിക്കാൻ സാധ്യതയില്ല. അവർക്ക് ഒന്നും സംഭവിക്കുകയില്ല.

"മറീനാ, നിന്നോടാണ് ചോദിക്കുന്നത്?"

അമ്മ കിടപ്പുമുറിയുടെ വാതിലടച്ച് അതിൽ ചാരിനിന്നു.

"ഒന്നുമില്ല. സാറ ഒന്നും ചെയ്തിട്ടില്ല. എന്നാൽ സൈറസ് മൊജാഹിദീൻ അംഗമാണ്." എന്റെ സ്വരം വല്ലാതെ നേർത്തു. ദൂരെയെവിടെനിന്നോ ആണ് ആ സ്വരം വന്നതെന്ന് തോന്നി. 1960 മുതൽ ഷാ ഭരണകൂടത്തിനെതിരെ പ്രവർത്തിച്ചിരുന്ന മുസ്ലീം ഇടതുപക്ഷ സംഘമാണ് മൊജാഹിദീൻ-എ ഖാൽഘ്. ഇസ്ലാം വിപ്ലവം വിജയം കണ്ടപ്പോൾ ആ സംഘം ഖൊമേനിക്കെതിരെ പ്രവർത്തിക്കുവാനാരംഭിച്ചു. ഇറാനിന്റെ പരമോന്നത നേതാവായി ഖൊമേനി പ്രവർത്തിക്കുന്നതിനെയാണവർ എതിർത്തത്. ഖൊമേനിയെ അവർ ഏകാധിപതി എന്നാണ് വിളിച്ചത്. അതിന്റെ ഫലമായി ഇസ്ലാം സർക്കാർ ഈ സംഘത്തെ നിയമവിരുദ്ധമായി പ്രഖ്യാപിക്കുകയായിരുന്നു.

"സൈറസിന്റെ ഇടതുപക്ഷ പ്രവർത്തനങ്ങൾ കാരണമാകാം അവർ സാറയേയും കൊണ്ടുപോയത്."

"ആയിരിക്കാം."

"പാവം അവരുടെ അമ്മ. അവർ മാത്രമേ അവിടെയുള്ളൂ."

"പൊലീസുകാർ എന്തെങ്കിലും പറഞ്ഞോ?"

"അച്ഛനമ്മമാരോട് വിഷമിക്കണ്ട എന്ന് പറഞ്ഞുവത്രെ. കുറച്ച് കാര്യങ്ങൾ ചോദിച്ചറിയുവാൻ മാത്രമാണ് കൊണ്ടുപോകുന്നത് എന്ന് പറഞ്ഞു."

"അങ്ങനെയെങ്കിൽ ഉടൻ വിടുമായിരിക്കും."

"നീ പറഞ്ഞത് കേട്ടിട്ട് അവർ സാറയെ പെട്ടെന്ന് വിടുമെന്നെനിക്ക്

തോന്നുന്നു. എന്നാൽ സൈറസിന്റെ കാര്യം... അങ്ങനെയല്ല... ഒന്നുമില്ലാതിരിക്കട്ടെ."

അമ്മ മുറിക്ക് പുറത്തിറങ്ങി. എന്തൊക്കെയോ ആലോചിക്കുവാൻ ഞാൻ ശ്രമിച്ചു. ക്ഷീണം തോന്നി. കണ്ണടച്ചു. സ്വപ്നങ്ങളൊന്നും കാണാതെ ഉറങ്ങി.

ഇതിനു ശേഷം പന്ത്രണ്ട് ദിവസവും മിക്കവാറും മുഴുവൻ ഞാൻ ഉറക്കം തന്നെയായിരുന്നു. ഏറ്റവും ലളിതമായ ദിനചര്യകൾ ചെയ്യുന്നതിനു പോലും മനസ്സ് അനുവദിച്ചിരുന്നില്ല. വയ്യ. സാധ്യമാകുന്നില്ല എന്ന് തോന്നി. വിശപ്പും ദാഹവും പോലുമില്ലാതായി. വായിക്കാൻ മനസ്സ് സമ്മതിക്കുന്നില്ല. എവിടേക്കെങ്കിലുമൊന്ന് പോകുവാനോ ആരെങ്കിലുമൊത്തൊന്ന് സംസാരിച്ചിരിക്കുവാനോ മനസ്സനുവദിക്കുന്നില്ല. എല്ലാ രാത്രിയിലും അമ്മ വന്ന് പറയും, സാറയേയും സൈറസിനേയും കുറിച്ച് അറസ്റ്റ് ചെയ്തതിനു ശേഷം ഇതുവരേക്കും ഒരു വിവരവും ലഭിച്ചിട്ടില്ല എന്ന്. അതിനർത്ഥം അടുത്തത് ഞാനാണെന്നാണ്. ഞങ്ങളുടെ പ്രധാനാധ്യാപികയായ ഖാനൂം മൊഹമ്മദി ഒരു വിപ്ലവ പ്രവർത്തകയും ഗാർഡുമാണ്. അവരുടെ ഓഫീസിലെ കടലാസുകളിൽ കണ്ട പട്ടികയിൽ എന്റെ പേരുമുണ്ട് എന്ന് 'ഖാനൂംബഹ്മാൻ' എന്ന ഞങ്ങളുടെ രസതന്ത്ര അദ്ധ്യാപിക അറിയിച്ചിരുന്നു. ഖാനൂം ബഹ്മാൻ നല്ലവളാണ്. ഇസ്ലാം വിപ്ലവ കോടതിയിലേക്ക് അയയ്ക്കുവാനായി തയ്യാറാക്കപ്പെട്ട പട്ടികയാണിത് എന്ന് അവർ എനിക്ക് താക്കീത് നൽകിയിരുന്നു. പക്ഷേ കാത്തിരിക്കുക എന്നതല്ലാതെ ഇപ്പോഴെനിക്ക് ഒന്നും ചെയ്യാനില്ല. ഒളിക്കാനാകില്ല. എവിടെ പോയൊളിക്കും?

വിപ്ലവ ഗാർഡുകൾ എന്ന വിഭാഗത്തിനൊരു ദയയുമില്ല. ഏതെങ്കിലും വീട്ടിൽ ആരെയെങ്കിലും അറസ്റ്റ് ചെയ്യുവാനായി ചെന്നിട്ട് അറസ്റ്റ് ചെയ്യാനുദ്ദേശിച്ചയാളെ കണ്ട് കിട്ടിയില്ലെങ്കിൽ വീട്ടിലുള്ളവരെ പിടിച്ചുകൊണ്ടു പോകും. എന്റെ ജീവൻ രക്ഷിക്കാനായി എനിക്ക് മാതാപിതാക്കളുടെ ജീവൻ ബലിയർപ്പിക്കുവാനാകില്ല. സർക്കാരിനെ ഒരു വിധത്തിലല്ലെങ്കിൽ മറ്റൊരു വിധത്തിൽ എതിർക്കുന്നു എന്ന കുറ്റം ചുമത്തി കഴിഞ്ഞ കുറച്ച് മാസങ്ങൾക്കുള്ളിൽ നൂറുകണക്കിനാളുകളെ അറസ്റ്റ് ചെയ്തിട്ടുണ്ട്.

രാത്രി ഒമ്പതു മണിക്ക് ഞാൻ ഒന്ന് കുളിച്ചു. വെള്ളം തുറന്നിട്ടപ്പോൾ അതിൽനിന്നും ആവി പാറുന്നുണ്ടായിരുന്നു. അപ്പോഴേക്കും ആരോ മുൻവാതിലിലെ മണിയടിച്ച സ്വരം കേട്ടു. എന്റെ ഹൃദയത്തിലൊരു മിന്നൽ പിണരുണ്ടായി. ഈ സമയത്ത് ആരും അങ്ങനെ വന്ന് മണിയടിക്കാറില്ല.

ഞാൻ വെള്ളത്തിന്റെ ടാപ്പ് അടച്ചു. ബാത്ത്ടബ്ബിന്റെ അരികിലിരുന്നു. എന്റെ അച്ഛനമ്മമാർ വാതിൽ തുറക്കുന്ന സ്വരം ഞാൻ കേട്ടു. ഏതാനും സെക്കന്റുകൾക്കുള്ളിൽ അമ്മ എന്നെ വിളിച്ചു. ഞാൻ കുളിമുറിയുടെ വാതിൽ തുറന്നു. പുറത്ത് സ്വീകരണ മുറിയിൽ താടിക്കാരായ, പച്ച നിറത്തിലുള്ള പട്ടാള യൂണിഫോം പോലെയുള്ള വസ്ത്രം ധരിച്ച രണ്ട് വിപ്ലവ ഗാർഡുകൾ നിൽക്കുന്നു. അതിലൊരാൾ എന്നെ നോക്കി തോക്ക് ചൂണ്ടി.

ഞാൻ എന്റെ ശരീരത്തിൽനിന്നും പുറത്തിറങ്ങി. ഏതോ സിനിമയിലാണെന്ന് തോന്നിപ്പോയി. ഇപ്പോൾ സംഭവിക്കുന്നതെന്തോ അത് സംഭവിക്കുന്നത് എനിക്കല്ല, മറ്റാർക്കോ ആണ്. എനിക്കറിയാത്ത ഏതോ ഒരാൾക്ക്.

"ഞാനീ വീടൊന്ന് തിരയട്ടെ. അതുവരേക്കും നീ ഇവരോടൊപ്പം ഇവിടെ നിൽക്ക്." രണ്ടാമൻ ആദ്യത്തെ ഗാർഡിനു നിർദ്ദേശം നൽകി. എനിക്ക് നേരെ തിരിഞ്ഞു. "നിന്റെ മുറിയേതാണ്?" എന്ന് ചോദിച്ചു. അയാളുടെ ശ്വാസത്തിന് ഉള്ളിയുടെ മണമായിരുന്നു. എനിക്ക് ഓക്കാനം വന്നു.

"ഈ ഇടനാഴിയിലൂടെ ചെന്നാൽ വലത് ഭാഗത്ത് കാണുന്ന ആദ്യ വാതിൽ."

അമ്മയുടെ ശരീരം വിറയ്ക്കുന്നത് ഞാൻ കണ്ടു. അമ്മ ആകെ വിളറി വെളുത്തിരിക്കുന്നു. വായ് കൈകൊണ്ട് മൂടിയിരിക്കുന്നു. കരച്ചിൽ പുറത്തു വരാതിരിക്കുവാൻ എന്ന മട്ടിലാണ് കൈ അങ്ങനെ പിടിച്ചിരിക്കുന്നത്. അച്ഛൻ എന്നെത്തന്നെ തുറിച്ചുനോക്കി നിൽക്കുന്നു. ഞാനാ നിമിഷത്തിൽ മരിച്ചുപോകും എന്ന മട്ടിലാണച്ഛൻ എന്നെ നോക്കുന്നത്. ഏതോ മാറാരോഗം വന്ന് ഞാൻ മരിച്ചുകൊണ്ടിരിക്കുകയാണെന്നും അതിൽ നിന്നും എന്നെ രക്ഷപ്പെടുത്തുവാൻ മാർഗ്ഗമൊന്നുമില്ലെന്നുമുള്ള മട്ടിൽ. അച്ഛന്റെ കവിളിലൂടെ കണ്ണുനീർ ഒഴുകി വീഴുന്നത് ഞാൻ കണ്ടു. അച്ഛമ്മയുടെ മരണശേഷം അച്ഛൻ കരഞ്ഞ് കണ്ടിട്ടില്ല.

രണ്ടാമൻ കൈയിലൊരു കെട്ട് പുസ്തകവുമായി തിരികെയെത്തി. എല്ലാം പാശ്ചാത്യ നോവലുകളായിരുന്നു.

"ഇതെല്ലാം നിന്റെയാണോ?"

"അതെ."

"ഇതിൽ ചിലത് തെളിവായി ഞങ്ങൾ കൊണ്ടുപോകുന്നു."

"എന്തിനുള്ള തെളിവ്?"

"ഇസ്ലാമിക് സർക്കാരിനെതിരെയുള്ള നിന്റെ പ്രവർത്തനങ്ങളുടെ തെളിവ്."

"സർക്കാർ നയങ്ങളോട് ഞാൻ യോജിക്കുന്നില്ല എന്നത് സത്യം. പക്ഷേ ഞാൻ അതിനെതിരെ ഒരു പ്രവർത്തനത്തിലും ഏർപ്പെട്ടിട്ടില്ല."

"നീ തെറ്റുകാരിയാണോ അല്ലയോ എന്ന് തീരുമാനിക്കാനല്ല ഞാൻ വന്നത്, നിന്നെ അറസ്റ്റ് ചെയ്യാനാണ്. ഒരു തട്ടമെടുത്തിട്."

"ഞാനൊരു ക്രിസ്ത്യാനിയാണ്. തട്ടമിടാറില്ല."

അവർ അദ്ഭുതപ്പെട്ടു. "ശരി. എങ്കിൽ തലയിലൂടെ ഒരു സ്കാർഫെടുത്തിട്. നമുക്ക് പോകാം."

"അവളെ എവിടേക്കാണ് നിങ്ങൾ കൊണ്ടുപോകുന്നത്?" അമ്മ ചോദിച്ചു.

"എവിനിലേക്ക്."

അതിലൊരാൾ എന്നെ പിന്തുടർന്നു. ഞാൻ എന്റെ മുറിയിൽ പ്രവേശിച്ചു. ഒരു കാഷ്മീരി ഷാൾ എടുത്തു. അതുകൊണ്ട് ഞാൻ തല മറച്ചു. നല്ല തണുപ്പുള്ള രാത്രിയായിരുന്നു അത്. ആ ഷാൾ എന്നെയൊന്ന് ചൂടാക്കി നിർത്തുവാൻ സഹായിക്കും. മുറിയിൽ നിന്നും പുറത്തിറങ്ങാറായപ്പോൾ എന്റെ കണ്ണുകൾ ജപമാലയിലുടക്കി. ഞാനതെടുത്തു.

"അതെന്താണ്?" ഗാർഡ് ചോദിച്ചു.

"പ്രാർത്ഥനയ്ക്കുപയോഗിക്കുന്ന കൊന്ത. അതെനിക്ക് കൈവശം വച്ചുകൂടേ?"

"ഞാനൊന്ന് നോക്കട്ടെ."

ഞാനത് അയാളെ ഏല്പിച്ചു. അയാൾ അതിനെ സാകൂതം വീക്ഷിച്ചു. നീല നിറമുള്ള ഓരോ മണിയും വെള്ളിക്കുരിശും പരിശോധിച്ചു.

"ശരി കൈയിൽ വച്ചോളൂ. എവിനിൽ ചെന്നാൽ പിന്നെ നിനക്ക് ഏറ്റവും ആവശ്യമുള്ളതും പ്രാർത്ഥനയാകും."

ഞാൻ ജപമാല കീശയിലിട്ടു.

പുറത്ത് പാർക്ക് ചെയ്തിരുന്ന കറുത്ത മെഴ്സിഡസിലേക്ക് അവർ എന്നെ നയിച്ചു. പുറകിലെ വാതിൽ തുറന്ന് തന്നു. വണ്ടി മുന്നോട്ട് നീങ്ങാനാരംഭിച്ചു. ഞാനൊന്ന് തിരിഞ്ഞുനോക്കി. ഇരുട്ടിൽ തിളങ്ങി നിൽക്കുന്ന ഞങ്ങളുടെ അപ്പാർട്ട്മെന്റിന്റെ ജനലുകൾ കണ്ടു. വാതിൽക്കൽ നിൽക്കുന്ന മാതാപിതാക്കളെ കണ്ടു. ഞാൻ ഭയക്കുകയാണപ്പോൾ വേണ്ടത് എന്നെനിക്കറിയാമായിരുന്നു. എന്നാൽ എന്തുകൊണ്ടോ അപ്പോഴെനിക്ക് ഭയം തോന്നിയില്ല. എന്റെ മനസ്സിലപ്പോഴുണ്ടായിരുന്നത് ശൂന്യതയായിരുന്നു. തണുത്തുറഞ്ഞ ശൂന്യത.

"എനിക്കൊരു ഉപദേശം നൽകാനുണ്ട്." അതിലൊരു ഗാർഡ് പറഞ്ഞു തുടങ്ങി. "നിന്നോട് ചോദിക്കുന്ന ഓരോ ചോദ്യത്തിനും സത്യസന്ധമായി ഉത്തരം പറയുന്നതാകും നിനക്ക് നല്ലത്. അതല്ലെങ്കിൽ നീ വലിയ വില കൊടുക്കേണ്ടി വരും. എവിനിൽ ചെന്നാൽ അവിടെയെത്തിയവരെക്കൊണ്ട് സംസാരിപ്പിക്കാൻ അവിടെയുള്ളവർക്ക് അവരുടേതായ മാർഗ്ഗങ്ങളുണ്ടെന്ന് നീ കേട്ടിരിക്കുമല്ലോ. സത്യം പറഞ്ഞാൽ വേദന ഒഴിവാക്കാം."

കാർ വടക്കോട്ട് നീങ്ങി. വേഗം വർദ്ധിച്ചു. അൽബോർസ് മലനിരകളെ ലക്ഷ്യം വച്ചാണ് വണ്ടി നീങ്ങുന്നത്. തെരുവ് മിക്കവാറും ശൂന്യമായിരുന്നു. കാൽനടക്കാർപോലും അപൂർവ്വം. ദൂരെനിന്ന് തന്നെ ട്രാഫിക് സിഗ്നൽലൈറ്റുകൾ കാണാനാകുന്നുണ്ട്. അവ ചുവപ്പിൽ നിന്ന് പച്ചയിലേക്കും വീണ്ടും ചുവപ്പിലേക്കും മാറുന്നത് കാണാനാകുന്നുണ്ട്. ഒരു മണിക്കൂർ കഴിഞ്ഞപ്പോൾ, നേരിയ നിലാവിൽ പാമ്പിനെപ്പോലെ വളഞ്ഞ് പുളഞ്ഞുകിടക്കുന്ന എവിന്റെ മതിൽക്കെട്ടുകൾ കാണാനായി. അതിലൊരു ഗാർഡ് അപ്പോൾ തന്റെ സുഹൃത്തിനോട് സഹോദരിയുടെ വിവാഹവിശേഷങ്ങൾ പങ്കുവയ്ക്കുന്നുണ്ടായിരുന്നു. വരൻ ഒരു വിപ്ലവ

ഗാർഡ്ഡാണ്. പൊലീസ് നിരയിലെ ഉന്നത ഉദ്യോഗസ്ഥൻ. നല്ലൊരു കുടുംബത്തിലെ അംഗം. ഞാനപ്പോൾ ആന്ദ്രേയെ ഓർത്തു. എന്റെ ഉദര മൊന്ന് വേദനിച്ചു. ആ വേദന സാവധാനത്തിൽ അസ്ഥികളിലേക്ക് പടർന്നു. അവന് അരുതാത്തതെന്തോ സംഭവിച്ചിരിക്കുന്നു, എനിക്കൊന്നും സംഭവിച്ചിട്ടുമില്ല എന്ന മട്ടിലാണപ്പോൾ ആ വേദന എന്നിൽ പടർന്ന് കയറിയത്.

വളഞ്ഞുപുളഞ്ഞ ഒരു തെരുവിൽ ഞങ്ങളെത്തി. വീതി കുറഞ്ഞ തെരുവ്. ചുവന്ന ഇഷ്ടികകൊണ്ടുണ്ടാക്കിയ ഉയരമുള്ള മതിൽ ഇപ്പോൾ വലതുഭാഗത്താണ്. ഏതാനും വാരകൾ ഇടവിട്ട് കാവൽക്കാരുടെ ടവറുകൾ കാണാം. അതിൽനിന്നും ഇരുട്ടിനെ കീറിമുറിച്ച് വെളിച്ചം കുത്തിയൊഴുകി വരുന്നു. ഞങ്ങൾ ഒരു ഇരുമ്പ് കവാടത്തിലെത്തി. അതിനു മുന്നിൽ നിന്നു. ചുറ്റും താടിക്കാരായ ഗാർഡുകൾ മാത്രം. മതിലിനു മുകളിലുള്ള കമ്പിക്കെട്ടുകൾ, കമ്പികൊണ്ടുള്ള വലയങ്ങൾ എന്നിവ വഴിയിൽ വികൃതമായ നിഴലുകൾ സൃഷ്ടിച്ചിരിക്കുന്നു. ഞങ്ങളുടെ വണ്ടിയോടിച്ചിരുന്നയാൾ പുറത്തിറങ്ങി. ഒരു ഗാർഡ് കട്ടിയുള്ള ഒരു കറുത്ത തുണി എനിക്ക് നൽകി. കണ്ണ് അടച്ച് കെട്ടുവാൻ ഉത്തരവിട്ടു. "ശരിക്ക് കെട്ടണം. അല്ലെങ്കിൽ വെറുതെ അപകടത്തിൽ ചെന്ന് ചാടും." അയാൾ കുരച്ചു. ഞാൻ കണ്ണടച്ച് കെട്ടി എന്നുറപ്പായപ്പോൾ വണ്ടി മുന്നോട്ട് നീങ്ങി. ഇരുമ്പ് വാതിൽ കടന്ന് പോയി. പിന്നേയും രണ്ടോ മൂന്നോ മിനിറ്റ് ഓടിക്കാണണം. വണ്ടി നിന്നു. വണ്ടിയുടെ വാതിൽ തുറന്നു. എന്നോട് പുറത്തിറങ്ങുവാനുള്ള ആജ്ഞയുണ്ടായി. ആരോ എന്റെ കൈകൾ കൂട്ടിക്കെട്ടി. എന്നെ വലിച്ച് നടന്നു. ഞാൻ എന്തിലോ തട്ടി വീണു.

"എന്താ... അന്ധയാണോ?" ഒരു സ്വരം ചോദിച്ചു. അതിനെ തുടർന്ന് അവിടെ ചിരിയുണർന്നു.

പിന്നെ തണുപ്പകന്നു. ഞാനൊരു കെട്ടിടത്തിനകത്താണെന്ന് മനസ്സിലായി. കണ്ണുകെട്ടിയ കറുത്ത തുണിക്കിടയിലൂടെ ഒരു നേരിയ വെളിച്ചം അരിച്ചിറങ്ങി. ഞങ്ങൾ ഒരു ഇടനാഴിയിലൂടെ നടക്കുകയാണ്. ചുറ്റിലും വിയർപ്പിന്റേയും ഛർദ്ദിലിന്റേയും മണം നിറഞ്ഞിരിക്കുന്നു. എന്നോട് നിലത്തിരിക്കാൻ ആജ്ഞയുണ്ടായി. "കാത്തിരിക്ക്." എന്റെ സമീപത്ത് ആരൊക്കെയോ ഇരിക്കുന്നുണ്ട്. അവരെ എനിക്ക് കാണാനാകുന്നില്ല. എല്ലാവരും നിശ്ശബ്ദരാണ്. അടച്ചിട്ട വാതിലിനു പുറകിൽ നിന്നും അസ്പഷ്ടമായ, കോപാകുലമായ ശബ്ദങ്ങളെത്തുന്നുണ്ട്. നുണയൻ! പറയ്, 'എന്നോട് പറയ്'. 'പേരുകൾ പറയ്'. 'എഴുതി താ ആ പേരുകൾ' എന്നിങ്ങനെ ചിലപ്പോൾ വേദനകൊണ്ട് പുളഞ്ഞ് കരയുന്ന സ്വരങ്ങൾ കേൾക്കാം. എന്റെ ഹൃദയമിടിപ്പ് വർദ്ധിച്ചു. അതെന്റെ നെഞ്ചുകൂടം തകർത്ത് പുറത്ത് വരുമോ എന്ന് തോന്നി. നെഞ്ചാകെ വേദനിക്കുവാൻ തുടങ്ങി. ഞാൻ നെഞ്ചുഴിഞ്ഞു. കുറച്ച് കഴിഞ്ഞപ്പോൾ ഒരു പരുക്കൻ സ്വരം ആരോടോ എനിക്ക് സമീപമിരിക്കുവാൻ ആജ്ഞാപിക്കുന്നത് കേട്ടു. അതൊരു പെൺകുട്ടിയായിരുന്നു. അവൾ കരയുന്നുണ്ടായിരുന്നു.

“എന്തിനാ കരയുന്നേ?” ഞാൻ മന്ത്രിച്ചു.

“എനിക്ക് ഭയമാകുന്നു! വീട്ടിൽ പോകണം.” അവൾ പറഞ്ഞു.

“മനസ്സിലായി. എനിക്കും ഭയമുണ്ട്. പക്ഷേ കരയണ്ട. അതുകൊണ്ട് ഒരു ഗുണവുമുണ്ടാകാൻ പോകുന്നില്ല. അധികം താമസിയാതെ നമ്മെ അവർ വിടും എന്നെനിക്ക് ഉറപ്പുണ്ട്.” ഞാൻ നുണ പറഞ്ഞു.

“ഇല്ല. അവർ വിടില്ല. ഞാനിവിടെ കിടന്ന് ചാകും. നമ്മളൊക്കെ ഇവിടെ കിടന്ന് ചാകും.”

“കുറച്ച് ധൈര്യമൊക്കെ വേണ്ടേ?” അങ്ങനെ വെട്ടിത്തുറന്ന് അപ്പോൾ പറഞ്ഞതിൽ, പറഞ്ഞതിനുശേഷം പശ്ചാത്താപം തോന്നി. ഒരുപക്ഷേ അവളെ അവർ പീഡിപ്പിച്ചിട്ടുണ്ടാകാം. എന്നിട്ടും അവളോട് ധൈര്യമായിരിക്കണം എന്ന് എനിക്കെങ്ങനെ പറയുവാൻ കഴിയും?

“ഇത് രസമായിരിക്കുന്നുവല്ലോ?” ഒരു പുരുഷസ്വരം കേട്ടു. “മറീനാ, നീ എന്നോടൊപ്പം വാ. എഴുന്നേറ്റ് പത്തടി മുന്നോട്ട് നടക്ക്. എന്നിട്ട് വലത്തോട്ട് തിരിയ്.”

ആ പെൺകുട്ടിയുടെ കരച്ചിലപ്പോൾ ഉച്ചത്തിലായി. ഞാൻ എന്നോട് പറഞ്ഞത് അനുസരിച്ചു. ആ ശബ്ദം എന്നോട് നാലടി മുന്നോട്ടുവയ്ക്കാൻ ആവശ്യപ്പെട്ടു. എനിക്ക് പുറകിൽ ഒരു വാതിലടയുന്ന സ്വരം കേട്ടു. എന്നോട് ആരോ ഒരു കസേരയിലിരിക്കുവാൻ ആവശ്യപ്പെട്ടു.

“കൊള്ളാം, നല്ല ധൈര്യമാണ് നിനക്ക്. എവിനിലെത്തുന്നവരിൽ അപൂർവ്വമായി കാണുന്ന ഒരു ഗുണവിശേഷമാണ് ധീരത. ഇവിടെയെത്തിയതിനുശേഷം ആകെ തകർന്നുപോയ അനേകം ധീരരെ ഞാൻ നേരിൽ കണ്ടിട്ടുണ്ട്. നീ ഒരു അർമേനിയക്കാരിയാണല്ലേ?”

“അല്ല.”

“ഒരു ക്രിസ്ത്യാനിയാണെന്ന് കൂട്ടിക്കൊണ്ടുവരാൻ പറഞ്ഞ ഗാർഡുകളോട് നീ പറഞ്ഞുവല്ലോ?”

“ഞാനൊരു ക്രിസ്ത്യാനിയാണ്.”

“അപ്പോൾ അസ്സിറിയക്കാരിയാണോ?”

“അല്ല.”

“അത് ശരിയല്ലല്ലോ. ക്രിസ്ത്യാനികൾ ഒന്നുകിൽ അർമേനിയക്കാരാകണം അല്ലെങ്കിൽ അസ്സിറിയക്കാർ.”

“ഇറാനിലെ മിക്കവാറും ക്രിസ്ത്യാനികൾ അങ്ങനെയാണ്. എന്നാൽ എന്റെ കാര്യം അങ്ങനെയല്ല. എന്റെ മുത്തച്ഛന്മാരും മുത്തശ്ശിമാരും റഷ്യൻ വിപ്ലവം കഴിഞ്ഞപ്പോൾ റഷ്യയിൽനിന്നും ഇവിടേക്ക് കുടിയേറിയവരാണ്.”

1917ലെ കമ്മ്യൂണിസ്റ്റ് വിപ്ലവത്തിനുമുമ്പ് റഷ്യയിൽ ജോലി ചെയ്തിരുന്ന ഇറാനി പുരുഷന്മാരെയാണെന്റെ അച്ഛമ്മയും അമ്മൂമ്മയും വിവാഹം

കഴിച്ചിരുന്നത്. വിപ്ലവം കഴിഞ്ഞപ്പോൾ ഭർത്താക്കന്മാർക്ക് റഷ്യ വിട്ട് പോരേണ്ടി വന്നു. അവർ സോവിയറ്റ് പൗരന്മാരല്ലാതിരുന്നതിനാലായി രുന്നു ഇത്. അവരോടൊപ്പം അച്ഛമ്മയും അമ്മൂമ്മയും ഇറാനിലേക്ക് പോന്നു.

"എന്നുവച്ചാൽ അവർ കമ്മ്യൂണിസ്റ്റുകാരാണെന്ന് അല്ലേ?"

"അവർ കമ്മ്യൂണിസ്റ്റുകാരായിരുന്നു എങ്കിൽ അവരാ രാജ്യം വിടു കില്ലായിരുന്നു. കമ്മ്യൂണിസത്തെ വെറുത്തതുകൊണ്ടാണവർ അവിടം വിട്ടത്. അവരെല്ലാം അടിയുറച്ച ക്രിസ്തുമത വിശ്വാസികളായിരുന്നു."

വിശുദ്ധ ഖുർ-ആനിൽ യേശുവിന്റെ അമ്മയായ മറിയത്തെക്കുറിച്ച് പ്രതിപാദിക്കുന്നുണ്ട്. യേശു ഒരു പ്രവാചകനായിരുന്നു എന്നാണ് ഇസ്ലാം വിശ്വസിക്കുന്നത്. അതിനാൽ മറിയത്തെ ബഹുമാനിക്കുന്നു എന്നും. എനിക്ക് വേണ്ടി ഖുർ-ആനിലെ ആ ഭാഗം വായിച്ച് തരാം എന്നും അയാൾ പറഞ്ഞു. അയാൾ അറബി ഭാഷയിലുള്ള ആ ഭാഗം വായിച്ചു. നല്ല ആഴ മുള്ള ആർദ്രമായ സ്വരത്തിലാണയാൾ വായിച്ചത്.

"എന്ത് തോന്നി?" വായിച്ച് കഴിഞ്ഞപ്പോൾ അയാൾ ചോദിച്ചു.

അയാൾ വായിച്ചുകൊണ്ടിരിക്കുന്നിടത്തോളം സമയം ഞാൻ സുര ക്ഷിതയാണ്. പക്ഷേ അതേസമയം അയാളെ വിശ്വസിക്കാൻ കൊള്ളില്ല എന്നും എനിക്കറിയാമായിരുന്നു. അയാൾ വിപ്ലവസംഘത്തിലെ ഒരു ഗാർഡ് ആണ്. വീണ്ടുവിചാരമോ ആലോചനയോ ഇല്ലാതെ അനേകം നിഷ്കളങ്കരെ കൊന്നിട്ടുള്ള, പീഡിപ്പിച്ചിട്ടുള്ള നിഷ്ഠുരനാകാം അയാൾ. അയാൾ തുടർന്നും വായിക്കണം എന്ന് ഞാൻ ആഗ്രഹിച്ചു.

"നന്നായിരിക്കുന്നു. ഞാൻ വിശുദ്ധ ഖുർ-ആൻ വായിച്ചിട്ടുണ്ട്. ഈ ഭാഗം ഇതിനു മുമ്പ് വായിച്ചിട്ടുണ്ട്." ഒന്ന് വിമ്മിഷ്ടപ്പെട്ടാണ് ഞാനിത്രയും പറഞ്ഞത്.

"നീ വിശുദ്ധ ഖുർ-ആൻ വായിച്ചിട്ടുണ്ടെന്നോ? അത് വളരെ രസ കരമായിരിക്കുന്നു! ധീരയായ ഒരു ക്രിസ്ത്യൻ യുവതി, ഞങ്ങളുടെ വിശുദ്ധ ഗ്രന്ഥം വായിച്ചിരിക്കുന്നു! എന്നിട്ടും നീയിപ്പോഴും ക്രിസ്ത്യാനി യാണ്. ഞങ്ങളുടെ പ്രവാചകനെക്കുറിച്ചും അവൻ പറഞ്ഞുതന്നിട്ടുള്ള കാര്യങ്ങളെക്കുറിച്ചും അറിഞ്ഞിട്ടും നീ ഇപ്പോഴും ഒരു ക്രിസ്ത്യാനി യാണ്."

"അതെ. ഞാൻ ക്രിസ്ത്യാനിയാണ്."

ഒട്ടും ആലോചനയില്ലാതെ സംസാരിക്കുന്നവളാണ് ഞാൻ എന്ന് അമ്മ എപ്പോഴും പറയാറുണ്ട്. ഞാൻ സത്യസന്ധമായി ഉത്തരം പറയുമ്പോ ഴാണിങ്ങനെ അമ്മ പറയുന്നത്. എന്നെ മറ്റുള്ളവർ തെറ്റിദ്ധരിക്കാതിരി ക്കുവാനാണ് ഞാനിങ്ങനെ വളച്ചുകെട്ടില്ലാതെ ഉത്തരം നൽകുന്നത്.

"രസകരം തന്നെ." ഖുർ-ആൻ വായിച്ചയാൾ പറഞ്ഞു. "ഈ ചർച്ച തുടരുവാനായെങ്കിൽ എന്ന് ഞാൻ ആഗ്രഹിക്കുന്നു. അത് പിന്നെ

എപ്പോഴെങ്കിലുമാകാം. ഇപ്പോൾ ഹമെഹ്ദ് എന്ന സഹോദരൻ ചില ചോദ്യങ്ങളുമായി കാത്തിരിക്കുന്നുണ്ട്."

ഞാനയാളെ സന്തോഷിപ്പിച്ചു എന്നെനിക്ക് തോന്നി. ഒരുപക്ഷേ എവിനിൽ അയാൾ കണ്ടുമുട്ടിയിട്ടുള്ള ഏക ക്രിസ്ത്യാനി ഞാനാകണം. പാരമ്പര്യ മുസ്ലീം കുടുംബങ്ങളിൽ നിന്നുള്ള പെൺകുട്ടികളെപ്പോലെയാകും ഞാനും എന്നയാൾ പ്രതീക്ഷിച്ചിരിക്കണം. ശാന്ത, ലജ്ജാലു, വിധേയത്വമുള്ളവൾ. എന്നാൽ ഈ ഗുണങ്ങളൊന്നും എന്നിലില്ലായിരുന്നു.

അയാൾ കസേരയിൽ നിന്നെഴുന്നേറ്റ് പോകുന്ന സ്വരം ഞാൻ കേട്ടു. ഞാൻ മരവിച്ചിരിക്കുകയാണ്. മനസ്സിലപ്പോൾ ഒരു വികാരവുമില്ല. ഒരുപക്ഷേ, ഭയത്തിനും അപ്പുറത്തുള്ള വികാരങ്ങൾ നൽകുന്ന ഇടമായിരിക്കണം ഇത്. ഒന്ന് പിടയുകപോലും ചെയ്യാതെ ശ്വാസംമുട്ടി മരിക്കുന്ന ഇടം.

ഞാൻ കാത്തിരുന്നു. എന്നെ പീഡിപ്പിക്കുവാൻ തക്ക കാരണമൊന്നും അവരുടെ പക്കലില്ലെന്ന വിശ്വാസത്തോടെ കാത്തിരുന്നു. വിവരങ്ങൾ ശേഖരിക്കുന്നതിനാണ് മിക്കപ്പോഴും പീഡനം എന്ന മുറ ഉപയോഗിക്കപ്പെടുന്നത്. അവർക്ക് ഉപകാരപ്രദമായ വിവരങ്ങൾ ഒന്നുംതന്നെ എന്റെ പക്കലില്ല. ഞാൻ ഒരു രാഷ്ട്രീയ കക്ഷിയിലും അംഗമല്ല.

വാതിൽ തുറന്നടയ്ക്കപ്പെട്ടു. ഞാൻ ഒന്ന് ഞെട്ടി. ഖുർ-ആൻ വായനക്കാരൻ വീണ്ടുമെത്തിയിരിക്കുന്നു. അലി എന്നാണയാൾ സ്വയം പരിചയപ്പെടുത്തിയത്. ഹമെഹ്ദ് മറ്റാരേയോ ചോദ്യം ചെയ്തുകൊണ്ടിരിക്കുകയാണ്. ഇസ്ലാം വിപ്ലവ കോടതിയിലെ ആറാമത് വിഭാഗത്തിൽ ജോലി ചെയ്യുകയാണദ്ദേഹം എന്നാണ് പറഞ്ഞത്. എന്റെ കേസ് അന്വേഷിക്കുന്നത് ആ വിഭാഗമാണ്. അയാൾ ശാന്തനും ക്ഷമാശീലനുമാണെന്ന മട്ടിലായിരുന്നു സംസാരം. പക്ഷേ എന്നോട് സത്യം പറയണം എന്ന് മുന്നറിയിപ്പ് നൽകുന്നുണ്ടായിരുന്നു. ഒരാളെ കാണാതെ അയാളുമായി സംസാരിക്കുക എന്നത് വിചിത്രമായ ഒരു അനുഭവമായിരുന്നു. അയാളെ കാണാൻ എങ്ങനെയുണ്ട് എന്നെനിക്കറിയില്ല. എത്ര പ്രായമുണ്ടെന്നറിയില്ല. ഞങ്ങളിരിക്കുന്ന മുറി എങ്ങനെയുണ്ട് എന്നുമറിയില്ല.

സ്കൂളിൽവച്ച് വിപ്ലവത്തിനു വിരുദ്ധമായി ചില അഭിപ്രായങ്ങൾ ഞാൻ പ്രകടിപ്പിച്ചിട്ടുണ്ട് എന്നറിയാം എന്നാണയാൾ പറഞ്ഞുതുടങ്ങിയത്. സ്കൂളിലെ വർത്തമാനപത്രത്തിൽ സർക്കാരിനെതിരെ ചില ലേഖനങ്ങൾ ഞാൻ എഴുതിയിട്ടുണ്ടെന്നറിയാം. ഞാനത് നിഷേധിച്ചില്ല. അത് രഹസ്യമായ ഒരു കുറ്റകൃത്യമൊന്നുമല്ല. ഏതെങ്കിലും ക്രിസ്തീയ സംഘങ്ങൾക്കൊപ്പം ഞാൻ പ്രവർത്തിക്കുന്നുണ്ടോ എന്നയാൾ ചോദിച്ചു. ഇല്ല എന്നായിരുന്നു എന്റെ ഉത്തരം. സ്കൂളിൽ ഞാൻ തുടങ്ങിവച്ച സമരത്തെക്കുറിച്ച് അയാൾക്ക് അറിയാമെന്ന് പറഞ്ഞു. ഏതെങ്കിലും നിരോധിത സംഘടനയുടെ പിൻബലമില്ലാതെ ഒരാൾക്ക് ഇങ്ങനെ ഒരു സമരം സംഘടിപ്പിക്കുവാനാകില്ല എന്നയാൾ പറഞ്ഞു. ഞാനായിരുന്നില്ല

സംഘാടക എന്ന് ഞാൻ മറുപടി പറഞ്ഞു. അതായിരുന്നു സത്യവും. ഗണിതശാസ്ത്രം പഠിപ്പിക്കുന്ന അദ്ധ്യാപികയോട് രാഷ്ട്രീയം പഠിപ്പിക്കാതെ ഗണിതശാസ്ത്രം പഠിപ്പിക്കണം എന്ന് ഞാൻ പറഞ്ഞു എന്നത് സത്യം. അവർ എന്നെ അതിന് ക്ലാസിൽനിന്നും ഇറക്കിവിട്ടു. ഞാനിറങ്ങിയപ്പോൾ ക്ലാസിലെ മറ്റ് കുട്ടികളും ഒപ്പമിറങ്ങി. എല്ലാവരും ഇറങ്ങി എന്ന് ഞാനറിയുന്നതിനു മുമ്പേ, സ്കൂളിലെ മിക്ക കുട്ടികളും ഈ വിവരമറിഞ്ഞിരുന്നു. അവരൊക്കെ പിന്നെ ക്ലാസിൽ കയറുന്നതിനു വിസമ്മതിച്ചു. അത്രയും ലളിതമായിരുന്നു കാര്യമെന്ന് വിശ്വസിക്കാൻ അലി വിസമ്മതിച്ചു. അയാൾക്ക് ലഭിച്ചിരിക്കുന്ന വിവരങ്ങളനുസരിച്ച് കമ്മ്യൂണിസ്റ്റ് സംഘടനകളുമായി എനിക്ക് അടുത്ത ബന്ധമുണ്ടായിരുന്നത്രേ.

"ഇങ്ങനെയൊരു വിവരം എവിടെനിന്ന് ലഭിച്ചു എന്നെനിക്കറിയില്ല. പക്ഷേ അത് പൂർണ്ണമായും തെറ്റാണെന്ന് മാത്രം പറയാം. ഇസ്ലാമിനെക്കുറിച്ച് ഞാൻ എങ്ങനെ പഠിച്ചുവോ അതുപോലെതന്നെ കമ്മ്യൂണിസത്തെക്കുറിച്ചും പഠിച്ചു. അതെന്നെ എത്രകണ്ട് ഒരു മുസ്ലീമാക്കിയോ അതിൽ കൂടുതൽ ഒരു കമ്മ്യൂണിസ്റ്റാക്കിയിട്ടില്ല."

"ഈ ചർച്ച ഞാൻ ആസ്വദിക്കുന്നു." അയാൾ ചിരിച്ചു. "നിന്റെ സ്കൂളിലുള്ള എല്ലാ കമ്മ്യൂണിസ്റ്റുകളുടേയും പേരെനിക്ക് പറഞ്ഞ് താ. അങ്ങനെയെങ്കിൽ നീ നുണ പറയുകയല്ല എന്ന് ഞാൻ വിശ്വസിക്കാം."

എന്റെ സഹപാഠികളുടെ പേരെന്നോടെന്തിനാണയാൾ ചോദിക്കുന്നത്? സമരത്തെക്കുറിച്ചും സ്കൂൾ വർത്തമാനപത്രത്തെക്കുറിച്ചും അയാൾക്കറിയാം. എന്നുവച്ചാൽ ഖനൂം മഹ്മൂദി ഇയാളുമായി സംസാരിച്ചിട്ടുണ്ട് എന്നർത്ഥം. അവർ അവരുടെ പട്ടികയും ഇദ്ദേഹത്തെ ഏല്പിച്ചിട്ടുണ്ട്. എന്റേതല്ലാതെ ഏതൊക്കെ പേര് ആ പട്ടികയിലുണ്ട് എന്നെനിക്കറിയില്ലായിരുന്നു. അതിനാൽ ഏതെങ്കിലും പേരുവിളിച്ച് പറയുന്നത് അപകടമാകും എന്നുമറിയാമായിരുന്നു.

"ഞാൻ പേരൊന്നും പറയില്ല."

"നീ മറുപക്ഷത്തുള്ളവളാണെന്ന് എനിക്കറിയാമായിരുന്നു."

"ഞാൻ ഒരു പക്ഷത്തുമുള്ളവളല്ല. ഞാൻ പേരു പറഞ്ഞാൽ നിങ്ങൾ അവരെ അറസ്റ്റ് ചെയ്യും. അത് സംഭവിച്ച് കാണുന്നതിനാഗ്രഹിക്കുന്നില്ല."

"സത്യം. ഞങ്ങൾ അവരെ അറസ്റ്റ് ചെയ്യും. സർക്കാരിനെതിരെ അവർ പ്രവർത്തിക്കുന്നതിന് തടയിടാനായി അവരെ അറസ്റ്റ് ചെയ്യും. അവർ അങ്ങനെ പ്രവർത്തിക്കുന്നവരല്ലെങ്കിൽ ഞങ്ങൾ അവരെ വെറുതെ വിടും. അതല്ല എന്തെങ്കിലും പ്രതിപ്രവർത്തനങ്ങളിൽ ഭാഗമാണവരെങ്കിൽ ഞങ്ങൾ അവരെ എതിരിടും. സ്വയം അവനവനെയല്ലാതെ മറ്റൊരാളെ പഴിചാരുവാൻ അവർക്കാവില്ല."

"ഞാൻ പേരുകളൊന്നും പറയില്ല."

"ഷാർസാദിനെക്കുറിച്ച് എന്തു പറയുന്നു? അവളെ നിനക്കറിയില്ല എന്നാണോ പറയുന്നത്?"

ഒരു നിമിഷത്തേക്ക് ആരെക്കുറിച്ചാണിയാൾ പറഞ്ഞ് വരുന്നത് എന്നെനിക്ക് മനസ്സിലായില്ല. ആരാണീ ഷാർസാദ്? പിന്നെ പെട്ടെന്ന് ഓർമ്മവന്നു. അവൾ ഗീതയുടെ സുഹൃത്താണ്. ഫിദായീൻ-എ ഖാൽഘ് എന്ന കമ്മ്യൂണിസ്റ്റ് സംഘത്തിലെ അംഗം. വേനലവധി തുടങ്ങുന്നതിനു രണ്ടാഴ്ച മുമ്പ്, ഒരു ദിവസം ഗീത എന്നോട് അവളെയൊന്ന് കാണണം എന്ന് പറഞ്ഞിരുന്നു. ഷാർസാദിന് എന്നെ അവരുടെ സംഘത്തിൽ ചേരുവാൻ പ്രേരിപ്പിക്കുവാനാകും എന്നായിരുന്നു ഗീതയുടെ പ്രതീക്ഷ. ഞാൻ ഒരിക്കൽ അവളെ കാണുകയുണ്ടായി. ഞാനൊരു അടിയുറച്ച ക്രിസ്ത്യൻ മതവിശ്വാസിയാണെന്നും ഏതെങ്കിലും കമ്മ്യൂണിസ്റ്റ് വിഭാഗവുമായി ബന്ധപ്പെടുവാൻ താത്പര്യമില്ലെന്നും ഞാനവരോട് പറഞ്ഞതായിരുന്നു.

അവർ ഷാർസാദിനെ വീക്ഷിച്ചുകൊണ്ടിരിക്കുകയായിരുന്നു. പക്ഷേ തന്നെ പിന്തുടരുന്നു എന്നവൾ മണത്തറിഞ്ഞ് ഒളിവിൽ പോയി. കുറച്ചു കാലമായി അവൾക്കായുള്ള തിരച്ചിൽ തുടങ്ങിയിട്ട്. വീണ്ടും അവൾ ഞാനുമായി ബന്ധപ്പെട്ടിട്ടുണ്ടാകാം എന്നിവർ കരുതുന്നു. ഫിദായീൻ സംഘത്തിൽ എന്നെ അംഗമാക്കുക എന്നതിലും വലിയൊരു അജണ്ട ഷാർസാദിന് എന്നെ കാണുന്നതിലുണ്ടായിരുന്നു എന്നാണ് അലി വിശ്വസിക്കുന്നത്. തന്റെ വിലപ്പെട്ട സമയം ഇത്തരം നിസ്സാര കാര്യങ്ങൾക്കായി ചിലവിടുവാൻ മാത്രം ബുദ്ധിശൂന്യയല്ല അവൾ. അവളുമായി യാതൊരു ബന്ധവും എനിക്കില്ല എന്ന് എത്ര വിശദീകരിച്ചിട്ടും അത് വിശ്വസിക്കുവാൻ അയാൾ തയ്യാറായില്ല.

"അവൾ എവിടെയാണെന്ന വിവരങ്ങൾ ഞങ്ങൾക്ക് അറിഞ്ഞേ മതിയാകൂ."

"എനിക്ക് സഹായിക്കാനാകുമെന്ന് തോന്നുന്നില്ല. അവൾ എവിടെയാണെന്ന് എനിക്കറിയില്ല എന്നത് തന്നെയാണ് കാരണം."

ചോദ്യം ചെയ്യലിലുടനീളം അയാൾ ശാന്തനായിരുന്നു. ഒരിക്കൽ പോലും ശബ്ദമുയർത്തിയില്ല. "ശ്രദ്ധിച്ച് കേൾക്കണം മറീന, നീ ധീരയാണെന്ന് എനിക്കറിയാം. ആ ധൈര്യത്തെ ഞാൻ ബഹുമാനിക്കുന്നു. പക്ഷേ നിനക്കറിയാവുന്ന കാര്യങ്ങൾ എനിക്ക് നിന്നിൽ നിന്നറിയണം. അത് പറയാൻ നീ തയ്യാറാകുന്നില്ലെങ്കിൽ സഹോദരൻ ഹാമെഹ്ദിന് വിഷമമാകും. അത്ര ക്ഷമയൊന്നുമില്ലാത്തവനാണയാൾ. നീ വിഷമിക്കുന്നത് കാണാൻ എനിക്ക് താത്പര്യമില്ല."

"ക്ഷമിക്കണം, പങ്ക് വയ്ക്കുവാൻ എന്റെ പക്കൽ വിവരങ്ങളൊന്നുമില്ല."

"എന്നോടും ക്ഷമിക്കണം." അയാൾ പറഞ്ഞു. എന്നിട്ട് എന്നെ മുറിയിൽനിന്നും പുറത്ത് കടത്തി. മൂന്ന് നാല് ഇടനാഴികളിലൂടെ നടത്തി.

ഒരു പുരുഷൻ ഉച്ചത്തിൽ കരയുന്ന സ്വരം കേട്ടു. എന്നോട് നിലത്തിരിക്കാൻ ആജ്ഞയുണ്ടായി. വിവരങ്ങൾ പങ്കുവയ്ക്കാൻ മടിക്കുന്ന

ഒരുവനാണിപ്പോൾ നിലവിളിക്കുന്നത് എന്ന് അലി പറഞ്ഞു. അയാൾ ഉടൻ മനസ്സ് മാറ്റുമെന്നും എന്നെ അറിയിച്ചു. അതുപോലെ ഞാനും എന്ന് കൂട്ടിച്ചേർത്തു.

വേദന നിറഞ്ഞ കരച്ചിലുകൾ എനിക്ക് ചുറ്റിലും പാറി നടപ്പുണ്ടായിരുന്നു. ഘനമേറിയ, ആഴമേറിയ, നിരാശ നിറഞ്ഞ കരച്ചിലുകൾ. അവ എന്റെ ചർമ്മം തുളച്ച് കയറി. എന്റെ ശരീരത്തിന്റെ ഓരോ കോശത്തിലേക്കും ഇരച്ച് കയറി. ആ പാവം മനുഷ്യനെ അവർ പിച്ചിചീന്തുകയാണ്. എന്റെ നെഞ്ചിൽ വല്ലാത്തൊരു ഘനം. ഈയ്യം ഉരുക്കിയൊഴിച്ചതുപോലെ.

ആരോ ആരെയോ അഞ്ഞടിക്കുന്ന സ്വരം കേട്ടു. തുടർന്ന് ഒരാളുടെ കരച്ചിൽ. പിന്നെ ഒരു നിമിഷത്തെ നിശ്ശബ്ദത. വീണ്ടുമൊരു തനിയാവർത്തനം. കരച്ചിൽ...

ഏതാനും സെക്കന്റുകൾ കഴിഞ്ഞപ്പോൾ ആരോ ആ മനുഷ്യനോട് സംസാരിക്കാൻ തയ്യാറാണോ എന്ന് ചോദിക്കുന്നത് കേട്ടു. 'ഇല്ല' എന്ന് തന്നെയായിരുന്നു ഉത്തരം. അടിയുടെ സ്വരം വീണ്ടും കേട്ടുതുടങ്ങി. എന്റെ കൈകൾ കൂട്ടിബന്ധിപ്പിച്ചിരുന്നുവെങ്കിലും ഞാൻ കാതൊന്ന് പൊത്തിപ്പിടിക്കുവാൻ ശ്രമം നടത്തി. എന്നിലേക്കലച്ചെത്തിയിരുന്ന സ്വരങ്ങളെ അകറ്റി നിർത്തുവാനൊരു ശ്രമം. അതുകൊണ്ട് ഒരു ഉപകാരവുമുണ്ടായില്ല. മർദ്ദനത്തിന്റെ തുടർച്ചയായ സ്വരങ്ങൾ എന്നിലേക്കെത്തിക്കൊണ്ടേയിരുന്നു. കരച്ചിലിന്റേയും.

"മതി... ഒന്ന് നിർത്തൂ... ദയവായി നിർത്തൂ..." ആ മനുഷ്യൻ കരയുന്നത് കേട്ടു.

മർദ്ദനം നിന്നു.

ഇതൊന്നും എന്റെ തീരുമാനത്തിന് തടസ്സമുണ്ടാക്കാൻ പോകുന്നില്ല. ഞാൻ ഒരാളുടേയും പേരുപറയാൻ പോകുന്നില്ല. ഞാനും അടരാടുവാനുള്ള തീരുമാനത്തിലെത്തിയിരുന്നു.

"സുഖമല്ലേ മറീനാ?" ഒരു സ്വരം എന്നോട് ചോദിച്ചു. മർദ്ദനം സഹിച്ചിരുന്നയാളോടും ചോദ്യങ്ങൾ ചോദിച്ചുകൊണ്ടേയിരുന്ന അതേ സ്വരം. "നിന്നെക്കുറിച്ച് അലി എല്ലാമെന്നോട് പറഞ്ഞു. നീ അവനിൽ ഒരു മതിപ്പൊക്കെയുണ്ടാക്കിയിട്ടുണ്ട്. നിന്നെ ഉപദ്രവിക്കുവാൻ അവനുദ്ദേശ്യമില്ലത്രെ. പക്ഷേ കാര്യങ്ങൾ നേരെ ചൊവ്വെ പോകണ്ടേ? അയാളുടെ കരച്ചിൽ നീ കേട്ടില്ലേ? ആദ്യമൊക്കെ അയാൾക്കും ഒന്നും പറയുവാൻ താത്പര്യമില്ലായിരുന്നു. പക്ഷേ അവസാനമായപ്പോൾ എല്ലാമെല്ലാം പറഞ്ഞു. അവനാദ്യമേ എല്ലാം പറയുകയാണെങ്കിൽ എത്ര നന്നായിരുന്നു. എന്താ, നീ സംസാരിക്കാൻ തയ്യാറാണോ?"

ഞാൻ ദീർഘമായൊന്ന് ശ്വസിച്ചു. "ഇല്ല."

"മോശം. വളരെ മോശം. എഴുന്നേൽക്ക്."

എന്റെ കൈകൾ കെട്ടിയിരുന്ന കയറിൽ അയാൾ കയറിപ്പിടിച്ചു. എന്നെ ഏതാനും അടി മുന്നോട്ട് വലിച്ചിഴച്ചു. പിന്നെ നിലത്തേക്ക് തള്ളിയിട്ടു. കണ്ണു കെട്ടിയതഴിച്ചെടുത്തു. എന്റെ മുന്നിൽ മെലിഞ്ഞ ശരീരവും തവിട്ടുനിറമുള്ള ചെറിയ മുടിയും മീശയുമുള്ള ഒരാൾ നിൽക്കുന്നു. അയാളുടെ കൈയിലപ്പോൾ എന്റെ കണ്ണുകെട്ടിയിരുന്ന കറുത്ത തുണിയുണ്ട്. നാല്പതുകളുടെ ആദ്യത്തിലാകണം അയാളുടെ പ്രായം. വെളുത്ത ഷർട്ടും കാപ്പിനിറത്തിലുള്ള പാന്റ്സുമാണ് വേഷം. ഒരു മരക്കട്ടിലും തലവയ്ക്കുവാനായി ഇരുമ്പിന്റെ ഒരു തട്ടുമൊഴികെ ആ മുറിയിൽ മറ്റൊന്നുമില്ല. അയാൾ എന്റെ കൈയിന്റെ കെട്ടഴിച്ചു.

“കയറ് മതിയാകില്ല. അതിലും വലുത് വേണം. അതിലും കരുത്തുള്ളത് വേണം.” അയാൾ പറഞ്ഞു. എന്നിട്ട് കീശയിൽനിന്നും കയ്യാമമെടുത്തു. എന്നെ അണിയിച്ചു.

അപ്പോൾ ആറടി ഉയരവും ഇരുനൂറ് റാത്തൽ ഭാരവുമുള്ള ഒരാൾ മുറിയിലേക്ക് കടന്ന് വന്നു. കറുത്ത മുടി. ചേർത്ത് വെട്ടിയിരിക്കുന്ന കറുത്ത താടി. ഇരുപതുകളുടെ അവസാനത്തിലെത്തിയ പ്രായം.

“ഹാമെഹ്ദ്, ഇവളെന്തെങ്കിലും പറഞ്ഞോ?”

“പിടിവാശിക്കാരിയാണ്. പക്ഷേ വിഷമിക്കണ്ട. അധികം താമസിയാതെ എല്ലാം പറയും.”

“മറീന, നിനക്കുള്ള അവസാനത്തെ അവസരമാണിത്.” അപ്പോൾ കയറി വന്ന മനുഷ്യൻ പറഞ്ഞു.

ഈ സ്വരം ഞാൻ തിരിച്ചറിഞ്ഞു. അലി. അയാളുടെ മുഖത്തെ അപേക്ഷിച്ച് ഇത്തിരി വലിയ മൂക്കാണ്. തവിട്ട് നിറമുള്ള സംസാരിക്കുന്ന കണ്ണുകൾ. നീണ്ടിരുണ്ട പുരികങ്ങളുണ്ട്.

“എന്തായാലും അവസാനം നീ എല്ലാം തുറന്ന് പറയും. പിന്നെ അതിപ്പോൾ തന്നെയായിക്കൂടേ? എല്ലാവരുടേയും പേരൊക്കെ ഒന്ന് പറയ്.”

“ഇല്ല.”

“എനിക്കാകെ അറിയേണ്ടത് ഷാർസാദ് എവിടെ എന്നത് മാത്രമാണ്.”

“എനിക്കവൾ എവിടെയാണെന്ന് അറിയില്ല.”

“വളരെ ചെറിയ കൈകളാണിവളുടേത്. അത് കയ്യാമത്തിൽ നിന്നും വഴുതിപ്പോരും അലി.” ഹാമെഹ്ദ് പറഞ്ഞു.

അവർ രണ്ട് കൈകളും കയ്യാമത്തിന്റെ ഒരു കണ്ണിയിൽ വച്ച് ബന്ധിച്ചു. എന്നിട്ട് എന്നെ കട്ടിലിലേക്ക് തള്ളിയിട്ടു. കയ്യാമം അപ്പോൾ എന്റെ കൈയിന്റെ അസ്ഥികളിലേക്ക് തുളച്ച് കയറുവാൻ തുടങ്ങി. എന്റെ തൊണ്ടയിൽനിന്നും ഒരു നിലവിളി പുറത്ത് വന്നു. എങ്കിലും ഞാൻ കുതറാൻ പോലും ശ്രമിച്ചില്ല. അതുകൊണ്ട് ഒരു ഗുണവുമുണ്ടാകില്ലെന്ന് എനിക്കറിയാമായിരുന്നു. അങ്ങനെ ശ്രമിച്ചാൽ എന്റെ നില കൂടുതൽ വഷളാകും എന്നുമറിയാമായിരുന്നു. കയ്യാമത്തിന്റെ സ്വതന്ത്രമായ കണ്ണി അയാൾ

കട്ടിലിന്റെ തലപ്പത്തുണ്ടായിരുന്ന ലോഹത്തിൽ ബന്ധിപ്പിച്ചു. എന്റെ ഷൂസുകൾ അഴിച്ച് മാറ്റി. കാൽകണ്ണികൾ കട്ടിലിൽ കെട്ടിയുറപ്പിച്ചു.

“നോക്ക്, ഈ കേബിൾകൊണ്ട് നിന്റെ പാദങ്ങൾ അടിച്ച് പൊളിക്കാൻ പോകുകയാണ് ഞാൻ.” ഹാമെഹ്ദ് പറഞ്ഞു. അയാളുടെ കൈയിലപ്പോൾ ഒരു കേബിളുണ്ടായിരുന്നു. കറുത്ത കേബിൾ. ഒരിഞ്ചിൽ കുറഞ്ഞ കനമുള്ള കേബിൾ. അയാളത് എന്റെ മുഖത്തേക്ക് നീട്ടിപ്പിടിച്ചു.

“ഇവളെക്കൊണ്ട് ഒന്ന് സംസാരിപ്പിക്കാൻ എത്രയെണ്ണം വേണ്ടി വരും അലി?”

“അധികമൊന്നും വേണ്ടി വരില്ല.”

“പത്ത് എന്ന് ഞാൻ പറയുന്നു.”

കേബിൾ വായുവിൽ ചുഴറ്റുന്ന സ്വരം എന്റെ കാതുകളെ തുളച്ചു. അതേ വേഗത്തിൽ കേബിൾ എന്റെ കാല്പാദങ്ങളിൽ പതിച്ചു.

ഇതുപോലൊരു വേദന ഇതിനുമുമ്പ് ഞാൻ അനുഭവിച്ചിട്ടില്ല. ഇങ്ങനെയൊരു വേദനയുണ്ടാകുമെന്ന് ചിന്തിക്കാൻപോലും ഇതുവരേക്കും എനിക്കായിട്ടില്ല. ഇടിമിന്നൽപോലെ അത് എന്റെയുള്ളിൽ പൊട്ടിത്തകർന്നു.

വീണ്ടുമൊന്ന്. എന്റെ ശ്വാസം നിലച്ചു. ഇത്രയും വേദനയോ? ഇങ്ങനേയും വേദനിപ്പിക്കാമോ? ഇതെങ്ങനെ സഹിക്കാം എന്നതിനെക്കുറിച്ചായി അപ്പോൾ ചിന്ത. കരയാൻ എനിക്കാകുന്നില്ല. അതിനുള്ള ശ്വാസം അപ്പോൾ ശ്വാസകോശങ്ങളിലില്ലായിരുന്നു.

മൂന്നാമത്തെ അടി. കേബിൾ ചുഴറ്റി പാദങ്ങളിൽ വന്ന് വീണത് ഞാനറിഞ്ഞു. എന്റെ കണ്ണുകളിൽ ഇരുട്ട് മൂടി. ‘മാതാവേ’ എന്ന് ഞാൻ മനസ്സിലാർത്ത് വിളിച്ചു.

പിന്നെ ഒന്നിനു പുറകിൽ ഒന്നായി അടി വീണുകൊണ്ടേയിരുന്നു. ഞാൻ പ്രാർത്ഥിച്ചു. വേദന കടിച്ചമർത്തി. ബോധമൊന്ന് നഷ്ടപ്പെട്ടെങ്കിൽ എന്നാഗ്രഹിച്ചു. എന്നാൽ അത് സംഭവിച്ചില്ല. ഓരോ പ്രഹരവും എന്നെ കൂടുതൽ ഉണർച്ചയിലേക്ക് നയിക്കുകയായിരുന്നു. അടുത്ത അടി കാത്തിരിക്കുക എന്നതോർമ്മിപ്പിക്കുകയായിരുന്നു.

പത്താമത്തെ അടി: ഈ വേദനയൊന്ന് കുറച്ചു തരണേ എന്ന് ഞാൻ ദൈവത്തിനോട് പ്രാർത്ഥിച്ചു.

പതിനൊന്ന്: മറ്റെല്ലാതിനേക്കാളും കൂടുതൽ എന്നെ വേദനിപ്പിച്ചു കൊണ്ടാണത് വന്നുവീണത്.

ദൈവമേ, എന്നെ കൈവെടിയരുതേ. എനിക്ക് കൂട്ടായി നിൽക്കണമേ. എനിക്കിനിയുമിത് സഹിക്കാനാകുന്നില്ല.

മർദ്ദനം നിന്നില്ല. അവസാനമില്ലാത്ത യാതനയായി അത് തുടർന്നു.

ആരുടെയെങ്കിലും പേരുകൾ വിളിച്ച് പറഞ്ഞാൽ ഇവർ നിർത്തുമായിരിക്കും... ഇല്ല, അവർ നിർത്തില്ല. ഇവർക്ക് അറിയേണ്ടത് ഷാർസാദിനെ

കുറിച്ചാണ്. അവളെക്കുറിച്ച് എനിക്ക് ഒന്നുമറിയില്ല. ഈ മർദ്ദനം ഇങ്ങനെ അധികം തുടരുകയില്ല. ഞാൻ സഹിക്കാം.

അടി പതിനാറിലെത്തിയപ്പോൾ എണ്ണുന്നത് ഞാൻ നിർത്തി.

വേദന.

"ഷാർസാദ് എവിടെ?"

എനിക്കറിയാമായിരുന്നെങ്കിൽ ഞാൻ പറയുമായിരുന്നു. ഈ വേദന ഒന്നവസാനിപ്പിക്കുവാൻ ഞാൻ എന്തും ചെയ്യുമായിരുന്നു.

മർദ്ദനം.

പലവിധ വേദനകൾ ഞാനിതിനുമുമ്പ് അനുഭവിച്ചിട്ടുണ്ട്. ഒരിക്കൽ കൈ ഒടിഞ്ഞിട്ടുണ്ട്. എന്നാൽ ഇത് മുമ്പെങ്ങും അറിഞ്ഞിട്ടില്ലാത്തവിധം ഭയങ്കരമാണ്. പറഞ്ഞറിയിക്കാനാവാത്ത വേദന.

"ഷാർസാദ് എവിടെ?"

"സത്യമായും എനിക്കറിയില്ല."

ഹാമെഹ്ദ് അടി നിർത്തിയപ്പോൾ തലയൊന്ന് തിരിക്കാനുള്ള ഊർജ്ജം എന്നിലുണ്ടായിരുന്നു. അയാൾ മുറി വിട്ട് പുറത്തിറങ്ങുന്നത് ഞാൻ കണ്ടു. അലി കയ്യാമം അഴിച്ചു. കാലുകളിലെ ബന്ധനമഴിച്ചു. എന്റെ കാലുകൾ വേദനിക്കുന്നു. പക്ഷേ യാതന നിറഞ്ഞ അതിവേദന അവസാനിച്ചിരിക്കുന്നു. അതിനു പകരം ഞെരമ്പുകളിലിപ്പോൾ സുഖം പകരുന്ന ഒരു ശൂന്യത. ഒരു നിമിഷം കഴിഞ്ഞപ്പോൾ എനിക്ക് എന്റെ ശരീരത്തിൽ സ്പർശിച്ചാൽ പോലുമറിയാത്ത അവസ്ഥയായി. എന്റെ കൺപീലികൾ അടഞ്ഞ് തുടങ്ങി. എന്റെ മുഖത്തേക്ക് തണുത്ത എന്തോ വലിച്ചെറിഞ്ഞതുപോലെ. വെള്ളമായിരുന്നു അത്. ഞാൻ തലയൊന്ന് കുടഞ്ഞു.

"മറീന, നിനക്ക് ബോധം നഷ്ടപ്പെടുകയായിരുന്നു. വാ എഴുന്നേറ്റിരിക്ക്." അലി പറഞ്ഞു.

അയാൾ എന്റെ കൈ പിടിച്ച് വലിച്ചു. ഞാൻ എഴുന്നേറ്റിരുന്നു. നൂറായിരം തേനീച്ച ഒന്നിച്ച് കുത്തിയതുപോലെ പാദം വേദനിക്കുന്നു. ഞാൻ പാദങ്ങളിലേക്കൊന്ന് നോക്കി. ചുവന്ന് കിടക്കുന്നു. നീലിച്ച് കിടക്കുന്നു. വീർത്തിരിക്കുന്നു. എന്റെ ചർമ്മം അപ്പോഴും വിണ്ട് പൊട്ടിയിട്ടില്ല എന്നതിൽ ഞാൻ ആശ്ചര്യപ്പെട്ടു.

"ഇപ്പോൾ പറയുവാനായി എന്തെങ്കിലുമുണ്ടോ?" അലി ചോദിച്ചു.

"ഇല്ല."

"ഇതുകൊണ്ട് പോര." അയാൾ എന്നെ തുറിച്ച് നോക്കി. "ഇനിയും വേണോ? സംസാരിക്കാൻ തയ്യാറായില്ലെങ്കിൽ ഇതിലും മോശമായ കാര്യങ്ങൾ നിന്നെ തേടി വരും."

"എനിക്ക് ഒന്നുമറിയില്ല."

"ഇത് ധീരത കാണിക്കാനുള്ള സമയമല്ല. വിഡ്ഢിത്തരമാണ് നീ ഇപ്പോൾ കാണിക്കുന്നത്! സർക്കാരുമായി സഹകരിച്ചില്ല എന്ന ഒറ്റ ക്കാരണത്താൽ നിന്നെ വധശിക്ഷയ്ക്ക് വിധിക്കാം. അങ്ങനെ നീ സ്വയം വിഡ്ഢിത്തരങ്ങൾ കാണിക്കരുത്."

"എന്നോട് ഇങ്ങനെയൊന്നും ചെയ്യല്ലേ?" ഞാൻ അയാളെ തിരുത്തി.

അയാൾ എന്റെ കണ്ണിലേക്ക് തുറിച്ചുനോക്കി. എന്നിട്ട് സ്കൂളിൽ നിന്നും ഇതുമായി ബന്ധപ്പെട്ട എല്ലാവരുടേയും പേരുകൾ അവരുടെ പക്കൽ എത്തിയിട്ടുണ്ട് എന്ന് പറഞ്ഞു. ഖനൂം മഹ്മൂദിയാണാ പട്ടിക നൽകിയിരിക്കുന്നത്. ഞാൻ സഹകരിച്ചാലും ഇല്ലെങ്കിലും എന്റെ സതീർ ത്ഥ്യരുടെ വിധിയിൽ യാതൊരു മാറ്റവും വരുത്തുകയില്ല എന്നയാൾ പറഞ്ഞു. എന്നാൽ അതെന്നെ സ്വയം പീഡനത്തിൽ നിന്നും കര കയറ്റും. ഞാൻ സംസാരിച്ചോ ഇല്ലയോ എന്ന വ്യത്യാസമില്ലാതെ സതീർ ത്ഥ്യർ അറസ്റ്റ് ചെയ്യപ്പെടും. പക്ഷേ ആ പേരുകൾ ഞാൻ എഴുതി നൽ കുകയാണെങ്കിൽ ഇനിയും വലിയ വിഷമതകൾ എനിക്ക് സഹിക്കേണ്ടി വരില്ല.

"ഷർഹ്സാദിനെക്കുറിച്ച് നീ പറയുന്നതെല്ലാം സത്യമാണെന്ന് ഞാൻ വിശ്വസിക്കുന്നു." അയാൾ തുടർന്നു. "വലിയ ഹീറോ ചമയാനൊന്നും നോക്കണ്ട. അങ്ങനെ ചെയ്താൽ നഷ്ടപ്പെടുന്നത് സ്വന്തം ജീവനാകും. നീ ഫദായീൻ അംഗമാണെന്ന് ഹമെഹ്ദിന് ഉറപ്പുണ്ട്. പക്ഷേ ഞാൻ അങ്ങനെ കരുതുന്നില്ല. ഇങ്ങനെ പീഡിക്കപ്പെടുമ്പോൾ ഫദായീൻ അംഗ മായിരിക്കുന്ന ഒരാൾ മറിയത്തിനോടിങ്ങനെ പ്രാർത്ഥിക്കുകയില്ല."

ഞാൻ ഉച്ചത്തിൽ പ്രാർത്ഥിച്ചിരുന്നു എന്ന് അപ്പോഴാണറിഞ്ഞത്.

ഒന്ന് ശൗചാലയത്തിൽ പോകാനുള്ള അനുവാദമുണ്ടോ എന്ന് ഞാൻ ചോദിച്ചു. അയാൾ എന്റെ കൈപിടിച്ച് എഴുന്നേൽക്കാൻ സഹായിച്ചു. എനിക്ക് തല കറങ്ങുന്നതുപോലെ തോന്നി. കട്ടിലിനു മുന്നിൽ തറയിൽ അയാൾ ഒരു ജോടി റബ്ബർ ചെരുപ്പുകൾ വച്ചു. എന്റെ കാലിനേക്കാൾ നാലിരട്ടി വലിപ്പമുണ്ടവയ്ക്ക്. എങ്കിലും കാലുകൾ നീരുവന്ന് വീർത്തിരി ക്കുന്നതിനാൽ അവ ചെറുതാണെന്ന് തോന്നി. അതിടുവാൻ വയ്യാത്ത വേദനയുണ്ടായിരുന്നു കാലുകൾക്ക്. മുറിയുടെ ഒരറ്റത്തേക്ക് നടക്കുവാൻ അയാൾ എന്നെ സഹായിച്ചു. നേരെ നടക്കുക ബുദ്ധിമുട്ടായിരുന്നു. വാതിൽക്കലെത്തിയപ്പോൾ അയാൾ കൈ വിട്ടു. എന്റെ കണ്ണുകൾ മൂടി ക്കെട്ടുവാനുള്ള കറുത്ത തുണി തന്നു. അതണിയുവാൻ ഉത്തരവിട്ടു. ഞാൻ അനുസരിച്ചു. എന്റെ കൈകൾ അയാൾ കയറുപയോഗിച്ച് കൂട്ടി ക്കെട്ടി. എന്നെ ശൗചാലയത്തിന്റെ വാതിൽ വരെ എത്തിച്ചു. ഞാൻ അ കത്തുകടന്ന് തണുത്ത വെള്ളം കൊണ്ട് മുഖം കഴുകി. പെട്ടെന്ന് എനിക്ക് ഓക്കാനം വന്നു. എന്റെ വയർ ചെറുതാകുവാൻ തുടങ്ങി. ഞാൻ ഛർദ്ദിച്ചു. ആരോ കത്തികൊണ്ട് വയറ്റിൽ കുത്തിയതുപോലെ തോന്നി. കാതിൽ ഒരു ചൂളംവിളി കേട്ടു. ചുറ്റിലും ഇരുട്ട് പടർന്നു.

കണ്ണ് തുറന്നപ്പോൾ ഞാൻ എവിടെയാണെന്ന് എനിക്കറിയാനായില്ല. മനസ്സിനൊരു വ്യക്തത വന്നപ്പോൾ ശൗചാലയത്തിലല്ല എന്നെനിക്ക് മനസ്സിലായി. എന്നെ പീഡിപ്പിച്ച അതേ മരക്കട്ടിലിലാണപ്പോൾ ഞാൻ. അലി ഒരു കസേരയിലിരിക്കുന്നു. എന്നെത്തന്നെ നോക്കിക്കൊണ്ടാണിരിപ്പ്. ഞാൻ തലയൊന്ന് തൊട്ടുനോക്കി. വല്ലാതെ വിങ്ങുന്നു. നെറ്റിയിൽ ഒരു വലിയ മുഴയുണ്ട്. എന്ത് സംഭവിച്ചു എന്ന് ഞാൻ അലിയോട് ചോദിച്ചു. ശൗചാലയത്തിൽ തലയടിച്ച് വീണു എന്നായിരുന്നു ഉത്തരം. ഡോക്ടർ പരിശോധിച്ചു എന്നും അത്ര മോശം അവസ്ഥയൊന്നുമല്ലെന്നും അയാൾ പറഞ്ഞു. അയാൾ ഒരു ചക്രകസേരയിലിരിക്കുവാൻ എന്നെ സഹായിച്ചു. എന്റെ കണ്ണ് മൂടിക്കെട്ടി. മുറിയിൽനിന്നും പുറത്തേക്ക് തള്ളി.

കണ്ണടച്ച് കെട്ടിയ തുണി വീണ്ടും അഴിച്ച് മാറ്റിയപ്പോൾ ഞാൻ ഒരു കൊച്ചുമുറിക്കകത്തായിരുന്നു. മൂലയിൽ ഒരു ശൗചാലയവും കൈ കഴുകുവാനുള്ള സംവിധാനവുമുള്ള കൊച്ചു മുറിക്കകത്ത്. നിലത്ത് ചാരനിറമുള്ള രണ്ട് പുതപ്പുകളുണ്ട്. നിലത്ത് കിടക്കുവാനും അതിലൊന്നെടുത്ത് പുതയ്ക്കുവാനും അലി എന്നെ സഹായിച്ചു. പരുപരുത്ത പുതപ്പുകളായിരുന്നു അത്. അഴുകിയ മണവും വരുന്നുണ്ടായിരുന്നു. എന്നാൽ അത് ഞാൻ സാരമാക്കിയില്ല. നല്ല തണുപ്പുണ്ടായിരുന്നു. വേദനയുണ്ടോ എന്നയാൾ ചോദിച്ചു. ഉണ്ടെന്ന് ഞാൻ തലയാട്ടി. ഇയാൾ എന്തുകൊണ്ട് എന്നോടിത്ര സ്നേഹത്തോടെ പെരുമാറുന്നു എന്ന് അദ്ഭുതപ്പെടുകയായിരുന്നു ഞാൻ. അലി പോയി. ഏതാനും നിമിഷങ്ങൾക്കു ശേഷം തിരികെ വന്നു. കൂടെ ഒരു മധ്യവയസ്കനുമുണ്ടായിരുന്നു. പട്ടാളയൂണിഫോം ധരിച്ച ഒരാൾ. ഡോക്ടർ ഷെയ്ഖ് എന്നാണയാളെ അലി പരിചയപ്പെടുത്തിയത്.

ഡോക്ടർ എന്റെ കൈത്തണ്ടയിൽ എന്തോ കുത്തിവച്ചു. അലിയും അയാളും തിരികെ പോയി. ഞാൻ കണ്ണടച്ചു. വീടിനെക്കുറിച്ചോർത്തു. മുത്തശ്ശിയുടെ മെത്തയിലേക്കൊന്ന് ചുരുണ്ട് കയറുവാനായെങ്കിൽ എന്ന് കൊതിച്ചു. കുട്ടിക്കാലത്ത് എന്നും അങ്ങനെ ചെയ്യുമായിരുന്നു. അങ്ങനെ ചെയ്യുമ്പോൾ ഭയക്കാൻ ഒന്നുമില്ലെന്ന് മുത്തശ്ശി പറഞ്ഞ് തരും. ഇതെല്ലാം ഒരു ദുഃസ്വപ്നം മാത്രമായിരുന്നു എന്ന്.

മൂന്ന്

കുട്ടിക്കാലം മുതൽക്കേ, ടെഹ്റാന്റെ പ്രഭാതങ്ങൾ എനിക്കിഷ്ടമായിരുന്നു. ശാന്തമായ പ്രഭാതങ്ങൾ, സ്വപ്നവർണ്ണങ്ങളുള്ള പ്രഭാതങ്ങൾ. അവ എന്നെ ലളിതമനസ്കയാക്കി. സ്വതന്ത്രയാക്കി. എന്റെ അമ്മയുടെ ബ്യൂട്ടി സലൂണിൽ അലഞ്ഞ് നടക്കുവാൻ എനിക്ക് അനുവാദമുണ്ടായിരുന്ന

സമയം ഇത് മാത്രമായിരുന്നു. കസേരകൾക്കിടയിലൂടെയും ഹെയർ ഡ്രയറുകൾക്കിടയിലൂടേയും അപ്പോൾ അമ്മയെ പ്രകോപിപ്പിക്കാതെ നടക്കാമായിരുന്നു. 1972ലെ ആഗസ്റ്റ് മാസത്തിലൊരിക്കൽ അമ്മയ്ക്ക് വളരെ ഇഷ്ടമായിരുന്ന പളുങ്കുകൊണ്ടുള്ളൊരു ആഷ്ട്രേ ഞാൻ കൈയി ലെടുത്തു. അന്നെനിക്ക് ഏഴുവയസ്സാണ് പ്രായം. അത്താഴത്തിന് ഭക്ഷണം വിളമ്പുന്ന തളികയോളം വലിപ്പമുണ്ട് അതിന്. അതെടുക്കരു തെന്ന് അമ്മ ഒരായിരം തവണ വിലക്കിയതായിരുന്നു. എന്നാൽ അതിന്റെ സൗന്ദര്യം വീണ്ടും വീണ്ടും എന്നെ അതിലേക്കടുപ്പിച്ചുകൊണ്ടിരുന്നു. അതിലെ ചിത്രപ്പണികൾക്ക് മുന്നിൽ വിരലോടിക്കുവാനുള്ള ആഗ്രഹം വർദ്ധിച്ചുകൊണ്ടിരുന്നു. അമ്മ ആ വസ്തുവിനെ എന്തുകൊണ്ടിത്ര ഇഷ്ട പ്പെടുന്നു എന്നെനിക്ക് മനസ്സിലാകുമായിരുന്നു. ഒരിക്കലും ഉരുകാത്ത ഒരു മഞ്ഞുപാളിയാണത് എന്ന തോന്നൽ അതിനെ കാണുമ്പോഴെല്ലാം മനസ്സിലുണ്ടാകുമായിരുന്നു. എനിക്ക് ഓർമ്മവെച്ചനാൾ തൊട്ട് ഈ ആഷ്ട്രേ ഒരു ചില്ലുമേശയ്ക്ക് മുകളിലിരിപ്പുണ്ട്. അമ്മയുടെ കടയിൽ വന്നി രുന്ന നീണ്ട് ചുവന്ന വിരൽനഖങ്ങളുള്ള സ്ത്രീകൾ ചുറ്റിലുമുള്ള കസേര കളിൽ കാത്തിരിക്കും. ആ കസേരകളിൽ വെളുത്ത തുണികൊണ്ടുള്ള, രോമക്കുപ്പായം പോലെയുള്ള ആവരണമുണ്ട്. അതിലിരുന്നവർ സിഗരറ്റ് വലിച്ച് ചാരം ഈ തളികയിലേക്ക് തട്ടിയിടും. ചിലപ്പോൾ ചാരം മേശ പ്പുറത്ത് വീഴും. മേശ വൃത്തികേടാകുന്നത് അമ്മയ്ക്ക് ഒട്ടും ഇഷ്ടപ്പെടാ റില്ല. എപ്പോഴെങ്കിലും ഞാനവിടെ എന്തെങ്കിലും വലിച്ച് വാരിയിട്ടാൽ അമ്മ വഴക്ക് പറയും. എന്നെക്കൊണ്ട് അതെല്ലാം വൃത്തിയാക്കിക്കും. പക്ഷേ അങ്ങനെ വൃത്തിയാക്കിയിട്ട് എന്ത് കാര്യം? പിന്നേയും അവിടെ യൊക്കെ അഴുക്കാകുകയല്ലേ?

ഞാൻ ആ ആഷ്ട്രേ കൈയിലെടുത്തുയർത്തി. ആ മുറിയിൽ ആകെ ഒരു ജനലേ ഉണ്ടായിരുന്നുള്ളൂ. അതിലൂടെ മഞ്ഞ വെളിച്ചം അകത്തേ ക്കൊഴുകിയെത്തുന്നുണ്ടായിരുന്നു. മുറിയുടെ തെക്കുഭാഗത്തുള്ള ചുവരിന്റെ പാതിയും ഈ ജനലാണ്. വെയിൽ വെളുത്ത ചായം തേച്ച മച്ചിൽ തട്ടി ആഷ്ട്രേയിലെത്തി വെട്ടിത്തിളങ്ങി. ഞാനതിനെ ഒന്ന് ചരിച്ച് നോക്കി. തിളക്കത്തിന്റെ ഭാവം മാറി. ഞാനത് ആസ്വദിച്ച് നിൽക്കുന്ന തിനിടയിൽ അതെന്റെ കൈവിരലിൽ നിന്ന് ഊർന്ന് വീണു. നിലം തൊട്ടതും അത് അനേകം കഷണങ്ങളായി.

"മറീനാ..." സലൂണിന്റെ സമീപത്തുള്ള എന്റെ മുത്തച്ഛന്റേയും മുത്തശ്ശിയുടേയും കിടപ്പുമുറിയിൽനിന്നും അമ്മയുടെ ഉറക്കെയുള്ള വിളി വന്നു.

ഞാൻ ഇടത് വശത്തേക്കോടി. വാതിലിനു വെളിയിലുണ്ടായിരുന്ന ഇരുട്ടിൽ മറഞ്ഞു. ഇടുങ്ങിയ ഇടനാഴിയിലൂടെ എന്റെ കിടപ്പുമുറിയി ലെത്തി. ആരുമറിയാതെ കട്ടിലിനു കീഴിലൊളിച്ചു. അവിടെ പൊടി നിറ ഞ്ഞിരുന്നു. എനിക്ക് തുമ്മൽ വന്നു. തുമ്മാതിരിക്കുവാൻ ഞാൻ ശ്വാസ മടക്കിപ്പിടിച്ചു. അമ്മയെ കാണാനായില്ലെങ്കിലും അമ്മയുടെ ചെരുപ്പിന്റെ

സ്വരം ഞാൻ കേട്ടു. ആ നടത്തത്തിൽ കോപമുണ്ടായിരുന്നു. ചുവരിന ടുത്തെത്തിയപ്പോൾ ആ ചെരിപ്പുകൾ നിലവിളിക്കുന്നതുപോലെ ഒച്ച യെടുത്തു. അമ്മ എന്നെ പേരെടുത്ത് വിളിച്ചുകൊണ്ടേയിരുന്നു. ഞാൻ എനിക്കാകാവുന്നതുപോലെ അനങ്ങാതിരുന്നു. അമ്മ എന്റെ മുറിയിൽ പ്രവേശിച്ചു. എന്റെ കട്ടിലിനരികിൽ നിന്നു. എന്ത് പറ്റിയെന്ന് മുത്തശ്ശി വിളിച്ച് ചോദിക്കുന്നത് കേട്ടു. ആഷ്ട്രേ നിലത്തിട്ട് പൊട്ടിച്ചു എന്ന് അമ്മ പറയുന്നതും കേട്ടു. അപ്പോൾ അവളല്ല അത് പൊട്ടിച്ചതെന്നും താൻ അതൊന്ന് വൃത്തിയാക്കാൻ ശ്രമിച്ചപ്പോൾ നിലത്ത് വീണ് പൊട്ടിയ താണെന്നും മുത്തശ്ശി പറഞ്ഞു. ആ വാക്കുകൾ എനിക്ക് വിശ്വസിക്കു വാനായില്ല. നുണ പറയുന്നവർ മരിച്ചാൽ നരകത്തിൽ പോകും എന്ന് മുത്തശ്ശി എന്നെ പഠിപ്പിച്ചിട്ടുള്ളതാണ്.

"അമ്മയാണോ അത് പൊട്ടിച്ചത്?" എന്റെ അമ്മ ചോദിച്ചു.

"അതെ. ഞാൻ ആ മേശയൊന്ന് പൊടി തട്ടുകയായിരുന്നു. അത് പറ്റിപ്പോയി. ഒരു നിമിഷത്തിനുള്ളിൽ ഞാൻ എല്ലാം വൃത്തിയാക്കിത്തരാം."

ഒരു നിമിഷം കഴിഞ്ഞപ്പോൾ എന്റെ കട്ടിലിൽ ആരോ വന്നിരുന്ന സ്വരം കേട്ടു. നിലത്തേക്ക് ഊർന്നുവീണ് കിടന്നിരുന്ന വിരിപ്പൊന്ന് ഞാൻ പൊക്കിനോക്കി. അപ്പോൾ മുത്തശ്ശിയുടെ മെലിഞ്ഞ കാലും തവിട്ട് നിറ മുള്ള ചെരുപ്പും കണ്ടു. ഞാൻ കട്ടിലിനടിയിൽ നിന്നും പുറത്ത് വന്നു. മുത്തശ്ശിക്ക് സമീപമിരുന്നു. എപ്പോഴത്തേയും പോലെ മുത്തശ്ശി തന്റെ നരച്ച മുടി തലയ്ക്ക് മുകളിൽ വട്ടം കെട്ടി വച്ചിരിക്കുന്നു. കറുത്ത പാവാടയും ഇസ്തിരിയിട്ട് വൃത്തിയാക്കിയ വെളുത്ത ബ്ലൗസുമായിരുന്നു മുത്തശ്ശിയുടെ വേഷം. മുത്തശ്ശി അപ്പോൾ ചുവരിലേക്ക് നോക്കിയിരി ക്കുകയാണ്. അവരുടെ മുഖത്ത് കോപമില്ലായിരുന്നു.

"ബാഹ്ബൂ... നുണ പറഞ്ഞു." ഞാൻ പറഞ്ഞു.

"അതെ. ഞാൻ നുണ പറഞ്ഞു."

"പക്ഷേ ദൈവം കോപിക്കില്ല."

"കാരണം."

"എന്നെ രക്ഷിച്ചില്ലേ, അത് കാരണം."

മുത്തശ്ശി പുഞ്ചിരിച്ചു. അപൂർവ്വമായാണാ മുഖത്തൊരു പുഞ്ചിരി വിരി യാറുള്ളത്. എപ്പോഴും ഗൗരവപ്രകൃതയാണ് മുത്തശ്ശി. എല്ലാം എങ്ങനെ ചെയ്യണം എന്നെനിക്കറിയാം എന്നൊരു ഭാവം. ഏറ്റവും വിഷമമേറിയ ചോദ്യങ്ങൾക്ക് പോലും ഉത്തരം കൈയിലുണ്ടാകും. അതിലുപരി എനിക്ക് വയറുവേദന വന്നാൽ അതിനെന്തെങ്കിലും മരുന്ന് അപ്പോൾതന്നെ കണ്ടു പിടിക്കുകയും വേദന ശമിപ്പിക്കുകയും ചെയ്യും.

എന്റെ അച്ഛമ്മയാണിത്. അവർ ഞങ്ങളോടൊപ്പമാണ് താമസം. എന്നും കാലത്ത് എട്ടുമണിയോടെ അവർ പലചരക്ക് വാങ്ങാനിറങ്ങും. ഞാനും കൂടെപ്പോകും. അന്നും പതിവുപോലെ അവർ പഴ്സ് എടുത്തി റങ്ങിയപ്പോൾ ഞാൻ കൂടെയിറങ്ങി. താഴെയുള്ള ഇളംചുവപ്പ് ചായമടിച്ച

മരവാതിൽ തുറന്നതും തെരുവിൽനിന്നും കാറുകളുടേയും കാൽനടക്കാരുടേയും വഴിവാണിഭക്കാരുടേയും ശബ്ദം അകം നിറച്ചു. അപ്പോൾ ആദ്യം ശ്രദ്ധിച്ചത് അക്ബർ ആഘയുടെ പല്ലില്ലാത്ത മോണ കാട്ടിയുള്ള ചിരിയായിരുന്നു. ഒടിഞ്ഞുതൂങ്ങിയ ഒരു ഉന്തുവണ്ടിയിൽ പഴം കൊണ്ടുനടന്ന് വിൽക്കുന്നയാളാണ് എൺപതുകാരനായ അക്ബർ ആഘ.

"പഴം വേണോ?" അദ്ദേഹം ചോദിച്ചു.

മുത്തശ്ശി പഴം പരിശോധിച്ചു. നല്ല പഴങ്ങളായിരുന്നു അവ. ഒരു പുള്ളിക്കുത്ത് പോലുമില്ലാത്ത മഞ്ഞ നിറമുള്ള പഴങ്ങൾ. മുത്തശ്ശി തലയാട്ടി. എട്ട് എന്ന് കാണിച്ചു. അക്ബർ ആഘ ഞങ്ങൾക്ക് എട്ട് പഴം തന്നു.

ഞങ്ങൾ ഇടത്തോട്ട് തിരിഞ്ഞു. റാഹ്സി അവന്യൂവായിരുന്നു ലക്ഷ്യം. ഒരു ഇടുങ്ങിയ തെരുവാണിത്. ഒരു വശത്തേക്ക് മാത്രം ഗതാഗതം അനുവദിച്ചിട്ടുള്ള, പൊടി നിറഞ്ഞ നടപ്പാതയുള്ള തെരുവ്. വടക്കോട്ട് നോക്കിയപ്പോൾ ചാരനിറമുള്ള നീലാകാശം തലചാരി നിൽക്കുന്ന അൽബോർസ് മലനിരകൾ കാണാനായി. വേനൽ അവസാനിക്കാറായിട്ടുണ്ടായിരുന്നു. മലനിരകളെ മൂടിനിൽക്കാറുണ്ടായിരുന്ന മഞ്ഞ് തൊപ്പികൾ എന്നേ ഊരിമാറ്റിയിരിക്കുന്നു. പണ്ടൊരു കാലത്ത് അഗ്നിപർവ്വതമായിരുന്ന ദാമവാന്ദ് കൊടുമുടിയുടെ നെറുകയിൽ മാത്രം ഇത്തിരി വെളുപ്പ് ബാക്കി കാണാനുണ്ട്. ഞങ്ങൾ വഴി മുറിച്ച് കടന്നു. ഡ്രൈ ക്ലീനിങ്ങ് ചെയ്യുന്ന കടകളിൽ നിന്നും പുറത്തെത്തി അന്തരീക്ഷത്തിൽ നിറഞ്ഞു നിന്നിരുന്ന നീരാവിയുടെ പുകമേഘങ്ങൾക്കിടയിലൂടെ നടന്നു.

"ബാഹ്ബൂ... നിങ്ങൾ എട്ട് എന്ന് പേർഷ്യൻ ഭാഷയിൽ പറയാതിരുന്നതെന്തേ? എങ്ങനെയാ പറയുന്നത് എന്നറിയാമോ?"

"അത് നിനക്ക് നല്ലവണ്ണമറിയുന്ന കാര്യമല്ലേ? എനിക്കീ പേർഷ്യൻ ഭാഷയിൽ സംസാരിക്കുന്നതേ ഇഷ്ടമല്ല. റഷ്യൻ ഭാഷയാണ് ഇതിലും മികച്ചത്."

"എനിക്ക് പേർഷ്യനാണിഷ്ടം."

"നമ്മൾ റഷ്യൻ മാത്രമേ സംസാരിക്കാറുള്ളൂ."

"ശരത്കാലത്ത് സ്കൂളിൽ പോയി തുടങ്ങിയാൽ ഞാൻ പേർഷ്യൻ ഭാഷ എഴുതാനും വായിക്കാനും പഠിക്കും. അപ്പോൾ ഞാൻ പഠിപ്പിച്ച് തരാം."

മുത്തശ്ശി ഒരു ദീർഘനിശ്വാസമിട്ടു.

ഞാൻ മുന്നോട്ട് നടന്നു. തെരുവ് ശാന്തമായിരുന്നു. വണ്ടികൾ അധികമൊന്നുമില്ല. സാധനങ്ങൾ വാങ്ങാനായിറങ്ങിയ രണ്ട് സ്ത്രീകൾ അവരുടെ കൈയിലെ ഒഴിഞ്ഞ സഞ്ചിയാട്ടി നടക്കുന്നു. ഞങ്ങൾ പലചരക്ക് കടയിലെത്തി. അതിന്റെ ഉടമ ആഘയെ റൊസ്താമിയാണ്. മെലിഞ്ഞ ശരീരത്തിനു യോജിക്കാത്ത കട്ടിയുള്ള മീശയുള്ളയാൾ. ആ മുഖത്ത് കരുണയുണ്ടായിരുന്നു. അദ്ദേഹമപ്പോൾ തല മുതൽ കാല്പാദം വരെ കറുത്ത

തുണിയാൽ മറച്ച ഒരു സ്ത്രീയുമൊത്ത് സംസാരിച്ച് നിൽക്കുകയായിരുന്നു. അവരുടെ മുഖം മാത്രമേ പുറത്ത് കാണാനുള്ളൂ. അവർക്ക് പുറകിൽ മിനി സ്കർട്ടും ഇറുകിയ ടീ-ഷർട്ടും ധരിച്ച മറ്റൊരു സ്ത്രീ നിൽക്കുന്നു. അന്ന് ഷാ രാജഭരണകാലമായിരുന്നു. സ്ത്രീകൾ ഇസ്ലാമിക് നിയമങ്ങൾക്കനുസരിച്ച് വസ്ത്രം ധരിക്കണം എന്ന് നിർബന്ധമില്ലാതിരുന്ന കാലം.

ചെറിയ കടയായിരുന്നു എങ്കിലും അലമാരകളിൽ പലവിധ വസ്തുക്കൾ നിറച്ച് വച്ചിരുന്നു. പലവിധത്തിലുള്ള അരി, മലഞ്ചരക്കുകൾ, ഉണക്കിയ പച്ചമരുന്നുകൾ, വെണ്ണ, പാൽ, താബ്രിസ് ചീസ്, മിഠായി, സ്കിപ്പിങ്ങിനുപയോഗിക്കുന്ന കയർ, പ്ലാസ്റ്റിക് പന്തുകൾ അങ്ങനെ പലതും. എനിക്കദ്ദേഹം ചോക്ലേറ്റ് കലർത്തിയ ഒരു പാക്കറ്റ് പാൽ തന്നു. കറുത്ത വസ്ത്രം ധരിച്ച സ്ത്രീയുമായി സംസാരിക്കുന്നതിനിടയിൽ എന്നെ നോക്കി ഒന്ന് പുഞ്ചിരിച്ചു. ആ സ്ത്രീക്ക് തവിട്ടുവർണ്ണമുള്ള കടലാസു സഞ്ചിയിൽ അദ്ദേഹം സാധനങ്ങൾ നൽകി. ഞാനപ്പോൾ ആഘയെ റോസ്താമി നൽകിയ ചോക്ലേറ്റ് പാലിന്റെ പട്ടുപോലെയുള്ള മൃദുത്വമാസ്വദിക്കുകയായിരുന്നു. മുത്തശ്ശി മുന്നോട്ട് വന്ന് അവർക്ക് ആവശ്യമുള്ളതൊക്കെ ചൂണ്ടിക്കാണിച്ചു. മടങ്ങി വരുമ്പോൾ "ഒട്ടകരോമം കൊണ്ടുള്ള കമ്പിളിപ്പുതപ്പുകൾ നന്നാക്കുന്നു" എന്ന് വിളിച്ച് കൂവി നടക്കുന്ന ആഘ താഘിയെ കണ്ടു. എല്ലാവർഷവും ഈ കാലത്ത് അദ്ദേഹമെത്തും. തെരുവിലൂടെ ഇങ്ങനെ വിളിച്ചുപറഞ്ഞ് നടക്കും. ജനൽ തുറന്ന് സ്ത്രീകൾ അയാളെ വീട്ടിലേക്ക് ക്ഷണിക്കും. അല്ലെങ്കിൽ തണുപ്പുകാലത്തേക്കുള്ള വസ്ത്രങ്ങളെക്കുറിച്ചന്വേഷിക്കും. മെത്തയിൽ കമ്പിളിയും പരുത്തിയും നിറയ്ക്കുന്നതിനെക്കുറിച്ച് ചോദിക്കും.

കടയിൽനിന്നും തിരികെയെത്തിയപ്പോൾ ഞാൻ മുത്തശ്ശിയെ അടുക്കളയിലേക്ക് പിന്തുടർന്നു. രണ്ട് ബർണറുള്ള, എണ്ണയുപയോഗിക്കുന്ന സ്റ്റൗ ഇടതുഭാഗത്താണ് വച്ചിരിക്കുന്നത്. ഫ്രിഡ്ജ് വലത് ഭാഗത്ത്. എതിരെയുള്ള വാതിലിനു മുകളിലാണ് തളികകൾ സൂക്ഷിക്കുന്ന അലമാര. ഞാനും മുത്തശ്ശിയും ഒന്നിച്ച് അടുക്കളയിൽ കയറിയാൽ പിന്നെ അതിനകത്ത് നിന്ന് തിരിയുവാനുള്ള സ്ഥലമുണ്ടാകില്ല. മച്ചിന്റെ ഏകദേശം അതേ ഉയരത്തിലാണ് അടുക്കളയ്ക്കുള്ള ഏക ജനൽ. അത്രയും ഉയരത്തിൽ എനിക്ക് കൈയെത്തുകയില്ല. അത് തുറന്നാൽ അതിനപ്പുറത്തുള്ള ആൺകുട്ടികൾ മാത്രം പഠിക്കുന്ന സ്കൂൾ കാണാം. മുത്തശ്ശി കെറ്റിൽ സ്റ്റൗവിനു മുകളിൽ വച്ചു. ചായയുണ്ടാക്കുവാൻ തുടങ്ങി. സാധനങ്ങൾ സൂക്ഷിക്കുന്ന അലമാര തുറന്നു.

"ഇതാ നിന്റെ അമ്മ പിന്നേയും അടുക്കളയിൽ കയറി എന്ന് തോന്നുന്നു. ഒരു സാധനം കാണാനില്ലിവിടെ! വറചട്ടിയെവിടെ?"

അലമാരയുടെ ഒരു വശത്തുനിന്ന് പാത്രങ്ങൾ നിലത്തേക്ക് വീണു. അതെല്ലാം യഥാസ്ഥാനത്ത് അടുക്കിവയ്ക്കുന്നതിന് ഞാൻ മുത്തശ്ശിയെ സഹായിച്ചു. അടുക്കള മുത്തശ്ശിയുടെ സാമ്രാജ്യമാണ്. എന്റെ കാര്യങ്ങൾ

നോക്കിയിരുന്നതും വീട്ടിലെ ജോലികളെല്ലാം ചെയ്തിരുന്നതും മുത്തശ്ശി യാണ്. അമ്മ ദിവസത്തിൽ പത്ത് മണിക്കൂറോളം സലൂണിലാകും. പാചകത്തെ അമ്മ വെറുത്തിരുന്നു.

"വിഷമിക്കണ്ട ബാഹ്ബൂ... ഞാൻ സഹായിക്കാം."

"എത്ര തവണ അവളോട് ഞാൻ പറഞ്ഞിട്ടുള്ളതാ... ഇതിനകത്തേക്ക് കയറി വരരുതെന്ന്."

അധികം താമസിയാതെ എല്ലാം പൂർവ്വസ്ഥാനത്തെത്തി.

"കോയ്‌ലാ!" മുത്തശ്ശി ഉറക്കെ വിളിച്ചു. അച്ഛൻ ഒരുപക്ഷേ ഡാൻസ് സ്റ്റുഡിയോലായിരുന്നിരിക്കണം. ഉത്തരമൊന്നും വന്നില്ല.

"മറീന പോയി അച്ഛനോട് ചായ വേണോ എന്നൊന്ന് ചോദിച്ച് വാ." മുത്തശ്ശി സാധനങ്ങൾ ഫ്രിഡ്ജിലേക്ക് കയറ്റുന്നതിനിടയിൽ പറഞ്ഞു.

ഞാൻ അമ്മയുടെ ബ്യൂട്ടി സലൂണിനെതിരെയുള്ള അച്ഛന്റെ ഡാൻസ് സ്റ്റുഡിയോയിലേക്ക് നടന്നു. അതൊരു വലിയ മുറിയായിരുന്നു. ഇംഗ്ലീഷ് അക്ഷരമാലയിലെ 'എൽ' എന്ന അക്ഷരംപോലെയുള്ള ഒരു മുറി. തറ യിൽ തവിട്ട് പരവതാനി വിരിച്ചിരിക്കുന്നു. ചുവരിൽ അഴകുള്ള വസ്ത്രം ധരിച്ച് നൃത്തം ചെയ്യുന്ന ഇണകളുടെ ചിത്രങ്ങൾ തൂക്കിയിരിക്കുന്നു. സന്ദർശകർക്കിരിക്കുവാനുള്ള സ്ഥലത്ത് ഒരു വട്ടമേശയുണ്ട്. അതിന്മേൽ മാസികകൾ നിറഞ്ഞ് കിടപ്പുണ്ട്. ചുറ്റിലും നാല് കസേരകളുണ്ട്. കറുത്ത തുകൽ കൊണ്ട് മൂടിയ കസേരകൾ. അതിലൊന്നിൽ അച്ഛൻ പത്രം വായി ച്ചിരിക്കുന്നത് കണ്ടു. അഞ്ചടി എട്ടിഞ്ച് ഉയരവും നല്ല ആരോഗ്യവു മുണ്ടെന്റെ അച്ഛന്. തല നരച്ച് തുടങ്ങിയിരിക്കുന്നു. എപ്പോഴും വൃത്തി യായി മുഖക്ഷൗരം ചെയ്തിരിക്കും. തിളങ്ങുന്ന നീലക്കണ്ണുമുണ്ട്.

"ഗുഡ് മോണിങ്ങ് പപ്പ. ബഹ്ബൂ ചായ വേണോ എന്ന് ചോദിച്ചു."

"വേണ്ട." എന്നെ നോക്കാതെ തന്നെ അച്ഛൻ പറഞ്ഞു. ഞാൻ തിരിഞ്ഞുനടന്നു.

ചില ദിവസങ്ങളിൽ മറ്റുള്ളവരെല്ലാം ഉണരുന്നതിനുമുമ്പേ എഴുന്നേ റ്റാൽ ഞാൻ അച്ഛന്റെ സ്റ്റുഡിയോയിലേക്ക് പോകാറുണ്ട്. അപ്പോൾ അവിടെനിന്ന് സംഗീതം കേൾക്കാം. എന്റെ മനസ്സിന്റെ തോന്നലായിരി ക്കുമത്. എന്റെ ഇഷ്ടനൃത്തമായ വാൾട്ട്സ് ആയിരിക്കുമപ്പോൾ മനസ്സിൽ. അതിനനുയോജ്യമായ സംഗീതമായിരിക്കും കേൾക്കുന്നത്. ഞാനപ്പോൾ ആ മുറിയിൽ കയറി നൃത്തം വയ്ക്കും. അച്ഛൻ ഒരു മൂലയിലിരിപ്പുണ്ടെന്ന് സങ്കല്പിക്കും. അച്ഛൻ കയ്യടിച്ച് 'ഗംഭീരം മറീനാ! നിനക്ക് നന്നായി നൃത്തം ചെയ്യാനറിയാമല്ലോ' എന്ന് പ്രോത്സാഹിപ്പിക്കുന്നുണ്ടെന്ന് സങ്കല്പിക്കും.

ഞാൻ തിരികെ അടുക്കളയിലെത്തിയപ്പോൾ മുത്തശ്ശി ഉള്ളിയരിയു കുകയായിരുന്നു. അവരുടെ കണ്ണിൽ നിന്നും വെള്ളമൊഴുകുന്നുണ്ടായി രുന്നു. എന്റെ കണ്ണും എരിയാൻ തുടങ്ങി.

“പച്ച ഉള്ളി എനിക്കിഷ്ടമേയല്ല.” ഞാൻ പറഞ്ഞു.

“വലുതാകുമ്പോൾ ഇഷ്ടമായിക്കോളും. അപ്പോൾ കരയാൻ തോന്നുകയും അതാരും അറിയരുതെന്ന് ആഗ്രഹമുണ്ടാകുകയും ചെയ്യുമ്പോൾ നീ ഉള്ളിയരിഞ്ഞാൽ മതി.”

“മുത്തശ്ശി ഇപ്പോൾ ശരിക്കും കരയുകയാണോ? അല്ല, അല്ലേ?”

“അല്ല. തീർച്ചയായും അല്ല.”

രണ്ടാം ലോക മഹായുദ്ധം നടക്കുന്ന കാലത്താണ് എന്റെ മാതാപിതാക്കൾ വിവാഹം കഴിക്കുന്നത്. അന്നവർ ഷാ, റാഹ്സി അവന്യൂകൾക്ക് മധ്യേ ഒരു അപ്പാർട്ട്മെന്റ് വാടകയ്ക്കെടുത്തു. ഇറാന്റെ തലസ്ഥാനമായ ടെഹ്റാന്റെ പ്രാന്തപ്രദേശമാണത്. ഇറാനിലെ ഏറ്റവും വലിയ നഗരവും ഇതുതന്നെ. അവിടെ ഒരു ചെറിയ ഫർണിച്ചർ കടയ്ക്കും ഭക്ഷണശാലയ്ക്കും മുകളിലെ മുറിയിൽ അച്ഛൻ തന്റെ ഡാൻസ് സ്റ്റുഡിയോ തുറന്നു. യുദ്ധകാലത്ത് ഇറാനിലൂടെ അമേരിക്കയിലേയും ഇംഗ്ലണ്ടിലേയും പല പട്ടാളക്കാരും കടന്നുപോയിട്ടുള്ളതിനാൽ ഇറാനിലെ ഉന്നതർക്കിടയിൽ പാശ്ചാത്യ സംസ്കാരം ജനകീയമാകുവാൻ തുടങ്ങിയിരുന്നു. അങ്ങനെ അച്ഛന് അനേകം വിദ്യാർത്ഥികളെ ലഭിച്ചു. പാശ്ചാത്യരെപ്പോലെ നൃത്തം ചെയ്യാൻ ആഗ്രഹിക്കുന്ന വിദ്യാർത്ഥികളെ.

1951ലാണ് അമ്മ എന്റെ ചേട്ടനെ പ്രസവിക്കുന്നത്. ചേട്ടന് രണ്ട് വയസ്സുള്ളപ്പോൾ അമ്മ ജർമ്മനിയിൽ പോയി ഹെയർഡ്രെസ്സിങ്ങ് പഠിച്ചു. അമ്മയ്ക്ക് ജർമ്മൻ ഭാഷയൊന്നും അറിയില്ലായിരുന്നു. ആറുമാസത്തിനു ശേഷം തിരിച്ചെത്തിയ അമ്മയ്ക്ക് സലൂൺ തുടങ്ങുവാൻ ഒരിടം വേണമായിരുന്നു. എന്റെ മാതാപിതാക്കൾ താമസിച്ചിരുന്ന അപ്പാർട്ട്മെന്റിനു സമാനമായ മറ്റൊരു അപ്പാർട്ട്മെന്റ് കൂടി സമീപത്തുണ്ടായിരുന്നു. അവർ അതുകൂടി വാടകയ്ക്കെടുത്ത് രണ്ടും ഒന്നാക്കി.

1965 ഏപ്രിൽ ഇരുപത്തി രണ്ടാം തിയതിയാണെന്റെ ജനനം. അന്ന് പാശ്ചാത്യലോകത്തിനോട് അടുപ്പവും മതിപ്പുമുള്ള മൊഹമ്മദ് റെസാ ഷാ-എ പഹ്ലവിയായിരുന്നു ഇറാൻ രാജാവ്. എന്റെ ജനനത്തിനും നാലു മാസം മുമ്പ്, ഇറാനിൽ പൗരോഹിത്യ ഭരണം വേണമെന്ന് വാദിച്ചിരുന്ന അയത്തൊള്ള ഖൊമേനിയുടെ അനുയായികൾ ഇറാൻ പ്രധാനമന്ത്രി ഹസ്സൻ അലി-എ മൻസൂറിനെ വധിച്ചിരുന്നു. ഷിയാ വിഭാഗത്തിന്റെ പ്രശസ്ത നേതാവായിരുന്നു അയത്തൊള്ള ഖൊമേനി. 1971ൽ അന്നത്തെ പ്രധാനമന്ത്രിയായിരുന്ന അമീർ അബ്ബാസ്-എ ഹോവീദ, പേർഷ്യൻ സാമ്രാജ്യം സ്ഥാപിച്ചതിന്റെ രണ്ടായിരത്തി അഞ്ഞൂറാം വാർഷികം വിപുലമായി ആഘോഷിക്കുവാൻ തീരുമാനിച്ചു. പേർസൊ പൊലീസിലെ പുരാതന അവശിഷ്ടങ്ങൾ നിന്നിരുന്നിടത്തായിരുന്നു ആഘോഷങ്ങൾ തീരുമാനിക്കപ്പെട്ടിരുന്നത്. ഈ ആഘോഷത്തിൽ ലോകമെമ്പാടും നിന്ന് ഇരുപത്തി അയ്യായിരത്തിൽപരം അതിഥികൾ പങ്കെടുക്കുകയുണ്ടായി. ഇതിൽ പല രാജ്യങ്ങളിലേയും രാജാക്കന്മാരും രാജ്ഞിമാരും രാഷ്ട്രപതിമാരും പ്രധാനമന്ത്രിമാരും നയതന്ത്രജ്ഞരുമെല്ലാം ഉൾപ്പെടുന്നു. 300 ദശ

ലക്ഷം ഡോളറാണ് ഇതിനു കണക്കാക്കപ്പെട്ട ചിലവ്. അടുത്തകാലത്ത് ഇറാനിൽ വന്നിരിക്കുന്ന വലിയ പുരോഗതി ലോകത്തിനു കാണിച്ചുകൊടുക്കുക എന്നതാണീ ആഘോഷത്തിന്റെ ലക്ഷ്യമെന്ന് ഷാ പ്രഖ്യാപിച്ചു.

എനിക്ക് നാലുവയസ്സുള്ളപ്പോൾ ചേട്ടൻ സർവകലാശാലാ വിദ്യാഭ്യാസത്തിനായി പോയി. ഇറാന്റെ മധ്യഭാഗത്തുള്ള ഷീറാസ് എന്ന നഗരത്തിലെ പഹ്‌ലവി സർവകലാശാലയിലായിരുന്നു അദ്ദേഹം ചേർന്നത്. നല്ല ഉയരവും സൗന്ദര്യവുമുള്ള എന്റെ സഹോദരൻ എനിക്ക് എന്നും അഭിമാനത്തിനു വക നൽകിയിരുന്നു. പക്ഷേ എന്നോടൊപ്പം അധികമൊന്നും ചേട്ടനുണ്ടായിട്ടില്ല. ഒന്നിച്ചധികം വളർന്നിട്ടുമില്ല. വല്ലപ്പോഴും വീട്ടിലെത്തിയാൽ അദ്ദേഹം എന്റെ കിടപ്പുമുറിയുടെ വാതിൽ നിറഞ്ഞ് നിൽക്കും. മുഖത്ത് വലിയ പുഞ്ചിരിയുണ്ടാകും. "എന്തുപറയുന്നു, കൊച്ചനുജത്തീ" എന്ന ചോദ്യമുണ്ടാകും. അപ്പോൾ അന്തരീക്ഷത്തിൽ പരക്കുന്ന സുഗന്ധദ്രവ്യത്തിന്റെ മണം എന്നെ ഹരം പിടിപ്പിക്കും. ക്രിസ്തുമസിന് എനിക്ക് സമ്മാനം നൽകിയിരുന്നത് ചേട്ടനും മുത്തശ്ശിയും മാത്രമാണ്. ക്രിസ്തുമസ് സമയം, പണം വെറുതെ പാഴാക്കുന്നത് മാത്രമാണെന്നായിരുന്നു എന്നും എന്റെ മാതാപിതാക്കളുടെ അഭിപ്രായം.

എല്ലാ ഞായറാഴ്ചയും മുത്തശ്ശി എന്നെ പള്ളിയിലേക്ക് കൊണ്ടുപോകും. ഞങ്ങളുടെ അപ്പാർട്ട്മെന്റിൽനിന്നും രണ്ട് മണിക്കൂർ നടന്നാലേ ടെഹ്റാനിൽ ആകെയുള്ള റഷ്യൻ ഓർത്തഡോക്സ് പള്ളിയിലെത്തുകയുള്ളൂ. ടെഹ്റാന്റെ പ്രാന്തപ്രദേശത്തുള്ള തെരുവുകളിലൂടെയാകും ഈ നടത്തം. ആ തെരുവുകൾക്ക് ഇരുവശത്തും കടകളുണ്ടാകും. തെരുവ് വ്യാപാരികളുണ്ടാകും. വൃദ്ധ മാപ്പിൾ മരങ്ങളുണ്ടാകും. വറുത്ത സൂര്യകാന്തി വിത്തിന്റേയും മത്തങ്ങക്കുരുവിന്റേയും മണം അന്തരീക്ഷത്തിൽ നിറഞ്ഞ് നിൽക്കും. ഈ യാത്രയിൽ എന്നെ ഏറ്റവും കൂടുതൽ ആകർഷിക്കുക നിറയെ കളിപ്പാട്ടക്കടകളും ബേക്കറികളുമുള്ള നഹ്ദേരി അവന്യൂവാണ്. അപ്പോൾ വേവിച്ചെടുത്ത പാസ്ട്രി, വാനില, കറുവാപ്പട്ട, ചോക്ലേറ്റ് എന്നിവയുടെ മണം മത്ത് പിടിപ്പിക്കും. പിന്നെ തെരുവ് നിറയെ ശബ്ദങ്ങളുമുണ്ടാകും. കാറിന്റെ ഹോൺ, ഉറക്കെ വിളിച്ചുകൂവുന്ന തെരുവോര വില്പനക്കാർ, അവരും അത് വാങ്ങാനെത്തിയവരുമായുള്ള വിലപേശലുകൾ അങ്ങനെയങ്ങനെ. അതിനിടയിൽ എവിടെനിന്നെങ്കിലും സംഗീതമൊഴുകി എത്തുന്നുണ്ടാകും. കളിപ്പാട്ടങ്ങൾ വാങ്ങുന്നതിൽ മുത്തശ്ശിക്ക് താത്പര്യമൊന്നുമുണ്ടായിരുന്നില്ല. പകരം എനിക്ക് എന്തെങ്കിലും മധുരം വാങ്ങിത്തരും.

ഒരു ഞായറാഴ്ച ഞങ്ങൾ കുറേ നേരത്തെ ഇറങ്ങി. വഴിയിൽ മുത്തശ്ശിയുടെ ഒരു പഴയകാല സുഹൃത്തിനെ കാണണമെന്ന ലക്ഷ്യത്തോടെയായിരുന്നു ഈ ഇറക്കം. ഒരു ചെറിയ അപ്പാർട്ട്മെന്റിലാണവർ താമസിച്ചിരുന്നത്. വൃദ്ധയാണവർ. ചെറിയ ചുരുണ്ട വെളുത്ത മുടിയുള്ള റഷ്യക്കാരി. ലിപ്സ്റ്റിക് ഇടാതെ അവരെ കണ്ടിട്ടില്ല. അതുപോലെ തന്നെ കൺമഷിയും. അടുത്ത് വന്നാൽ പൂക്കളുടെ മണമുണ്ടവർക്ക്. പഴയ

മര ഉരുപ്പടികളാണവരുടെ വീട്ടിൽ നിറയെ. അതുപോലെ തന്നെ പല അപൂർവ്വ ശേഖരങ്ങളുമുണ്ട്. ചൈനയിൽനിന്നുള്ള പ്രതിമകളുടെ ശേഖരവും വളരെ വലുതായിരുന്നു. എവിടെ നോക്കിയാലും ചൈനീസ് പ്രതിമകളെ കാണാം. ഓരങ്ങളിൽ വച്ചിരിക്കുന്ന കൊച്ചുമേശകളിൽ, പുസ്തക അലമാരകളിൽ, ജനൽ പടികളിൽ, അടുക്കളയിൽപോലും. അവയിൽവച്ച് എനിക്ക് ഏറ്റവും ഇഷ്ടമായവ ലോലമായ ചിറകുകളുള്ള മാലാഖമാരുടെ രൂപങ്ങളായിരുന്നു.

ഞാൻ കണ്ടിട്ടുള്ളതിൽ വച്ചേറ്റവും സുന്ദരമായ ചൈനീസ് കപ്പിലാണവർ ചായ തരാറുള്ളത്. വെളുത്ത് തിളങ്ങുന്ന കപ്പുകൾ. അതിന്മേൽ റോസാപ്പൂക്കളുടെ ചിത്രമുണ്ടാകും. ഇളം ചുവപ്പ് പൂക്കൾ. ഓരോ കപ്പിനുമരികിൽ അവർ ചെറിയ സ്വർണ്ണ സ്പൂണുകൾ വയ്ക്കും. ചായയിലേക്ക് പഞ്ചസാരയുടെ തുണ്ടുകൾ എടുത്തിട്ട് അത് നുരഞ്ഞലിഞ്ഞില്ലാതാകുന്നത് കാണാൻ എനിക്കിഷ്ടമായിരുന്നു.

ഇത്രയധികം മാലാഖമാരെ എന്തിനിങ്ങനെ സൂക്ഷിച്ചിരിക്കുന്നു എന്നൊരിക്കൽ ഞാൻ അവരോട് ചോദിക്കുകയുണ്ടായി. എനിക്ക് കൂട്ടിനായി ഈ മാലാഖമാരേയുള്ളൂ എന്നായിരുന്നു മറുപടി. ഓരോരുത്തരുടേയും രക്ഷയ്ക്കായി ഓരോ മാലാഖയുണ്ടെന്നറിയാമോ എന്ന് അവരെന്നോടൊരിക്കൽ ചോദിച്ചു. ഇത് എനിക്ക് എന്റെ മുത്തശ്ശി പറഞ്ഞ് തന്നിട്ടുണ്ട് എന്ന് ഞാൻ പറഞ്ഞു. അവരപ്പോൾ വിളറിയ നീലനിറമുള്ള കണ്ണുകൾകൊണ്ട് എന്നെ നോക്കി. കണ്ണടച്ചില്ലുകൾക്കപ്പുറത്ത് ആ കണ്ണുകൾക്ക് അസാധാരണമായ വലിപ്പം തോന്നുന്നുണ്ടായിരുന്നു. എന്റെ കണ്ണിലേക്ക് നോക്കിക്കൊണ്ട്, നമ്മളെല്ലാം നമ്മുടെ രക്ഷകനായ ആ മാലാഖയെ കണ്ടിട്ടുണ്ടെങ്കിലും ആ മാലാഖയുടെ രൂപം നമ്മൾ എന്നേ മറന്നിരിക്കുന്നു എന്ന് പറഞ്ഞു.

“എന്നോടൊരു കാര്യം പറയ്. എപ്പോഴെങ്കിലും അരുതാത്ത എന്തെങ്കിലും ചെയ്യാനൊരുങ്ങുമ്പോൾ നിന്റെ മനസ്സിന്റെ കോണിൽ നിന്നും ‘ഇത് ചെയ്യരുത്’ എന്നൊരു മന്ത്രണം നിന്നെ തേടി വരാറുണ്ടോ?”

“ഉവ്വ്... അങ്ങനെയുണ്ടാകാറുണ്ടെന്ന് തോന്നുന്നു.” ഞാനപ്പോൾ ആ ആപ്പ്രേയുടെ കാര്യമോർക്കുകയായിരുന്നു.

“എങ്കിൽ അത് നിന്റെ മാലാഖയാണ്. അവരാണപ്പോൾ നിന്നോട് സംസാരിച്ചത്. നീ എത്ര അധികം അത് ശ്രദ്ധിക്കാൻ തയ്യാറാകുന്നുവോ അത്രയുമധികം അത് നിനക്ക് കേൾക്കാനാകും.”

എന്റെ മാലാഖയെ എനിക്ക് എന്നെന്നും ഓർത്തിരിക്കുവാനായെങ്കിൽ എന്ന് ഞാൻ ആഗ്രഹിച്ചു. എന്റെ മുത്തശ്ശിയുടെ സുഹൃത്ത് അവരുടെ പക്കലുള്ള എല്ലാ രൂപങ്ങളും ശ്രദ്ധിച്ച് നോക്കുവാൻ എന്നെ ഉപദേശിച്ചു. അതിൽ ഏറ്റവും ഇഷ്ടമായ രൂപമേതോ അതായിരിക്കും എന്റെ മാലാഖയുടെ രൂപമെന്നും അവർ പറഞ്ഞു. ഞാൻ ആ രൂപങ്ങളെല്ലാം പരിശോധിച്ചു. അതിലൊന്നിനെ എനിക്ക് വല്ലാതെ ഇഷ്ടമായി. ഒരു യുവാവിന്റെ

രൂപം. നീണ്ട വെളുത്ത ളോഹ ധരിച്ച ഒരു യുവാവ്. ഞാനതെടുത്ത് എന്റെ മുത്തശ്ശിയെ കാണിച്ചു. അതിനെ കണ്ടാൽ ഒരു മാലാഖയാണെന്ന തോന്നലുണ്ടാക്കുന്നില്ല എന്ന് മുത്തശ്ശി പറഞ്ഞു. അതിന് ചിറകുകളില്ലാത്തതിനാലാണത്രെ അങ്ങനെ തോന്നാത്തത്. കാണാനാകാത്ത ചിറകുകളാണവയ്ക്കുള്ളത് എന്ന് ഞാൻ മറുപടിയും പറഞ്ഞു.

"എങ്കിൽ അത് നീ എടുത്തേക്ക്." മുത്തശ്ശിയുടെ സുഹൃത്ത് പറഞ്ഞു. അത് കേട്ടപ്പോൾ എനിക്ക് വലിയ സന്തോഷമായി.

മുത്തശ്ശി എന്നും എന്നെ പാർക്കിലേക്ക് കൊണ്ടുപോകുമായിരുന്നു. ഞങ്ങളുടെ വീട്ടിൽനിന്നും ഇരുപത് മിനിട്ട് നടന്നാൽ പാർക്ക്-എ വാലിയാദിലെത്താം. വലിയ ഒരു പാർക്കായിരുന്നു അത്. അതിലുള്ള പുരാതന മരങ്ങളെ പ്രകീർത്തിച്ചും പൂക്കളുടെ മണമാസ്വദിച്ചും അവിടെ ഞങ്ങൾ മണിക്കൂറുകളോളം ചിലവഴിക്കുമായിരുന്നു. നല്ല വെയിലുള്ള വേനൽ ദിവസങ്ങളിൽ ഞങ്ങൾ പാർക്കിലെ ബെഞ്ചുകളിലൊന്നിലിരുന്ന് ഐസ്ക്രീം നുണയും. പാർക്കിന്റെ മധ്യത്തിലുള്ള ആഴം കുറഞ്ഞ കുളത്തിനരികിലായിരിക്കും മിക്കവാറും ഈ ഇരിപ്പ്. ആ കുളത്തിന്റെ നടുക്ക് ജലധാരകളുണ്ട്. കുളത്തിനരികിലിരിക്കുമ്പോൾ ജലധാരയിൽനിന്നും കാറ്റ് അടിച്ചെന്റെ മുഖത്തേക്കെത്തുന്ന വെള്ളത്തുള്ളികളെ ഞാനെന്നും ഇഷ്ടപ്പെട്ടു. അതാസ്വദിച്ചു. കുളത്തിനുചുറ്റും ഓടുകൊണ്ടുണ്ടാക്കിയ പ്രതിമകളുണ്ട്. കൊച്ചു കുട്ടികളുടെ രൂപങ്ങൾ. അവയോരോന്നും വ്യത്യസ്തങ്ങളായിരുന്നു. അതിലൊന്നിന് നല്ല ഉയരമുണ്ട്. ആകാശത്തേക്ക് നോക്കിയാണതിന്റെ നില്പ്. മറ്റേത് വെള്ളത്തിനരികിൽ മുട്ടുകുത്തി നില്പാണ്. വിലപ്പെട്ട എന്തോ ഒന്ന് നഷ്ടപ്പെട്ടിരിക്കുന്നു എന്ന മട്ടിലാണതിന്റെ നോട്ടം. എന്തോ കാര്യമായ തിരച്ചിലിലാണെന്നതുപോലെ. മൂന്നാമതൊരാളുടെ കൈയിൽ പിച്ചളകൊണ്ടുള്ള ഒരു വടിയുണ്ട്. അവനത് വെള്ളത്തിലേക്ക് ചൂണ്ടിയിരിക്കുന്നു. അവന്റെ ഒരു കാൽ വായുവിലാണ്. വെള്ളത്തിലേക്കെടുത്തുചാടാൻ തയ്യാറായി നിൽക്കുന്നതുപോലെ. ഈ പ്രതിമകളിൽ ഏകാന്തതയും ദുഃഖവും ഉള്ളതുപോലെ തോന്നുമായിരുന്നു. ജീവനുള്ളതുപോലെ തോന്നുമെങ്കിലും ഇരുട്ടിൽ ഉറഞ്ഞുറച്ചതുപോലെ, അതിൽനിന്നൊന്ന് വേർപെടാനാകാത്തതുപോലെ ഒരു ഭാവം, ഒരു ദുഃഖം അവയുടെയെല്ലാം മുഖത്തുണ്ട്.

പാർക്കിൽ ഏറ്റവും ആനന്ദം അനുഭവിച്ചിരുന്നത് ഊഞ്ഞാലിലായിരുന്നു. നല്ല ഉയരത്തിൽ പോകാൻ എനിക്കിഷ്ടമാണെന്ന് മുത്തശ്ശിക്കുമറിയാം. അതുകൊണ്ട് അവർക്ക് ആകാവുന്നത്ര ശക്തിയോടെ എന്നെയാട്ടും. അപ്പോൾ കാറ്റ് എന്റെ മുടിയിഴകളെ തഴുകിയോടുന്നത് എനിക്കിഷ്ടമായിരുന്നു. അങ്ങ് ആകാശത്തിലെത്തുമ്പോൾ താഴെ ഭൂമിയേയില്ലെന്ന് തോന്നിപ്പോകും. ഒരു ഏഴുവയസ്സുകാരിയ സംബന്ധിച്ചിടത്തോളം ജീവിതം എന്നും ഇങ്ങനെയാണന്ന് ചിന്തയുണ്ടാകുമല്ലോ!

ഒരു ദിവസം അങ്ങനെ പാർക്കിൽ ഓടിക്കളിച്ചുകൊണ്ടിരിക്കുന്നതിനിടയിൽ മുത്തശ്ശി വിളിച്ചു. വീട്ടിൽ പോകാൻ സമയമായി എന്നറിയിച്ചു.

എന്നെ വിളിക്കുമ്പോൾ മുത്തശ്ശിക്ക് പേര് തെറ്റി. എന്നെ തമാരാ എന്നാണ് വിളിച്ചത്. എനിക്കും ആശയക്കുഴപ്പമായി. മുത്തശ്ശിയുടെ അടുത്തെത്തിയ ഞാൻ ഈ തമാര ആരാണെന്ന് ചോദിച്ചു. മുത്തശ്ശി തനിക്ക് തെറ്റിയ തിൽ മാപ്പ് പറഞ്ഞു. അവർക്ക് വല്ലാതെ ചൂടെടുക്കുന്നു എന്നും വേഗം വീട്ടിലേക്ക് നടക്കാമെന്നും പറഞ്ഞു. മുത്തശ്ശിയുടെ മുഖത്ത് ക്ഷീണ മുണ്ടായിരുന്നു. അങ്ങനെ ഞാനവരെ അതിനുമുമ്പ് കണ്ടിട്ടില്ല. മുത്തശ്ശിക്ക് രോഗം വന്നോ ക്ഷീണിതയായോ ഞാൻ കണ്ടിട്ടില്ല.

"ഈ തമാര ആരാണ്?" ഞാൻ വീണ്ടും ചോദിച്ചു.

"എന്റെ മകൾ."

"മുത്തശ്ശിക്ക് പെൺകുട്ടികളില്ലല്ലോ. ഞാൻ മാത്രമല്ലേയുള്ളൂ. മുത്തശ്ശി യുടെ പേരക്കുട്ടി."

തനിക്കൊരു മകളുണ്ട് എന്നും അവളുടെ പേര് തമാര എന്നാണെന്നും മുത്തശ്ശി പറഞ്ഞു. എന്റെ അച്ഛനേക്കാൾ നാലുവയസ്സ് പ്രായക്കൂടുതലുണ്ട് അവർക്ക്. എന്നെകണ്ടാൽ അവളെപ്പോലെ തോന്നുമായിരുന്നു. ഇരട്ട കളാണെന്നതുപോലെ. തമാര തന്റെ പതിനാറാം വയസ്സിൽ ഒരു റഷ്യ ക്കാരനെ വിവാഹം ചെയ്തു. റഷ്യയിലേക്ക് മടങ്ങി. അവർ പിന്നെ എന്തു കൊണ്ട് നമ്മളെ സന്ദർശിച്ചില്ല എന്നായി എന്റെ സംശയം. തമാരയ്ക്ക് റഷ്യ വിടാൻ അനുവാദമില്ല എന്ന് മുത്തശ്ശി പറഞ്ഞുതന്നു. സോവിയറ്റ് സർക്കാർ അവിടത്തെ പൗരർക്ക് മറ്റ് രാജ്യങ്ങൾ സന്ദർശിക്കുവാൻ അനുവാദം അത്ര പെട്ടെന്ന് നൽകാറില്ല. മുത്തശ്ശി തന്റെ മകൾക്ക് നല്ല വസ്ത്രവും, സോപ്പും, ടൂത്ത് പേസ്റ്റുമെല്ലാം അയച്ചുകൊടുക്കാറുണ്ടായി രുന്നു. ഇതെല്ലാം അവിടെ അപൂർവ്വമായേ ലഭിക്കാറുള്ളൂ എന്നതിനാലാണ് ഇങ്ങനെ അയച്ചുകൊടുക്കുന്നത്. അവസാനം മുത്തശ്ശിക്ക് ഷായുടെ രഹസ്യപ്പൊലീസായ SAVAKയിൽ നിന്നും ഒരു കത്ത് ലഭിച്ചു. സോവിയറ്റ് യൂണിയനിലുള്ള ആരുമായും ബന്ധപ്പെടുവാനോ സംവദിക്കുവാനോ അനുവാദമില്ല എന്നായിരുന്നു ആ കത്തിൽ.

"കാരണം?"

"ഇവിടത്തെ പൊലീസ് ധരിച്ചിരിക്കുന്നത് റഷ്യ ഒരു മോശം രാജ്യ മാണെന്നാണ്. അതിനാൽ നമ്മളോട് ഇനിയും തമാരായ്ക്ക് കത്തുകള യക്കരുത്, ഒന്നും അയക്കരുത് എന്ന് ആവശ്യപ്പെട്ടു."

ഈ പുതിയ വിവരം പൂർണ്ണമായും മനസ്സിലാക്കുവാനുള്ള ശ്രമത്തിലാ യിരുന്നു ഞാൻ. അപ്പോൾ മുത്തശ്ശി നിറുത്താതെ സംസാരിച്ചുകൊണ്ടേ യിരിക്കുകയായിരുന്നു. സ്വയം തന്നോട് തന്നെ. മുത്തശ്ശി പറഞ്ഞു കൊണ്ടിരുന്നതിലൊന്നും എനിക്കൊരു അർത്ഥവും തോന്നിയില്ല. ഏതൊ ക്കെയോ ആളുകളുടേയും സ്ഥലങ്ങളുടേയും പേരുപറയുന്നു. അങ്ങനെ യുള്ള സ്ഥലനാമങ്ങൾ ഞാനിതിനു മുമ്പ് കേട്ടിട്ടില്ല. മുത്തശ്ശി പറയുന്ന പല വാക്കുകളും ഞാനിതിനു മുമ്പ് കേട്ടിട്ടില്ല. അതുകൊണ്ടുതന്നെ അവർ പറഞ്ഞുകൊണ്ടിരുന്നതിൽ വളരെ കുറച്ച് കാര്യങ്ങളേ എനിക്ക് മനസ്സി ലായുള്ളൂ. തന്റെ പതിനെട്ടാം വയസ്സിൽ തനിക്ക് ഒരു റഷ്യക്കാരനോട്

പ്രണയം തോന്നിയെന്നും അയാൾ റഷ്യൻ വിപ്ലവകാലത്ത് കൊല്ലപ്പെട്ടു എന്നും മുത്തശ്ശി പറയുന്നുണ്ടായിരുന്നു. പച്ചനിറമുള്ള വാതിലിനെക്കുറിച്ചും ഇടുങ്ങിയ തെരുവിനെക്കുറിച്ചും മുത്തശ്ശി പറയുന്നുണ്ടായിരുന്നു. അതുപോലെ വീതികൂടിയ ഒരു പുഴയെക്കുറിച്ചും വലിയൊരു പാലത്തിനെക്കുറിച്ചും പിന്നെ പട്ടാളക്കാരെക്കുറിച്ചും കുതിരകളെക്കുറിച്ചും ജനക്കൂട്ടത്തിനു നേരെ നിറയൊഴിച്ചതിനെക്കുറിച്ചും പറയുന്നുണ്ടായിരുന്നു.

"....ഞാൻ തിരിഞ്ഞുനോക്കി. അയാൾ എവിടെ എന്നായിരുന്നു നോട്ടം. അയാൾക്ക് വെടിയേറ്റിരുന്നു. ചുറ്റിലും രക്തമല്ലാതെ ഒന്നുമില്ലായിരുന്നു. ഞാനയാളെ താങ്ങിയെടുത്തു. എന്റെ കൈകളിൽ കിടന്നാണവൻ മരിച്ചത്...."

ആ കഥ ഇനിയും തുടരാൻ എനിക്ക് താത്പര്യമില്ലായിരുന്നു. എന്നാൽ മുത്തശ്ശി നിർത്തുവാൻ ഒരുക്കമല്ല. എനിക്കാകട്ടെ ചെവി പൊത്താനും വയ്യ. അങ്ങനെ ചെയ്താൽ അത് മുത്തശ്ശിക്ക് വിഷമമാകും. പരുഷമാകും ആ ചെയ്തി. ഒരുപക്ഷേ ഒന്ന് വേഗം നടന്ന് ഞങ്ങൾക്കിടയിലെ ദൂരം വർധിപ്പിക്കുവാനായേക്കും. എന്നാൽ എന്തോ കുഴപ്പം തോന്നുന്നു. മുത്തശ്ശിക്ക് സുഖമില്ലാത്തതുപോലെ. ഞാനവരെ ശ്രദ്ധിച്ചേ മതിയാകൂ. അവസാനം ഞാൻ മൂളിപ്പാട്ട് പാടാൻ തുടങ്ങി. എന്റെ സ്വരം അവരുടെ സംസാരത്തെ വിഴുങ്ങി. എന്നും ഉറങ്ങാൻ കിടക്കുമ്പോൾ മുത്തശ്ശി എനിക്ക് കഥകൾ പറഞ്ഞ് തരുമായിരുന്നു. കഥാന്ത്യത്തിൽ സന്തോഷം പകരുന്ന നല്ല കഥകൾ. ആ കഥകളിലൊന്നും ആരും കൊല്ലപ്പെടുമായിരുന്നില്ല. നല്ല ജനങ്ങൾ മരിച്ചാൽ സ്വർഗ്ഗത്തിൽ പോകുമെന്ന് എനിക്കറിയാം. അതിനാൽ മരണവും അത്ര മോശം കാര്യമൊന്നുമല്ല. എങ്കിലും മരണം എന്നെ ഭയപ്പെടുത്തുന്നു. ഭീതിജനകമായ എന്തും സംഭവിച്ചേക്കാവുന്ന ഇരുട്ടിലേക്ക് നടന്നുകയറുന്നതുപോലെയാണ് മരണം. ഇരുട്ട് എനിക്കൊട്ടും ഇഷ്ടമല്ലായിരുന്നു.

ഞങ്ങൾ വീടിനെ ലക്ഷ്യം വച്ച് നടക്കുകയാണ്. മുത്തശ്ശി നിന്നു. തിരിഞ്ഞ് നോക്കി. എന്തോ ആശയക്കുഴപ്പമുള്ളതുപോലെ. എന്തോ നഷ്ടപ്പെട്ടതുപോലെ. ഞങ്ങൾ വീടിനടുത്തെത്തിയിരുന്നു എങ്കിലും ശേഷിച്ച ദൂരം എനിക്കവരുടെ കൈപിടിച്ച് നടത്തേണ്ടി വന്നു. കരുത്തയായ മുത്തശ്ശിയെ മാത്രമേ ഞാനതുവരേക്കും കണ്ടിട്ടുള്ളൂ. ഞാനെന്നും വിശ്വാസമർപ്പിച്ചിട്ടുള്ള സുഹൃത്തായിരുന്നു എന്റെ മുത്തശ്ശി. എനിക്കെന്തു വേണമെങ്കിലും എപ്പോൾ വേണമെങ്കിലും വാങ്ങിത്തരുവാൻ മുത്തശ്ശി മുന്നിലുണ്ടാകുമായിരുന്നു. ആ മുത്തശ്ശിയാണിപ്പോൾ പൊടുന്നനെ ബലഹീനയായിരിക്കുന്നത്. മുത്തശ്ശി എന്നെപ്പോലെ ഒരു കുട്ടിയായിരിക്കുന്നു. മുത്തശ്ശി എന്നും കേൾവിക്കാരിയായിരുന്നു. സംസാരം കുറവായിരുന്നു. അങ്ങനെയുള്ള മുത്തശ്ശിയാണിപ്പോൾ കഥകൾ പറഞ്ഞുകൊണ്ടേയിരിക്കുന്നത്. രക്തത്തെക്കുറിച്ച്, ആക്രമണങ്ങളെക്കുറിച്ച്, അക്രമത്തെക്കുറിച്ച്, മരണത്തെക്കുറിച്ച് നിർത്താതെ സംസാരിച്ചുകൊണ്ടിരിക്കുന്നത്. അതെന്നെ ഞെട്ടിച്ചു. അവരുടെ അടുത്താകുമ്പോൾ എന്റെ ലോകം

എന്നും സുരക്ഷിതമായിരുന്നു. എന്നാൽ സ്ഥായിയായി ഇവിടെ ഒന്നുമില്ലെന്ന് മുത്തശ്ശി എന്നുമെന്നെ ഓർമ്മിപ്പിക്കുമായിരുന്നു. എന്തുകൊണ്ടെന്നറിയില്ല, മുത്തശ്ശി മരിച്ചുകൊണ്ടിരിക്കുകയാണെന്ന് അപ്പോൾ എനിക്ക് തോന്നി. അതവരുടെ കണ്ണിൽ കാണാമായിരുന്നു. ആ കണ്ണുകൾ എന്നോട് ആ രഹസ്യം മന്ത്രിക്കുന്നുണ്ടായിരുന്നു.

വീട്ടിലെത്തിയപ്പോൾ മെത്തയിൽ കിടക്കാൻ ഞാൻ മുത്തശ്ശിയെ സഹായിച്ചു. അന്ന് അത്താഴത്തിന് ഞങ്ങളോടൊപ്പം മുത്തശ്ശിയിരുന്നില്ല. പിറ്റേന്ന് കാലത്ത് എഴുന്നേറ്റില്ല. എന്റെ മാതാപിതാക്കൾ അവരെ ഡോക്ടറെ കാണിച്ചു. തിരിച്ചെത്തിയപ്പോൾ മുത്തശ്ശി നേരെചെന്ന് മെത്തയിൽ കിടന്നു. അവർക്കെന്താണ് അസുഖം എന്ന ചോദ്യത്തിന് അച്ഛനുമമ്മയും ഉത്തരമൊന്നും തന്നില്ല.

ഞാൻ മുത്തശ്ശിയുടെ മുറിയിൽ കയറി. മുത്തശ്ശി ഉറങ്ങുകയായിരുന്നു. ഞാൻ അവരുടെ മെത്തയ്ക്കരികിലുള്ള കസേരയിലിരുന്നു. അവരൊന്നനങ്ങുവാൻ വളരെയധികം സമയമെടുത്തു. അതുവരേക്കും ഞാൻ കാത്തിരുന്നു. അപ്പോൾ മാത്രമാണ് ഞാൻ മുത്തശ്ശിയെ നല്ലവണ്ണം നോക്കുന്നത്. മുത്തശ്ശി വല്ലാതെ മെലിഞ്ഞതറിയുന്നത്.

"എന്ത് പറ്റീ ബാഹ്ബൂ?"

"ഞാൻ മരിച്ചുകൊണ്ടിരിക്കുകയാണ് മറീനാ," മുത്തശ്ശി പറഞ്ഞു. അത് വളരെ ലളിതമായ ഒരു കാര്യമാണ് എന്ന മട്ടിലാണ് പറച്ചിൽ. എന്നും സംഭവിക്കുന്ന ഒന്നുപോലെ.

നമ്മളൊക്കെ മരിച്ചാൽ പിന്നെ എന്ത് സംഭവിക്കും എന്നായി എന്റെ അടുത്ത ചോദ്യം. അപ്പോൾ എന്നോട് മുത്തശ്ശി തന്റെ മുറിയുടെ ചുവരിൽ ഞാത്തിയിട്ടിരിക്കുന്ന ഒരു ചിത്രത്തിലേക്ക് നോക്കാൻ പറഞ്ഞു. എനിക്ക് ഓർമ്മവച്ച കാലം തൊട്ട് ആ ചിത്രം അവിടെയുണ്ട്. ആ ചിത്രമൊന്ന് സൂക്ഷിച്ച് നോക്കി അതിൽ എന്തൊക്കെ കാണുന്നു എന്ന് പറയാൻ മുത്തശ്ശി ആവശ്യപ്പെട്ടു. തല നരച്ച ഒരു സ്ത്രീ വടി കുത്തി നിൽക്കുന്ന ചിത്രമാണത് എന്ന് ഞാൻ പറഞ്ഞു. ഇരുട്ടിൽ കാട്ടിലൂടെ നടക്കുകയാണവർ. ആ വഴിയുടെ അങ്ങേ അറ്റത്ത് നല്ല വെളിച്ചമുണ്ട്.

താനിപ്പോൾ ആ വൃദ്ധയെപ്പോലെയാണെന്ന് മുത്തശ്ശി വിശദീകരിച്ചു. വർഷങ്ങളായി തന്റെ ജീവിതമാകുന്ന പാതയിലൂടെ നടക്കുന്നു. ഇപ്പോൾ ക്ഷീണിച്ചിരിക്കുന്നു. തന്റെ ജീവിതം ദുഷ്കരമായിരുന്നു. ഇരുട്ട് നിറഞ്ഞതായിരുന്നു. പല തടസ്സങ്ങളും നേരിട്ടു. എന്നാൽ ഒരിക്കലും താൻ കീഴടങ്ങിയില്ല. പ്രതീക്ഷ കൈവിട്ടില്ല.

"ഇപ്പോൾ എനിക്ക് പോകാൻ സമയമായിരിക്കുന്നു. ദൈവത്തെ നേരിൽ കാണാൻ സമയമായിരിക്കുന്നു."

"പക്ഷേ ബഹ്ബു... ഇവിടെ എന്റെ അടുത്തുവെച്ച് എന്തുകൊണ്ട് ദൈവത്തെ കണ്ടുകൂടാ? വിശ്രമിക്കാൻ അനുവദിക്കാം എന്ന് ഞാൻ

ഉറപ്പുതരുന്നു. അങ്ങനെ ദൈവത്തെ കാണാനായി എവിടേയും പോകേണ്ടിവരില്ലെന്നും."

മുത്തശ്ശി പുഞ്ചിരിച്ചു."ദൈവത്തെ അങ്ങനെ നമുക്ക് നമ്മുടെ ഈ കണ്ണുകൾകൊണ്ട് കാണാനാകില്ല." അത് പറയുമ്പോൾ അവർ വിറയ്ക്കുന്ന കൈകൾകൊണ്ട് എന്റെ കൺപീലികളിൽ തൊടാൻ ശ്രമിക്കുന്നുണ്ടായിരുന്നു. "എന്നാൽ ആത്മാവുകൊണ്ട് കാണാം. നമുക്ക് അങ്ങേ ലോകത്തിലെത്താനും അവിടെ ജീവിക്കാനുമുള്ള ഒരു മാർഗ്ഗമാണ് മരണം എന്ന് നീ അറിയണം. ആ ജീവിതം വ്യത്യസ്തമാണെന്ന് മാത്രം."

"അങ്ങനെയൊരു മാറ്റം എനിക്കാവശ്യമില്ല. ഇവിടെ എങ്ങനെയാണോ അതാണെനിക്കിഷ്ടം."

"നീ ധീരയായിരിക്കണം മറീന."

അങ്ങനെ ധീരയാകേണ്ട ആവശ്യമൊന്നും എനിക്കില്ലായിരുന്നു. ഞാൻ ഭയന്നിട്ടുണ്ടായിരുന്നു. ദുഃഖിതയായിട്ടുണ്ടായിരുന്നു. ധീരയാകുക എന്നാൽ നുണ പറയുക എന്നതിനു തുല്യമായി എനിക്ക് തോന്നി. ധീരയായി അഭിനയിക്കുക എന്നാണതിനർത്ഥം. ഒരു കുഴപ്പവുമില്ലെന്ന് അഭിനയിക്കുക. എന്നാൽ ചുറ്റുമെല്ലാം അങ്ങനെയല്ലതാനും.

മുത്തശ്ശി വിറച്ചുകൊണ്ട് ഒന്ന് ദീർഘമായി ശ്വസിച്ചു. എന്നോട് അവരുടെ വസ്ത്രം വയ്ക്കുന്ന അലമാരയുടെ മുകൾവശത്ത് വലത്തേ ഭാഗത്തെ വലിപ്പൊന്ന് തുറക്കാനാവശ്യപ്പെട്ടു. അതിനകത്ത് സ്വർണ്ണത്തിന്റെ ഒരു പെട്ടിയുണ്ടായിരുന്നു. ഞാനതെടുത്ത് അവരെ ഏല്പിച്ചു. അവരപ്പോൾ എന്നോട് കട്ടിലിനു കീഴെയുള്ള ഒരു ജോടി കറുത്ത ഷൂസ് എടുത്തുതരാൻ ആവശ്യപ്പെട്ടു. ഇടത്തേ ഷൂസിനുള്ളിൽ ഒരു കൊച്ച് സ്വർണ്ണച്ചാവിയുണ്ടായിരുന്നു.

അവരുടെ കണ്ണിൽ നിന്നും അപ്പോൾ കണ്ണുനീരൊഴുകുവാൻ തുടങ്ങി. അവർ ആ പെട്ടിയും ചാവിയും എന്നെ ഏല്പിച്ചു.

"മറീനാ, എന്റെ ജീവിത കഥ ഞാനെഴുതിക്കഴിഞ്ഞു. അത് ഈ പെട്ടിയിലുണ്ട്. അതിനി നിന്റേതാണ്. നീ ഇത് സൂക്ഷിക്കണം. എന്നെ ഓർക്കണം. ഈ ബഹ്ബൂവിന് വേണ്ടി നീ ഇതെല്ലാം സൂക്ഷിക്കില്ലേ?"

ഞാൻ തലയാട്ടി.

"ആ പെട്ടി എവിടെയെങ്കിലും കൊണ്ടുപോയി സൂക്ഷിച്ചുവയ്ക്ക്. നീ പൊയ്ക്കോളൂ. വിഷമിക്കാതെ പൊയ്ക്കോളൂ. എനിക്കൊന്ന് വിശ്രമിക്കണം."

ഞാൻ അവിടെനിന്ന് എന്റെ മുറിയിൽ അഭയം പ്രാപിച്ചു. ഏകാന്തത എന്നെ വലയം ചെയ്തു. ആ പെട്ടി ഞാൻ എന്റെ മെത്തയ്ക്ക് കീഴിൽ വച്ചു. ബാൽക്കണിയിലേക്ക് തുറക്കുന്ന ചില്ലുവാതിൽ തുറന്ന് പുറത്തിറങ്ങി നിന്നു. പുറത്തെ വായുവിനിത്തിരി ചൂടുണ്ട്. തെരുവ് എന്നത്തേയുംപോലെ തിരക്കിൽ തന്നെ. ഒന്നിനും ഒരു മാറ്റവുമില്ല. എന്നാൽ എല്ലാതിലും എന്തൊക്കെയോ വ്യത്യസ്തത തോന്നുന്നു.

മുത്തശ്ശി പിന്നെ ഉണർന്നില്ല. മുത്തശ്ശിക്ക് കരളിന് അർബുദമായിരുന്നു. അതവരെ കൊല്ലുകയായിരുന്നു. മുത്തശ്ശിയുടെ ബോധം നശിച്ചു എന്നും 'കോമ'യിലാണെന്നും അമ്മ പറഞ്ഞുതന്നു. രണ്ടാഴ്ചത്തോളം ആ അവസ്ഥ തുടർന്നു. അച്ഛൻ ഇടനാഴിയിലൂടെ അങ്ങോട്ടുമിങ്ങോട്ടും നടന്ന് കരഞ്ഞു. ദിവസവും രണ്ട് മണിക്കൂറെങ്കിലും ഞാൻ മുത്തശ്ശിക്ക് സമീപമിരുന്നു. മുത്തശ്ശിക്കൊരു കൂട്ടായി. ഞാൻ ഏകയാണെന്ന തോന്നലുണ്ടാകാതിരിക്കുവാനായി. മുത്തശ്ശിയുടെ മുഖം ശാന്തമായിരുന്നു. പക്ഷേ വല്ലാതെ ശോഷിച്ചും വിളർത്തുമിരുന്നു. ദിവസങ്ങൾ കഴിഞ്ഞപ്പോൾ എനിക്ക് എന്റെ കരച്ചിലിനെ അടക്കി നിർത്തുവാനാകുമെന്നായി. കരഞ്ഞാൽ ഞാൻ മുത്തശ്ശിയുടെ മരണത്തിനോട് ഉടനെയെത്തൂ എന്ന് പറയുകയാകുമെന്ന് എനിക്ക് തോന്നി.

ഒരു ദിവസം കാലത്ത് ഞാൻ നേരത്തെ എഴുന്നേറ്റു. പിന്നെ ഉറങ്ങാനായില്ല. ഞാൻ മുത്തശ്ശിയുടെ മുറിയിൽ പോയി. വിളക്ക് തെളിയിച്ചു. അപ്പോൾ മുത്തശ്ശിയുടെ മുഖത്തെ തെളിച്ചമില്ലാതായിരിക്കുന്നത് കണ്ടു. ഞാൻ അവരുടെ കൈ സ്പർശിച്ച് നോക്കി. അത് തണുത്തിരിക്കുന്നു. ഞാൻ നിശ്ശബ്ദയായി അവിടെ നിന്നു. മുത്തശ്ശി മരിച്ചിരിക്കുന്നു എന്നെനിക്ക് മനസ്സിലായി. അപ്പോൾ എന്ത് ചെയ്യണം എന്നെനിക്കറിയില്ലായിരുന്നു. എനിക്കവരോട് എന്തോ പറയാനുണ്ട്. എന്നാൽ അവർക്ക് എന്നെ കേൾക്കാനാകുമോ? ഞങ്ങൾക്കിടയിൽ സൃഷ്ടിക്കപ്പെട്ടിരിക്കുന്ന മരണം എന്ന തടസ്സത്തെ കടന്ന് ആ വാക്കുകൾക്ക് അവരിലേക്കെത്താനാകുമോ?

"ഗുഡ്ബൈ ബഹ്ബൂ. ഇനി ദൈവവുമൊത്ത് ഒരു നല്ല ജീവിതം താങ്കൾക്കുണ്ടാകട്ടെ എന്ന് ഞാൻ ആശിക്കുന്നു. അദ്ദേഹം എവിടെയാണെങ്കിലും നല്ല ജീവിതമുണ്ടാകട്ടെയെന്ന്."

ഞങ്ങളോടൊപ്പം അപ്പോൾ മുറിയിൽ മറ്റാരോ കൂടിയുണ്ട് എന്നൊരു തോന്നൽ എനിക്കുണ്ടായി. ഞാൻ എന്റെ മുറിയിലേക്ക് തിരിച്ചോടി. മെത്തയിലേക്ക് ചാടിക്കയറി. എനിക്കപ്പോൾ ഓർമ്മയിൽ വന്ന എല്ലാ പ്രാർത്ഥനകളും ചൊല്ലി.

പിറ്റേന്ന് മുത്തശ്ശിയുടെ ശരീരം എടുത്തുകൊണ്ടുപോയി. അച്ഛന്റെ കരച്ചിലിന്റെ സ്വരം മാത്രം എനിക്ക് കേൾക്കാനായി. അത് കേൾക്കാതിരിക്കുവാനായി ഞാൻ കാതുപൊത്തി. മുറിയിൽ അങ്ങുമിങ്ങും നടന്നു. എനിക്ക് പോകാനൊരിടമില്ല. എന്തെങ്കിലും മോശം കാര്യം സംഭവിച്ചാൽ എന്റെ അഭയകേന്ദ്രം മുത്തശ്ശിയായിരുന്നു. ഇപ്പോൾ അവർ പോയിരിക്കുന്നു. ഞാനപ്പോൾ അലമാരയിൽ സൂക്ഷിച്ചിരിക്കുന്ന എന്റെ മാലാഖയുടെ രൂപമെടുത്തു. അതിനെ മെത്തയ്ക്ക് കീഴെ വച്ചു. പ്രാർത്ഥിക്കുവാൻ തുടങ്ങി. "നന്മ നിറഞ്ഞ മറിയമേ, നിനക്ക് സ്വസ്തി, കർത്താവ് നിന്നോടുകൂടെ. സ്ത്രീകളിൽ വാഴ്ത്തപ്പെട്ടവൾ നീയാകുന്നു. അങ്ങയുടെ ഉദരത്തിൻ ഫലമായ ഈശോ അനുഗ്രഹിക്കപ്പെട്ടവനാകുന്നു. പരിശുദ്ധ

മറിയമേ, തമ്പുരാന്റെ അമ്മേ, പാപികളായ ഞങ്ങൾക്ക് വേണ്ടി ഇപ്പോഴും ഞങ്ങളുടെ മരണ സമയത്തും തമ്പുരാനോട് അപേക്ഷിക്കേണമേ."

എന്റെ മെത്തയുടെ ഒരു വശത്തേക്ക് വീണുകിടന്നിരുന്ന തുണി ഉയർന്നു. ഞാൻ ഒളിച്ചിരിക്കാറുള്ളിടത്തു നിന്നും വെളിച്ചം വന്നു. എനിക്കപരിചിതമായ ഒരു മുഖം എന്നെ നോക്കുന്നു. അതൊരു യുവാവിന്റെ മുഖമാണ്. കറുത്ത, ചുരുണ്ട മുടിയും ഇരുണ്ട കണ്ണുകളുമുള്ള ഒരു യുവാവ്. ഇത്രയും ഇരുണ്ട കണ്ണുകൾ ഞാനിതിനുമുമ്പ് ആർക്കും കണ്ടിട്ടില്ല. അവന്റെ മുഖം നല്ലവണ്ണം വെളുത്തിട്ടായിരുന്നു. മുടിയെ അപേക്ഷിച്ച് നല്ല വെളുപ്പ്. അവന്റെ മുഖത്തെ പുഞ്ചിരി ഊഷ്മളമായിരുന്നു. കരുണാർദ്രമായിരുന്നു. അവനാരാണെന്ന് അവനോട് ചോദിക്കണം എന്ന് ഞാൻ ആഗ്രഹിച്ചു. എന്നാൽ എനിക്കതിനായില്ല.

"ഹലോ..." അവൻ പറഞ്ഞു.

വളരെ സൗമ്യമായ സ്വരം. മൃദുവായ സ്വരം. എനിക്ക് കുറച്ച് ധൈര്യം ലഭിക്കാൻ അപ്പോൾ ആ സ്വരമായിരുന്നു ആവശ്യം. ഞാൻ ഒളിച്ചിരിക്കുന്നിടത്തു നിന്നും പുറത്ത് വന്നു. നീണ്ട വെളുത്ത ളോഹയാണ് അവന്റെ വേഷം. അവൻ പാദരക്ഷയൊന്നുമണിഞ്ഞിട്ടില്ല. ഞാൻ അവന്റെ കാൽ വിരലിൽ തൊട്ടു. അവയ്ക്ക് ചൂടുണ്ടായിരുന്നു. അവൻ കുനിഞ്ഞ് എന്നെ ഉയർത്തി. എന്റെ മെത്തയിലിരുന്നു. എന്നെ മടിയിലിരുത്തി. അവനിൽ നിന്നും വന്ന പരിമളം എന്റെ ശ്വാസകോശങ്ങളെ നിറച്ചു. മഴ പെയ്യുന്ന ദിവസങ്ങളിൽ ഡാഫോഡിൽ പൂക്കളുടെ മണമെത്തുന്നതുപോലെ.

"നീ എന്നെ വിളിച്ചു. ഞാനെത്തി." എന്റെ മുടി തടവിക്കൊണ്ട് അവൻ പറഞ്ഞു.

ഞാൻ കണ്ണടച്ചു. അവന്റെ വിരലുകൾ അപ്പോഴും എന്റെ മുടിയിലൂടെ ഒഴുകി നടക്കുന്നുണ്ടായിരുന്നു. വസന്തകാലത്തെ ഇളംകാറ്റിനെപ്പോലെയാണവൻ എന്നെനിക്ക് തോന്നി. ഉണർന്ന് വരുന്ന സൂര്യന്റെ ഇളംചൂട് മരച്ചില്ലകളിലേക്കാവാഹിക്കുന്ന തെന്നൽ പോലെയാണവൻ. ഊഷ്മളം. ഞാൻ അവന്റെ നെഞ്ചിൽ ചാരി. എനിക്കവനെ എത്രയോ കാലമായി അറിയാം എന്നതുപോലെ ചാരിക്കിടന്നു. ഞങ്ങൾ ഇതിനു മുമ്പും കണ്ടിട്ടുണ്ട് എന്നതുപോലെ. എന്നാൽ എവിടെ എപ്പോൾ കണ്ടു എന്ന ഓർമ്മയില്ല. ഞാൻ തലയുയർത്തി നോക്കി. അവൻ വിടർന്ന് പുഞ്ചിരിച്ചു.

"ചെരിപ്പെന്താ ഇടാത്തേ?" ഞാൻ ചോദിച്ചു.

"ഞാൻ വരുന്നിടത്ത് ചെരിപ്പിന്റെ ആവശ്യമില്ല."

"താങ്കൾ എന്റെ കാവൽ മാലാഖയാണോ?"

"ഞാനാരാണെന്ന് നീ കരുതുന്നുവോ അതാണ് ഞാൻ."

ഞാൻ അവന്റെ മുഖത്തേക്ക് ഒന്നുകൂടി നോക്കി. അവനെപ്പോലെ കണ്ണുകളുണ്ടാകണമെങ്കിൽ അവനൊരു മാലാഖ തന്നെയാകണം. "അതെ. താങ്കളെന്റെ കാവൽ മാലാഖയാണ്."

“നിന്റെ വിശ്വാസം നിന്നെ രക്ഷിക്കട്ടെ.”

“താങ്കളുടെ പേരെന്താണ്?”

“മരണത്തിന്റെ മാലാഖയാണ് ഞാൻ.”

എന്റെ ഹൃദയം നിലച്ചതുപോലെ തോന്നി.

“മരണം ചിലപ്പോൾ വിഷമം നിറഞ്ഞതാകും. എന്നാൽ അത് മോശം കാര്യമല്ല. ഭയപ്പെടേണ്ടതുമല്ല. അത് ദൈവത്തിലേക്കെത്തുവാനുള്ള യാത്ര മാത്രമാണ്. മനുഷ്യർ ആകെ ഒരു തവണ മാത്രമേ മരിക്കാറുള്ളൂ എന്നതിനാൽ അവർക്ക് വഴി അത്ര തിട്ടമുണ്ടാകില്ല. അതിനാൽ അവിടെ യെത്തുവാൻ ഞാൻ അവർക്ക് വഴി കാണിച്ച് കൊടുക്കുന്നു.”

“എന്നെ കൊണ്ടുപോകാൻ വന്നതാണോ?”

“അല്ല. ഇപ്പോഴല്ല.”

“എന്റെ ബഹ്ബൂവിനെ സഹായിച്ചോ?”

“ഉവ്വ്.”

“ബഹ്ബൂവിന് സുഖമാണോ?”

“വളരെ, വളരെ.”

“എന്നോടൊപ്പം കുറച്ച് സമയം ചിലവിടാമോ?”

“തീർച്ചയായും.”

ഞാൻ അവന്റെ നെഞ്ചിൽ ചാരിയിരുന്നു. കണ്ണടച്ചു. കാറ്റിൽ പറന്ന് നടക്കുമ്പോൾ കിളികളുടെ മനസ്സിൽ എന്താകുമെന്ന് ഞാൻ എന്നും അദ്ഭുതപ്പെടാറുണ്ട്. നല്ല വെയിലിൽ, ആകാശവുമായി ഇഴുകിച്ചേർന്ന് പറക്കുമ്പോൾ. ഇപ്പോൾ എനിക്ക് ആ അനുഭവമെന്തെന്ന് മനസ്സിലാകുന്നു.

പിറ്റേന്നെഴുന്നേറ്റപ്പോൾ ഞാൻ എന്റെ മെത്തയിലായിരുന്നു. അടുത്ത് മാലാഖയൊന്നുമില്ലായിരുന്നു.

നാല്

സ്വപ്നങ്ങളൊന്നുമില്ലാതിരുന്ന ഒരു ഉറക്കത്തിൽനിന്നാണ് ഞാൻ എഴുന്നേറ്റത്. എഴുന്നേറ്റപ്പോൾ വലത്തേ തോൾ വല്ലാതെ വേദനിക്കുന്നുണ്ടായിരുന്നു. ആരോ എന്നെ പേരെടുത്ത് വിളിക്കുന്നുണ്ട്. എന്റെ കാഴ്ച മങ്ങിയിരിക്കുന്നു. ഹമെഹ്ദ് എന്റെ സമീപം നിൽക്കുന്നു. അയാൾ കാലു കൊണ്ട് എന്റെ തോളിൽ ആഞ്ഞ് തൊഴിച്ചിരിക്കുന്നു. അലി എന്നെ സെല്ലിൽ വിട്ട് പോയത് ഓർമ്മവന്നു. ഇവിടെ ഇങ്ങനെ എത്ര നേരമായി കിടക്കുന്നു എന്നറിയില്ല.

“എഴുന്നേൽക്ക്.”

എന്റെ കാൽമുട്ടുകൾ വിറയ്ക്കുന്നു. പാദം പൊള്ളുന്നു.

“നിന്റെ സുഹൃത്തുക്കളെ അറസ്റ്റ് ചെയ്യുന്നതിനു സാക്ഷിയായി നീ ഞങ്ങളോടൊപ്പം വരണം.” ഹമെഹ്ദ് പറഞ്ഞു. “നീ ആരെയാണോ സംരക്ഷിക്കുവാൻ ഉദ്ദേശിക്കുന്നത് അവരെയൊക്കെ അറസ്റ്റ് ചെയ്യും. അവരുടെ പേരും വിലാസവും മുന്നേ ഞങ്ങളുടെ പക്കലുണ്ടായിരുന്നു. നിന്നിൽനിന്ന് അവരെക്കുറിച്ച് എന്തെങ്കിലും അധിക വിവരങ്ങൾ ലഭിക്കുമോ എന്ന് ശ്രമിക്കുകയായിരുന്നു. പക്ഷേ നീ ഇസ്ലാമിക വിപ്ലവത്തിന്റെ ശത്രുവാണെന്ന് തെളിയിച്ചുതന്നു. ഇസ്ലാംസമൂഹത്തിന് അപകടകാരിയാണ് നീ.”

അവർ വീണ്ടും എന്റെ കണ്ണ് അടച്ച് കെട്ടി. ഹാമെഹ്ദ് എന്റെ കൈകൾ ഒരു കയർ കൊണ്ട് കെട്ടി എന്നെ വലിച്ച് നടക്കുവാൻ തുടങ്ങി. ഒരു കാറിലേക്ക് അവർ എന്നെ തള്ളിക്കയറ്റി. പിന്നെ ഏതാനും നിമിഷങ്ങൾ കഴിഞ്ഞപ്പോൾ ആരോ എന്റെ കണ്ണുകെട്ടിയ തുണി അഴിച്ചെടുത്തു. ഞങ്ങൾ ജയിലിൽ നിന്നും പുറത്തെവിടെയോ ആണ്. അപ്പോൾ സമയമെത്രയെന്ന് എനിക്കറിയില്ലായിരുന്നു. സന്ധ്യയോടടുത്ത സമയമാണത് എന്നെനിക്ക് തോന്നി. ആകാശത്ത് മേഘങ്ങളുണ്ടായിരുന്നു. പൂർണ്ണമായും ഇരുട്ടായിട്ടില്ല. ഞങ്ങൾ തെക്കോട്ട് യാത്രയാരംഭിച്ചു. വഴിയിൽ അധികം കാറുകളോ കാൽനടയാത്രക്കാരോ ഉണ്ടായിരുന്നില്ല. വഴിയുടെ ഇരുവശത്തും ഇഷ്ടികച്ചുമരുകൾ കാണാം. വളരെ പഴക്കം ചെന്ന മണ്ണിഷ്ടികച്ചുമരുകൾ. ഈ മതിലുകൾക്കകത്ത് വലിയ പുരയിടങ്ങളാണ്. അതിലേ പോകുമ്പോൾ വഴി ഒരു ഉണങ്ങിയ നദിയാണെന്ന തോന്നലുണ്ടാകുന്നു.

ഇലകളില്ലാത്ത മരങ്ങൾ മാനംമുട്ടി നിൽക്കുന്നു. കാറ്റിൽ അവ വിറയ്ക്കുന്നുണ്ട്. അധിക സമയം കഴിയുംമുമ്പേ ഞങ്ങൾ ജോർദാനിലേക്കുള്ള പ്രധാന നിരത്തിലെത്തി. അതുവഴി തെക്കോട്ടുള്ള പ്രയാണമാരംഭിച്ചു. പുതിയ പ്രാന്തപ്രദേശങ്ങളിൽ ഈ ഭാഗം പെടുന്നു. ഒരു കുന്നിനു മുകളിൽ ഉയരമുള്ള ഒരു കെട്ടിടം കണ്ടു. അതിനു ചുറ്റിലും അനേകം ഇരുനില കെട്ടിടങ്ങളും വലിയ ബംഗ്ലാവുകളുമുണ്ട്. ഞാൻ ഡ്രൈവറെ നോക്കി. നല്ല കറുത്ത താടി. വിപ്ലവ ഗാർഡുകളുടെ വേഷമായ പച്ച പട്ടാള യൂണിഫോം. ഹമെഹ്ദ് മുൻസീറ്റിലാണിരുന്നത്. അവർ ഇരുവരും നിശ്ശബ്ദരായിരുന്നു. മുന്നിലോട്ടു മാത്രം നോക്കിയിരിക്കുകയായിരുന്നു. ഒരു ട്രാഫിക് സിഗ്നലിൽവച്ച് ഒരു വെള്ള കാർ ഞങ്ങളുടെ സമീപം വന്നുനിന്നു. അതിൽനിന്നും മൂന്നോ നാലോ വയസ്സുള്ള ഒരു ഒരു കൊച്ചു പെൺകുട്ടി എന്നെ നോക്കി പുഞ്ചിരിച്ചു. ആ കാറിന്റെ മുൻ സീറ്റിൽ ഒരു സ്ത്രീയും പുരുഷനും എന്തോ സംസാരിച്ചുകൊണ്ടിരിക്കുന്നു. എന്റെ മാതാപിതാക്കൾ ഇപ്പോൾ എന്ത് ചെയ്യുകയാകും എന്ന് ഞാൻ അദ്ഭുതപ്പെട്ടു. അവർ എന്നെ സഹായിക്കാൻ എന്തെങ്കിലും ചെയ്യുന്നുണ്ടാകുമോ? അതോ പ്രതീക്ഷയെല്ലാം കൈവെടിഞ്ഞോ? അവർക്ക് അധികമൊന്നും ചെയ്യാനാകില്ല എന്ന് എനിക്കറിയാമായിരുന്നു. ആന്ദ്രെ എന്ത് ചെയ്യുകയാകും? അവനിപ്പോൾ എന്നെ ഓർക്കുന്നുണ്ടാകുമോ?

ഞങ്ങൾ പട്ടണത്തിന്റെ പ്രാന്തപ്രദേശത്തെത്തി. ഇവിടെ വഴിയിൽ തിരക്കുണ്ട്. നടപ്പാതയിലും കടകളിലും നിറയെ ആളുണ്ട്. ചുവരുകളെല്ലാം ഇസ്ലാമിക് സർക്കാരിന്റെ മുദ്രാവാക്യങ്ങളും ഖൊമേനിയുടെ വചനങ്ങളും കൊണ്ട് നിറച്ചിരിക്കുന്നു. അതിലൊന്ന് എന്റെ ശ്രദ്ധയിൽ പെട്ടു. "ഒരു അവിശ്വാസിയെ ഭൂമിയെ ദൂഷിതമാക്കുവാൻ അനുവദിച്ച് തുടർന്നും ജീവിക്കുവാൻ സമ്മതിക്കുകയാണെങ്കിൽ, ആ അവിശ്വാസിക്കുണ്ടാകുന്ന സദാചാര വൈഷമ്യങ്ങൾ ഗുരുതരമാകും. എന്നാൽ ഈ അവിശ്വാസിയെ ആരെങ്കിലും കൊന്നുകളയുകയാണെങ്കിൽ, ആ മരണം അയാൾക്കൊരു അനുഗ്രഹമാകും." അതേ, ഖൊമേനിയുടെ ലോകത്തിൽ കൊലപാതകം ഒരു പുണ്യകർമ്മമാണ്. നല്ല പ്രവർത്തി. ഒരു 'അനുഗ്രഹം'. അതിനാൽ ഹമെഹ്ദിനു വേണമെങ്കിൽ എനിക്കുനേരെ നിറയൊഴിക്കാം. എന്നിട്ട് എനിക്കൊരു ഉപകാരം ചെയ്തുതന്നു എന്ന് വിശ്വസിക്കാം. അപ്പോൾ അതുമൂലം അയാൾ സ്വർഗ്ഗത്തിലെത്തും.

കാൽനടക്കാർ കാറുകൾക്കിടയിലൂടെ അവരുടെ വഴി സ്വയം നെയ്തെടുത്തു. ഒരിടത്തുവച്ച് ഒരു യുവാവ് ഞങ്ങളുടെ കാറിനകത്തേക്കൊന്ന് നോക്കി. മുൻവശത്ത് ഗാർഡുകൾ ഇരിക്കുന്നത് കണ്ട് ഒരടി പുറകോട്ട് മാറി, എന്നെ തുറിച്ച് നോക്കാൻ തുടങ്ങി. പുറത്തപ്പോൾ മഞ്ഞു പെയ്തു തുടങ്ങിയിരുന്നു.

കാർ നിന്നു. ഞങ്ങളപ്പോൾ മിനുവിന്റെ വീട്ടിലെത്തിയിരുന്നു. എന്റെ സ്കൂളിൽ പഠിക്കുന്ന കുട്ടിയാണവൾ. എന്റെ സുഹൃത്ത്. മറ്റൊരു കറുത്ത മെഴ്സിഡസ് കാർ ഞങ്ങൾക്കരികിൽ വന്ന്നിന്നു. രണ്ട് ഗാർഡുകൾ ഇറങ്ങി വന്നു. അവർ മിനുവിന്റെ വീട്ടിലേക്ക് കയറി. മണിയടിച്ചു. ആരോ വാതിൽ തുറന്നു. അത് മിനുവിന്റെ അമ്മയായിരുന്നു. ഗാർഡുകൾ രണ്ട് പേരും അകത്ത് കയറി. ഹമെഹ്ദ് തിരിഞ്ഞിരുന്ന് എന്നെ ഒരു കടലാസ് ഏല്പിച്ചു. ഞാനതിലേക്ക് നോക്കി. അതിൽ മുപ്പതോളം പേരെഴുതിയിരിക്കുന്നു. അവരെയെല്ലാം എനിക്കറിയാം. അവരെല്ലാം എന്റെ സ്കൂളിലെ വിദ്യാർത്ഥികളാണ്. അതിനടിയിൽ ഞങ്ങളുടെ പ്രധാനാദ്ധ്യാപിക ഒപ്പിട്ടിരിക്കുന്നു. ഞാനത് തിരിച്ചറിഞ്ഞു. എന്റെ കൈയിൽ അപ്പോഴുള്ള ആ പട്ടിക സ്കൂളിൽ നിന്നുള്ളതാണ്. അവശ്യം പിടികൂടേണ്ടിയിരിക്കുന്ന കുട്ടികളുടേതാണ്.

"ഇവരെ എല്ലാവരേയും ഇന്ന് തന്നെ അറസ്റ്റ് ചെയ്യാൻ നമുക്കായെന്ന് വരില്ല. എന്നാൽ രണ്ട് മൂന്ന് ദിവസംകൊണ്ട് അത് മുഴുവനാക്കുവാനായേക്കും." ഹമെഹ്ദ് പുഞ്ചിരിച്ചുകൊണ്ട് പറഞ്ഞു.

അര മണിക്കൂറിനുള്ളിൽ ഗാർഡുകൾ രണ്ട് പേരും പുറത്തിറങ്ങി. അവരോടൊപ്പം മിനുവുമുണ്ടായിരുന്നു. ഹമെഹ്ദ് കാർ നിറുത്തി. പുറകിലെ വാതിൽ തുറന്നു. അവളോട് എനിക്ക് സമീപമിരിക്കുവാൻ ആവശ്യപ്പെട്ടു. അവളുടെ അമ്മ കരഞ്ഞുകൊണ്ട് അതിലൊരു ഗാർഡിനോട് സംസാരിക്കുന്നത് കാണാമായിരുന്നു. എന്നെ രണ്ട് ദിവസം മുമ്പാണ് അറസ്റ്റ് ചെയ്തത് എന്ന് ഹാമെഹ്ദ് മിനുവിനോട് പറഞ്ഞു. എന്നെ

ഇനിയും ഉപദ്രവിക്കരുത് എന്ന് ആഗ്രഹിക്കുന്നുവെങ്കിൽ സഹകരിക്കണം എന്നും അയാൾ മിനുവിനോട് പറഞ്ഞു.

മിനു എന്നെ തുറിച്ച് നോക്കി. അവളുടെ കണ്ണിൽ ഭീതിയല്ലാതെ ഒന്നുമില്ലായിരുന്നു.

“അവർക്കറിയേണ്ടതെല്ലാം പറഞ്ഞേക്ക്.” ഞാൻ എന്റെ പാദങ്ങൾ ചൂണ്ടി പറഞ്ഞു. “അവർ....”

“അത്ര മതി.” ഹമെഹ്ദ് ഇടപെട്ടു.

മിനു എന്റെ പാദങ്ങളിലേക്ക് നോക്കി. അവൾ മുഖം കൈകളാൽ പൊത്തിപ്പിടിച്ച് കരയുവാൻ തുടങ്ങി.

“നീ കരയുന്നതെന്തിന്?” ഹമെഹ്ദ് അവളോട് ചോദിച്ചു. അവൾ ഉത്തരമൊന്നും പറഞ്ഞില്ല.

മണിക്കൂറുകളോളം ഞങ്ങൾ ആ കാറിലിരുന്നു എന്ന് തോന്നിപ്പോയി. ഒരു വീട്ടിൽ നിന്നും മറ്റൊന്നിലേക്കുള്ള യാത്രകളിലായിരുന്നു ഞങ്ങൾ. അന്നു രാത്രി എന്റെ നാല് സഹപാഠികളെ അറസ്റ്റ് ചെയ്തു. ചോദ്യം ചെയ്യലിനിടയിൽ അവൾക്ക് ചില പേരുകൾ പറയാമെന്ന് ഞാൻ മിനുവിനെ ഉപദേശിച്ചു. ആ പേരുകൾ എതൊക്കെ എന്ന് പറയുകയും ചെയ്തു. അവരുടെ കൈയിലൊരു പട്ടികയുണ്ടെന്നും എല്ലാം അവർക്കറിയാമെന്നും ഞാനവളോട് പറഞ്ഞു. ഞാൻ പറഞ്ഞതെല്ലാം അവൾക്ക് മനസ്സിലായോ എന്നെനിക്കുറപ്പില്ല.

ജയിലിനടുത്തെത്തിയപ്പോൾ അവർ ഞങ്ങളുടെ കണ്ണടച്ച് കെട്ടി. കാർ നിന്നു. ഞാനിരിക്കുന്നിടത്തെ വാതിൽ തുറന്നു. ഹമെഹ്ദ് എന്നോട് പുറത്തിറങ്ങാൻ ആവശ്യപ്പെട്ടു. വേച്ചുവേച്ച് ഞാൻ കെട്ടിടത്തിനകത്തെത്തി. ഇടനാഴിയിലെ നിലത്ത് ഇരിക്കാൻ അയാൾ എന്നോട് ആജ്ഞാപിച്ചു. ഞാൻ ദീർഘനേരം അവിടെയിരുന്നു. തടവിലുള്ളവരുടെ കരച്ചിലും നിലവിളിയും കേട്ടിരുന്നു. എന്റെ തല വല്ലാതെ വിങ്ങുന്നുണ്ടായിരുന്നു. വയർ തിളച്ച് മറിയുന്നുണ്ടായിരുന്നു.

“എഴുന്നേൽക്ക് മറീനാ.” ഹമെഹ്ദിന്റെ സ്വരം വന്നതും ഞാൻ ഞെട്ടിയെഴുന്നേറ്റു. ഞാൻ ഉറക്കം തൂങ്ങുകയായിരുന്നു.

ഒരു വിധത്തിൽ നേരെ നിൽക്കാൻ എനിക്കായി. ഒരു ചുവരിൽ ചാരിയാണ് ഞാൻ നിന്നത്. എന്റെ മുന്നിൽ നിൽക്കുന്ന പെൺകുട്ടിയുടെ തട്ടത്തിൽ പിടിച്ചുനിൽക്കാൻ അയാൾ എന്നോടാവശ്യപ്പെട്ടു. ഞാനതിൽ പിടിച്ചു. അവൾ മുന്നോട്ട് നടക്കാൻ തുടങ്ങി. ഞാനവൾക്ക് പുറകെ വേച്ചുവേച്ച് നടന്നു. പൊട്ടിയ ചില്ലിൽ ചവുട്ടി നടക്കുന്നതുപോലെ കാലുകൾ വേദനിക്കുന്നുണ്ടായിരുന്നു. ഇടനാഴിയിൽനിന്നും പുറത്തിറങ്ങിയിട്ടും ഞങ്ങൾ നടത്തം തുടർന്നു. തണുത്ത കാറ്റ് വീശിയടിക്കുന്നുണ്ടായിരുന്നു. എന്റെ മുന്നിൽ നടന്നിരുന്ന പെൺകുട്ടി ചുമയ്ക്കുവാൻ തുടങ്ങി. നടവഴിയിലെ മഞ്ഞ് എന്റെ റബ്ബർ ചെരുപ്പിൽ നിറയുവാൻ തുടങ്ങി. അതെന്റെ കാലുകളെ മരവിപ്പിച്ചു. വേദന വർദ്ധിപ്പിച്ചു. കാലുകളുണ്ടോ എന്ന

സംശയമായി തുടങ്ങി. ഓരോ അടിയും മുന്നോട്ട് വയ്ക്കുക എന്നത് ബുദ്ധി മുട്ടായി. ഞാൻ എവിടെയോ കല്ലിന്മേൽ തട്ടി വീണു. തണുത്തുറഞ്ഞ മണ്ണിൽ തലയിടിച്ചു. കമിഴ്ന്നുകിടന്ന് ഞാൻ മഞ്ഞ് നക്കിക്കുടിച്ചു. എന്റെ വായ് വരളുന്നതിനെ തടയുവാൻ ശ്രമിക്കുകയായിരുന്നു ഞാൻ. ഇത്രയും തണുപ്പോ ദാഹമോ ഞാനറിഞ്ഞിട്ടേയില്ല. എന്റെ ശരീരം നിയന്ത്രണ മില്ലാതെ വിറയ്ക്കുന്നുണ്ടായിരുന്നു. പല്ലുകൾ കൂട്ടിമുട്ടുന്നുണ്ടായിരുന്നു. അപ്പോൾ ഒരു കർക്കശ സ്വരം കാതിലലയ്ക്കുന്നുണ്ടായിരുന്നു. പരു പരുത്ത കൈകൾ എന്നെ പിടിച്ചുയർത്തുന്നുണ്ടായിരുന്നു.

നിങ്ങളെന്നെ എവിടേക്കാണ് കൊണ്ടുപോകുന്നത്?

"നേരെ നടക്ക്. അല്ലെങ്കിൽ ഇവിടെ വച്ചുതന്നെ വെടിവച്ച് കൊല്ലും." ഹമെഹ്ദ് കുരച്ചു.

വിഷമിച്ചെങ്കിലും ഞാൻ മുന്നോട്ട് നീങ്ങി. അവസാനം നടത്തം നിർ ത്താനുള്ള ഉത്തരവുണ്ടായി. ആരോ എന്റെ കണ്ണുകെട്ടിയത് അഴിച്ച് മാറ്റി. വെളിച്ചം, കനത്ത വെളിച്ചം തള്ളിക്കയറി വന്നു. അതെന്നെ അന്ധയാക്കി. കണ്ണിൽനിന്നും അതിശക്തമായ ഒരു വേദന തലയ്ക്കകത്തേക്കെത്തി. അതവിടെ പൊട്ടിത്തെറിച്ചു. ഏതാനും സെക്കന്റുകൾ കഴിഞ്ഞപ്പോൾ ഞാൻ ചുറ്റും നോക്കി. ഒരു സ്പോട്ട്ലൈറ്റ് ഇരുളിനെ കീറി മുറിക്കുന്നു. തിളങ്ങുന്ന നദിപോലെ അതിൽനിന്നുള്ള വെളിച്ചം പരിസരത്തെ വെണ്മ യിലാക്കുന്നു. അതുമൂലം ചുറ്റിലും പ്രേതങ്ങൾ കണക്കെ നിഴലുകൾ നിറഞ്ഞിരിക്കുന്നു. ഞങ്ങൾക്ക് ചുറ്റിലും അപ്പോഴുള്ളത് കറുത്ത കുന്നു കൾ മാത്രം. ചുറ്റിലും കെട്ടിടങ്ങളൊന്നുമില്ല. ശൂന്യത മാത്രം. രാവിൽ ആകാശത്തിൽ മേഘങ്ങളുണ്ട്. അന്തരീക്ഷത്തിൽ മഞ്ഞുപാളികൾ ഒഴുകു ന്നുണ്ട്. അവ തന്റെ മരണമെത്തുന്നതിനുമുമ്പ് ആകാവുന്ന ദൂരത്തേ ക്കൊന്ന് പറന്നെത്തുവാൻ ശ്രമിക്കയാണെന്ന് തോന്നി. എന്നോടൊപ്പം നാല് തടവ് പുള്ളികൾ കൂടിയുണ്ട്. രണ്ട് പെൺകുട്ടികളും രണ്ട് ആൺ കുട്ടികളും. നാല് വിപ്ലവ ഗാർഡുകൾ ഞങ്ങൾക്കുനേരെ തോക്ക് ചൂണ്ടി നിൽക്കുന്നു. അവരുടെ മുഖത്ത് ഒരു വികാരവുമില്ല. ഇരുട്ടിൽ കൊത്തി യെടുത്ത രൂപങ്ങളാണവർ എന്നെനിക്ക് തോന്നി. "ആ വടികൾക്കരി കിലേക്ക് നീങ്ങി നിൽക്ക്" ഹമെഹ്ദ് വീണ്ടും കുരച്ചു. ആ വാക്കുകൾ കുന്നുകളിൽ തട്ടി പ്രതിധ്വനിച്ചു. ഇരുപതടി ദൂരെ രണ്ട് മരക്കുറ്റികൾ തറച്ച് വച്ചിരിക്കുന്നു. അവയ്ക്ക് എന്റെ ഉയരം കാണും. ഞങ്ങളെ വധി ക്കാനുള്ള ഒരുക്കമാണ്. എന്റെ ഹൃദയത്തിൽനിന്നും ഒരു മരവിപ്പുയർന്നു. അത് എന്റെ നെഞ്ചിനെ സ്തംഭിപ്പിച്ചു.

എന്റെ മരണനിമിഷമാണിത്. ഇങ്ങനെ ഒരു മരണത്തിനാരും അർഹ മാകരുത്, ഈശോയേ!

രണ്ട് യുവാക്കളിൽ ഒരാൾ അറബിയിൽ ഖുർ-ആനിലെ വചനങ്ങൾ ചൊല്ലുവാൻ തുടങ്ങി. ദൈവത്തിനോട് മാപ്പ് ചോദിച്ചുകൊണ്ടുള്ള വചന ങ്ങൾ. നല്ല ആഴമുള്ള സ്വരം. കരുത്തുള്ള സ്വരം. രണ്ടാമത്തെ യുവാവ് അപ്പോഴും ആ മരക്കുറ്റികളിലേക്ക് തുറിച്ചുനോക്കി നിൽക്കുകയായിരുന്നു.

അയാളുടെ ഒരു കണ്ണ് വീർത്ത് അടഞ്ഞിരിക്കുന്നു. അയാൾ അണിഞ്ഞിരിക്കുന്ന വെളുത്ത ഷർട്ടിൽ ചോരപ്പാടുകളുണ്ട്.

"ആ മരക്കുറ്റികൾക്ക് സമീപമെത്തണം, ഉടൻ!" ഹമെഹ്ദ് ആവർത്തിച്ചു. ഞങ്ങൾ നിശ്ശബ്ദം അനുസരിച്ചു.

ദുഃഖം ഒരു കനത്ത ദ്രാവകം പോലെ എന്റെ ശ്വാസകോശങ്ങളിൽ ശ്വാസം മുട്ടിക്കുന്ന തരത്തിൽ നിറഞ്ഞു.

"ഈശോയേ, എന്നെ രക്ഷിക്കുക. എന്റെ ആത്മാവിനെ ഇരുട്ടിൽ തള്ളിവിടാതിരിക്കുക. ഇരുളിന്റെ നിഴൽ വീണ താഴ്വാരങ്ങളിലൂടെയാണെന്റെ യാത്രയെങ്കിലും ഈശോയേ എനിക്ക് ഭയമില്ല; നീ എന്നോടൊപ്പമുണ്ടല്ലോ."

ഒരു പെൺകുട്ടി ഓടാൻ തുടങ്ങി. ആരോ 'നിൽക്ക്' എന്ന് ഒച്ചയിട്ടു. എന്നാൽ അവൾ ഓടിക്കൊണ്ടേയിരുന്നു. ഇരുട്ടിനെ കീറി മുറിച്ച് ഒരു വെടിയൊച്ച കേട്ടു. അവൾ നിലത്ത് വീണു. ഞാൻ ഒരടി മുന്നോട്ട് വച്ചു. പിന്നെയൊന്ന് വയ്ക്കുവാൻ എന്റെ കാലുകൾ അനങ്ങിയില്ല. ആ പെൺകുട്ടി ഒരുവശത്തേക്ക് ചരിഞ്ഞു. അവൾ വേദനകൊണ്ട് പുളയുന്നു. "ദയവായി... എന്നെ കൊല്ലല്ലേ..." അവൾ ഒന്ന് ഞരങ്ങി. മഞ്ഞ് മൂടിയ അവളുടെ തട്ടം വെട്ടിത്തിളങ്ങുവാൻ തുടങ്ങി. അവളുടെ തലയിലേക്ക് തോക്ക് ചൂണ്ടി അവൾക്കരികിൽ ഹമെഹ്ദ് നില്പുണ്ടായിരുന്നു. അവൾ മുഖം പൊത്തിയിരുന്നു.

എന്റെ സമീപം നിന്നിരുന്ന പെൺകുട്ടി കരയാൻ തുടങ്ങി. അവളുടെ കരച്ചിൽ നെഞ്ചിൻകൂട് പൊട്ടി പുറത്തേക്കൊഴുകിയെത്തുകയാണെന്ന് തോന്നി. അവൾ മുട്ടുകാലിൽ വീണു.

"മറ്റെല്ലാവരേയും ആ മരക്കുറ്റിയിൽ ബന്ധിക്ക്!" ഹമെഹ്ദ് അലറി.

ഒരു ഗാർഡ് എന്നെ നിലത്തുനിന്ന് പൊക്കിയെടുത്തു. മറ്റൊരാൾ എന്നെ ഒരു മരക്കുറ്റിയോട് ചേർത്ത് കെട്ടി. കയർ എന്റെ ശരീരം തുളച്ചകത്തേക്ക് കയറി എന്ന് തോന്നിപ്പോയി.

ഞാൻ ക്ഷീണിതയായിരുന്നു.

മരണത്തിനും ചാട്ടയടിപോലെ തന്നെ വേദന കാണുമോ?

ഹമെഹ്ദ് അപ്പോഴും പരിക്കേറ്റ ആ പെൺകുട്ടിക്ക് നേരെ തോക്ക് ചൂണ്ടി നിൽക്കുകയായിരുന്നു.

"ഗാർഡ്സ് തയ്യാറായിക്കോളൂ!"

ഞാനെത്താത്ത ഒരേ ഒരിടം മരണമാണ്. ഇവിടെ നിന്ന് എങ്ങോട്ട് പോകണം എന്ന് വഴി കാണിക്കാൻ എന്നോടൊപ്പം എന്റെ മാലാഖയുണ്ട്. അവനത് ചെയ്തേ പറ്റൂ. ഈ കനത്ത ഇരുട്ടിനപ്പുറം വെളിച്ചമുണ്ട്. നക്ഷത്രങ്ങൾക്കപ്പുറത്തെവിടെയോ സൂര്യനുദിക്കുന്നുണ്ട്.

അവർ ഞങ്ങൾക്ക് നേരെ തോക്ക് ചൂണ്ടി.

ഞാൻ കണ്ണടച്ചു.

ഞാൻ ആന്ദ്രെയെ പ്രണയിക്കുന്നു എന്നവനറിയാം. “കന്യാമറിയമേ, നിനക്ക് സ്തുതി. കർത്താവ് നിന്നോടൊപ്പം....”

ഒരു കാർ ഞങ്ങൾക്ക് നേരെ പാഞ്ഞടുക്കുന്ന സ്വരം കേട്ടു. ഞാൻ കണ്ണു തുറന്നു. അത് ഞങ്ങളെ ഇടിച്ച് വീഴ്ത്തും എന്ന് എനിക്ക് തോന്നി. പെട്ടെന്ന് ഉച്ചത്തിൽ ചക്രങ്ങളുരസി നിൽക്കുന്ന സ്വരം കേട്ടു. ആ കറുത്ത മെഴ്സിഡസ് കാർ ഗാർഡുകൾ നിന്നിരുന്നതിനു തൊട്ടു പുറകിൽ വന്ന് നിന്നു. അതിൽനിന്നും അലി പുറത്തിറങ്ങി. നേരെ ഹമെഹ്ദിനടുത്തെത്തി ഒരു തുണ്ട് കടലാസ് കൊടുത്തു. എന്തോ സംസാരിച്ചു. ഹമെഹ്ദ് തലയാട്ടി. അയാളുടെ കണ്ണുകൾ എനിക്ക് നേരെ തിരിഞ്ഞു. അലി എനിക്ക് നേരെ നടന്നു. എനിക്കവിടെ നിന്ന് ഓടിപ്പോകണമെന്ന് തോന്നി. അയാളുടെ കണ്ണുകൾ എന്നെ തന്നെ ശ്രദ്ധിക്കുന്നു. ഹമെഹ്ദ് എന്നെയൊന്ന് വെടിവച്ച് കൊന്നെങ്കിൽ എന്ന് ഞാൻ ആഗ്രഹിച്ചു. അലി എന്റെ കെട്ടഴിച്ചു. ഞാൻ നിലത്ത് വീണു. അയാൾ എന്നെ താങ്ങി ഉയർത്തി. കാറിനു നേരെ നടന്നു. എന്റെ ശരീരത്തിൽ അയാളുടെ ഹൃദയസ്പന്ദനം മാറ്റൊലി കൊള്ളുന്ന സ്വരം ഞാൻ കേട്ടു. അയാളുടെ കരുത്തുള്ള കൈകളിൽ നിന്നും കുതറാൻ ഞാനൊരു ശ്രമം നടത്തി.

“എന്നെ എന്തിനാണ് കൊണ്ടുപോകുന്നത്?”

“ഒന്നിനുമില്ല. ഞാൻ നിന്നെ വേദനിപ്പിക്കില്ല.” അയാൾ മന്ത്രിച്ചു.

എന്റെ കണ്ണുകളപ്പോൾ എനിക്ക് സമീപമുള്ള മരക്കുറ്റിയിൽ ബന്ധിച്ച് നിർത്തിയിരിക്കുന്ന പെൺകുട്ടിയിലേക്ക് നീണ്ടു. “ദൈവമേ...” അവൾ ഒന്ന് നിലവിളിച്ചു. കണ്ണുകളടച്ചു.

അലി എന്നെ കാറിന്റെ പുറകിലെ സീറ്റിലിട്ടു. വാതിൽ വലിച്ചടച്ചു. ഞാനത് തുറക്കാനൊരു ശ്രമം നടത്തി. വിജയിച്ചില്ല. അലി ഡ്രൈവറുടെ സീറ്റിൽ കയറി. എന്റെ എല്ലാ കരുത്തുമുപയോഗിച്ച് ഞാനയാളെ മർദ്ദിക്കാൻ ശ്രമിച്ചു. എന്നാൽ അയാൾ ഒരു കൈകൊണ്ട് എന്നെ പിടിച്ച് കിടത്തി. ഞങ്ങളുടെ വണ്ടി മുന്നോട്ട് നീങ്ങിയപ്പോൾ പുറകിൽ വെടിയൊച്ചകൾ കേട്ടു. എന്റെ കണ്ണുകളിൽ ഇരുട്ട് കയറി.

കണ്ണു തുറന്നപ്പോൾ ഒരു ബൾബ് എന്റെ തലയ്ക്ക് മീതെ വെട്ടിത്തിളങ്ങുന്നുണ്ടായിരുന്നു. ചാര നിറമുള്ള ഒരു മച്ചാണ് മുകളിൽ. ഒന്നനങ്ങുവാൻ ഞാൻ ശ്രമിച്ചു. ശരീരം അതിനനുവദിച്ചില്ല. അലി ഒരു മൂലയിലിരിക്കുന്നുണ്ടായിരുന്നു. എന്നെ തന്നെ തുറിച്ച് നോക്കിയാണിരിപ്പ്. ഞങ്ങൾ ഒരു കൊച്ചു സെല്ലിലാണ്. ഞാൻ തറയിലാണ് കിടക്കുന്നത്.

ഞാൻ കണ്ണടച്ചു. അയാളൊന്ന് അവിടെനിന്ന് പോയെങ്കിൽ എന്നാഗ്രഹിച്ചു. ഒന്ന് രണ്ട് നിമിഷം കഴിഞ്ഞ് വീണ്ടും കണ്ണ് തുറന്നപ്പോഴും അയാൾ അവിടെ തന്നെയുണ്ടായിരുന്നു. അയാൾ തലയാട്ടി. ഇതൊക്കെ ഞാൻ വെറുതെ വാശിപിടിച്ച് വരുത്തിയതാണെന്ന് പറഞ്ഞു. അയാത്തൊള്ള ഖൊമേനി തന്റെ അച്ഛന്റെ സുഹൃത്താണെന്നും എന്റെ വധശിക്ഷ ജീവപര്യന്തമാക്കി കുറയ്ക്കുവാൻ താൻ ആ സൗഹൃദം

ഉപയോഗപ്പെടുത്തി എന്നും അയാൾ പറഞ്ഞു. എന്റെ ജീവനെ വെറുതെ വിടുവാൻ അയാത്തൊള്ള ഉത്തരവിട്ടിരിക്കുന്നു.

അയാത്തൊള്ള എന്നെ രക്ഷിക്കണം എന്നൊന്നും എനിക്കില്ലായിരുന്നു. ആരും എന്നെ രക്ഷിക്കേണ്ടതില്ല. എനിക്ക് മരിച്ചാൽ മതി.

“നിനക്ക് തിന്നാനെന്തെങ്കിലും തരാം. വളരെ സമയമായി നീ എന്തെങ്കിലും കഴിച്ചിട്ട്” എന്നിൽനിന്നും കണ്ണെടുക്കാതെ അയാൾ പറഞ്ഞു കഴിഞ്ഞിട്ടും അയാൾ അനങ്ങിയില്ല.

അയാളുടെ നോട്ടം എന്റെ ചർമ്മത്തിനൊരു ഭാരമായി. അതറിഞ്ഞ ഞാൻ എന്റെ പുതപ്പ് ഇറുക്കിപ്പിടിച്ചു. അങ്ങനെ ഇറുക്കിപ്പിടിച്ചതിനാൽ കൈവിരലുകൾ വേദനിക്കുവാൻ തുടങ്ങി. അവസാനം അയാൾ എഴുന്നേറ്റു. അപ്പോൾ എന്റെ ശരീരത്തിലെ മാംസപേശികളെല്ലാം ഒന്നിച്ച് വലിഞ്ഞ് മുറുകി.

“നിനക്ക് എന്നെ ഭയമാണോ?”

“അല്ല.” ഞാൻ ഉമിനീരിറക്കി.

“ഭയക്കേണ്ട യാതൊരു ആവശ്യവുമില്ല.”

അയാളുടെ കണ്ണിലെ ആഗ്രഹം ആഴമുള്ളതായിരുന്നു. സത്യമായിരുന്നു. എന്റെ വയർ വേദനിച്ച് തുടങ്ങി. എന്റെ തൊണ്ടയിൽ നിന്നും ഒരു കരച്ചിൽ പുറത്ത് വരാതെ കുടുങ്ങി കിടക്കുന്നു. അയാൾ പക്ഷേ ഒന്ന് തിരിഞ്ഞ് സെല്ലിനു പുറത്തിറങ്ങി. എന്റെ കവിളിൽ കണ്ണുനീർ നിറഞ്ഞൊഴുകി. അതിലെ ഓരോ തുള്ളി കണ്ണുനീരിനോടൊപ്പവും എന്റെ ശരീരം വിറച്ചുകൊണ്ടിരുന്നു. എനിക്കയാളോട് വെറുപ്പായിരുന്നു.

അലി ഒരു പാത്രം സൂപ്പുമായെത്തി. എനിക്കരികിലിരുന്നു.

“ദയവു ചെയ്ത് കരയരുത്.”

എനിക്ക് കരച്ചിൽ നിർത്തുവാനായില്ല.

“ഞാൻ ഇവിടെനിന്ന് പോകണം എന്നാഗ്രഹമുണ്ടോ?”

ഞാൻ തലയാട്ടി.

“ഈ സൂപ്പ് കുടിച്ച് തീർക്കാം എന്ന് ഉറപ്പ് തന്നാൽ മാത്രം ഞാൻ പോകാം. ഉറപ്പ് തരില്ലേ?”

ഞാൻ വീണ്ടും തലയാട്ടി.

തിരിച്ച് പോകുമ്പോൾ, വാതിൽക്കലെത്തിയപ്പോൾ, അയാൾ ഒന്ന് തിരിഞ്ഞുനോക്കി. “കുറച്ചു കഴിഞ്ഞ് ഞാൻ വന്ന് നോക്കും.” ക്ഷീണിച്ചതെങ്കിലും ഘനമുള്ള സ്വരത്തിൽ അയാൾ പറഞ്ഞു.

അയാൾ എന്നെ വധശിക്ഷയിൽ നിന്നും എന്തിനു രക്ഷപ്പെടുത്തി? എന്നെ എന്ത് ചെയ്യാനാണയാൾ ഉദ്ദേശിക്കുന്നത്?

ഉറക്കം വരുന്നതിനു തൊട്ടുമുമ്പ് എന്റെ മനസ്സിൽ വന്ന ചിന്ത സാറയെക്കുറിച്ചായിരുന്നു. അവൾക്ക് കുഴപ്പമൊന്നും സംഭവിക്കരുതേ!

എനിക്കപ്പോൾ ആകെ ചെയ്യാനാകുന്നത് ഞങ്ങൾ രണ്ടുപേർക്ക് വേണ്ടിയും സൈറസ്, ഗീത, ഞങ്ങളുടെ മറ്റ് സുഹൃത്തുക്കൾ എന്നിവർക്കെല്ലാ വർക്കും വേണ്ടിയും പ്രാർത്ഥിക്കുക എന്നത് മാത്രമായിരുന്നു. അറസ്റ്റ് ചെയ്യപ്പെട്ട എല്ലാ സുഹൃത്തുക്കൾക്കും വേണ്ടി പ്രാർത്ഥിക്കുക.

ഞങ്ങളൊന്നിച്ച് സ്കൂളിൽ ഒഴിവുസമയങ്ങളിൽ ഒളിച്ചുകളിച്ചിരുന്ന ദിനങ്ങൾ കഴിഞ്ഞിട്ട് അധികമൊന്നുമായിട്ടില്ലല്ലോ. ഇതാ ഇപ്പോൾ ഞങ്ങളെല്ലാം രാഷ്ട്രീയ തടവുകാരായിരിക്കുന്നു. ഞങ്ങൾ പോലുമറി യാതെ...

അഞ്ച്

ചുവന്ന ഇഷ്ടികകൾകൊണ്ടുണ്ടാക്കിയ, അതിനുമേൽ മുന്തിരിവള്ളികൾ പടർത്തിയിരുന്ന ഒരു പ്രാഥമിക വിദ്യാലയത്തിലാണ് ഞാൻ പഠിച്ചത്. അത് ഷാ ഭരണകാലമായിരുന്നു. വീട്ടിൽനിന്നും പത്ത് മിനിട്ട് നടന്നാൽ സ്കൂളിലെത്താം. സ്കൂളിലേക്കും തിരിച്ചുമുള്ള യാത്ര നടന്നുതന്നെയാ യിരുന്നു. ഈ കെട്ടിടം ആദ്യം ഒരു രണ്ട് നില മാളികയായിരുന്നു. ഖനൂം മൊർതസാവിയായിരുന്നു പ്രധാനാദ്ധ്യാപിക. അവർ വിദേശത്ത് പോയി പഠിച്ച് വന്ന് ഈ കെട്ടിടത്തെ ഒരു സ്കൂളാക്കി മാറ്റുകയായിരുന്നു. എല്ലാ ക്ലാസ്മുറികളിലും നല്ല ഉയരമുള്ള ജനലുകളുണ്ട്. എന്നാൽ പുറത്ത് ധാരാളം മാപ്പിൾ മരങ്ങളുള്ളതിനാൽ അകത്തെപ്പോഴും ഇരുട്ടാകും. നല്ല പ്രായമുള്ള ആ മാപ്പിൾ മരങ്ങളുടെ നിഴൽ അവിടെ ഇരുട്ട് പരത്തി യിരിക്കും. ബ്ലാക്ക് ബോർഡിലെഴുതിയതൊന്ന് വായിക്കാനായി വിളക്കു കളെപ്പോഴും തെളിയിച്ച് വച്ചിട്ടുണ്ടാകും.

നിത്യവും അവസാന മണി മുഴങ്ങിയാൽ ഞാനും സാറയും ഒന്നിച്ച് തെരുവ് മുറിച്ച് കടക്കും. തെരുവ് മുറിച്ച് കടന്ന് കഴിഞ്ഞാൽ അവൾ ഇട ത്തോട്ട് തിരിയും, ഞാൻ വലത്തോട്ടും. റാഹ്സി അവന്യൂവും വത്തി ക്കാൻ എംബസിയുടെ വലിയ ഇഷ്ടിക മതിലുകളും കടന്ന് ഞാൻ നടക്കും. ആഷ്ന എന്ന ഭക്ഷണശാലയിൽ നിന്ന് സുഗന്ധവ്യഞ്ജനങ്ങളിൽ വേവിച്ച ചോറിന്റേയും ബാർബിക്യൂ മാട്ടിറച്ചിയുടേയും മണം വരുന്നതാസ്വദിച്ച് മുന്നോട്ട് പോകും. അതിനപ്പുറത്തുള്ള തുണിക്കടയിലെ ആഘോഷങ്ങൾ കാണും. അടിയുടുപ്പുകൾ വിൽക്കുന്ന കടയാണത്. അവിടെ നിശാ വസ്ത്രങ്ങൾ പ്രദർശിപ്പിച്ചിട്ടുണ്ടാകും. എന്നോട് നേരെ നോക്കി നടക്കാനും എളുപ്പം നടക്കാനും പറയാനായി അമ്മ കൂടെയുണ്ടാകാറില്ല. അതിനാൽ നീലാകാശത്തിൽ വഴിതെറ്റി പറക്കുന്ന ഒരു മേഘം പോലെയാകും ഞാന പ്പോൾ. ഒരു വലിയ ജനസമൂഹത്തിനു മുന്നിൽ നൃത്തം ചെയ്യുന്നവളെ പ്പോലെ, ഒരു മാന്ത്രിക നദിയിലൂടെ ഒഴുകിപ്പോകുന്ന വള്ളം പോലെ.

വീട്ടിലെത്താൻ വല്ലാതെ വൈകിയിട്ടില്ലെങ്കിൽ എനിക്ക് തിരക്ക് കൂട്ടേണ്ടതില്ല. അമ്മയെ കോപിഷ്ഠയാക്കാതിരിക്കാൻ ഞാൻ എപ്പോഴും ശ്രമിക്കുമായിരുന്നു. അമ്മയുടെ സലൂണിൽ ആളുകളുണ്ടെങ്കിൽ ഞാൻ പുറത്ത് നിൽക്കണം. അതല്ല ആരുമില്ലെങ്കിൽ, ഞാൻ ശാന്തയും മൗനിയുമാകണം. അമ്മയ്ക്ക് എപ്പോഴും തലവേദന വരുമായിരുന്നു. അതുകൊണ്ടാണ് എന്നോട് ഒച്ചയും ബഹളവും അരുത് എന്ന് പറഞ്ഞിരിക്കുന്നത്.

ഞാനൊരു വികൃതിയായിരുന്നു. ചുറ്റും കാണുന്നതെല്ലാം എടുത്ത് കളിച്ച് നിലത്തിട്ട് പൊട്ടിക്കാതിരിക്കാൻ പ്രത്യേകം ശ്രദ്ധിക്കേണ്ടിയിരുന്നു. അല്ലെങ്കിൽ ഞാനവിടെയൊക്കെ അലങ്കോലമാക്കിവെയ്ക്കും. ശ്രദ്ധിച്ച് തന്നെയാണ് ഞാൻ എനിക്ക് വേണ്ട സാൻഡ്‌വിച്ച് തയ്യാറാക്കാറുള്ളത്. അതല്ലെങ്കിൽ പെപ്സിയുടെ കപ്പിലേക്ക് ഐസ് ടീ പകരാറുള്ളത്. കുടിക്കാനെടുത്തതെന്തോ അത് തുളുമ്പിപ്പോകാതിരിക്കുവാനും ഞാൻ ശ്രദ്ധിക്കണം. എന്റെ അമ്മ സുന്ദരിയായിരുന്നു. അതേസമയം മുൻകോപിയും. തവിട്ട് കണ്ണുകളും കൃത്യതയാർന്ന മൂക്കും വിടർന്ന ചുണ്ടുകളും നീണ്ട കാലുകളുമുണ്ടായിരുന്നു അമ്മയ്ക്ക്. തന്റെ വെളുത്ത മൃദുമേനി കാണിക്കുന്ന തരത്തിൽ കഴുത്തൊന്ന് ഇറക്കി വെട്ടിയ വസ്ത്രം ധരിക്കുന്നത് അമ്മയ്ക്ക് ഇഷ്ടമായിരുന്നു. അമ്മയുടെ തലയിലെ കറുത്തിരുണ്ട മുടിക്ക് നല്ല അനുസരണയുണ്ടായിരുന്നു. എന്തെങ്കിലും കാരണവശാൽ അമ്മയെ ഞാൻ കോപിഷ്ഠയാക്കിയാൽ അമ്മ എന്നെ എന്റെ കിടപ്പ് മുറിയുടെ ബാൽക്കണിയിലിട്ടടയ്ക്കും. കുത്തനെയും വിലങ്ങനേയുമുള്ള രണ്ട് ലോഹദണ്ഡുകളിൽ വിളക്കിച്ചേർത്ത മുളനിഴലുകളാൽ സംരക്ഷിതമായിരുന്നു എന്റെ ബാൽക്കണി.

ഇവിടെ നിന്നാൽ എനിക്ക് താഴെ തെരുവിലൂടെ നടന്ന് നീങ്ങുന്നവരെ കാണാം. വഴിവാണിഭക്കാർ വിളിച്ചുകൂവുന്നത് കാണുകയും കേൾക്കുകയും ചെയ്യാം. ഭിക്ഷക്കാർ യാചിക്കുന്നത് കാണാം. നാലുവരിപ്പാതയാണ് കീഴെ. അതിലൂടെ തിരക്കുള്ള സമയങ്ങളിൽ വണ്ടികൾ ചീറിപ്പായുന്നുണ്ടാകും. ആ സമയങ്ങളിൽ തെരുവിൽ വണ്ടിയുടെ പുകമണമല്ലാതെ മറ്റൊന്നുമുണ്ടാകില്ല. വസന്തകാലത്ത്, തെരുവിന്റെ മറുവശത്ത് ഒറ്റക്കൈയൻ ഹസ്സൻ ആഘ പച്ച നിറമുള്ള മുന്തിരികൾ വിൽക്കാനിരിക്കും. വേനലിൽ അദ്ദേഹത്തിന്റെ കച്ചവടം പീച്ചും അത്തിപ്പഴവുമാകും. ശരത്കാലത്തത് ചുവന്ന മധുരക്കിഴങ്ങുകളാകും. തണുപ്പ് കാലത്ത് പലതരം ബിസ്കറ്റുകളും കുക്കീസും വിൽക്കും. വേവിച്ച മധുരക്കിഴങ്ങ് എനിക്കിഷ്ടമായിരുന്നു. അദ്ദേഹത്തിന്റെ കൈവശമുള്ള കൊണ്ടുനടക്കാവുന്ന അടുപ്പിന്റെ മുകളിൽ വച്ചിരിക്കുന്ന ചട്ടിയിൽ അത് വെന്ത് പരന്ന് കിടക്കുന്നത് കാണാൻതന്നെ നല്ല ചേലുണ്ട്. അപ്പോൾ അതിൽനിന്നും ചുവന്ന കുമിളകൾ ഉയർന്ന് തിളച്ച് മറിയുന്നുണ്ടാകും. വായുവിൽ അതിന്റെ പരിമളമുണ്ടാകും. കവലയുടെ ഒരു മൂലയിൽ, കീറി മുഷിഞ്ഞ സ്യൂട്ടിട്ട, എല്ലുകൾ മാത്രമുള്ള കൈയുള്ള ഒരു അന്ധനിരുന്ന് "ദൈവത്തെയോർത്ത്

എന്നെ സഹായിക്കണേ" എന്ന് പ്രഭാതം മുതൽ സന്ധ്യവരെ കേഴുന്നത് കേൾക്കാം.

ഞങ്ങളുടെ അപ്പാർട്ട്മെന്റിന് തൊട്ട് മുന്നിൽ പതിനഞ്ച് നിലയുള്ള ഒരു ഓഫീസ് കെട്ടിടമാണ്. അതിന്റെ ചില ജാലകങ്ങൾ വെയിൽ തട്ടി തിളങ്ങുന്നുണ്ടാകും. മേഘങ്ങൾ ഒഴുകിനടക്കുന്നത് അതിൽ നോക്കിയാൽ കാണാം. രാത്രിയായാൽ കടകളിലെ തിളക്കമേറിയ നിയോൺ വെളിച്ചങ്ങൾ തെരുവിലെ ഇരുട്ടിനെ വർണ്ണാഭമാക്കും.

ഒരു ദിവസം, മറ്റ് എന്ത് ശിക്ഷയായാലും വേണ്ടില്ല, ബാൽക്കണിയിൽ അടച്ചിടുക എന്ന ശിക്ഷയേക്കാൾ നല്ലതായിരിക്കും അവ എന്ന തീരുമാനത്തിൽ ഞാനെത്തി. താഴേക്കൊന്ന് നോക്കി. എടുത്ത് ചാടുക എന്നത് അസാധ്യമാണ്. ഉച്ചത്തിൽ കരയാം. എന്നാൽ അങ്ങനെ ഒരു രംഗം സൃഷ്ടിച്ച് അമ്മ എന്നെ ബാൽക്കണിയിലടച്ചു എന്ന് അയൽക്കാരെ മുഴുക്കെ അറിയിക്കാൻ എനിക്ക് താത്പര്യമില്ല. ഞാൻ ചുറ്റും നോക്കി. അമ്മ തുണി അലക്കി അയയിലിടാൻ വച്ചിരിക്കുന്ന ക്ലിപ്പുകളിലായി എന്റെ ശ്രദ്ധ. ഞാൻ താഴെയുള്ള നടപ്പാതയിലേക്ക് ഒന്നുകൂടി നോക്കി. ഈ ക്ലിപ്പുകൾ താഴേക്കിട്ടാൽ അതിലൂടെ നടക്കുന്നവർക്ക് വേദനിക്കും. അതേസമയം ആകാശത്തുനിന്ന് എന്റെ തലയിൽ എന്താണിപ്പോൾ വീണത് എന്നറിയുവാനുള്ള ആകാംക്ഷയും അവരിലുണ്ടാകും. അപ്പോൾ ക്ലിപ്പിന്റെ കഥ ഞാൻ അവരോട് പറയും. വാതിൽക്കൽ ചെന്ന് മണിയൊന്നടിച്ച് എന്നെ ബാൽക്കണിയിൽ നിന്നും പുറത്തിറക്കണം എന്ന് അമ്മയോട് അഭ്യർത്ഥിക്കണമെന്ന് അപേക്ഷിക്കാൻ ഞാൻ അവരോട് ആവശ്യപ്പെടും. അമ്മയുടെ കോപം വർദ്ധിക്കും എന്നെനിക്കറിയാം. അത് സാരമില്ല.

എന്നെ ഇങ്ങനെ ബാൽക്കണിയിൽ പൂട്ടിയിടുന്നത് എനിക്കിനിയും സഹിക്കാനാകുകയില്ല. തണുപ്പ് കാലമായിരുന്നു. ശക്തമായ കാറ്റ് എന്നെ വിറപ്പിക്കാൻ തുടങ്ങി. സൂര്യൻ മേഘങ്ങൾക്ക് പുറകിലൊളിച്ചു. എന്റെ മുഖത്ത് മഞ്ഞുപാളികൾ പതിക്കാൻ തുടങ്ങി. ധൈര്യമെല്ലാം സംഭരിച്ച് ഞാൻ ഒരു ക്ലിപ്പെടുത്ത്, മുളയുടെ നിഴൽ പറ്റി നിന്ന്, താഴെയുള്ള നടപ്പാതയിലേക്ക് ചൂണ്ടി. ഒന്ന് ദീർഘമായി നിശ്വസിച്ചു. താഴേക്കിട്ടു. അത് ആരുടേയും തലയിൽ വീണില്ല. നേരെ നടപ്പാതയിൽ വീണു. ഞാൻ വീണ്ടും ശ്രമിച്ചു. ആ ശ്രമം വിജയിച്ചു. നീണ്ട തവിട്ട് മുടിയുള്ള ഒരു മധ്യവയസ്കയുടെ തലയിലാണത് വീണത്. അവർ നിന്നു. ക്ലിപ്പെടുത്തു. അതൊന്ന് പരിശോധിച്ചു. മുകളിലേക്ക് നോക്കി. ആ നോട്ടം വന്ന് നിന്നത് എന്റെ കണ്ണുകളിൽ.

"കൊച്ചുകുട്ടീ, നീ എന്താണീ ചെയ്യുന്നത്?" ചുവന്ന മുഖവുമായി അവർ ചോദിച്ചു.

"എന്നോട് ക്ഷമിക്കണേ. നിങ്ങളെ വേദനിപ്പിക്കാൻ ചെയ്തതല്ല. എന്റെ അമ്മ എന്നെ ഇവിടെ ഈ ബാൽക്കണിയിൽ പൂട്ടിയിട്ടിരിക്കുന്നു. എനിക്ക് അകത്തേക്ക് പോകണം. ഇവിടെ വല്ലാതെ തണുക്കുന്നു. ഒന്ന്

പോയി വാതിൽക്കലുള്ള മണിയൊന്നടിച്ച് അമ്മയോട് എന്നെ അകത്തേക്ക് കൊണ്ടുപോകാൻ പറയുമോ?"

"ഞാൻ ചെയ്യില്ല. നിന്റെ അമ്മ നിനക്ക് എന്ത് ശിക്ഷ തരുന്നു എന്നതിൽ ഞാനെന്തിന് തലയിടണം? നിന്നെ കണ്ടാലറിയാം നീയാളത്ര ശരിയല്ലെന്ന്." അവർ നടന്ന് നീങ്ങി.

എന്നാൽ ഞാൻ പ്രതീക്ഷ കൈവിട്ടില്ല.

അടുത്ത ക്ലിപ്പ് വീണത് കുറച്ചുകൂടി പ്രായമുള്ള ഒരു സ്ത്രീയുടെ തലയിൽ. കറുത്ത തട്ടമിട്ട ഒരു വൃദ്ധയായിരുന്നു അവർ. അവർ നേരെ മുകളിലേക്ക് നോക്കി.

"നീ എന്താണവിടെ ചെയ്യുന്നത്?" അവർ ചോദിച്ചു. ഞാൻ എന്റെ കഥ പറഞ്ഞു.

അവർ വന്ന് മണിയടിച്ചു. എന്റെ ബാൽക്കണിയുടെ അപ്പുറത്തുള്ള ബാൽക്കണിയിൽ അമ്മ പ്രത്യക്ഷപ്പെട്ടു. താഴേക്ക് നോക്കി, "ആരാണത്" എന്ന് ചോദിച്ചു.

ഞാൻ എന്ത് ചെയ്തുവെന്നും എന്തുകൊണ്ട് ചെയ്തുവെന്നും വൃദ്ധ അമ്മയോട് പറഞ്ഞു. അമ്മയുടെ കണ്ണുകൾ കറുത്തിരുളുന്നത് ഞാൻ കണ്ടു. ഒരു നിമിഷം കഴിയുംമുമ്പേ എന്റെ ബാൽക്കണിയുടെ വാതിൽ തുറക്കപ്പെട്ടു. ഞാൻ ഒന്ന് ശങ്കിച്ചു.

"അകത്തേക്ക് വാ." പല്ല് ഞെരിച്ച് അമ്മ പറഞ്ഞു.

ഞാൻ കിടപ്പുമുറിയിലേക്ക് കടന്നു.

"നീ ഒരു വല്ലാത്ത സാധനം തന്നെ" അമ്മ പറഞ്ഞു.

ഞാൻ വിറച്ചു. അമ്മ എന്നെ മർദ്ദിക്കുമെന്ന് ഭയന്നു. എന്നാൽ അമ്മ ഒന്നും ചെയ്തില്ല. അമ്മ മുറിയിൽനിന്നും ഇറങ്ങിപ്പോയി. പോകുമ്പോൾ "ഞാൻ പോകുന്നു. വയ്യ എനിക്ക്. ഞാനീ ജീവിതം തന്നെ വെറുത്തു. എനിക്കിനി നിന്നെ കാണണ്ട" എന്ന് പറയുന്നുണ്ടായിരുന്നു.

അതെന്നെ വേദനിപ്പിച്ചു. അമ്മ അങ്ങനെ എന്നെ വിട്ട് പോകില്ലായിരിക്കും അല്ലേ? പക്ഷേ അമ്മ ഗൗരവത്തിലാണല്ലോ അത് പറഞ്ഞത്. അമ്മയില്ലെങ്കിൽ പിന്നെ ഞാൻ എന്തുചെയ്യും? ഞാൻ അമ്മയ്ക്ക് പുറകെയോടി. അമ്മയുടെ പാവാടയിൽ പിടിച്ചു. അമ്മ നിന്നില്ല.

"എന്നെ വിട്ടുപോകല്ലേ! എന്നോട് ക്ഷമിക്കണേ!" ഞാൻ യാചിച്ചു. "ഞാൻ തിരികെ ബാൽക്കണിയിൽ പോയി നിന്നോളാം. ഒരു വികൃതിയും കാണിക്കാതെ ഞാനവിടെ നിന്നോളാം. ഉറപ്പ്."

അമ്മ ഇതവഗണിച്ചു. അടുക്കളയിലേക്ക് നടന്നു. പഴ്സ് എടുത്തു. പടികൾക്കരികിലേക്ക് നടന്നു. ഞാൻ പരിഭ്രമിച്ചു കരയാൻ തുടങ്ങി. എന്നിട്ടും അമ്മ നിന്നില്ല. ഞാൻ അമ്മയുടെ കാലിൽ കെട്ടിപ്പിടിച്ചു. അമ്മ പടികളിറങ്ങുവാൻ തുടങ്ങി. എന്നെ വലിച്ചുകൊണ്ടാണിറങ്ങുന്നത്. ആ പടികളിൽ നല്ല തണുപ്പുണ്ടായിരുന്നു. പടികൾ പരുപരുത്തതായിരുന്നു.

അമ്മയോട് പോകരുതേ എന്ന് ഞാൻ അഭ്യർത്ഥിക്കുന്നുണ്ടായിരുന്നു. അവസാനം വാതിൽക്കലെത്തിയപ്പോൾ അമ്മ നിന്നു.

"ഞാനിവിടെ തന്നെ നിൽക്കണം എന്ന് നിനക്കാഗ്രഹമുണ്ടെങ്കിൽ നീ നിന്റെ മുറിയിൽ പോ. അവിടെ ചെന്ന് മിണ്ടാതിരിക്ക്."

ഞാൻ അമ്മയെ മിഴിച്ച് നോക്കി.

"ഉടൻ!" അമ്മ അലറി. ഞാൻ എന്റെ മുറിയിലേക്കോടി.

അതിനുശേഷം അമ്മ എപ്പോഴൊക്കെ കടയിലേക്കോ മറ്റോ പോകാനായി ഇറങ്ങിയോ അപ്പോഴൊക്കെ ഞാൻ ജനലിൽചെന്ന് ഭയത്തോടെ അമ്മ എങ്ങോട്ട് പോകുന്നു എന്ന് നോക്കി നിൽക്കും. അമ്മ തിരിച്ചുവന്നില്ലെങ്കിലോ!

അമ്മയുടെ മുന്നിൽ ചെല്ലേണ്ടതില്ല എന്ന തീരുമാനത്തിൽ ഞാനെത്തി. ഇതിനുള്ള ഏറ്റവും നല്ല മാർഗ്ഗം കഴിയാവുന്നതും എന്റെ മുറിയിൽ തന്നെ ചിലവിടുക എന്നതായിരുന്നു. സ്കൂളിൽനിന്നും വന്നാലുടൻ ഞാൻ ശബ്ദമുണ്ടാക്കാതെ അടുക്കളയിലെത്തും. അമ്മ അവിടെയുണ്ടോ എന്ന് നോക്കും. അമ്മയില്ലെങ്കിൽ ഞാൻ എനിക്കുള്ള സാൻഡ്‌വിച്ചുണ്ടാക്കും. അമ്മയുണ്ടെങ്കിൽ ഞാൻ ഒന്ന് സാവധാനത്തിൽ പക്ഷേ തിടുക്കത്തിൽ 'ഹലോ' എന്ന് പറയും. എന്നിട്ട് എന്റെ മുറിയിലേക്ക് നീങ്ങും. അമ്മ അടുക്കളയിൽനിന്നും പോകുന്നത് വരെ കാത്തിരിക്കും. ഭക്ഷണം കഴിഞ്ഞാൽ ഞാൻ എന്റെ മുറിയിൽതന്നെ തങ്ങും. ഹോം വർക്ക് ചെയ്യും. സ്കൂൾ ലൈബ്രറിയിൽനിന്നും കൊണ്ടുവന്ന പുസ്തകങ്ങൾ വായിക്കും. ഇതിലധികവും വിവർത്തനങ്ങളായിരുന്നു. പീറ്റർ പാൻ, ആലിസ് ഇൻ വണ്ടർലാണ്ട്, ദ ലിറ്റിൽ മെർമെയ്ഡ്, ദ സ്നൊ ക്യൂൻ, ദ സ്റ്റെഡ്ഫാസ്റ്റ് ടിൻ സോൾജ്യർ, സിൻഡ്രേല, ദ സ്ലീപ്പിങ്ങ് ബ്യൂട്ടി, ഹാൻസൽ ആൻഡ് ഗ്രെറ്റൽ, റപുൻസേൽ എന്നിങ്ങനെയുള്ളവ.

എന്റെ സ്കൂൾ ലൈബ്രറി വളരെ ചെറുതായിരുന്നു. അധികം താമസിയാതെ ഈ പുസ്തകങ്ങളെല്ലാം ഞാൻ പല തവണ വായിച്ച് തീർത്തു. എല്ലാ ദിവസവും രാത്രിയിൽ അമ്മ ഒന്ന് രണ്ട് തവണയെങ്കിലും എന്റെ മുറിയുടെ വാതിൽ തുറന്ന് നോക്കും. ഞാൻ എന്താണ് ചെയ്യുന്നത് എന്ന് നോക്കും. വായിച്ചുകൊണ്ടിരിക്കുന്നത് കണ്ടാൽ ഒന്ന് പുഞ്ചിരിക്കും. അങ്ങനെ ഒരുതരത്തിൽ പുസ്തകങ്ങൾ ഞങ്ങൾ രണ്ടുപേരേയും രക്ഷപ്പെടുത്തുകയായിരുന്നു.

ഒരു ദിവസം എല്ലാ ധൈര്യവും സംഭരിച്ച് ഞാൻ അമ്മയോട് എനിക്ക് കുറച്ച് പുസ്തകങ്ങൾ വാങ്ങിത്തരുമോ എന്ന് ചോദിച്ചു. പുസ്തകങ്ങൾക്കെല്ലാം വലിയ വിലയായതിനാൽ എല്ലാം ഒന്നിച്ചുവാങ്ങാനാകില്ലെന്നും മാസത്തിൽ ഒന്നുവച്ച് വാങ്ങിത്തരാമെന്നും അമ്മ പറഞ്ഞു. പക്ഷേ മാസം ഒരു പുസ്തകം എന്നത് ഒന്നുമാകില്ലായിരുന്നു. പിന്നെയൊരു ദിവസം ഞാനും അമ്മയുംകൂടി അമ്മയുടെ അച്ഛനെ കണ്ട് മടങ്ങുമ്പോൾ വഴിയിൽ ഒരു ചെറിയ പുസ്തകശാല കണ്ടു. അതിനു മുന്നിൽ "സെക്കന്റ് ഹാന്റ് ബുക്സ്" എന്ന ബോർഡുണ്ടായിരുന്നു. അതിനർത്ഥം ഇവിടെ

പുസ്തകങ്ങൾ വില കുറച്ച് ലഭിക്കും എന്നാണ്. എങ്കിലും അതൊന്ന് അന്വേഷിക്കാൻ അമ്മയോട് പറയാനുള്ള ധൈര്യം എനിക്കുണ്ടായില്ല.

ഒരാഴ്ച കഴിഞ്ഞപ്പോൾ അമ്മ വീണ്ടും അമ്മയുടെ അച്ഛനെ കാണാൻ എന്നെ ക്ഷണിച്ചു. എനിക്ക് സുഖമില്ലെന്ന് ഞാൻ പറഞ്ഞു. വീട്ടിൽ വിശ്രമിക്കാൻ അമ്മ അനുവദിച്ചു. അച്ഛൻ അപ്പോൾ ജോലിയിൽ പ്രവേശിച്ചിട്ടുണ്ടായിരുന്നു. മുത്തശ്ശി മരിച്ചിട്ട് അധികം കഴിയുന്നതിനുമുമ്പേ അച്ഛൻ തന്റെ ഡാൻസ് സ്റ്റുഡിയോ അടച്ചിരുന്നു. കല, സംസ്കാരം എന്നിവയ്ക്കായുള്ള മന്ത്രാലയത്തിലെ നാടോടി നൃത്തവിഭാഗത്തിൽ അച്ഛന് ജോലി ലഭിച്ചിരുന്നു. ഈ പുതിയ ജോലി അച്ഛൻ ആസ്വദിക്കുന്നുണ്ടായിരുന്നു. പലപ്പോഴും നർത്തകർക്കൊപ്പം വിദേശയാത്രകൾ നടത്താറുണ്ടായിരുന്നു. പല അന്താരാഷ്ട്ര രംഗങ്ങളിലും ഇറാനെ പ്രതിനിധീകരിച്ച യുവനർത്തകർക്കൊപ്പമാകും ഈ യാത്രകൾ. മാതാപിതാക്കൾ രണ്ടുപേരും വീട്ടിൽനിന്ന് പോയി എന്ന് ഉറപ്പായപ്പോൾ ഞാൻ അവരുടെ മുറിയിൽ കയറി. അമ്മയുടെ അലമാരയിൽനിന്നും വീടിന്റെ രണ്ടാമത്തെ ചാവിയെടുത്തു. ആ ആഴ്ച എനിക്ക് പാലിനും ചോക്ലേറ്റിനുമെല്ലാമായി ലഭിച്ച പണമെല്ലാം ചിലവാക്കാതെ സൂക്ഷിച്ച് വച്ചിരുന്നു. ഒരു പുസ്തകത്തിനുള്ള തുകയൊക്കെയുണ്ട് അത്.

ഞാൻ നേരത്തെ കണ്ട പുസ്തകശാലയിലേക്കോടി. അന്നത്തെ വെയിലിൽ ടാറിട്ട തെരുവ് തിളച്ച് മറിയുന്നുണ്ടായിരുന്നു. അതിന്റെ ആവി എന്നിലേക്കെത്തുന്നുണ്ടായിരുന്നു. പുസ്തകശാലയിലെത്തിയപ്പോൾ ഞാൻ വല്ലാതെ വിയർക്കുന്നുണ്ടായിരുന്നു. ഞാൻ ടീ-ഷർട്ടുകൊണ്ട് മുഖം തുടച്ചു. കടയുടെ ചില്ലുവാതിൽ തള്ളിത്തുറന്നു. അകത്തേക്ക് പ്രവേശിച്ചു. അതിനകത്തെ വെളിച്ചവുമായി പൊരുത്തപ്പെടാൻ ഏതാനും സെക്കന്റുകളെടുത്തു. അപ്പോൾ കണ്ടത് എനിക്ക് വിശ്വസിക്കുവാനായില്ല. എനിക്ക് ചുറ്റിലും പുസ്തകങ്ങൾ അട്ടിയിട്ട് വച്ചിരിക്കുന്നു. തറമുതൽ മച്ചുവരെ പുസ്തകങ്ങൾ മാത്രം. അതിനിടയിലൂടെ ചെറിയ തുരങ്കങ്ങൾ പോലെയുള്ള വഴികൾ. അതിൽ മുഴുക്കെ ഇരുട്ട്. ആയിരക്കണക്കിനു പുസ്തകങ്ങളാണെനിക്ക് ചുറ്റിലും. അതിനകത്ത് കടലാസിന്റെ മണം മാത്രം. അതിനുള്ളിൽ വാക്കുകളിലൊതുക്കി നിർത്തിയിരിക്കുന്ന കഥകളും സ്വപ്നങ്ങളും മാത്രം.

“ഹലോ...” ഞാൻ വിളിച്ചു.

ഉത്തരമൊന്നും വന്നില്ല.

“ഹലോ...” ഞാൻ വീണ്ടും വിളിച്ചു. ഒന്നുകൂടി ഉച്ചത്തിൽ വിളിച്ചു.

തുരങ്കങ്ങളുടെ ഇടയിൽ നിന്നെവിടെനിന്നോ ഒരു പുരുഷസ്വരം വന്നു. “എനിക്ക് എന്ത് സഹായം നൽകാനാകും?” അമേരിക്കൻ ചുവയുള്ള ഭാഷയിലാണതെത്തിയത്.

ഞാൻ ഒരടി പുറകിലേക്ക് മാറി. “നിങ്ങളാരാ?”

എനിക്ക് മുന്നിൽ ചാര നിറമുള്ള ഒരു നിഴൽ പ്രത്യക്ഷപ്പെട്ടു. ഞാൻ കിതച്ചു.

നിഴൽ ചിരിച്ചു.

“ക്ഷമിക്കണം മകളെ. നിന്നെ ഭയപ്പെടുത്താൻ ഞാൻ ഉദ്ദേശിച്ചിരുന്നില്ല. നിനക്കെന്താണ് വേണ്ടത്?”

ഒന്ന് ശ്വസിക്കൂ എന്ന് ഞാൻ എന്നെ ഓർമ്മപ്പെടുത്തി.

“എനിക്ക്... എനിക്കൊരു പുസ്തകം വാങ്ങണം.”

“ഏത് പുസ്തകം?”

ഞാൻ കീശയിലുണ്ടായിരുന്ന നാണയങ്ങളെല്ലാം പുറത്തെടുത്തു. അത് എനിക്ക് മുന്നിലിരിക്കുന്ന കൃശഗാത്രനായ വൃദ്ധനെ കാണിച്ചു.

“എന്റെ കൈയിൽ ഇത്ര കാശേയുള്ളൂ. ഏത് പുസ്തകമാണെന്ന് കാര്യമാക്കേണ്ട. നല്ലതായാൽ മതി.”

അയാൾ നരച്ച തലമുടിയിൽ വിരലോടിച്ചു.

“നിനക്ക് അടുത്തുള്ള ബേക്കറിയിൽ പോയി പകരം രണ്ട് ഡോനട്സ് വാങ്ങിക്കൂടേ?”

“എനിക്ക് വേണ്ടത് പുസ്തകമാണ്. ഈ പണം മതിയാകില്ലേ?”

“എന്റെ കൈയിലുള്ളതെല്ലാം ഇംഗ്ലീഷ് പുസ്തകങ്ങളാണ്. നീ ഇംഗ്ലീഷിൽ സംസാരിക്കാറുണ്ടോ?”

“എനിക്ക് ഇംഗ്ലീഷ് നല്ലവണ്ണമറിയാം. സ്കൂളിൽ എന്നും ഒരു മണിക്കൂർ ഇംഗ്ലീഷ് പഠിപ്പിക്കുന്നുണ്ട്. ഞാനിപ്പോൾ മൂന്നാം ക്ലാസിലാണ്.”

“ശരി. നിനക്ക് പറ്റിയതെന്താണുള്ളത് എന്ന് നോക്കട്ടെ.” അയാൾ ഒന്ന് നിശ്വസിച്ചു. പുസ്തകമലകൾക്ക് പുറകിൽ അപ്രത്യക്ഷനായി.

ഞാൻ കാത്തിരുന്നു. ഈ അലങ്കോലത്തിനിടയിൽ എത്ര നേരം കാത്തിരിക്കേണ്ടി വരുമെന്നറിയാതെ കാത്തിരുന്നു. കുറച്ച് കഴിഞ്ഞപ്പോൾ കൈയിലൊരു പുസ്തകവുമായി അയാൾ ഇരുട്ടിൽ നിന്നും പുറത്ത് വന്നു.

“ഇതാ... ഇത് നിനക്ക്... ദ ലയേൺ, ദ വിച്ച് ആൻഡ് ദ വാർഡ്രോബ്... നല്ല പുസ്തകമാണ്. ഈ സീരിസിലെ ആദ്യ പുസ്തകം.”

ഞാനതെടുത്ത് പരിശോധിച്ചു. നീല കലർന്ന ചാരനിറമുള്ള പുറംചട്ട. അതിൽ ഒരു സിംഹത്തിന്റെ ചിത്രമുണ്ട്. ആ സിംഹത്തിന്റെ പുറത്ത് ഒരാൺകുട്ടിയും പെൺകുട്ടിയുമിരിക്കുന്നു. സിംഹം വായുവിലേക്ക് എടുത്ത് ചാടുന്നു. പഴക്കമെണമുള്ള പുസ്തകമാണത്. എന്നാൽ കേടുപാടൊന്നും പറ്റിയിട്ടില്ല.

“എന്താണിതിന്റെ വില?”

“അഞ്ച് ടോമൻ”

“എന്റെ കൈയിൽ നാലേയുള്ളൂ!” എനിക്ക് കരച്ചിൽ വന്നു.

“മതി. നാലുമതി.”

ഞാൻ അദ്ദേഹത്തിനോട് നന്ദി പറഞ്ഞു. അതിയായ സന്തോഷത്തോടെ വീട്ടിലേക്കോടി.

മൂന്ന് ദിവസം കഴിഞ്ഞപ്പോഴേക്കും ആ പുസ്തകം ഞാൻ വായിച്ചു തീർത്തിരുന്നു. എനിക്കത് ഇഷ്ടമായി. ഇനിയും വേണമെന്നായി. എന്റെ കൈയിലപ്പോൾ രണ്ട് ടോമൻ മാത്രമേയുള്ളൂ. കടയുടമ വീണ്ടും ദയ കാണിക്കും എന്ന് പ്രതീക്ഷിക്കാനാകില്ല. അമ്മയോട് പണം ചോദിക്കാൻ ഭയവുമാണ്. അതുകൊണ്ട് ഞാൻ എന്റെ പെൻസിൽ സൂക്ഷിക്കുന്ന പെട്ടി സാറയ്ക്ക് വിൽക്കാൻ തീരുമാനിച്ചു. ഈ പെട്ടി എവിടെനിന്ന് കിട്ടി എന്ന് സ്കൂൾ തുറന്ന കാലത്ത് സാറ ചോദിച്ചിരുന്നു. ഷാ, പഹ്ലവി അവന്യൂകൾക്കടുത്തുള്ള വലിയ ഡിപ്പാർട്ടുമെന്റ് സ്റ്റോറിൽനിന്നും അമ്മ വാങ്ങിക്കൊണ്ടുവന്നതാണെന്ന് അന്ന് അവളോട് ഞാൻ പറയുകയും ചെയ്തു. അതുപോലൊന്ന് വാങ്ങാനായി സാറയുടെ അമ്മ അവിടെ ചെന്നപ്പോഴേക്കും അതെല്ലാം വിറ്റുപോയിരുന്നു. അത് സാറയെ നിരാശപ്പെടുത്തി. നീല നിറത്തിലുള്ള പ്ലാസ്റ്റിക് പെട്ടിയാണത്. അടപ്പിൽ ഒരു കാന്തം പിടിപ്പിച്ചിട്ടുണ്ട്. അടയ്ക്കുമ്പോൾ അത് 'ടിക്' എന്നൊരു ശബ്ദത്തോടെ ചുവടെയുള്ള ഇരുമ്പിൽ ഒട്ടിപ്പിടിക്കും. പിറ്റേന്ന് സ്കൂളിലേക്കുള്ള വഴിയിൽ വച്ച് ഞാൻ സാറയെ കണ്ടുമുട്ടി.

വലിയ തവിട്ട് കണ്ണുകളും ചുമൽ വരെ നീളുന്ന മുടിയുമുണ്ടവൾക്ക്. മനോഹരമായ ഒരു വാച്ചുണ്ടവളുടെ കൈയിൽ. ആ വാച്ചിന്റെ മുഖത്ത് സിൻഡ്രലയുടെ പടമുണ്ട്. സിൻഡ്രലയെ പാദുകമണിയിക്കുന്ന രാജകുമാരന്റെ ചിത്രം. ഒരു സ്റ്റൂളിന്മേലാണ് സിൻഡ്രല ഇരിക്കുന്നത്. കാലിന്മേൽ കാലുകയറ്റിവച്ചാണിരിക്കുന്നത്. ഓരോ സെക്കന്റിലും ആ കാലൊന്നിളകും. അവർ ഇംഗ്ലണ്ടിൽ അവധിയാഘോഷിക്കാൻ പോയപ്പോൾ സാറയുടെ അമ്മ അവൾക്ക് വാങ്ങിക്കൊടുത്തതാണാ വാച്ച്. എന്റെ പെൻസിൽ പെട്ടി ഇപ്പോഴും വേണമെന്ന് ആഗ്രഹമുണ്ടോ എന്ന് ഞാൻ അവളോട് ചോദിച്ചു. ഉണ്ടെന്നവൾ മറുപടി പറഞ്ഞപ്പോൾ അത് അവൾക്ക് വില്ക്കാൻ ഞാൻ തയ്യാറാണെന്നറിയിച്ചു. എന്തുകൊണ്ടാണ് ഞാനത് വിൽക്കുന്നത് എന്നായി അവൾ. അവൾക്ക് എന്തൊക്കെയോ സംശയം തോന്നിയതുപോലെ. അവളോട് ഞാൻ പുസ്തകക്കടയുടെ കാര്യം പറഞ്ഞു. അവൾ എനിക്ക് അഞ്ച് ടോമൻ തരാമെന്ന് സമ്മതിച്ചു. എന്നാൽ പെട്ടിയോടൊപ്പം ഞാൻ എന്റെ റബ്ബറും നൽകണം. എഴുതിയത് മായ്ക്കുമ്പോൾ നല്ല നറുമണം നൽകുന്ന റബ്ബറായിരുന്നു അത്. ഞാൻ ആ ആവശ്യവും അംഗീകരിച്ചു.

സ്കൂൾ വിട്ടപ്പോൾ ഞങ്ങൾക്ക് അവളുടെ വീട്ടിലേക്കോടിയെത്തുവാൻ അഞ്ച് നിമിഷമെടുത്തില്ല. അർദ്ധവൃത്താകൃതിയിൽ നിരന്ന് നിൽക്കുന്ന വീടുകളിൽ ഒന്നാണവളുടേത്. എല്ലാ വീടുകൾക്കും മുറ്റമുണ്ട്. എല്ലാ വീടുകൾക്ക് ചുറ്റും മതിലുണ്ട്. അത് ആ വീടുകൾക്ക് സ്വകാര്യത നൽകുന്നു. എനിക്ക് ആ തെരുവ് ഇഷ്ടമായി. ആ തെരുവിൽ നിറയെ കാറില്ല, വഴിവാണിഭക്കാരില്ല, ഭിക്ഷക്കാരില്ല. ശാന്തമായിരുന്നു അവിടം.

എവിടെ തിരിഞ്ഞാലും ഉള്ളിയും വെളുത്തുള്ളിയും വറുത്തെടുക്കുന്ന നറുമണം മാത്രം. ആരെങ്കിലുമൊരാൾ അത്താഴം തയ്യാറാക്കുന്ന തിരക്കിലാകണം. സാറയുടെ മാതാപിതാക്കൾ രണ്ടുപേരും ജോലിക്കാരാണ്. വളരെ വൈകിയേ അവർ വീട്ടിൽ തിരിച്ചെത്തുകയുള്ളൂ. അതിനാൽ അവളുടെ കൈയിൽ വീടിന്റെ താക്കോലുണ്ട്. അവൾ പടി തുറന്നു. ഞങ്ങൾ അകത്തേക്ക് നടന്നു. മുറ്റത്ത് നിറയെ പൂച്ചെടികളുണ്ട്. അതിൽ ചുവപ്പും പച്ചയും ഇളം ചുവപ്പുമെല്ലാമായി വിവിധ തരം പൂക്കളും.

ഇങ്ങനെ ഒരു വീട്ടിൽ താമസിക്കുവാനായെങ്കിൽ എന്ന ഒരാഗ്രഹം എന്റെ മനസ്സിൽ മൊട്ടിട്ടു. ബാങ്കിലെ ഉദ്യോഗസ്ഥയാണവളുടെ അമ്മ. അവർ എപ്പോഴും വിലകൂടിയ സ്യൂട്ടണിഞ്ഞു. ഹൈ ഹീൽ ഷൂസിട്ടു. കുറിയ ശരീരവും വട്ടമുഖവുമുള്ള സ്ത്രീയായിരുന്നു അവർ. നല്ല കറുത്ത മുടിയുണ്ടവർക്ക്. ഞാൻ എപ്പോഴൊക്കെ അവിടെ ചെന്നുവോ അപ്പോഴൊക്കെ അവരെന്നെ ആലിംഗനം ചെയ്യും. ഞാൻ അവിടെ ചെന്നതിലുള്ള സന്തോഷം പ്രകടിപ്പിക്കും. സാറയുടെ അച്ഛൻ എഞ്ചിനീയറാണ്. ഭീമാകാരൻ. എപ്പോഴും തമാശ പറയും. ഉറക്കെ ചിരിക്കും. പഴയ കവിതകൾ നന്നായി ചൊല്ലും. ഒരൊറ്റ സഹോദരനേ സാറയ്ക്കുള്ളൂ. സൈറസ്. സൈറസിനന്ന് പന്ത്രണ്ട് വയസ്സ്. അതായത് സാറയേക്കാൾ മൂന്ന് വയസ്സ് കൂടുതൽ. വീട്ടിലെ മറ്റുള്ളവരെ അപേക്ഷിച്ച് ലജ്ജാലുവാണ്. സാറയുടെ വീട് എപ്പോഴും ശബ്ദമുഖരിതമാണ്. ചിരി നിറഞ്ഞതാണ്.

ഞാൻ സാറയ്ക്ക് എന്റെ പെൻസിൽ പെട്ടി കൊടുത്തു. അവൾ പണം തന്നു. ഞാൻ അമ്മയെ വിളിച്ച് സാറയുടെ വീട്ടിലാണെന്നും അവളെ ഹോംവർക്കിൽ സഹായിക്കുകയാണെന്നും അറിയിച്ചു. അമ്മയ്ക്കതിൽ കുഴപ്പമില്ലായിരുന്നു. സാറയോട് ഞാൻ നന്ദി പറഞ്ഞു. പുസ്തകക്കടയിലേക്കോടി. ആദ്യസന്ദർശനത്തിലേതുപൊലെ തന്നെ അതിപ്പോഴും ഇരുട്ടടഞ്ഞും പൊടിപിടിച്ചും കിടക്കുന്നു. ആ വൃദ്ധൻ വീണ്ടും ഇരുട്ടിൽ നിന്നും പുറത്ത് വന്നു.

"ഒരക്ഷരം മനസ്സിലായില്ല അല്ലേ. പണം തിരികെ വേണം. അല്ലേ?" കണ്ണൊന്നു ചെറുതാക്കി അയാൾ ചോദിച്ചു.

"അല്ല. രണ്ട് തവണ വായിച്ചു. എനിക്കിഷ്ടമായി. ചില വാക്കുകൾ എനിക്ക് മനസ്സിലായില്ല. അത് മനസ്സിലാക്കാൻ ഞാൻ അച്ഛന്റെ കൈയിലുള്ള നിഘണ്ടു ഉപയോഗിച്ചു. ഇതാ, അതിലെ രണ്ടാമത്തെ പുസ്തകത്തിനുള്ള പണം. അത് താങ്കളുടെ കൈയിലുണ്ടോ? അതിനുള്ള പണം കണ്ടെത്താൻ ഞാൻ എന്റെ പെൻസിൽ വയ്ക്കുന്ന പെട്ടിയും മണം വരുന്ന റബ്ബറും സാറയ്ക്ക് വിറ്റു. സാറ എന്റെ സുഹൃത്താണ്. ഇതാ, ഇപ്പോൾ എന്റെ കൈയിൽ ആവശ്യത്തിനുള്ള പണമുണ്ട്."

അയാൾ എന്നെ മിഴിച്ച് നോക്കി നിന്നു. ഒരിഞ്ച് അനങ്ങിയില്ല. എന്റെ ഹൃദയം തകരുന്നതുപോലെ തോന്നി. ഒരുപക്ഷേ അയാളുടെ കൈയിൽ ആ രണ്ടാമത്തെ പുസ്തകം ഉണ്ടാകില്ല?

"ആ പുസ്തകമുണ്ടോ?"

"ഉണ്ടല്ലോ... പക്ഷേ അതിനെനിക്ക് പണം വേണ്ട. നിനക്ക് ഞാനത് കടമായി തരാം. നല്ലവണ്ണം സൂക്ഷിക്കണം എന്ന് മാത്രം. വായിച്ച് കഴിഞ്ഞാൽ... രണ്ട് തവണ വായിച്ച് കഴിഞ്ഞാൽ എനിക്ക് തിരികെ തന്നാൽ മതി."

എനിക്കപ്പോൾ എന്റെ രക്ഷകനായ മാലാഖയെ ഓർമ്മവന്നു. ഒരുപക്ഷേ ആ മാലാഖ ഇവിടെ ഈ വൃദ്ധനായി വന്നതാകണം. ഞാൻ ആ വൃദ്ധന്റെ കണ്ണിലേക്ക് നോക്കി. നല്ല ആഴമുള്ള നീല നിറം. എന്റെ മാലാഖയുടെ കണ്ണുകൾ പോലെ തന്നെ. ഞാൻ പുസ്തകത്തിലേക്ക് നോക്കി. പ്രിൻസ് കാസ്പിയൻ.

"നിന്റെ പേരെന്താ?" അയാൾ ചോദിച്ചു.

"മറീന. താങ്കളുടേയോ?"

"ആൽബർട്ട്."

ആൽബർട്ട് എന്ന് പേരുള്ള മാലാഖ.

അന്ന് മുതൽ ആഴ്ചയിൽ ഒരു ദിവസമെങ്കിലും ഞാൻ പുസ്തകം കടം വാങ്ങാനായി അദ്ദേഹത്തെ സന്ദർശിച്ചു.

പതിനൊന്നാം വയസ്സിൽ ഞാൻ ജൂനിയർ ഹൈസ്കൂളിലെത്തി. അക്കാലത്ത് ഇറാനിലെ എല്ലാ സ്കൂളുകൾക്കും സർവകലാശാലകൾക്കും ധനസഹായം നൽകിയിരുന്നത് സർക്കാരായിരുന്നു. എന്നാലും ചില സ്കൂളുകൾ മറ്റ് സ്കൂളുകളെ അപേക്ഷിച്ച് മികച്ചവ എന്ന ഖ്യാതി നേടിയിരുന്നു. അനൂഷിരാവൻ-എ ദാദ്ഗർ അവയിലൊന്നാണ്. സൊറാസ്ത്രിയക്കാർ നടത്തിയിരുന്ന ഒരു സ്കൂളാണത്. അവിടെ ജൂനിയർ ഹൈസ്കൂളും സീനിയർ ഹൈസ്കൂളുമുണ്ട്. പെൺകുട്ടികൾക്ക് മാത്രമുള്ള സ്കൂളായിരുന്നു എന്റേത്. അതാണേറ്റവും നല്ല സ്കൂളുകളിൽ ഒന്ന് എന്ന കാരണം കൊണ്ടല്ല എന്റെ മാതാപിതാക്കൾ എന്നെ അവിടെ ചേർത്തത്. മറിച്ച് ഞങ്ങളുടെ താമസസ്ഥലത്തുനിന്നും ഏറ്റവും അടുത്തുള്ള സ്കൂൾ അതാണ് എന്നതിനാലായിരുന്നു.

സൊറാസ്ത്രക്കാർ അവരുടെ പ്രവാചകനായ സറതുഷ്ട്രയെ പിന്തുടരുന്നു. പേർഷ്യയിൽ ജനിച്ച ഒരു പ്രവാചകനാണദ്ദേഹം. മൂവായിരം വർഷം മുമ്പായിരുന്നു അദ്ദേഹത്തിന്റെ ജനനം. ഒരൊറ്റ ദൈവത്തിൽ വിശ്വസിക്കുക എന്നതിലേക്ക് ജനങ്ങളെ ക്ഷണിച്ചത് അദ്ദേഹമായിരുന്നു. അഹുറ മസ്ദ എന്നാണദ്ദേഹം ഈ ഒരൊറ്റ ദൈവത്തെ വിളിച്ചത്. ഞാൻ ആ സ്കൂളിൽ പഠിച്ചിരുന്ന കാലത്ത് അതിലെ വിദ്യാർത്ഥികളിലധികം പേരും ഒന്നുകിൽ സൊറാസ്ത്രിയ മതക്കാരോ അല്ലെങ്കിൽ ഇസ്ലാം മതക്കാരോ ആയിരുന്നു. എന്നാൽ അവരെക്കൂടാതെ, ബഹൈയ്യ, ജൂത മതക്കാരും മൂന്നോ നാലോ ക്രിസ്തുമതക്കാരുമുണ്ടായിരുന്നു.

നാല്പത് വർഷത്തിലധികം പഴക്കമുണ്ടായിരുന്നു ആ സ്കൂളിലെ പ്രധാന കെട്ടിടത്തിന്. അതിന്റെ ഉയർന്ന മച്ചും അനേകം ജനലുകളും കൂടി സ്കൂൾ വിശാലമാണെന്ന തോന്നലുണ്ടാക്കി. അവസാനിക്കാത്തതെന്ന് തോന്നിപ്പിക്കുന്ന ഇടനാഴികളും സ്കൂൾ കെട്ടിടത്തിന്റെ പ്രത്യേകതയായിരുന്നു. വീതിയേറിയ രണ്ട് ഗോവണികളാണ് മുകൾനിലകളെ ബന്ധിപ്പിച്ചത്. പ്രധാന കവാടത്തിനിരുവശത്തും രണ്ട് നില ഉയരമുള്ള തൂണുകളുണ്ട്. അതിനു മുകളിൽ 'നല്ല ചിന്തകൾ, നല്ല വാക്കുകൾ, നല്ല പ്രവർത്തികൾ' എന്നെഴുതി വച്ചിട്ടുണ്ട്. സൊറാസ്ത്ര മതവിഭാഗത്തിന്റെ അടിസ്ഥാന ലക്ഷ്യമാണീ വാക്കുകൾ. കളിക്കാനായി മറ്റൊരു കെട്ടിടമുണ്ട്. അതിൽ ബാസ്കറ്റ്ബോൾ കോർട്ടും വോളിബോൾ കോർട്ടുമുണ്ട്. സ്കൂളിനു ചുറ്റിലും ഇഷ്ടികകൊണ്ട് പണിത ഉയരമുള്ള മതിൽക്കെട്ടുണ്ട്.

മൂന്ന് വർഷത്തോളം ആൽബർട്ടിന്റെ പുസ്തകശാലയിലേക്കുള്ള സന്ദർശനമായിരുന്നു എന്റെ ജീവിതത്തിലെ ഏറ്റവും വലിയ സംഭവം. തന്റെ കടയിൽ കുന്നുകൂട്ടിയിരുന്ന നൂറുകണക്കിന് പുസ്തകങ്ങൾ ആൽബർട്ട് വായിച്ചിട്ടുണ്ട്. ഏത് പുസ്തകം എവിടെയിരിക്കുന്നു എന്ന് കൃത്യമായി അദ്ദേഹത്തിനറിയാം. അവയെക്കുറിച്ച് വാതോരാതെ സംസാരിക്കുവാനുമിഷ്ടമാണ്. ഭാര്യയും മകനുമുണ്ട് അദ്ദേഹത്തിന്. മകന്റെ വിവാഹം കഴിഞ്ഞു, രണ്ട് മക്കളുമായി. അവർ രണ്ട് വർഷം മുമ്പ് അമേരിക്കയിലേക്ക് താമസം മാറ്റി. ഞങ്ങൾ പരിചയപ്പെട്ടതിനുശേഷമുള്ള ആദ്യ ക്രിസ്തുമസിന് ആൽബർട്ട് എനിക്കൊരു പൊതി തന്നു. ചുവന്ന കടലാസിൽ പൊതിഞ്ഞ ഒരു സമ്മാനം. ഞാനത് തുറന്നു. അതിൽ നാർണിയയുടെ പുസ്തകങ്ങളുടെ ശേഖരമുണ്ടായിരുന്നു. അതിനോടൊപ്പം പെൻസിൽ സൂക്ഷിക്കുന്ന ഒരു നീല പെട്ടിയും കളർ പെൻസിലുകളും ബബ്ലിൾ ഗമ്മിന്റെ മണം തരുന്ന ഒരു റബ്ബറും.

എന്റെ പന്ത്രണ്ടാം പിറന്നാൾ കഴിഞ്ഞ് ഏതാനും ദിവസം കഴിഞ്ഞപ്പോഴാണ് ഞാൻ അവസാനമായി ആൽബർട്ടിനെ കാണുന്നത്. നല്ല വെയിലുള്ള ഒരു വസന്തകാലദിനമായിരുന്നു അത്. പുറത്ത് കിളികൾ പാടുന്നുണ്ടായിരുന്നു. പുഞ്ചിരിച്ചുകൊണ്ട് ഞാൻ വാതിൽ തുറന്ന് അകത്ത് പ്രവേശിച്ചു. എന്റെ കൈയിലപ്പോൾ 'ലിറ്റിൽ വുമൺ' എന്ന പുസ്തകമുണ്ടായിരുന്നു.

'ഹായ്... ആൽ' ഞാൻ വിളിച്ചു.

അകത്തുനിന്നും വന്ന വെയിലിൽ പൊടിപടലങ്ങൾ പാറി നടക്കുന്നത് കാണാനായി. എനിക്ക് മുന്നിൽ കട കാലിയായിരിക്കുന്നു. ഞാൻ ഏതോ മരുഭൂമിയുടെ ഒരരികിൽ നിൽക്കുകയാണെന്ന് തോന്നി. ശക്തമായ കാറ്റ് എന്നെ പിടിച്ചു കുലുക്കുന്നതുപോലെ. ഞാൻ കിതച്ചു. ശ്വാസം കിട്ടുന്നില്ലെന്ന് തോന്നി. ആ ശൂന്യതയ്ക്ക് നടുക്ക്, ഒരു കാർഡ്ബോഡ് പെട്ടിക്ക് മുകളിൽ ആൽബർട്ടിരിക്കുന്നു. മുഖത്ത് ദുഃഖച്ഛവിയുള്ള പുഞ്ചിരിയുമായി.

"പുസ്തകങ്ങളെല്ലാം എവിടെ പോയി?"

മിക്ക പുസ്തകങ്ങളും മറ്റൊരു പുസ്തകക്കടക്കാരന് വിറ്റു എന്നദ്ദേഹം പറഞ്ഞു. എന്നാൽ എന്റെ ചില ഇഷ്ടപുസ്തകങ്ങൾ ബാക്കിവച്ചിട്ടുണ്ട്. ആ പുസ്തകങ്ങൾ പെട്ടിയിലാക്കി അതിന്മേലാണപ്പോൾ അൽബർട്ട് ഇരിക്കുന്നത്. അവയെല്ലാം എന്റെ വീട്ടിലെത്തിക്കാം എന്നദ്ദേഹം വാക്ക് തന്നു. എന്നോട് ഇതെല്ലാം മുമ്പേ പറയണം എന്നാഗ്രഹിച്ചതായിരുന്നുവത്രെ. എന്നാൽ കഴിഞ്ഞില്ല. അദ്ദേഹവും ഭാര്യയും ഇറാൻ വിടുകയാണ്. അമേരിക്കയിൽ മകനോടൊപ്പം താമസിക്കാനായി പോകുകയാണ്. ആൽബർട്ടിന് വലിയ താത്പര്യമില്ലായിരുന്നു. പക്ഷേ ഭാര്യയ്ക്ക് സുഖമില്ലാതാകുന്നു. അവൾക്ക് മകനോടും പേരക്കുട്ടികളോടുമൊപ്പം താമസിക്കണെമെന്നാണാഗ്രഹം. അതിനാൽ അത് നിഷേധിക്കുവാനായില്ല. അമ്പത്തിയൊന്ന് വർഷമായി അവരുടെ വിവാഹം കഴിഞ്ഞിട്ട്. ഇത് അവളുടെ അവസാനത്തെ ആഗ്രഹമാണ്.

അദ്ദേഹം കീശയിൽനിന്നും വെളുത്ത ഉറുമാലെടുത്ത് മൂക്ക് ചീറ്റി. എന്റെ കൈയും കാലും കുഴയുവാൻ തുടങ്ങി. അദ്ദേഹം എഴുന്നേറ്റ് എനിക്ക് സമീപമെത്തി. കൈ എന്റെ തോളിൽ വച്ചു.

“നീ വളരുന്നത് ഞാൻ കണ്ടു. എന്റെ ജീവിതത്തിലേക്ക് സന്തോഷം കൊണ്ടുവന്നത് നീയായിരുന്നു. എനിക്ക് നിന്നെ നഷ്ടമാകും. നീയെനിക്ക് മകളെപ്പോലെയാണ്.”

ഞാൻ അദ്ദേഹത്തെ ആലിംഗനം ചെയ്തു. മുറുകെ പിടിച്ചു. അമേരിക്കയിലേക്ക് താമസം മാറ്റുന്നത് മരണം പോലെ ശാശ്വതമായ വിടവുണ്ടാക്കുന്ന ഒന്നാണെന്ന തോന്നൽ അപ്പോഴുണ്ടായിരുന്നു.

ആറ്

വായിൽ ചിക്കൻ സൂപ്പിന്റെ രുചിയുമായാണെഴുന്നേറ്റത്. ലോകം മുഴുക്കെ കനത്ത മൂടൽ മഞ്ഞിലാണെന്ന് തോന്നി. അത് എനിക്ക് ചുറ്റിലും വട്ടം കറങ്ങുകയാണെന്നും. കൃത്യമായ രൂപങ്ങളില്ല. അവ്യക്തമായ നിറങ്ങൾ മാത്രം. ആരോ എന്നെ പേരെടുത്ത് വിളിക്കുന്നു. വീണ്ടും ചിക്കൻ സൂപ്പ്. ഞാൻ ചുമച്ചു.

“വിഴുങ്ങ്. അത് നിനക്ക് നല്ലതാണ്.”

ചൂടുള്ള ആ ദ്രാവകം എന്റെ തൊണ്ടയിലൂടെ താഴേക്കിറങ്ങി. ഞാൻ വീണ്ടും വിഴുങ്ങി. എനിക്ക് മുന്നിൽ ഒരു വെളുത്ത തിളങ്ങുന്ന ചതുരമുണ്ട്. ഞാനതിലേക്ക് ശ്രദ്ധ കേന്ദ്രീകരിച്ചു. അഴികളുള്ള ഒരു ചെറിയ ജനലാണത്. എന്റെ ആഗ്രഹങ്ങൾ അപ്പോൾ വേദനാജനകങ്ങളായിരുന്നു.

“നന്നായി.” ശബ്ദം പറഞ്ഞു. അതെന്റെ പുറകിൽ നിന്നാണ് വരുന്നത്.

ഒന്നനങ്ങുവാൻ ഞാൻ ശ്രമിച്ചു.

"അനങ്ങണ്ട. വിഴുങ്ങിയാൽ മതി."

അനങ്ങുമ്പോൾ വേദനിക്കുന്നുണ്ട്. ഞാൻ വീണ്ടും വിഴുങ്ങി. സൂപ്പിൽ കുറച്ച് എന്റെ കവിളിലൂടെ ഒഴുകി.

സാവധാനത്തിൽ അറ എനിക്ക് കാണാമെന്നായി.

"ഇനി നിന്നെ ഞാൻ കിടത്താം." ശബ്ദം പറഞ്ഞു. അത് അലിയായിരുന്നു.

അയാൾ എന്നിൽനിന്നും രണ്ടുമൂന്നടി ദൂരെയിരുന്നു. എന്നെ എവിനിലെ സ്ത്രീകൾക്കായുള്ള വിഭാഗത്തിലേക്ക് മാറ്റുന്നു എന്നറിയിച്ചു. 246 എന്നാണ് ആ വിഭാഗം അറിയപ്പെടുന്നത്. അവിടെ ചെന്നാൽ എന്റെ ചില സുഹൃത്തുക്കളെ കാണാനാകും. എനിക്കൊന്നുകൂടി ഉഷാറാകും. 246ൽ ജോലി ചെയ്യുന്ന ഒരാളെ അയാൾക്കറിയാം. അവരോട് എന്റെ കാര്യങ്ങളിൽ ശ്രദ്ധ വേണമെന്ന് പറഞ്ഞിട്ടുണ്ട്. മറിയം എന്നാണ് ആ സഹോദരിയുടെ പേര്.

"ഞാനൊന്ന് പുറത്തിറങ്ങുന്നു..." അയാൾ പറഞ്ഞു. അയാളുടെ കണ്ണുകൾ അപ്പോഴും എന്നിലായിരുന്നു. ഞാനെന്തെങ്കിലും പറയാൻ കാത്തിരിക്കുന്നതുപോലെ.

246 എന്നാൽ എന്ത് തരം സ്ഥലമാണെന്ന് എനിക്ക് ഒരു രൂപവുമില്ലായിരുന്നു. എനിക്ക് ജീവപര്യന്തമാണ് ശിക്ഷ എന്നയാൾ പറഞ്ഞിരുന്നോ അതോ ഞാനത് സ്വപ്നം കണ്ടതാണോ?

"എനിക്ക് ജീവപര്യന്തം ശിക്ഷയുണ്ടോ?" ഞാൻ ചോദിച്ചു.

അയാൾ തലയാട്ടി. മുഖത്ത് അപ്പോൾ വിഷാദമുണ്ടായിരുന്നു.

കരയാതിരിക്കുവാൻ ഞാൻ ശ്രമിച്ചു. പക്ഷേ അതിനായില്ല. എന്നെ വധശിക്ഷയിൽ നിന്നും എന്തിനു രക്ഷപ്പെടുത്തി എന്ന് അയാളോട് ചോദിക്കണം എന്നെനിക്കുണ്ടായിരുന്നു. അയാൾ ചെയ്തത് ചെയ്യാൻ അയാൾക്ക് യാതൊരു അധികാരവുമില്ലെന്ന് അയാളോടെനിക്ക് പറയണമെന്നുണ്ട്.... പക്ഷേ ആകുന്നില്ല.

അയാൾ എഴുന്നേറ്റ് നിന്നു. 'ദൈവം നിന്നെ സംരക്ഷിക്കട്ടെ' എന്ന് പറഞ്ഞ് പുറത്തേക്കിറങ്ങി.

ഞാനുറങ്ങി.

ഏതാനും മണിക്കൂർ കഴിഞ്ഞപ്പോൾ അയാൾ തിരിച്ച് വന്നു. എന്നെ ഒരു കൊച്ചുമുറിയുടെ വാതിൽക്കലേക്ക് കൊണ്ടുപോയി. അവിടെ നിലത്ത് ഇരുപത് പെൺകുട്ടികൾ കിടന്നുറങ്ങുന്നുണ്ടായിരുന്നു.

"ഇവിടെ കാത്തിരിക്കണം. അവർ വന്ന് 246ലേക്ക് കൊണ്ടുപോകുന്നതുവരേക്കും കാത്തിരിക്കണം. കാര്യങ്ങളെല്ലാം മെച്ചപ്പെടും. നിന്റെ കാര്യങ്ങൾ നീ തന്നെ ശ്രദ്ധിക്കണം. ഇരുന്ന് കഴിഞ്ഞാൽ കണ്ണ് മൂടിക്കെട്ടണം."

ഒരു മൂലയിൽ ഒഴിഞ്ഞ സ്ഥലം ഞാൻ കണ്ടെത്തി. എനിക്കപ്പോഴും തല കറങ്ങുന്നുണ്ട്. കാലുകൾ വേദനിക്കുന്നുണ്ട്. അതുകൊണ്ട് തന്നെ ആരേയും ചവിട്ടാതെ ആ മൂലയിലെത്താൻ വല്ലാതെ പാടുപെടേണ്ടി വന്നു. ഞാനവിടെ എത്തിയതിന് ആരിൽ നിന്നും ഒരു പ്രതികരണവും വന്നില്ല. ഒന്ന് കിടക്കാനുള്ള സ്ഥലം അവിടെയില്ല. ഞാനിരുന്നു. കാൽ മുട്ടുകൾ മടക്കി നെഞ്ചോടമർത്തിവെച്ചു. ചുവരിൽ ചാരിയിരുന്നു കരഞ്ഞു.

കുറച്ച് കഴിഞ്ഞപ്പോൾ ഒരാൾ വന്ന് പത്ത് പേരുകൾ ഉച്ചത്തിൽ വിളിച്ചു. അതിൽ എന്റെ പേരുമുണ്ടായിരുന്നു.

"ഞാൻ പേരുവിളിച്ചവരെല്ലാം കണ്ണുകെട്ടിയത് ഇത്തിരിയൊന്ന് പൊക്കിവയ്ക്കണം. എവിടേക്കാണ് പോകുന്നത് എന്നറിയുവാനാണത്. അവരെല്ലാം ഈ വാതിലിന്നരികിൽ വന്ന് വരിയായി നിൽക്കണം. മുന്നിൽ നിൽക്കുന്നയാളുടെ തട്ടത്തിൽ പിടിച്ച് വേണം നിൽക്കാൻ. മറക്കണ്ട. കണ്ണ് മൂടിക്കെട്ടിയത് ഇത്തിരി ഉയർത്തിവയ്ക്കാം. ചുറ്റിലേക്കും അധികം നോക്കുന്നത് കണ്ടാൽ ക്ഷമിക്കുക എന്നൊന്ന് ഉണ്ടാകില്ല. എല്ലാവരും വരിയിൽ തന്റെ സ്ഥാനം കണ്ടെത്തിക്കഴിഞ്ഞാൽ കണ്ണ് വീണ്ടും പഴ യതുപോലെ മൂടിക്കെട്ടണം. നല്ലവണ്ണം ഇറുക്കി കെട്ടിയിട്ടുണ്ട് എന്നുറപ്പ് വരുത്തണം."

ഞാൻ എനിക്ക് മുന്നിൽ നിന്നിരുന്ന പെൺകുട്ടിയുടെ തട്ടത്തിൽ പിടിച്ചു. എനിക്ക് പുറകിലുണ്ടായിരുന്നയാൾ എന്റെ ഷാളിൽ പിടിച്ചു. ഞങ്ങൾ ഏതാനും ഇടനാഴികൾ കടന്ന് നീങ്ങി. അധികം താമസിയാതെ പുറത്തെത്തി. അവിടെ തണുപ്പുണ്ടായിരുന്നു. ഞാൻ തലകറങ്ങി വീഴു മെന്ന നിലയിലായിരുന്നു. അതിനാൽ വേഗം എത്തേണ്ടിടത്ത് എത്തണേ എന്ന് പ്രാർത്ഥിച്ചു. ചാരനിറമുള്ള നടപ്പാതയും എനിക്ക് മുന്നിലുള്ളയാ ളുടെ തട്ടവും അവരുടെ പാദങ്ങളും എനിക്ക് കാണാമായിരുന്നു. അവ രുടെ പാദങ്ങൾ വീർത്തിരിക്കുന്നു. പക്ഷേ അവർ റബ്ബറിന്റെ ചെരുപ്പു കൾ അണിഞ്ഞിരിക്കുന്നു. ഞാൻ അണിഞ്ഞതിനു സമാനമായത് തന്നെ. എന്നാൽ അവരുടെ കാലിനെ അപേക്ഷിച്ച് ചെറിയതാണെന്ന് മാത്രം. എന്റെ ഷൂസിനെന്തുപറ്റിക്കാണും എന്ന് ഞാൻ അമ്പരന്നു. ഞങ്ങൾ ഒരു കെട്ടിടത്തിലെത്തി. ഇടനാഴിയിലൂടെ നടന്നു. ഒന്ന് രണ്ട് പടികൾ കയറി. അപ്പോൾ നിൽക്കാനുള്ള ഉത്തരവ് വന്നു. ഗാർഡ് ഉച്ചത്തിൽ എന്റെ പേരു വിളിച്ചു. എന്നോട് വരിയിൽ നിന്നും മാറി നിൽക്കാനാവശ്യപ്പെട്ടു.

"ഈ കയറിൽ പിടിച്ച് എനിക്ക് പുറകിൽ വാ." അയാൾ ഉത്തരവിട്ടു.

ഞാൻ കയറിൽ പിടിച്ചു. വാതിലിലൂടെ പുറത്ത് കടന്നു.

'സലാം അലൈക്കും സഹോദരീ. ഗുഡ് മോണിങ്ങ്. ഇതാ നിങ്ങൾ ക്കൊരു പുതിയ വസ്തു. മറീന മൊറാദി ബക്ത്. കടലാസുകളും ഇവിടെ യുണ്ട്."

"ഗുഡ് മോണിങ്ങ് സഹോദരാ. നന്ദി." സ്ത്രീ സ്വരം പറഞ്ഞു.

വാതിലടഞ്ഞു. തിളയ്ക്കുന്ന ചായയുടെ മണം മുറിയിൽ നിറഞ്ഞു. അപ്പോഴാണ് ഞാൻ പട്ടിണിയിലാണെന്ന ഓർമ്മ വന്നത്.

"കണ്ണുകെട്ടിയതഴിക്കൂ മറീന," ആ സ്ത്രീ ആജ്ഞാസ്വരത്തിൽ പറഞ്ഞു. ഞാൻ അനുസരിച്ചു.

എന്നേക്കാൾ പത്തിഞ്ചെങ്കിലും ഉയരം കൂടും അവർക്ക്. ഇരുപത്തിയഞ്ചിനോടടുത്ത പ്രായം. വലിയ കറുത്ത കണ്ണുകൾ. വലിയ മൂക്ക്. നേർത്ത ചുണ്ടുകൾ. ഇതെല്ലാം കൂടി മുഖത്തൊരു ഗൗരവപ്രകൃതം അവർക്ക് പകർന്ന് നൽകിയിരിക്കുന്നു. കറുത്ത ചാദോറാണവരുടെ വേഷം. ജീവിതത്തിൽ എന്നെങ്കിലും അവർ പുഞ്ചിരിച്ചിട്ടുണ്ടോ എന്ന് ഞാൻ അദ്ഭുതപ്പെട്ടു.

ഞങ്ങളപ്പോൾ നിന്നിരുന്ന മുറി എന്തിന്റേയോ ഓഫീസാണ്. പന്ത്രണ്ടടി വീതി. പതിന്നാലടി നീളം. അതിൽ നാല് ലോഹക്കസേരകളുണ്ട്. ഒരു മേശയുണ്ട്. അതിന്മേൽ കടലാസുകൾ കുന്നുകൂടി കിടപ്പുണ്ട്. അഴികളിട്ട ഒരു ജനലിൽക്കൂടി പ്രഭാത സൂര്യന്റെ മഞ്ഞവെളിച്ചം നിലത്തേക്കെത്തി നോക്കുന്നുണ്ട്.

"മറീനാ... എന്റെ പേര് മറിയം എന്നാണ്." അവർ പറഞ്ഞു. "അലി എന്ന സഹോദരൻ നിന്നെക്കുറിച്ച് എന്നോട് പറഞ്ഞിരുന്നു." അവർ വിശദീകരിക്കുവാൻ തുടങ്ങി. ഞങ്ങളപ്പോൾ 246 എന്ന കെട്ടിടത്തിലാണ്. അതിന് രണ്ട് നിലകളുണ്ട്. ആദ്യനിലയിൽ ആറ് മുറികളും രണ്ടാമത്തേതിൽ ഏഴു മുറികളുണ്ട്. രണ്ടാമത്തെ നിലയിലെ ഏഴാം നമ്പർ മുറിയിലാണ് ഞാൻ കിടക്കേണ്ടത്. ഇത്രയും പറഞ്ഞ് അവർ ഉച്ചഭാഷിണിയിലൂടെ ഒരു പേരു വിളിച്ചു. നിമിഷങ്ങൾക്കുള്ളിൽ എന്റെ പ്രായമുള്ള ഒരു പെൺകുട്ടി ഓഫീസിലെത്തി. 'ഇത് സൊഹെയ്‌ല' എന്ന് മറിയം അവരെ എനിക്ക് പരിചയപ്പെടുത്തി. തടവ് പുള്ളിയാണ്. ഏഴാം നമ്പറിനെ പ്രതിനിധീകരിക്കുന്നു.

നീളമില്ലാത്ത തവിട്ട് മുടിയുള്ളവളാണ് സൊഹെയ്‌ല. നീല സ്വെറ്ററും കറുത്ത പാന്റ്സുമാണവളുടെ വേഷം. തട്ടമിട്ടിട്ടില്ല. 246, സ്ത്രീകൾക്ക് മാത്രമായുള്ള കെട്ടിടമാകയാൽ അതിനകത്ത് തട്ടത്തിന്റെ, ഹെജാബിന്റെ, ആവശ്യമില്ലെന്ന് ഞാൻ കരുതി. ഓഫീസിന്റെ വാതിൽ തുറക്കുന്നത് ഒരു തുറന്ന മുറിയിലേക്കാണ്. ഒമ്പത് അടി വീതിയും ഇരുപത്തിയഞ്ചടി നീളവുമുണ്ടതിന്. ഞങ്ങളത് മുറിച്ച് കടന്നപ്പോൾ താഴേക്കിറങ്ങിപ്പോകുന്ന പടികൾ കണ്ടു. ഞാൻ സൊഹെയ്‌ലയ്ക്ക് പുറകിൽ മുടന്തി നടക്കുകയായിരുന്നു. ഞാൻ വളരെ പുറകിലായപ്പോൾ അവൾ നിന്നു. തിരിഞ്ഞ് നോക്കി. എന്റെ പാദങ്ങളിലേക്ക് തുറിച്ച് നോക്കി.

"ക്ഷമിക്കണം... ഞാനത്ര ആലോചിച്ചില്ല... എന്റെ തോളിൽ കൈയിട്ടോളൂ. ഞാൻ സഹായിക്കാം," അവൾ പറഞ്ഞു.

ഞങ്ങൾ ഇരുമ്പ് വാതിലിലെത്തി. സൊഹെയ്‌ല അത് തള്ളി തുറന്നു. ഒരു ഇടുങ്ങിയ ഇടനാഴിയിൽ ഞങ്ങളെത്തി. അവിടെ എല്ലായിടത്തും

പെൺകുട്ടികളുണ്ടായിരുന്നു. മൂന്ന് വാതിലുകൾ കടന്ന് പോയി. പിന്നെ ഇടനാഴി തൊണ്ണൂറ് ഡിഗ്രി കോണിൽ ഒന്ന് തിരിഞ്ഞു. വീണ്ടും മൂന്ന് വാതിലുകൾ കഴിഞ്ഞു. അവസാനത്തെ മുറിയാണ് ഏഴാം നമ്പർ മുറി. ഞങ്ങൾ അകത്ത് പ്രവേശിച്ചു. ഞാൻ ചുറ്റും നോക്കി. പതിനേഴടി വീതിയും ഇരുപത്തിയഞ്ചടി നീളവുമുണ്ട് ആ മുറിക്ക്. നിലത്ത് പഴകി അഴുകി കീറിയ കാർപെറ്റിട്ടിട്ടുണ്ട്. എന്റെ കണ്ണിന്റെ ഉയരത്തിൽ, ചുവരിൽ, ലോഹംകൊണ്ടുള്ള ഒരു ഷെൽഫ് പിടിപ്പിച്ചിട്ടുണ്ട്. അതിൽ പ്ലാസ്റ്റിക് ബാഗുകളിൽ വസ്ത്രങ്ങൾ വച്ചിരിക്കുന്നു. അതിന്റെ താഴെയുള്ള കൊളുത്തുകളിൽ ചെറിയ ബാഗുകൾ ഞാന്ന് കിടക്കുന്നു. ഇളം തവിട്ട് നിറമുള്ള ചായമാണ് ഈ ലോഹഷെൽഫിനും ചുവരിനുമടിച്ചിരുന്നത്. അത് പൊളിഞ്ഞിളകുവാൻ തുടങ്ങിയിരിക്കുന്നു. അഴുക്ക് പിടിച്ചിരിക്കുന്നു. മൂലയിൽ ഒരു കട്ടിലുണ്ട്. അതിന്മേൽ ജാറുകളും, വിവിധ തരത്തിലും ആകൃതിയിലും വലിപ്പത്തിലുമുള്ള പാത്രങ്ങളും പരത്തിയിട്ടിരിക്കുന്നു. രണ്ടാമതൊരു കട്ടിലിനു മുകളിൽ വസ്ത്രങ്ങൾ കുത്തിനിറച്ച പ്ലാസ്റ്റിക് സഞ്ചികളാണ്. മറ്റൊരു മൂലയിൽ തറ മുതൽ മച്ചുവരെ പട്ടാള പുതപ്പുകൾ അട്ടിയിട്ടിരിക്കുന്നു. അവിടെ ഒരു ജനലുണ്ട്. അഴിയിട്ട ജനൽ. ആശ്ചര്യമെന്ന് പറയട്ടെ, മുറി വൃത്തിയാക്കിയിട്ടിട്ടുണ്ട്. മൂന്നോ നാലോ പേരടങ്ങുന്ന ചെറുസംഘങ്ങളായി ഏകദേശം അമ്പതോളം പെൺകുട്ടികൾ നിലത്തിരിക്കുന്നു. അവർ സംസാരിച്ചിരിക്കുകയാണ്. മിക്കവരും എന്റെ പ്രായക്കാരാണ്. ഞാൻ മുറിയിൽ പ്രവേശിച്ചപ്പോൾ കൗതുകത്തോടെ അവരെല്ലാം എന്നെ നോക്കി. ഇനിയും നടക്കാനാകാതെ ഞാൻ നിലത്ത് വീണു.

"കുട്ടികളേ, അവർക്ക് വിശ്രമിക്കാൻ ഒരിടം നൽകൂ!" സൊഹെയ്ല വിളിച്ച് പറഞ്ഞു. എന്റെ സമീപം മുട്ടുകുത്തി. "നിന്റെ കാലിന്റെ വേദന എനിക്ക് മനസ്സിലാകും. പക്ഷേ എല്ലാം സുഖമാകും, വിഷമിക്കണ്ട."

ഞാൻ തലയാട്ടി. കണ്ണു നിറഞ്ഞു.

"മറീനാ!" പരിചിതമായ ഒരു സ്വരം കേട്ടു.

ഞാൻ മുകളിലേക്ക് നോക്കി. എന്റെ മുന്നിൽ നിൽക്കുന്ന രൂപത്തെ ആദ്യം എനിക്ക് തിരിച്ചറിയുവാനായില്ല.

"സാറാ... ദൈവത്തിനു സ്തുതി... നിന്നെയോർത്ത് ഞാൻ എത്ര വിഷമിച്ചുവെന്നോ?"

സാറ വല്ലാതെ വാടിയിരിക്കുന്നു. ഒരുകാലത്ത് തിളങ്ങുന്ന ചർമ്മമുണ്ടായിരുന്നവളാണവൾ. അതിപ്പോൾ വികൃതമായിരിക്കുന്നു. മുഷിഞ്ഞിരിക്കുന്നു. കണ്ണിനു ചുറ്റിലും കറുത്ത വളയങ്ങൾ പ്രത്യക്ഷപ്പെട്ടിരിക്കുന്നു. ഞങ്ങൾ കെട്ടിപ്പിടിച്ച് നിന്നു. മതിയാവോളം.

"നിനക്ക് കുഴപ്പമൊന്നുമില്ലല്ലോ?" എന്റെ കാലിൽ നോക്കി അവൾ ചോദിച്ചു.

"കുഴപ്പമില്ല. ഇതിലും മോശമാകുമായിരുന്നു അവസ്ഥ."

ഞാൻ തലയിൽനിന്നും ഷാൾ മാറ്റി. കട്ടപിടിച്ച മുടിയിലൂടെ വിരലോടിച്ചു. എന്റെ ജീവിതത്തിൽ ഇത്രയും മുഷിഞ്ഞ, അഴുക്ക് കയറിയ, ശരീരവുമായി ഞാൻ ഒരു ദിവസം പോലും കഴിഞ്ഞിട്ടില്ല.

“നിന്റെ നെറ്റിയിൽ എന്തിനാ പേരെഴുതിയിരിക്കുന്നത്?” സാറ ചോദിച്ചു.

“എന്ത്?”

“കറുത്ത മാർക്കർ പേന ഉപയോഗിച്ച് നിന്റെ പേര് നെറ്റിയിൽ എഴുതിയിട്ടുണ്ട്.”

ഞാൻ നെറ്റി തടവി. ഒരു കണ്ണാടി കിട്ടുമോ എന്ന് ചോദിച്ചു. അവിടെ കണ്ണാടിയൊന്നുമില്ല എന്ന് സാറ പറഞ്ഞു. എവിനിൽ താനെത്തിയതിനു ശേഷം ഇങ്ങനെ നെറ്റിയിൽ പേരെഴുതിയ ആരേയും കണ്ടിട്ടില്ല എന്നും അവൾ പറഞ്ഞു. അതെങ്ങനെ സംഭവിച്ചു എന്ന് എനിക്കും ഓർത്തെടുക്കാനായില്ല. കുളിമുറിയിൽ തലകറങ്ങി, ബോധം നശിച്ച് വീണത് ഞാനവളോട് പറഞ്ഞു.

“മറീനാ... എന്റെ അച്ഛനമ്മാർ... അവരെന്ത് പറയുന്നു? നീ എപ്പോഴാണവരെ അവസാനമായി കണ്ടത്?”

അതിനു മുമ്പൊരിക്കലും കണ്ടിട്ടില്ലാത്ത തീവ്രതയോടെ അവളുടെ കണ്ണുകൾ എന്റെ മറുപടിയെ കാക്കുന്നത് ഞാനറിഞ്ഞു. ദിവസങ്ങളോളം മരുഭൂമിയിലലഞ്ഞ് ഒരു തുള്ളി വെള്ളത്തിനായി ദാഹിച്ച് നിൽക്കുമ്പോൾ കണ്ടെത്തുന്ന ഒരു ജലധാരയാണ് ഞാനെന്ന മട്ടിൽ.

അവളുടെ മാതാപിതാക്കൾ എത്ര വിഷമത്തിലാണെന്ന കഥ ഞാൻ അവളെ അറിയിച്ചു. അവർ അവളേയും സൈറസിനേയും ഒന്ന് കാണാൻ ശ്രമിച്ച കാര്യങ്ങളും പറഞ്ഞു. സൈറസ് എവിടെയാണെന്നും അവന്റെ അവസ്ഥ എന്താണെന്നും അറിയാമോ എന്ന് ഞാൻ അവളോട് ചോദിച്ചു. അവൾക്കറിയില്ലായിരുന്നു. അവളെ ചാട്ടകൊണ്ടടിച്ചുവോ എന്നും ഞാൻ ചോദിച്ചു.

അവരെ അറസ്റ്റ് ചെയ്ത അന്ന് രാത്രി സൈറസിനെ ചാട്ടകൊണ്ടടിക്കുന്ന കാഴ്ചയ്ക്ക് അവൾ ദൃക്സാക്ഷിയായി. ഗാർഡുകൾ അവളെ അതിനായി അവിടെയിരുത്തി. അവരുടെ സുഹൃത്തുക്കളുടെ പേരുകളെല്ലാം പറയണം എന്ന് ചാട്ടകൊണ്ടടിക്കുന്നവർ നിർബന്ധിക്കുന്നുണ്ടായിരുന്നു. പക്ഷേ, സൈറസ് വഴങ്ങിയില്ല. തന്റെ സഹോദരനെ പീഡിപ്പിക്കുന്നത് കാണാനുള്ള കരുത്തില്ലാത്തതിനാൽ അവൾ കണ്ണടച്ചു. അത് കണ്ട അവർ അവളെ ചവുട്ടി, തൊഴിച്ചു. കണ്ണു തുറന്നിരിക്കുവാൻ നിർബന്ധിച്ചു. അതിനുശേഷം അവർ സൈറസിനെ അഴിച്ച് പകരം അവിടെ സാറയെ ബന്ധിച്ചു. പേരുകൾ പറയുകയാണെങ്കിൽ സാറയെ ചാട്ടകൊണ്ടടിക്കുകയില്ല എന്നവർ സൈറസിനോട് പറഞ്ഞു. സൈറസ് ഒരക്ഷരം പറഞ്ഞില്ല. അവർ സാറയെ മർദ്ദിച്ചു. അവൾക്ക് ആരെയെങ്കിലും അറിയാമോ എന്ന് ചോദിച്ചു. അവൾക്ക് ആരേയും അറിയില്ലായിരുന്നു. അപ്പോൾ അവർ അവളുടെ സ്വന്തം സുഹൃത്തുക്കൾ ആരൊക്കെയെന്ന് ചോദിച്ചു.

"ഞാൻ നിന്റെ പേരു പറഞ്ഞു മറീനാ... എന്നോട് നീ ക്ഷമിക്കണം... എനിക്ക് സഹിക്കാനായില്ല..."

ഞാനവളെ പഴിചാരിയില്ല. കുറച്ച് നേരംകൂടി ഹാമെഹ്ദ് എന്നെ മർദ്ദിച്ചിരുന്നുവെങ്കിൽ അയാൾക്കാവശ്യമുള്ള പേരുകളെല്ലാം തന്നെ ഞാനും പറയുമായിരുന്നു.

ഞാൻ ആ പട്ടികയെക്കുറിച്ച് അവളോട് പറഞ്ഞു. അവർക്ക് അറിയാവുന്ന വിവരങ്ങൾ ഞങ്ങളിൽ നിന്നും വീണ്ടുമറിയാൻ വേണ്ടി മാത്രമാണ് ഗാർഡുകളെല്ലാംകൂടി ഇങ്ങനെ പീഡിപ്പിച്ചത് എന്നറിഞ്ഞപ്പോൾ അവൾ അദ്ഭുതപ്പെട്ടു. അവൾക്കത് വിശ്വസിക്കാനായില്ല. ഈ പട്ടികയെക്കുറിച്ച് ഇതിനുമുമ്പ് എന്തുകൊണ്ട് പറഞ്ഞില്ല എന്ന് അവൾ എന്നോട് ചോദിച്ചു. ആരൊക്കെ പട്ടികയിലുണ്ട് എന്ന് അപ്പോഴെനിക്കറിയില്ലായിരുന്നു എന്നും അതിനാൽ ആരേയും വിഷമിപ്പിക്കണ്ട എന്ന് ഞാൻ കരുതി എന്നും അവളോട് പറഞ്ഞു.

"നീ ഗീതയെ കണ്ടിരുന്നോ?" ഞാൻ ചോദിച്ചു.

"അവർ എന്നെ മർദ്ദിക്കുവാൻ തുടങ്ങുന്നതിനുമുമ്പ്, ഗീതയാണെന്റെ പേരും വിലാസവും നൽകിയത് എന്നാണ് ഹമെഹ്ദ് പറഞ്ഞത്. ഞാനയാളെ വിശ്വസിച്ചു. അവളോട് അവജ്ഞ തോന്നി. അവൾ മൂലമാണെന്നെ അറസ്റ്റ് ചെയ്തത് എന്ന് ഞാൻ വിശ്വസിച്ചു. ഹമെഹ്ദ് എന്നെ ആഞ്ഞടിച്ചു. എനിക്കറിയാവുന്നതെല്ലാം ഞാൻ വിളിച്ച് പറഞ്ഞു. അപ്പോൾ ഗീതയെ വെറുത്തതിനു ഞാൻ എന്നെ വെറുത്തു."

പുറത്തേക്കൊഴുകുവാൻ വെമ്പി നിന്നിരുന്ന വേദനയെ പിടിച്ചു നിർത്തുവാനായി അവൾ വാ പൊത്തിപ്പിടിച്ചു. ഞാൻ അവളുടെ തോളിൽ കൈയിട്ടു. അവൾ എന്റെ നെഞ്ചിൽ കിടന്ന് കരഞ്ഞു.

അവസാനം അവൾ തലയുയർത്തി. "എന്നെ ഇവിടേക്കയച്ചതിന്റെ തൊട്ടുമുമ്പ്, ഹമെഹ്ദ് എന്നോട് അവർ ഗീതയുടെ വധശിക്ഷ നടപ്പാക്കി എന്നറിയിച്ചു. സൈറസ് സഹകരിച്ചില്ലെങ്കിൽ അവനും അത് തന്നെ സംഭവിക്കും എന്നുമറിയിച്ചു. അപ്പോൾ മാത്രമാണ് ഗീതയാണെന്റെ പേരും വിലാസവും തന്നത് എന്നയാൾ പറഞ്ഞത് നുണയായിരുന്നു എന്നെനിക്ക് മനസ്സിലായത്. ഗീത വാ തുറന്നിരുന്നു എങ്കിൽ അവൾ ജീവനോടെയിരിക്കുമായിരുന്നു. അവൾ സംസാരിച്ചില്ല. അതിനാൽ അവർ അവളെ കൊന്നു. തെറ്റ് അവളുടേതായിരുന്നില്ല."

"ഗീത മരിച്ചുവെന്നോ?"

സാറ തലയാട്ടി.

അത് സത്യമാകില്ല.

എന്റെ തലയ്ക്കുള്ളിൽ നിന്നും ഒരു സ്വരം പുറത്തുവരുന്നുണ്ടായിരുന്നു. "നീ ഇപ്പോഴും ജീവനോടെയിരിക്കുന്നു, നീ അതിനർഹയല്ല." എന്നാണ് ആ സ്വരം പറഞ്ഞത്.

ഞാനും ഗീതയും സുഹൃത്തുക്കളായ ദിവസം എനിക്കിപ്പോഴും ഓർമ്മ യുണ്ട്. മൂന്നര വർഷം മുമ്പ്. 1978ലെ വേനലിൽ. വടക്ക്, എന്റെ കുടുംബ ത്തിനുള്ള കോട്ടേജിൽ വച്ച്. ആ വേനലിൽ തന്നെയാണ് ഞാൻ അരാഷി നേയും കണ്ടുമുട്ടിയത്.

ഏഴ്

ഞാൻ ജനിച്ച വർഷം എന്റെ മാതാപിതാക്കൾ ഘാസിയാൻ എന്ന ചെറു പട്ടണത്തിൽ ഒരു കൊച്ചുവീട് വാങ്ങി. പട്ടണഭാഷയിൽ കോട്ടേജ് എന്ന് വിളിക്കുന്ന വീട്. ബന്ദർ-എ പഹ്‌ലവിയിൽ നിന്നും തുടങ്ങുന്ന പാലത്തി നപ്പുറത്തായിരുന്നു ഈ കോട്ടേജ്. കാസ്പിയൻ കടലിനരികിൽ. അവിടെ ജീവിതത്തിനിത്ര വേഗതയില്ല. പച്ചപ്പ് കൂടുതലുണ്ട്. അക്കാലത്ത് കാസ് പിയൻ തീരത്ത് ഒരു വീടുണ്ടാകുക, കോട്ടേജ് വാങ്ങുക എന്നതെല്ലാം ധനികരാണെന്നതിന്റെ ലക്ഷണങ്ങളായിരുന്നു. സത്യത്തിൽ ഞങ്ങളുടെ കുടുംബം അത്ര ധനികരൊന്നുമല്ലായിരുന്നു. വടക്കൻ ഇറാനിലെ ശാന്തതയും പ്രശാന്തതയും അച്ഛന് ഇഷ്ടമായിരുന്നു. അതുകൊണ്ട് ടെഹ്റാനിൽ ഒരു വീട് വാങ്ങുന്നതിനു പകരം ഈ കോട്ടേജ് വാങ്ങാൻ അച്ഛൻ നിർബന്ധം പിടിച്ചു. എന്നാൽ അച്ഛന്റെ കൈയിൽ അതിനാവശ്യ ത്തിനുള്ള പണമില്ലായിരുന്നു. അച്ഛനും അച്ഛന്റെ ഒരു സുഹൃത്തും കൂടി യാണത് വാങ്ങിയത്. പർതെഫ് എന്ന് പേരുള്ള ഒരു റഷ്യൻ-അർമേനിയ ക്കാരനായിരുന്നു അദ്ദേഹം. വളരെ ഉച്ചത്തിൽ സംസാരിക്കുക, എപ്പോഴും പ്രസന്നതയോടെയിരിക്കുക എന്നതെല്ലാം അദ്ദേഹത്തിന്റെ പ്രത്യേകത യായിരുന്നു. അദ്ദേഹത്തിന് ടെഹ്റാനിൽ സ്റ്റെയിൻലസ് സ്റ്റീലിന്റെ ഒരു ഫാക്ടറിയുണ്ട്. ഞാനദ്ദേഹത്തെ പർതെഫ് അമ്മാവൻ എന്നാണ് വിളി ക്കുന്നത്. അദ്ദേഹം അവിവാഹിതനാണ്. സാധാരണ വളരെ തിരക്കുള്ള യാളുമാണ്. കോട്ടേജിലേക്കുള്ള സന്ദർശനമെല്ലാം വിരളമാണ്. അതു കൊണ്ട് ആ കോട്ടേജ് മിക്കവാറും ഉപയോഗിച്ചിരുന്നത് ഞങ്ങൾ തന്നെ യായിരുന്നു.

തുറമുഖത്തിനു പുറകിലുള്ള കുറ്റിക്കാടുകൾക്ക് നടുക്കായിരുന്നു ആ കോട്ടേജ്. ശാന്തമായ ഒരു തെരുവിൽ. ആ തെരുവ് അവസാനിക്കുന്നത് കടൽക്കരയിലായിരുന്നു. കോട്ടേജിന്റെ ഉടമ റഷ്യക്കാരനായ ഒരു ഡോക്ടറായിരുന്നു. ഇദ്ദേഹം എന്റെ മാതാപിതാക്കളുടെ അടുത്ത സുഹൃത്തായിരുന്നു. റഷ്യയിൽനിന്നും കൊണ്ടുവന്ന ഉറപ്പുള്ള വസ്തു ക്കൾകൊണ്ട് നിർമ്മിച്ചതാണീ വീട്. നാല് കിടപ്പ് മുറികളാണതിലുണ്ടാ യിരുന്നത്. അത് കൂടാതെ ഒരു സ്വീകരണ മുറി, ഒരു കൊച്ചു അടുക്കള, ഒരു ശൗചാലയം എന്നിവയും. പുറത്തെ ഭിത്തികൾക്ക് പച്ച നിറമാണടി ച്ചിരുന്നത്. മുൻവശത്തെ വാതിലിലെത്തുവാൻ പന്ത്രണ്ട് പടികൾ കയറി ചെല്ലണം.

ടെഹ്റാനിൽനിന്നും ഈ കോട്ടേജിലെത്താൻ അഞ്ച് മണിക്കൂറെടുക്കും. കാറിലാണ് യാത്ര. ടെഹ്റാനിൽനിന്നും പടിഞ്ഞാറു ഭാഗത്തേക്ക് തിരിഞ്ഞ് ഘാസ്‌വിൻ എന്ന നഗരമെത്തുന്നതുവരേക്കും സമതലത്തിലൂടെ നീങ്ങും. ഇവിടെനിന്ന് വടക്കോട്ട് തിരിയും. ഈ വഴി ചെന്നെത്തുന്നത് അൽബോർസ് മലനിരകളിലാണ്. മധ്യഇറാനിലെ മണലാരണ്യത്തെ കാസ്പിയൻ കടലിൽനിന്നും വേർതിരിച്ച് നിർത്തുന്ന ഭീമാകാരനായ ഒരു ചുമർ പോലെയാണീ മലനിരകൾ. തുരങ്കങ്ങളിലൂടെയും കുത്തനെയുള്ള കയറ്റങ്ങളിലൂടെയും ഇറക്കങ്ങളിലൂടെയും വന്യമായ വളവുകളിലൂടേയും വഴി മലനിരകൾക്കപ്പുറത്തേക്കെത്തുന്നു. പിന്നെ താഴ്‌വാരത്തിലൂടെ വൈറ്റ് നദിക്കരയിലേക്കും അവിടെനിന്ന് കുന്നുകളെ മൂടിക്കിടക്കുന്ന ഘോരവനത്തിലേക്കും. ഇവിടെയെത്തിയാൽ നെൽവയലുകളിൽനിന്ന് നറുമണവും പേറി വരുന്ന കാറ്റ് ആസ്വദിക്കാം.

ഞങ്ങളുടെ വീടിനു ചുറ്റും ലോഹക്കമ്പികൾ കൊണ്ടുണ്ടാക്കിയ വേലിയുണ്ട്. എന്റെ ചേട്ടനേക്കാൾ ഉയരമുണ്ട് ആ വേലിക്ക്. ആകാശ നീല നിറമാണ് അതിനടിച്ചിരിക്കുന്നത്. അവിടെ എത്തിയാൽ അച്ഛൻ ഞങ്ങളുടെ ആ പഴയ നീല ഓൾഡ്സ്മൊബൈൽ നിർത്തും. ഞാനിറങ്ങി പടി തുറന്ന് കൊടുക്കും. കാർ അകത്തേക്കെടുക്കും. അവിടെനിന്ന് കോട്ടേജ് വരേക്കും ഇഷ്ടികയൊന്നും പാകാത്ത വഴിയാണ്. നല്ല നീളമുള്ള വഴി. അത് മാപ്പിൾ, പൈൻ, പോപ്ലാർ, മൾബറി മരങ്ങൾക്കപ്പുറത്ത് അപ്രത്യക്ഷമാകും. എന്റെ കാൽചുവട്ടിലപ്പോൾ പല വർണ്ണങ്ങളിലുള്ള ഉരുളൻ കല്ലുകൾ തിളങ്ങി നിൽപുണ്ടാകും. ചെളിയിൽനിന്നും തലയുയർത്തി അവയെന്നെ നോക്കിനില്പുണ്ടാകും. ചിലയിടങ്ങളിൽ ഉണങ്ങിയ ഇലകൾ പരവതാനി വിരിച്ചിട്ടുണ്ടാകുമെങ്കിലും എന്നെ കണ്ടാൽ ഈ കല്ലുകൾ തലപൊക്കും! വഴി കുറച്ച് വെളിച്ചമൊക്കെയുള്ള ഒരിടത്തെത്തും. അവിടെനിന്ന് പിന്നെ വെണ്ണക്കല്ലുകൊണ്ടുണ്ടാക്കിയ പടികളാണ്. എപ്പോഴാണ് ഈ പടികൾ പ്രത്യക്ഷമായത് എന്നദ്ഭുതപ്പെടുകയാകും ഞാൻ.

പരിചിതമായ ഈറൻ മണത്തോടെയായിരിക്കും കോട്ടേജ് ഞങ്ങളെ വരവേൽക്കുന്നത്. ഞങ്ങളുടെ അസാന്നിദ്ധ്യത്താൽ പഴഞ്ചനായ വായു ചുറ്റിലും ഈർപ്പം നിറഞ്ഞ് നില്പുണ്ടാകും. അതിന്റെ മണമുണ്ടാകും. നിലത്ത് കടും പച്ച നിറമുള്ള കാർപെറ്റാണ് വിരിച്ചിരിക്കുന്നത്. വീടിനകത്ത് കയറുന്നതിനുമുമ്പ് ഷൂസ് അഴിച്ചുമാറ്റാനും കാലുകൾ വൃത്തിയാക്കാനും അമ്മ നിർദ്ദേശിക്കും. മണൽ അകത്തേക്ക് കയറ്റാതിരിക്കാനാണിത്. സ്വീകരണ മുറിയിൽ എന്റെ മാതാപിതാക്കൾ ഇരുമ്പുകൊണ്ടുണ്ടാക്കിയ ഇരിപ്പിടങ്ങൾ സജ്ജീകരിച്ചിരിക്കുന്നു. വെളുത്ത ചായം തേച്ച്, വെൽവറ്റിന്റെ കുഷ്യനുള്ളവയാണ് ആ ഇരിപ്പിടങ്ങൾ. അതിനരികിൽ ഗ്ലാസിട്ട മുകൾഭാഗത്തോടുകൂടിയ ഒരു മേശയുമുണ്ട്. കിടപ്പുമുറികളിൽ വലിയ അലങ്കാരങ്ങളൊന്നുമുണ്ടായിരുന്നില്ല. ലളിതമായിരുന്നു എല്ലാം. പഴയ അലമാരകൾ, സാധാരണ കട്ടിലുകൾ, കടുംവർണ്ണങ്ങളിലുള്ള പൂക്കളുള്ള വെളുത്ത പർദ്ദകൾ.

എന്നും കിടക്കുന്നതിനുമുമ്പ് ഞാൻ മുറിയുടെ മൂന്ന് ജനലുകളും തുറന്നിടും. പ്രഭാതത്തിൽ കോഴി കൂവുന്നത് കേൾക്കാനാണിത് ചെയ്യുന്നത്. മഴ പെയ്യുമ്പോൾ ചളിയിൽ തിമർത്തുല്ലസിക്കുന്ന താറാവുകളെ കാണാം. അവയുടെ കരച്ചിൽ കേൾക്കാം. നാരകമരങ്ങളിൽനിന്നും പൊട്ടി വീഴുന്ന ഇലകളുടെ മണമാസ്വദിക്കാം.

ഈ പുരയിടത്തിലെ ഒരു സ്ഥലത്തെത്തിയാൽ 'സ്വർഗ്ഗസ്ഥനായ പിതാവേ' എന്ന സ്തോത്രം ചൊല്ലേണ്ടതുണ്ടെന്ന് മുത്തശ്ശി എന്നെ പഠിപ്പിച്ചിട്ടുണ്ട്. എന്നും കാലത്താണിത് ചെയ്യേണ്ടത്. ദൂരെനിന്ന് നോക്കുമ്പോൾ അത് വലിയൊരു പാറയാണെന്ന് തോന്നും. പായൽ നിറഞ്ഞ ഒരു പാറ. പക്ഷേ അടുത്തെത്തിയാൽ അത് അനേകം പാറകളുടെ കൂട്ടമാണെന്ന് തിരിച്ചറിയാം. നാലടി ഉയരവും ആറടി വീതിയുമുണ്ടായിരുന്നു അതിന്. അതിന്റെ ഒരു മൂലയിൽനിന്നും തുരുമ്പ് പിടിച്ച ഒരു ലോഹദണ്ഡ് തെറിച്ചുനിൽക്കുന്നുണ്ട്. കടൽ മിക്കവാറും ഭൂമിയെല്ലാം വിഴുങ്ങി നിന്നിരുന്ന പുരാതന കാലത്തേതാണത്. ഒരുകാലത്ത് മുക്കുവർ അവരുടെ വള്ളം കെട്ടാൻ ഉപയോഗിച്ചിരുന്ന സ്ഥലമായിരുന്നു ഇത്. എന്നാൽ ഇപ്പോൾ ഞങ്ങളുടെ പുരയിടത്തിൽ ആരാലുമറിയപ്പെടാത്ത ഒരു മൂലയിൽ അത് കണ്ടെത്തിയപ്പോൾ അതൊരു ആശ്ചര്യമായി. ആ പാറക്കെട്ടിനു മുകളിൽ കയറി നിൽക്കാൻ എനിക്കിഷ്ടമായിരുന്നു. അവിടെ കയറിനിന്ന് കൈകൾ നിവർത്തിപ്പിടിച്ച് കാറ്റിനെ സ്വാഗതം ചെയ്യാൻ. എന്നിട്ട് കണ്ണടച്ച് കടൽ എന്നെ ചുറ്റിവരിയുകയാണെന്ന് സങ്കല്പിക്കുവാൻ. ചില്ലുപോലുള്ള അതിന്റെ പ്രതലം എനിക്ക് ചുറ്റും പതഞ്ഞോടിക്കളിക്കുന്നു എന്ന് സങ്കല്പിക്കുവാൻ. എനിക്ക് ചുറ്റുമുള്ള കടലിനപ്പോൾ ജീവനുണ്ട്. അത് വെയിലിനെ സ്വർണ്ണവർണ്ണമുള്ള ദ്രാവകമാക്കി കരയിലേക്കടുപ്പിക്കുന്നു. അവിടെ ഭൂമിയുടെ ചർമത്തിലുണ്ടായ തീപ്പൊള്ളലുകൾ പോലെ മണൽത്തിട്ടകൾ ഉയർന്നുവരുന്നു. ഈ പാറക്കെട്ടിനെ ഞാൻ പിന്നീട് 'പ്രാർത്ഥനപ്പാറ' എന്ന് വിളിക്കുവാൻ തുടങ്ങി.

ഞാൻ എന്നും സൂര്യോദയത്തോടെ ഉണരും. എന്നിട്ട് വെറുതെ പുറത്തിറങ്ങി നടക്കും. മരങ്ങൾക്ക് മുകളിൽ അപ്പോൾ മഞ്ഞുണ്ടാകും. വലിയ പുല്ലുകൾക്ക് മുകളിലും അതൊഴുകി നടക്കുന്നുണ്ടാകും. അതെന്റെ കാലുകളെ മൂടും. പ്രാർത്ഥനപ്പാറയിൽ ഞാനെത്തുമ്പോഴേക്കും സൂര്യൻ ഈ മഞ്ഞിലേക്കൊന്ന് ഊതിയോ എന്ന് എനിക്ക് സംശയം തോന്നും. പാറയുടെ നിറം അപ്പോൾ ഇളം ചുവപ്പായിട്ടുണ്ടാകും. പാറയുടെ മുകൾ ഭാഗം ഒരു ദ്വീപ് പോലെയാണ്. കടലിനു നടുക്കുള്ള ദ്വീപ്. അങ്ങനെ വിചാരിച്ച് ഞാൻ പാറയുടെ മുകളിൽ കിടക്കും. വെയിൽ എന്റെ ചർമ്മത്തിൽ തട്ടുന്നതനുവദിക്കും. അപ്പോൾ എനിക്ക് ഭാരമേ ഇല്ലെന്ന് തോന്നിപ്പോകും. എന്നെ വെളിച്ചവും മഞ്ഞുംകൊണ്ടുണ്ടാക്കിയതാണെന്ന്. തോന്നും

എല്ലാ വേനലിലും ഞാനും അമ്മയും ഏകദേശം രണ്ട് മാസം ഈ കോട്ടേജിൽ ചിലവഴിക്കും. അച്ഛൻ അത്ര ദീർഘിച്ച അവധിയെടുക്കാറില്ല.

കൂടിവന്നാൽ രണ്ടാഴ്ച. അത് കഴിഞ്ഞാൽ ഒന്നിടവിട്ട ആഴ്ചാവസാനങ്ങളിലെത്തും. വർഷങ്ങളോളം ഞാൻ ഈ കോട്ടേജിൽ സൈക്കിളോടിച്ചും മണലിൽ കൊട്ടാരങ്ങൾ പണിതും നീന്തിയും താറാവുകളെ ഓടിച്ചും അവിടെയുള്ള കുട്ടികളുമായി കളിച്ചും ചിലവിട്ടു. അന്ന് എന്ത് ചെയ്യാൻ തോന്നുന്നോ അത് ചെയ്യാനുള്ള സ്വാതന്ത്ര്യം എനിക്ക് ലഭ്യമായിരുന്നു. അത്താഴത്തിനും ഉറങ്ങാനും മാത്രമാകും ഞാൻ വീട്ടിലെത്തുന്നത്. വർഷങ്ങൾ കഴിഞ്ഞപ്പോൾ എന്റെ ദിനചര്യകളിലും സാഹസങ്ങളിലും വ്യത്യാസം വന്നു. എങ്കിലും ഒഴിവുദിവസങ്ങൾ അതുപോലെ നിലനിന്നു. സാഹസങ്ങൾ എന്നെ വീട്ടിൽനിന്നും അകലങ്ങളിലേക്ക് കൊണ്ടുപോയി. പന്ത്രണ്ട് വയസ്സായപ്പോൾ ഒറ്റയ്ക്ക് സൈക്കിളിൽ പട്ടണം ചുറ്റിക്കറങ്ങുവാനാരംഭിച്ചു. ഇടുങ്ങിയ തെരുവുകളിലൂടെ, അതിലുള്ള വെളുത്ത കൊച്ചു കൊച്ചു വീടുകൾക്കിടയിലൂടെ ഞാൻ അങ്ങാടി വരെയെത്തും. അരി കൊണ്ടുള്ള പലഹാരങ്ങളും 'കോലൂചെ'കളും വാങ്ങും. പല ദിവസങ്ങളിലും ഉച്ചഭക്ഷണം ഇതാകും. മീൻ ചന്തയിൽ വില്പനക്കാരുടെ ബഹളമായിരിക്കും. മത്സ്യത്തിന്റേയും പുതുതായെത്തിയ സുഗന്ധവ്യഞ്ജനങ്ങളുടേയും മണം നിറഞ്ഞിരിക്കും.

എനിക്കിഷ്ടപ്പെട്ട മറ്റൊരിടം തുറമുഖത്തിന്റെ രണ്ട് കരകൾ തമ്മിൽ ബന്ധിപ്പിക്കുന്ന പാലമായിരുന്നു. ആ പാലത്തിന്മേൽനിന്ന് ഞാൻ കപ്പലുകളേയും ബോട്ടുകളേയും കാണും. അവിടെ നിന്നാൽ അങ്ങ് ചക്രവാളം വരെ പരന്ന് കിടക്കുന്ന നീലജലം കാണാം. വലിയ കപ്പലുകൾ കടലിന്റെ ഉപരിതലത്തെ കീറി മുറിച്ച് വെളുത്ത പത പുറത്തെത്തിക്കുന്നു. ഉപ്പുരസമുള്ള വായു എന്റെ ശ്വാസകോശത്തിൽ നിറയും. മൂടൽമഞ്ഞ് പ്രത്യേകിച്ചും എനിക്ക് ഇഷ്ടമായിരുന്നു. മൂടൽമഞ്ഞുള്ളപ്പോൾ തുറമുഖം സ്വപ്നസദൃശ്യമാകും. വെളുത്ത ചാരം വാരിപ്പൂശിയ അയഥാർത്ഥമായ ഒരു ചിത്രംപോലെ തോന്നും. മൂടൽമഞ്ഞുള്ളപ്പോൾ അധികം ദൂരത്തെ കാഴ്ചകൾ കാണാനാകില്ല. അപ്പോൾ വെള്ളത്തിൽ ആരോ തുഴയെറിയുന്ന സ്വരം കേൾക്കാം. പിന്നെ സാവധാനത്തിൽ, ആ സ്വരം അടുത്തെത്തുന്നതിനനുസരിച്ച്, ഒരു വള്ളം പ്രത്യക്ഷപ്പെടും. മറ്റേതോ ഒരു ലോകത്തിൽ നിന്നാണത് വരുന്നത് എന്നതുപോലെ അതടുത്തേക്ക് വരും.

എനിക്ക് പത്ത് വയസ്സുള്ളപ്പോൾ എന്റെ അമ്മയുടെ ജ്യേഷ്ഠസഹോദരിയായ സെനിയ, ഘാസിയാനിൽനിന്നും നാലു നാഴിക ദൂരെ ഒരു കോട്ടേജ് വാങ്ങി. ആയിടെ വികസിപ്പിച്ചെടുത്ത ഒരു സ്ഥലത്താണവരുടെ കോട്ടേജ്. അവിടെ ടെന്നീസ്, ബാസ്കറ്റ്ബോൾ കോർട്ടുകളുണ്ട്. ഭക്ഷണശാലകളുണ്ട്. നീന്തൽകുളവുമുണ്ട്. വിലകൂടിയ വീടുകളാണവിടെയുണ്ടായിരുന്നത്. ചുറ്റും പുൽമൈതാനവും അരയ്ക്കൊപ്പം ഉയരമുള്ള കമ്പിവേലികളുമുള്ളവ. അവയിൽ പുതുതായി ചായം തേച്ചിട്ടുണ്ടായിരുന്നു. തിളങ്ങുന്ന ചായങ്ങൾ. അവിടത്തെ തെരുവുകൾ വൃത്തിയുള്ളതായിരുന്നു. അതിലൂടെയാണവിടത്തെ കുട്ടികൾ സൈക്കിളോടിച്ചിരുന്നത്.

സെനിയ വല്യമ്മ വീട്ടിലെ മറ്റുള്ളവരിൽനിന്നും വ്യത്യസ്തയായിരുന്നു. വെളുത്ത നിറവും ഇംഗ്ലീഷുകാരുടേതുപോലെയുള്ള തലമുടിയും

നീല കണ്ണും. അവരുടേതായ എല്ലാം മറ്റുള്ളവരിൽനിന്നും വലിയതായിരുന്നു. ടെഹ്റാനിൽ വലിയ വീട്, വലിയ കാർ, അതുപോലെ ഭീമാകാരനായ ഒരു ഡ്രൈവർ. എന്റെ മുത്തശ്ശി മരിച്ച് രണ്ട് വർഷം കഴിഞ്ഞപ്പോഴാണവരുടെ ഭർത്താവ് മരിക്കുന്നത്. കാർ അപകടത്തിൽപെട്ടായിരുന്നു മരണം. അദ്ദേഹത്തിന് മാംസം സംസ്കരിക്കുന്ന ഫാക്ടറിയായിരുന്നു. റഷ്ത് എന്ന പട്ടണത്തിലായിരുന്നു ഇത്. ഞങ്ങളുടെ കോട്ടേജിൽനിന്നും ഇരുപത്തിരണ്ട് നാഴിക ദൂരെയാണീ പട്ടണം. അദ്ദേഹത്തിന്റെ മരണശേഷം വല്യമ്മ ഫാക്ടറി നടത്തിപ്പ് ഏറ്റെടുത്തു. വ്യാപാരം നല്ല രീതിയിൽ മുന്നോട്ട് പോകുന്നുണ്ട്. അവരുടെ മകളുടെ പേരും മറീന എന്നായിരുന്നു. പക്ഷേ ഞങ്ങളെല്ലാം മേരി എന്നാണ് വിളിക്കാറുള്ളത്. എന്റെ അമ്മയ്ക്ക് അവളെ വലിയ ഇഷ്ടമാണ്. എന്നെക്കാൾ ഇരുപത് വയസ്സ് കൂടുതലുണ്ട്. തന്റെ അമ്മ അടുത്തുള്ളപ്പോൾ അവൾക്ക് മാനസിക പിരിമുറുക്കം അധികമാണെന്ന് തോന്നിയിട്ടുണ്ട്. സുന്ദരിയാണവർ. അവർ, അമ്മയും മകളും എല്ലാതിലും പിടിവാശിക്കാരികളാണ്. വിട്ടുവീഴ്ചയ്ക്ക് തയ്യാറില്ലാത്തവർ. എപ്പോഴും അവർ തമ്മിൽ വഴക്കടിക്കുന്നത് കേൾക്കാം.

1978ൽ, അതായത് എനിക്ക് പതിമ്മൂന്ന് വയസ്സുള്ളപ്പോൾ, മേരിയും അവളുടെ ഭർത്താവും വേനൽ മുഴുക്കെ വല്യമ്മയുടെ കോട്ടേജിൽ താമസിച്ചു. എന്റെ അമ്മ അപ്പോൾ മിക്കവാറും എല്ലാ ദിവസവും അവരെ സന്ദർശിക്കാറുണ്ടായിരുന്നു. സെനിയ വല്യമ്മ വളരെ അപൂർവ്വമായേ കോട്ടേജിൽ വരാറുള്ളൂ. അവർ മിക്കപ്പോഴും തന്റെ ഫാക്ടറിയിലാകും. അവിടെ അവർ താമസിക്കുവാനായി ചെറുതെങ്കിലും എല്ലാ സൗകര്യങ്ങളുമുള്ള ഒരു അപ്പാർട്ട്മെന്റ് നിർമ്മിച്ചിട്ടുണ്ട്. അതല്ലെങ്കിൽ അവർ ടെഹ്റാനിലെ വീട്ടിൽ പോകും.

എന്റെ ദൈനംദിന സൈക്കിൾ സവാരികൾക്കിടയിൽ ബാസ്കറ്റ്ബോൾ കോർട്ടിൽ ചുറ്റിപ്പറ്റി നിൽക്കുന്ന കൗമാരക്കാരെ ഞാൻ കാണാറുണ്ട്. എന്നും സായാഹ്നത്തിൽ അഞ്ചുമണിയോടെ അവരെത്തും. ആൺകുട്ടികൾ ബാസ്കറ്റ്ബോൾ കളിക്കും. പെൺകുട്ടികൾ തണലത്തിരിക്കും. കളിക്കുന്നവരെ കൈയടിച്ച് പ്രോത്സാഹിപ്പിക്കും. അല്ലെങ്കിൽ വെറുതെ സംസാരിച്ചിരിക്കും. ഒരു ദിവസം അവരുമായി പരിചയപ്പെടാൻ ഞാൻ തീരുമാനിച്ചു. രണ്ടോ മൂന്നോ പേരടങ്ങുന്ന ചെറുസംഘങ്ങളായി പതിനഞ്ചോളം പെൺകുട്ടികൾ അപ്പോൾ പുല്ലിലിരിക്കുന്നുണ്ടായിരുന്നു. ഞാൻ സൈക്കിൾ ഒരു മരത്തിനരികെ ഉപേക്ഷിച്ച് അവർക്ക് സമീപത്തേക്ക് നടന്നു. ആരും എന്നെ ശ്രദ്ധിച്ചില്ല എന്നു തോന്നി. ഒരു പെൺകുട്ടി ഒറ്റയ്ക്ക് ഒരു പിക്നിക് മേശയ്ക്കരികിലിരിക്കുന്നത് കണ്ടു. ഞാനവളുടെ സമീപം പോയി ഇരുന്നു. അവൾ എന്നെ നോക്കി ഒന്ന് പുഞ്ചിരിച്ചു. അവളുടെ നീളൻ തവിട്ട് മുടി അരവരെ നീണ്ട് കിടപ്പുണ്ടായിരുന്നു. വെള്ള ട്രൗസറും വെള്ള ടീ-ഷർട്ടുമായിരുന്നു വേഷം. അവളെ എവിടേയോ പരിചയമുള്ളതുപോലെ എനിക്ക് തോന്നി. ഞാൻ സ്വയം പരിചയപ്പെടുത്തി.

അപ്പോൾ അവൾക്കെന്നെ മനസ്സിലായി. അവളുടെ കണ്ണുകൾ വിടർന്നു. ഞങ്ങൾ ഇരുവരും ഒരേ സ്കൂളിൽ പഠിക്കുന്നവരാണെന്ന് തിരിച്ചറിഞ്ഞു. അവൾക്ക് എന്നേക്കാൾ രണ്ട് വയസ്സ് കൂടുതലുണ്ട്. ഇതിനുമുമ്പ് ഞങ്ങൾ പരസ്പരം സംസാരിച്ചിട്ടില്ല. എന്നെപ്പോലെ തന്നെ അവളുടെ അമ്മയുടെ സഹോദരിക്കും അവിടെ ഒരു കോട്ടേജുണ്ട്. അവളും കുടുംബവും കുറച്ച് ദിവസം അവിടെ താമസിക്കാനെത്തിയതാണ്. ഗീത എന്നായിരുന്നു അവളുടെ പേര്.

കളിയിൽ ഒരാൺകുട്ടി ഒരു പോയിന്റ് നേടിയിരിക്കുന്നു. പെൺകുട്ടികൾ കൈയടിച്ചു. ബഹളം വച്ചു. അവൻ തിരിഞ്ഞുനിന്ന് ഞങ്ങൾക്ക് സമീപമിരിക്കുന്ന പെൺകുട്ടികളിലാരോടോ 'നേദാ ഒരു കോക്കെടുത്ത് തരാമോ? ദാഹിച്ചിട്ട് വയ്യ' എന്ന് പറഞ്ഞു.

അഞ്ചടി ഒമ്പതിഞ്ച് ഉയരമുണ്ടവന്. കറുത്ത കണ്ണുകളും കരുത്തുള്ള താടിയെല്ലുകളുമുണ്ട്. അവനോടുമ്പോൾ കറുത്ത് നീണ്ട മുടി പന്തുപോലെ തലയിൽ തട്ടിക്കളിക്കുന്നു. നേദ മനസ്സില്ലാമനസ്സോടെ എഴുന്നേറ്റു. വസ്ത്രത്തിൽ പറ്റിപ്പിടിച്ച പൊടിയും പുല്ലിന്റെ കഷണങ്ങളും തട്ടിക്കളഞ്ഞു. കഴുത്ത് വരെയുള്ള അവളുടെ മുടി കാതിനു പുറകിലേക്ക് ഒതുക്കി വച്ചിട്ടുണ്ടായിരുന്നു.

'ആരെന്നോടൊപ്പം വരും?' അവൾ വിളിച്ച് ചോദിച്ചു. ചിലർ അവൾക്കൊപ്പം പോയി. അവർ തെരുവിന്റെ മറുഭാഗത്തേക്ക് നടന്നു. അവിടെ മോബിഡിക്ക് എന്ന് പേരുള്ള ഫാസ്റ്റ് ഫുഡ് വിൽക്കുന്ന ഒരു കടയുണ്ടായിരുന്നു.

ഗീത എനിക്ക് കളിക്കളത്തിന്റെ മറുവശത്ത് നിൽക്കുന്ന ഒരു യുവാവിനെ ചൂണ്ടിക്കാണിച്ച് തന്നു. ആറടി രണ്ടിഞ്ച് ഉയരം. ഇരുനൂറ് റാത്തൽ തൂക്കം. ഇരുപത് വയസ്സ് പ്രായം. അവന്റെ സമീപം നിൽക്കുന്ന സുന്ദരി അവന്റെ തോളിനൊപ്പമില്ല. റാമിൻ എന്നാണവന്റെ പേരെന്ന് ഗീത എന്നോട് മന്ത്രിച്ചു. അവൾ കണ്ടിട്ടുള്ളതിൽ വച്ച് ഏറ്റവും സുന്ദരനായ യുവാവാണത്രെ അവൻ.

"ഒരു ദിവസം അവൻ എന്റേതാകും. അവൻ എനിക്കുള്ളതാണ്." അവൾ പറഞ്ഞു.

എന്റെ പെൺസുഹൃത്തുക്കളെല്ലാം മിക്കവാറും എന്റെ സമപ്രായക്കാരായിരുന്നു. ആൺകുട്ടികളുമായി എനിക്ക് അധികം പരിചയമില്ലായിരുന്നു. ഒരാൺകുട്ടിയെ 'സ്വന്തമാക്കുക' എന്നതിനെക്കുറിച്ച് ഞാൻ ആലോചിച്ചിട്ടില്ല.

"ഹലോ..." ആരോ എന്നെ പുറകിൽനിന്നും വിളിച്ചു. "ഈ പുതിയ സുഹൃത്താരാ ഗീതാ?"

അത് നേദയായിരുന്നു. ഗീത എന്നെ പരിചയപ്പെടുത്തി. നേദയുടെ ഒരു കസിൻ ഞങ്ങളുടെ സ്കൂളിലുണ്ട് എന്ന് ഞാൻ കണ്ടെത്തി. ഞങ്ങൾ അടുത്ത പരിചയക്കാരാണെന്നും. സംസാരം കഴിഞ്ഞപ്പോൾ നേദ എന്നെ

അവളുടെ ജന്മദിനാഘോഷത്തിലേക്ക് ക്ഷണിച്ചു. അതിനടുത്ത ദിവസമായിരുന്നു ആഘോഷം.

നേദയുടെ ജന്മദിനാഘോഷത്തിനണിയുവാൻ പറ്റിയ വസ്ത്രം എന്റെ പക്കലുണ്ടായിരുന്നു. ഏതാനും മാസങ്ങൾക്കുമുമ്പ് അമ്മ ഒരു ജർമ്മൻ കാറ്റലോഗ് നോക്കി തനിക്കായി ചില വസ്ത്രങ്ങൾ ഓർഡർ ചെയ്തു. അതിനോടൊപ്പം എനിക്കും എന്തെങ്കിലും വാങ്ങിത്തരാം എന്നേറ്റു. ഞാൻ ഒരു വെള്ളവസ്ത്രമാണ് തിരഞ്ഞെടുത്തത്. അധികം വിലയില്ലെങ്കിലും സുന്ദരമായ ഒന്ന്. മുൻവശം തുറന്ന് കിടക്കുന്നത്. കനമില്ലാത്ത തുണി. നേദയുടെ ജന്മദിനാഘോഷത്തിന്റെ ഭാഗമായി ആദ്യം ഞങ്ങളെല്ലാവരും കൂടി നീന്താൻ പോകുമെന്നും അതിനു ശേഷം അത്താഴത്തിനവളുടെ വീട്ടിലെത്തി നൃത്തം ചെയ്യുമെന്നുമുള്ള തീരുമാനത്തിലെത്തിയിരുന്നു. അതിനാൽ എന്റെ വസ്ത്രങ്ങൾക്കടിയിൽ നീന്തലിനുള്ള വസ്ത്രം കൂടി ധരിക്കണം എന്ന് നേദ പറഞ്ഞിരുന്നു. അതിനോടൊപ്പം ഒരു ജോടി വസ്ത്രം കൂടി കൈയിൽ വയ്ക്കാനും അവൾ പറഞ്ഞിരുന്നു.

അന്ന് പതിവിലും നേരത്തെ ഞാൻ എഴുന്നേറ്റു. മണിക്കൂറുകളോളം കുളിമുറിയിൽ ചിലവിട്ടു. എന്റെ കൈയിലുള്ള എല്ലാ നീന്തൽ വസ്ത്രങ്ങളും ഞാൻ ശ്രമിച്ചു. ഓരോന്നും അണിഞ്ഞ് കണ്ണാടിയിൽ നോക്കി. ഓരോന്നിലും ഓരോ കുറവ് കണ്ടു. ഒന്നുകിൽ കൈയിനു വണ്ണം കുറവ്, അല്ലെങ്കിൽ നിതംബം വലുത്, അതുമല്ലെങ്കിൽ മാറിനു ഘനമില്ല. അവസാനം മേരി എനിക്ക് തന്ന വെള്ള ബിക്കിനി ധരിക്കാൻ തീരുമാനിച്ചു. അവൾ ഈയിടെ യൂറോപ്പിലേക്ക് ഒരു യാത്ര പോയിരുന്നു. പുതിയ നീന്തൽ വസ്ത്രങ്ങൾ വാങ്ങിയിരുന്നു. പഴയതെല്ലാം എനിക്ക് തന്നിരുന്നു. ഞാൻ എന്റെ വെളുത്ത ചെരിപ്പുകൾ ഒരു പ്ലാസ്റ്റിക് ബാഗിൽ പൊതിഞ്ഞു. വസ്ത്രം മടക്കി വച്ചു. എല്ലാം ഒരു കാൻവാസ് ബാഗിൽ വച്ചു. കാലത്ത് പത്തുമണിയായി. മിക്ക ദിവസങ്ങളിലും പത്തരയോടെ ഞങ്ങൾ മേരിയുടെ വീട്ടിൽ പോകാറുണ്ട്.അമ്മയ്ക്ക് വണ്ടിയോടിക്കാനറിയില്ല. അച്ഛൻ അടുത്തില്ലെങ്കിൽ അമ്മ ടാക്സി വിളിക്കുകയാണ് പതിവ്. അമ്മ അടുക്കളയിൽ തിരക്കിടുന്നത് ഞാനറിഞ്ഞു.

അത് അങ്ങനെ സംഭവിക്കാറില്ല. ഈ സമയത്ത് അമ്മ അടുക്കളയിൽ ജോലി ചെയ്യുക എന്നത് അപൂർവ്വമായിരുന്നു.

'മാമൻ... ഞാൻ തയ്യാറായി' കൈയിൽ ബാഗുമായി വന്ന ഞാൻ അറിയിച്ചു. അടുക്കള വാതിലിൽനിന്നാണ് ഞാൻ അതു പറഞ്ഞത്.

അപ്പോൾ അടുക്കളയിൽനിന്നും മീനിന്റെ മണം വരുന്നുണ്ടായിരുന്നു. അമ്മ കറിക്കരിയാൻ ഉപയോഗിക്കുന്ന ഒരു പലക കഴുകി വൃത്തിയാക്കുകയാണ്. കണ്ണിന്റെ കോണിലൂടെ അമ്മ എന്നെ നോക്കി.

"എന്തിന് തയ്യാറായി എന്ന്? നമ്മളിന്ന് എവിടേക്കും പോകുന്നില്ല."

അടുക്കളയിൽ പലതരം പാത്രങ്ങൾ നിരത്തി അടച്ച് വച്ചിരിക്കുന്നു. പല വലിപ്പത്തിലുള്ള പാത്രങ്ങളും തളികകളും.

"പക്ഷേ..."

"ഒരു പക്ഷേയുമില്ല! ഇന്ന് ഇസ്മായേലും ഭാര്യയും ടെഹ്റാനിൽ നിന്നെത്തുന്നു. മേരിയെ സന്ദർശിക്കാനാണവർ വരുന്നത്. സെനിയ വല്യമ്മയും കൂടെയുണ്ട്. അവർക്കുള്ള ഉച്ചഭക്ഷണവും അത്താഴവും ഇവിടെ നിന്നാണ്. അതിനുശേഷം എല്ലാവരു കൂടി ചീട്ട് കളിക്കും. മിക്ക വാറും അവരെല്ലാം നാളെ കാലത്തേ പോകുന്നുള്ളൂ."

"പക്ഷേ ഇന്നെന്നെ ഒരു ജന്മദിനാഘോഷത്തിനു ക്ഷണിച്ചിട്ടുണ്ട്."

"പോകാൻ പറ്റില്ല."

"പക്ഷേ..."

അമ്മ എനിക്ക് നേരെ തിരിഞ്ഞു. അമ്മയുടെ കോപം അടുക്കളയിൽ നിറയുന്നത് ഞാനറിഞ്ഞു.

"പറ്റില്ല എന്ന വാക്കിന്റെ അർത്ഥം നിനക്ക് അറിയില്ലേ?"

ഞാൻ തിരിഞ്ഞ് നടന്നു. എന്റെ മുറിയിലെത്തി. മെത്തയിൽ വീണു. എനിക്ക് വേണമെങ്കിൽ ഒരു വണ്ടി വിളിക്കാം. അതിനുള്ള പണമൊക്കെ കൈയിലുണ്ട്. എന്നാൽ അമ്മ അനുവദിക്കില്ല. വേണമെങ്കിൽ ആരുമറി യാതെ പുറത്ത് കടക്കാം. അങ്ങനെ കടന്നാൽ ഇരുട്ടുന്നതിനു മുമ്പ് വീട്ടിൽ തിരിച്ചെത്തണം. അല്ലെങ്കിൽ ഞാനെവിടെ പോകുന്നു എന്ന് അമ്മയോട് പറഞ്ഞ് പോകണം. അതാണ് നിയമം. ഒരു കാർ കയറി വരുന്ന സ്വരം കേട്ടു. അതിന്റെ ചക്രങ്ങൾ നനഞ്ഞ മണലിലുരസി നിൽക്കുന്ന സ്വരം കേട്ടു. ജനലിലൂടെ പുറത്തേക്ക് നോക്കിയപ്പോൾ സെനിയ വല്ല്യമ്മയുടെ ഡ്രൈവർ, മോർതെസ എന്നാണയാളുടെ പേര്. ഇരുപതുകളിൽ പ്രായ മുള്ള, താഴ്മയോടെ സംസാരിക്കുന്ന ഒരു മനുഷ്യൻ. അയാൾ ഇറങ്ങി പുതിയ ഷെവർലെ കാറിന്റെ പുറകിലെ വാതിൽ തുറന്നു. എന്റെ അമ്മ ഓടി പുറത്തേക്ക് വന്നു. അമ്മയുടെ സഹോദരിയെ കെട്ടിപ്പിടിച്ചു. മോർ തെസ പുറകിൽനിന്നും ഒരു സ്യൂട്ട്കേസ് പുറത്തെടുത്തു. അവർ ഒന്നിച്ച് വീട്ടിലേക്ക് നടന്നു. ഞാനപ്പോഴും ജനലിനു സമീപം നിൽക്കുകയാണ്. എന്റെ ഹൃദയം നിരാശമൂലം വല്ലാതെ മിടിക്കുന്നു.

"റൂഹി, എനിക്കൊരു ഗ്ലാസ് തണുത്ത വെള്ളം താ!" സെനിയ വല്യമ്മ അമ്മയോട് വിളിച്ച് പറയുന്നത് കേട്ടു. മൂർച്ചയേറിയ സ്വരം, ആജ്ഞ നൽ കുന്നതുപോലെയുള്ള സ്വരം. "മേരി ഇസ്മായേലിനേയും കാഷിയേയും പട്ടണത്തിലേക്ക് കൊണ്ടുപോയിരിക്കുന്നു. അവർ ഉടൻ എത്തും. മറീന എവിടെ? അവൾക്ക് ഞാൻ ഒരു സമ്മാനം കൊണ്ടുവന്നിട്ടുണ്ട്."

"അവളിവിടെയുണ്ട്. ഒരുപക്ഷേ അവളുടെ മുറിയിൽ ഒളിച്ചിരിക്കുക യാകും."

എന്റെ മുറിയുടെ വാതിൽ തള്ളിത്തുറക്കപ്പെട്ടു.

"നീ ഇവിടെ എന്ത് ചെയ്യുകയാണ് മറീനാ? നിന്റെ വല്യമ്മയോട് ഒരു 'ഹലോ' പോലും പറയില്ലേ?"

ഞാൻ മുന്നോട്ട് വന്നു. അവരെ ആലിംഗനം ചെയ്തു. കവിളിൽ ചുംബിച്ചു. അവരുടെ ചർമ്മം നനഞ്ഞിരുന്നു. വിയർപ്പുണ്ടായിരുന്നു. എങ്കിലും അതിൽനിന്നും ചാനൽ നമ്പർ 5 ന്റെ മണം വന്നു. അവർ എന്നെ ഇറുകെ പിടിച്ചു. അവരുടെ വലിയ മാറിൽ ഞാൻ മുങ്ങിത്താഴു മെന്ന് തോന്നി. അവസാനം അവർ എന്നെ വിട്ടു. പഴ്സിൽനിന്നും ഒരു ബ്രേസ്‌ലെറ്റെടുത്തു. അതെന്റെ കൈയിലണിയിച്ചു. നല്ല ഭംഗിയുള്ള ഒന്നാ യിരുന്നു അത്. സെനിയ വല്യമ്മ എന്നും എനിക്ക് സുന്ദര വസ്തുക്കൾ മാത്രം സമ്മാനിച്ചു. ഞാൻ പുറംകൈ കൊണ്ട് കണ്ണു തുടച്ചു.

“നീ കരയുകയായിരുന്നോ? എന്തിന്?”

“ഇന്നെനിക്ക് ഒരു ജന്മദിനത്തിനുള്ള ക്ഷണമുണ്ട്. എനിക്ക് പോകാ നൊക്കില്ല.”

അവർ ചിരിച്ചു. “എന്തുകൊണ്ട്?”

“അതായത്...”

“ഞാൻ വന്നതുകൊണ്ടാണോ?”

“അതെ.” ഞാൻ തല താഴ്ത്തി.

“ഇപ്പോൾ എനിക്ക് പ്രായമേറെയായി എന്നത് സത്യം. എന്നാൽ ഒരു കാലത്ത് ഞാനും ചെറുപ്പമായിരുന്നു. ചെറുപ്പമായിരുന്ന കാലത്ത് സുന്ദരി യുമായിരുന്നു. ആ കാലം എങ്ങനെയുള്ളതാണെന്ന് ഇന്നും എനി ക്കറിയാം.”

ഞാൻ ശ്വാസമടക്കി നിന്നു.

“മോർതെസാ നിന്നെ അവിടെ കൊണ്ട് വിടും. ആഘോഷം കഴി ഞ്ഞാൽ അവിടെ നിന്ന് കൊണ്ടുവരികയും ചെയ്യും.”

“സത്യം?”

“അതെ, സിൻഡ്രല്ല. നിനക്ക് പോകാം. പക്ഷേ അർദ്ധരാത്രിക്ക് മുമ്പ് വീട്ടിലെത്തണം.”

നേദയുടെ വീടിനു മുന്നിൽ എന്നെ ഇറക്കി വിട്ടപ്പോൾ ഞാൻ മോർ തെസയോട് നന്ദി പറഞ്ഞു. അവിടെ തന്നെ അർദ്ധരാത്രിയോടെ ഞാൻ കാത്ത് നിൽക്കും എന്നുമറിയിച്ചു. വണ്ടി പുറകിലോട്ടെടുത്തപ്പോൾ അയാൾ കൈ വീശി. ചാരനിറമുള്ള ചവിട്ടുപടികൾ കയറി ഞാൻ നേദ യുടെ വീട്ടിലേക്ക് നടന്നു. വഴിയിൽ എന്നെ നോക്കി നിന്നിരുന്ന പുൽ ക്കൊടികളിൽ തലോടി നടന്നു. അവൾ മുൻവശത്ത് തന്നെ നിൽപുണ്ടാ യിരുന്നു. ഒറ്റ നിലയുള്ള ഒരു കോട്ടേജാണത്. അവിടെ നിന്ന് അവൾ മറ്റ് രണ്ട് പെൺകുട്ടികളുമായി സംസാരിക്കുകയാണ്. ആ വീടിന്റെ പുറകിൽ കടലാണ്. അവിടെ തിരയടിച്ചു കയറുന്ന സ്വരം എനിക്ക് കേൾക്കാം.

അധികം താമസിയാതെ എല്ലാവരും എത്തി. പെൺകുട്ടികളെല്ലാം അവരവരുടെ ബാഗുകൾ നേദയുടെ കിടപ്പുമുറിയിൽ വച്ചു. ആൺകുട്ടി കൾ അവളുടെ സഹോദരന്റേയും. ഞങ്ങൾ കടൽകരയിലേക്കോടി.

എല്ലാവർക്കും വിശപ്പ് സഹിക്കാതാകുന്നതുവരേക്കും ഞങ്ങൾ അവിടെ കളിച്ചു. പിന്നെ തിരികെ വീട്ടിലെത്തി. നേദയുടെ മുറിയിൽ വച്ച് ഞാൻ എന്റെ ബാഗ് തുറന്നപ്പോഴാണ്, അടിവസ്ത്രങ്ങൾ വയ്ക്കാൻ ഞാൻ മറന്ന് പോയി എന്ന് മനസ്സിലാകുന്നത്. അതിനാൽ ഞാൻ നീന്താനുപയോഗിച്ച വസ്ത്രം അഴിച്ചില്ല. അത് നനഞ്ഞിട്ടുണ്ടായിരുന്നു എന്നതൊഴിച്ചാൽ മറ്റ് കുഴപ്പമൊന്നുമില്ലായിരുന്നു. വെളുത്തതായിരുന്നു അത്. അതിനാൽ തന്നെ പുറത്തേക്ക് എടുത്ത് കാണിക്കുകയില്ല.

പലവിധ സലാഡുകളും ബ്രഡുമെല്ലാമടങ്ങിയ അത്താഴത്തിനു ശേഷം ഞങ്ങൾ മുറിയിലെ ഫർണിച്ചറുകളെല്ലാം ഒരു മൂലയിലേക്ക് തള്ളി മാറ്റി. ബീ ജീസിന്റെ സ്വരം മുറിയിൽ നിറഞ്ഞു. നേദ അരാമിനോടൊപ്പം നൃത്തം ചെയ്തു. അവനാണ് അവളോട് കോക്ക് വാങ്ങി വരാൻ പറഞ്ഞ ആ ബാസ്കറ്റ്ബോൾ കളിക്കാരൻ സുന്ദരൻ. അവളിട്ടിരുന്ന വെളുത്ത വസ്ത്രത്തിൽ അവളുടെ സുന്ദരശരീരം തിളങ്ങുന്നുണ്ടായിരുന്നു. അരാം അവളുടെ ചെവിയിൽ എന്തോ മന്ത്രിക്കുന്നത് കണ്ടു. അതുകേട്ട് അവൾ ചിരിച്ചു. അധികം താമസിയാതെ എല്ലാവരും ജോടികളായി. ഞാൻ മാത്രം ഒറ്റയ്ക്ക് ഒരു മൂലയിൽ നില്പായി. ഒരു കുപ്പിയിൽനിന്നും കൊക്കക്കോള നുണച്ചിറക്കി നിൽക്കുകയാണ് ഞാൻ. അത് കഴിഞ്ഞപ്പോൾ ഞാൻ മറ്റൊന്ന് തുറന്നു. ഉരുളക്കിഴങ്ങ് വറുത്തത് എടുത്തുകഴിച്ചു. സംഗീതം തുടർന്നു. ഉരുളക്കിഴങ്ങ് അധികമായതിനാൽ വയറു വേദനിക്കുവാൻ തുടങ്ങി. എന്നെ നൃത്തത്തിനാരും ക്ഷണിച്ചില്ല. ഗീത റാമിനോടൊപ്പം നൃത്തം ചെയ്യുകയായിരുന്നു. ബാസ്കറ്റ് ബോൾ കോർട്ടിൽ കണ്ട ആ ഉയരമുള്ള യുവാവാണ് റാമിൻ. അവന്റെ കൈകൾ അവളുടെ പുറകിലൂടെ മുകളിലോട്ടും താഴോട്ടും സഞ്ചരിക്കുന്നുണ്ട്. അവൾ നാണിക്കുന്നുണ്ട്. ഞാൻ വാച്ചിലേക്കൊന്ന് കണ്ണോടിച്ചു. പത്തുമണിയായിരിക്കുന്നു. ഒരു മണിക്കൂറായി ഞാനവിടെ നിൽക്കുന്നു. അത്രയും നേരമായിട്ടും ആരും ഒരക്ഷരം എന്നോട് സംസാരിച്ചിട്ടില്ല. ഞാൻ ഇവിടെ ഒരു അധികപറ്റാണെന്ന് എനിക്കു തോന്നിത്തുടങ്ങി. അതേസമയം ദുഃഖവും തോന്നി. മുറിയിൽനിന്നും പുറത്തു കടക്കാൻ ആഗ്രഹിച്ചു.

പുറകിലേക്കുള്ള വാതിൽ ഞാൻ നിന്നിരുന്നതിന് ഒരടി ദൂരെ മാത്രമാണ്. ഞാനത് തുറന്നു. മുറിയിലേക്കൊന്നുകൂടി നോക്കി. ആരും പ്രതികരിക്കുന്നില്ല. ഞാൻ പുറത്തിറങ്ങി. അർദ്ധവൃത്തം തീർത്ത് ചന്ദ്രൻ കടലിൽ നിലാവ് പെയ്യിക്കുന്നു. അന്തരീക്ഷം ശാന്തമാണ്. എന്തെങ്കിലും ചെയ്തേ പറ്റൂ. ഒന്ന് നീന്തിയാലോ? നീന്തിയാൽ എനിക്കെപ്പോഴും മനസ്സുഖം ലഭിക്കാറുണ്ട്. ഇതിനുമുമ്പും പലപ്പോഴും ഞാൻ രാത്രിയിൽ നീന്തിയിട്ടുണ്ട്. നിലാവിൽ കടലും ആകാശവും ഒന്നാകുന്നു. കടലിലെ വെള്ളത്തിനിളം ചൂട് വരുന്നു. ഇരുട്ടിന്റെ വെള്ളിനിറമുള്ള ശരീരമാകും കടലപ്പോൾ. ഞാൻ മുന്നോട്ട് നടന്നു. പുറകിലെ മുറ്റവും കടലുമായി ബന്ധിപ്പിക്കുന്ന വഴിയിലെത്തി. വസ്ത്രമഴിക്കുവാൻ തുടങ്ങി. വസ്ത്രം താഴെ വീണപ്പോൾ ഒരു സ്വരം എന്നെ ഭയപ്പെടുത്തി "എന്താണീ ചെയ്യുന്നത്?"

പുറത്ത്, മുറ്റത്ത് ഒരു മൂലയിൽ കസേരയിട്ട് മുഖം കൈകൊണ്ട് മറച്ച് ഒരു യുവാവിരിക്കുന്നു.

“നിങ്ങളെന്നെ ഭയപ്പെടുത്തി!” ഞാൻ പറഞ്ഞു. എന്റെ ഹൃദയം സാധാരണഗതി പ്രാപിക്കുവാൻ ശ്രമിക്കുകയായിരുന്നു അപ്പോൾ. “നിങ്ങളെന്തിനാ ഇവിടെ ഒളിച്ചിരിക്കുന്നത്?”

“ഞാൻ ഒളിച്ചിരിക്കുകയൊന്നുമല്ല! ഞാനിവിടെ, ഈ കസേരയിലിരിക്കുകയായിരുന്നു. കുറച്ച് ശുദ്ധവായു ശ്വസിക്കാൻ. അപ്പോൾ ഇതാ ഒരു പെൺകുട്ടി എന്റെ മുന്നിൽ വന്നുനിന്ന് വസ്ത്രമഴിക്കുന്നു!” അയാൾ എന്നേക്കാൾ കൂടുതൽ ഭയന്നു എന്ന് തോന്നി. അതൊരു ആനന്ദമായി. പതിനാറ് വയസ്സിൽ കൂടുതലുണ്ടാകില്ല അയാൾക്ക്. അയാൾ അപ്പോഴും കണ്ണ് പൊത്തിയിരിക്കുകയാണ്.

“ആ വസ്ത്രമൊക്കെ ധരിച്ചോ?”

“നിങ്ങൾക്കെന്താണ് കുഴപ്പം? ഞാൻ നഗ്നയൊന്നുമല്ല. നീന്താനുള്ള വസ്ത്രമാണ് ധരിച്ചിരിക്കുന്നത്. ഞാൻ നീന്താൻ പോകുകയാണ്.”

“നിനക്ക് വട്ടാണോ?” അയാൾ ചോദിച്ചു. കണ്ണ് മൂടിപ്പിടിച്ച കൈയെടുത്തു. “ഈ അർദ്ധരാത്രിക്കാണോ നീന്താൻ പോകുന്നത്. അതും ഇരുണ്ട് കിടക്കുന്ന വെള്ളത്തിൽ.”

“അത്ര ഇരുട്ടൊന്നുമില്ല. നിലാവുണ്ട്.”

“നീ അതിൽ മുങ്ങിച്ചാകും. അങ്ങനെ സംഭവിച്ചാൽ എനിക്ക് എന്നോട് ക്ഷമിക്കുവാനാകില്ല.”

“ഞാൻ മുങ്ങിച്ചാകാനൊന്നും പോണില്ല.”

“നിന്നെ പോകാൻ ഞാൻ അനുവദിക്കില്ല.”

അയാൾ എന്റെ സമീപത്തേക്ക് നീങ്ങി. എന്നിൽ നിന്നും രണ്ടടി മാറി നിന്നു.

“ശരി, എങ്കിൽ ഞാൻ പോകുന്നില്ല,” വസ്ത്രമെല്ലാം വീണ്ടും വലിച്ച് കയറ്റി ഞാൻ പറഞ്ഞു.

ഇത്തിരി ഉന്തിനിൽക്കുന്ന കവിളുകളുടെ എല്ലുകൾക്ക് മുകളിൽനിന്നും അയാളുടെ കണ്ണുകൾ എന്നെ നോക്കി. ചെറിയ വായയാണയാൾക്ക്. അത് അയാളുടെ മുഖത്ത് മറ്റ് അവയവങ്ങളുമായി പൊരുത്തപ്പെടുന്നില്ല. എന്നേക്കാൾ രണ്ടിഞ്ച് ഉയരമുണ്ടയാൾക്ക്. വളരെ ചെറിയ തവിട്ട് മുടിയുണ്ട്. എന്നെ അദ്ഭുതപ്പെടുത്തിയത് അയാളുടെ നോട്ടമാണ്. അതൊരു പ്രത്യേക നോട്ടമായിരുന്നു. അനന്യം. സുന്ദരം. അരാഷ് എന്നായിരുന്നു അയാളുടെ പേര്.

നീന്താനിറങ്ങാനാകില്ല എന്നുറപ്പായപ്പോൾ ഞാൻ പുറത്ത് വെറുതെയിരിക്കാൻ തീരുമാനിച്ചു. പുറത്ത് കണ്ട ഒരു കസേരയിൽ ഞാനിരുന്നു. അരാഷ് സമീപത്തുണ്ട് എന്ന് എനിക്കറിയാമായിരുന്നു. അയാളുടെ

ശ്വാസോച്ഛ്വാസം ഞാൻ കേൾക്കുന്നുണ്ട്. പത്ത് മിനിട്ട് കഴിഞ്ഞപ്പോൾ അയാൾ എഴുന്നേറ്റ് നിന്നു. ഞാൻ ചാടിയെഴുന്നേറ്റു.

"എന്നെ ഇങ്ങനെ ഭയപ്പെടുത്തുന്നതിൽ ആനന്ദം കാണുന്നോ?"

"ക്ഷമിക്കണം. ഭയപ്പെടുത്താനുദ്ദേശിച്ചില്ല. എനിക്ക് പോകണം. നീ കടലിലിറങ്ങി നീന്താനൊന്നും പോകരുത്. മനസ്സിലായോ?"

"ശരി."

അയാൾ നടന്ന് പോയി കോട്ടേജിൽ കയറുന്നത് ഞാൻ കണ്ടു. ഒരു നിമിഷത്തിനുശേഷം അയാൾ പുറത്ത് വന്നു. എന്നെ വിളിച്ചു. എന്നോട് അകത്തേക്ക് വരാൻ പറഞ്ഞു. അവർ കേക്ക് മുറിക്കാനൊരുങ്ങുകയാണ്.

ഈ വിരുന്ന് കഴിഞ്ഞ് ഏതാനും ദിവസം കഴിഞ്ഞപ്പോൾ ഞാൻ എന്റെ സൈക്കിളിൽ ഗീതയുടെ വീട്ടിലേക്ക് പോകുകയായിരുന്നു. വഴിയിൽ കുറച്ച് മണലുണ്ടായിരുന്നു. അവിടെ ഒരു കെട്ടിടത്തിന്റെ പണി നടക്കുന്ന തിനാലാണ് മണൽ കൂട്ടിയിട്ടിരുന്നത്. ഞാനവിടെ ഒട്ടൊന്ന് വേഗതയിൽ വണ്ടി തിരിച്ചു. എന്റെ സൈക്കിൾ വഴുക്കി. ഞാൻ വീണു. ഒരു വിധ ത്തിൽ എഴുന്നേൽക്കാൻ എനിക്കായെങ്കിലും കാൽമുട്ടും കൈമുട്ടും മുറിഞ്ഞ് ചോര വരുന്നുണ്ടായിരുന്നു. അപ്പോൾ സമയം ഉച്ചയ്ക്ക് രണ്ട് മണി. നല്ല ചൂടുള്ള ദിവസമായിരുന്നു അത്. വഴിയിലൊന്നും ആരുമില്ല. അത് നന്നായി. ഞാൻ വീണത് ആരും കണ്ടില്ലല്ലോ. ഞാൻ സൈക്കിൾ നിവർത്തി നിർത്താൻ ശ്രമിക്കുകയായിരുന്നു. അപ്പോൾ ആരോ പുറകിൽ നിന്നും വിളിച്ചതുപോലെ തോന്നിച്ചു. ഞാൻ തിരിഞ്ഞുനോക്കി. അത് അരാഷായിരുന്നു. എന്നെപ്പോലെതന്നെ അരാഷും അദ്ഭുതപ്പെട്ടിരിക്കു കയായിരുന്നു

"എന്നും ഇങ്ങനെ ശൂന്യതയിൽനിന്നും പ്രത്യക്ഷപ്പെടുന്നതെന്തിന്?" ഞാൻ ചോദിച്ചു.

"നീ ഒരു ഭൂതമാണെന്ന് തോന്നുന്നു." അയാൾ ചിരിച്ചു. എന്റെ മുറിവുകൾ പരിശോധിച്ചു. "ഇതൊന്ന് വൃത്തിയാക്കണം. ആ കാണു ന്നത് എന്റെ ഇളയമ്മയുടെ കോട്ടേജാണ്." ഒരു മൂലയിലുള്ള വീട് ചൂണ്ടി ക്കാണിച്ച് അയാൾ പറഞ്ഞു.

അയാൾ എന്റെ സൈക്കിളെടുത്തു. ഞാൻ പിന്നാലെ നടന്നു. മുറി വുകൾ വേദനിക്കുന്നുണ്ടായിരുന്നു. കണ്ണിൽ വെള്ളം നിറഞ്ഞു. ഒന്ന് ദീർഘശ്വാസമെടുത്തതല്ലാതെ പരാതിയൊന്നും പറഞ്ഞില്ല. ഞാൻ ബല ഹീനയായ പെൺകുട്ടിയാണെന്ന് അവൻ ധരിക്കരുതല്ലോ!

"ഞാനവിടെ വീടിന്റെ മുന്നിൽ പോർച്ചിലിരിക്കുകയായിരുന്നു. വെറുതെ തെരുവിലേക്ക് നോക്കി. അപ്പോഴാണ് നീ നൂറുനാഴിക വേഗത യിൽ വരുന്നതും തലതല്ലി വീഴുന്നതും കണ്ടത്! നിന്റെ കഴുത്തൊടിയാ തിരുന്നത് നന്നായി," അയാൾ പറഞ്ഞു.

ആ വീടിന്റെ വെള്ള ചുമരുകൾ നീലയും ഇളം ചുവപ്പുമുള്ള പൂക്കളും ചെടികളും കരസ്ഥമാക്കിയിരിക്കുന്നു. വെള്ളികലർന്ന പച്ച നിറത്തിലുള്ള വള്ളിപ്പടർപ്പുകൾ അങ്ങ് വീടിന്റെ മച്ചുവരെ എത്തിനിൽക്കുന്നു.

അരാഷ് വാതിൽ തുറന്ന് പിടിച്ചു. ഞാനകത്ത് കയറി. മുറിയിൽ കുക്കീസിന്റെ മണം നിറഞ്ഞ് നിൽക്കുന്നുണ്ടായിരുന്നു. അടുക്കളയിൽ അപ്പോൾ ആരോ കുക്കീസുണ്ടാക്കുകയാണെന്നുറപ്പ്.

“മുത്തശ്ശീ... എനിക്കൊരു അതിഥിയുണ്ട്.” അയാൾ വിളിച്ച് പറഞ്ഞു.

നരച്ച തലയുള്ള ഒരു സുന്ദരി വൃദ്ധ മുറിയിലെത്തി. അടുക്കളയിൽ നിന്നാണവർ വന്നത്. നീല വസ്ത്രമാണവർ ധരിച്ചിരുന്നത്. തന്റെ മേൽ വസ്ത്രത്തിൽ കൈ തുടച്ചാണാ വരവ്. അവരെ കണ്ടാൽ എന്റെ മുത്തശ്ശിയെപ്പോലെ തന്നെയിരിക്കും!

“എന്ത് പറ്റീ?” റഷ്യൻ ഭാഷയിലായിരുന്നു ചോദ്യം. എന്റെ കൈയിൽ രക്തം പൊടിയുന്നത് അവർ കണ്ടിരിക്കുന്നു.

എനിക്ക് വിശ്വസിക്കുവാനാകുന്നില്ല. അവരുടെ സംസാരവും എന്റെ മുത്തശ്ശിയുടേത് പോലെ തന്നെ. അവർ എന്റെ കൈ പിടിച്ച് അടുക്കളയിലേക്ക് കൊണ്ടുപോയി. പുറകിൽ നടന്ന് അരാഷ് സംഭവിച്ചതെല്ലാം വിവരിച്ചു. എന്റെ മുത്തശ്ശി ബഹളം വയ്ക്കുന്നതുപോലെ ഈ മുത്തശ്ശിയും ബഹളം വച്ചു. ഞാനറിയുന്നതിനു മുമ്പ് മുറിവ് കഴുകിക്കഴിഞ്ഞിരുന്നു. അത് വച്ചുകെട്ടിക്കഴിഞ്ഞിരുന്നു. അധികം താമസിയാതെ ഒരു കപ്പ് ചൂടുള്ള ചായയും വീട്ടിലുണ്ടാക്കിയ കുക്കീസും എന്റെ മുന്നിൽ പ്രത്യക്ഷപ്പെട്ടു.

“കഴിക്കൂ,” റഷ്യൻ ചുവയുള്ള പേർഷ്യൻഭാഷയിൽ അവർ പറഞ്ഞു.

“നന്ദി.” ഞാൻ റഷ്യൻ ഭാഷയിൽ മറുപടി പറഞ്ഞു.

അത് കേട്ടപ്പോൾ അവരുടെ കണ്ണിൽ സന്തോഷം മിന്നിമറഞ്ഞു. “നീ റഷ്യക്കാരിയാണോ?” പുഞ്ചിരിയോടെ അവർ ചോദിച്ചു. “അത് നന്നായി! ഇതാ നിനക്കൊരു ഗേൾഫ്രണ്ടായി! ഒരു സാധാരണ സുഹൃത്തൊന്നുമല്ല. നല്ല റഷ്യൻ സുഹൃത്ത്!”

അതു കേട്ടപ്പോൾ അരാഷയുടെ മുഖം നാണം കൊണ്ട് ചുവന്നു.

“മതി മുത്തശ്ശി, ഇവളെന്റെ കാമുകിയൊന്നുമല്ല.”

ഞാൻ ചിരിച്ചു.

“എന്ത് വേണമെങ്കിലും പറഞ്ഞോ. പക്ഷേ ഇത് നന്നായിരിക്കും. നിനക്കും നന്നാവും. നിങ്ങൾ ചെറുപ്പക്കാരെ ഞാനിവിടെ തനിച്ച് വിടുന്നു”, എന്ന് പറഞ്ഞ് മുത്തശ്ശി അടുക്കളയിലേക്ക് പോയി. പോകുമ്പോഴും “എത്ര ഗംഭീരമായിരിക്കുന്നു” എന്ന് ഇടയ്ക്കിടെ പറയുന്നുണ്ടായിരുന്നു.

”മുത്തശ്ശിയോട് ക്ഷമിക്കണേ”, അരാഷ് പറഞ്ഞു. “വയസ്സായില്ലേ, ചിലപ്പോൾ വെറുതെ ആശയക്കുഴപ്പത്തിൽ ചെന്ന് പെടുന്നു.”

“നീ നിന്റെ പുല്ലാങ്കുഴൽ അവളെ കാണിച്ചോ?” അടുത്ത മുറിയിൽ നിന്നും മുത്തശ്ശി വിളിച്ച് ചോദിച്ചു.

അരാഷ് വീണ്ടും വിളറി വെളുത്തു.

“പുല്ലാങ്കുഴലോ?” ഞാൻ ചോദിച്ചു.

“അത് വെറുതെ. ഞാൻ നേരം പോക്കാൻ ഇടയെയ്ക്കാക്കെ വായിക്കാറുണ്ട്. അത്ര നന്നായിട്ടൊന്നും വായിക്കാനറിയില്ല.”

“പുല്ലാങ്കുഴൽ വായിക്കുന്ന ആരേയും ഞാനിതുവരെ കണ്ടിട്ടില്ല. എനിക്ക് വേണ്ടി ഒന്ന് വായിക്കാമോ?”

“തീർച്ചയായും.” അത്ര ആവേശമൊന്നുമുണ്ടായിരുന്നില്ല ആ മറുപടിയിൽ.

അവൻ മുറിയിൽ കയറി. ഞാൻ പുറകെ ചെന്നു. അവനൊരു പുല്ലാങ്കുഴലെടുത്തു. വെള്ളികൊണ്ടുള്ള ഒന്ന്. ഒരു കറുത്ത പെട്ടിയിലാണത് സൂക്ഷിച്ചിരുന്നത്. മെലിഞ്ഞ് നീണ്ട ആ ഉപകരണത്തിനു മുകളിലൂടെ ഒന്ന് വിരലോടിച്ചു. അധികം താമസിയാതെ മുറിയിൽ ഒരു ശോകഗാനം നിറഞ്ഞു. ഞാൻ അവന്റെ മെത്തയിലിരുന്നു. ചുവരിൽ ചാരിയിരുന്നു. അവൻ എനിക്ക് മുന്നിൽ നിന്നു. സംഗീതത്തിനോടൊപ്പം ശരീരം ചലിപ്പിച്ചുകൊണ്ട് നിന്നു. സംഗീതം ആ ശരീരത്തിന്റെ ഭാഗമാണെന്ന മട്ടിലായിരുന്നു ചലനം. ആ സംഗീതമാണവന്റെ നിലനില്പ് എന്ന മട്ടിൽ. ഒരു സ്വപ്നത്തിലെന്നപോലെ അവന്റെ കണ്ണുകൾ ദൂരെയെവിടേക്കോ പറിച്ച് നട്ടിരിക്കുന്നു. മറ്റാരും കാണാത്ത എന്തോ അവനപ്പോൾ കാണുന്നുണ്ടെന്ന് തോന്നി. തുറന്നിട്ട ജനലിലെ വെളുത്ത പർദ്ദ നൃത്തംചെയ്തു. വെയിലിന്റേയും നിഴലിന്റേയും അലകൾ അതിലൊതുക്കി പുതിയ ഭാവം സൃഷ്ടിച്ചു. സംഗീതം ഇത്രയും സൗന്ദര്യമുള്ളതാണെന്ന് ഞാനിതിനു മുമ്പ് മനസ്സിലാക്കിയിട്ടില്ല. വായിച്ച് കഴിഞ്ഞപ്പോൾ അവന്റെ കണ്ണുകൾ എന്നെ തിരയുന്നത് ഞാൻ കണ്ടു. എനിക്കാകട്ടെ ഒരക്ഷരം പറയുവാനാകുന്നില്ല. ഇത് അവൻ തന്നെ എഴുതിയ സംഗീതശകലമാണെന്ന് ഞാനറിഞ്ഞു. പക്ഷേ അതിനെചൊല്ലി അവൻ അത്ര അഹങ്കരിക്കുന്നൊന്നുമില്ല. ഞാൻ ഏതെങ്കിലും സംഗീതോപകരണം വായിക്കാറുണ്ടോ എന്നവൻ ചോദിച്ചു. ഇല്ല എന്നല്ലാതെ മറ്റൊരു ഉത്തരമില്ലല്ലോ. അപ്പോൾ അവൻ എന്റെ പ്രായം ചോദിച്ചു. പതിമ്മൂന്ന് എന്ന് പറഞ്ഞത് അവനിൽ ഒരു ഞെട്ടലുണ്ടാക്കി എന്ന് തോന്നി. എന്നെ കണ്ടാൽ പതിനാറായെന്ന് തോന്നും എന്നാണവൻ പറഞ്ഞത്. ചുരുങ്ങിയ പക്ഷം അങ്ങനെയാണവൻ കരുതിയത്. അവന് പതിനെട്ടായി എന്ന് കേട്ടത് എനിക്കും അദ്ഭുതമായി.

അവനോട് സംസാരിച്ച് നിൽക്കുമ്പോൾ അവൻ എന്നെ നോക്കിനിന്ന രീതി എനിക്ക് ഇഷ്ടമായി. അവൻ തന്റെ കസേരയിലിരുന്നു. ഒരു കൈമുട്ട് കസേരക്കയ്യിൽ കയറ്റി വച്ചു. ഒരു കൈ താടിയിൽ കുത്തി പുഞ്ചിരിച്ചു. അപ്പോൾ അവന്റെ കണ്ണുകൾ എന്നിൽ മാത്രമായിരുന്നു. എന്റെ ചോദ്യങ്ങൾക്ക് ഉത്തരം നൽകുന്നതിനു മുമ്പ് അവൻ ഒരു ചെറിയ ഇടവേളയെടുക്കുന്നുണ്ടായിരുന്നു. അതെന്റെ ചോദ്യത്തിനോടുള്ള ബഹുമാനമായും

ഞങ്ങളുടെ സംഭാഷണത്തെ അവൻ കാര്യമായെടുക്കുന്നതിന്റെ സൂചകമായും ഞാൻ കണ്ടു. പിറ്റേന്ന് കാലത്ത് എന്നോടൊപ്പം നടക്കാൻ വരുന്നോ എന്ന് ഞാൻ ചോദിച്ചു. വരാം എന്നവൻ ഉറപ്പ് പറയുകയും ചെയ്തു.

പിറ്റേന്ന് കാലത്ത് ഞങ്ങളിറങ്ങിയപ്പോൾ കോട്ടേജിന്റെ മുന്നിൽ വന്ന് അവന്റെ മുത്തശ്ശി ഞങ്ങളെ കൈവീശി യാത്രയാക്കി.

"മുത്തശ്ശി എന്നെ ഭ്രാന്ത് പിടിപ്പിക്കുമെന്ന് തോന്നുന്നു. നീ എന്റെ കാമുകിയാണെന്നാണവർ ധരിച്ചിരിക്കുന്നത്. നിന്നേയും കൊണ്ട് ഉച്ച ഭക്ഷണത്തിനു വരണമെന്ന് നിർബന്ധിക്കുന്നു."

"നിനക്ക് കുഴപ്പമില്ലെങ്കിൽ ഞാൻ വരാം."

അരാഷ് ചോദ്യരൂപേണ എന്നെ നോക്കി.

"ഞാനുദ്ദേശിച്ചത് ഈ ക്ഷണം മുത്തശ്ശിയുടെ മാത്രം ആശയമാണെങ്കിൽ എന്നാണ്. ഞാൻ വരരുത് എന്നാണ് നീ ആഗ്രഹിക്കുന്നതെങ്കിൽ അത് തുറന്ന് പറയാം."

"നീ വരണം."

"അവിടെ വന്ന് നിന്റെ പുല്ലാങ്കുഴൽ വായന എനിക്ക് വീണ്ടും കേൾക്കണം."

ഞങ്ങൾ കടൽക്കരയിൽ ആളൊഴിഞ്ഞ ഭാഗത്തേക്ക് നടന്നു. ദൂരെ ചിലർ മണലിൽ മലർന്ന് കിടക്കുന്നതും മറ്റ് ചിലർ നീന്തുന്നതും കണ്ടു. നുരഞ്ഞ് പതഞ്ഞ് പൊന്തുന്ന തിരമാലകൾ കരയിൽ വട്ടമിട്ട്, മടങ്ങിയൊതുങ്ങി, പൊട്ടിച്ചിതറി പോകുന്നുണ്ടായിരുന്നു. ഞാൻ എന്റെ ചെരുപ്പൂരി. എന്റെ പാദങ്ങൾ സ്പർശിക്കുവാൻ കടലിനെ അനുവദിച്ചു. തണുത്ത് മൃദുവായ വെള്ളം. ഞാൻ അവന്റെ വീട്ടുകാരെക്കുറിച്ച് ചോദിച്ചു. അച്ഛൻ വ്യാപാരിയാണെന്നും അമ്മയ്ക്ക് ജോലിയൊന്നുമില്ലെന്നും അവൻ പറഞ്ഞു. മാതാപിതാക്കൾ എല്ലാ വേനലിലും യൂറോപ്പിലേക്ക് പോകും. അവനും അവന്റെ സഹോദരനും മുത്തശ്ശിയും ഇവിടെ അവരുടെ ഇളയമ്മയുടെ കോട്ടേജിൽ വന്ന് താമസിക്കും. സഹോദരൻ എന്നാൽ അനുജൻ. തന്നേക്കാൾ രണ്ട് വയസ്സ് താഴെ. അരാം എന്നാണവനെ അവർ വിളിക്കുന്നത്.

"നീ എന്നെ കളിയാക്കുകയാണോ! അരാം നിന്റെ അനുജനാണെന്നോ?" ഞാൻ അദ്ഭുതപ്പെട്ടു.

"അതെ. അവനെ നിനക്കറിയാമോ?"

"അവനെ ഞാൻ കണ്ടിട്ടുണ്ട്. വളരെ പ്രസന്നമായ പ്രകൃതമാണവന്റേതെന്ന് തോന്നുന്നു. മറ്റ് കുട്ടികളുമായി കളിച്ച് ചിരിച്ച് നടക്കുന്നത് കാണാം. പക്ഷേ നേദയുടെ ജന്മദിനാഘോഷത്തിലൊന്നും നിന്നെ കണ്ടില്ലല്ലോ. നീ എവിടെ ഒളിച്ചിരിക്കുകയായിരുന്നു?"

താൻ തന്റെ സഹോദരനെപ്പോലെ മറ്റുള്ളവരുമായി അത്ര ഇടപഴകുവാൻ തത്പരനല്ല എന്നവൻ പറഞ്ഞു. പകരം പ്രണയം തന്റെ പുല്ലാങ്കുഴലിനോടാണെന്നും പറഞ്ഞു. അതല്ലെങ്കിൽ പുസ്തകവായന. നേദ,

ടെഹ്റാനിൽ അവരുടെ അയൽപക്കമായതിനാലും തന്റെ അനുജന്റെ പ്രണയിനി ആയതിനാലുമാണ് താനന്ന് ജന്മദിനാഘോഷത്തിനെത്തിയ തെന്നും പറഞ്ഞു.

സ്കൂളിൽ പഠിക്കുന്ന കാലത്ത് ഏറ്റവും മികച്ച വിദ്യാർത്ഥിയായിരുന്നു അരാഷ്. ഇപ്പോൾ ടെഹ്റാൻ സർവകലാശാലയിൽ വൈദ്യശാസ്ത്രം പഠിക്കുന്നു. ഒന്നാം വർഷം പൂർത്തിയാക്കി. എനിക്കും അവനെപ്പോലെ വൈദ്യശാസ്ത്രം തന്നെയാണ് ലക്ഷ്യമെന്നും പറഞ്ഞു. എന്നോടൊപ്പം നീന്താൻ അവനെ ഞാൻ ക്ഷണിച്ചു. പക്ഷേ നീന്താൻ താത്പര്യമില്ലെന്നും താൻ കടൽക്കരയിലിരുന്ന് വായിക്കാമെന്നുമായിരുന്നു അവന്റെ മറുപടി.

അവന്റെ മുത്തശ്ശിയായ ഐറീന, ഉച്ചഭക്ഷണത്തിനായി നല്ലൊരു വിരുന്ന് തന്നെ ഒരുക്കിയിരുന്നു. സുന്ദരമായ ഒരു ദിവസമായിരുന്നു അത്. അതിനാൽ അവർ പുറകിൽ ഒരു മരച്ചുവട്ടിലേക്ക് മേശ വലിച്ചിട്ടു. മേശപ്പുറത്ത് ഇസ്തിരിയിട്ട് മിനുക്കിയ ഒരു വെളുത്ത വിരിപ്പ് വിരിച്ചിരുന്നു. എന്റെ ഗ്ലാസിലേക്ക് നാരങ്ങാവെള്ളമൊഴിക്കുമ്പോൾ ഞാൻ അവരെ ശ്രദ്ധിച്ചു. അവരുടെ തലയിലെ വെള്ളിമുടികൾ കടൽക്കാറ്റിൽ നൃത്തം ചെയ്യുന്നത് കണ്ടു. അവർ തളികയിൽ നീളൻ വറ്റുകളുടെ ചോർ നിറച്ചു. മീനും സലാഡും നിറച്ചു. മതി എന്ന് ഞാനെത്ര പറഞ്ഞിട്ടും അവർ അനുസരിച്ചില്ല.

“നന്നായി ഭക്ഷണം കഴിക്കണം മറീനാ. നീ ഇപ്പോഴേ വല്ലാതെ മെലിഞ്ഞവളാണ്. നിന്റെ അമ്മ നിന്നെ ശരിക്ക് ഭക്ഷണം കഴിപ്പിക്കുന്നില്ലെന്ന് തോന്നുന്നു.”

എനിക്ക് റഷ്യൻ ഭാഷ അറിയാമെന്ന് ഐറീന മനസിലാക്കിയ നിമിഷം മുതൽ അവർ എന്നോട് ഒരക്ഷരം പേർഷ്യൻ പറഞ്ഞിട്ടില്ല. എന്റെ മുത്തശ്ശിയെപോലെ തന്നെ ആത്മാഭിമാനിയായിരുന്നു അവർ. പേർഷ്യൻ സംസാരിക്കാനറിയാമായിരുന്നെങ്കിലും അത്യാവശ്യമുണ്ടെങ്കിൽ മാത്രമേ അത് ഉപയോഗിക്കാറുള്ളൂ. എന്റെ റഷ്യൻ ഭാഷയാകട്ടെ ക്ലാവ് പിടിച്ചിരിക്കുകയായിരുന്നു. വീട്ടിൽ അച്ഛനുമമ്മയും റഷ്യൻ ഭാഷയാണുപയോഗിച്ചിരുന്നത്. എന്നാൽ മുത്തശ്ശിയുടെ മരണശേഷം ഞാനത് ഉപയോഗിക്കില്ല എന്ന വാശിയിലായിരുന്നു. എന്റെ മുത്തശ്ശിയുമായി എനിക്കുണ്ടായിരുന്ന ബന്ധത്തിന്റെ ഏറ്റവും വലിയ പ്രത്യേകതയായിരുന്നു ഞങ്ങളുടെ റഷ്യൻ ഭാഷയിലെ സംസാരം. അത് മറ്റൊരാളുമൊത്ത് പങ്കുവയ്ക്കാൻ ഞാൻ തയ്യാറല്ലായിരുന്നു. അരാഷിന്റെ ഭാഷയും എന്റേതിനേക്കാൾ ഒട്ടും മെച്ചമല്ലായിരുന്നു. അതിനാൽ എനിക്ക് ജാള്യതയൊന്നും തോന്നിയില്ല. ഐറീനയുമൊത്ത് റഷ്യനിൽ സംസാരിക്കാൻ ഒരു രസമൊക്കെ തോന്നി. അതെന്റെ കുട്ടിക്കാലത്തെ ഓർമ്മിപ്പിച്ചു.

ഉച്ചഭക്ഷണത്തിനു ശേഷം ഐറിന വിശ്രമിക്കാൻ പോയി. അരാഷും ഞാനുംകൂടി അടുക്കള വൃത്തിയാക്കി. കഴുകാനുള്ള പാത്രങ്ങളെല്ലാം

ഞാനെടുത്ത് കഴുകാനിട്ടു. ബാക്കി വന്ന ഭക്ഷണമെല്ലാം അരാഷ് ശേഖരിച്ച് ടപ്പർവെയർ പാത്രങ്ങളിലിട്ട് അടച്ച് ഫ്രിഡ്ജിൽ വച്ചു. അടുക്കളയിലെ കാര്യങ്ങളെക്കുറിച്ച് അവന് എല്ലാമറിയാമായിരുന്നു. അവന്റെ ജോലി കഴിഞ്ഞപ്പോൾ അവൻ എനിക്കരികിൽ കഴുകിയ പാത്രം തുടയ്ക്കുവാനുള്ള തുണിയുമായി വന്ന് നിന്നു. ഞാനവനെ കഴുകിയ പാത്രങ്ങൾ ഒന്നൊന്നായി ഏല്പിച്ചു. അവനത് തുടച്ചുകൊണ്ടിരിക്കുമ്പോൾ ഞങ്ങളുടെ കണ്ണുകൾ കൂട്ടിമുട്ടി. അപ്പോൾ അവന്റെ മുഖമൊന്ന് തൊട്ടുനോക്കാൻ എന്റെ മനം വെമ്പി. ഒരുവിധത്തിലാണ് ആ വെമ്പലിനെ ഞാനൊന്ന് കടിഞ്ഞാണിട്ട് നിർത്തിയത്.

"**അ**സ്തമയത്തിനുമുമ്പ് എനിക്ക് പ്രാർത്ഥനകൾ മുഴുവനാക്കേണ്ടതുണ്ട്." ഞങ്ങൾ വീടിന്റെ പുറകിലിരിക്കുമ്പോൾ അരാഷ് എന്നോട് പറഞ്ഞു.

"എനിക്കത് കാണാനുള്ള അനുവാദമുണ്ടോ?"

"വിചിത്രമായ ആശയങ്ങളാണ് നിനക്കുള്ളത്." പക്ഷേ അവൻ സമ്മതിച്ചു. അവൻ പ്രാർത്ഥിക്കുന്നത് ഒരക്ഷരമുരിയാടാതെ ഞാൻ കണ്ട് നിന്നു.

അവൻ മെക്കയ്ക്ക് നേരെ തിരിഞ്ഞ് നിന്ന്, നിസ്കാരത്തിന്റെ പല ഭാഗങ്ങളിലൂടെ കടന്ന് പോയി. കണ്ണടച്ച് അറബി ഭാഷയിൽ പ്രാർത്ഥിച്ചു. മുട്ടുകുത്തി, നിവർന്ന് നിന്നു, പ്രാർത്ഥനാ സമയത്തുപയോഗിക്കുന്ന കല്ലെടുത്ത് നെറ്റിയിൽ വച്ചു

പ്രാർത്ഥന കഴിഞ്ഞ് അവനെഴുന്നേറ്റപ്പോൾ എന്റെ സംശയം മറ്റൊന്നായി.

"നീ ഒരു മുസ്ലീമായിരിക്കുന്നത് എന്തുകൊണ്ട്?"

"നിന്നെപ്പോലെ ഒരു വിചിത്ര ജീവിയെ ഞാനിതിനു മുമ്പ് കണ്ടിട്ടില്ല." അവൻ ചിരിച്ചു. "ഇസ്ലാമിന് ഈ ലോകത്തെ രക്ഷിക്കാനാകും എന്ന് ധരിക്കുന്നതിനാലാണ് ഞാനൊരു മുസ്ലീമായിരിക്കുന്നത്."

"അപ്പോൾ നിന്റെ ആത്മാവിനെക്കുറിച്ച് നീ എന്ത് പറയുന്നു", എന്റെ അടുത്ത സംശയം.

എന്റെ ചോദ്യം അവനെ അദ്ഭുതപ്പെടുത്തി. "അതെന്റെ ആത്മാവിനേയും രക്ഷിക്കും എന്നെനിക്ക് ഉറപ്പുണ്ട്. നീ ക്രിസ്ത്യാനിയാണോ?"

"അതെ."

"എന്തുകൊണ്ട്? നിന്റെ മാതാപിതാക്കൾ ക്രിസ്ത്യാനികളായതുകൊണ്ടോ?"

"എന്റെ മാതാപിതാക്കൾ ക്രിസ്തുമതത്തിനനുസരിച്ച് മാത്രം ജീവിക്കുന്നവരല്ല."

"അപ്പോൾ പിന്നെ?"

അതിനൊരു ഉത്തരമില്ലെന്ന് എനിക്ക് മനസ്സിലായി. ഞാൻ ഇസ്ലാമിനെക്കുറിച്ച് പഠിച്ചിരുന്നു എന്നും എന്നാൽ അത് എന്റെ മാർഗ്ഗമല്ല എന്ന് മനസ്സിലായി എന്നും ഞാൻ പറഞ്ഞു. അങ്ങനെ എന്തുകൊണ്ട് തോന്നി എന്നു ചോദിച്ചാൽ അതിനൊരു ഉത്തരം എന്റെ പക്കലില്ല. എനിക്ക് ഒരുപക്ഷേ യേശുവിനെക്കുറിച്ച് അറിയാവുന്നതിലും അധികം മുഹമ്മദിനെക്കുറിച്ച് അറിയാം. ഞാൻ ബൈബിളിനേക്കാൾ കൂടുതൽ ഖുർ-ആൻ വായിച്ചിട്ടുണ്ട്. പക്ഷേ എന്തുകൊണ്ടെന്നറിയില്ല, എന്റെ ഹൃദയത്തിനോടടുത്ത് നിന്നത് എപ്പോഴും യേശുവായിരുന്നു. അവനെക്കുറിച്ച് ചിന്തിക്കുമ്പോൾ വീടിനകത്തിരിക്കുന്ന തരത്തിലുള്ള ഒരു സുരക്ഷിതത്വം അനുഭവപ്പെടുന്നു. ഞാൻ പറയുന്നത് കേട്ട് അരാഷ് പുഞ്ചിരിക്കുന്നുണ്ടായിരുന്നു. ശക്തമായ ഒരു വാഗ്വാദമായിരിക്കണം അവൻ പ്രതീക്ഷിച്ചത്. എന്നാൽ അങ്ങനെ ഒരു തർക്കത്തിനുള്ള വസ്തുക്കൾ എന്റെ പക്കലില്ലായിരുന്നു. എന്നെ സംബന്ധിച്ചിടത്തോളം അത് ഹൃദയത്തിനൊരു സൗഖ്യം നൽകുന്നത് മാത്രമായിരുന്നു.

അവന്റെ മാതാപിതാക്കൾ അടിയുറച്ച മതവിശ്വാസികളാണോ എന്ന് ഞാൻ ചോദിച്ചു. ദൈവവിശ്വാസികളായ ഒരു മുസ്ലീം കുടുംബത്തിലെ അംഗമാണ് അച്ഛൻ എന്നവൻ പറഞ്ഞു. എന്നാൽ അച്ഛന് മുഹമ്മദിലോ, യേശുവിലോ, മറ്റേതെങ്കിലും പ്രവാചകനിലോ വിശ്വാസമില്ല. മുത്തശ്ശി ഐറീന ക്രിസ്ത്യാനി കുടുംബത്തിൽ നിന്നുള്ളതാണ്. അവർക്ക് മതവിശ്വാസമേയില്ല. ഐറീനയുടെ ഭർത്താവ്, അതായത് അവന്റെ അമ്മയുടെ അച്ഛൻ ദൈവത്തിലേ വിശ്വസിച്ചിരുന്നില്ല. അദ്ദേഹം അന്തരിച്ചിട്ട് വർഷങ്ങൾ കഴിഞ്ഞു. അരാഷിന്റെ അമ്മ ക്രിസ്ത്യാനിയാണ്. പക്ഷേ പള്ളിയിൽ പോകാറില്ല. പ്രാർത്ഥനയൊക്കെ വീട്ടിൽവച്ച് കഴിക്കും.

അവന്റെ മതവിശ്വാസങ്ങളെക്കുറിച്ച് ഈ കുടുംബത്തിന്റെ കാഴ്ചപ്പാടറിയാൻ എനിക്ക് താത്പര്യം തോന്നി. തന്റെ പതിമ്മൂന്നാം വയസ്സ് മുതൽ ദിവസത്തിലെ ഒരു പ്രാർത്ഥനപോലും താൻ മുടക്കിയിട്ടില്ല എന്നവൻ പറഞ്ഞു. അവനിപ്പോൾ വളർച്ചയുടെ ഘട്ടത്തിലൂടെ കടന്ന് പോകുകയാണെന്നും ഈ ഘട്ടം ഒരിടത്ത് പൂർത്തീകരിക്കുമെന്നുമാണ് വീട്ടുകാരും കരുതുന്നത്.

പിറ്റേന്ന് ഞാൻ ഞങ്ങളുടെ കോട്ടേജിന്റെ മുന്നിലുള്ള കല്പടവുകളിലിരുന്ന് സൂര്യാസ്തമയം കാണുകയായിരുന്നു. ചക്രവാളത്തിലെ മേഘങ്ങൾ ചുവപ്പിന്റെ വന്യമായ പകർപ്പിലേക്ക് മാറിയിരിക്കുന്നു. കടൽ അവയെ തഴുകുന്നു. പിന്നെ ആ ചുവപ്പിന്റെ ഭാവം വീണ്ടും മാറി. ഇളംചുവപ്പായി. രാത്രി അടുത്തെത്തി. എന്റെ മനസ്സിൽ അപ്പോൾ അരാഷ് മാത്രമായിരുന്നു. അവൻ അടുത്തുള്ളപ്പോൾ എന്തോ ഒരു സന്തോഷം തോന്നുന്നു, ഉത്സാഹവും. മറ്റെന്തിനേക്കാളും വലിയ ഒരു ആനന്ദം. അപ്പോൾ മറ്റെല്ലാം നിസ്സാരമെന്ന തോന്നലുണ്ടാകുന്നു. ഞാൻ കണ്ണടച്ച് രാവിന്റെ സംഗീതം ശ്രദ്ധിക്കാൻ തുനിഞ്ഞു. രാത്രിയിൽ ഇരതേടിയിറങ്ങിയ വവ്വാലുകളുടെ ചിറകടിയൊച്ച കേട്ടു. ദൂരെ തുറമുഖത്തു നിന്ന്

ഒരു കപ്പലിന്റെ നീണ്ട ഹോൺ കേട്ടു. അരാഷ് എനിക്ക് ഒരു കവിത കേൾപ്പിച്ചുതന്നു. ഞാൻ സ്വയം വായിച്ചിരുന്നതിനേക്കാൾ അവന്റെ സ്വരത്തിൽ ആ കവിതകൾ കേട്ടപ്പോൾ ഹഫിസ് സാദിയ്ക്കും റൂമിക്കും മാന്ത്രികത വർദ്ധിച്ചോ എന്നെനിക്ക് തോന്നിപ്പോയി. ആധികാരികതയോടെയാണവൻ കവിത ചൊല്ലിയത്. അവന്റെ സ്വന്തം കവിതകൾ പോലെ. അതിന്റെ സംഗീതം അവൻ സ്വയം നിർവഹിച്ചതുപോലെ. ഒരുപക്ഷേ അവന്റെ പ്രണയം അതിനോടൊക്കെയാകാം.

ഒരുപക്ഷേ ഞാൻ പ്രണയിക്കുന്നത് അവനെയാകാം.

അരാഷ് എന്റെ പ്രാർത്ഥനപ്പാറയൊന്ന് കണ്ടെങ്കിൽ എന്ന് ഞാൻ ആഗ്രഹിച്ചു. അതിനാൽ പിറ്റേന്ന് എന്റെ വീട്ടിലേക്ക് ഞാനവനെ ക്ഷണിച്ചു.

“എന്തുകൊണ്ടാണ് നീ ഇതിനെ പ്രാർത്ഥനപ്പാറ എന്ന് വിളിക്കുന്നത്?” പടി കടന്ന് നടക്കുന്നതിനിടയിൽ അവൻ ചോദിച്ചു.

“ഞാനൊരു കൊച്ചുകുട്ടിയായിരുന്ന കാലത്ത് അതിനരികിൽ പോയി നിന്ന് പ്രാർത്ഥിക്കുമായിരുന്നു. അപ്പോൾ എന്തൊക്കെയോ പ്രത്യേകത എനിക്ക് തോന്നുമായിരുന്നു. അതിനാൽ ഞാൻ വീണ്ടും വീണ്ടും അവിടെ ചെന്ന് പ്രാർത്ഥിക്കാൻ തുടങ്ങി. അവസാനം എനിക്കത് എന്തൊക്കെയോ സുഖം തരുന്ന ഒരു പ്രത്യേക സ്ഥലമായി.”

ഞങ്ങൾ എന്റെ പ്രാർത്ഥനപ്പാറയ്ക്ക് സമീപമെത്തി. ഇതിനുമുമ്പ് ഈ സ്ഥലത്തെക്കുറിച്ച് ഞാൻ ആരോടും സംസാരിച്ചിട്ടില്ല. ഞാനിപ്പോൾ ചെയ്യുന്നത് ശരിയാണോ എന്നൊരു ചിന്ത ഒരു നിമിഷത്തേക്കെങ്കിലും എന്നിലുണ്ടായി. അത് പായൽ പിടിച്ച് കുറെ പാറക്കൂട്ടങ്ങളല്ലാതെ മറ്റൊന്നുമല്ലല്ലോ!

“എനിക്ക് വട്ടാണെന്ന് തോന്നുന്നുണ്ടോ?” ഞാൻ ചോദിച്ചു.

“ഇല്ല. എന്നെപ്പോലെതന്നെ നീയും ദൈവത്തിനടുത്തെത്തുവാനുള്ള ഒരു മാർഗ്ഗത്തിനായി വെറിപിടിച്ച് നടക്കുകയാണ് എന്നാണെനിക്ക് തോന്നുന്നത്. എന്റെ മാർഗം എന്റെ പുല്ലാങ്കുഴലാണെങ്കിൽ നിന്റേത് നിന്റെ പ്രാർത്ഥനപ്പാറയാണ്.”

“എങ്കിൽ നമുക്കൊരുമിച്ച് പ്രാർത്ഥിക്കാം. ഒരുപക്ഷേ നിനക്കും എന്നെപ്പോലെ ഒരു അനുഭവം ലഭ്യമായേക്കും. അതൊരു ജനൽ തുറന്നിടുന്നതുപോലെയാണ്. സ്വർഗത്തിലേക്കുള്ള ജനൽ.”

ഞങ്ങൾ ഇരുവരും പാറപ്പുറത്ത് കയറി. കൈകൾ ആകാശത്തേക്കുയർത്തി. ദാവീദിന്റെ സ്തോത്രത്തിൽ നിന്നുള്ള മൂന്നാം ഭാഗം ചൊല്ലി. “കർത്താവ് എന്റെ ഇടയനാകുന്നു; എനിക്ക് ഒന്നിനും കുറവുണ്ടാകുകയില്ല; പച്ചപുൽതകിടികളിൽ അവൻ എന്നെ കിടത്തുന്നു; ശാന്തമായ ജലാശയങ്ങളിലേക്ക് അവൻ എന്നെ നയിക്കുന്നു; എന്റെ പ്രാണന് അവൻ ഉന്മേഷം പകരുന്നു; അവന്റെ നാമത്തെ പ്രതി; എന്നെ അവൻ ധർമമാർഗങ്ങളിലൂടെ നയിക്കുന്നു; മരണത്തിന്റെ നിഴൽ വീണ താഴ്വാരത്തിലൂടെ

സഞ്ചരിച്ചാലും; ഞാനൊരു അനർത്ഥവും ഭയപ്പെടുന്നില്ല; നീ എന്നോടൊപ്പമുണ്ടല്ലോ; നിന്റെ വടിയും കോലും എന്നെ ആശ്വസിപ്പിക്കുന്നു."

"സുന്ദരമായിരിക്കുന്നു." ഞാൻ ചൊല്ലി അവസാനിപ്പിച്ചപ്പോൾ അവൻ പറഞ്ഞു. "അതെന്തായിരുന്നു?"

ദാവീദിന്റെ സങ്കീർത്തനം ബൈബിളിന്റെ ഭാഗമാണെന്ന് ഞാനവന് വിശദീകരിച്ചു. അവൻ ഇതിനുമുമ്പ് അതിനെക്കുറിച്ച് കേട്ടിട്ടില്ല. എന്റെ മുത്തശ്ശി എനിക്കുവേണ്ടി അത് വായിച്ച് കേൾപ്പിക്കാറുണ്ടായിരുന്നു എന്ന് ഞാനവനോട് പറഞ്ഞു. എന്റെ ഇഷ്ടഭാഗവും അതായിരുന്നു എന്നും.

ഞങ്ങൾ ഇരുവരും പാറപ്പുറത്ത് അങ്ങ് ദൂരേക്ക് മിഴിനട്ടിരുന്നു.

"നമ്മൾ മരിച്ചതിനുശേഷം നമുക്ക് എന്ത് സംഭവിക്കുന്നു എന്നതിനെക്കുറിച്ച് എപ്പോഴെങ്കിലും നീ ആലോചിച്ചിട്ടുണ്ടോ?" അവൻ ചോദിച്ചു.

ഉവ്വെന്ന് ഞാൻ മറുപടി പറഞ്ഞു.

ഒരിക്കലും ഇഴപിരിച്ചെടുക്കാനാകാത്തെ ഒരു രഹസ്യമാണ് മരണം. അതുവരേക്കും സന്ദർശിച്ചിട്ടുള്ള ഒരിടത്തേക്കല്ല നമ്മളപ്പോൾ പോകുന്നത്. അപ്പോൾ ഒരു കഥ പറയാനൊന്നും നമുക്കാകില്ല. ആരും ആ യാത്രയിൽ നിന്നും രക്ഷപ്പെടുന്നുമില്ല. അവൻ പറഞ്ഞു.

"നമുക്ക് വേണ്ടപ്പെട്ടവർ, നമ്മൾ സ്നേഹിക്കുന്നവർ മരിച്ചുപോകുന്നതിനെ ഞാൻ വെറുക്കുന്നു. അത് വല്ലാതെ വേദനിപ്പിക്കുന്നു." ഞാൻ പറഞ്ഞു.

"സത്യത്തിൽ എനിക്കാരേയും അങ്ങനെ ഇതുവരേക്കും നഷ്ടമായിട്ടില്ല. ഞാൻ വളരെ ചെറിയ കുഞ്ഞായിരിക്കുമ്പോഴാണ് എന്റെ മുത്തച്ഛൻ മരിച്ചത്. അതിനെക്കുറിച്ച് എനിക്ക് ഓർമ്മയേയില്ല."

"എന്റെ മുത്തശ്ശിയുടെ മരണം എന്റെ ഓർമ്മയിലുണ്ട്."

എന്റെ കണ്ണ് നിറഞ്ഞു. എനിക്കവന്റെ മുഖമൊന്ന് സ്പർശിക്കണം എന്ന ആഗ്രഹം ഒരിക്കൽകൂടി തോന്നി. എന്റെ വിരൽകൊണ്ട് അവന്റെ മുഖമാകെ ഒന്നുഴിയാൻ. അവനെ ഒന്ന് ചുംബിക്കണം. ആവേശപൂർവ്വം ഞാൻ എഴുന്നേറ്റ് നിന്നു. അവനും എഴുന്നേറ്റു. എന്റെ മുഖത്തേക്ക് നോക്കി നിന്നു. പിന്നെ ഒരു നിമിഷം അവന്റെ ചുണ്ടുകൾ എന്റെ ചുണ്ടിനോടുരസി. പെട്ടെന്ന് ഇടിവെട്ടേറ്റതുപോലെ ഞങ്ങളിരുവരും ഒന്നിച്ച് പിന്മാറി. അവൻ പറഞ്ഞു:

"ക്ഷമിക്കണം."

"എന്തിന്?"

"വിവാഹം കഴിക്കുന്നതിനുമുമ്പ് ഒരു പുരുഷൻ സ്ത്രീയെ സ്പർശിക്കുന്നത് ദൈവനീതിക്കെതിരാണ്."

"എനിക്ക് കുഴപ്പമില്ല."

"അങ്ങനെയല്ല. എനിക്ക് നിന്നെ ഇഷ്ടമാണെന്ന് ഞാനെങ്ങനെ നിന്നോട് പറയും. ഞാൻ നിന്നെ ബഹുമാനിക്കുകയും ചെയ്യുന്നു.

ഞാനങ്ങനെ ചെയ്യാൻ പാടില്ലായിരുന്നു. നീയാകട്ടെ എന്നേക്കാൾ വളരെ പ്രായം കുറഞ്ഞവളുമാണ്. നമുക്ക് കാത്തിരിക്കാം."

"നീ എന്നെ പ്രണയിക്കുന്നു എന്നാണോ പറഞ്ഞ് വരുന്നത്?"

"അതെ. ഞാൻ നിന്നെ പ്രണയിക്കുന്നു."

എന്നെ ചുംബിച്ചതിൽ അവനെന്തിനിങ്ങനെ വേവലാതിപ്പെട്ടതെന്ന് എനിക്ക് മനസ്സിലായില്ല. അതവന്റെ മതവിശ്വാസവുമായി ബന്ധപ്പെട്ടിരിക്കുന്നു എന്നെനിക്ക് മനസ്സിലായി. ആ വേനലിൽ കമിതാക്കൾ ആളൊഴിഞ്ഞ മൂലകളിൽ നിന്ന് ചുംബിക്കുന്നത് ഞാൻ കണ്ടിരുന്നു. അതിലെ സുഖമെന്തെന്ന ചിന്ത എന്നും എന്റെ മനസ്സിലുണ്ടായിരുന്നു. എനിക്കൊരു അവസരം തരികയാണെങ്കിൽ ഞാൻ അവനെ വീണ്ടും ചുംബിക്കും. എന്നാൽ തെറ്റായ എന്തെങ്കിലും ചെയ്ത് അവനെ വിഷമിപ്പിക്കാൻ ഞാൻ ഉദ്ദേശിക്കുന്നില്ല. എന്നേക്കാൾ പ്രായക്കൂടുതലുള്ളവനാണവൻ. കാര്യങ്ങൾ എന്നേക്കാൾ നന്നായി അറിയുകയും ചെയ്യാം.

അന്ന് രാത്രി ഞാനും അമ്മയും സെനിയ വല്യമ്മയുടെ വീട്ടിലാണുറങ്ങിയത്. ആറുമണിക്ക് ഞാൻ എഴുന്നേറ്റു. ശബ്ദമുണ്ടാക്കാതെ അടുക്കളയിലെത്തി ഒരു കപ്പ് ചായയുണ്ടാക്കി. കൈയിൽ ചായക്കപ്പുമായി സ്വീകരണമുറിയിലേക്ക് നീങ്ങി. അവിടെ അപ്പോൾ ഒരു കുന്ന് കടലാസുകൾക്ക് നടുക്കിരിക്കുന്ന വല്യമ്മയെ കണ്ട് ഞാൻ അദ്ഭുതപ്പെട്ടു. ഞാനവരുടെ അരികത്തെത്തി. ഇളംചുവപ്പ് നിറമുള്ള, പരുത്തികൊണ്ടുണ്ടാക്കിയ ഒരു നിശാവസ്ത്രമാണവർ ധരിച്ചിരുന്നത്. അത് അറുപതുകളിലെത്തിയ ഒരു സ്ത്രീയേക്കാൾ യുവതികൾക്ക് അനുയോജ്യമായതായിരുന്നു. അവർ തന്റെ നോട്ട് പുസ്തകത്തിൽ എന്തൊക്കെയോ കുത്തിക്കുറിക്കുന്നു. 'സുപ്രഭാതം.' പറയണോ വേണ്ടയോ എന്ന് തീരുമാനിക്കാനാകാതെ ഞാൻ ഒന്ന് നിന്നു. അവർ തന്റെ ജോലിയിൽ മുഴുകിയിരിക്കുകയാണല്ലോ.

"ഇത്ര നേരത്തെ എന്തേ എഴുന്നേറ്റേ മറീനാ? നിനക്കെന്താ പ്രണയമെന്തെങ്കിലും തുടങ്ങിയിട്ടുണ്ടോ?"

നല്ല ഉച്ചത്തിൽ തന്നെയാണവർ അത് ചോദിച്ചത്. അത് കേട്ടപ്പോൾ എന്റെ കൈയിലെ ചായക്കപ്പ് കൈയിൽ നിന്നും വഴുതുമെന്ന് തോന്നി.

"ഗുഡ് മോണിങ്ങ്, വല്യമ്മേ." ഞാൻ മന്ത്രിച്ചു.

"നിനക്ക് ഒരു ഗുഡ്മോണിങ്ങ് തന്നെയാകട്ടെ."

അവർ എഴുത്ത് നിർത്തിയില്ല.

"നീ പുറത്തേക്ക് പോകുകയാണോ?"

"അതെ."

"എവിടേക്ക്?"

ഞാനെവിടേക്കാണ് പോകുന്നത് എന്ന് അമ്മ ഒരിക്കലും എന്നോട് ചോദിക്കാറില്ല.

"വെറുതെ, കറങ്ങാൻ."

"നീ ഇത്രയും നേരത്തെ എഴുന്നേറ്റ വിവരം നിന്റെ അമ്മയ്ക്കറിയാമോ?"

"എനിക്കറിയില്ല."

തന്റെ ഇളംനീല കണ്ണുകൾകൊണ്ട് അവരെന്നെ ഒന്ന് നോക്കി.

"വിഷമമാണ്. നീയാണെങ്കിൽ അതിലും വിഷമം."

അവർക്ക് എന്നെ സംശയമാണോ.

"നീ വിഡ്ഢിയൊന്നുമല്ല. എന്നെ അങ്ങനെ നോക്കണ്ട! ഞാൻ പറയുന്നത് നിനക്ക് മനസ്സിലാകും. നിന്റെ അമ്മയേയും എന്റെ മകളേയും ഒരേ മണ്ണുകൊണ്ടുണ്ടാക്കിയതാണെന്ന് തോന്നുന്നു. അപ്പോൾ ദൈവം വേണ്ടത്ര ശ്രദ്ധകൊടുത്തില്ലെന്ന് തോന്നുന്നു. പോ... പോയി ഒരു കപ്പ് ചായ കൊണ്ടുവാ..."

ഞാൻ തിരിഞ്ഞ് നടന്നു. പറഞ്ഞത് അനുസരിച്ചു. എന്റെ കൈ അപ്പോൾ വിറയ്ക്കുന്നുണ്ടായിരുന്നു. ഞാൻ ചായ അവർക്ക് മുന്നിൽ മേശപ്പുറത്ത് വച്ചു.

"ഇരിക്കൂ," ആജ്ഞ വന്നു. അവരുടെ കണ്ണ് എന്നെ ചൂഴ്ന്ന് നോക്കുന്നുണ്ടായിരുന്നു. അടി മുതൽ മുടി വരെ.

"നിനക്കിപ്പോൾ എത്ര വയസ്സായി?"

"പതിമൂന്ന്."

"കന്യകാത്വം നഷ്ടപ്പെട്ടിട്ടില്ലല്ലോ, അല്ലേ?"

"എന്താണ് ചോദിച്ചത്?"

"നല്ലത്." അവർ പുഞ്ചിരിച്ചു.

"നിന്റെ അമ്മയ്ക്ക് നിന്നെ അറിയാവുന്നതിലും കൂടുതൽ എനിക്ക് നിന്നെ അറിയാം. ഞാൻ കാണുന്നു. അവളാകട്ടെ കാണാൻ വിസ്സമ്മതിക്കുകയും ചെയ്യുന്നു. ഇന്നാണാദ്യമായി ഒരു പുസ്തകം കൈയിലില്ലാതെ നിന്നെ കാണുന്നത് എന്നെനിക്ക് തോന്നുന്നു. ആ പുസ്തകങ്ങളുടെയൊക്കെ പേര് ഞാൻ പറയണോ?"

"എന്ത് പേര്?"

"നീ വായിക്കുന്ന പുസ്തകങ്ങളുടെ പേര്."

ഞാൻ വിയർക്കാൻ തുടങ്ങി.

"ഹാംലറ്റ്, റോമിയോ ജൂലിയറ്റ്, ഗോൺ വിത്ത് ദ വിൻഡ്, ലിറ്റിൽ വിമൺ, ഗ്രെയ്റ്റ് എക്സ്പക്റ്റേഷൻസ്, ഡോക്ടർ ഷിവാഗോ, വാർ ആൻഡ് പീസ്, അങ്ങനെയങ്ങിനെ. ഇതൊക്കെ വായിച്ചിട്ട് എന്താണ് പഠിച്ചത്?"

"പലതും."

"വിഡ്ഢിത്തരങ്ങളൊന്നും ചെയ്യരുത്. ഈ വിപ്ലവവുമായി നിനക്ക് യാതൊരു ബന്ധവുമില്ലല്ലോ?"

"സെനിയ വല്യമ്മേ, എന്തിനെക്കുറിച്ചാണീ പറയുന്നത്? ഏത് വിപ്ലവത്തെക്കുറിച്ചാണീ പറയുന്നത്?"

"നീ എന്നെ വിഡ്ഢിയാക്കാൻ നോക്കണ്ട."

ഞാൻ തലയാട്ടി. അവർ പറയുന്നതിനെക്കുറിച്ച് എനിക്കൊന്നുമറിയില്ലായിരുന്നു.

"ഇത് എന്നിൽ നിന്നാണ് നിനക്ക് കേൾക്കേണ്ടി വന്നത് എന്നതിൽ ഞാൻ സന്തോഷിക്കുന്നു. വിപ്ലവങ്ങളെക്കുറിച്ച് എനിക്ക് നല്ല ബോധ്യമുണ്ട്. ഞാൻ പറയുന്നത് ശ്രദ്ധിച്ച് കേൾക്കണം. ഈ രാജ്യത്ത് അതിഭീകരമായ ചില കാര്യങ്ങൾ സംഭവിച്ചുകൊണ്ടിരിക്കുന്നുണ്ട്. അതെനിക്ക് മണത്തെടുക്കാനാകുന്നുണ്ട്. അതിൽ രക്തത്തിന്റെ മണമുണ്ട്. സർവ്വനാശത്തിന്റേയും. ഷാ ഭരണത്തിനെതിരെ പ്രകടനങ്ങളും പ്രതിഷേധങ്ങളുമുണ്ടായിട്ടുണ്ട്. ഈ അയാത്തൊള്ള എന്ന മനുഷ്യനുണ്ടല്ലോ, അയാളുടെ മുഴുവൻ പേരുതന്നെ എനിക്കോർമ്മവരുന്നില്ല, അയാൾ വർഷങ്ങളായി സർക്കാരിനെതിരാണ്. അയാളൊന്നിനും കൊള്ളാത്ത ഒരു ഒന്നാന്തരം വിഡ്ഢിയാണെന്ന് തന്നെ ഞാൻ പറയും. ഏകാധിപത്യം പോയി അതിലും മോശമായ മറ്റൊന്ന് വരും. റഷ്യയിലും സംഭവിച്ചത് മറ്റൊന്നുമല്ല. പേരൊന്ന് മാറും, ഭീകരത വർദ്ധിക്കും അത്ര മാത്രം. ഇവിടെ ഇപ്പോൾ ഈ വിപ്ലവം ദൈവത്തിന്റെ പേരിനു പുറകിലൊളിച്ചാണ് വരുന്നത്. നല്ല വിദ്യഭ്യാസമുള്ളവരാണിപ്പോൾ ഈ അയാത്തൊള്ളയ്ക്ക് പുറകെ പോകുന്നത്. മേരിക്കും അവളുടെ ഭർത്താവിനും അയാളെ ഇഷ്ടമാണ്. അതെ, എന്റെ സ്വന്തം കുടുംബക്കാർക്ക്. അയാളിപ്പോൾ രാജ്യത്തിനു പുറത്താണ്. എന്നാൽ അതവർക്കൊരു പ്രശ്നമല്ല. അവനിൽ നിന്നും നീ അകന്ന് നിൽക്കണം. ഷാ വലിയ ധനികനാണ് എന്നാണവർ പറയുന്നത്. എന്തായാലും ഷാ ഷായാണല്ലോ. ഷാ എല്ലാ കൃത്യതകളുമുള്ളവനാണെന്ന് ഞാൻ പറയില്ല. ആരാണങ്ങനെയുള്ളത്? ഇറാനിൽ ദരിദ്രർ അനേകമുണ്ടെന്നാണ് അയാത്തൊള്ള പറയുന്നത്. ദരിദ്രരില്ലാത്ത സ്ഥലമേതാണ്. റഷ്യയിൽ സംഭവിച്ചത് മറക്കണ്ട. അവർ സാർ ചക്രവർത്തിയെ കൊന്നു. ഇപ്പോൾ അവിടെ എല്ലാം മികച്ച രീതിയിലാണെന്ന് നീ കരുതുന്നുണ്ടോ? റഷ്യയിലുള്ളവരെല്ലാം സ്വാതന്ത്ര്യമനുഭവിക്കുന്നുണ്ടെന്ന് കരുതുന്നുണ്ടോ? അവിടെ മതമില്ലെന്ന് കരുതുന്നുണ്ടോ? ഞാൻ പറയുന്നത് നിനക്ക് മനസ്സിലാകുന്നുണ്ടല്ലോ അല്ലേ?"

ഞാൻ തലയാട്ടി. എനിക്കാകെ ആശയക്കുഴപ്പമായി. അവർ തന്റെ നോട്ട് പുസ്തകത്തിൽ എഴുതുന്നത് തുടർന്നു.

അന്ന് കുറേകഴിഞ്ഞ് ഞാനും അരാഷും ഒന്നിച്ച് നടക്കാനിറങ്ങി. വീടിനു മുന്നിൽ നിന്നിരുന്ന അരാം ഞങ്ങളോട് എവിടേക്കാണ് പോകുന്നത് എന്ന് വിളിച്ച് ചോദിച്ചു.

"നീയ്യെന്തിനറിയണം?" അരാഷ് മറുചോദ്യമെറിഞ്ഞു.

തനിക്ക് വല്ലാതെ മുഷിയുന്നു എന്നും അതിനാൽ ഒപ്പം വന്നാൽ കൊള്ളാമെന്നുണ്ടെന്നുമായിരുന്നു അരാമിന്റെ മറുപടി. കൂടെ വരണ്ട, പോയി കിടന്നുറങ്ങിക്കോ എന്ന് അരാഷ് വിളിച്ച് പറഞ്ഞു. പക്ഷേ അരാം വരാൻ വാശിപിടിച്ചു. അവസാനം അതിനനുവാദവും ലഭിച്ചു. ഞങ്ങൾ കടൽക്കരയിലേക്ക് നടക്കുന്നതിനിടയിൽ ഞാനും അരാഷും ഇത്ര ദിവസം, ദിവസം മുഴുക്കെ, എന്ത് ചെയ്യുകയാണെന്ന് ചോദിച്ചു. ഇത് അരാഷി നിഷ്ടപ്പെട്ടില്ല. അവർ തമ്മിൽ വാഗ്വാദമായി.

അത് കണ്ട് ഞാൻ ചിരിച്ചു.

കടൽക്കരയിലെത്തിയപ്പോൾ അരാം എന്നോടൊപ്പം നീന്താനിറങ്ങി. അരാഷിന് വെള്ളം ഇഷ്ടമല്ലായിരുന്നു. പതിവുപോലെ പുസ്തകവുമായി കടൽക്കരയിലിരുന്നു. കടലിൽനിന്നും അവനെ നോക്കിയപ്പോൾ അവന്റെ ശ്രദ്ധ പുസ്തകത്തിലല്ല എന്നെനിക്ക് മനസ്സിലായി. അവൻ അരാമിനേയും എന്നേയും നോക്കിയിരിക്കുകയാണ്.

അന്ന് പിന്നെ അരാഷ് അധികമൊന്നും സംസാരിച്ചില്ല. ഞങ്ങൾ അവന്റെ മുറിയിലെത്തി. അവൻ പുല്ലാങ്കുഴൽ വായിക്കുന്നത് കേട്ടു. ഞാൻ കണ്ണടച്ചിരുന്നു. ഇടയ്ക്ക് അവൻ നിർത്തി. ഞാൻ കണ്ണു തുറന്ന് അവനെ നോക്കി. എന്റെ മുഖത്ത് അദ്ഭുതമുണ്ടായിരുന്നു.

“എന്തുപറ്റി?”

“ഒന്നുമില്ല.”

അവൻ കണ്ണുകൾ കീഴേക്കിട്ടു. എന്നെ നോക്കുന്നത് ഒഴിവാക്കി.

“പറയ് അരാഷ്, എന്ത് പറ്റി?”

അവൻ എനിക്കരികിൽ മെത്തയിലിരുന്നു. “നിനക്ക് സത്യമായും എന്നെ ഇഷ്ടമാണോ?”

“അതെ. എനിക്കിഷ്ടമാണ്. എന്തുപറ്റി?”

“ഇന്ന് എന്റെ അനുജനുമൊത്ത് കളിക്കുമ്പോൾ നീ വല്ലാതെ ഉല്ലാസ വതിയായിരുന്നു. നീ മതിമറന്ന് ആസ്വദിക്കുന്നുണ്ടായിരുന്നു. അപ്പോൾ ഞാൻ കരുതി... ഒരു പക്ഷേ... എനിക്കറിയില്ല...”

“എനിക്ക് അവനോടാണിഷ്ടമെന്ന്...”

“അങ്ങനെയാണോ?”

“നിനക്കിപ്പോൾ എന്നെ മനസ്സിലായിക്കാണുമല്ലോ. അവൻ തമാശ ക്കാരനാണ്. എന്നാൽ എന്നെപ്പോലെയല്ല.”

“എന്നെപ്പോലെ എന്ന് വച്ചാൽ?”

“നീ എന്നെപ്പോലെയാണ്. അവനല്ല. അത് തന്നെ. എനിക്ക് നിന്റെ അനുജനോട് പ്രണയമില്ല. എനിക്കിഷ്ടം തോന്നുന്നത് നിന്നോടാണ്.”

“എന്നോട് ക്ഷമിക്കണം. എനിക്ക് എന്ത് പറ്റി എന്നെനിക്കറിയില്ല. അരാം എന്നും ജനപ്രിയനായിരുന്നു. പ്രത്യേകിച്ചും പെൺകുട്ടികളുടെ ഇടയിൽ. എനിക്ക് നിന്നെ നഷ്ടപ്പെടാനാകില്ല.”

"നിനക്കെന്നെ നഷ്ടപ്പെടില്ല."

എന്നിട്ടും അവന്റെ മുഖത്തൊരു സന്തോഷം വന്നില്ല. "നിനക്കെന്നെ വിശ്വാസമില്ലേ?" ഞാൻ ചോദിച്ചു.

"ഉവ്വ്."

അവനെഴുന്നേറ്റ് ജനലിനു സമീപത്തേക്ക് നീങ്ങി. നല്ല കാറ്റുള്ള ദിവസമായിരുന്നു. തിരകൾ അലറിവിളിക്കുന്നുണ്ടായിരുന്നു. മറ്റ് ശബ്ദങ്ങളെയെല്ലാം അത് വിഴുങ്ങിയിരിക്കുന്നു. പെട്ടെന്ന്, എന്നോട് വളരെ പ്രധാനപ്പെട്ട ഒരു കാര്യം പറയാനുണ്ട്, എന്നവൻ പറഞ്ഞു. എന്ത് പ്രതീക്ഷിക്കണം എന്നതിനെക്കുറിച്ച് എനിക്കറിയില്ലായിരുന്നു. ഷാ ഭരണകൂടത്തിനെതിരെ വലിയ മുന്നേറ്റം നടക്കുന്നു എന്നവൻ പറഞ്ഞു. ഒരു വിപ്ലവം നടന്നുകൊണ്ടിരിക്കുന്നു. പല പ്രതിഷേധങ്ങളുമുണ്ടായിരിക്കുന്നു. പലരേയും അറസ്റ്റ് ചെയ്തിരിക്കുന്നു. അന്ന് കാലത്താണ് ഈ വിപ്ലവത്തെക്കുറിച്ച് സെനിയ വല്യമ്മ എന്നോട് പറഞ്ഞത് എന്ന് ഞാനവനോട് പറഞ്ഞു.

ഷായെക്കതിരെ ഇങ്ങനെ ഒരു വിപ്ലവമെന്തിന് എന്ന് ഞാനവനോട് ചോദിച്ചു. ഷായും അദ്ദേഹത്തിന്റെ കുടുംബവും സർക്കാരും അഴിമതിക്കാരാണെന്നായിരുന്നു മറുപടി. ഓരോ ദിവസം കഴിയുംതോറും അവർ കൂടുതൽ ധനികരാകുന്നു. എന്നാൽ ഇറാനിലെ ഭൂരിപക്ഷം ജനത ദാരിദ്ര്യവുമായി മല്ലിടുകയാണ്. റഷ്യയിൽ എന്ത് സംഭവിച്ചുവോ അത് തന്നെ ഇവിടെ ഇറാനിലും സംഭവിക്കും എന്നാണ് സെനിയ വല്യമ്മ എന്നോട് പറഞ്ഞത് എന്ന് ഞാൻ പറഞ്ഞു.

"റഷ്യയിലെ വിപ്ലവത്തിന് ശരിയായ അടിത്തറയില്ലായിരുന്നു. അവരുടെ പ്രശ്നങ്ങൾക്ക് കമ്മ്യൂണിസം ശരിയായ ഉത്തരമല്ല. അവരുടെ നേതാക്കൾ ദൈവവിശ്വാസികളല്ല. അതുകൊണ്ടുതന്നെ അവർ പെട്ടെന്ന് അഴിമതിക്കാരായി തീരുകയും ചെയ്യും." അരാഷ് പറഞ്ഞു.

"ഷായ്ക്ക് പകരം വരുന്നവർ ഇതിലും നല്ലവരാകും എന്ന് എങ്ങനെ ഉറപ്പിക്കുവാനാകും?"

ഞാൻ അയാത്തൊള്ള ഖൊമേനിയേക്കുറിച്ച് കേട്ടിട്ടുണ്ടോ എന്നവനാരാഞ്ഞു.

"ഏതോ ഒരു അയാത്തൊള്ളയെക്കുറിച്ച് വല്യമ്മ പറയുന്നുണ്ടായിരുന്നു. എന്നാൽ വല്യമ്മയ്ക്ക് മുഴുവൻ പേരോർമ്മവന്നില്ല. ഈ ഖൊമേനി ആരാ?"

ഖൊമേനി ദൈവത്തിന്റെ ആളാണെന്നും ഷാ അദ്ദേഹത്തെ രാജ്യഭ്രഷ്ടനാക്കിയിരിക്കുകയാണെന്നും അവൻ പറഞ്ഞുതന്നു. ഇറാനിലെ ജനത ഇസ്ലാം നിയമങ്ങളനുസരിച്ച് ജീവിക്കണം എന്നാഗ്രഹിക്കുന്ന നേതാവാണ് അയാത്തൊള്ള. നാട്ടിലെ സമ്പത്ത് എല്ലാവരും തുല്യമായി അനുഭവിക്കണം. അതെല്ലാം ഒരു ചെറിയ വിഭാഗത്തിന്റെ കൈയിൽ കുന്നുകൂട്ടി വയ്ക്കപ്പെടരുത്.

ഈ വിപ്ലവത്തിനെക്കുറിച്ച് എനിക്ക് അത്ര വലിയ അഭിപ്രായമൊന്നുമില്ല എന്ന് ഞാൻ അരാഷിനോട് പറഞ്ഞു. എനിക്കറിയാവുന്ന വിവരങ്ങൾ വച്ച് എന്റേയോ അവന്റേയോ കുടുംബങ്ങൾ ധനികരല്ല. ഞങ്ങളുടെ മാതാപിതാക്കൾ സർക്കാരിൽ സുപ്രധാന സ്ഥാനങ്ങളിലില്ല. എന്നിട്ടും മിക്കവാറും എല്ലാ സുഖസൗകര്യങ്ങളോടേയും നമ്മൾ ജീവിക്കുന്നു. സൗജന്യമായി നല്ല വിദ്യാഭ്യാസം നമുക്ക് ലഭിച്ചു. അവൻ ഇപ്പോൾ ഇതാ സർവകലാശാലയിൽ ചേർന്ന് വൈദ്യം പഠിക്കുന്നു. പിന്നെ അവനെന്തിനീ വിപ്ലവം വേണം?

"നമ്മുടെ കാര്യം മാത്രമല്ല, മറീനാ." അവനാവേശമായി. "ദരിദ്രരുടെ കാര്യമാണ്. എണ്ണയിൽനിന്നും ദശലക്ഷക്കണക്കിന് വരുമാനമാണ് സർക്കാരിനുണ്ടാകുന്നത്. അത് ഇറാനിലെ ജനങ്ങളുടെ പണമാണ്. ഇതിൽ നിന്നും വലിയൊരു ഭാഗം പണം ചെന്നെത്തുന്നത് ഷായുടെ സ്വകാര്യ അക്കൗണ്ടുകളിലാണ്. അതല്ലെങ്കിൽ ഷാ സർക്കാരിലെ ഉദ്യോഗസ്ഥരുടെ സ്വകാര്യ അക്കൗണ്ടുകളിൽ. കഴിഞ്ഞ കുറേ വർഷങ്ങളായി ആരെങ്കിലും ഷായേയോ അയാളുടെ സർക്കാരിനേയോ വിമർശിച്ചാൽ SAVAK അവരെ അറസ്റ്റ് ചെയ്യുന്നു എന്നത് നിനക്കറിയാമോ? ഷായുടെ രഹസ്യപ്പൊലീസാണത്. അങ്ങനെ അറസ്റ്റ് ചെയ്തവരെ പീഡിപ്പിക്കുകയോ കൊന്നുകളയുകയോ ചെയ്യുന്നു എന്നും നിനക്കറിയാമോ?"

"ഇല്ല."

"അതാണ് സത്യം."

"നിനക്കെങ്ങനെ ഇതൊക്കെ അറിയാം?"

"ഇതിൽ ചില രാഷ്ട്രീയ തടവുകാരെ ഞാൻ കണ്ടുമുട്ടിയിട്ടുണ്ട്. ജയിലിൽ അവർ മഹാപീഡനങ്ങൾ ഏറ്റുവാങ്ങുന്നു. അതെന്തൊക്കെ എന്ന് കേട്ടാൽ തന്നെ നമുക്ക് രോഗം വരും."

"ഭീകരം. എനിക്കറിയില്ലായിരുന്നു."

"ഇപ്പോഴെങ്കിലും നീ അറിഞ്ഞല്ലോ."

അവന്റെ മാതാപിതാക്കളും ഈ വിപ്ലവത്തെ പിന്തുണയ്ക്കുന്നുണ്ടോ എന്നെനിക്ക് അറിയണമായിരുന്നു. അവർക്ക് മനസ്സിലാകില്ല, അതിനാൽ ഞാൻ പറഞ്ഞില്ല എന്നായിരുന്നു മറുപടി.

"വിപ്ലവത്തിൽ പലരും കൊല്ലപ്പെടുകയില്ലേ?"

"അത് കുഴപ്പമില്ല. നമ്മൾ ധീരരായിരിക്കണം മറീനാ."

എനിക്കെന്തോ വിഷമം തോന്നി. അവന് ഒന്നും സംഭവിക്കാതിരുന്നാൽ മതി എന്ന് ഞാൻ മനസ്സിൽ പറഞ്ഞു. ഭയം വിയർപ്പായൊഴുകി. അവൻ എന്റെ കൈകൾ പിടിച്ചു.

"മറീനാ. നീ വിഷമിക്കേണ്ട. എനിക്കൊന്നും സംഭവിക്കില്ല. ഞാൻ വാക്ക് തരുന്നു."

ഞാനവനെ വിശ്വസിക്കാൻ ശ്രമിച്ചു. ഞാൻ ധീരയായിരിക്കേണ്ടതുണ്ടായിരുന്നു. ഒന്നുമില്ലെങ്കിലും എനിക്ക് പതിമ്മൂന്ന് വയസ്സായില്ലേ?

അരാഷുമായി അതിനുശേഷം ഞാൻ രാഷ്ട്രീയ ചർച്ചകളൊന്നും ചെയ്തില്ല. വിപ്ലവം എന്നത് മറന്നുകളയണമെന്ന് ഞാൻ ആഗ്രഹിച്ചു. അതങ്ങനെ കടന്നുപോകുമെന്നും ആഗ്രഹിച്ചു. എനിക്കുവേണ്ടി അവൻ എന്നും പുല്ലാങ്കുഴൽ വായിക്കുമായിരുന്നു. ഞങ്ങൾ ഒന്നിച്ച് ദീർഘ ദൂരം നടന്നു അല്ലെങ്കിൽ സൈക്കിളോടിച്ചു. കടൽ തീരത്തിരുന്ന് കവിത ചൊല്ലി. അവന്റെ വീടിന്റെ പുറകിലുള്ള തൊടിയിൽ ഊഞ്ഞാലാടി.

ഞങ്ങളുടെ അവധിക്കാലം അവസാനിക്കുന്നതിനും രണ്ടാഴ്ച മുമ്പ് അരാഷിന് ടെഹ്റാനിലേക്ക് മടങ്ങിയെത്തേണ്ടതുണ്ടായിരുന്നു. ഞാനും അമ്മയും മിക്കപ്പോഴും സപ്തംബർ ആദ്യവാരത്തിലാണ് ടെഹ്റാനിലേക്ക് മടങ്ങാറുള്ളത്. അങ്ങനെയാകുമ്പോൾ സ്കൂൾ തുറക്കുന്നതിനുമുമ്പ് എനിക്ക് വേണ്ടതെല്ലാം സംഘടിപ്പിച്ച് വയ്ക്കുവാനുള്ള സമയം ലഭിക്കും. സെപ്തംബർ ഇരുപത്തിയൊന്നാം തിയതിയാണ് സ്കൂൾ തുറക്കുക. അതായത് ശരത്കാലത്തിന്റെ ആദ്യ ദിവസം. തന്റെ മുത്തശ്ശിയെ മുൻ സീറ്റിലും അനുജനെ പുറകിലെ സീറ്റിലുമിരുത്തി അച്ഛന്റെ വെള്ള പയ്കാൻ കാർ ഓടിച്ച് പോകുന്ന അരാഷിനെ ഞാൻ കണ്ടു. അവരെല്ലാം എന്നെ നോക്കി കൈ വീശി, യാത്ര പറഞ്ഞു. അവർ കാഴ്ചയിൽനിന്നും മറയുന്നതുവരേക്കും ഞാനും അവരെ നോക്കി കൈവീശി.

സെപ്തംബർ ഏഴാം തിയതി ഞാൻ ടെഹ്റാനിലെത്തി. എത്തിയ ഉടനെ അരാഷിനെ വിളിച്ചു. രണ്ട് ദിവസം കഴിഞ്ഞ് പുസ്തകക്കടയിൽ വച്ച് കാണാം എന്ന് ഞങ്ങൾ തീരുമാനിച്ചു. കാലത്ത് പത്തുമണിയാണ് തന്റെ കൂടിക്കാഴ്ചയ്ക്കുള്ള സമയമായി ഞങ്ങൾ തിരഞ്ഞെടുത്തത്.

അന്ന് എഴുന്നേറ്റപ്പോൾ മനസ്സിലെന്തോ ആകാംക്ഷയുണ്ടായിരുന്നു. ഞാൻ ബാൽക്കണിയിൽ ചെന്ന് നിന്നു. പ്രഭാതമായിട്ടില്ല. ആ സമയത്ത് തെരുവ് ശൂന്യമാകും. മേപ്പിൾ മരത്തിന്റെ ഉണങ്ങിയ ഇലകൾ തെരുവിൽ വീണുകിടക്കുന്നുണ്ടാകും. അതിനുമേലെ ഒരു ചെറിയ കാറ്റടിക്കുന്നുണ്ടാകും. അരാഷിനെ വിളിക്കണമെന്നും ഇത്തിരി നേരത്തെ എത്തണമെന്നും പറയാൻ ഞാൻ ആഗ്രഹിച്ചു. എന്നാൽ അത് ഭ്രാന്തായി കണക്കാക്കപ്പെടും. ഞാൻ കാത്തു. അപ്പോൾ ഞാൻ വിചിത്രമായ ഒരു സ്വരം കേട്ടു. പാമ്പ് ചീറ്റുന്നതുപോലെ ഒരുസ്വരം. ഞാൻ ഇരുട്ടിലേക്ക് തുറിച്ച് നോക്കി. തെരുവിന്റെ അങ്ങേ ഭാഗത്ത് എന്തോ അനങ്ങുന്നു. ഞാൻ ഒന്നുകൂടി ശ്രദ്ധിച്ച് നോക്കി. ഒരു ഇരുണ്ട രൂപം തെരുവ് വിളക്കിന്റെ വെളിച്ചത്തിലേക്ക് നീങ്ങി. അത് അവിടെയുണ്ടായിരുന്ന കടയുടെ ഇഷ്ടികച്ചുമരിൽ എന്തോ എഴുതുവാനാരംഭിച്ചു. സ്പ്രേ പെയ്ന്റ് ഉപയോഗിച്ചാണെഴുത്ത്. ആരോ 'നിർത്ത്' എന്ന് ഒച്ചയിട്ടു. ആ ശബ്ദം എവിടെനിന്ന് വന്നു എന്നെനിക്കറിയില്ല. ആ ശബ്ദം പക്ഷേ കെട്ടിടങ്ങളിൽ തട്ടി പ്രതിധ്വനിച്ചുകൊണ്ടിരുന്നു. ആ ഇരുണ്ട രൂപം ഓടാൻ തുടങ്ങി. ഞാൻ ഇടിവെട്ടുന്നതുപോലൊരു സ്വരം കേട്ടു. ഇരുണ്ട രൂപം അടുത്ത വളവ് തിരിഞ്ഞോടി. ആയുധധാരികളായ രണ്ട് പട്ടാളക്കാർ പ്രത്യക്ഷപ്പെട്ടു. ഞാൻ അകത്തേക്കോടി.

സൂര്യനുദിച്ചപ്പോൾ ഞാൻ തിരികെ ബാൽക്കണിയിലെത്തി. ആ ഇഷ്ടികച്ചുമരിൽ വലിയ ചുവന്ന അക്ഷരത്തിൽ 'ഷാ തുലയട്ടെ' എന്നെഴുതിയിരിക്കുന്നു.

പറഞ്ഞതിലും ഏതാനും നിമിഷംമുമ്പ് ഞാൻ പുസ്തകക്കടയിലെത്തി. അലമാരകളിലിരിക്കുന്ന പുസ്തകങ്ങൾ മറിച്ചുനോക്കാൻ തുടങ്ങി. പത്തേകാലായപ്പോൾ ഞാൻ ചുറ്റിലും നോക്കി. അരാഷ് വൈകാറില്ല. ഞാനിടയ്ക്കിടെ വാച്ച് നോക്കുന്നുണ്ടായിരുന്നു. എപ്പോഴൊക്കെ വാതിൽ തുറന്ന് ആരെങ്കിലും അകത്തേക്ക് പ്രവേശിച്ചുവോ, അപ്പോഴൊക്കെ എന്റെ മനസ്സിൽ പ്രതീക്ഷയുടെ പൂത്തിരി തെളിഞ്ഞു. എന്നാൽ അവൻ വന്നില്ല. പതിനൊന്ന് മണിവരെ ഞാൻ കാത്തു. അവൻ വരുമെന്ന് ഞാൻ സ്വയം സമാധാനിപ്പിച്ചുകൊണ്ടിരുന്നു. അവന് കുഴപ്പമൊന്നുമുണ്ടാകില്ല. ഒരുപക്ഷേ ഗതാഗതക്കുരുക്കിൽ പെട്ടിട്ടുണ്ടാകാം. അല്ലെങ്കിൽ കാർ കേടുവന്നിട്ടുണ്ടാകാം.

ഞാൻ വീട്ടിലേക്ക് നടന്നു. നേരെ ഫോണിനടുത്തെത്തി. അരാഷിന്റെ വീട്ടിലേക്ക് വിളിച്ചു. അരാമാണ് ഫോൺ എടുത്തത്. അവന്റെ 'ഹലോ' യിൽനിന്ന് തന്നെ എന്തോ കുഴപ്പമുണ്ടെന്ന് ഞാൻ മണത്തു. അരാഷ് എന്നോട് പത്തുമണിക്ക് പുസ്തകക്കടയിൽവച്ച് കാണാമെന്നേറ്റിരുന്നതാണെന്ന് അവനെ അറിയിച്ചു. അവൻ എത്തിയില്ലെന്നും പറഞ്ഞു.

"അരാം... അവനെവിടെ?" എത്ര ശാന്തമാകാമോ അത്രയും ശാന്തയായി ഞാൻ ചോദിച്ചു.

അറിയില്ല എന്നായിരുന്നു അരാമിന്റെ മറുപടി. തലേന്ന് കാലത്ത് പോയതാണവൻ. അത്താഴത്തിനുമുമ്പ് വരേണ്ടതായിരുന്നു. എന്നാൽ തിരികെ വന്നില്ല. അവന്റെ മാതാപിതാക്കൾ എല്ലാവരേയും വിളിച്ച് ചോദിച്ചു. ആർക്കും അവനെവിടെ പോയി എന്നറിയില്ലായിരുന്നു. അന്ന് ഷാ ഭരണത്തിനെതിരെ വലിയൊരു പ്രതിഷേധ ജാഥ നടന്നിരുന്നു. ജലേഹ് ചത്വരത്തിലാണത് നടന്നത്. ഖൊമേനിയെ പിന്തുണയ്ക്കുന്നവരാണത് സംഘടിപ്പിച്ചത്. പട്ടാളം അവർക്ക് നേരെ നിറയൊഴിച്ചു. പലർക്കും പരിക്ക് പറ്റി. അരാഷ്, ജലേഹ് ചത്വരത്തിലേക്ക് പോകുന്നത് താൻ കണ്ടു എന്ന് അരാഷിന്റെ ഒരു സുഹൃത്ത് അരാഷിന്റെ അച്ഛനെ അറിയിച്ചു. അവരൊന്നിച്ചാണ് പോയത്. പിന്നെ ജനക്കൂട്ടത്തിൽവച്ച് വഴി പിരിഞ്ഞു. അരാഷിന്റെ മാതാപിതാക്കൾ ടെഹ്റാനിലെ എല്ലാ ആശുപത്രികളിലും തിരഞ്ഞു. അവന്റെ അച്ഛൻ എവിനിലെത്തി അന്വേഷിച്ചു. പക്ഷേ അരാഷിനെ കണ്ടെത്തുവാനായില്ല.

രാഷ്ട്രീയ തടവുകാരോട് അവർക്കുള്ള സമീപനം മൃഗീയമാണ്. നീചമാണ്. അതൊക്കെ കേട്ടാൽ തന്നെ നമ്മുടെ മനസ്സ് തളരും. ഞാൻ അത്തരം ചിന്തകളെ എന്നിൽനിന്നും തള്ളിയകറ്റി. എന്തെങ്കിലും വിവരം ലഭിച്ചാൽ ഉടൻ എന്നെ വിളിക്കണമെന്ന് ഞാൻ അരാമിനോടഭ്യർത്ഥിച്ചു.

ഞാൻ നിന്നിരുന്ന മുറിയാകെ തണുത്തുറഞ്ഞതുപോലെ എനിക്ക് തോന്നി. ഞാനും മുറിയും തമ്മിൽ അനേകം കാതങ്ങൾ ദൂരമുള്ളതു

പോലെ. ജീവിതം എന്നെ എങ്ങോട്ടോ തള്ളിമാറ്റിയിട്ടിരിക്കുന്നതുപോലെ. തെരുവിൽ ഒച്ചയുണ്ടാക്കിയോടുന്ന കാറുകളുടെ സ്വരം ഏതോ അപരിചിതലോകത്തിൽ നിന്നും വരുന്നതുപോലെ. ഈ വേദന എനിക്കറിയാം. ഇത് ദുഃഖമാണ്.

പിറ്റേന്ന് കാലത്ത് ഞാൻ അരാഷിന്റെ വീട്ടിലെത്തി. മണിയടിച്ച് കാത്ത് നിന്നു. അരാമാണ് വാതിൽ തുറന്നത്. ഞങ്ങൾ ആലിംഗനം ചെയ്തു. ഞങ്ങൾക്ക് വേർപെടുവാനായില്ല. ഐറീന ഞങ്ങളെ മിഴിച്ച് നോക്കിനിൽക്കുന്നതാണ് ഞാൻ കണ്ണു തുറന്നപ്പോൾ കണ്ടത്. ഞാൻ ധീരയായിരിക്കേണ്ടതുണ്ട്. അരാമിനെ തള്ളിമാറ്റി ഞാൻ ഐറീനയെ ആലിംഗനം ചെയ്തു. അവരുടെ കൈപിടിച്ച് സ്വീകരണമുറിയിലിരുത്തി. അരാഷിന്റെ അച്ഛൻ കയറി വന്നു. അരാം എന്നെ പരിചയപ്പെടുത്തി. അരാഷിന് അവന്റെ അച്ഛന്റെ അതേ ഛായയായിരുന്നു.

"വന്നതിനു നന്ദി," അരാഷിന്റെ അച്ഛൻ പറഞ്ഞു. "നിന്നെക്കുറിച്ച് അരാഷ് എന്നോട് പറഞ്ഞിട്ടുണ്ട്. ഇതിലും നല്ലൊരു സാഹചര്യത്തിൽ കാണാനായെങ്കിൽ എന്ന് ഞാൻ ആഗ്രഹിക്കുന്നു."

ഞാൻ ഐറീനയ്ക്ക് സമീപമിരുന്നു. അവരുടെ കൈ പിടിച്ചു. അവർ കരയുകയായിരുന്നു. അരാഷിന്റെ അമ്മ വന്നു. ഞാനെഴുന്നേറ്റ് അവരുടെ കവിളിൽ ചുംബിച്ചു. അവരുടെ കവിളുകൾ തണുത്തുറഞ്ഞിരിക്കുന്നു. കണ്ണുകൾ കരഞ്ഞ് കലങ്ങി വീർത്തിരിക്കുന്നു. മുറിയിലെമ്പാടുമവരെല്ലാവരും ഒന്നിച്ച് നിൽക്കുന്ന ചിത്രങ്ങൾ തൂക്കിയിട്ടിരിക്കുന്നു. പക്ഷേ ഞാനും അരാഷുമൊന്നിച്ച് നിൽക്കുന്ന ഒരൊറ്റ ചിത്രംപോലും എന്റെ കൈയിലില്ല.

അരാമിനോട് അവന്റെ സഹോദരന്റെ മുറിയൊന്ന് കാണിച്ച് തരാമോ എന്ന് ഞാൻ ചോദിച്ചു. വളരെ ലളിതമായി അലങ്കരിച്ചിരുന്ന ഒരു മുറി. ചുവരിൽ ചിത്രങ്ങളോ പോസ്റ്ററുകളോ ഇല്ല. മേശപ്പുറത്ത് പുല്ലാങ്കുഴലിന്റെ കറുത്ത പെട്ടി കിടക്കുന്നു. അതിനടുത്ത് ഒരു വെളുത്ത ആഭരണപ്പെട്ടിയും. വളരെ ചെറിയ ഒരു പെട്ടി. അരാം അതെടുത്ത് എനിക്ക് നേരെ നീട്ടി.

"ഏതാനും ദിവസം മുമ്പ് നിനക്കുവേണ്ടി അവൻ വാങ്ങിയതാണ്."

ഞാനത് തുറന്നു. അതിൽ ഒരു സ്വർണ്ണ നെക്‌ലേസുണ്ടായിരുന്നു. ഞാനതടച്ച് തിരികെ മേശപ്പുറത്ത് വച്ചു.

"അവന്റെ മേശവലിപ്പിൽനിന്നും എനിക്കൊരു കത്ത് കിട്ടി. അവന്റെ സ്വകാര്യ വസ്തുക്കളിലേക്ക് പ്രവേശിക്കാൻ ഞാൻ ഉദ്ദേശിച്ചില്ല. എന്നാൽ അവൻ എവിടെയാണെന്നതിന് എന്തെങ്കിലും സൂചകം ലഭിക്കുമോ എന്നറിയേണ്ടതുണ്ടായിരുന്നു,"

അരാം എനിക്ക് ഒരു കടലാസ് വച്ചു നീട്ടി.

അരാഷിന്റെ കൈയെഴുത്ത് ഞാൻ തിരിച്ചറിഞ്ഞു. അവന്റെ മാതാപിതാക്കളെയാണാ കത്ത് അഭിസംബോധന ചെയ്തിരിക്കുന്നത്.

അതിനോടൊപ്പം അവന്റെ മുത്തശ്ശിയോടും അനുജനോടും പിന്നെ എന്നോടും. സത്യമെന്ന് തോന്നുന്നതിനൊപ്പം താൻ നിൽക്കേണ്ടതുണ്ടെന്ന് വിശ്വസിക്കുന്നു എന്നവൻ എഴുതിയിരിക്കുന്നു. ദുഷ്കൃത്യങ്ങൾക്കെതിരെ താൻ എന്തെങ്കിലും ചെയ്യേണ്ടതുണ്ടെന്ന്. ഷായെ്ക്കതിരെയുള്ള ഇസ്ലാമിക് മുന്നേറ്റത്തെ തനിക്കാകാവുന്നവിധത്തിൽ ഇതുവരേയും പിന്തുണച്ചു എന്ന് വിശദീകരിക്കുന്നു. ഇത് അപകടം പിടിച്ച കളിയാണെന്ന് എനിക്കറിയാം. താൻ അത്രയ്ക്ക് ധീരനൊന്നുമല്ലെന്നും അറിയാമായിരുന്നു. എന്നാൽ ഇപ്പോൾ ഭീതിക്ക് അവധി നൽകണം. തന്റെ വിശ്വാസം മൂലം ഒരുപക്ഷേ തന്റെ ജീവൻ തന്നെ നഷ്ടപ്പെട്ടേക്കാം. ഈ കത്ത് നിങ്ങൾ വായിക്കുന്നുവെങ്കിൽ അതിനർത്ഥം ഒരു പക്ഷേ ഞാൻ മരിച്ചിരിക്കുന്നു എന്നാണ്, എന്നവൻ കത്ത് അവസാനിപ്പിക്കുന്നു. ഇങ്ങനെ ഒരു വേദന തന്നതിന് തനിക്ക് മാപ്പ് നൽകണമെന്നും ക്ഷമ ചോദിക്കുന്നു എന്നും പറഞ്ഞിരിക്കുന്നു.

ഞാൻ അരാമിനെ നോക്കി.

“വിഡ്ഢിത്തം നിറഞ്ഞ ഈ വിപ്ലവവുമായി അവനെത്ര ബന്ധമുണ്ടായിരുന്നു എന്നതിനെക്കുറിച്ച് എന്റെ അച്ഛനമ്മമാർക്ക് അറിയില്ലായിരുന്നു. പക്ഷേ എനിക്കറിയാമായിരുന്നു. അവനെ പിന്തിരിപ്പിക്കാൻ ഞാൻ ശ്രമിച്ചിരുന്നു. അവനെ നിനക്കറിയാമല്ലോ. ഒന്നുമറിയാത്ത, ബോധമില്ലാത്ത അനുജനല്ലേ അവന് ഞാനെന്നും.”

ഞാൻ അരാഷിന്റെ മെത്തയിലിരുന്നു. കത്ത് അരാമിന് തിരികെ കൊടുത്തു. അരാഷിന്റെ തലയിണയിൽ ഒരു നീല ടീ-ഷർട്ട് കിടപ്പുണ്ടായിരുന്നു. ഞാനതെടുത്തു. ആ വേനൽക്കാലത്ത് അവനത് പല തവണ അണിഞ്ഞ് കണ്ടിട്ടുണ്ട്. അവനിഷ്ടപ്പെട്ട ടീ-ഷർട്ടിൽ ഒന്നായിരുന്നു അത്. ഞാനത് മണത്ത് നോക്കി. അതിലിപ്പോഴും അവന്റെ മണമുണ്ട്. അവൻ ഈ മുറിയിലേക്ക് കയറി വരുമെന്ന് ഞാൻ പ്രതീക്ഷിച്ചു.

പുഞ്ചിരിക്കും. ഊഷ്മളമായ അവന്റെ പുഞ്ചിരി എനിക്ക് സമ്മാനിക്കും. എന്നിട്ട് അവന്റെ മൃദുവും കരുണാർദ്രവുമായ സ്വരത്തിൽ എന്റെ പേരു വിളിക്കും.

തലേന്ന് ഞാൻ വാർത്ത കേട്ടിരുന്നു. ടി.വിയിൽ വാർത്ത കണ്ടിരുന്നു. അതിൽ ജലേഹിലെ റാലിയെക്കുറിച്ച് പ്രതിപാദ്യമൊന്നുമുണ്ടായിരുന്നില്ല. ടി.വി ചാനലുകളെല്ലാം സർക്കാർ നിയന്ത്രണത്തിലുള്ളവയാണ്. അവ ഈയിടെ നടന്ന പല സംഭവങ്ങളും അവഗണിക്കുന്നു. കൊല്ലപ്പെട്ടവരെ അവഗണിക്കുന്നു. ഷാ എന്തിനിങ്ങനെ ജനങ്ങളെ വെടിവയ്ക്കാൻ ഉത്തരവിടുന്നു എന്ന് എത്ര ആലോചിച്ചിട്ടും എനിക്ക് മനസ്സിലായില്ല. പ്രതിഷേധക്കാർ പറയുന്നത് എന്തുകൊണ്ട് കേൾക്കാൻ തയ്യാറാകുന്നില്ല. അവരോടെന്തുകൊണ്ടൊന്ന് സംസാരിക്കുന്നില്ല?

ഞാൻ ജനലിനരികിലേക്ക് നീങ്ങി. പുറത്തേക്ക് നോക്കി നിന്നു. അരാഷ് എന്നെക്കുറിച്ചെപ്പോഴെങ്കിലും ചിന്തിച്ച് കാണുമോ എന്ന് ആ ഒഴിഞ്ഞ തെരുവിനെ നോക്കിനിൽക്കുമ്പോൾ ഞാൻ ആലോചിച്ചു. അരാം

എന്റെ സമീപം വന്നുനിന്നു. അവനും പുറത്തേക്ക് മിഴിച്ച് നോക്കി നിൽക്കുകയാണ്. എന്റെ ഹൃദയം അവനുവേണ്ടി വേദനിച്ചു. അവനും അവന്റെ സഹോദരനും തമ്മിൽ വലിയ അന്തരങ്ങളുണ്ട്. എങ്കിലും അവർ പരസ്പരം വളരെ നല്ല സുഹൃത്തുക്കളായിരുന്നു.

സ്വീകരണ മുറിയിൽ അവർ രണ്ടുപേരും ഒന്നിച്ച് നിൽക്കുന്ന ഒരു ചിത്രമുണ്ട്. രണ്ട് കൊച്ചുകുട്ടികൾ. ഏഴും ഒമ്പതും വയസ്സ് പ്രായം. കൈകൾ മറ്റേയാളുടെ കഴുത്തിലിട്ട് ചിരിച്ച് നിൽക്കുന്ന ഒരു ചിത്രം. അതെന്റെ ശ്രദ്ധയാകർഷിച്ചു.

എട്ട്

"ഇന്ന് ചൂടുവെള്ളം വരുന്നത് നമ്മുടെ കെട്ടിടത്തിലേക്കാണ്," സാറ പറഞ്ഞു. 246ൽ എന്റെ ആദ്യ രാത്രിയായിരുന്നു അത്. രണ്ടോ മൂന്നോ ആഴ്ചകൾ കൂടുമ്പോൾ ഒരിക്കൽ മാത്രമേ ചൂടുവെള്ളം ലഭിക്കുകയുള്ളൂ എന്നവൾ പറഞ്ഞുതന്നു. അതും രണ്ട് മൂന്ന് മണിക്കൂർ മാത്രം. കാലത്ത് രണ്ട് മണിയോടെയാണ് ഞങ്ങളുടെ മുറിയിലുള്ളവർക്ക് കുളിക്കാനുള്ള സമയം. "ഷവറിനു കീഴെ ഓരോരുത്തർക്കും പത്ത് മിനിട്ട് ചിലവഴിക്കാം. ഞാൻ നിന്നെ ഉണർത്താം." അവൾ തുടർന്നു.

ഉറങ്ങാനുള്ള സമയമായി. മുറിയിലെ വിളക്കുകളെല്ലാം പതിനൊന്ന് മണിക്കണയ്ക്കും. എന്നാൽ ഇടനാഴിയിൽ എപ്പോഴും വിളക്ക് കത്തിക്കൊണ്ടിരിക്കും. 'മെത്തകളുടെ' കാര്യങ്ങൾ നോക്കിയിരുന്ന പെൺകുട്ടിയെ സാറ എനിക്ക് പരിചയപ്പെടുത്തി. ഞങ്ങൾ ഓരോരുത്തർക്കും മൂന്ന് പുതപ്പ് വീതം ലഭിക്കും. എല്ലാവരും നിലത്ത് കിടന്നുറങ്ങണം. ഓരോരുത്തർക്കും കൃത്യമായ സ്ഥലമുണ്ട്. ഈ സ്ഥലം ഇടയ്ക്കിടെ മാറ്റിക്കൊണ്ടിരിക്കും. ധാരാളം പെൺകുട്ടികളുള്ളതിനാൽ ചിലപ്പോൾ ഇടനാഴിയും ഉറങ്ങാനായി ഉപയോഗിക്കും. എനിക്ക് മുറിക്കകത്ത്, സാറയ്ക്ക് സമീപമാണ് സ്ഥലം ലഭിച്ചത്. ഞാൻ എനിക്ക് ലഭിച്ച ഒരു പുതപ്പ് മൂന്നായി മടക്കി മെത്തയാക്കി. രണ്ടാമത്തേത് എനിക്ക് തലയിണയായി. മൂന്നാമത്തേത് പുതയ്ക്കാനെടുത്തു. എല്ലാവരും കിടന്ന് കഴിഞ്ഞപ്പോൾ പിന്നെ അവിടെ കാലുകുത്താനിടമില്ലായിരുന്നു. രാത്രിയിൽ ഒന്ന് ശൗചാലയത്തിൽ പോകണം എന്ന് തോന്നിയാൽ അത് വെല്ലുവിളിയാകും. ആരുടെയെങ്കിലും ശരീരത്തിൽ ചവിട്ടാതെ ശൗചാലയത്തിലെത്തുക അസാധ്യമായിരുന്നു. ഷാ ഭരണകാലത്ത് 246ൽ രണ്ട് നിലകളിലുംകൂടി ആകെയുണ്ടായിരുന്നത് 50 തടവുകാരായിരുന്നു. എന്നാൽ ഇപ്പോൾ അത് 650 കവിഞ്ഞിരിക്കുന്നു.

ഉറപ്പ് തന്നിരുന്നത് പോലെ സാറ എന്നെ കൃത്യസമയത്തെഴുന്നേല്പിച്ചു. ആദ്യം ഞാനെവിടെയാണെന്നും എന്തിനാണെഴുന്നേല്പിച്ചതെന്നും

അറിയാതെ പരിഭ്രമിച്ചു. പിന്നെയാണ് ഞാൻ വീട്ടിലല്ലെന്ന് മനസ്സിലായത്. ഇത് എവിൻ ജയിലാണ്. ഷവറിൽ നിന്നും വീഴുന്ന വെള്ളത്തിന്റെ ശബ്ദത്തിനോടൊപ്പം പെൺകുട്ടികളുടെ കലപില കലർന്നിരിക്കുന്നു. സാറ എന്നെ എഴുന്നേൽക്കാൻ സഹായിച്ചു. ഞാൻ വേച്ച് നടന്നു. ഷവറുള്ള മുറിയുടെ തറയും ചുമരും സിമന്റിട്ടതായിരുന്നു. കടും പച്ച വർണ്ണമാണവിടെ അടിച്ചിരിക്കുന്നത്. പ്ലാസ്റ്റിക് ഷീറ്റുകൾ കൊണ്ട് മറച്ച് അതിനെ ആറ് കുളിപ്പുരകളാക്കിയിരുക്കുന്നു. ഒരാൾക്ക് പത്ത് മിനിട്ട് ഒരു കുളിപ്പുരയിൽ ചിലവിടാം. വായുവിൽ വിലകുറഞ്ഞ സോപ്പിന്റേയും നീരാവിയുടേയും മണം നിറഞ്ഞിരിക്കുന്നു. ഞാൻ എന്റെ ചർമ്മം ഉരച്ച് കഴുകി. ഒപ്പം കരഞ്ഞു.

വധശിക്ഷ നടപ്പിലാക്കാതെ വന്ന ദിവസം, എന്റെ കണ്ണുമൂടിക്കെട്ടിയ തുണി എപ്പോൾ അഴിച്ച് മാറ്റപ്പെട്ടുവോ, അപ്പോൾ മുതൽ എന്റെ ജീവിതമാകെ മാറിയിരിക്കുന്നു. ആ രാത്രിക്ക് മുമ്പ് എനിക്ക് പലവിധ തീവ്ര അനുഭവങ്ങളുമുണ്ടായി. പക്ഷേ അവയൊക്കെ എന്റെ ജീവിതത്തിന്റെ കാതൽ, തത്ത്വം കൂടുതൽ ഉറപ്പുള്ളതാക്കി. എനിക്കെന്റെ പ്രിയരെയെല്ലാം നഷ്ടപ്പെട്ടിരിക്കുന്നു. എന്നെ അറസ്റ്റ് ചെയ്തിരിക്കുന്നു. പീഡിപ്പിച്ചിരിക്കുന്നു. എന്നാൽ ആ ഒരു രാത്രിയിൽ ഞാൻ ഏറെ ദൂരം സഞ്ചരിച്ചു. ഈ ലോകത്തിൽ എന്റെ സമയത്തിന്റെ അവസാനത്തിലെത്താറായി. എങ്കിലും ഞാനിപ്പോഴും ജീവിക്കുന്നു. ഒരു പക്ഷേ ജീവിതവും മരണവും തമ്മിൽ വേർതിരിക്കുന്ന ലോലരേഖ ഇതായിരിക്കണം. ഞാനിപ്പോൾ ആ രേഖയ്ക്ക് മുകളിലാണ്. ഇരുവശത്തേക്കും വീഴാതെ നിൽക്കുന്നു.

കുളി കഴിഞ്ഞ ഉടൻ ഞങ്ങൾ ഉറങ്ങുവാനുള്ള സ്ഥലത്ത് തിരിച്ചെത്തി. വളരെ കുറച്ച് സ്ഥലമേ ഉണ്ടായിരുന്നുള്ളൂ. ഒന്ന് നിവർന്ന് കിടന്നാൽ അടുത്ത് കിടക്കുന്ന യുവതിയുടെ ശരീരത്തിൽ തട്ടും. ഞാൻ സാറയ്ക്ക് അഭിമുഖമായി കിടന്നു. എന്റെ കാൽമുട്ടുകൾ എത്ര നിവർത്തി വയ്ക്കാമോ അത്രയും നീട്ടി വച്ചു. സാറ കണ്ണുതുറന്ന് എന്നെ നോക്കി പുഞ്ചിരിച്ചു.

"മറീനാ, ഞാൻ പറയുന്നത് ഒരു തരത്തിൽ വിഡ്ഢിത്തരമായിരിക്കാം. അരുതാത്തതാണെങ്കിൽ എന്നോട് ക്ഷമിക്കുക. പക്ഷേ നീ ഇവിടെ വന്നതിൽ ഞാൻ സന്തോഷിക്കുന്നു. നീ വരുന്നതിനു മുമ്പ് ഞാനിവിടെ ഏകയായിരുന്നു."

"നമ്മൾ രണ്ടുപേരും ഒറ്റയ്ക്കല്ല എന്നതിൽ എനിക്കും സന്തോഷമുണ്ട്."

അവൾ കണ്ണടച്ചു. ഞാനും. എന്നെ വധിക്കാൻ കൊണ്ടുപോയ രാത്രിയെക്കുറിച്ച് അവളുമായി സംസാരിക്കണം എന്ന ആഗ്രഹം എനിക്കുണ്ടായിരുന്നു. പക്ഷേ അതിനായില്ല. അതൊന്ന് വിവരിക്കുവാനുള്ള വാക്കുകൾ എന്റെ പക്കലില്ല. എന്റെ ജീവപര്യന്തത്തെക്കുറിച്ചും എനിക്കവളോട് സംസാരിക്കണ്ട. അത് അവളെ വിഷമിപ്പിക്കും. അവർ എന്നെ എന്നന്നേക്കുമായി എവിനിൽ തന്നെ സൂക്ഷിക്കുവാൻ പോകുകയാണോ? എന്നു

വച്ചാൽ ഞാനിനി എന്റെ അമ്മയെ ഒന്ന് കെട്ടിപ്പിടിക്കില്ല എന്നല്ലേ? അതു പോലെ തന്നെ ആന്ദ്രേയേയും.

ഞാനിനി പള്ളിയിൽ പോകില്ല. കാസ്പിയൻ കടൽ കാണില്ല. അങ്ങനെ യല്ല. അവരെന്നെ വെറുതെ പേടിപ്പിക്കുകയാണ്. അങ്ങനെ എന്നെ നിരാശ യാക്കുവാനുള്ള ശ്രമമാണ്.

ഞാൻ ദീർഘനേരം പ്രാർത്ഥിച്ചു. എന്നെ രക്ഷിക്കണേ എന്ന് ദൈവ ത്തിനോട് യാചിച്ചു. എന്നെ മാത്രമല്ല, സാറയേയും. ഞങ്ങൾ അധികം താമസിയാതെ വീട്ടിൽ പോകും!

ബാങ്ക് വിളി കേട്ടു. അപ്പോൾ ഞങ്ങളവിടെ കിടന്നിട്ട് ഏതാനും നിമിഷ മല്ലേ ആയിട്ടുള്ളൂ എന്ന് തോന്നിപ്പോയി. ഉച്ചഭാഷിണിയിലൂടെ "അള്ളാഹു അക്ബർ... ആള്ളാഹു അക്ബർ..." എന്ന് മുഴങ്ങിക്കൊണ്ടിരുന്നു. കാലത്തെ നിസ്കാരത്തിനുള്ള സമയമായിരിക്കുന്നു. സൂര്യനുദിക്കുന്ന തിനു മുമ്പേ ചെയ്യേണ്ട നിസ്കാരം. സാറയും മറ്റ് മിക്കവാറും എല്ലാവരും എഴുന്നേറ്റു. ശൗചാലയത്തിലേക്ക് നീങ്ങി. വുളു എടുത്തു. കൈകാലു കൾ കഴുകി. ഓരോ നിസ്കാരത്തിനു മുമ്പും ഇത് ചെയ്യണം. എനിക്ക പ്പോൾ ഒന്ന് നിവർന്ന് കിടക്കാനായി. ആരോ എന്റെ തോളിൽ തട്ടി. ഞാൻ കണ്ണ് തുറന്നു. അത് സൊഹീലയായിരുന്നു.

"നീ നിസ്കരിക്കുന്നില്ലേ?"

"ഞാൻ ക്രിസ്ത്യാനിയാണ്."

"ഞാനിവിടെ കാണുന്ന ആദ്യ ക്രിസ്ത്യാനിയാണ് നീ! ഞങ്ങൾക്ക് ക്രിസ്ത്യാനികളായ അയൽക്കാരുണ്ട്... ഞാനുദ്ദേശിച്ചത്... ഉണ്ടായിരുന്നു... ഞങ്ങളുടെ തൊട്ട അയൽവക്കം. ജലാലിയാൻ എന്നാണവരുടെ പേര്. അവരുടെ മകൾ എന്റെ സുഹൃത്താണ്. നാൻസി. ഒരു ദിവസം അവർ എന്നെ ടർക്കി കാപ്പി കുടിക്കാൻ ക്ഷണിച്ചിരുന്നു. ജലാലികളെ അറിയുമോ?"

ഇല്ലെന്ന് ഞാൻ മറുപടി പറഞ്ഞു.

എന്നെ ഉണർത്തിയതിന് അവൾ ക്ഷമ ചോദിച്ചു. ക്രിസ്ത്യാനികൾ പ്രാർത്ഥിക്കാറുണ്ടോ എന്ന് ചോദിച്ചു. ഉണ്ടെന്നും എന്നാൽ മുസ്ലീങ്ങളെ പ്പോലെ കൃത്യമായ സമയങ്ങളിൽതന്നെ വേണമെന്നില്ലെന്നും ഞാൻ അവളോട് പറഞ്ഞു.

കാലത്ത് ഏഴുമണിക്ക് ഞങ്ങൾ എഴുന്നേറ്റ് മുറി വൃത്തിയാക്കേണ്ടതു ണ്ടായിരുന്നു. എത്ര പെട്ടെന്നാണിത് ചെയ്ത് തീർക്കുന്നത് എന്ന് കണ്ട് ഞാൻ അദ്ഭുതപ്പെട്ടു. അതേ വേഗത്തിൽതന്നെയാണ് ഒരു മൂലയിൽ പുതപ്പിന്റെ വൻമല ഉയരുന്നതും. മടക്കിവച്ച പുതപ്പുകളുടെ വൻമല. ഭക്ഷണത്തിന്റെ ചുമതലയുണ്ടായിരുന്ന രണ്ട് പെൺകുട്ടികൾ 'സോഫ്രെ' എന്ന് വിളിക്കുന്ന കട്ടികുറഞ്ഞ പ്ലാസ്റ്റിക് ഷീറ്റുകൾ വിരിക്കുവാൻ തുടങ്ങി. ഒന്നരയടിയോളം വീതിയുള്ള ഷീറ്റുകളാണിവ. നിലത്താണിത് വിരിക്കു ന്നത്. അവർ തന്നെ ലോഹത്തിന്റെ സ്പൂണുകളും പ്ലാസ്റ്റിക് തളികകളും

കപ്പുകളും വിതരണം ചെയ്തു. കത്തിയും മുള്ളുമൊന്നുമില്ലായിരുന്നു. രണ്ട് പെൺകുട്ടികൾ ഇടനാഴിയിൽ പോയി ഒരു വലിയ ഫ്ളാസ്ക്കിൽ ചായയുമായെത്തി. നല്ല കനമുണ്ടായിരുന്നു അതിന്. അവർ ഇരുവശവും താങ്ങിയാണത് കൊണ്ടുവന്നത്. കിതച്ചുകിതച്ചാണവർ അതും കൊണ്ടെത്തിയത്. അതിനോടൊപ്പം അവർ ഞങ്ങൾക്കുള്ള റേഷനായ ബ്രഡ്ഡും ആട്ടിൻപാലിൽ നിന്നുണ്ടാക്കിയ ചീസും കൊണ്ടുവന്നു. ഞങ്ങൾ വരിയായി നിന്നു. ഭക്ഷണം വാങ്ങി. സോഫ്രെഹിന് ചുറ്റിലുമിരുന്നാണത് കഴിച്ചത്. ഞാൻ പട്ടിണി കിടക്കുകയായിരുന്നതിനാൽ എന്റെ റേഷൻ ഒട്ടും സമയം പാഴാക്കാതെ വിഴുങ്ങി. ബ്രഡ്ഡിന് അധികം പഴക്കമില്ല. പുതിയത് തന്നെയാണെന്ന് തോന്നി. ജയിലിൽ ഒരു ബേക്കറിയുണ്ടെന്ന് ആരോ എന്നോട് പറഞ്ഞു. ജയിലാവശ്യത്തിനു മാത്രമായുള്ളത്. ചായയ്ക്ക് ചൂടുണ്ടായിരുന്നു. എന്നാൽ വിചിത്രമായ, അപരിചിതമായ ഒരു മണം അതിൽനിന്നും വരുന്നുണ്ടായിരുന്നു. അതിൽ അവർ കർപ്പൂരം ചേർക്കുന്നതിനാലാണീ മണം എന്ന് സാറ പറഞ്ഞു. കർപ്പൂരം അകത്ത് ചെന്നാൽ സ്ത്രീകളുടെ ആർത്തവം നിൽക്കുമത്രെ. അതിനാണിത് ചേർക്കുന്നത് എന്ന് ആരോ അവളോട് പറഞ്ഞിട്ടുണ്ട്. ഇതിനകത്തെത്തിയതിനുശേഷം മിക്ക പെൺകുട്ടികൾക്കും ആർത്തവമുണ്ടായിട്ടില്ല. എന്നാൽ കർപ്പൂരത്തിന് ചില ദൂഷ്യവശങ്ങളുമുണ്ട്. ചിലരുടെ ശരീരത്തിൽ നീരു വരും. ചിലർ വിഷാദരോഗികളാകും. ജയിൽ ഗാർഡുകൾ നമ്മുടെ ആർത്തവം നിർത്തിവയ്പ്പിക്കുന്നതെന്തിന് എന്ന് ഞാൻ അവളോട് ചോദിച്ചു. സാനിറ്ററി പാഡുകൾക്ക് വലിയ വിലയായതിനാൽ എന്നായിരുന്നു ഉത്തരം. ഭക്ഷണശേഷം, പാത്രം കഴുകുന്ന ജോലിക്ക് നിയമിക്കപ്പെട്ടിരുന്ന രണ്ട് പെൺകുട്ടികൾ പാത്രങ്ങളെല്ലാം വാരിക്കൂട്ടി രണ്ട് പ്ലാസ്റ്റിക് കുട്ടകളിലാക്കി. അത് ഷവർ വച്ചിട്ടുള്ള മുറിയിലേക്ക് കൊണ്ടുപോയി. തണുത്ത വെള്ളത്തിൽ അവയൊക്കെ കഴുകിയെടുത്തു.

അധികം കഴിയാതെ പല നിയമങ്ങളും ഞാനറിഞ്ഞു. ഞങ്ങളുടെ പേര് ഉച്ചഭാഷിണിയിലൂടെ വിളിക്കാതെ ഇടനാഴിയുടെ അറ്റത്തുള്ള അഴിയിട്ട വാതിലിനപ്പുറം പോകാൻ ഞങ്ങൾക്ക് അനുവാദമില്ല. കൂടുതൽ ചോദ്യം ചെയ്യാൻ അല്ലെങ്കിൽ സന്ദർശകർ ആരെങ്കിലുമുണ്ടെങ്കിൽ മാത്രമാണ് ഇങ്ങനെ വിളി വരാറുള്ളത്. മാസത്തിൽ ഒരിക്കലാണ് സന്ദർശകരെ അനുവദിച്ചിട്ടുള്ളത്. കുറച്ച് കഴിഞ്ഞാൽ അത് രണ്ട് ആഴ്ചയിൽ ഒരിക്കലാക്കിക്കൊടുക്കും. സാറയെ സന്ദർശിക്കാൻ ഇതുവരേക്കും ആരുമെത്തിയിട്ടില്ല. എന്നാൽ ഇനിയും വൈകാതെ മാതാപിതാക്കൾ തന്നെ സന്ദർശിക്കാനെത്തും എന്നവൾ പ്രതീക്ഷിക്കുന്നു. അടുത്ത ബന്ധുക്കൾക്ക് മാത്രമേ സന്ദർശനാനുമതിയുള്ളൂ എന്നും ഞാൻ മനസ്സിലാക്കി. അവർക്ക് വേണമെങ്കിൽ ഞങ്ങൾക്കുള്ള വസ്ത്രം കൊണ്ടുവന്ന് തരാം. എല്ലാ മുറിയിലും ടെലിവിഷനുണ്ട്. എന്നാൽ അതിൽ മതപരമായ പ്രോഗ്രാമുകൾ മാത്രമേ കാണിച്ചിരുന്നുള്ളൂ. ഞങ്ങൾക്ക് പുസ്തകങ്ങൾ ലഭിക്കും. പക്ഷേ ഇസ്ലാമിനെക്കുറിച്ചുള്ളവ മാത്രം.

ഉച്ചഭക്ഷണം മിക്കപ്പോഴും കുറച്ച് ചോറും സൂപ്പുമായിരുന്നു. അത്താഴത്തിന് റൊട്ടിയും ഈന്തപ്പഴവും. ചോറിനും സൂപ്പിനുമൊപ്പം കുറച്ച് കോഴിയിറച്ചി കലർത്തിയിട്ടുണ്ട് എന്നാണ് പറയപ്പെടുന്നത്. എന്നാൽ ഒരു ചെറിയ തുണ്ട് കോഴിയിറച്ചി ആർക്കെങ്കിലും ലഭിച്ചാൽ അവർ വലിയ ഭാഗ്യവതികളായി കണക്കാക്കപ്പെടുമായിരുന്നു. അവരത് ഉയർത്തി കൂട്ടുകാരെയെല്ലാം കാണിക്കും. ഓരോ മുറിയിൽ നിന്നുമുള്ള പ്രതിനിധികളാണ് ഈ ഭക്ഷണവിതരണത്തിന്റെ ചുമതലക്കാർ. ഇവരെ ഒന്നുകിൽ ആ മുറിയിൽ നിന്നുള്ളവർ തിരഞ്ഞെടുക്കും അല്ലെങ്കിൽ കാവലിനുള്ള ഗാർഡുകൾ തീരുമാനിച്ച് വിളിച്ചുപറയും. അവർ തന്നെയാണ് മുറി കഴുകി വൃത്തിയാക്കുക, ആർക്കെങ്കിലും അസുഖമുണ്ടെങ്കിൽ ഓഫീസിലറിയിക്കുക എന്നിങ്ങനെയുള്ള കാര്യങ്ങളുടേയും മേൽനോട്ടം വഹിച്ചിരുന്നത്.

എന്റെ അറസ്റ്റ് കഴിഞ്ഞ് പത്ത് ദിവസം കഴിഞ്ഞ ഒരു ദിവസം ഞാൻ മുറിയുടെ മൂലയിലിരുന്ന് മറ്റുള്ളവർ പ്രാർത്ഥിക്കുന്നത് കാണുകയായിരുന്നു. അവരെല്ലാം വരിയായി മെക്കയ്ക്ക് അഭിമുഖമായി നിൽക്കുന്നു. ആദ്യമായി ഒരു മുസ്ലീം നിസ്കരിക്കുന്നത് ഞാൻ കണ്ടത് അരാഷ് നിസ്കരിക്കാനൊരുങ്ങിയപ്പോഴാണ്. അവൻ മുട്ടുകുത്തുന്നതും കുമ്പിടുന്നതും പ്രാർത്ഥിക്കുന്നതും കണ്ട് നിൽക്കാൻ നല്ല രസമുണ്ടായിരുന്നു. അവനതിൽ അടിയുറച്ച് വിശ്വസിക്കുന്നുണ്ടായിരുന്നു. അവൻ ഈ പുതിയ സർക്കാരിനേയും ദൈവത്തിന്റെ പേരിൽ ചെയ്ത് കൂട്ടുന്ന എല്ലാ ഭീകര കൃത്യങ്ങളേയും അംഗീകരിക്കുമായിരുന്നോ? ഇല്ല. അരാഷ് നല്ലവനായിരുന്നു. ഇത്തരത്തിലുള്ള അനീതികൾ ഒരിക്കലും സ്വീകരിക്കില്ലായിരുന്നു. അങ്ങനെയെങ്കിൽ ഒരുപക്ഷേ ഞങ്ങൾ രണ്ടുപേരും ഒന്നിച്ച് എവിനിൽ വന്ന് ചേരുമായിരുന്നു.

അപ്പോൾ എന്നോടൊപ്പം മുറിയിലുണ്ടായിരുന്ന പെൺകുട്ടികളിലൊരാൾ എന്റെ സമീപമെത്തി. എന്നോട് സംസാരിച്ചു. അവൾ അപ്രതീക്ഷിതമായി എന്നോട് സംസാരിക്കാൻ തുനിഞ്ഞപ്പോൾ ഞാൻ ഞെട്ടി, ചാടിയെഴുന്നേറ്റു. തരേന എന്നാണവളുടെ പേര്. ഒരു മെലിഞ്ഞ ഇരുപത്തിയൊന്നുകാരി. വലിയ പച്ചക്കണ്ണുണ്ടവൾക്ക്. ചെറിയ മുടിയും. അവൾ മിക്കപ്പോഴും മുറിയിൽ ഒരു മൂലയിലിരിക്കുന്നത് കാണാം. ഖുർ-ആൻ വായിച്ചിരിക്കുകയാകും. നിസ്കരിക്കാൻ എഴുന്നേറ്റാലുടൻ അവൾ തന്റെ ശിരോവസ്ത്രം മുഖത്തേക്ക് വലിച്ചിടും. ചാദോർ ഊരുമ്പോൾ അവളുടെ മുഖം ചുവന്നും വീർത്തുമിരിക്കുന്നത് കാണാം. എങ്കിലും അവൾ എപ്പോഴും ചിരിക്കുമായിരുന്നു.

“ഒരു പ്രതിമ പോലെ നീ കുറേ നേരമായി ഇവിടെയിരിക്കുന്നു. ഒന്ന് കണ്ണ് ചിമ്മുകപോലും ചെയ്യാതെ.” അവൾ പറഞ്ഞു.

“ഞാൻ ആലോചിക്കുകയായിരുന്നു.”

“എന്താണാലോചിക്കുന്നത്?”

“മരിച്ചുപോയ ഒരു സുഹൃത്തിനെക്കുറിച്ച്.”

അവളെ അറസ്റ്റ് ചെയ്തതെന്തിനാണെന്ന് ഞാൻ അവളോട് ചോദിച്ചു. അതൊരു നീണ്ട കഥയാണെന്ന് അവൾ പറഞ്ഞു.

"നമ്മുടെ പക്കൽ സമയമൊത്തിരിയുണ്ടെന്ന് തോന്നുന്നു." ഞാൻ പ്രതികരിച്ചു.

"എനിക്കില്ല."

അതെന്നിൽ ഒരു ഭീതിയായി. ഞങ്ങളുടെ മുറിയിലുള്ള രണ്ട് പെൺകുട്ടികളെ വധശിക്ഷയ്ക്ക് വിധിച്ചിട്ടുണ്ടെന്ന് സാറ എന്നോട് പറഞ്ഞിരുന്നു. പക്ഷേ അതിലൊന്ന് തരേനയല്ല.

"സാറ എന്നോട് പറഞ്ഞത്..."

"ആർക്കുമറിയില്ല," അവൾ മന്ത്രിച്ചു.

"എന്തുകൊണ്ട് ആരോടും പറഞ്ഞില്ല?"

"അതുകൊണ്ട് എന്തെങ്കിലും കാര്യമുണ്ടോ? പറഞ്ഞാൽ എല്ലാവരും ചുറ്റിലും കൂടി ശോകം പ്രകടിപ്പിക്കും. അതെനിക്കിഷ്ടമല്ല. ആരോടും പറയണ്ട."

"എന്നോടെന്തിനാണ് പറഞ്ഞത്?"

"നിനക്കുമൊരിക്കൽ വധശിക്ഷ വിധിക്കപ്പെട്ടതല്ലേ?"

എന്റെ ഹൃദയം തകർന്നു. എനിക്കവളോട് നുണ പറയുവാനാകില്ല. ഞാൻ ധൈര്യം സംഭരിച്ച് ആ രാത്രി നടന്നതെല്ലാം പറഞ്ഞു. അലി എന്നെ എങ്ങനെ അവസാന നിമിഷത്തിൽ അവിടെനിന്ന് കൊണ്ടുവന്നു എന്ന് പറഞ്ഞു. അലി എന്നെ രക്ഷിക്കാൻ കാരണമെന്തെന്ന് അവളാരാഞ്ഞു. എനിക്കറിയില്ല എന്ന് തന്നെയായിരുന്നു ഉത്തരം. അപ്പോൾ അവൾ ചോദിക്കാനുദ്ദേശിച്ച വാക്കുകൾ പുറത്തുവന്നു.

"അവൻ നിന്നെ സ്പർശിക്കുകയുണ്ടായോ?"

"ഇല്ല, എന്താണുദ്ദേശിച്ചത്?"

"ഞാനെന്താണുദ്ദേശിച്ചത് എന്ന് നിനക്കറിയാം. വിവാഹം കഴിക്കാതെ ഒരു പുരുഷൻ സ്ത്രീയെ സ്പർശിക്കരുത്."

"ഇല്ല."

"ഇത് ആശ്ചര്യമായിരിക്കുന്നു."

"എന്ത്?"

"ഞാൻ പലതും കേട്ടു."

"എന്ത്?"

"ഒന്ന് രണ്ട് പെൺകുട്ടികളെ അവർ ബലാത്സംഗം ചെയ്തുവെന്ന്. അവർ അതിനെക്കുറിച്ചൊക്കെ ആരോടെങ്കിലും പറഞ്ഞാൽ വധിച്ച് കളയുമെന്ന് ഭീഷണിപ്പെടുത്തിയെന്ന്."

ബലാത്സംഗം എന്നാൽ എന്താണെന്നതിനെക്കുറിച്ച് എനിക്ക് അവ്യക്തമായ ഒരറിവേ ഉണ്ടായിരുന്നുള്ളൂ. എന്നാൽ അത് ഭീകരമായ എന്തോ

ആണെന്ന് എനിക്കറിയാം. ഒരു പുരുഷൻ സ്ത്രീയോട് ചെയ്യുന്ന അക്രമ ങ്ങളിൽ ഒന്ന്. ആരും അതിനെക്കുറിച്ച് സംസാരിക്കാൻ താത്പര്യപ്പെടുക യില്ല. എനിക്ക് കൂടുതൽ അറിയണമെന്നുണ്ടായിരുന്നുവെങ്കിലും ചോദി ക്കാനുള്ള ധൈര്യമില്ലായിരുന്നു.

"നിന്റെ വധശിക്ഷ നടപ്പിലാക്കാൻ കൊണ്ടുപോകുന്നതിനു മുമ്പോ? അപ്പോൾ അവർ നിന്നെ സ്പർശിച്ചിരുന്നോ?"

"ഇല്ല."

എന്നെ വിഷമിപ്പിച്ചതിൽ അവൾ മാപ്പ് പറഞ്ഞു. കരയാതിരിക്കാൻ ഞാൻ ശ്രമിച്ചു. മറ്റുള്ളവർ മരിച്ചപ്പോൾ താൻ മാത്രം രക്ഷപ്പെട്ടത് എത്ര വേദനാജനകമാണെന്ന് മനസ്സിലാകുമോ എന്ന് ചോദിച്ചു. ഞാനും മരിച്ചി രുന്നെങ്കിൽ അത് മറ്റുള്ളവരുടെ വിധിയെ ഒരു വിധത്തിലും ബാധിക്കില്ലാ യിരുന്നല്ലോ എന്നാണവൾ സമാധാനിപ്പിച്ചത്.

"എന്റെ വധശിക്ഷയെക്കുറിച്ച് നീ എങ്ങനെ അറിഞ്ഞു?" ഞാൻ ചോദിച്ചു.

"നീ അകത്തേക്ക് വന്നപ്പോൾ നെറ്റിയിൽ നിന്റെ പേരെഴുതിയിരുന്നു."

എനിക്ക് മനസ്സിലായില്ല.

"എന്നെ അറസ്റ്റ് ചെയ്തതിനുശേഷം തുടർച്ചയായി രണ്ട് ദിവസം അവർ എന്നെ തല്ലി. എന്നിട്ടും ഞാൻ സഹകരിച്ചില്ല. എന്നെ ചോദ്യം ചെയ്തിരുന്നയാൾ എന്നെ ഒരു ദിവസം പുറത്തേക്ക് വലിച്ചിഴച്ചു. എന്റെ കണ്ണുകെട്ടിയിരുന്നത് അഴിച്ചെടുത്തു... അവിടെ ഏതാനും ശരീരങ്ങൾ കിടപ്പുണ്ടായിരുന്നു... രക്തത്തിൽ കുളിച്ച്. അവരെ വധിച്ചതായിരുന്നു. പത്ത് പന്ത്രണ്ടെണ്ണമുണ്ടായിരുന്നു. ഞാൻ അത് കണ്ട് ഛർദ്ദിച്ചു. ഞാൻ സംസാരിച്ചില്ലെങ്കിൽ എനിക്കും ഇത് തന്നെ സംഭവിക്കും എന്നയാൾ പറഞ്ഞു. കൈയിൽ ഒരു ടോർച്ചുണ്ടായിരുന്നു. അതയാൾ അതിലൊരു വന്റെ മുഖത്തേക്കടിച്ചു. ഒരു യുവാവ്. അവന്റെ നെറ്റിയിൽ പേരെഴുതി യിരുന്നു. മെഹ്റാൻ കബീരി." അവൾ പറഞ്ഞ് നിർത്തി.

വധശിക്ഷ നടപ്പിലാക്കുന്ന ദിവസം നടക്കുന്നതെല്ലാം എനിക്കറിയാ മായിരുന്നു. ഞാനീ ഓർമ്മകളെ ഒരു ദുഃസ്വപ്നം മാത്രമായി കണക്കാക്കു വാൻ ശീലിക്കുകയായിരുന്നു. അവയെ എന്നിൽ നിന്നും എത്ര ദൂരേക്ക് തള്ളിമാറ്റുവാനാകുമോ അത്രയും ദൂരെമാറ്റി നിർത്തുവാൻശ്രമിക്കുകയാ യിരുന്നു.

പക്ഷേ ഇപ്പോൾ അവ വീണ്ടും എന്റെ ജീവിതത്തിലേക്ക് വന്നിരി ക്കുന്നു. എന്റെ ശ്വസനത്തിന്റെ വേഗം വർദ്ധിച്ചിരിക്കുന്നു. അന്ന് രാത്രി ഞാൻ സാക്ഷ്യം വഹിച്ചത് ഇനി തരേനയ്ക്ക് സംഭവിക്കും. എനിക്ക് ഒന്നും ചെയ്യാനാകില്ല.

പെൺകുട്ടികളുടെ വധശിക്ഷ നടപ്പിലാക്കുന്നതിനുമുമ്പ് ഗാർഡുകൾ അവരെ ബലാത്സംഗം ചെയ്യുമെന്ന് കേട്ടിട്ടുണ്ട് എന്ന് തരേന പറഞ്ഞു.

കന്യക മരിച്ചാൽ സ്വർഗ്ഗത്തിലെത്തുമെന്നൊരു വിശ്വാസമുള്ളതിനാലാണത്രെ ഇത് ചെയ്യുന്നത്!

“മറീനാ, അവർക്ക് വേണമെങ്കിൽ എന്നെ കൊന്നോട്ടെ, പക്ഷേ അവർ എന്നെ ബലാത്സംഗം ചെയ്യരുത്.”

ഞങ്ങളുടെ കൂട്ടത്തിലുണ്ടായിരുന്ന ഷീദ എന്ന സ്ത്രീ ഗർഭിണിയായിരുന്നു. ഇരുപത് വയസ്സുള്ള അവളേയും വധശിക്ഷയ്ക്ക് വിധിച്ചിരിക്കുകയാണ്. എന്നാൽ ഗർഭിണികളേയും മുലയൂട്ടുന്ന അമ്മമാരേയും വധിക്കുന്നത് ഇസ്ലാമിനെതിരായതിനാൽ ശിക്ഷ നടപ്പിലാക്കുന്നത് നീട്ടിവച്ചിരിക്കുന്നു. നല്ല തവിട്ട് നീളൻ മുടിയും തവിട്ട് കണ്ണുകളുമുണ്ടവൾക്ക്. അവളുടെ ഭർത്താവും വധശിക്ഷ കാത്ത് കഴിയുകയാണ്. അവളെ ഞങ്ങൾ കഴിവതും ഒറ്റയ്ക്കിരുത്താറില്ല. അങ്ങനെയിരുന്നാൽ അവളുടെ വേവലാതി വർദ്ധിക്കും. അവളുടെ സമീപത്ത് എപ്പോഴും രണ്ടുപേരെങ്കിലുമുണ്ടാകും. അവൾ മിക്കപ്പോഴും ശാന്തയായിരുന്നുവെങ്കിലും ഇടയ്ക്കിടെ ഒന്നു രണ്ട് തുള്ളി കണ്ണുനീർ കവിളിലൂടെ ഒലിച്ചിറങ്ങുന്നത് കാണാം. തന്നെക്കുറിച്ച് മാത്രമല്ല, തന്റെ ഭർത്താവിനെക്കുറിച്ചും ജനിക്കാനിരിക്കുന്ന കുഞ്ഞിനെക്കുറിച്ചുമെല്ലാം ആലോചിച്ച് വിഷമിക്കാതിരിക്കുക എന്നത് എത്ര ബുദ്ധിമുട്ടാണെന്ന് എനിക്ക് മനസിലാകും.

ഒരു രാത്രിയിൽ തോക്കിന്റെ ഗർജ്ജനം കേട്ട് ഞങ്ങളുണർന്നു. എല്ലാവരും എഴുന്നേറ്റിരുന്നു. ജനലിലേക്ക് തുറിച്ച് നോക്കിയിരുന്നു. ഒരു വെടിയൊച്ച എന്നാൽ ഒരു ബുള്ളറ്റ്. അതായത് ഒരു ജീവൻ. അവസാന ശ്വാസം. പ്രതീക്ഷയോടെ തിരിച്ചുവരുമെന്ന് കാത്തിരിക്കുന്ന ഒരു കുടുംബത്തിലെ സ്നേഹനിധിയെ അവരിൽ നിന്നും അടർത്തി മാറ്റൽ. അടയാളപ്പെടുത്താത്ത കുഴിമാടങ്ങളിൽ അവർ കുഴിച്ച് മൂടപ്പെടും. അവരുടെ പേരു കൊത്തിവയ്ക്കാനായി കല്ലുകളൊന്നുമുണ്ടാകില്ല.

“സൈറസ്...” സാറ മന്ത്രിച്ചു.

“അവനൊരു കുഴപ്പവും വരില്ലെന്ന് എനിക്കറിയാം,” ഞാനൊരു നുണ പറഞ്ഞു.

ഇരുട്ടിൽ മരുപ്പച്ചപോലെ സാറയുടെ വലിയ കണ്ണുകൾ കണ്ടു. അവൾ തേങ്ങുവാൻ തുടങ്ങി. ആ തേങ്ങൽ കൂടുതൽ ഉച്ചത്തിലാകുവാനും. ഞാനവളെ എന്നിലേക്കടുപ്പിച്ചു. അവൾ എന്നെ തള്ളിമാറ്റി ഉറക്കെ കരയുവാനാരംഭിച്ചു.

“ശ്ശ്ശ്... സാറ... നീ ദീർഘമായി ശ്വസിക്ക്” ചില പെൺകുട്ടികൾ അവൾക്ക് സമീപമെത്തി അവളെ ആശ്വസിപ്പിക്കാൻ ശ്രമിച്ചു.

സാറ തലയിൽ ആഞ്ഞടിക്കുവാൻ തുടങ്ങി. ഞാനവളുടെ കൈയിൽ കയറിപ്പിടിച്ചു. പക്ഷേ അവൾ നല്ല കരുത്തുള്ളവളായിരുന്നു. ഞങ്ങൾ നാലുപേർ ഒന്നിച്ച് പിടിച്ചിട്ടേ അവളൊന്ന് ഒതുങ്ങിയുള്ളൂ. എന്നിട്ടും അവൾ കുതറുന്നുണ്ടായിരുന്നു. വിളക്ക് തെളിഞ്ഞു. ഒരു നിമിഷം

കഴിഞ്ഞപ്പോൾ മറിയമും മറ്റ് ഗാർഡുകളും അകത്തെത്തി. മസൂമെ എന്ന് പേരുള്ള ഗാർഡാണെത്തിയത്. അവർ ഓടിവരികയായിരുന്നു.

"എന്താണിവിടെ സംഭവിച്ചുകൊണ്ടിരിക്കുന്നത്?" മറിയം ചോദിച്ചു.

"സാറയാണ്." സോഹീല പറഞ്ഞു. "അവൾ ഉറക്കെ കരയാൻ തുടങ്ങി. പിന്നെ തലയ്ക്കടിക്കാനും."

"ഒരു നഴ്സിനെ വിളിച്ച് കൊണ്ടുവരൂ!" മറിയമും മസൂമെയോട് പറഞ്ഞു.

അവർ പുറത്തേക്കോടി.

നഴ്സ് പത്ത് നിമിഷത്തിനുള്ളിലെത്തി. അവർ സാറയ്ക്കൊരു കുത്തിവയ്പ് നൽകി. അധികം താമസിയാതെ സാറ ശാന്തയായി ഉറങ്ങാൻ തുടങ്ങി. സാറയെ ജയിലിലെ ആശുപത്രിയിലേക്ക് കൊണ്ടുപോകണമെന്ന് മറിയം പറഞ്ഞു. അല്ലെങ്കിൽ അവൾ സ്വയം ഉപദ്രവിക്കുമെന്നും പറഞ്ഞു. ആ രണ്ട് ഗാർഡുകളും നഴ്സും കൂടി സാറയെ അവളുടെ പുതപ്പിലിട്ട് പൊക്കിയെടുത്ത് കൊണ്ടുപോയി. അപ്പോൾ ഇരുവശങ്ങളിലൂടേയും അവളുടെ മെലിഞ്ഞ കൈകൾ തൂങ്ങിയാടുന്നുണ്ടായിരുന്നു. അവളെ മരിക്കാൻ അനുവദിക്കണമെന്ന് ഞാൻ ദൈവത്തിനോട് യാചിച്ചു. അരാഷിന്റെ കുടുംബം അവൻ തിരികെ വരുന്നതും കാത്തിരുന്നതുപോലെ അവളുടെ കുടുംബവും അവൾ വരുന്നതും കാത്തിരിക്കുന്നു.

ഒമ്പത്

അരാഷ് തിരികെ വരുന്നത് ഞങ്ങളെല്ലാം കാത്തിരുന്നു. അവൻ തിരികെ വരില്ലെന്നറിഞ്ഞിട്ടും ഞങ്ങൾ കാത്തിരുന്നു.

ഷാ പ്രധാന മന്ത്രിമാരെ മാറ്റിക്കൊണ്ടേയിരിക്കുകയായിരുന്നു. രാജ്യത്തിന്റെ നിയന്ത്രണം എങ്ങനെ വീണ്ടും കൈകളിലാക്കാം എന്ന ശ്രമത്തിലായിരുന്നു. അദ്ദേഹം ജനങ്ങളെ അഭിസംബോധന ചെയ്തു. നീതിക്കായുള്ള അവരുടെ മുറവിളി കേട്ടുവെന്നും, വേണ്ട മാറ്റങ്ങൾ ഉടൻ ചെയ്യുന്നുണ്ടെന്നും പറഞ്ഞു. എന്നാൽ ആ പ്രയത്നങ്ങളൊന്നും ഒരു ഫലവും കണ്ടില്ല. ഷാ വിരുദ്ധ സമ്മേളനങ്ങളുടേയും പ്രതിഷേധങ്ങളുടേയും എണ്ണം അനുദിനം വർദ്ധിച്ചുകൊണ്ടിരുന്നു. അതൊരു നിത്യസംഭവമായി. അതിനിടയിൽ 1978/79 അദ്ധ്യയനവർഷം നടന്നുകൊണ്ടിരുന്നു. എല്ലാവരിലും ഭാവി അനിശ്ചിതമാണെന്ന തോന്നൽ ശക്തി പ്രാപിക്കുന്നുണ്ടായിരുന്നു. ഞാൻ വളർന്നുവന്ന ലോകം, കല്ലിലെഴുതിയതെന്ന് വിശ്വസിച്ച നിയമങ്ങൾ, എല്ലാം മാറുകയായിരുന്നു. എല്ലാം തകരുകയായിരുന്നു. വിപ്ലവത്തെ ഞാൻ വെറുത്തു. വിപ്ലവമാണ് ഈ അക്രമങ്ങൾക്കും രക്തച്ചൊരിച്ചിലിനും കാരണം. ഇതൊരു തുടക്കം മാത്രമാണെന്നും എനിക്കറിയാമായിരുന്നു. അധികം താമസിയാതെ പട്ടാളം

കർഫ്യൂ പ്രഖ്യാപിച്ചു. എല്ലാ മൂലയിലും പട്ടാളത്തിന്റെ ട്രക്കുകൾ സ്ഥാനം പിടിച്ചു. എന്റെ സ്വന്തം ജീവിതത്തിൽ പോലും ഞാൻ അപരിചിതയാകുവാൻ തുടങ്ങി.

ഒരു ദിവസം ഞങ്ങളുടെ അപ്പാർട്ട്മെന്റ് വിറയ്ക്കുവാൻ തുടങ്ങി. എവിടെനിന്നോ വന്ന ഒരു ഘോരഗർജ്ജനമായിരുന്നു അതിനു കാരണം. ആ ഗർജ്ജനം കൂടുതൽ കരുത്താർജ്ജിച്ചു. അസ്ഥികളെ തുളയ്ക്കുന്ന കരുത്ത്. ഞാൻ ജനലിലൂടെ പുറത്തേക്ക് നോക്കി. ഒരു പട്ടാളടാങ്ക് മുന്നോട്ട് പായുന്നത് കണ്ടു. അതെന്നെ ഭയപ്പെടുത്തി. പട്ടാള ടാങ്കുകൾ ഇത്ര ഭീകരമായ സ്വരമുണ്ടാക്കുമെന്നും ഇത്രയും രാക്ഷസീയ രൂപമുള്ളവയാണെന്നും എനിക്കറിയില്ലായിരുന്നു. അത് കടന്ന് പോയപ്പോൾ അതിന്റെ ചക്രങ്ങൾ വഴിയിലുടനീളം ആഴമുള്ള കുഴികളുണ്ടാക്കിയത് ഞാൻ കണ്ടു.

ആഴ്ചകൾ കടന്നുപോയി. ഭയം വർദ്ധിച്ചുകൊണ്ടേയിരുന്നു. സർക്കാരിലോ പട്ടാളത്തിലോ പ്രധാന സ്ഥാനങ്ങൾ അലങ്കരിച്ചിരുന്ന പലരും രാജ്യം വിട്ട് പോയി. അവസാനം സ്കൂളുകളും കോളേജുകളും അടച്ചിടുന്നതായി ഉത്തരവ് വന്നു. 1978ലെ ശരത്കാലത്തിന്റെ അവസാനത്തിലായിരുന്നു അത്. നല്ല തണുപ്പുള്ള മഞ്ഞുകാലം വന്നു. എണ്ണ ശുദ്ധീകരണശാലകളിലെ സമരങ്ങളും രാഷ്ട്രീയ സാമ്പത്തിക അനിശ്ചിതത്വവും മൂലം കാറുകൾക്കും വീട് ചൂടുപിടിപ്പിക്കാനും ഇന്ധനം ലഭിക്കാതായി. അതുകൊണ്ട് ഒരു മുറി മാത്രം ചൂടാക്കാനായി. പെട്രോൾ പമ്പുകളിൽ നാഴികകൾ നീളുന്ന വരികൾ രൂപം പ്രാപിച്ചു. പലർക്കും രാത്രി മുഴുക്കെ കാറിൽ തന്നെ കഴിച്ചുകൂട്ടേണ്ടി വന്നു. ഒരു തുള്ളി പെട്രോളിനായുള്ള കാത്തിരിപ്പായിരുന്നു അത്. വീട്ടിൽ, തണുപ്പിലിരുന്ന് വിറയ്ക്കുകയല്ലാതെ എനിക്ക് ഒന്നും ചെയ്യാനില്ലായിരുന്നു. ഇടയ്ക്ക് ജനലിലൂടെ പുറത്തേക്ക് നോക്കിയിരിക്കും. വിഷമിക്കും.

ഒരുകാലത്ത് വണ്ടികൾ തിങ്ങിനിറഞ്ഞോടിയിരുന്നതാണീ തെരുവ്. ഷാ അവന്യൂ എന്ന തെരുവ്. ഇപ്പോൾ വിജനമായിരിക്കുന്നു. കാൽനടക്കാർ നിറയെ ഉണ്ടാകുമായിരുന്ന പാതയിൽ ഇപ്പോൾ ആരുമില്ല. വഴിവാണിഭക്കാരില്ല. വിലപേശലില്ല. ഭിക്ഷയാചിക്കുന്നവർ പോലുമില്ല. ഇടയ്ക്കിടെ പത്തോ ഇരുപതോ പേരടങ്ങുന്ന ഒരു സംഘം പ്രത്യക്ഷപ്പെടും. ടയറുകൾ കൂട്ടിയിട്ട് കത്തിക്കും. എന്നിട്ടു ചുറ്റിലുമുള്ള ചുമരുകളിൽ 'ഷാ മരിച്ച് പോകട്ടെ, ഖൊമേനി നീണാൾ വാഴട്ടെ' എന്നെഴുതി വയ്ക്കും. അവർ പോയിക്കഴിഞ്ഞാൽ ചുറ്റിലും റബ്ബർ കത്തുന്ന മണവും കരിയും പുകയും മാത്രം അവശേഷിക്കും. ചിലപ്പോൾ വഴിയിൽ നിറയെ കോപാകുലരായ പ്രകടനക്കാരെ കാണാം. പുരുഷന്മാരാകും മുന്നിൽ. ചാദോർ ധരിച്ച സ്ത്രീകൾ പുറകെയുണ്ടാകും. അവർ വായുവിൽ മുഷ്ടിചുരുട്ടിയെറിയുന്നുണ്ടാകും. മുദ്രാവാക്യം മുഴക്കുന്നുണ്ടാകും. ഷായെക്കതിരെയുള്ള, ഐക്യ അമേരിക്കൻ നാടുകൾക്കെതിരെയുള്ള മുദ്രാവാക്യങ്ങൾ. അവരുടെ കൈയിൽ അയാത്തൊള്ള ഖൊമേനിയുടെ ചിത്രങ്ങളുള്ള ബാനറുകളുണ്ടാകും.

ഒരു ദിവസം ഞാൻ അരാമിനേയും കുടുംബത്തേയും സന്ദർശിക്കാൻ പോയി. കെട്ടിടങ്ങളുടെ ഓരം പിടിച്ച് സുരക്ഷിതമായാണ് പോയത്. വഴി തെറ്റി വന്ന വെടിയുണ്ടകൾ പല നിരപരാധികളേയും കൊന്നൊടുക്കിയിട്ടുണ്ട്. തെരുവിലൂടെ എത്ര വേഗം നടക്കാമോ അത്രയും വേഗത്തിൽ ഞാൻ നടന്നു. പ്രതിഷേധക്കാരുടെയോ പട്ടാളക്കാരുടേയോ കൺമുന്നിൽ ചെന്ന് പെടാതിരിക്കുവാൻ ശ്രമിച്ചു. ബസ്സിൽ കയറാൻ പറ്റിയപ്പോൾ ഞാൻ സുരക്ഷിതമായ ഒരു മൂല കണ്ടെത്തി. ഞാൻ തെരുവിലിറങ്ങി എന്നറിഞ്ഞപ്പോൾ അരാം ഭയചകിതനായി. അവൻ വീടിനു വെളിയിലിറങ്ങാറില്ല. എന്നോട് ഇനി മുതൽ പുറത്തിറങ്ങരുത് എന്നഭ്യർത്ഥിച്ചു. വീട്ടിൽ ഇങ്ങനെ അടച്ചിരിക്കുന്നതിലെ മുഷിപ്പിനെക്കുറിച്ച് ഞാൻ പറഞ്ഞു. ഒരുപക്ഷേ ആ മുഷിപ്പ് മറ്റെന്തിനേക്കാളും മുമ്പേ എന്നെ വധിക്കും എന്ന് വിശദീകരിച്ചു. ഒന്നുമില്ലെങ്കിലും വീട്ടിൽ നിന്ന് ഇറങ്ങുന്നതിനു മുമ്പൊന്ന് വിളിക്കുകയെങ്കിലും ചെയ്യണം എന്നവൻ നിർബന്ധം പിടിച്ചു.

"അങ്ങനെ ഇറങ്ങുന്നതിനുമുമ്പ് ഞാൻ വിളിച്ചിട്ട് എന്താ കാര്യം?"

"സമയത്തിനെത്തിയില്ലെങ്കിൽ എനിക്കെന്തെങ്കിലും ചെയ്യാമല്ലോ."

"എന്ത് ചെയ്യാൻ?"

അവൻ എന്നെ മിഴിച്ച് നോക്കി. അവന്റെ മുഖത്തപ്പോൾ അദ്ഭുതമായിരുന്നു.

"ഞാൻ നിന്നെ തിരക്കി വരും."

"എവിടെ?"

അവന്റെ കണ്ണിലൊരു വേദന മിന്നിമറഞ്ഞു. ഞാൻ എത്ര ക്രൂരമായാണ് സംസാരിച്ചത് എന്ന് അപ്പോഴാണ് ഞാൻ തിരിച്ചറിഞ്ഞത്. അവൻ എന്നെക്കുറിച്ച് വേവലാതിപ്പെടുന്നു. ചരിത്രം ആവർത്തിക്കരുത് എന്നാഗ്രഹിക്കുന്നു.

ഞാൻ അവന്റെ കൈ എന്റെ കൈയിലെടുത്തു. "ക്ഷമിക്കണം അരാം. മാപ്പാക്ക്. എനിക്കെന്താണ് കുഴപ്പമെന്ന് എനിക്കേ മനസ്സിലാകുന്നില്ല. ഞാനൊരു വിഡ്ഢിയായിരിക്കുന്നു! ഞാനെന്താണ് ചിന്തിക്കുന്നത് എന്നുപോലും മനസ്സിലാകുന്നില്ല. ഞാൻ വിളിക്കാം. തീർച്ചയായും വിളിക്കാം."

അവൻ, എന്തോ - നിശ്ചയമില്ല, എന്ന മട്ടിൽ ഒന്ന് പുഞ്ചിരിച്ചു.

ഐറീനയെ ഒറ്റയ്ക്കിരുത്താനാകില്ലായിരുന്നു. അവരെ സന്തോഷിപ്പിക്കുവാനായി എനിക്ക് തുന്നൽ പഠിപ്പിച്ച് തരണം എന്ന് ഞാൻ ആവശ്യപ്പെട്ടു. അവരെ സന്ദർശിച്ചപ്പോഴൊക്കെ, ഞങ്ങളെല്ലാം ഒന്നിച്ച് സ്വീകരണമുറിയിലിരുന്നു. ചായ കുടിച്ചു. പ്രാദേശിക ടി.വി, റേഡിയോ എന്നിവയ്ക്ക് സെൻസർഷിപ്പുണ്ടായിരുന്നു. ഞങ്ങൾ ബി.ബി.സി വച്ചു. രാജ്യത്ത് എന്താണ് നടക്കുന്നത് എന്നറിയാൻ ശ്രമിച്ചു. ചിലപ്പോൾ ദൂരെനിന്ന് വെടിയൊച്ച കേൾക്കാം. ഇടിവെട്ടുന്നതുപോലെ ആ ഒച്ച വരുമ്പോൾ ഞങ്ങളെല്ലാം ഒന്നിച്ച് നിശ്ശബ്ദരാകും. ശബ്ദം ശ്രദ്ധിക്കും. ഐറീന വല്ലാതെ ക്ഷീണിതയായിട്ടുണ്ടായിരുന്നു. അരാമിന്റെ അമ്മയുടെ ആരോഗ്യം ഓരോ

ദിവസം കഴിയുംതോറും കൂടുതൽ മോശമാകുന്നുണ്ടായിരുന്നു. നാല്പത്തിയാറുകാരനായ അവന്റെ അച്ഛനെ കണ്ടാൽ വൃദ്ധനായി എന്ന് തോന്നും. തല നരച്ചിരിക്കുന്നു. നെറ്റിയിൽ ചുളിവുകൾ വീണിരിക്കുന്നു.

സാറയുമായി മിക്കവാറും എല്ലാ ദിവസവും ഞാൻ ഫോണിൽ സംസാരിക്കും. ചിലപ്പോൾ അവളുടെ വീട്ടിൽ പോകും. അല്ലെങ്കിൽ അവൾ എന്റെ വീട്ടിൽ വരും. അവളുടെ മാതാപിതാക്കൾ വിപ്ലവത്തിനനുകൂലമായ നിലപാടെടുത്തവരായിരുന്നു. എന്റെ അച്ഛനും അമ്മയും വിപ്ലവത്തിനെതിരായിരുന്നു. അവളുടെ മാതാപിതാക്കൾ ചില റാലികളിലും പ്രതിഷേധപ്രകടനങ്ങളിലും പങ്കെടുത്തിരുന്നു. എന്നാൽ അതിലേക്കൊന്നും അവർ സാറയേയോ സൈറസിനേയോ കൊണ്ടുപോകാറില്ല. പ്രതിഷേധ പ്രകടനങ്ങളിൽ പങ്കെടുക്കുമ്പോൾ അമ്മ ഒരു കറുത്ത ചാദോർ ധരിക്കാറുണ്ടെന്ന് സാറ പറഞ്ഞു. എപ്പോഴും നല്ല വസ്ത്രങ്ങൾ മാത്രം ധരിച്ച് നടക്കാൻ ഇഷ്ടപ്പെട്ടവളായിരുന്നു അവളുടെ അമ്മ. ആരുമറിയാതെ ഒരു ദിവസം അവർ വീട്ടിൽ നിന്നിറങ്ങി. പ്രതിഷേധ പ്രകടനത്തിന്റെ ഭാഗമാകാൻ സൈറസിന് ആഗ്രഹമുണ്ടെന്ന് ഒരിക്കൽ സാറ എന്നോട് പറയുകയുണ്ടായി. അങ്ങനെ പോകുമ്പോൾ തന്നേയും കൊണ്ടുപോകണമെന്ന് അവൾ സൈറസിനോട് അഭ്യർത്ഥിച്ചുവത്രെ. അവൻ അത് നിഷേധിച്ചു. അവൾ കൊച്ചുകുട്ടിയാണെന്നും ഇതെല്ലാം അപകടം പിടിച്ച കളിയാണെന്നും ഉപദേശിച്ചു. പോകരുതെന്ന് ഞാൻ സാറയോട് കെഞ്ചി. അരാഷ് അപ്രത്യക്ഷമായത് ഓർമ്മിപ്പിച്ചു. എന്നാൽ ഭയമാണ് ഏറ്റവും വലിയ ശത്രുവെന്നും ഇങ്ങനെ ഭയക്കുന്നത് ജനം അവസാനിപ്പിക്കണമെന്നും അഭിപ്രായക്കാരിയായിരുന്നു അവൾ. ഷായെ്ക്കതിരെ ചെറുത്ത് നിൽക്കണം. രാജ്യത്തെ എണ്ണപ്പണത്തിന്റെ അധികഭാഗവും അയാൾ തന്റെ സ്വകാര്യ സ്വത്ത് വർദ്ധിപ്പിക്കുന്നതിനായി ഉപയോഗിക്കുകയാണ്. കൊട്ടാരങ്ങൾ കെട്ടിപ്പൊക്കുന്നു. ആഢംബരങ്ങൾ നിറഞ്ഞ വിരുന്നുകൾ നല്കുന്നു. വിദേശരാജ്യങ്ങളിലുള്ള തന്റെ സ്വകാര്യ നിക്ഷേപങ്ങളിലേക്ക് പണം കടത്തുന്നു. വിമർശിക്കുന്നവരെ തുറുങ്കിലടക്കുകയും പീഡിപ്പിക്കുകയും ചെയ്യുന്നു.

“നീയും വരണം” സാറാ പറാഞ്ഞു. “അരാഷിനു വേണ്ടി നീ വരണം. ഷാ കള്ളനാണ്, കൊലയാളിയാണ്. അയാളെ നമുക്ക് ഒഴിവാക്കണം.”

ഒരു ദിവസം ഞങ്ങൾ താമസിക്കുന്ന അപ്പാർട്ട്മെന്റിന്റെ കീഴിലുള്ള ഒരു ഭക്ഷണശാലയിലേക്ക് ‘ഷാ ഭരണം തുലയട്ടെ’ എന്ന് ഒച്ചവച്ചുകൊണ്ട് ഒരു സംഘം ആളുകൾ ഇരച്ച് കയറി. അവർ ജനലുകൾ തല്ലിത്തകർത്തു. ബീയർ കാനുകളും മറ്റ് മദ്യങ്ങളുമെല്ലാം എടുത്ത് കൊണ്ടുപോയി കവലയിലിട്ട് കത്തിച്ചു. ബിയർ കാനുകൾ പൊട്ടിത്തെറിച്ചു. അത് ഞങ്ങളുടെ ജനലുകളെ വിറപ്പിച്ചു. ആ ഭക്ഷണശാലയുടെ ഉടമകളെ എനിക്ക് നല്ല വണ്ണമറിയാമായിരുന്നു. ഒരു അർമേനിയൻ കുടുംബമായിരുന്നു അത്. വർഷങ്ങളായി ഞങ്ങൾ അയൽക്കാരാണ്. ഈ അക്രമത്തിൽ അവർക്ക് പരിക്കൊന്നും പറ്റിയില്ല. പക്ഷേ അവർ വല്ലാതെ ഭയന്നു.

സാവാധാനം തെരുവിൽ പട്ടാളക്കാരുടെ സാന്നിദ്ധ്യത്തിൽ കുറവ് വന്നുതുടങ്ങി. അവരെ കാണാതായി തുടങ്ങി. അമിതമായ ചെറുത്ത് നില്പ്, തനിക്കെതിരെയുള്ള മുന്നേറ്റത്തിന് ഇന്ധനമാകുകയേയുള്ളൂ എന്ന് ഷാ തിരിച്ചറിഞ്ഞിരുന്നു. ചില പട്ടാളക്കാരും പ്രതിഷേധക്കാരെ വെടി വയ്ക്കുവാനുള്ള ഉത്തരവ് അനുസരിക്കുന്നില്ല എന്ന് ജനം വിശ്വസിക്കു വാൻ തുടങ്ങി. ഇടയ്ക്കൊക്കെ പട്ടാള ട്രക്കുകൾ കടന്നുപോകുന്നത് കാണാമെങ്കിലും അവർ പ്രതിഷേധക്കാരെ വെടിവയ്ക്കാതെ പിൻ വാങ്ങാൻ തുടങ്ങിയിരുന്നു.

രാജ്യത്ത് നടക്കുന്നതിനെ ചൊല്ലി എന്റെ മാതാപിതാക്കൾക്ക് അത്ര വേവലാതിയൊന്നും കണ്ടില്ല. ഇസ്ലാം മുന്നേറ്റത്തെ അവർ വളരെ ലാഘവ ത്തോടെയാണ് കണ്ടത്. ഇത് മുല്ലമാരും പുരോഹിതരും ചേർന്നുണ്ടാ ക്കുന്ന അസ്വാസ്ഥ്യത്തിന്റെ ഒരു കാലഘട്ടം മാത്രമാണെന്നും ഇതിനെ മറികടക്കുവാനുള്ള കരുത്ത് ഷാ സർക്കാരിനുണ്ടെന്നും അവർ കരുതി, വിശ്വസിച്ചു. അതുകൊണ്ട് തന്നെ വീട്ടിൽനിന്ന് എപ്പോഴൊക്കെ ഞാനിറ ങ്ങുന്നുവോ അപ്പോഴൊക്കെ 'ശ്രദ്ധിക്കണം' എന്ന് അമ്മ പറയുമായിരു ന്നെങ്കിലും ഈ കറുത്ത ദിനങ്ങൾക്ക് ഉടൻ അറുതി വരുമെന്ന പൂർണ വിശ്വാസത്തിൽ തന്നെയായിരുന്നു അവർ ഇരുവരും.

1979 ജനുവരി പതിനാറാം തീയതി ഷായ്ക്ക് ഇറാൻ വിട്ട് പോകേണ്ടി വന്നു. വിദേശത്ത് അഭയം തേടേണ്ടി വന്നു. രാഷ്ട്രീയ തടവുകാരെല്ലാം വിട്ടയയ്ക്കപ്പെട്ടു. തെരുവുകളിലെല്ലാം ആഘോഷങ്ങളുണ്ടായി. ജനങ്ങൾ നൃത്തം ചെയ്യുന്നതും കാറുകൾ നിർത്തിയിട്ട് ഉച്ചത്തിൽ ഹോൺ മുഴ ക്കുന്നതും ഞാൻ എന്റെ ജനലിൽനിന്ന് കണ്ടു. ദീർഘകാലം തുർക്കി, ഇറാക്ക്, ഫ്രാൻസ് എന്നിവിടങ്ങളിൽ രാജ്യഭ്രഷ്ടനായി ജീവിക്കേണ്ടി വന്ന ഖൊമേനി ഫെബ്രുവരി ഒന്നാം തിയതി രാജ്യത്ത് തിരിച്ചെത്തി. ടെഹ് റാനിൽ വിമാനമിറങ്ങിയ അദ്ദേഹത്തിനോട്, ഇങ്ങനെ തിരിച്ചുവരുമ്പോൾ എന്തു തോന്നുന്നു എന്ന് ഒരു മാധ്യമ പ്രവർത്തകൻ ചോദിച്ചു. ഒന്നും തോന്നുന്നില്ല എന്നായിരുന്നു മറുപടി. ആ വാക്കുകൾ എന്നിൽ നീരസം ജനിപ്പിച്ചു. അദ്ദേഹത്തിന്റെ ഈ തിരിച്ചുവരവിനായി അനേകം ജനങ്ങൾ ജീവൻ നൽകി. ഇറാനിലെ വ്യവസ്ഥിതി കൂടുതൽ മെച്ചമാകുമെന്ന് കരുതി യാണവർ സ്വന്തം ജീവൻ ബലി നൽകിയത്. എന്നിട്ടും അദ്ദേഹത്തിന് 'ഒന്നും തോന്നുന്നില്ല'ത്രെ. അദ്ദേഹത്തിന്റെ ഞരമ്പുകളിലൂടെയോടുന്നത് ഊഷ്മള രക്തമല്ല, തണുത്ത വെള്ളമാണെന്ന് എനിക്ക് തോന്നി.

ഖൊമേനി തിരിച്ചെത്തിയിട്ടും പട്ടാളത്തിന്റെ കൂറ് അപ്പോഴും ഷായോ ടാണെന്ന് കേട്ടു. തെരുവിൽ അപ്പോഴും ടാങ്കുകളും പട്ടാള ട്രക്കുകളു മുണ്ടായിരുന്നു. ഒരു മാസത്തോളം രാജ്യത്തിന്റെ ഭാവി അനിശ്ചിതത്വ ത്തിലായിരുന്നു. പൂർണമായ അനിശ്ചിതത്വം. പട്ടാളം അടിയന്തിരാവസ്ഥ പ്രഖ്യാപിച്ച് മിക്കവാറും നഗരങ്ങൾ പിടിച്ചെടുത്തിരുന്നു. കർഫ്യൂ പ്രാബല്യത്തിലുണ്ടായിരുന്നു. ജനങ്ങളെല്ലാം എന്നും രാത്രി ഒമ്പത് മണിക്ക് പുരപ്പുറത്ത് കയറി നിന്ന് ഉച്ചത്തിൽ അരമണിക്കൂറോളം

'അള്ളാഹു അക്ബർ' എന്ന് വിളിക്കുവാൻ, അങ്ങനെ വിപ്ലവത്തിനോടുള്ള അവരുടെ പിന്തുണയറിയിക്കുവാൻ, അയാത്തൊള്ള ഖൊമേനി ആവശ്യപ്പെട്ടു. ഈ അള്ളാഹു അക്ബർ വിളികളിൽ ഞാനോ എന്റെ മാതാപിതാക്കളോ പങ്കെടുത്തില്ല. എന്നാൽ രാജ്യത്തെ മിക്കവരും ഇതിൽ പങ്കെടുത്തു. വിപ്ലവത്തെ അത്രയ്ക്കൊന്നും പിന്തുണക്കാതിരുന്നവരും ഇതിൽ പങ്കെടുത്തു. ഐക്യമത്യം, സഹാനുഭാവം രാജ്യത്ത് പ്രബലമായിട്ടുണ്ടായിരുന്നു. ഒരു നല്ല ഭാവി, ജനാധിപത്യം എന്നിങ്ങനെയുള്ള പ്രതീക്ഷകൾ ജനങ്ങളിൽ വേരുപിടിച്ചിരുന്നു.

1979 ഫെബ്രുവരി പത്താംതീയതി പട്ടാളം ഇറാനിലെ ജനങ്ങളുടെ ഇംഗിതത്തിനു വഴങ്ങി. ഫെബ്രുവരി പതിനൊന്നാം തീയതി അയാത്തൊള്ള ഖൊമേനി, മെഹ്ദി ബസർഗാനെ പ്രധാനമന്ത്രിയാക്കി ഒരു ഇടക്കാല സർക്കാരുണ്ടാക്കുന്നതായി പ്രഖ്യാപിച്ചു.

അധികം താമസിയാതെ എല്ലായിടവും ഇസ്ലാമിക് കമ്മറ്റികളാലും വിപ്ലവ ഗാർഡുകളാലും നിറഞ്ഞു. അവർ എല്ലാവരേയും സംശയത്തോടെ മാത്രം കണ്ടു. നൂറുകണക്കിനാളുകളെ അറസ്റ്റ് ചെയ്തു. അവരെല്ലാം SAVAK അംഗങ്ങളാണെന്നായിരുന്നു ആരോപണം. അറസ്റ്റ് ചെയ്തവരെ തുറുങ്കിലടയ്ക്കുകയും അവരുടെ സമ്പത്തെല്ലാം കണ്ട് കെട്ടുകയും ചെയ്തു. ചിലരെ വധശിക്ഷയ്ക്ക് വിധേയരാക്കി. പഴയ സർക്കാരിന്റെ കാലത്തെ ഉന്നത ഉദ്യോഗസ്ഥരിൽ ആരെങ്കിലും അപ്പോഴും നാടുവിട്ടിരുന്നില്ലെങ്കിൽ അവരും ഇങ്ങനെ വധശിക്ഷയ്ക്ക് വിധേയരാക്കപ്പെട്ടവരുടെ പട്ടികയിൽ ഇടം പിടിച്ചു. വികൃതമാക്കപ്പെട്ട ശവങ്ങളുടെ ഭീകര ചിത്രം വർത്തമാന പത്രങ്ങളിൽ സ്ഥാനം പിടിച്ചു. അക്കാലങ്ങളിൽ വർത്തമാന പത്രങ്ങൾ വച്ചിരിക്കുന്ന സ്റ്റാൻഡുകളിലെത്തിയാൽ ഞാൻ തല താഴ്ത്തി നടക്കുമായിരുന്നു.

വിപ്ലവം നടന്ന് അധികം കഴിയാതെ, നൃത്തം ചെയ്യുന്നത് ഒരു ദുരാചാരണമാണെന്നും അത് നിയമവിരുദ്ധമാണെന്നുമുള്ള പ്രഖ്യാപനമുണ്ടായി. അച്ഛന് കലാസാംസ്കാരിക മന്ത്രാലയത്തിലെ ജോലി നഷ്ടമായി. അധികം താമസിയാതെ അച്ഛൻ പർതേഫ് അമ്മാവന്റെ സ്റ്റെയിൻലസ് സ്റ്റീൽ കമ്പനിയിൽ ഗുമസ്തനായും വിവർത്തകനായും ജോലി ചെയ്യുവാനാരംഭിച്ചു. അച്ഛൻ ദീർഘനേരം ജോലി ചെയ്ത്, ക്ഷീണിതനായി, അസന്തുഷ്ടനായി തിരിച്ചെത്തുമായിരുന്നു. അച്ഛനെ കണ്ടുകിട്ടുക എന്നത് അപൂർവ്വമായി. മുമ്പും അങ്ങനെയായിരുന്നതിനാൽ അതിലെനിക്ക് അദ്ഭുതം തോന്നിയില്ല. പക്ഷേ ഇപ്പോൾ അതിലും കുറവായി എന്ന് മാത്രം. വീട്ടിലുള്ളപ്പോൾ അച്ഛന് എപ്പോഴും ഗൗരവമായിരിക്കും. എന്നെ ശല്യപ്പെടുത്തരുത് എന്നൊരു മുഖഭാവം. പത്രം വായനയും ടെലിവിഷൻ കാണലും മാത്രമായി വീട്ടിലെത്തിയാൽ അച്ഛൻ ചെയ്യുന്ന പ്രവർത്തി. അങ്ങനെ ഞങ്ങൾ പരസ്പരം സംസാരിക്കുന്നതേ വിരളമായി.

സ്കൂൾ തുറന്നു. ഞങ്ങളെല്ലാം സ്കൂളിൽ പോയി തുടങ്ങി. ഞങ്ങളുടെ പ്രധാനാദ്ധ്യാപിക ഷാ സർക്കാരിന്റെ സമയത്തുണ്ടായിരുന്ന വിദ്യാഭ്യാസ

മന്ത്രിയുമായി അടുത്ത് പരിചയമുള്ള ഒരു വനിതയായിരുന്നു. അവർ സ്കൂൾ വിട്ടിരിക്കുന്നു. അവരെ വധിച്ചു എന്നൊരു വാർത്തയും ഞങ്ങൾ കേട്ടു. വർഷങ്ങളായി അതിനിപുണമായി ഈ സ്കൂൾ ഭരണം കയ്യാളിയിരുന്നത് അവരാണ്. അവരുടെ അസാന്നിദ്ധ്യം എല്ലാ രംഗങ്ങളിലും കാണാമായിരുന്നു. ഞങ്ങളുടെ മിക്കവാറും എല്ലാ അദ്ധ്യാപകരേയും മാറ്റുമെന്നും സർക്കാരിനെ പിന്തുണയ്ക്കുന്നവരെ മാത്രം നിയമിക്കുമെന്നും ഒരു കിംവദന്തിയുണ്ടായിരുന്നു. പത്തൊമ്പതുകാരിയായ ഖനൂം മഹ്മൂദിയായി പുതിയ പ്രധാനാദ്ധ്യാപിക. ഇത് കാര്യങ്ങൾ കൂടുതൽ വഷളാക്കുകയായിരുന്നു. അവർ ഒരു മുൻ വിപ്ലവഗാർഡാണ്. തീർത്തും മതഭ്രാന്ത് പിടിച്ച ഒരു സ്ത്രീ. എപ്പോഴും ഹെജാബ് ധരിച്ച് മാത്രം നടക്കുന്ന ഒരാൾ. ഹെജാബ് ധരിക്കുക എന്നത് നിയമംമൂലം അനുശാസിക്കപ്പെട്ടിരുന്നില്ല. എന്നാൽ നിയമങ്ങളിൽ അധികം താമസിയാതെ മാറ്റമുണ്ടാകുമെന്ന് തോന്നിത്തുടങ്ങിയിരിക്കുന്നു. സ്ത്രീശരീരത്തിനുള്ള പൂർണ്ണ മറ നൽകുന്ന വസ്ത്രം എന്നാണ് ഹെജാബ് എന്ന അറബി വാക്കിന്റെ അർത്ഥം. പല രൂപങ്ങളുണ്ടതിന്. ചാദോർ അതിലൊന്നാണ്. ടെഹ്റാൻ പോലെയുള്ള വലിയ നഗരങ്ങളിൽ ഹെജാബ് നിർബന്ധമാക്കിയപ്പോൾ സ്ത്രീകൾ ചാദോർ ധരിക്കുന്നതിനു പകരമായി നീളമുള്ള അയഞ്ഞ ളോഹപോലെയുള്ള വസ്ത്രവും തലയിൽ വലിയ തട്ടവും ധരിക്കാനാരംഭിച്ചു. ശരിയായ രീതിയിൽ ധരിക്കുന്നുവെങ്കിൽ ഇതും ഹെജാബിനു പകരമായി സ്വീകാര്യമായി പരിഗണിച്ചിരുന്നു.

വിപ്ലവം കഴിഞ്ഞ് ഏതാനും മാസങ്ങൾവരേക്കും മനസ്സാക്ഷിക്കനുസരിച്ച് കാര്യങ്ങൾ വെട്ടിത്തുറന്നു പറയുവാനുള്ള സ്വാതന്ത്ര്യം കുറച്ചെങ്കിലും നിലനിന്നിരുന്നു. ചിന്താസ്വാതന്ത്ര്യവുമുണ്ടായിരുന്നു. സ്കൂളിൽ വിവിധ രാഷ്ട്രീയ സംഘടനകൾ അവരുടെ വർത്തമാന പത്രങ്ങൾ സ്വതന്ത്രമായി വിൽക്കാറുണ്ടായിരുന്നു. ഒഴിവ് സമയങ്ങളിൽ രാഷ്ട്രീയ ചർച്ചകൾ കേൾക്കാമായിരുന്നു. ഇതിനുമുമ്പ് ഒരു മാർക്സിസ്റ്റ് പ്രവർത്തകനെ ഞാൻ കണ്ടിട്ടില്ല. എന്നാൽ ഇപ്പോൾ എല്ലായിടത്തും അവരെ കണ്ടു തുടങ്ങി. ഇവരെക്കൂടാതെ മൊജാഹെദിൻ-എ ഖൽഘ് എന്ന സംഘടനയുമുണ്ടായിരുന്നു. 'ജനങ്ങൾക്ക് വേണ്ടി പോരാടുന്ന ദൈവത്തിന്റെ യോദ്ധാക്കൾ' എന്നാണിതിന്റെ അർത്ഥം. ഷാ ഭരണകാലത്ത് ഈ സംഘടനകളെല്ലാം നിരോധിക്കപ്പെട്ടിരുന്നു എങ്കിലും വർഷങ്ങളായി അവർ ഒളിപ്രവർത്തനം നടത്തുന്നുണ്ടായിരുന്നു. മൊജാഹിദീനുകളെക്കുറിച്ച് എനിക്ക് ഒന്നുമറിയില്ലായിരുന്നു. അവരെക്കുറിച്ച് പഠിക്കാനും വളരെയധികമുണ്ടെന്ന് തോന്നുന്നു. മൊജാഹിദീനുകൾ വഴിതെറ്റിപ്പോയി ദൈവത്തിലും ഇസ്ലാമിലും വിശ്വസിക്കാൻ തുടങ്ങിയ മാർക്സിസ്റ്റുകളാണെന്നാണ് എന്റെ ഒരു മാർക്സിസ്റ്റ് സുഹൃത്ത് പറഞ്ഞത്. അവർ മുസ്ലീം സോഷ്യലിസ്റ്റ് വിഭാഗത്തിൽപെടുന്നു. ഇസ്ലാം ഇറാനെ സാമൂഹ്യനീതിയിലേക്കു നയിക്കുമെന്നും പാശ്ചാത്ത്യവൽക്കരണത്തിൽനിന്നും മോചിപ്പിക്കുമെന്നും അവർ വിശ്വസിക്കുന്നു. അറുപതുകളിലാണവർ സംഘടിക്കുന്നതും ആയുധമേന്തുന്നതും. ഷാ ഭരണത്തെ

അട്ടിമറിക്കുക എന്നതായിരുന്നു അന്നവരുടെ ലക്ഷ്യം. പക്ഷേ അവർ ഖൊമേനിയുടെ അനുയായികളല്ല. അയാത്തൊള്ള ഖൊമേനി പ്രശസ്ത നാകുന്നതിനും വർഷങ്ങൾക്ക് മുമ്പ് അവർ ഷാ ഭരണത്തിനെതിരെ പ്രതി ഷേധ പ്രകടനങ്ങൾ നടത്തിയിട്ടുണ്ട്. അക്കാലത്ത് തന്നെ അവരുടെ സംഘാംഗങ്ങളെ എവിനിൽ കൊണ്ടുപോയി പീഡിപ്പിക്കുകയും കൊല്ലുക യുമുണ്ടായിട്ടുണ്ട്. ഇവരിൽ മിക്കവരും സർവകലാശാലാ വിദ്യാർത്ഥികളാ യിരുന്നു. അവർ ഇസ്ലാമിക് വിശ്വാസത്തിൽ മാത്രം പ്രവർത്തിക്കുന്ന സംഘമാണെന്ന ഒറ്റകാരണംകൊണ്ട് അവരുമായി കൈകോർക്കുകയില്ല എന്ന തീരുമാനത്തിൽ ഞാൻ എത്തിച്ചേർന്നു.

അൽബോർസ് എന്ന് പേരുള്ള ആൺകുട്ടികൾക്ക് മാത്രമായുള്ള ഒരു സ്കൂളിലാണ് അരാം പഠിച്ചിരുന്നത്. അത് എന്റെ സ്കൂളിനു സമീപ ത്തായിരുന്നു. സ്കൂൾ തുറന്ന് ഒരാഴ്ച കഴിഞ്ഞ ഒരു ദിവസം ഉച്ചനേരത്ത് ഞാൻ വീട്ടിലേക്ക് തിരിച്ച് നടക്കുമ്പോൾ അരാം എന്നെ വിളിക്കുന്നത് കേട്ടു. പെട്ടെന്ന് അവന്റെ സഹോദരനെക്കുറിച്ചുള്ള എന്തെങ്കിലും വാർത്ത ലഭിച്ചതിനാലാകും അവനെന്നെ വിളിക്കുന്നതെന്ന ഒരു തോന്നലുണ്ടായി. എന്റെ ഹൃദയമിടിപ്പ് വർദ്ധിച്ചു. അതല്ല, എന്നെ കണ്ടതിനാൽ വിളിച്ച താണെന്നും വീടുവരെ ഒപ്പം നടക്കാമെന്നും അവൻ പറഞ്ഞു. അത് കേട്ട പ്പോൾ ആശ്വാസമാണെനിക്ക് തോന്നിയത്. അരാഷ് ജീവിച്ചിരിപ്പില്ല എന്നെനിക്ക് ഉറപ്പായിരുന്നെങ്കിലും ആരിൽ നിന്നും അത് കേൾക്കാനുള്ള മനക്കരുത്ത് എനിക്കില്ലായിരുന്നു.

അവൻ എന്നോട് എന്റെ സ്കൂളിനെക്കുറിച്ച് ചോദിച്ചു. ഞങ്ങളുടെ പുതിയ പ്രധാനാദ്ധ്യാപിക ഒരു വിപ്ലവ ഗാർഡ് ആണെന്ന് ഞാനവനോട് പറഞ്ഞു. അവർ കീശയിൽ തോക്കുമായാണ് വരുന്നതെന്ന് ആരെങ്കിലും പറഞ്ഞാൽ അതിലും ഞാൻ അദ്ഭുതപ്പെടുകയില്ല എന്നും പറഞ്ഞു.

"നീ രാഷ്ട്രീയ കക്ഷികളുമായി ബന്ധപ്പെട്ട് പ്രവർത്തിക്കുന്നില്ലല്ലോ, അല്ലേ" അവൻ എന്നോട് ചോദിച്ചു. അവന്റെ സഹോദരൻ അപ്രത്യക്ഷ നായതു മുതൽ അരാം വിഷണ്ണനായിരിക്കുന്നു. കൂടുതൽ പക്വതയുള്ള വനായിരിക്കുന്നു. വിപ്ലവത്തിനു മുമ്പ് അവന്റെ ചിന്തകൾ ബാക്സറ്റ് ബോൾ, വിരുന്നുകൾ എന്നിവയിൽ ഒതുങ്ങി നിന്നിരുന്നു. എന്നാൽ ഇപ്പോൾ അവന് എല്ലാതിനെക്കുറിച്ചും ഭയമാണ്. എപ്പോഴും എന്നെ ഉപ ദേശിച്ചുകൊണ്ടിരിക്കും.

"ഇത് വളരെ അപകടം പിടിച്ച സമയമാണെന്നാണ് അച്ഛൻ പറയു ന്നത്. തങ്ങളുടെ യഥാർത്ഥ സുഹൃത്തുക്കൾ ആരാണെന്നും ശത്രുക്കൾ ആരാണെന്നും തിരിച്ചറിയുവാനാണ് പുതിയ സർക്കാർ ഇങ്ങനെ എല്ലാ രാഷ്ട്രീയ കക്ഷികൾക്കും പ്രവർത്തന സ്വാതന്ത്ര്യം അനുവദിച്ചിരിക്കുന്നത് എന്നാണച്ഛൻ പറയുന്നത്. അധികം വൈകാതെ സർക്കാരിനെതിരായി എന്തെങ്കിലും ചെയ്യുന്നവരെയൊക്കെ അവർ അറസ്റ്റ് ചെയ്യും." അവൻ പറഞ്ഞു.

ഇത് തന്നെയായിരുന്നു സെനിയ വല്ല്യമ്മയുടേയും അഭിപ്രായം ഏതാനും ദിവസം മുമ്പ് ഇതേ വാചകം അവരും പറയുകയുണ്ടായി. എന്നോട് എപ്പോഴും ശ്രദ്ധയോടെ മുന്നോട്ട് പോകണം എന്നവർ പറഞ്ഞു. വിവിധതരം ആശയങ്ങളിൽ എനിക്ക് ജിജ്ഞാസ തോന്നിയിരുന്നു. എന്നും ഒഴിവ് സമയങ്ങളിൽ ഞാൻ വിവിധ രാഷ്ട്രീയ സംഘങ്ങൾക്കൊപ്പം പ്രവർത്തിക്കുന്ന പതിനൊന്ന്, പന്ത്രണ്ട് ക്ലാസുകളിലെ വിദ്യാർത്ഥികൾ സംഘടിപ്പിക്കുന്ന ചർച്ചകൾ കേൾക്കാനിരിക്കുമായിരുന്നു.

ദൈവവിശ്വാസമില്ല എന്നതൊഴിച്ച്, മാർക്സിന്റേയും ലെനിന്റേയും ആശയങ്ങൾ ആകർഷകമായി തോന്നി. എല്ലാവർക്കും തുല്യനീതി. ധനം എല്ലാവരിലും വിഭജിക്കപ്പെടണം. തുല്യമായി വിഭജിക്കണം. എന്നാൽ അവരുടെ മാർഗം യഥാർത്ഥ ജീവിതത്തിൽ പരാജയപ്പെട്ടു. സോവിയറ്റ് യൂണിയനിലും മറ്റ് കമ്മ്യൂണിസ്റ്റ് രാഷ്ട്രങ്ങളിലും എന്ത് സംഭവിച്ചു എന്നെനിക്കറിയാം. കമ്മ്യൂണിസം പ്രാവർത്തികമായില്ല. അതേസമയം ഞാനിപ്പോൾ ഒരു ഇസ്ലാം സമൂഹം എന്താണെന്നും കാണുന്നു. ഇസ്ലാം സർക്കാരിനെ വിമർശിക്കുന്നവർ ആരായാലും അവർ വിമർശിക്കുന്നത് ഇസ്ലാമിനെയാണെന്നാണ് പറയുന്നത്. അതായത് അവർ ഇസ്ലാമിനും ദൈവത്തിനും എതിരാണെന്ന്. ഇസ്ലാമിനെ സംബന്ധിച്ചിടത്തോളം, എനിക്കറിയാവുന്നിടത്തോളം, മാർഗം തിരുത്താത്തവർക്ക് ജീവിക്കുവാനുള്ള അർഹതയില്ല...

ജനങ്ങളുടെ വിശ്വാസം, മതം എന്നിവ വിപ്ലവത്തിനുമുമ്പ് ഒരു പ്രശ്നമായിരുന്നില്ല. ചുരുങ്ങിയ പക്ഷം ഞാൻ ജനിച്ചതിനുശേഷമുള്ള കാലത്തെങ്കിലും എന്റെ അനുഭവത്തിലെങ്കിലും അങ്ങനെയായിരുന്നു. എന്റെ സ്കൂളിൽ വിവിധ മതങ്ങളിൽനിന്നുള്ള പെൺകുട്ടികളുണ്ടായിരുന്നു. ഞങ്ങളിൽനിന്നും പ്രതീക്ഷിച്ചിരുന്നത് വിദ്യാഭ്യാസത്തിൽ ശ്രദ്ധ കേന്ദ്രീകരിക്കുക എന്നത് മാത്രമായിരുന്നു. അതിനോടൊപ്പം വിനീതമായും ബഹുമാനത്തോടേയും അദ്ധ്യാപകരോട് സംസാരിക്കുക, മാന്യതയോടെ പെരുമാറുക എന്നിവയും. എന്നാൽ ഇപ്പോൾ ലോകം നാല് വ്യത്യസ്ത പാതകളിലേക്ക് നീങ്ങിയിരിക്കുന്നു എന്ന് തോന്നുന്നു. മൗലികവാദികളായ ഇസ്ലാം വിശ്വാസികൾ, കമ്മ്യൂണിസ്റ്റുകൾ, ഇടതുപക്ഷ ഇസ്ലാം വിശ്വാസികൾ, ഏകാധിപത്യ സിദ്ധാന്തക്കാർ എന്നിങ്ങനെ. എനിക്കാകട്ടെ ഈ നാലുകൂട്ടരുമായി യോജിക്കുവാനാകുന്നില്ല. മിക്കവാറും എല്ലാവരും ഇതിലേതെങ്കിലും ഒരു സംഘത്തിൽ പെട്ടിരുന്നു. ഞാൻ മാത്രമില്ല. ഇത് ഞാൻ ഏകയാണെന്നും മറ്റുള്ളവരിൽനിന്നും അകന്ന് നിൽക്കുന്നു എന്നുമുള്ള തോന്നൽ എന്നിൽ ശക്തമാക്കി.

ഗീത ഇപ്പോൾ പതിനൊന്നാം ക്ലാസുകാരിയാണ്. ഫദായീൻ-എഖൽഘ് എന്ന് വിളിക്കുന്ന കമ്മ്യൂണിസ്റ്റ് പാർട്ടിയുടെ അംഗമാണ്. സാറയുടെ സഹോദരനായ സൈറസ്, മൊജാഹിദീൻ സംഘാംഗമാണ്. സാറയും അവരുടെ ആശയങ്ങളേയും ചിന്താഗതിയേയും പിന്തുണയ്ക്കുന്നു.

ഇസ്ലാം വിപ്ലവം വിജയം കണ്ട് ഏകദേശം മൂന്ന് മാസം കഴിഞ്ഞപ്പോൾ, അതായത് 1979ലെ മെയ്മാസത്തിലെ ഒരു രാത്രിയിൽ ഞാൻ വീട്ടിൽ ഒറ്റയ്ക്കിരിക്കുകയായിരുന്നു. അച്ഛനുമമ്മയും ഒരു സുഹൃത്തിന്റെ വീട്ടിലേക്ക് പോയിരുന്നു. ഹോം വർക്ക് ചെയ്ത് തീർക്കാനുണ്ടായിരുന്നതിനാൽ ഞാൻ പോയില്ല. എട്ട് മണിയോടെ ഞാൻ ടെലിവിഷൻ ഓൺ ചെയ്തു. അക്കാലത്ത് ആകെ രണ്ട് ചാനലുകളേ ലഭ്യമായിരുന്നുള്ളൂ. വിപ്ലവത്തിനുശേഷം കാണാൻ കൊള്ളുന്ന പരിപാടികൾ വളരെ വിരളമായിരുന്നു. എന്നാൽ ഒരു ഡോക്യുമെന്ററി എന്റെ ശ്രദ്ധയാകർഷിച്ചു. സെപ്തംബർ എട്ടാം തീയതി നടന്ന ജലേഹ് ചത്വരത്തിലെ റാലിയെക്കുറിച്ചായിരുന്നു ആ ഡോക്യുമെന്ററി. ഷാ ഭരണ കൂടത്തിനെതിരെ നടന്ന റാലി. അരാഷ് ജീവിച്ചിരിപ്പില്ല എന്ന് എനിക്ക് നല്ലവണ്ണമറിയാമായിരുന്നു എങ്കിലും അന്നാണവൻ മരിച്ചത് എന്ന് എന്റെ മനസ്സ് ഉറപ്പിക്കുന്നില്ല. അന്ന് അവൻ അപ്രത്യക്ഷനായി എന്ന് മാത്രം. എന്റെ കണ്ണ് നിറഞ്ഞു. ഞാൻ ടെലിവിഷനു സമീപത്തേക്ക് നീങ്ങി. ചിത്രങ്ങൾ അത്ര വ്യക്തമല്ലായിരുന്നു. അത് ചിത്രീകരിച്ച മനുഷ്യൻ മിക്കവാറും സമയം ക്യാമറയുമായി ഓടുകയായിരുന്നു. അതുകൊണ്ട് തന്നെ ചിത്രങ്ങൾ പിന്തുടരുവാനും ബുദ്ധിമുട്ടായിരുന്നു. പട്ടാളക്കാർ ജനക്കൂട്ടത്തിനുനേരെ തോക്ക് ചൂണ്ടി വെടിവച്ചു. ജനക്കൂട്ടം ചിതറിയോടി. ചിലർ നിലത്ത് വീഴുന്നത് ഞാൻ കണ്ടു. പട്ടാളക്കാർ ശവം പെറുക്കിയെടുത്ത് പട്ടാള ട്രക്കിലേക്ക് വലിച്ചെറിഞ്ഞു. പിന്നെ ഒരു നിമിഷം, ഒരു നിമിഷം മാത്രം, ഞാൻ അവനെ കണ്ടു. അതിലൊരു ശരീരം അവന്റേതായിരുന്നു. ഞാൻ എഴുന്നേറ്റ് നിന്നു. ഭയന്നു. എനിക്കെന്തോ വല്ലായ്മ തോന്നി. അതൊരു ഭീകര ദൃശ്യമായിരുന്നു. എനിക്ക് സംസാരിക്കാനാകുന്നില്ല. എനിക്ക് കരയാനാകുന്നില്ല. ഞാൻ മുറിയിലേക്ക് പോയി. മെത്തയിലിരുന്നു. ഒരു പക്ഷേ അത് അവനാണെന്ന് ഞാൻ വെറുതെ ചിന്തിച്ചതാകാം എന്നാലോചിച്ചു. എന്നെ അങ്ങനെ വിശ്വസിപ്പിക്കാൻ ശ്രമിച്ചു. എനിക്ക് എന്ത് ചെയ്യാനാകും? എനിക്ക് സത്യമറിയണം. ഞാൻ നേരെ ഫോണെടുത്ത് അരാമിനെ വിളിച്ചു. എന്റെ പരിഭ്രമിച്ച സ്വരം അവൻ കേട്ടു. അവനോട് എല്ലാം എങ്ങനെ പറയണം എന്ന് എനിക്കറിയില്ലായിരുന്നു.

“മറീനാ... എന്ത് പറ്റീ?”

നിശ്ശബ്ദത.

“എന്തെങ്കിലും പറയ്...ഞാനിപ്പോൾ നിന്റെ വീട്ടിലേക്ക് വരണോ?”

“വേണ്ട.” ഞാൻ പറയുന്നത് കേട്ടു.

“പിന്നെ... ദയവായി പറയ്... എന്താണ് കുഴപ്പം...”

“അവർ സെപ്തംബർ എട്ടാം തിയതി നടന്ന പ്രകടനത്തെക്കുറിച്ചുള്ള ഡോക്യുമെന്ററി കാണിക്കുന്നുണ്ടായിരുന്നു. പട്ടാളക്കാർ ശവം പെറുക്കിയെടുത്ത് ട്രക്കിലേക്ക് വലിച്ചെറിയുന്നുണ്ടായിരുന്നു. അതിൽ ഒന്ന് അരാഷിന്റേതാണെന്ന് എനിക്ക് തോന്നി.” ഒരുവിധത്തിൽ ഞാനിത്രയും പറഞ്ഞു.

നിശ്ശബ്ദത. കനത്ത നിശ്ശബ്ദത.

“നിനക്കുറപ്പാണോ?”

“അല്ല. എങ്ങനെ ഞാനുറപ്പിക്കും? ഒരു സെക്കന്റുപോലും കാണാനായില്ല. പക്ഷേ നമുക്ക് ഇതെങ്ങനെ കണ്ടെത്തുവാനാകും?“

പിറ്റേന്ന് സ്കൂൾ വിട്ടാൽ നമുക്ക് ടെലിവിഷൻ കേന്ദ്രത്തിലേക്ക് പോകാമെന്ന് അരാം നിർദ്ദേശിച്ചു. കാലത്ത് തന്നെ പോകണം എന്നായിരുന്നു എനിക്ക്. പക്ഷേ സ്കൂളിൽ എത്തിയിട്ടില്ല എന്നറിഞ്ഞാൽ ഞങ്ങൾ ഇരുവരുടേയും മാതാപിതാക്കൾ വിഷമിക്കും. തീർത്തും ഉറപ്പില്ലാതെ ഇതിനെക്കുറിച്ച് മാതാപിതാക്കളുമായി സംസാരിക്കാനും ഞങ്ങൾക്ക് താത്പര്യമില്ലായിരുന്നു.

പിറ്റേന്ന് ഞങ്ങൾ ടെലിവിഷൻ കേന്ദ്രത്തിലെത്തി. ബസ്സിലായിരുന്നു യാത്ര. വഴിയിലുടനീളം ഞങ്ങൾ ഇരുവരും ഒരക്ഷരം സംസാരിച്ചില്ല. ഞങ്ങൾ ആദ്യം റിസപ്ഷനിസ്റ്റിനെ കണ്ടു. ഒരു മധ്യവയസ്കയായിരുന്നു അവർ. കാര്യങ്ങളെല്ലാം വിശദീകരിച്ചു. അവർ അനുകമ്പ കാണിച്ചു. തനിക്ക് ആ പ്രകടനത്തിനിടയിൽ ഒരു കസിൻ നഷ്ടമായി എന്ന് പറഞ്ഞു. അവർ ആർക്കൊക്കെയോ ഫോൺ ചെയ്തു. പിന്നെ ഒരു ചെറിയ ഓഫീസ് മുറിയിലിരുന്നിരുന്ന താടി വച്ച ഒരു യുവാവിന്റെ സമീപത്തേക്ക് കൊണ്ടുപോയി. കട്ടിക്കണ്ണടയാണയാൾ ധരിച്ചിരുന്നത്. എന്റെ മുഖത്തേക്ക് അയാൾ നോക്കിയതേയില്ല. ഞങ്ങൾ സംസാരിക്കുന്നതിനിടയിൽ അയാൾ തലയാട്ടിക്കൊണ്ടിരുന്നു. അയാൾ ഞങ്ങളെ വിവിധതരം ഉപകരണങ്ങളാൽ നിറഞ്ഞിരുന്ന വലിയൊരു മുറിയിലേക്ക് കൊണ്ടുപോയി. അവിടെയുണ്ടായിരുന്ന മനുഷ്യനോടും ഞങ്ങൾ കഥകളെല്ലാം പറഞ്ഞു. ആഘ-യെ റെസായി എന്നാണദ്ദേഹത്തിന്റെ പേര്. നാല്പതുകളിലായിരിക്കണം അയാളുടെ പ്രായം. ടേപ്പ് കണ്ടെത്താം എന്ന് അദ്ദേഹം ഉറപ്പ് തന്നു. അത് കണ്ടെത്തുകയും ചെയ്തു.

അരാമും ഞാനും സ്ക്രീനിലേക്ക് മിഴിച്ച് നോക്കിയിരുന്നു. ആ ചിത്രം വന്നു. ആഘ-യെ റെസായിയോട് ചിത്രമൊന്ന് ഫ്രീസ് ചെയ്യാൻ ഞങ്ങൾ ആവശ്യപ്പെട്ടു. അത് അരാഷാണെന്നതിൽ യാതൊരു സംശയവുമുണ്ടായിരുന്നില്ല. അവന്റെ കണ്ണുകൾ അടഞ്ഞിട്ടുണ്ടായിരുന്നു. വായ് ചെറുതായി തുറന്നിട്ടുണ്ടായിരുന്നു. വെളുത്ത ടി-ഷർട്ടിൽ മുഴുക്കെ രക്തമുണ്ടായിരുന്നു.

ആരോ വലിയൊരു പാറക്കല്ലുകൊണ്ട് എന്റെ നെഞ്ചിലടിച്ചതുപോലെയായി എനിക്ക്. അവനോടൊപ്പം ആ നിമിഷം ഞാനുമുണ്ടായിരുന്നെങ്കിൽ എന്ന് ആഗ്രഹിച്ചു. അവൻ ഒറ്റയ്ക്കായ ആ നിമിഷം. അവൻ ഭയന്നിട്ടുണ്ടാകുമായിരുന്ന ആ നിമിഷം.

ദീർഘനേരത്തേക്ക് സ്ക്രീനിൽ നിന്നും ഞങ്ങൾക്ക് കണ്ണെടുക്കാനായില്ല. അവസാനം ഞാൻ അരാമിന്റെ മുഖത്തേക്ക് നോക്കി. അവന്റെ കണ്ണിൽ ഒരു വികാരവുമില്ലായിരുന്നു. അവനും എന്നെപ്പോലെ എല്ലാം മനസ്സിലാക്കുവാൻ ശ്രമിക്കുകയായിരുന്നു. മരണം ബാക്കിവച്ചുപോയ ആ വലിയ ശൂന്യതയെ മനസ്സിലാക്കുവാൻ ശ്രമിക്കുകയായിരുന്നു.

പരിചിതമായ ഒന്നിൽ നിന്നും അപരിചിതമായ ഒന്നിലേക്കുള്ള ഘോര മായ വീഴ്ച. ആ വീഴ്ചയിൽ ഒന്ന് നിലത്തെത്തി പൊട്ടിത്തകരാനുള്ള കാത്തിരിപ്പ്. ഞാൻ അവന്റെ കൈയിന്മേൽ തൊട്ടു. അവൻ തല തിരിച്ച് എന്നെ നോക്കി. ഞാനവനെ ആലിംഗനം ചെയ്തു. ആഘ-യെ റെസായ് ഞങ്ങളോടൊപ്പം കരയുന്നുണ്ടായിരുന്നു.

"അച്ഛനുമമ്മയേയും വിളിക്കണം. അവരോട് ഇപ്പോൾ തന്നെ എല്ലാം പറയണം." അരാം പറഞ്ഞു.

ഒരു മണിക്കൂറിനുള്ളിൽ അവരെത്തി. അവരാകെ തകർന്നിരുന്നു. എട്ട് മാസത്തെ ക്ലേശങ്ങൾക്കൊടുവിൽ ഇപ്പോൾ ഞങ്ങൾ അവന്റെ മരണം എന്ന സത്യവുമായി മുഖാമുഖം നിൽക്കുന്നു. അവനെ കണ്ടെത്തിയ തിന് അവർ എന്നോട് നന്ദി പറഞ്ഞു. അതെ, നന്ദി. എന്റെ ബുദ്ധി മര വിച്ചിരുന്നു. എനിക്ക് ഒന്നും ചിന്തിക്കാനാകുന്നുണ്ടായിരുന്നില്ല. എന്നെ യവർ വണ്ടിയിൽ വീട്ടിൽ കൊണ്ടുപോയി വിടാമെന്ന് പറഞ്ഞു. ഞാൻ നിരസിച്ചു. എനിക്ക് ഒറ്റയ്ക്കാകണമായിരുന്നു.

ഞാൻ ബസ്സിൽ കയറി. ഒഴിഞ്ഞ ഒരു സീറ്റ് കണ്ടെത്തി. പ്രാർത്ഥിച്ചു. അതല്ലാതെ മറ്റെന്തെങ്കിലും ചെയ്യാനുണ്ടായിരുന്നോ? "ദൈവമാതാവായ പരിശുദ്ധ കന്യാമറിയമേ" എന്നത് വീണ്ടും വീണ്ടും ചൊല്ലി. മതിയാ വോളം. അവൻ മരിച്ച നിമിഷത്തിൽ അവനോടൊപ്പമില്ലാതിരുന്നതിന്റെ പ്രായശ്ചിത്തമായി. എന്നാൽ ഇത്രയും മതിയോ? എന്റെ ആത്മാവിനെ പിടികൂടിയിരുന്ന ദുഃഖം ഒന്നിനേയും മാപ്പാക്കുന്നില്ല. ആ ദുഃഖം അനു നിമിഷം ഇരട്ടിക്കുകയാണ്. അതിനെ സ്വീകരിക്കുകയും അതങ്ങനെ വർദ്ധിച്ചുവരുന്നത് അനുവദിക്കുകയുമല്ലാതെ മറ്റ് മാർഗ്ഗമില്ല. അതെ വിടേക്ക് പോകുന്നോ അവിടെക്ക് പൊയ്ക്കൊള്ളട്ടെ. അതല്ലെങ്കിൽ അതെന്റെ ആത്മാവിനെ നശിപ്പിക്കും. ആത്മാവിനെ ഒന്നുമല്ലാത്തതാക്കും.

വീട്ടിലെത്തിയപ്പോൾ കൈ വിറച്ച് ചാവി തിരിക്കാനായില്ല. ചാവി അതിന്റെ ദ്വാരത്തിലേക്ക് കയറുന്നേയില്ല. ഞാൻ മണിയടിച്ചു. അകത്ത് നിന്ന് ഉത്തരമൊന്നും വന്നില്ല. ചുറ്റിലും അന്തരീക്ഷത്തിന് നല്ല ചൂട്. അതി നോടൊപ്പം പുകയും വാഹനങ്ങളുടെ ഒച്ചയും. എല്ലാം കൂടി എന്നെ പര വശയാക്കി. ഞാൻ ദീർഘമായി ശ്വസിച്ച് വീണ്ടും ചാവി ദ്വാരത്തിലിടു വാൻ ശ്രമിച്ചു. വാതിൽ തുറന്നു. അകത്ത് കടന്ന് വാതിലടച്ച് ഞാന തിൽ ചാരി നിന്നു. മുറിയിൽ ഇരുട്ടായിരുന്നു. വായുവിനിത്തിരി തണുപ്പു ണ്ടായിരുന്നു. നിശ്ശബ്ദതയുണ്ടായിരുന്നു. വല്ലാതെ ക്ഷീണിതയായ ഞാൻ കനം തൂങ്ങിയ കാലുകൾ പടികളിൽ വച്ചു. സാവധാനം മുകളിലേക്ക് കയറുവാൻ തുടങ്ങി. ആദ്യ പടി വച്ചപ്പോഴേക്കും തളർന്ന് താഴെ വീണു. കുറച്ച് നേരത്തേക്ക് പടിയിലെ കല്ലിന്റെ തണുപ്പ് ചർമ്മത്തിലുരസി നിന്നു. അത് ഞാനറിഞ്ഞു. പിന്നെ ആരോ എന്നെ വിളിക്കുന്നത് കേട്ടു. ആരോ എന്റെമുഖത്ത് സ്പർശിക്കുന്നത് കേട്ടു. ഞാൻ കണ്ണു തുറന്നു. അമ്മ എന്നെ തുറിച്ച് നോക്കുന്നു. എന്നെ പിടിച്ച് കുലുക്കുന്നു.

"മറീനാ... എഴുന്നേൽക്ക്!"

അമ്മ എന്റെ കൈപിടിച്ച് വലിച്ചു. ഒരുവിധത്തിൽ ഞാൻ എഴുന്നേറ്റ് നിന്നു. അമ്മയെ ചാരി നിന്നു. അമ്മ എന്നെ മുറിയിലേക്ക് നയിച്ചു. അമ്മ എന്നോട് സംസാരിക്കുന്നുണ്ടായിരുന്നു. എന്നാൽ എന്താണ് പറയുന്നത് എന്നെനിക്ക് മനസ്സിലായില്ല. കനത്ത മൂടൽ മഞ്ഞുപോലെയായിരുന്നു ആ സ്വരം. കട്ടിയുള്ള പുകപോലെ. അത് സൂര്യന്റെ വെളിച്ചത്തെ മറയ്ക്കുന്നത് പോലെ.

മെത്തയിലിരിക്കാൻ അമ്മ സഹായിച്ചു. എന്ത് സംഭവിച്ചു എന്നറിയാൻ എനിക്കും താത്പര്യമുണ്ടായിരുന്നു. അരാഷ് എന്തിനു മരിച്ചു എന്നറിയാൻ. ഞാൻ ജനലിലൂടെ പുറത്തേക്ക്, നീലാകാശത്തേക്ക് നോക്കി നിന്നു.

അവസാനം ചുറ്റുപാടിനെക്കുറിച്ച് ബോധം വന്നപ്പോൾ, അമ്മ അടുത്ത് നിൽക്കുന്നത് കണ്ടു. അമ്മയുടെ കൈയിലപ്പോൾ എന്റെ പ്രിയ വിഭവമുണ്ടായിരുന്നു. മാട്ടിറച്ചി, പച്ചിലകൾ കൊണ്ടുള്ള സ്റ്റൂ, ചോറ്. പുറത്ത് ഇരുട്ടായിട്ടുണ്ട്. എന്റെ കിടപ്പ് മുറിയിലെ വെളിച്ചം തെളിയിച്ചിരിക്കുന്നു. ഞാൻ വാച്ചിലേക്ക് നോക്കി. ഒമ്പത് മണി കഴിഞ്ഞിരിക്കുന്നു. പിന്നേയും രണ്ട് മണിക്കൂർ കഴിഞ്ഞു. ഞാനപ്പോഴും എന്റെ മെത്തയിൽ തന്നെയിരിപ്പാണ്. ദുഃഖം എന്നെ ഈ ലോകത്തിൽ നിന്നുതന്നെ അകറ്റി എന്ന് തോന്നി. കത്രികകൊണ്ട് കടലാസ് മുറിച്ചെടുക്കുന്നതുപോലെ ഈ ലോകത്തിൽ നിന്നും അതെന്നെ മുറിച്ച് മാറ്റിയിരിക്കുന്നു. സമയം പോകുന്നത് ഞാനറിയുന്നില്ല.

"അവൻ മരിച്ചു." ഞാൻ ഉച്ചത്തിൽ പറഞ്ഞു. അങ്ങനെ ഉച്ചത്തിൽ പറഞ്ഞാലെങ്കിലും അത് സംഭവിച്ചിരിക്കുന്നു എന്ന്, എന്തിനത് സംഭവിച്ചു എന്ന ആശയക്കുഴപ്പത്തിൽനിന്ന് അത് എന്നെ കരകേറ്റുമെന്ന പ്രതീക്ഷയോടെയാണ് ഞാനത് പറഞ്ഞത്.

"ആര്?"

അമ്മ മെത്തയ്ക്കരികിലിരിപ്പുണ്ടായിരുന്നു.

"അരാഷ്."

അമ്മ എന്നിൽ നിന്നും മുഖം തിരിച്ചു.

"സെപ്തംബർ എട്ടാം തിയതിയിലെ പ്രകടനത്തിനിടയിൽ അവൻ കൊല്ലപ്പെട്ടു. വെടികൊണ്ടു. അവൻ മരിച്ചു."

"അത് ഭീകരമായിരിക്കുന്നു." അമ്മ നെടുവീർപ്പിട്ടു. തല കുലുക്കി. "നിനക്ക് അവനെ ഇഷ്ടമായിരുന്നു എന്നെനിക്കറിയാം. ഇത് വൈഷമ്യമുളവാക്കുന്നതാണ് വളരെ വളരെ. പക്ഷേ നീ ഇതിൽ നിന്നും പുറത്ത് വരും. നാളെ നേരം വെളുക്കുമ്പോൾ നിന്റെ മനസിനിത്തിരിയെങ്കിലും ആശ്വാസം ലഭിക്കും. ഞാനൊരു ചായ കൊണ്ടുവരാം."

അമ്മ പുറത്തേക്ക് പോയി. ഇടയ്ക്കാക്കെ അമ്മ എന്നെ സ്നേഹിക്കാറുണ്ട്. എന്നാൽ അത് അധികം വലിച്ച് നീട്ടാറില്ല. ഇടയ്ക്ക് കൊള്ളിയാൻ പോലെ ഒന്ന് മിന്നിമറയും. പിന്നെ വീണ്ടും ഇരുട്ടാകും.

ഒരു കപ്പ് ചായ കിട്ടിയപ്പോൾ ഉറക്കം വന്നു. പിന്നെ അർദ്ധരാത്രിയോടെ നെഞ്ചെരിഞ്ഞ് ഉണർന്നു. ഞാൻ അരാഷിനെ സ്വപ്നം കാണുകയായിരുന്നു. ഞാൻ അലമാര തുറന്നു. എന്റെ മാലാഖയെ പുറത്തെടുത്തു. മെത്തയ്ക്കടിയിലേക്ക് ഇഴഞ്ഞ് നീങ്ങി. എനിക്ക് കരച്ചിലടക്കാനാകുന്നില്ല. ഞാൻ തേങ്ങി. എന്നെ നിശ്ശബ്ദനാക്കാൻ ഞാൻ ശ്രമിച്ചു. കഴിഞ്ഞില്ല. എത്ര ശക്തമായി തേങ്ങലടക്കുവാൻ ശ്രമിച്ചുവോ അത്രയും ശക്തമായി കരച്ചിൽ പുറത്തേക്ക് വന്നു. ഞാൻ മെത്തയിൽനിന്നും തലയിണയെടുത്ത് മുഖത്ത് അമർത്തിപ്പിടിച്ചു. ജനങ്ങൾ മരിക്കുന്നതെന്തുകൊണ്ടെന്ന് എന്റെ മാലാഖയൊന്ന് വന്ന് പറഞ്ഞുതന്നെങ്കിൽ എന്ന് ഞാൻ ആഗ്രഹിച്ചു. ഞാൻ സ്നേഹിക്കുന്നവരെ ദൈവം കൊണ്ടുപോകുന്നതെന്തുകൊണ്ട് എന്ന് അവനൊന്ന് വന്ന് പറഞ്ഞിരുന്നെങ്കിൽ... പലവട്ടം വിളിച്ചെങ്കിലും അവൻ വന്നില്ല.

1979 സപ്തംബർ ആറാം തിയതി ഐറീന അന്തരിച്ചു. ഹൃദയാഘാതമായിരുന്നു. അവർ മരിക്കുന്നതിനു മുമ്പ് എനിക്ക് ഞാൻ സ്നേഹിച്ച രണ്ടുപേരെ നഷ്ടപ്പെട്ടിരുന്നു. രണ്ട് പേരെ നഷ്ടപ്പെട്ടു എങ്കിലും ഒരു ശവസംസ്കാര ചടങ്ങിൽ ഞാൻ പങ്കെടുത്തിട്ടില്ല. ഐറീനയുടേതാണ് ഞാനാദ്യമായി പങ്കെടുത്ത ശവസംസ്കാര ചടങ്ങ്. സെപ്തംബർ ഒമ്പതാം തിയതി ഞാൻ കറുത്ത പാവാടയും കറുത്ത ബ്ലൗസും ധരിച്ച് കണ്ണാടിയിൽ നോക്കി. കറുത്ത വസ്ത്രത്തിൽ എന്നെ കണ്ടപ്പോൾ വെറുപ്പ് തോന്നി. മെലിഞ്ഞ്, വിളറി, ക്ഷീണിതയായ ഞാൻ. എങ്കിലും ധീരയായി നിൽക്കണം. ഞാൻ കറുത്ത വസ്ത്രം അഴിച്ച് മാറ്റി എന്റെ ഇഷ്ട വർണ്ണമായ തവിട്ടെടുത്തിട്ടു. തവിട്ട് പാവാട, വെണ്ണനിറത്തിലുള്ള ബ്ലൗസ്. ഈ ഉടുപ്പായിരിക്കും ഐറീനയ്ക്ക് കൂടുതൽ ഇഷ്ടമാകുക.

ബസ് സ്റ്റോപ്പിലേക്ക് പോകുന്ന വഴിയിൽ ഞാൻ പൂക്കടയിൽ കയറി റോസാപ്പൂക്കളുടെ ഒരു പൂച്ചെണ്ട് വാങ്ങി. ബസ്സിൽ ജനലിനരികിലാണിരുന്നത്. തെരുവ് പുറകോട്ട് പോകുന്നത് നോക്കിയിരുന്നു. നഗരത്തിൽ നിന്നും വർണ്ണങ്ങളും സന്തോഷങ്ങളുമെല്ലാം ഒഴിഞ്ഞ് പോയിരിക്കുന്നു. ജനം ഇപ്പോൾ കടുംവർണ്ണങ്ങൾ, കറുത്ത വർണ്ണം മാത്രമേ ഉപയോഗിക്കുന്നുള്ളൂ. നടക്കുമ്പോൾ കീഴ്പ്പോട്ട് നോക്കി നടക്കുന്നു. പരസ്പരം മുഖത്തേക്ക് നോക്കുന്നതും ചുറ്റിലുമുള്ള കാഴ്ചകൾ കാണുന്നതും ഒഴിവാക്കുന്നു. മിക്കവാറും ചുമരുകളിലെല്ലാം വെറുപ്പിനെ പ്രോത്സാഹിപ്പിക്കുന്ന പരുഷമായ മുദ്രവാക്യങ്ങളാൽ പൊതിഞ്ഞിരിക്കുന്നു.

ടെഹ്റാനിലെ റഷ്യൻ ഓർത്തഡോക്സ് പള്ളിയിൽ പുരോഹിതരില്ലായിരുന്നു. അതിനാൽ ചടങ്ങുകൾ നടന്നത് ഗ്രീക്ക് പള്ളിയിലായിരുന്നു. സംസ്കാരം റഷ്യൻ സെമിത്തേരിയിലും. ഐറീനയുടെ സംസ്കാരത്തിനുമുമ്പേ എത്താനായതിൽ എനിക്ക് സന്തോഷം തോന്നി. അവരോട് അവസാന യാത്ര പറയുവാനുള്ള ഭാഗ്യമെനിക്കുണ്ടായി.

സംസ്കാരത്തിനുശേഷം അരാമിനോട് എന്റെ മുത്തശ്ശിയുടെ കല്ലറ തിരഞ്ഞ് കണ്ടുപിടിക്കാൻ സഹായമഭ്യർത്ഥിച്ചു. അതെവിടെയാണെന്ന്

കൃത്യമായി എനിക്കറിയില്ലായിരുന്നു. അവരുടെ സംസ്കാരത്തിന് എന്നെ കൊണ്ടുപോയിട്ടില്ലായിരുന്നു. അതിനുശേഷം ഒരിക്കൽപോലും അച്ഛനു മമ്മയും എന്നെ അവരുടെ കല്ലറ കാണിച്ചിട്ടുമില്ല. എനിക്കത് കണ്ടുപിടിച്ച് ഒന്ന് പ്രാർത്ഥിക്കണമെന്ന് തോന്നി. സെമിത്തേരി അത്ര വലുതൊന്നു മല്ലായിരുന്നു. ചുറ്റിലും മണ്ണിഷ്ടിക കൊണ്ടുള്ള മതിലുണ്ടതിന്. കല്ലറകൾ എല്ലാം വളരെ അടുത്തടുത്തായിരുന്നു. മുത്തശ്ശിയുടെ കല്ലറ കണ്ടുപിടി ക്കുക അത്ര എളുപ്പമാകില്ല. ഞങ്ങൾ കല്ലറകൾക്കിടയിലൂടെ പെരുവിര ലിൽ നടന്നു. അഞ്ചാറെണ്ണം കടന്ന് ചെന്നപ്പോൾ മുത്തശ്ശിയുടെ കല്ലറ കണ്ടെത്തി. മുത്തശ്ശി എന്നെയാണ് കണ്ടെത്തിയതെന്ന് എനിക്ക് തോന്നി. അവർക്ക് വേണ്ടി എന്റെ കൈയിൽ ഒരു ഇളംചുവപ്പ് റോസാപ്പൂവുണ്ടാ യിരുന്നു.

ഞാൻ ചുറ്റിലും നോക്കി. എന്നന്നേക്കുമായി അടച്ച് വച്ച പുസ്തക ചട്ടപോലെ തോന്നിച്ചു ഓരോ കല്ലറയും. ഞാൻ നടന്ന് ഓരോന്നിലും എഴുതിയിരുന്ന പേരും ജനന മരണ തിയതികളും വായിച്ചു. ചിലർ പ്രായ മേറെയായിട്ടാണ് മരിച്ചതെങ്കിൽ ചിലർ ചെറുപ്പത്തിലേ മരിച്ചുപോയിരി ക്കുന്നു. അവരെയെല്ലാം അറിയണം എന്നൊരു ആഗ്രഹം തോന്നി. ഒരി ക്കലും പറയരുതാത്ത കഥകൾ അനേകമുണ്ട്. എന്റെ മാലാഖയ്ക്ക് ഇവരെയെല്ലാം അറിയാമോ? ഇവരെയൊക്കെ സഹായിക്കാൻ അദ്ദേഹ ത്തിനായോ? അവർ മരിച്ചുകൊണ്ടിരുന്നപ്പോൾ അവരുടെ ഹൃദയസ്പന്ദനം കേൾക്കാൻ അദ്ദേഹത്തിനായോ? ശരീരം വിടുന്നതിനുമുമ്പ് അവർക്കു ണ്ടായ അവസാന ചിന്ത എന്തായിരിക്കും? അവരുടെ ഏറ്റവും വലിയ പശ്ചാത്താപം, ദുഃഖം എന്തായിരുന്നിരിക്കും? മരണ സമയത്ത് ഇങ്ങനെ പശ്ചാത്താപമോ ദുഃഖമോ ഇല്ലാതാകുക എന്നത് സാധ്യമാണോ? ആ നിമിഷത്തിൽ ഞാൻ മരിക്കുകയാണെങ്കിൽ ഞാൻ എന്തിനെക്കുറിച്ചാ യിരിക്കും പശ്ചാത്തപിക്കുന്നത്? ദുഃഖിക്കുന്നത്?

അരാമിന്റെ കുടുംബാംഗങ്ങളും സുഹൃത്തുക്കളും സെമിത്തേരിയിൽ നിന്നും യാത്രയായി തുടങ്ങി. അവന്റെ മാതാപിതാക്കൾ ഞങ്ങളെ നോക്കു ന്നത് ഞാൻ കണ്ടു. അവർ അരാഷിനെ ഓർക്കുകയാണെന്ന് എനിക്ക് മനസ്സിലായി. അവനെ മറവ് ചെയ്തത് എവിടെയെന്ന് അറിയാനുള്ള അവ കാശം അവർക്കുണ്ട്. അവന് ഒരു കല്ലറയ്ക്കുള്ള അവകാശമുണ്ട്. അവന്റെ ശരീരമടക്കിയ ഒരു തുണ്ട് ഭൂമിയിൽ എനിക്ക് റോസാച്ചെടികൾ നടണം. എല്ലാ നിറങ്ങളിലുമുള്ള റോസാച്ചെടികൾ. അവന്റെ കല്ലറയ്ക്ക് മുകളിൽ പുല്ലും പായലും പിടിക്കാൻ ഞാൻ അനുവദിക്കില്ല. അവൻ മരിച്ചിട്ടിപ്പോൾ ഒരു വർഷം കഴിഞ്ഞിരിക്കുന്നു. നഷ്ടത്തിന്റേയും ദുഃഖ ത്തിന്റേയും നാല് ഋതുക്കൾ.

1979 നവംബർ ഒന്നാം തിയതി, ഐക്യഅമേരിക്കൻ നാടുകൾക്കെതിരെ പ്രകടനത്തിനിറങ്ങാൻ ഇറാൻ ജനതയോട് അയാത്തൊള്ള ഖൊമേനി ആവശ്യപ്പെട്ടു. "വലിയ ചെകുത്താൻ" എന്നാണ് അദ്ദേഹം അമേരിക്കയെ

വിളിച്ചത്. ഭൂമിയിലെ എല്ലാ ദുഷിപ്പിനും കാരണം ഐക്യ അമേരിക്കൻ നാടുകളാണെന്ന് അദ്ദേഹം പറഞ്ഞു. ഇസ്രായേലിനോടൊപ്പം ഇസ്ലാമിന്റെ ഏറ്റവും വലിയ ശത്രുവും അമേരിക്കയാണ്. ആയിരക്കണക്കിനാളുകൾ തെരുവിലിറങ്ങി. അവർ അമേരിക്കൻ എംബസി വളഞ്ഞു. ഞാൻ ആ പ്രകടനം ടെലിവിഷനിൽ കണ്ടു. കോപാകുലരായ ഈ ജനക്കൂട്ടം എവിടെ നിന്നെത്തി എന്നദ്ഭുതപ്പെട്ടു. എനിക്കറിയാവുന്ന ആരും ആ പ്രകടനത്തിൽ പങ്കെടുത്തിട്ടില്ല. എന്നിട്ടും ജനമഹാസമുദ്രമാണ് എംബസിയുടെ ചുറ്റിലുമുള്ള മൈതാനത്തിൽ നിറഞ്ഞത്. എംബസിക്ക് ചുറ്റിലും മതിലുണ്ടായിരുന്നു.

1979 നവംബർ നാലാം തീയതി "ഇമാമിന്റെ പാത പിന്തുടരുന്ന മുസ്ലീം വിദ്യാർത്ഥികൾ" എന്ന് സ്വയം വിളിച്ച ഒരു സംഘം സർവകലാശാലാ വിദ്യാർത്ഥികൾ എംബസിയുടെ പ്രധാന കെട്ടിടത്തിൽ കയറി അമ്പതോളം അമേരിക്കക്കാരെ ബന്ദികളാക്കി എന്ന വാർത്ത വന്നു. ഐക്യ അമേരിക്കൻ നാടുകൾ ഷായെ മടക്കി തരണം എന്നായിരുന്നു അവരുടെ ആവശ്യം. ഷാ അപ്പോൾ അർബുദ ചികിത്സയ്ക്കായി അമേരിക്കയിലുണ്ടായിരുന്നു. ഷാ ഇറാനിൽ വിചാരണ നേരിടണമെന്നും അതിനായി അമേരിക്ക ഷായെ നാടുകടത്തി ഇറാനെ ഏല്പിക്കണമെന്നും അവർ ആവശ്യപ്പെട്ടു. ഇത് ശുദ്ധഭ്രാന്താണെന്ന് എനിക്ക് തോന്നി. ഞാൻ ആരോടൊക്കെ സംസാരിച്ചുവോ അവരെല്ലാം ഈ അഭിപ്രായക്കാരായിരുന്നു. ഷാ ഗുരുതരാവസ്തയിലാണെന്ന് എല്ലാവർക്കുമറിയാമായിരുന്നു. അതുകൊണ്ട് തന്നെ ഈ ബന്ദി നാടകത്തിനൊരു അർത്ഥവുമില്ലായിരുന്നു. പക്ഷേ, വിപ്ലവത്തിനു ശേഷം അർത്ഥമുള്ള ഒന്നും സംഭവിക്കാറില്ലായിരുന്നു.

പത്ത്

സന്ദർശകരെ അനുവദിച്ചിരുന്ന ദിവസം എല്ലാവരും നല്ല ഉന്മേഷത്തിലാകും. അന്ന് ആദ്യമായി കൂടെയുള്ള പെൺകുട്ടികൾ ഉച്ചത്തിൽ സംസാരിക്കുന്നത് ഞാൻ കേട്ടു. തടവുപുള്ളികളുടെ പേരുകൾ അക്ഷരമാലാക്രമത്തിലാണ് ഗാർഡ് സഹോദരിമാർ വിളിച്ചത്. ഒരു സമയത്ത് പതിനഞ്ച് പേരുകൾ. ഉച്ചഭാഷിണിയിലൂടെയാണ് വിളി വരിക. പേരുവിളിച്ചാൽ അവർ ചാദോർ അണിഞ്ഞ് ഓഫീസിലേക്ക് നീങ്ങും. ഞങ്ങളുടെ മാതാപിതാക്കൾക്ക് ഞങ്ങളെ കാണാൻ അനുവാദം ലഭിച്ചിട്ടുണ്ടാകുമോ ഇല്ലയോ എന്നതറിയാതെ ഞാനും തരെനയും മുറിയിൽ ഉലാത്തുവാൻ തുടങ്ങി. രണ്ട് മാസമായി തരേനയെ അറസ്റ്റ് ചെയ്തിട്ട്. ഇന്നുവരേക്കും സന്ദർശകരാരും എത്തിയിട്ടില്ല. അവളുടെ അവസാന പേരിന്റെ ആദ്യ അക്ഷരം ഇംഗ്ലീഷ് അക്ഷരമാലയിലെ 'ബി'യിൽ തുടങ്ങുന്നു. അതിനാൽ അവളുടെ പേരു വിളിച്ചതിനു ശേഷം മാത്രമേ എന്റെ പേര് വരികയുള്ളൂ.

"...തരേന ബെഹ്സാദി..."

ഞങ്ങൾ ഇരുവരും ഒരുമിച്ച് ചാടിയെഴുന്നേറ്റു. ഒച്ചവച്ചു. അവൾക്ക് അതിയായ സന്തോഷം തോന്നി. അവൾ അവളുടെ ചാദോർ അണിഞ്ഞു. കണ്ണ് മൂടിക്കെട്ടി. ഇരുമ്പ് കമ്പികളുള്ള വാതിലിനപ്പുറത്ത് അപ്രത്യക്ഷയായി. ഞാനപ്പോഴും അവിടെ ഉലാത്തിക്കൊണ്ടിരുന്നു. മിക്ക കുട്ടികളും കരഞ്ഞുകൊണ്ടാണ് മടങ്ങി വന്നത്. അര മണിക്കൂർ കഴിഞ്ഞപ്പോൾ തരേനയെത്തി. അവൾ ശാന്തയായിരുന്നു.

"അച്ഛനമ്മമാരെ കണ്ടോ?"

"ഉവ്വ്."

"അവർക്ക് സുഖം തന്നെയല്ലേ?"

"ആയിരിക്കണം. ആണെന്ന് ഞാൻ കരുതുന്നു. സന്ദർശകർക്കുള്ള മുറിയിൽ ഒരു ചില്ലുവാതിലുണ്ട്. കട്ടിയുള്ള ചില്ല്. അവിടെ ഫോണുകളൊന്നുമില്ല. സംസാരിക്കാൻ അനുവാദമില്ല. സംസാരിക്കാനുമാകില്ല. ആംഗ്യഭാഷയായിരുന്നു."

അവസാനം എന്റെ പേരുവിളിക്കപ്പെട്ടു. ഓഫീസിലെത്തിയപ്പോൾ കണ്ണ് മൂടിക്കെട്ടുവാൻ ആവശ്യപ്പെട്ടു. ഞാൻ വരിയിൽ നിന്നു. വരി താഴേക്ക് നീങ്ങി. പിന്നെ പുറത്തേക്കും. സന്ദർശകർക്കുള്ള മുറിയിലേക്ക് ഞങ്ങൾ നീങ്ങി. അതിൽ പ്രവേശിക്കുന്നതിനു മുമ്പ് കണ്ണു കെട്ടിയത് അഴിച്ച് മാറ്റുവാൻ ഉത്തരവുണ്ടായി. ആധുധധാരികളായ ഗാർഡുകൾ എല്ലാ മൂലയിലും കാവലുണ്ടായിരുന്നു. കട്ടിയുള്ള ഒരു ചില്ലുപാളി മുറിയെ രണ്ടായി പകുത്തിരിക്കുന്നു. മറുവശത്ത് വളരെയധികം സ്ത്രീപുരുഷന്മാർ തടിച്ച് കൂടിയിരിക്കുന്നു. അവരിൽ ചിലർ കരയുന്നുണ്ട്. ചില്ലുചുമരിൽ കൈവച്ചാണധികം പേരും നിൽക്കുന്നത്. അവർ എല്ലാ മുഖങ്ങളും തിരയുകയാണ്. തങ്ങളുടെ മകളെവിടെ എന്നാണവർ തിരയുന്നത്. ഞാൻ എന്റെ മാതാപിതാക്കളെ കണ്ടു. അവർ കരഞ്ഞുകൊണ്ട് എനിക്കരികിലേക്ക് ഓടിവന്നു. എന്റെ അമ്മ ഒരു കറുത്ത ളോഹയാണണിഞ്ഞിരിക്കുന്നത്. അതമ്മയുടെ കണങ്കാലുവരെ നീണ്ടുകിടന്നിരുന്നു. ഒരു കറുത്ത വലിയ സ്കാർഫുകൊണ്ട് അമ്മ തലയും ചുമലും മറച്ചിരിക്കുന്നു. എവിനിലേക്ക് വരാൻ വേണ്ടി മാത്രമായിരിക്കണം അമ്മ ഇതെല്ലാം വാങ്ങിയത്. മന്തേവു എന്ന് വിളിക്കുന്ന ആ ളോഹപോലെയുള്ള വസ്ത്രമൊരെണ്ണം അമ്മയുടെ പക്കൽ എന്നെ അറസ്റ്റ് ചെയ്യുന്നതിനു മുമ്പുമുണ്ടായിരുന്നു. എന്നാൽ അതിനിത്ര നീളമില്ല. മുട്ടിനെക്കാൾ ഒരിഞ്ച് താഴെവരെയുള്ള നീളമേ ഉണ്ടായിരുന്നുള്ളൂ. തലമൂടിക്കെട്ടിയിരുന്ന സ്കാർഫിനും ഇത്ര വലിപ്പമില്ലായിരുന്നു.

"നിനക്ക് കുഴപ്പമൊന്നുമില്ലല്ലോ?" അമ്മയുടെ ചുണ്ടുകൾ പറഞ്ഞത് വായിക്കാൻ എനിക്കായി.

ഞാൻ തലയാട്ടി. കണ്ണുനീർ വീഴാതിരിക്കുവാൻ ശ്രമിച്ചു.

അമ്മ കൈകൾ കൂട്ടിപ്പിടിച്ചു. പ്രാർത്ഥിച്ചു. എന്തോ പറഞ്ഞു.

"എന്ത്?" ഞാൻ ആംഗ്യം കാണിച്ചു. അമ്മ പറയുന്ന ഓരോ വാക്കും മനസ്സിലാക്കുവാൻ ഞാൻ ശ്രമിക്കുന്നുണ്ടായിരുന്നു.

"എല്ലാവരും നിനക്ക് വേണ്ടി പ്രാർത്ഥിക്കുന്നുണ്ട്." അമ്മ സാവധാനത്തിൽ പറഞ്ഞു. ചുണ്ടിന്റെ ആംഗ്യം പൊലിപ്പിച്ച് അവർ പറയുന്നത് എനിക്ക് മനസ്സിലാകുന്നുണ്ടെന്നുറപ്പിച്ചു.

"നന്ദി" ഞാൻ ചെറുതായൊന്ന് തല താഴ്ത്തി.

"വീട്ടിലേക്ക് വരാൻ നിന്നെ അനുവദിക്കുമോ?" അമ്മ ചോദിച്ചു. മനസ്സിലായില്ല എന്നതുപോലെ ഞാൻ അഭിനയിച്ചു. എന്റേത് ജീവപര്യന്തമാണെന്ന് അച്ഛനമ്മമാരോട് പറയുവാനാകില്ലല്ലോ. അതവരെ വല്ലാതെ ക്ഷീണിപ്പിക്കും. അവർ ഇപ്പോഴേ ഭയന്നിരിക്കുന്നു. ഒന്നുമില്ലെങ്കിലും ഇപ്പോൾ ഏതാനും ദിവസങ്ങൾക്ക് ശേഷം ഞാൻ വീട്ടിലെത്തും എന്നൊരു പ്രതീക്ഷയെങ്കിലും അവരിൽ ബാക്കിയുണ്ട്. അവരോട് എന്ത് പറയണം എന്നെനിക്കറിയില്ലായിരുന്നു. അമ്മയെ ഒന്ന് കെട്ടിപ്പിടിക്കണം എന്ന് തോന്നി. അമ്മയെ അവിടെ നിന്ന് വിടരുതെന്ന്.

"സാറ സുഖമായിരിക്കുന്നു," കുറച്ച് നേരം അവരെ മിഴിച്ച് നോക്കി നിന്നതിനു ശേഷം ഞാൻ പറഞ്ഞു.

"എന്ത്?"

ഞാൻ 'സാറ' എന്ന് ചില്ലിൽ വിരലുകൊണ്ട് എഴുതി. അമ്മ എന്റെ വിരലുകളെ പിന്തുടർന്നു. "സാറയോ" അമ്മ ചോദിച്ചു.

"അതെ."

"അവൾക്ക് കുഴപ്പമൊന്നുമില്ലല്ലോ?"

"ഇല്ല."

"സമയം കഴിഞ്ഞു." ഒരു ഗാർഡ് ബഹളം കൂട്ടാൻ തുടങ്ങി.

"ധൈര്യമായിരിക്ക് മറീനാ!" അമ്മ പറഞ്ഞു.

സന്ദർശന ദിവസം കഴിഞ്ഞാൽ ജയിൽ മൂകമാകും. എല്ലാവരും അവരവരുടെ മൂലകളിൽ ഒറ്റയ്ക്കിരിക്കുന്നത് കാണാം. എവിനിൽ എത്തുന്നതിനുമുമ്പുള്ള ഞങ്ങളുടെ ജീവിതമാകും ഓർമ്മയിൽ നിറയെ. പക്ഷേ അതുകൊണ്ട് യാതൊരു കാര്യവുമില്ല. ഞങ്ങൾക്ക് ഞങ്ങളുടെ കുടുംബവും ജീവിതവും നഷ്ടമായിരിക്കുന്നു. ഒരുകാലത്ത് ചുറ്റിലും അത് മാത്രമായിരുന്നു. ഇന്നിപ്പോൾ ഞങ്ങൾക്ക് ഭാവിയില്ല. ഭൂതകാലം മാത്രമേയുള്ളൂ.

സന്ദർശകർ വന്നുപോയതിന്റെ പിറ്റേന്ന് ഞങ്ങൾക്ക് വീട്ടിൽ നിന്നും കൊടുത്തയച്ച വസ്ത്രത്തിന്റെ കൊച്ചുപൊതികൾ ലഭിച്ചു. ഞാൻ തുറന്നു. ഷർട്ടുകൾ, പാന്റ്സ്, പുതിയ അടിയുടുപ്പുകൾ, ഒരു സ്വെറ്റർ. ആ പൊതി തുറന്നപ്പോൾ വീടിന്റെ മണം വന്നു. മനസിൽ പ്രതീക്ഷയുണർന്നു. തരേന നിറം മങ്ങിയ ഒരു ചുവപ്പ് സ്വെറ്ററിലൂടെ വിരലോടിക്കുന്നത് കണ്ടു. അത് തന്റെ ഭാഗ്യ സ്വെറ്ററാണെന്നാണവൾ പറഞ്ഞത്. "ഇതെനിക്ക്

ഭാഗ്യം കൊണ്ടുവരും," അവൾ പറഞ്ഞു. അമ്മ തുന്നൽ പഠിച്ച അവസരത്തിൽ അവൾക്കായി തുന്നിക്കൊടുത്തതാണത്രെ അത്. വർഷങ്ങൾക്ക് മുമ്പ്. തരേനയും അവളുടെ സഹോദരിമാരും ഒരുപോലെ അതിൽ അവകാശവാദമുന്നയിച്ചു. അമ്മ അത് തരേനയ്ക്ക് കൊടുക്കാൻ തീരുമാനിച്ചപ്പോൾ സഹോദരിമാർ വഴക്കിട്ടു. അത് ആർക്കെങ്കിലും ഒരാൾക്കേ കൊടുക്കാനാകൂ എന്നതിനാൽ ഏറ്റവും ഇളയവൾക്ക് കൊടുക്കുകയാകും നല്ലത് എന്ന് അമ്മ തീരുമാനിച്ചു. തന്റെ മൂന്ന് സഹോദരിമാർക്കും അതുപോലെ ഓരോന്ന് തുന്നിക്കൊടുക്കാമെന്ന് വാക്ക് കൊടുത്തു. പക്ഷേ ആ വാക്ക് പാലിക്കപ്പെട്ടില്ല. താൻ എപ്പോഴൊക്കെ ആ സ്വെറ്ററണിഞ്ഞുവോ അപ്പോഴൊക്കെ തന്നെത്തേടി നല്ല കാര്യങ്ങൾ വന്നിട്ടുണ്ടെന്ന് തരേന പറയുന്നു. അതൊരു ഇന്ദ്രജാലമാണോ എന്നവൾ സംശയിക്കുന്നു.

"നമ്മൾ ഒരു ദിവസം തിരികെ വീട്ടിൽ പോകും തരേന," ഞാൻ പറഞ്ഞു.

"എനിക്കറിയാം."

"നമുക്കിഷ്ടപ്പെട്ട കാര്യങ്ങളെല്ലാം നമ്മളെല്ലാം വീണ്ടും ചെയ്യും."

"നമ്മൾ ഒന്നിച്ച് ദീർഘദൂരം നടക്കും, ഇല്ലേ?"

"അതെ. നമ്മളൊരുമിച്ച് എന്റെ കോട്ടേജിലും പോകും."

"കടകളിൽ കയറി സാധനങ്ങൾ വാങ്ങും."

"നമ്മൾ ഭക്ഷണം പാകം ചെയ്യും. ഒന്നിച്ചിരുന്ന് ഭക്ഷിക്കും!"

ഞങ്ങൾ ചിരിച്ചു.

അന്ന് രാത്രി എനിക്ക് ഉറങ്ങാനായില്ല. അലി എങ്ങനെ എന്റെ വധശിക്ഷ ജീവപര്യന്തമാക്കി കുറച്ചു എന്ന ചിന്തയിലായിരുന്നു ഞാൻ. ഒരു പക്ഷേ തരേനയുടെ കാര്യത്തിലും അയാൾക്ക് അത് ചെയ്യാനായേക്കും. സാറയേയും അയാൾക്ക് സഹായിക്കുവാനായേക്കും. എന്നാൽ അയാൾ പറഞ്ഞത് അയാൾ ഇവിടം വിട്ട് പോകുകയാണെന്നാണല്ലോ! മറ്റൊരു സത്യം എനിക്ക് അയാളെ ഇനിയും കാണണ്ട എന്നതാണ്. അയാൾ എന്നെ ഭയപ്പെടുത്തുന്നു. ഹമെഹ്ദിനെ നേരിടുക കുറച്ചുകൂടി എളുപ്പമായിരുന്നു എന്ന് തോന്നുന്നു. ഹമേഹ്ദിൽ നിന്നും എന്ത് പ്രതീക്ഷിക്കാം എന്നെനിക്കറിയാമായിരുന്നു. അലിയുടെ കാര്യത്തിൽ കാര്യങ്ങൾ വ്യത്യസ്തമാണ്. അയാൾ എന്നെ ഒരിക്കലും ഉപദ്രവിച്ചിട്ടില്ല. എങ്കിലും അയാൾ സമീപത്തുള്ളപ്പോൾ എന്തെന്നറിയാത്ത ഭയം ഉള്ളിൽ നിറയുന്നു. വധശിക്ഷയ്ക്ക് കൊണ്ടുപോയ രാത്രി ഓർമ്മവന്നു. അതിനെക്കുറിച്ച് ചിന്തിക്കാതിരിക്കാൻ ശ്രമിച്ചു. ആ ഭീകര ദൃശ്യങ്ങൾ തിരികെ വിളിക്കാൻ എന്റെ മനസ്സനുവദിച്ചില്ല. അവ എന്നിലെവിടേയോ ഉണ്ടെന്ന് എനിക്കറിയാം. എന്നെ സെല്ലിലേക്ക് കൊണ്ടുപോയപ്പോളത്തെ അലിയുടെ കണ്ണുകൾ എനിക്കോർമ്മവന്നു. അയാളുടെ കണ്ണിൽ എന്തൊക്കെയോ ആഗ്രഹങ്ങളുണ്ടായിരുന്നു. എന്നെയപ്പോൾ സമുദ്രത്തിന്റെ

ആഴത്തിലെവിടേയോ തടവിലിട്ടിരിക്കുകയാണെന്ന തോന്നലുണ്ടായി. പക്ഷേ തരേനയ്ക്ക് വേണ്ടി അയാളുമായൊന്ന് സംസാരിച്ചേ തീരൂ.

പിറ്റേന്ന് കാലത്ത് ഞാൻ ഓഫീസിലെത്തി. വാതിൽക്കൽ മുട്ടി. മറിയം എന്ന സഹോദരി മേശയ്ക്ക് പുറകിലിരുന്ന് എന്തോ വായിക്കുന്നു. അവർ ചോദ്യരൂപേണ എന്നെ നോക്കി.

"എനിക്ക് എങ്ങനെയെങ്കിലും അലിയെ ഒന്ന് കാണാനാകുമോ?"

അവരുടെ കണ്ണുകൾ എന്നിലേക്കിറങ്ങിച്ചെന്നു. "എന്തിനാണയാളെ കാണുന്നത്?"

അയാൾ എങ്ങനെ എന്റെ ജീവനെ രക്ഷിച്ചു എന്ന കഥ ഞാൻ വിശദീകരിച്ചു. എന്റെ ഒരു സുഹൃത്തിനെ അയാൾക്ക് രക്ഷിക്കുവാനാകുമോ എന്നറിയാൻ ആഗ്രഹിക്കുന്നു എന്നറിയിച്ചു.

"ആരാണത്?" മറിയം ചോദിച്ചു.

ഞാൻ ഒന്ന് ശങ്കിച്ചു.

"തരേനയാണോ?"

"അതെ."

"അലി ഇവിടെയില്ല അയാൾ ഇറാക്കുമായുള്ള യുദ്ധമുന്നണിയിലാണ്." 1980 മുതൽ ഇറാനും ഇറാക്കും തമ്മിൽ യുദ്ധമാരംഭിച്ചിരുന്നു.

"എന്ന് തിരിച്ച് വരും?"

"ദൈവത്തിനു മാത്രമറിയാം. അദ്ദേഹം ഇവിടെയുണ്ടായിരുന്നാലും എന്തെങ്കിലും ചെയ്യാനാകുമെന്ന് തോന്നുന്നില്ല. നീ ഭാഗ്യവതിയാണ്. ഇസ്ലാമിക് കോടതി ഒരാളെ വധശിക്ഷയ്ക്ക് വിധിച്ചാൽ പിന്നെ ഇമാമിന്റെ മാപ്പിനൊഴികെ മറ്റൊന്നിനും അയാളെ രക്ഷപ്പെടുത്താനാകില്ല. ഇമാമാകട്ടെ ഇത്തരം കാര്യങ്ങളിൽ സാധാരണ നിലയിൽ ഇടപെടാറുമില്ല. കോടതിയേയും അതിന്റെ തീരുമാനങ്ങളേയും വിശ്വസിക്കുക എന്നത് മാത്രമാണദ്ദേഹം ചെയ്യുന്നത്. അവൾക്ക് വേണ്ടി എന്തെങ്കിലും ചെയ്യാനാകുന്നെങ്കിൽ അത് ചോദ്യം ചെയ്തയാൾക്ക് മാത്രമാകും."

"അവൾക്ക് വേണ്ടി നമുക്ക് എന്തെങ്കിലും ചെയ്യാനാകുമോ?"

"പ്രാർത്ഥിക്കാം."

സന്തോഷത്തെക്കുറിച്ച് ചിന്തിക്കാതിരിക്കാൻ ഞാൻ ശ്രമിച്ചു. വിപ്ലവത്തിനുമുമ്പുണ്ടായിരുന്ന കാലത്തെക്കുറിച്ച് ചിന്തിക്കാതിരിക്കാൻ. ഭീകരമായ സംഭവങ്ങളുണ്ടാകുന്നതിനു മുമ്പിലത്തെ കാലത്തെക്കുറിച്ച് ചിന്തിക്കാതിരിക്കാൻ. തിളങ്ങുന്ന ആ ഓർമ്മകളെ തിരികെ വിളിച്ചാൽ അവയ്ക്ക് നിറം മങ്ങുമെന്ന് ഞാൻ കരുതി. പല തവണ ഉപയോഗിച്ചാൽ നിറം കെടുന്ന തുണിപോലെ. എന്നാൽ ചിലപ്പോൾ രാത്രിയുടെ നടുക്ക്, എന്നിലേക്ക് നാരകമരത്തിന്റെ വന്യമായ മണം വന്നെത്തുന്നു. അവയുടെ ഇലകൾ ഉപ്പുരസമുള്ള കടൽകാറ്റിൽ ആടിയുലയുന്ന സ്വരം കേൾക്കും.

കാസ്പിയൻ കടലിന്റെ ഊഷ്മളമായ തിരകൾ എന്റെ പാദങ്ങളിൽ നൃത്തം വയ്ക്കുന്നോ എന്ന് തോന്നും. എന്റെ സ്വപ്നങ്ങളിൽ ഞാൻ കോട്ടേജിലെ എന്റെ മെത്തയിൽ കിടക്കുകയാകും. പൂർണ്ണചന്ദ്രനെ കാണുകയാകും. അപ്പോൾ ഞാൻ നിലത്തേക്ക് കാൽവയ്ക്കും. ശബ്ദ മൊന്നുമുണ്ടാകില്ല. ഞാൻ നടക്കും. അവിടെ ആരുമുണ്ടാകില്ല. ഞാൻ അരാഷിനെ വിളിക്കാൻ ശ്രമിക്കും. എന്റെ തൊണ്ടയിൽ നിന്നും സ്വര മൊന്നുമുതിരില്ല.

ആന്ദ്രേയെ പലപ്പോഴും ഞാനോർക്കാറുണ്ട്. അറസ്റ്റ് ചെയ്യുന്നതിനു മുമ്പ് അവനോടുള്ള പ്രണയത്തിന് യൗവ്വനമായിരുന്നു. എളുപ്പം പൊട്ടി ത്തകരുന്ന ഒന്നായിരുന്നു. അവനെ കൂടുതൽ പ്രണയിച്ചാൽ അവനെ നഷ്ടപ്പെടുമോ എന്നൊരു ഭയം എന്നിലുണ്ടായിരുന്നു. അരാഷിനോട് കൂറി ല്ലായ്മയാകുമോ എന്നൊരു ഭയം. എന്നാൽ ഇപ്പോൾ ഞാൻ എന്റെ നശ്വരതയെ അഭിമുഖീകരിച്ചുകൊണ്ടിരിക്കുമ്പോൾ ആന്ദ്രെയെ പ്രണയി ച്ചിരുന്നു എന്ന് ഞാൻ മനസ്സിലാക്കുന്നു. അവനോടൊത്തിരിക്കുക എന്ന തിൽ കവിഞ്ഞൊന്നും ഇപ്പോൾ ഞാൻ ആഗ്രഹിക്കുന്നില്ല. എന്നാൽ അവൻ എന്നെ പ്രണയിക്കുന്നുണ്ടോ? ഉണ്ടാകണേ എന്ന് ഞാൻ ആ ഗ്രഹിക്കുന്നു. അവനാണെന്റെ പ്രതീക്ഷ. അവനുവേണ്ടി ഞാൻ മരിക്കാ തിരിക്കണം. അവനുവേണ്ടിമാത്രം എനിക്ക് തിരികെ പോകണം.

മാർച്ച് മദ്ധ്യത്തിൽ ഒരു രാത്രിയിൽ ഷീദയ്ക്ക് പ്രസവവേദന തുടങ്ങി. അവളെ ജയിലിലെ ആശുപത്രിയിലേക്ക് മാറ്റി. പിറ്റേന്ന് അവൾ സുന്ദര നായ ഒരു മകനെ കൈയിലേന്തി തിരികെ വന്നു. അവൾ അവന് കവേഹ് എന്ന് പേരിട്ടു. അവളുടെ ഭർത്താവിന്റെ പേരാണത്. ഞങ്ങളെല്ലാം അവനുചുറ്റിലും കൂടി. മുറിയിൽ ഒരമ്മയുണ്ടായതിൽ ഞങ്ങളെല്ലാം അഭി മാനിച്ചു. അപ്പോൾ മുതൽ ഞങ്ങളെല്ലാം ഷീദഅമ്മ എന്നവളെ വിളിച്ചു. എല്ലാവരും കൂടി കൊഞ്ചിച്ച് ആ കുഞ്ഞിനെ എളുപ്പം വഷളാക്കി. അവനെ ഓമനിക്കാൻ ആ മുറിയിൽ അമ്മായിമാർ അനേകമുണ്ടായിരുന്നുവല്ലോ. ഷീദയുടെ മുഖത്തെ വിഷമത്തിനും ഇത്തിരി കുറവ് കണ്ടു. അത് പൂർണ്ണ മായും ഇല്ലാതായി എന്നല്ല, കുറച്ച് കുറവ് കണ്ടു എന്ന് മാത്രം. ആ കൊച്ചുകുഞ്ഞ് അവന്റെ അമ്മയ്ക്ക് മാത്രമല്ല പ്രതീക്ഷ നൽകിയത് ആ മുറിയിലുള്ള എല്ലാവർക്കുമായിരുന്നു.

കാവേഹിന് രണ്ടോ മൂന്നോ ആഴ്ച പ്രായമുള്ളപ്പോൾ 246 ലെ എഴു പതോളം തടവുകാരെ ഘാസേൽ ഹെസ്സാറിലെ തടവറയിലേക്ക് മാറ്റി. കരാജ് നഗരത്തിലാണീ തടവറ. ടെഹ്റാനിൽനിന്നും പതിനഞ്ച് നാഴിക ദൂരമുണ്ടിവിടേക്ക്. ഘാസേൽ ഹെസ്സാറിലെ ജീവിത സാഹചര്യങ്ങൾ എവിനേക്കാൾ കുറച്ചുകൂടി മെച്ചമാണെന്നായിരുന്നു മിക്ക പെൺകുട്ടിക ളുടേയും അഭിപ്രായം. അതുകൊണ്ട് തന്നെ അവിടേക്ക് മാറ്റപ്പെട്ടവർ സന്തോഷവതികളുമായിരുന്നു. എന്റെ സുഹൃത്തുക്കളെ ആരേയും വിളി ച്ചിട്ടില്ല എന്നൊരു സന്തോഷം എനിക്കുണ്ടായി. അവരെ മാറ്റിയപ്പോൾ മുറിയിലെ തിരക്കിൽ കുറച്ച് കുറവുണ്ടായി. അധികകാലം അതങ്ങനെ

നിലനിന്നില്ല. ഓരോ ദിവസവും പുതിയ തടവുകാർ എത്തുന്നുണ്ടായിരുന്നു. അധികം താമസിയാതെ കിടന്നുറങ്ങാൻ സ്ഥലം നന്നേ കഷ്ടിയായി തുടങ്ങി.

ആഴ്ചയിൽ ഒരു ദിവസം ഉച്ചഭാഷിണിയിലൂടെ പട്ടാളത്തിന്റെ ബാന്റ് കേൾക്കാം. നമ്മുടെ പട്ടാളം ഇറാക്കുമായുള്ള യുദ്ധത്തിൽ പല വിജയങ്ങളും കൈവരിച്ചിരിക്കുന്നു എന്നും ഈ യുദ്ധത്തിൽ നമ്മളുടൻ വിജയം കൈവരിക്കുമെന്നുമുള്ള പ്രഖ്യാപനങ്ങൾ കേൾക്കാം. എന്നാൽ യുദ്ധത്തെക്കുറിച്ച് ഞങ്ങളാർക്കും വലിയ വേവലാതിയൊന്നുമില്ലായിരുന്നു. ടെഹ്റാൻ നഗരത്തെ അത് നേരിൽ സ്പർശിച്ചില്ല എന്നത് മാത്രമല്ല അതിനു കാരണം, എവിൻ എന്നത് മറ്റേതോ ഗ്രഹത്തിലായിരുന്നു എന്നതുകൂടിയായിരുന്നു. വിചിത്രമായ ഒരു ലോകമാണിത്. ദുർഗ്രഹമായ നിയമങ്ങളുള്ള ഒരിടം. ഒരു കാരണവും കൂടാതെ ഞങ്ങളിലാരെ വേണമെങ്കിലും ഏത് നിമിഷവും പീഡിപ്പിക്കുകയോ വധിക്കുകയോ ചെയ്യാവുന്ന ഒരിടം.

ഒരു സായാഹ്നത്തിൽ, ബ്രഡ്ഡും ഈന്തപ്പഴവുമുള്ള അത്താഴം കഴിച്ചു കൊണ്ടിരിക്കുന്നതിനിടയിൽ സാറ മുറിയിലേക്ക് കയറി വന്നു. അവൾ അവളുടെ ചാദോർ അഴിച്ച് മാറ്റിയില്ല. ഒന്നും പറഞ്ഞില്ല. ആരേയും നോക്കിയില്ല. നേരെ ഒരു മൂലയിൽ പോയി ഇരുന്നു. ഞാനൊന്ന് ഞെട്ടി. അവൾക്ക് സമീപമിരുന്നു. അവളുടെ തോളിൽ കയ്യിട്ടു.

"സാറാ?"

അവൾ തല ഉയർത്തിയില്ല.

"സാറ, നീ ഇത്ര വിഷമിച്ചിരിക്കുന്നതെന്തുകൊണ്ട്?"

"സൈറസ് മരിച്ചു" അവൾ ശാന്തമായി പറഞ്ഞു.

എന്ത് പറയണം എന്നറിയാതെ ഞാനൊന്ന് കുഴങ്ങി. പറയാൻ വാക്കുകളില്ലായിരുന്നു.

"എന്റെ കൈയിൽ രണ്ട് പേനകളുണ്ട്" അവൾ മന്ത്രിച്ചു.

"എന്ത്?"

"ഞാൻ കട്ടെടുത്തതാണ്. അവരറിഞ്ഞിട്ടില്ല."

അവൾ കീശയിൽനിന്നും ഒരു കറുത്ത പേനയെടുത്തു. ഉടുപ്പിന്റെ കൈ കയറ്റി വച്ചു. എന്നിട്ട് കൈതണ്ടയിൽ എഴുതാൻ തുടങ്ങി. "സൈറസ് അന്തരിച്ചു. ഞങ്ങൾ ഒരു വേനൽകാലത്ത് കാസ്പിയൻ കടൽകരയിൽ പോയിരുന്നു. അവിടെ ഞങ്ങളൊരുമിച്ച് പന്ത് കളിച്ചു. എത്ര വർണ്ണങ്ങളായിരുന്നു അവിടെ. തിരകൾ ആഞ്ഞടിക്കുന്നുണ്ടായിരുന്നു...." അവളുടെ കൈത്തണ്ടയിൽ പിന്നേയും എന്തൊക്കെയോ എഴുതിയിരിക്കുന്നത് ഞാൻ കണ്ടു. ചെറിയ വടിവുള്ള അക്ഷരങ്ങൾ. അവ ഓർമ്മകളായിരുന്നു. സൈറസിനെക്കുറിച്ചുള്ള അവളുടെ ഓർമ്മകൾ. അവളുടെ വീടിനെക്കുറിച്ച്, ജീവിതത്തെക്കുറിച്ചുള്ള ഓർമ്മകൾ.

“നിന്റെ കൈയിൽ കടലാസുണ്ടോ? അല്ലെങ്കിൽ എഴുതാനെന്തെങ്കിലും?” അവൾ ചോദിച്ചു.

“ഞാൻ എവിടെനിന്നെങ്കിലും കുറച്ച് കടലാസ് കൊണ്ടുവരാം സാറ. നീ ഇതുവരെ എവിടെയായിരുന്നു?”

“എഴുതാൻ സ്ഥലമില്ലാതായി. എവിടെ നിന്നെങ്കിലും കുറച്ച് കടലാസ് കൊണ്ടുവാ.”

“ഞാനൊരു തുണ്ട് കടലാസ് കണ്ടെത്തി. എന്നാൽ അതവൾക്ക് മതിയായില്ല. അവൾ ചുമരിലെഴുതാൻ തുടങ്ങി. ഒരേ കാര്യം തന്നെ അവൾ പല തവണ എഴുതി. ഞങ്ങളുടെ സ്കൂളുകളെക്കുറിച്ചെഴുതി. കളിച്ചിരുന്ന കളികളെക്കുറിച്ചെഴുതി. ഞങ്ങളുടെ ഇഷ്ടപുസ്തകങ്ങളെക്കുറിച്ചെഴുതി. അവളുടെ വീടിനെക്കുറിച്ചെഴുതി. അയൽവക്കത്തെക്കുറിച്ചെഴുതി. മാതാപിതാക്കളെക്കുറിച്ചെഴുതി. സൈറസിനിഷ്ടമുണ്ടായിരുന്ന പല കാര്യങ്ങളേയും കുറിച്ചെഴുതി.

ചൂടുവെള്ളം വരുന്ന ദിവസം അവൾ കുളിക്കാൻ വിസമ്മതിച്ചു.

“സാറ... നീ കുളിക്കണം. നീ കുളിച്ചാലും ഇല്ലെങ്കിലും ഈ എഴുതിയതെല്ലാം ഒരു ദിവസം മാഞ്ഞുപോകും. കുളി കഴിഞ്ഞാൽ നിനക്ക് വീണ്ടുമെഴുതാം. കുളിച്ചില്ലെങ്കിൽ നിന്റെ ശരീരം നാറാൻ തുടങ്ങും.”

“എന്റെ പേനയിലെ മഷി കഴിയുന്നു.”

“കുളിച്ചാൽ നിനക്ക് ഞാൻ പുതിയ പേന കണ്ടെത്തി തരാം.”

“സത്യം?”

നടപ്പിലാക്കാൻ കഴിയുമെന്ന് ഉറപ്പില്ലാത്ത ഒന്നിന് സത്യം ചെയ്യണം എന്ന് ഞാൻ ആഗ്രഹിച്ചില്ല. അതിനാൽ ഞാൻ ഓഫീസിലെത്തി മറിയത്തിനോട് കാര്യങ്ങൾ പറഞ്ഞു. സാറ രാഷ്ട്രീയമൊന്നും എഴുതുന്നില്ല എന്നറിയിച്ചു. അവളുടെ വീട്ടുകാരെക്കുറിച്ചുള്ള ഓർമ്മകൾ മാത്രമാണെഴുതുന്നത്.

മറിയം എനിക്ക് രണ്ട് പേന തന്നു. ഞാൻ അതുംകൊണ്ട് സാറയ്ക്കരികിലേക്കോടി. ലോകത്തിലെ ഏറ്റവും വിലകൂടിയ നിധിയാണെന്റെ കൈയിലപ്പോൾ എന്ന മട്ടിലായിരുന്നു ആ ഓട്ടം.

കുളിമുറിയിൽ കയറി സാറ വസ്ത്രമഴിച്ചു. എനിക്ക് എന്റെ കണ്ണുകളെ വിശ്വസിക്കുവാനായില്ല. അവളുടെ കൈകാലുകളിലും വയറിലുമെല്ലാം അവൾ ചെറിയ ചെറിയ അക്ഷരങ്ങളിൽ എഴുതിവച്ചിരിക്കുന്നു.

“എനിക്ക് പുറത്തേക്ക് കയ്യെത്തുന്നുണ്ടായിരുന്നില്ല. എന്റെ പുറത്ത് എഴുതിത്തരാമെന്ന് നീ ഉറപ്പ് തരുന്നെങ്കിൽ മാത്രമേ ഞാൻ കുളിക്കുകയുള്ളൂ.”

“ഞാൻ ഉറപ്പ് തരുന്നു.”

അവൾ ചർമ്മത്തിൽ പറ്റിപ്പിടിച്ചിരുന്ന വാക്കുകളെല്ലാം കഴുകിക്കളഞ്ഞു. ‘സാറയുടെ പുസ്തകം.’ ജീവനുള്ള, ശ്വസിക്കുന്ന, വികാരങ്ങളുള്ള, വേദനിക്കുന്ന, ഓർമ്മകൾ നിറഞ്ഞ പുസ്തകം.

246ൽ ഞാനെത്തി മൂന്ന് മാസം കഴിഞ്ഞ ഒരു ദിനം ഉച്ചഭാഷിണിയിലൂടെ എന്നെ വിളിക്കുന്നതു കേട്ടു. എന്റെ സുഹൃത്തുക്കൾ ഉദ്വേഗത്തോടെ തലയുയർത്തി നോക്കി. ഞാൻ ഷാൾ എടുത്ത് പുതച്ചു. എന്റെ കൈകൾ വിറയ്ക്കുവാൻ തുടങ്ങി.

"നല്ല വാർത്തയാകും എന്നെനിക്ക് ഉറപ്പുണ്ട്." തരേന പറഞ്ഞു. അവളുടെ കണ്ണിൽ പ്രതീക്ഷയുണ്ടായിരുന്നു.

ഞാൻ ഒരു ദീർഘശ്വാസമെടുത്തു. വാതിൽ തുറന്ന് മുറ്റത്തേക്കിറങ്ങി. ഓഫീസിൽ മറിയം എന്നെ കാത്തിരിക്കുകയായിരുന്നു. അവരിൽ ഒരു വിമ്മിഷ്ടം ഞാൻ കണ്ടു.

"ഞാൻ എവിടേക്കാണ് പോകുന്നത്?" ഞാൻ ചോദിച്ചു.

"ഹമെഹ്ദ് സഹോദരൻ വിളിക്കുന്നു."

"എന്തിനാണെന്നറിയാമോ?"

"ഇല്ല. പക്ഷേ വിഷമിക്കണ്ട. നിനക്കെങ്ങിനെയുണ്ടെന്ന് ചോദിക്കാൻ മാത്രമാകും എന്നെനിക്ക് ഉറപ്പുണ്ട്."

ഞാൻ കണ്ണ് മൂടിക്കെട്ടി. അടുത്ത കെട്ടിടത്തിലേക്ക് ഗാർഡിലെ സഹോദരിമാരിൽ ഒരാളെ പിന്തുടർന്നു. ഹമെഹ്ദ് എന്നെ വിളിക്കുന്നതു വരേക്കും ഇടനാഴിയിൽ കാത്ത് നിന്നു. ഞാനയാളുടെ പുറകെ മുറിയിൽ കയറി. അയാൾ വാതിലടച്ചു. കണ്ണിന്റെ കെട്ടഴിക്കാൻ ആവശ്യപ്പെട്ടു. അയാളിൽ ഒരു മാറ്റവുമില്ല. കണ്ണുകൾ പഴയതുപോലെ വികാരശൂന്യമായി തണുത്തുറഞ്ഞിരിക്കുന്നു. ഇരുണ്ട ഗുഹകൾ പോലെ. ഒരു മൂലയിൽ അറസ്റ്റ് ചെയ്യപ്പെട്ടവരെ പീഡിപ്പിക്കുവാനുള്ള കട്ടിൽ കിടക്കുന്നു. ഒരു മേശയും രണ്ട് കസേരയും അതിന്റെ സ്ഥാനത്ത് തന്നെയിരിക്കുന്നു. കറുത്ത കേബിൾ കൊണ്ടുണ്ടാക്കിയ ഒരു ചാട്ട കട്ടിലിനരികെ ഞാത്തിയിട്ടിരിക്കുന്നു. എന്റെ ശ്വാസഗതി വർദ്ധിച്ചു.

"നിന്നെ കാണാനായതിൽ സന്തോഷം മറീനാ," അയാൾ പുഞ്ചിരിച്ചു. "ഇരിക്ക്. എന്നിട്ട് എങ്ങനെയുണ്ട് ജീവിതം എന്ന് എന്നോടൊന്ന് പറയ്."

തേനീച്ച കുത്തുന്നതുപോലെ തോന്നി ആ വാക്കുകൾ കേട്ടപ്പോൾ.

"സുഖം." ഞാൻ പുഞ്ചിരിച്ചു.

"അന്ന് നീ വല്ലാത്തൊരു തിരക്കിലല്ലേ തിരികെ പോയത്. ഓർമ്മയില്ലേ? നിന്റെ കൂടെയുണ്ടായിരുന്നവർക്കൊക്കെ എന്ത് സംഭവിച്ചു എന്ന് നീ എപ്പോഴെങ്കിലും അദ്ഭുതപ്പെട്ടിട്ടുണ്ടോ?"

എന്റെ ഹൃദയമിടിപ്പ് പിന്നേയും വർദ്ധിച്ചു. തല പൊട്ടിത്തെറിക്കുമെമെന്ന് തോന്നി. "ഞാൻ തിരക്കിട്ട് പോന്നതല്ല. അലി എന്നെ എടുത്തുകൊണ്ടു പോന്നതാണ്. മറ്റുള്ളവർക്ക് എന്ത് സംഭവിച്ചു എന്ന് കൃത്യമായി അറിയാം. നിങ്ങൾ അവരെ കൊന്നു."

പീഡനക്കട്ടിലിൽ ചോരപ്പാടുകളുണ്ട്. എനിക്ക് അതിൽനിന്നും കണ്ണെടുക്കാനായില്ല.

"എനിക്ക് നിന്നെ ഇഷ്ടമല്ലെങ്കിലും നീ എപ്പോഴും എനിക്ക് വിനോദം നൽകുന്നു എന്ന് പറയാതിരിക്കാൻ വയ്യ. അവരോടൊപ്പം അന്ന് രാത്രി മരിച്ചിരുന്നെങ്കിൽ എന്ന് എപ്പോഴെങ്കിലും നീ ആഗ്രഹിച്ചിട്ടുണ്ടോ?"

"ഉവ്വ്."

അയാൾ അപ്പോഴും പുഞ്ചിരിച്ചു.

"ജീവപര്യന്തമാണ് ശിക്ഷ എന്ന് നിനക്കറിയാമല്ലോ അല്ലേ?"

"ഉവ്വ്. അറിയാം."

ഇപ്പോൾ അയാൾ എന്നെ ചാട്ടകൊണ്ടടിക്കാൻ തുടങ്ങുകയാണെങ്കിൽ ഞാൻ ചത്തിട്ടേ അടി നിർത്തുകയുള്ളൂ.

"നിന്നെ ഇതൊക്കെ വിഷമിപ്പിക്കുന്നില്ലേ? ഞാനുദ്ദേശിച്ചത് നീയിവിടെ നരകജീവിതം ആഘോഷിക്കുകയൊന്നുമല്ലല്ലോ, അതങ്ങനെ ജീവിതകാലം മുഴുക്കെ തുടരണം എന്ന് വച്ചാൽ..."

"ദൈവം എന്നോടൊപ്പമുണ്ടാകും," ഞാൻ പറഞ്ഞു.

അയാൾ എഴുന്നേറ്റു. മുറിയിലൊന്നുലാത്തി. എന്നിട്ട് എന്റെ സമീപം വന്ന് വലത് കവിളിൽ ആഞ്ഞടിച്ചു. കൈകൊണ്ടാണടിച്ചത്. എന്റെ കഴുത്തൊടിഞ്ഞോ എന്നെനിക്ക് സംശയം തോന്നി. അത്ര കരുത്തിലാണയാൾ അടിച്ചത്. എന്റെ വലത് കാത് ചൂളം വിളിക്കുവാൻ തുടങ്ങി.

"ഇവിടെ ഇപ്പോൾ നിന്നെ രക്ഷിക്കാൻ അലി ഇല്ല എന്നറിയില്ലേ?"

ഞാൻ കൈകൊണ്ട് മുഖം പൊത്തി.

"ഇനിയും ദൈവം എന്ന വാക്ക് ഉച്ചരിക്കരുത്. അവന്റെ പേരുപറയാൻ യോഗ്യയല്ല നീ. അതിനുള്ള ശുദ്ധിയില്ല നിനക്ക്. നിന്നെ സ്പർശിച്ചതിനാൽ എനിക്ക് എന്റെ കൈ കഴുകണം. അതെ, എനിക്കുമിപ്പോൾ തോന്നുന്നത് നിനക്ക് ജീവപര്യന്തം തന്നെയാണ് നല്ലതെന്നാണ്. അങ്ങനെയാകുമ്പോൾ ഒരു പ്രതീക്ഷയുമില്ലാതെ ദീർഘകാലം മുഴുക്കെ നീ സഹിച്ചുകൊണ്ടേയിരിക്കും."

വാതിലിൽ ആരോ മുട്ടി. ഹമെഹ്ദ് വാതിൽ തുറന്ന് പുറത്ത് കടന്നു. എന്റെ ചിന്തകൾപോലും അപ്പോൾ വ്യക്തമല്ല. അയാൾ എന്താണെന്നിൽ നിന്നും പ്രതീക്ഷിക്കുന്നത്?

ഞാനതിനു മുമ്പ് കണ്ടിട്ടില്ലാത്ത ഒരാൾ മുറിയിലേക്കെത്തി.

"ഹലോ മറീനാ... ഞാൻ മൊഹമ്മദ്. നിന്നെ ഞാൻ തിരികെ 246 ലേക്ക് കൊണ്ടുപോകുന്നു."

ആശ്ചര്യത്തോടെ ഞാൻ അയാളെ നോക്കി. ഹമെഹ്ദ് എന്നെ അങ്ങനെ എളുപ്പം വിട്ടുകളഞ്ഞോ എന്നായിരുന്നു എന്റെ ആശ്ചര്യം.

"കുഴപ്പമൊന്നുമില്ലല്ലോ?" മൊഹമ്മദ് ചോദിച്ചു.

"സുഖം." ഞാൻ പറഞ്ഞു.

"കണ്ണ് മൂടിക്കെട്ടിക്കോളൂ. നമുക്ക് പോകാം."

അയാൾ എന്നെ 246 ന്റെ ഓഫീസിലെത്തിച്ചു. അവിടെ എത്തിയ ഉടൻ മറിയം എന്നോട് കണ്ണിന്റെ കെട്ടഴിക്കാൻ ആവശ്യപ്പെട്ടു. അപ്പോൾ മസൂമെ എന്ന സഹോദരി മേശയ്ക്കരികിലിരുന്ന് എന്തോ വായിക്കുന്നുണ്ടായിരുന്നു.

"നിന്റെ മുഖം എന്താണിങ്ങനെ ചുവന്നിരിക്കുന്നത്?" മറിയം ചോദിച്ചു.

അത് കേട്ട് മസൂമെ തലയുയർത്തി.

നടന്നതെല്ലാം ഞാൻ പറഞ്ഞു.

"മൊഹമ്മദിനെ തക്കസമയത്ത് കണ്ടെത്താൻ കഴിഞ്ഞതിന് ദൈവത്തിനു സ്തുതി! അയാളും അലിയും അടുത്ത സുഹൃത്തുക്കളാണ്. ഒരേ കെട്ടിടത്തിലാണവർ ജോലി ചെയ്തിരുന്നത്. അയാളെ വിളിച്ച് ഹമെഹ്ദ് നിന്നെ കൊണ്ടുപോയിരിക്കുന്നു എന്ന വിവരം ഞാൻ പറഞ്ഞു. കണ്ടെത്തി ഉടൻ തിരിച്ചെത്തിക്കാം എന്ന് എനിക്കയാൾ വാക്ക് തരികയും ചെയ്തു" മറിയം പറഞ്ഞു.

മസൂമെ എന്ന സഹോദരി മന്ത്രിച്ചു.

"നീ ഭാഗ്യവതിയാണ് മറീന. ഹമെഹ്ദിന് ഒരാളെ ഉപദ്രവിക്കാൻ അങ്ങനെ പ്രത്യേക കാരണമൊന്നും വേണ്ട. പ്രത്യേകിച്ചും അയാൾക്ക് ഇഷ്ടപ്പെടാത്ത ഒരാളെ."

മറിയം പറഞ്ഞു, ഹമെഹ്ദിന്റെ വിപ്ലവഗ്രൂപ്പിൽ മസുമെ ഉണ്ടായിരുന്നു. എന്നാൽ അയാൾ അത്ര നല്ല സുഹൃത്തായിരുന്നില്ല. എല്ലാം അടക്കിപ്പിടിച്ച് നാക്കിനെ നിയന്ത്രിക്കാൻ മസുമെ പഠിച്ചിരിക്കുന്നു.

'ഇമാമിന്റെ പാത പിന്തുടരുന്ന മുസ്ലീം വിദ്യാർത്ഥികളിൽ' മസുമെ ഉണ്ടായിരുന്നു. അന്ന് അമേരിക്കൻ എംബസിയിലുള്ളവരെ ബന്ദികളാക്കിയ സംഘത്തിൽ... ഇവർക്ക് ഇമാമിനെ നേരിട്ടറിയാം. എന്നാൽ ഹമെഹ്ദുമായി പല പ്രശ്നങ്ങളും ഇവർക്കുണ്ടായി. ഇവിടെയുള്ളവരിൽ ഹമെഹ്ദിനെ നേരിടാൻ ധൈര്യമുള്ള രണ്ടേ രണ്ട് പേരേയുള്ളൂ... അലിയും മൊഹമ്മദും."

"വിഷമിക്കണ്ട മറീന. ഹമെഹ്ദിനിപ്പോൾ മൊഹമ്മദ് നിന്റെ കാര്യങ്ങളിൽ ഒരു നോട്ടമിട്ടിട്ടുണ്ട് എന്നറിയാം. അതുകൊണ്ട് തന്നെ നിന്നെ ഇനി അയാൾ ഉപദ്രവിക്കുകയില്ല." മസൂമെ പറഞ്ഞു.

ഞാൻ തിരിച്ചെത്തി എന്നറിഞ്ഞപ്പോൾ ഏഴാംനമ്പർ മുറിയിലുള്ളവരെല്ലാം സന്തോഷിച്ചു. എന്നെ എവിടേക്കാണ് കൊണ്ടുപോയത് എന്നറിയാൻ അവരിൽ ആകാംക്ഷയുണ്ടായിരുന്നു. എന്റെ വലത് കവിൾ ചുവന്ന് വീർത്തിരിക്കുന്നത് കണ്ടപ്പോഴേ എന്റെ പക്കൽ ശുഭവാർത്തയൊന്നുമുണ്ടാകില്ലെന്ന് അവർ തീരുമാനിച്ചിരുന്നു. ഒരു പരോൾ ലഭിക്കുമെന്ന പ്രതീക്ഷ എനിക്കില്ലായിരുന്നു. എങ്കിലും അതിനുള്ള ശ്രമം അവസാനിപ്പിക്കാനും ഞാൻ ഒരുക്കമല്ലായിരുന്നു. ഹമെഹ്ദ് ശ്രമിക്കുന്നത് എന്റെ ശുഭാപ്തിവിശ്വാസത്തെ തകർക്കുവാനാണ്. അതിൽ അയാൾ മിക്കവാറും ജയിച്ചു. മിക്കവാറും!

മസൂമെ എന്ന സഹോദരിയെക്കുറിച്ച് മറിയം പറഞ്ഞത് ഞാനോർത്തു. ടെഹ്റാനിലെ അമേരിക്കൻ എംബസിയിലെ ബന്ദി നാടകത്തിൽ അവർക്ക് പങ്കുണ്ടായിരുന്നു എന്ന് വിശ്വസിക്കാൻ പ്രയാസം തോന്നി. അന്ന് വാർത്ത കണ്ടിരുന്നത് ഞാൻ ഓർത്തു. ഞാനപ്പോൾ ആ ബന്ദികളെക്കുറിച്ച് വേവലാതിപ്പെടുകയായിരുന്നു. അവർക്കും കുടുംബമുണ്ട്. അവരെ സ്നേഹിക്കുന്നവരുണ്ട്. അവരെ ആവശ്യമുള്ളവരുണ്ട്. അവരെ തിരികെ ലഭിക്കണമെന്ന് ഇച്ഛിക്കുന്നവരുണ്ട്. 444 ദിവസമാണാ ബന്ദി നാടകം തുടർന്നത്. 1981 ജനുവരി ഇരുപതാം തിയതിയാണവരെ സ്വതന്ത്രരാക്കിയത്. എന്നാൽ അന്ന് അവർക്കുണ്ടായതിനേക്കാൾ മോശം അവസ്ഥയിലാണിന്ന് ഞാൻ. അവർ ഐക്യ അമേരിക്കൻ നാടുകളുടെ പൗരരായിരുന്നു. അതിനർത്ഥം അവർക്ക് ആരൊക്കെയോ ഉണ്ടെന്നായിരുന്നു. അവരെല്ലാം ആരോക്കെയോ ആണെന്നായിരുന്നു. അവരുടെ സർക്കാർ അവരെ രക്ഷപ്പെടുത്താനെത്തി. അവർക്ക് സംഭവിച്ചതിനെക്കുറിച്ച് ലോകത്തുള്ള എല്ലാവരും അറിഞ്ഞു. ഞങ്ങളെക്കുറിച്ച് ലോകത്തിലാരെങ്കിലും എന്തെങ്കിലും അറിയുന്നുണ്ടോ? ആരെങ്കിലും ഞങ്ങളെ രക്ഷപ്പെടുത്തുവാൻ ശ്രമിക്കുന്നുണ്ടോ? ഈ രണ്ട് ചോദ്യങ്ങൾക്കും 'ഇല്ല' എന്ന് തന്നെയാണുത്തരമെന്ന് എനിക്കറിയാമായിരുന്നു.

ഞാൻ പള്ളിയെക്കുറിച്ചോർക്കാറുണ്ടായിരുന്നു എപ്പോഴും. മേരി മാതാവിന്റെ രൂപത്തിനുമുന്നിൽ എരിയുന്ന മെഴുകുതിരിയുടെ മണം എന്നെത്തേടിയെത്തും. അതിന്റെ നാളം വെട്ടിത്തിളങ്ങുന്നത് കാണും. അവർ എന്നെ കേൾക്കുന്നുണ്ടെന്ന് ഞാൻ പ്രതീക്ഷിക്കും. അവരെന്നെ മറന്നോ? ഇത്തിരി വിശ്വാസമുണ്ടെങ്കിൽ പർവ്വതത്തെ കടലിലെറിയാനാകും എന്ന് യേശു പറഞ്ഞത് ഞാനോർത്തു. എനിക്ക് പർവ്വതത്തെയൊന്നും എടുത്തുയർത്തണ്ട. ഒന്ന് വീട്ടിൽ പോകാനായാൽ മതി.

എന്റെ ജന്മദിന ദിവസം ഞാൻ വളരെ നേരത്തെ എഴുന്നേറ്റു. പ്രഭാതത്തിലെ നിസ്കാരത്തിനുള്ള സമയം പോലുമായിട്ടുണ്ടായിരുന്നില്ല. എനിക്ക് പതിനേഴ് തികയുന്നു. കുട്ടിയായിരുന്നപ്പോൾ, പത്തും പതിനൊന്നും പ്രായമുള്ള കാലങ്ങളിൽ, പതിനേഴ് തികയാൻ ഞാൻ കൊതിച്ചിരുന്നു. അന്ന് പതിനേഴ് തികഞ്ഞവൾക്ക് എന്തും ചെയ്യാനാകും എന്നൊരു ധാരണ എന്നിലുണ്ടായിരുന്നു. എന്നാൽ ഇപ്പോൾ പതിനേഴ് തികഞ്ഞപ്പോൾ ജീവപര്യന്തം ശിക്ഷ അനുഭവിക്കുന്ന ഒരു രാഷ്ട്രീയ തടവുകാരിയാണ് ഞാൻ. തരേന എന്റെ തോളിൽ സ്പർശിച്ചു. അവൾ എനിക്കരികിലാണുറങ്ങിയിരുന്നത്.

"ജന്മദിനാശംസകൾ." അവൾ മന്ത്രിച്ചു.

"നന്ദി. ഞാൻ ഉണർന്നു എന്ന് നിനക്കെങ്ങിനെ മനസ്സിലായി?"

"നീ ശ്വസിക്കുന്ന രീതിൽ വ്യത്യാസം വന്നതിനാൽ. ഒരാളുടെ അടുത്ത് വളരെക്കാലം കിടന്നുറങ്ങിയാൽ അയാൾ ഉറങ്ങുകയാണോ ഉറക്കം നടിക്കുകയാണോ എന്ന് നമുക്ക് തിരിച്ചറിയുവാനാകും."

എന്റെ കുടുംബം ജന്മദിനം ആഘോഷിക്കാറുണ്ടോ എന്നവൾ ചോദിച്ചു. അച്ഛനും അമ്മയും കേക്ക് വാങ്ങിക്കാറുണ്ടെന്നും ചിലപ്പോൾ ചില സമ്മാനങ്ങളും വാങ്ങിത്തരാറുണ്ടെന്നും ഞാനവളോട് പറഞ്ഞു. അവളുടെ വീട്ടിൽ ജന്മദിനം എന്നാൽ വളരെ പ്രധാനപ്പെട്ട ഒരു ദിവസ മാണത്രെ. വലിയ വിരുന്നുകളും ആഘോഷവുമുണ്ടാകും. സഹോദരി മാർ തമ്മിൽ മത്സരങ്ങളുണ്ടാകും. ഓരോരുത്തരും ആരാണ് മികച്ച ഉടുപ്പ് തുന്നിക്കൊടുക്കുക എന്ന മത്സരം. ഓരോ തവണയും കൂടുതൽ ആകർഷകവും ഗംഭീരവുമായ ഉടുപ്പുകളാകും തുന്നുക.

"എനിക്കവ നഷ്ടമാകുന്നു മറീനാ." അവൾ പറഞ്ഞു.

ഞാനവളെ ചുറ്റിവരിഞ്ഞു. "നീ വീട്ടിലേക്ക് തിരിച്ച് പോകും. എല്ലാം പഴയതുപോലെയാകും."

ഉച്ചഭക്ഷണത്തിനു ശേഷം സാറയും തരേനയും മറ്റ് ചില സുഹൃത്തു ക്കളും എനിക്ക് ചുറ്റിലും കൂടി. സാറ എന്റെ കൈയിൽ ഒരു തുണ്ട് തുണി തന്നു. ഞാനത് തുറന്നു. ചിത്രങ്ങൾ തുന്നിപ്പിടിപ്പിച്ച ഒരു തലയിണ ഉറ. ഞാൻ കിതച്ചു. സുന്ദരമായിരിക്കുന്നു അത്. എന്റെ സുഹൃത്തുക്കൾ എല്ലാവരും അവരുടെ പക്കലുള്ള വസ്ത്രത്തിൽനിന്നും ഒരു തുണ്ട് തുണി അതിനായി മുറിച്ച് നൽകിയിരിക്കുന്നു. അതിലെ ഓരോ ചതുരവും എനിക്ക് തിരിച്ചറിയുവാനായി. ചെറിയ സഞ്ചികൾ തുന്നിയുണ്ടാക്കി ചുവരിലെ ഷെൽഫിനടിയിൽ കൊളുത്തിയിടുക, അതിൽ ഞങ്ങളുടെ സ്വകാര്യ സാധനങ്ങൾ സൂക്ഷിക്കുക, എന്നത് തടവറയിലെ ഒരു രീതിയായിരുന്നു. എന്നാൽ ഒരു തലയിണയുറ ലഭിക്കുന്ന ആദ്യ വ്യക്തി ഞാനായി.

അത്താഴത്തിനു ശേഷം ഞങ്ങൾ ബ്രഡ്ഡും ഈന്തപ്പഴവും കൊണ്ട് ഒരു സാങ്കല്പിക കേക്കുണ്ടാക്കി. ജയിലിലെ ശൈലിയിലൊരു കേക്ക്. ഞാൻ സാങ്കല്പിക മെഴുകുതിരി ഊതിക്കെടുത്തി.

"എന്തെങ്കിലും ആഗ്രഹിക്കാൻ നീ മറന്നുപോയി" തരേന പറഞ്ഞു.

"അതിപ്പോൾ ചെയ്യാം. നമ്മളെല്ലാം നമ്മുടെ അടുത്ത ജന്മദിനം വീട്ടിൽ വച്ചാഘോഷിക്കട്ടെ എന്നാഗ്രഹിക്കുന്നു."

എല്ലാവരും കൈയടിച്ചു.

രണ്ട് മൂന്ന് ദിവസങ്ങൾ കഴിഞ്ഞപ്പോൾ 246ലെ എല്ലാ ജയിൽപുള്ളി കളും ഹെജാബ് ധരിച്ച് മുറ്റത്ത് ഒത്തുകൂടണമെന്നുമുള്ള പ്രഖ്യാപന മുണ്ടായി. ദിവസവും ചില നേരങ്ങളിൽ പുറത്തിറങ്ങാൻ ഞങ്ങൾക്ക് അനുവാദമുണ്ടായിരുന്നുവെങ്കിലും ഈ വസ്ത്രധാരണം നിർബന്ധ മായിരുന്നില്ല. എല്ലാവരേയും അത് വിഷമിപ്പിച്ചു. മുറ്റത്തെത്തിയപ്പോൾ മധ്യത്തിൽ അടയാളമിട്ട് വച്ചിരിക്കുന്നിടത്തുനിന്നു മാറി നിൽക്കാൻ ഉത്തര വുണ്ടായി. ആയുധധാരികളായ നാല് പുരുഷ വിപ്ലവ ഗാർഡുകൾ കെട്ടിട ത്തിൽനിന്നും പുറത്ത് വന്നു. അവർക്ക് പുറകിൽ രണ്ട് വനിതകളുമുണ്ടാ യിരുന്നു. അവരിലൊരാൾ എന്റെ മുറിയിലുണ്ടായിരുന്ന ഒരു പത്തൊമ്പതു കാരിയായിരുന്നു. മറ്റേയാൾ അഞ്ചാം നമ്പർ മുറിയിൽ നിന്നായിരുന്നു.

അവർ ചാദോർ അണിഞ്ഞിരുന്നു. അവരോട് നിലത്ത് മുറ്റത്തിന്റെ മധ്യ ത്തിൽ കിടക്കാൻ ഉത്തരവുണ്ടായി. ഒരു ഗാർഡ് അവരുടെ കൈകൾ കയറുകൊണ്ട് കെട്ടി. അവർ തമ്മിൽ സ്വവർഗ്ഗാനുരാഗത്തിലാണെന്നും സ്വവർഗ്ഗരതിയുണ്ടായെന്നും അതിനാൽ ഇസ്ലാം നിയമനുസരിച്ച് അവർ ശിക്ഷിക്കപ്പെടുമെന്നുമുള്ള അറിയിപ്പുണ്ടായി. എല്ലാവരും ഭയന്നു. രണ്ട് ഗാർഡുകൾ ഈ പെൺകുട്ടികളെ ചാട്ടകൊണ്ടടിക്കുന്നത് ഞങ്ങൾ കണ്ടു. അധികമാർക്കും അങ്ങോട്ട് അധികനേരം നോക്കിനിൽക്കാനായില്ല. മിക്കവരും മുഖം മറച്ച് പ്രാർത്ഥിക്കുകയായിരുന്നു. എനിക്ക് പക്ഷേ കണ്ണട യ്ക്കുവാനായില്ല. ചാട്ട വായുവിലുയരുന്നതും ഒന്ന് തിരിയുന്നതും അന്തരീക്ഷത്തെ കീറിമുറിച്ച് വരുന്നതും ചാട്ടയുടെ സ്വരം ഉച്ചത്തിലുള്ള നിലവിളിയാകുന്നതും ഞാൻ കണ്ട് നിന്നു.

ഒരു നിമിഷം ചുറ്റിലും നിശ്ശബ്ദമാകും. ശ്വാസമൊന്നെടുക്കാൻ ശ്വാസ കോശങ്ങൾ വിസമ്മതിക്കും. ആ രണ്ട് പെൺകുട്ടികളും ഉറക്കെ കര യുന്നുണ്ടായിരുന്നില്ല. അവരൊന്ന് കരഞ്ഞെങ്കിൽ എന്ന് ഞാൻ ആഗ്ര ഹിച്ചു. ഓരോ അടി കിട്ടുമ്പോഴും അവരുടെ കൊച്ചു ശരീരം വിറച്ചു. എന്നെ ചാട്ടകൊണ്ടടിച്ചപ്പോഴുണ്ടായ അതിഭീകരമായ വേദന എനിക്കോർമ്മ വന്നു. മുപ്പത് അടി കഴിഞ്ഞപ്പോൾ അവരുടെ കെട്ടഴിച്ചു. അവർ ഒരു വിധത്തിൽ എഴുന്നേറ്റ് നിന്നു. അവരെ അവിടെ നിന്ന് കൊണ്ടുപോയി. ഞങ്ങളുടെ സുഹൃത്തുക്കൾക്ക് എന്ത് സംഭവിച്ചു എന്ന ചിന്തയുമായി ഞങ്ങൾ അവിടെ തന്നെ നിന്നു. അടിച്ചേൽപ്പിക്കപ്പെട്ട ഇത്തരം ക്ലേശ ങ്ങൾ ഞങ്ങളെ കൂടുതൽ കരുത്തുള്ളവരാക്കേണ്ടതാണ്. പക്ഷേ അതിന്റെയൊക്കെ വിലയും ഞങ്ങൾ നൽകിയേ പറ്റൂ

ഒരു ദിവസം ഷീദയെ തുണിയലക്കാൻ സഹായിക്കേണ്ടത് എന്റെ ചുമതലായിരുന്നു. തുണികൊണ്ടുള്ള ഡയപ്പറുകൾ തണുത്ത വെള്ള ത്തിൽ കഴുകിയെടുക്കുക എന്നത് അത്ര എളുപ്പമുള്ള കാര്യമല്ല. കാലത്ത് ഞങ്ങൾ ആ തുണികളെല്ലാം കഴുകി മുറ്റത്ത് ഉണക്കാനിട്ടിരുന്നു. അവിടെ നിന്ന് തുണിയെടുക്കാൻ പിറ്റേന്ന്വരെ എല്ലാവരും കാത്തിരിക്കണം. അതാണ് നിയമം. എന്നാൽ ഷീദയ്ക്ക് മാത്രം സായാഹ്നത്തിൽ പുറത്തി റങ്ങുവാൻ അനുവാദമുണ്ട്. അവൾ എനിക്ക് മുന്നിൽ നടന്നു. വസന്ത കാലമായിരുന്നു. ദൂരെയെവിടേനിന്നോ കിളികളുടെ സ്വരം വരുന്നുണ്ടാ യിരുന്നു. സൂര്യൻ അസ്തമിച്ചിട്ടേയുള്ളൂ. ആകാശം ഇളം ചുവപ്പ് നിറ ത്തിലാണ്. തുണിയുണക്കുന്ന സ്ഥലം മുറ്റത്തിന്റെ ഏറ്റവും അറ്റത്താണ്. ഒന്നാം നിലയിലെ ജനൽ കമ്പികളിലാണ് അയ കെട്ടിയിരിക്കുന്നത്. മുറ്റത്തിന്റെ ഒരറ്റത്തുനിന്ന് മറ്റേ അറ്റം വരെ നീളുന്ന അയകൾ. അതി ന്മേൽ മുഴുക്കെ പല വർണ്ണങ്ങളിലുള്ള തുണികൾ. ആ തുണികളുടെ അപ്പുറത്ത് ഷീദ അപ്രത്യക്ഷയായി. ഞാനവളെ പിന്തുടർന്നു. വസ്ത്രം കൈകൊണ്ട് തള്ളിമാറ്റിയാണ് ഞാൻ നടക്കുന്നത്. പാന്റ്സുകളും പാവാട കളും ഷർട്ടുകളും ചാദോറുകളുമെല്ലാം തള്ളിമാറ്റി. പെട്ടെന്ന് ഞാനൊരു നിലവിളി കേട്ടു.

"മറീനാ... ഓടിച്ചെല്ല്! ഒരു കത്രികയെടുത്തുകൊണ്ട് വാ... വേഗം..." അത് ഷീദയായിരുന്നു.

ഒരു ജനലിൽനിന്നും തൂങ്ങിക്കിടക്കുന്ന ആരേയോ താങ്ങിനിൽക്കുന്ന ഷീദയുടെ രൂപം ഒരു നിമിഷത്തേക്ക് ഞാൻ കണ്ടു. ഒട്ടും സമയം പാഴാക്കാതെ ഓഫീസിലേക്കോടി. വാതിലിൽ ആഞ്ഞിടിച്ചു. മറിയം വാതിൽ തുറന്നു.

"കത്രിക! ഇപ്പോൾ വേണം. മുറ്റത്ത്..."

അവർ മേശയിൽനിന്നും കത്രികയെടുത്തു. ഞങ്ങൾ ഷീദക്കരികിലേക്കോടി. ഷീദ അപ്പോഴും ആരേയോ താങ്ങി നിൽക്കുകയായിരുന്നു. അത് സാറയാണെന്ന് ഞാൻ തിരിച്ചറിഞ്ഞു. സ്കാർഫുകൾ കൂട്ടിക്കെട്ടി കയറുപോലെയാക്കി അതിൽ തൂങ്ങിമരിക്കാൻ ശ്രമിച്ചിരിക്കുകയാണവൾ. ഒന്നാംനിലയിലെ ജനലിലുള്ള ഒരു കമ്പിയിലാണാ കയർ ബന്ധിപ്പിച്ചിരിക്കുന്നത്. സാറയ്ക്ക് കുറച്ചുകൂടി ഉയരമുണ്ടായിരുന്നെങ്കിൽ ഇങ്ങനെ തൂങ്ങിനിൽക്കാനാകുമായിരുന്നില്ല. അവളുടെ ശരീരം വിറയ്ക്കുന്നുണ്ടായിരുന്നു. മറിയം കയർ മുറിച്ചു. സാറ ശ്വസിക്കുന്നുണ്ട്. എന്നാൽ അവളുടെ മുഖം നീലനിറമായിരിക്കുന്നു. മറിയം നഴ്സിനെ വിളിക്കാനോടിയപ്പോൾ ഞങ്ങൾ അവളെ പരിചരിച്ചു. സാറയ്ക്ക് ബോധം നശിച്ചിരുന്നു. ഞങ്ങൾ അവളോട് സംസാരിക്കാൻ ശ്രമിച്ചു. മുഖം തടവി. അവളിൽ നിന്നും പ്രതികരണമൊന്നും വന്നില്ല.

സാറയെ വീണ്ടുമവർ കൊണ്ടുപോയി.

ഓരോ നിമിഷം കഴിയുംതോറും എന്നിലെ പ്രതീക്ഷകൾ അസ്തമിച്ചുകൊണ്ടിരുന്നു. വസന്തകാലമായി. ചുറ്റിലും പൂക്കളുടെ മണം വരുന്ന കാലം. എവിനു പുറത്ത് ജീവിതം സാധാരണമായിരിക്കും. ആന്ദ്രേ ഇപ്പോൾ എന്നെ ഓർക്കുന്നുണ്ടാകുമോ? ഒരുപക്ഷേ എന്നെ മറന്നിരിക്കും. സന്ദർശകർക്കുള്ള സ്ഥലത്ത് ഇപ്പോൾ ഫോൺ വച്ചിട്ടുണ്ട്. ഞങ്ങൾക്ക് വിളിക്കാൻ അനുവാദമുണ്ട്. ഞാൻ എന്റെ അച്ഛനമ്മമാരോട് ആന്ദ്രേയെക്കുറിച്ച് ചോദിച്ചു. വീട്ടിൽ വരാറുണ്ടെന്നും അവനെപ്പോഴും നിന്നെ ഓർക്കാറുണ്ടെന്നും അമ്മ പറഞ്ഞു. ഒരുപക്ഷേ അമ്മ എന്നെ വിഷമിപ്പിക്കാതിരിക്കാൻ പറഞ്ഞതാകാമത്.

ഞങ്ങളുടെ ദിവസങ്ങൾ തമ്മിൽ, ദിനചര്യകൾ തമ്മിൽ, വ്യത്യാസമൊന്നുമുണ്ടായിരുന്നില്ല. ഇത് ഓരോ ദിവസവും കൂടുതൽ കഠിനമാക്കാനേ ഉപകരിച്ചുള്ളൂ. എന്നും പ്രഭാതത്തിലെ പ്രാർത്ഥനയോടെ ദിവസം തുടങ്ങും. ഉദയത്തിനു മുമ്പുള്ള പ്രാർത്ഥന.

എട്ടുമണിക്ക് പ്രാതലെത്തും. അതിനുശേഷം ഞങ്ങൾക്ക് മതപഠന ക്ലാസുകളുണ്ടാകും. ടെലിവിഷൻ വഴിയാണീ ക്ലാസുകൾ. അവിടെ ലഭ്യമായ പുസ്തകങ്ങൾ വായിക്കാൻ ഞങ്ങൾക്ക് അനുവാദമുണ്ട്. ആ പുസ്തകങ്ങളെല്ലാം ഇസ്ലാമിനെക്കുറിച്ചായിരുന്നു. അതല്ലെങ്കിൽ ഇടനാഴിയിലൂടെ നടക്കാം. രാഷ്ട്രീയം അല്ലെങ്കിൽ രാഷ്ട്രീയത്തിൽ ഞങ്ങൾക്കുണ്ടായിരുന്ന ബന്ധം, എന്തെന്ന് ഞങ്ങളിവിടെ സംസാരിക്കാറില്ല. എവിനു

മുമ്പേ ഞങ്ങൾ എന്ത് ചെയ്തുവെന്നും എങ്ങനെ ഇവിടെ എത്തിയെന്നും ചർച്ചയുണ്ടാകാറില്ല. ചില പെൺകുട്ടികൾ ചാരപ്രവർത്തി ചെയ്യുന്നു ണ്ടെന്ന് അറിയാമായിരുന്നു. അത്രയധികം പേരൊന്നും അങ്ങനെയില്ല. ഒരുപക്ഷേ ഒരു മുറിയിൽ ഒന്നോ രണ്ടോ പേരുണ്ടാകും. എന്തെങ്കിലും പറഞ്ഞ് അത് ചോദ്യം ചെയ്യുന്നവർക്കരികിലെത്തുന്ന സാഹസത്തിനു തുനിയാൻ ഞങ്ങൾ തയ്യാറല്ലായിരുന്നു.

ദിവസത്തിൽ ഒരു മണിക്കൂർ ഞങ്ങളുടെ കെട്ടിടത്തിനുചുറ്റും നട ക്കാൻ അനുവാദമുണ്ട്. അപ്പോൾ ഹെജാബ് ധരിക്കണം എന്ന് നിർബന്ധ മാണ്. കെട്ടിടത്തിനു മുകളിൽ പുരുഷ ഗാർഡുകൾ റോന്ത് ചുറ്റുന്നു ണ്ടാകുമെന്നതിനാലാണിത്. അവർ ഞങ്ങൾ എന്ത് ചെയ്യുന്നു എന്ന് വീക്ഷിക്കുന്നുണ്ടാകും. എന്നാൽ മുറ്റത്ത് ചാദോർ ധരിക്കണം എന്ന നിർ ബന്ധമുണ്ടാകാറില്ല. ളോഹപോലെയുള്ള വസ്ത്രവും തലയിൽ തട്ടവും മതി. പുറത്താകുമ്പോൾ ആകെ ചെയ്യുവാനാകുന്നത് ഒന്നുകിൽ വട്ടത്തിൽ നടക്കുക അല്ലെങ്കിൽ ചുമരിൽ ചാരി ഇത്തിരി തുണ്ടം ആകാശം കണ്ടി രിക്കുക എന്നത് മാത്രമായിരുന്നു. ഇതാണ് ഞങ്ങൾക്ക് കാണാനാകുന്ന പുറം ലോകം. അത് ഞങ്ങളെ പൂർവ്വകാല ജീവിതം ഓർമ്മിപ്പിച്ചു.

ഓർമ്മകളിൽ വീട് നിറഞ്ഞുനിൽക്കും. ഞാൻ മിക്കപ്പോഴും തരേന യോടൊപ്പം ചുമർ ചാരിയിരിക്കും. അതിന്റെ പരുക്കൻ പ്രതലത്തിൽ ചാരി ആകാശം കണ്ടിരിക്കും. അവിടെ മേഘങ്ങൾ ഒരറ്റത്തുനിന്നും മറ്റേയറ്റ ത്തേക്ക് പായുന്നതും അവിടെയവ അപ്രത്യക്ഷമാകുന്നതും കണ്ടിരിക്കും. അതിലൊരു മേഘത്തിലാണു ഞങ്ങൾ എന്നും അതിനെ ഞങ്ങൾക്ക് ഏത് ദിശയിലേക്ക് വേണമോ ആ ദിശയിലേക്ക് നയിക്കാനാകുമെന്നും മനോരാജ്യം കാണും. ഞങ്ങൾക്ക് പരിചിതമായിരുന്ന സ്ഥലങ്ങളെക്കുറിച്ച് സംസാരിക്കും. മേഘത്തിലിരുന്ന് ഞങ്ങളുടെ അയൽവക്കവും സ്കൂളും വീടും കാണും. വീടിന്റെ ജനലിലൂടെ നോക്കിനിൽക്കുന്ന അമ്മമാരെ കാണും. അവരപ്പോൾ തുറുങ്കിൽ കിടക്കുന്ന അവരുടെ മക്കളെയോർ ക്കുന്നുണ്ടാകും.

“നീയെങ്ങിനെ ഈ ബുദ്ധിമുട്ടിൽ വന്ന് ചാടി?” ഒരു ദിവസം അങ്ങനെ വെയിൽ കൊണ്ടിരിക്കുന്നതിനിടയിൽ തരേന ചോദിച്ചു. എങ്ങനെ അറസ്റ്റ് ചെയ്യപ്പെട്ടു എന്നതിനെക്കുറിച്ച് അതുവരേക്കും ഞങ്ങൾ ചർച്ച ചെയ്തി ട്ടില്ലായിരുന്നു. അപ്പോൾ മുറ്റം നിറയെ പെൺകുട്ടികളുണ്ടായിരുന്നു. അതിൽ മിക്കവരും അതിവേഗം നടക്കുന്നുണ്ടായിരുന്നു. ഏതോ ലക്ഷ്യ സ്ഥാനത്തെത്താൻ തിരക്കുള്ളതുപോലെ. കറുപ്പ്, നീല, തവിട്ട്, ചാര നിറമുള്ള ളോഹക്കുപ്പായങ്ങൾ പരസ്പരം ഉരുമ്മുന്നുണ്ടായിരുന്നു. റബ്ബറിന്റെ ചെരുപ്പുകൾ നിലത്ത് അതിവേഗം ചലിക്കുന്നുണ്ടായിരുന്നു. ഒരു തെരുവ് തെണ്ടി വഴിക്കരികിലിരുന്ന് കാണുന്ന കാഴ്ച ഇതിനു സമാന മായിരിക്കും എന്ന് അവിടെയിരുന്നപ്പോൾ എനിക്ക് തോന്നി. എന്നാൽ എന്റെ കാഴ്ച ഒരു ഭിക്ഷക്കാരനേക്കാൾ പരിമിതമായിരുന്നു. ആ നിമിഷ ത്തിൽ എന്റെ ലോകം എന്നത് മേൽക്കൂരയില്ലാത്ത ഒരു രണ്ട് നില കെട്ടിടം

പോലെയായിരുന്നു. ഒരു ചതുരൻ കെട്ടിടം. രണ്ട് നില. അതിൽ അഴികളിട്ട അനേകം ജനലുകൾ. ഒരു ശാസ്ത്രകഥാസാഹിത്യം പോലെ. 'തുറുങ്കിലടയ്ക്കപ്പെട്ട പെൺകുട്ടികൾ' എന്ന തലക്കെട്ടതിനു നൽകാമെന്ന് ഓർത്ത് ഞാൻ ചിരിച്ചു.

"എന്തുപറ്റി?" തരേന ചോദിച്ചു.

"വഴിയരികിലിരിക്കുന്ന ഭിക്ഷക്കാരാണ് നമ്മൾ എന്നെനിക്ക് തോന്നി."

തരേന ചിരിച്ചു

"നമ്മളെ അപേക്ഷിച്ചു നോക്കിയാൽ, ഭിക്ഷക്കാർ രാജാക്കന്മാരാണ്", അവൾ പറഞ്ഞു.

"കണക്കിന്റെ ക്ലാസിൽനിന്നും ഇറങ്ങിപ്പോന്ന അന്ന് എന്റെ ദുരിതങ്ങൾ ആരംഭിച്ചു...."

പതിനൊന്ന്

1980ന്റെ ആദ്യകാലത്ത് അബോൽഹസ്സൻ ബനിസാദർ ഇറാന്റെ തിരഞ്ഞെടുക്കപ്പെട്ട ആദ്യ രാഷ്ട്രപതിയായി. വിപ്ലവം വിജയിക്കുന്നതിനുമുമ്പ് അദ്ദേഹം ഷാ സർക്കാരിനെതിരെയുള്ള മുന്നേറ്റത്തിൽ പല വർഷങ്ങളായി പങ്കെടുത്തിരുന്നു. രണ്ട് തവണ ജയിൽവാസമനുഭവിച്ചിട്ടുണ്ട്. രാജ്യം വിട്ട് ഫ്രാൻസിൽ അയാത്തൊള്ള ഖൊമേനിയോടൊപ്പം ചേരുകയും അവിടെനിന്ന് പ്രവർത്തനം തുടരുകയും ചെയ്തു. ഇറാനെ അദ്ദേഹം ജനാധിപത്യത്തിലേക്ക് നയിക്കും എന്ന പ്രതീക്ഷയുണ്ടായിരുന്നു. എന്നാൽ 1979-80 അദ്ധ്യയന വർഷം മുന്നോട്ട് നീങ്ങുംതോറും ചുറ്റും ഇരുട്ട് പരക്കുകയാണെന്ന തോന്നൽ ശക്തമായി തുടങ്ങി. എല്ലാം വഷളായിത്തുടങ്ങി. ഒന്നൊന്നായി, ഞങ്ങളുടെ മിക്കവാറും എല്ലാ അദ്ധ്യാപികമാരേയും മാറ്റി പകരം അനുഭവ സമ്പത്തില്ലാത്ത, മതഭ്രാന്തുള്ള യുവതികൾ വന്നു. ഹെജാബ് നിർബന്ധമായി. സ്ത്രീകൾ ഇരുണ്ട വർണങ്ങളിലുള്ള നീളൻ ഉടുപ്പുകൾ ധരിക്കണമെന്നത് നിർബന്ധമാക്കി. തലയിൽ വലിയ സ്കാർഫ് ധരിക്കണം. അതല്ലെങ്കിൽ തല മുതൽ കാലുവരെ മൂടുന്ന ചാദോർ ധരിക്കണം. ഇസ്ലാം സർക്കാരിനെ വിമർശിക്കുകയോ എതിർക്കുകയോ ചെയ്യുന്ന രാഷ്ട്രീയ സംഘടനകളെല്ലാം നിയമവിരുദ്ധമായി.

ടൈ ധരിക്കുക, കൊളോൺ, സുഗന്ധദ്രവ്യങ്ങൾ പൂശുക, മേയ്ക്കപ്പിടുക, നഖം പോളീഷ് ചെയ്യുക എന്നിവയെല്ലാം 'പൈശാചിക' പ്രവർത്തികളായി. അത് ചെയ്യുന്നവരെ ശിക്ഷിക്കുമെന്ന ഉത്തരവുണ്ടായി. എന്നും ക്ലാസിൽ പോകുന്നതിനുമുമ്പ് കുട്ടികളെ വരിയായി നിർത്തി 'അമേരിക്ക തുലയട്ടെ', 'ഇസ്രായേൽ തുലയട്ടെ' തുടങ്ങിയ മുദ്രാവാക്യങ്ങൾ മുഴക്കുക നിർബന്ധമാക്കി.

എന്നും കാലത്ത് ഞങ്ങളുടെ പ്രധാനാദ്ധ്യാപികയായ ഖനൂം മഹ്മൂദിയും ഉപപ്രധാനാദ്ധ്യാപികയായ ഖനൂം ഖൈർഖായും സ്കൂളിന്റെ പടിവാതിൽക്കൽ ഒരു ബക്കറ്റ് വെള്ളവുമായി വന്ന് നിൽക്കും. കൈയിൽ ഒരു തോർത്തുമുണ്ടാകും. കയറി വരുന്ന ഓരോ കുട്ടിയേയും അവർ പരിശോധിക്കും. ഏതെങ്കിലുമൊരു കുട്ടി മേയ്ക്കപ്പിട്ട് കണ്ടാൽ അവർ അത് കഴുകി കളയും. ആ കുട്ടിക്ക് വേദനിക്കുന്നതുവരേക്കും ഉരച്ചുകൊണ്ടിരിക്കും. ഒരു ദിവസം ഈ പരിശോധനയ്ക്കിടയിൽ എന്റെ ഒരു സുഹൃത്തായ നസീമിനെ ഖനൂം മഹ്മൂദി വരിയിൽനിന്നും വലിച്ച് മാറ്റി നിർത്തി. അവളുടെ പുരികം കൃത്യതയാർന്നതാണെന്നായിരുന്നു കാരണം. അവ അങ്ങനെ വെട്ടിയൊതുക്കിയതാണെന്ന് അവർ ആരോപിച്ചു. നസീം കരഞ്ഞുകൊണ്ട് താൻ ഒന്നും ചെയ്തിട്ടില്ല എന്ന് പറയുന്നുണ്ടായിരുന്നു. പ്രധാനാദ്ധ്യാപിക അവളെ വേശ്യയെന്ന് വിളിച്ചു. നസീം സ്വാഭാവികമായും സുന്ദരിയായിരുന്നു. ഞങ്ങൾ പലരും മുന്നോട്ട് ചെന്ന് അവളെ പ്രതിരോധിച്ചു. അവളുടെ പുരികം അങ്ങനെയാണെന്ന് പറഞ്ഞു. പക്ഷേ അവളോട് പ്രധാനാധ്യാപിക ഒരിക്കലും മാപ്പ് പറഞ്ഞില്ല.

പിന്നെപിന്നെ എന്റെയുള്ളിൽ കോപം കുമിഞ്ഞ് കൂടാൻ തുടങ്ങി. മിക്കവാറും വിഷയങ്ങളിൽ ഞാൻ മോശമാകാൻ തുടങ്ങി. പ്രത്യേകിച്ചും കണക്കിൽ. പുതിയ കണക്ക് അദ്ധ്യാപിക വിപ്ലവ ഗാർഡിൽപെട്ട ഒരാളായിരുന്നു. ഈ വിഷയം പഠിപ്പിക്കുന്നതിന് യോഗ്യതയൊന്നുമില്ലായിരുന്നു. അവർ മിക്കവാറും സമയം ഇസ്ലാം പ്രചരണത്തിനായാണ് ഉപയോഗിച്ചത്. ഇസ്ലാം സർക്കാരിന്റെ പരിപാടികൾ പ്രചരിപ്പിക്കാനും ഇസ്ലാമിനെക്കുറിച്ച് സംസാരിക്കാനും ഇസ്ലാം സമൂഹം പാശ്ചാത്യ സദാചാര ദൂഷണത്തെ എങ്ങനെ വിജയകരമായി ചെറുത്തു എന്ന് പറയാനാണവർ അധിക സമയം ചിലവിട്ടത്. ഒരു ദിവസം അവർ ഖൊമേനി രാജ്യത്തിനായി ചെയ്ത മഹത്തായ കാര്യങ്ങളെക്കുറിച്ച് പ്രസംഗിച്ചുകൊണ്ടേയിരിക്കുകയായിരുന്നു, നിർത്താതെ.

അപ്പോൾ ഞാൻ കൈയുയർത്തി.

“പറയൂ.” അവർ സമ്മതം തന്നു.

“എതിർത്ത് പറയുകയാണെന്ന് കരുതരുത്. മിസ്സ്, നമുക്ക് നമ്മുടെ പഠന വിഷയത്തിലേക്ക് മടങ്ങിവരാമോ?”

അവർ പുരികക്കൊടിയൊന്നുയർത്തി. എന്നിട്ട് വെല്ലുവിളിക്കുന്ന സ്വരത്തിൽ ‘ഞാൻ പഠിപ്പിക്കുന്നത് ഇഷ്ടമാകുന്നില്ലെങ്കിൽ നിനക്ക് ക്ലാസിൽ നിന്നിറങ്ങാം’ എന്ന് പറഞ്ഞു.

എല്ലാവരും എന്നെ നോക്കി. ഞാൻ പുസ്തകങ്ങൾ വാരിക്കെട്ടി പുറത്തിറങ്ങി. ഇടനാഴിയിലേക്ക് നീങ്ങിയപ്പോൾ പുറകിൽ കാലടികൾ കേട്ടു. ഞാൻ തിരിഞ്ഞ് നോക്കി. ക്ലാസിലെ മിക്കവാറും കുട്ടികൾ എനിക്ക് പുറകെ പുറത്തിറങ്ങിയിരിക്കുന്നു. ഇടനാഴിയിൽ അപ്പോൾ ഞങ്ങൾ ഏകദേശം മുപ്പത് പേരുണ്ടായിരുന്നു.

ഉച്ചഭക്ഷണത്തിന്റെ ഇടവേളയായപ്പോഴേക്കും സ്കൂളിൽ അലങ്കോലമായി. ഞാൻ ഒരു സമരം തുടങ്ങിവച്ചിരിക്കുന്നു എന്നായി സംസാരം. ഉച്ചയ്ക്കു ശേഷമുള്ള മിക്ക ക്ലാസുകളും ഉപേക്ഷിക്കപ്പെട്ടു. 90% കുട്ടികളും മുറ്റത്ത് വന്ന് നിൽക്കുകയായിരുന്നു. അവരെല്ലാം ക്ലാസിലേക്ക് കയറാൻ വിസമ്മതിച്ചു. ഖനൂം മഹ്മൂദി ഉച്ചഭാഷിണിയുമായെത്തി. ഞങ്ങളോട് ക്ലാസിൽ തിരിച്ച് കയറുവാൻ ആവശ്യപ്പെട്ടു. ആരും അനുസരിച്ചില്ല. മാതാപിതാക്കളെ വിളിച്ച് വരുത്തും എന്നവർ പറഞ്ഞു. ആരും അനങ്ങിയില്ല. ഞങ്ങളെയെല്ലാം പുറത്താക്കും എന്നവർ ഭീഷണിപ്പെടുത്തി. ഇപ്പോൾ തന്നെ ചെയ്തോളൂ എന്നായി ഞങ്ങൾ. അവസാനം കുട്ടികളെല്ലാം കൂടി എന്നേയും മറ്റ് രണ്ട് പേരേയും പ്രതിനിധികളായി അവരോട് സംസാരിക്കാൻ നിയോഗിച്ചു. അദ്ധ്യാപികമാർ പഠിപ്പിക്കേണ്ട വിഷയത്തിൽ മാത്രം ശ്രദ്ധ കേന്ദ്രീകരിക്കണം. എങ്കിലേ ക്ലാസിൽ തിരികെ കയറുകയുള്ളൂ എന്ന് ഞങ്ങൾ അറിയിച്ചു. അദ്ധ്യാപികമാർ രാഷ്ട്രീയം മാറ്റിവക്കണം എന്നാവശ്യപ്പെട്ടു.

ഞാൻ വീട്ടിലെത്തിയപ്പോൾ അമ്മ എന്നെ വിളിച്ചു. ഇത് അസാധാരണമായിരുന്നു. അത്താഴത്തിനുമുമ്പ് അമ്മ എന്നോട് സംസാരിക്കാറില്ല. അമ്മ അടുക്കളയിലായിരുന്നു.

ഞാൻ വാതിൽക്കൽ നിന്നു. “എന്താ അമ്മേ?”

“നിന്റെ പ്രധാനാദ്ധ്യാപിക വിളിച്ചിരുന്നു.” അമ്മ എന്നെ നോക്കുന്നുണ്ടായിരുന്നില്ല. പച്ചക്കറി അരിയുന്നതിലായിരുന്നു ശ്രദ്ധ. വളരെ കൃത്യമായി നല്ല വേഗത്തിലാണ് ആ കത്തി ചലിച്ചിരുന്നത്. അരിഞ്ഞ ഇലകൾ അമ്മയുടെ കൈയിനൊരു പച്ച നിറം നൽകിയിരിക്കുന്നു.

“നീ ചെയ്യുന്നതെന്താണെന്ന് മനസ്സിലാകുന്നുണ്ടോ?” അമ്മ ആ കത്തിയുടെ അതേ മൂർച്ചയിൽ എനിക്കൊരു നോട്ടം സമ്മാനിച്ചു.

സംഭവത്തെക്കുറിച്ച് ഞാൻ അമ്മയോട് പറഞ്ഞു.

“ഇത് പെട്ടെന്ന് തീർക്കുന്നതാണ് നല്ലത്. ഇനിയും അവർ എന്നെ വിളിക്കരുത്. അവരുമായി യോജിച്ച് പോകുക. ഈ സർക്കാർ അധികകാലമൊന്നുമുണ്ടാകില്ല. പോയി ഹോം വർക്ക് ചെയ്തോളൂ.”

ഞാൻ മുറിയിൽ കയറി വാതിലടച്ചു. അമ്മയുടെ കോപത്തിൽ നിന്നും വളരെ പെട്ടെന്ന് രക്ഷപ്പെട്ടല്ലോ എന്ന ആശ്ചര്യം മനസ്സിലുണ്ടായിരുന്നു. ഒരുപക്ഷേ അമ്മയ്ക്ക് പുതിയ സർക്കാരിനെ ഇഷ്ടമല്ലായിരിക്കാം. എനിക്കുള്ള അത്ര തന്നെ ഇഷ്ടക്കേടുണ്ടാകാം. അതുകൊണ്ടാകാം അമ്മയുടെ പ്രതികരണം ഞാൻ ഉദ്ദേശിച്ചതുപോലെ കാഠിന്യമുള്ളതാകാഞ്ഞത്.

സമരം രണ്ട് ദിവസം നീണ്ടുനിന്നു. ഞങ്ങൾ അപ്പോഴും സ്കൂളിൽ പോയിരുന്നു. എന്നാൽ ക്ലാസിൽ കയറാറില്ല. ചെറുസംഘങ്ങളായി കൂട്ടംകൂടിയിരുന്നും വെറുതെ ചുറ്റിക്കറങ്ങിയും സമയം ചിലവിട്ടു. അക്കാലങ്ങളിൽ ഞങ്ങൾ കണ്ട വ്യത്യസ്ത കാഴ്ചകൾ തന്നെയായിരുന്നു

അധികവും സംസാരവിഷയമായി കയറി വന്നത്. ജീവിതം ഇത്രയുമധികം മാറി എന്നത് വിശ്വസിക്കാൻ ഞങ്ങളെല്ലാം പാടുപെടുന്നുണ്ടായിരുന്നു. ഒരു വർഷം മുമ്പ് പോലും ഞങ്ങളുടെ വസ്ത്രം ഞങ്ങളെ അപകടത്തിലെത്തിക്കും എന്ന് ഞങ്ങൾ കരുതിയിട്ടില്ല. അല്ലെങ്കിൽ കണക്ക് പഠിക്കാനായി ഞങ്ങൾ സമരത്തിനിറങ്ങുമെന്ന്. സമരത്തിന്റെ മൂന്നാം ദിവസം ഖനൂം മഹ്മൂദി വിദ്യാർത്ഥി പ്രതിനിധികളെ ചർച്ചയ്ക്ക് ക്ഷണിച്ചു.

അവരുടെ മുഖം കോപത്താൽ ചുവന്നിരുന്നു. അവർ ഞങ്ങൾക്ക് അവസാന മുന്നറിയിപ്പ് നൽകി. ക്ലാസിൽ തിരിച്ച് കയറിയില്ലെങ്കിൽ വിപ്ലവ ഗാർഡുകളോട് സ്കൂളിൽ വരാനും കാര്യങ്ങൾ കൈകാര്യം ചെയ്യാനും ആവശ്യപ്പെടുകയല്ലാതെ മറ്റ് മാർഗ്ഗമുണ്ടാകുകയില്ലെന്ന് അവർ അറിയിച്ചു. ഗാർഡുകൾ ഞങ്ങളോട് ക്ഷമയോടെ പെരുമാറില്ലെന്ന് ഞങ്ങൾക്കറിയാമെന്ന കാര്യം അവർക്കറിയാമെന്നും കൂട്ടിച്ചേർത്തു. ഇത് വളരെ ഗൗരവമുള്ള ഒരു വിഷയമാണ്. അവർ ഇടപെട്ടാൽ പലർക്കും ശാരീരിക പരിക്കുകളുണ്ടാകാം. ഞങ്ങളപ്പോൾ പ്രവർത്തിക്കുന്നത് ഇസ്ലാം സർക്കാരിനെതിരായാണ്. ഇതിനു ശിക്ഷ മരണം പോലുമാകാം. ക്ലാസിൽ തിരിച്ച് കയറാൻ അവർ ഞങ്ങൾക്ക് ഒരു മണിക്കൂർ നൽകി.

അവർക്ക് പറയാനുള്ളതെല്ലാം പറഞ്ഞ് കഴിഞ്ഞിരിക്കുന്നു. വിപ്ലവ ഗാർഡുകൾക്ക് അത്ര നല്ല കീർത്തിയൊന്നുമില്ല. കഴിഞ്ഞ ഏതാനും മാസങ്ങളിൽ അവർ അനേകമാളുകളെ അറസ്റ്റ് ചെയ്തിട്ടുണ്ട്. അവരിൽ പലരെക്കുറിച്ചും പിന്നെ ഒരു വിവരവും ലഭിച്ചിട്ടില്ല. വിപ്ലവത്തിനെതിര് നിന്നു, ഇസ്ലാമിനെതിരെ പ്രവർത്തിച്ചു, അല്ലെങ്കിൽ ഖൊമേനിക്കെതിരെ പ്രവർത്തിച്ചു എന്നൊക്കെയായിരിക്കും അവർക്കെതിരെയുള്ള കുറ്റങ്ങൾ.

സമരം അവസാനിച്ചു.

ഭയക്കേണ്ടത് ഈ വിപ്ലവ ഗാർഡുകളെ മാത്രമായിരുന്നില്ല. ഹെസ്ബൊള്ള എന്നൊരു വിഭാഗമുണ്ട്. മതഭ്രാന്ത് കയറിയ സൈനികേതര പൗരന്മാർ. കൈയിൽ കത്തിയും വടിയുമായാണവർ നടക്കുക. ഏതൊരു പൊതുപ്രതിഷേധത്തേയും അവർ ആക്രമിക്കും. അവരെ എല്ലായിടത്തും കാണാം. നിമിഷങ്ങൾക്കുള്ളിൽ അവർ സംഘടിച്ചെത്തും. ഹെജാബ് ശരിയായി ധരിക്കാത്ത സ്ത്രീകളാണധികവും അവരുടെ ആക്രമണത്തിനിരകളാകുന്നത്. ലിപ്സ്റ്റിക് ധരിച്ചു എന്നും അല്ലെങ്കിൽ തലയിലെ തട്ടമല്പം നീങ്ങി മുടിയിത്തിരി പുറത്ത് കണ്ടു എന്നും പറഞ്ഞ് അവരുടെ ആക്രമണത്തിനിരയായ സ്ത്രീകൾ അനേകമുണ്ട്.

ഈ സമരം കഴിഞ്ഞ് ഒന്ന് രണ്ട് മാസംകഴിഞ്ഞപ്പോഴാണ് ഖനൂം മഹ്മൂദി തയ്യാറാക്കിയ പട്ടികയെക്കുറിച്ച് എന്റെ രസതന്ത്രാദ്ധ്യാപികയായ ഖനൂം ബഹ്മാൻ എന്നെ അറിയിക്കുന്നത്. വിപ്ലവത്തിനു മുമ്പുതൊട്ട് സ്കൂളിലുണ്ടായിരുന്ന അപൂർവ്വം അദ്ധ്യാപികമാരിൽ ഒരാളായിരുന്നു ഖനൂം ബഹ്മാൻ. ക്ലാസ് കഴിഞ്ഞാൽ ഒന്ന് കാണണം എന്ന് പറഞ്ഞ്, വിളിച്ച് നിർത്തിയാണവർ എന്നോട് അവർ കണ്ട ഈ പട്ടികയുടെ കാര്യം

പറഞ്ഞത്. വളരെക്കാലമായി ഈ സ്കൂളിലെ അദ്ധ്യാപികയായിരുന്നതിനാൽ അവർക്ക് എന്നെ നല്ലവണ്ണമറിയാമായിരുന്നു. സംസാരിക്കുമ്പോൾ കണ്ണുകൾ വാതിലിലുറപ്പിച്ച്, ആരും കടന്നുവരുന്നില്ലെന്ന് ഉറപ്പിച്ചാണവർ തുടങ്ങിയതും, തുടർന്നതും. മന്ത്രിക്കുന്നതുപോലെയാണവർ സംസാരിച്ചത്. ശരിക്കും കേൾക്കാനായി എനിക്ക് അവരുടെ സമീപത്തേക്ക് തല വളയേക്കണ്ടി വന്നു.

അന്നുമുതൽ ഇതുപോലെ എന്തോ സംഭവിക്കാനിരിക്കുന്നു എന്ന് ഞാൻ പ്രതീക്ഷിച്ചിരുന്നു. ഞാനന്ന് പറഞ്ഞതും ചെയ്തതും അപകടമാകും എന്നെനിക്കറിയാമായിരുന്നു. എനിക്ക് ഈ പുതിയ ഇസ്ലാം നിയമങ്ങൾ ഇഷ്ടമല്ല എന്നത് ഒരു രഹസ്യമൊന്നുമല്ല. ഇക്കാലത്ത് ഒരാൾക്ക് അതിന്റെ പരിണിത ഫലങ്ങളെക്കുറിച്ച് ബോധമില്ലാതെ തുറന്ന് സംസാരിക്കാനാകില്ല. ഇതെല്ലാം അറിയാമായിരുന്നിട്ടും ഈ അപകടം ദൂരെയാണെന്നും അവ്യക്തമാണെന്നുമൊരു ധാരണ എന്റെ മനസ്സിൽ എവിടേയോ ഉണ്ടായിരുന്നു. മോശം കാര്യങ്ങൾ എപ്പോഴും മറ്റുള്ളവർക്ക് മാത്രം സംഭവിക്കുന്നതാണെന്ന് ഞാൻ കരുതി.

പട്ടികയെക്കുറിച്ചുള്ള വിവരം നൽകിയതിന് ഞാൻ ഖനൂം ബഹ്മാനോട് നന്ദി പറഞ്ഞു. ഞാൻ രാജ്യം വിടുകയാണ് നല്ലത് എന്ന അഭിപ്രായക്കാരിയായിരുന്നു അവർ. വിദേശത്ത് ബന്ധുക്കളാരെങ്കിലുമുണ്ടോ എന്നവർ ആരാഞ്ഞു. എന്റെ മാതാപിതാക്കൾ ധനികരല്ലെന്നും വിദേശത്തേക്കൊക്കെ അയയ്ക്കാൻ അവർക്കാകില്ലെന്നും ഞാനവരോട് പറഞ്ഞു. അവർ ഇടയ്ക്ക് കയറി. ശബ്ദമുയർത്തി.

“നിനക്ക് ഞാൻ പറയുന്നത് മനസ്സിലായില്ല എന്ന് തോന്നുന്നു മറീന. ഇത് ജീവന്റേയും മരണത്തിന്റേയും പ്രശ്നമാണ്. ഞാനാണ് നിന്റെ അമ്മയെങ്കിൽ നിന്നെ ഇവിടെ നിന്ന് ഉടൻ പുറത്ത് കടത്തും. അതിനു വേണ്ടി പട്ടിണികിടന്നാലും കുഴപ്പമില്ല എന്ന് വയ്ക്കും.” അത് പറയുമ്പോൾ അവരുടെ കണ്ണ് നിറഞ്ഞിരുന്നു.

എനിക്കവരെ ഇഷ്ടമായിരുന്നു. അവരെ വിഷമിപ്പിക്കാൻ ഞാൻ ആഗ്രഹിച്ചില്ല. അതിനാൽ മാതാപിതാക്കളുമായി സംസാരിക്കാം എന്ന് ഞാൻ അവർക്ക് ഉറപ്പ് കൊടുത്തു. എന്നാൽ അത് ചെയ്യാനുള്ള ഉദ്ദേശ്യം എനിക്കില്ലായിരുന്നു. ഞാനവരോട് എന്ത് പറയും? എന്നെ ഉടൻ അറസ്റ്റ് ചെയ്യുമെന്നോ?

എന്റെ ചേട്ടനും ഭാര്യയും വിപ്ലവം നടന്ന് അധികം കഴിയാതെ കാനഡയിലേക്ക് കുടിയേറിയിരുന്നു. ഒരു ഇസ്ലാമിക് റിപ്പബ്ലിക്കിൽ അവർക്ക് വലിയ ഭാവിയൊന്നും ഉണ്ടാകില്ല എന്നവർ തിരിച്ചറിഞ്ഞിരുന്നു. അവർ യാത്രയായി അധികകാലം കഴിയുന്നതിനുമുമ്പ് ഇറാൻ സർക്കാർ, ഇറാൻ പൗരന്മാർ മറ്റു രാജ്യങ്ങളിലേക്ക് കുടിയേറുന്നത് തടഞ്ഞുകൊണ്ട് നിയമം കൊണ്ടുവന്നു. ‘കാനഡ’ എന്ന പേര് എനിക്കിഷ്ടമായി. ദൂരെയുള്ള സുന്ദരവും ശാന്തവുമായ, തണുത്ത ഒരു സ്ഥലമാണത് എന്ന് ആ പേരെന്റെ മനസ്സിൽ ഒരു രൂപം കൊത്തി. എന്റെ ചേട്ടനും ചേട്ടത്തിയും

അവിടെയെത്തിയ ഭാഗ്യവാന്മാരിൽപെടുന്നു. അവർക്ക് സാധാരണമായ ഒരു ജീവിതം നയിക്കാം. ഇവിടെ നടക്കുന്നതിനെക്കുറിച്ചൊന്നും വിഷമിക്കേണ്ട ആവശ്യമില്ല. അദ്ദേഹത്തിനോടൊപ്പം താമസിക്കാൻ എന്നേയും അയയ്ക്കണം എന്ന് എന്റെ അച്ഛനുമമ്മയും ആലോചിച്ചതാണ്. പക്ഷേ അത് നടന്നില്ല. ഞാനിവിടെ തുടർന്നും എന്റെ വിധിയെ നേരിടേണ്ടതുണ്ടായിരുന്നു.

അന്ന് സായാഹ്നത്തിൽ വീട്ടിലെത്തിയപ്പോൾ, ഞാൻ എന്റെ ബാൽക്കണിയിൽ നിന്ന് തെരുവിനെ കണ്ടു. ഈ പുതിയ ഭരണകൂടം നാശങ്ങളും അക്രമവുമല്ലാതെ മറ്റൊന്നും കൊണ്ടുവന്നിട്ടില്ല. ഒരുകാലത്ത് എന്റെ ജീവിതത്തിലെ ഏറ്റവും നല്ല ഭാഗമായിരുന്ന സ്കൂൾ ഇന്ന് നരകമായി മാറിയിരിക്കുന്നു. സർവകലാശാലകളെല്ലാം പുനഃസംഘടനയ്ക്കായി അടയ്ക്കാൻ സർക്കാർ ലക്ഷ്യമിടുന്നു എന്നും കേൾക്കുകയുണ്ടായി. ഇസ്ലാം സാംസ്കാരിക വിപ്ലവം എന്നാണവർ അതിന് പേരിട്ടിരിക്കുന്നത്. എന്നോടൊപ്പമാകട്ടെ ഇപ്പോൾ അരാഷുമില്ല. എനിക്ക് കൂട്ടായി ഒന്നുമില്ല.

1980ലെ വേനൽ മിക്കവാറും ശാന്തമായിരുന്നു. സ്കൂൾ കഴിഞ്ഞ് കോട്ടേജിലേക്ക് യാത്ര പോകാനൊരുങ്ങുന്നുവെന്നത് എനിക്കൊരു ആശ്വാസമായി. ഞാൻ ഏകയായിട്ടുണ്ടായിരുന്നു. അവധി അടുത്ത് വരുന്നത് കാത്തിരിക്കുകയായിരുന്നു.

അവസാനം അവധിക്കാലമെത്തി. ജൂലായ് മാസത്തിൽ അരാമും അവന്റെ മാതാപിതാക്കളും അവന്റെ അമ്മായിയുടെ കോട്ടേജിലെത്തി. അപ്പോൾ ഞാൻ അരാഷിനെ ഓർത്തു. അവന്റെ വേർപാടറിയുവാൻ തുടങ്ങി. പണ്ടത്തേക്കാളേറെ അറിയുവാൻ തുടങ്ങി. അരാമും ഞാനും മിക്ക സമയവും വീടിനകത്ത് കഴിച്ചു കൂട്ടുമായിരുന്നു. ചീട്ടുകളിയായിരുന്നു അവന്റെ ഇഷ്ടവിനോദങ്ങളിൽ ഒന്ന്. മാസ്റ്റർ മൈൻഡ് എന്ന കളിയും അവിനിഷ്ടമായിരുന്നു. ചിലപ്പോൾ കടൽക്കരയിലേക്ക് നടക്കാനിറങ്ങും. എന്നാൽ നീന്താനിറങ്ങാൻ കഴിയില്ലായിരുന്നു. പൊതുസ്ഥലങ്ങളിൽ സ്ത്രീകൾ നീന്തൽ വസ്ത്രമണിഞ്ഞ് പ്രത്യക്ഷപ്പെടുന്നത് നിരോധിച്ചിട്ടുണ്ടായിരുന്നു. അവിടെ കോട്ടേജ് സ്വന്തമായുണ്ടായിരുന്ന എന്റെ പല സുഹൃത്തുക്കളും രാജ്യം വിട്ടിരുന്നു. അക്കൂട്ടത്തിൽ നേദയുമുണ്ട്. പഴയ ചില സുഹൃത്തുക്കളെ ഞങ്ങൾ കണ്ടുമുട്ടി. എല്ലാവരും വിപ്ലവ ഗാർഡുകളേയും ഇസ്ലാമിക് സമിതി അംഗങ്ങളേയും ഭയന്ന് പരസ്പരം അധികം ഇടപഴകിയില്ല. അവർ എല്ലായിടത്തുമുണ്ടായിരുന്നു. ആൺകുട്ടികളും പെൺകുട്ടികളും ഒന്നിച്ചു നടക്കുന്നത് അവർക്ക് ഇഷ്ടമല്ലായിരുന്നു. രാജ്യത്തെ പുതിയ നിയമങ്ങളനുസരിച്ച് ഇത് സദാചാരവിരുദ്ധമായിരുന്നു.

1980ലാണ് ഇറാൻ-ഇറാക്ക് യുദ്ധം തുടങ്ങിയത്. അപ്പോഴേക്കും ഞാൻ നഗരത്തിൽ തിരിച്ചെത്തിയിരുന്നു. ഒരു സുഹൃത്തിന്റെ വീട്ടിൽ ചെന്ന്, അവരുമായി സംസാരിച്ചിരിക്കുകയായിരുന്നു. ചായ കുടിച്ചും ബിസ്കറ്റ് കഴിച്ചുമിരിക്കുകയായിരുന്നു. അവളെനിക്ക് അവളുടെ പുതിയ ജോഡി

പ്യൂമ ഷൂസ് കാണിച്ച് തന്നു. ഇരുവശത്തും ചുവന്ന വരകളുള്ള വെളുത്ത ഷൂസ്. പെട്ടെന്ന് രണ്ട് നിലവിളി ശബ്ദങ്ങൾ, മുഴക്കങ്ങൾ, ഞങ്ങളുടെ സംസാരത്തിനു ഭംഗം വരുത്തി. പൊട്ടിത്തെറിയുടെ സ്വരം പോലെയാണ് ഞങ്ങൾക്ക് തോന്നിയത്. ഞങ്ങൾ ഇരുവരും മാത്രമേ അപ്പോൾ വീട്ടിലുണ്ടായിരുന്നുള്ളൂ.

സമാനമായ മുഴക്കങ്ങൾ വീണ്ടും വന്നു.

ഞങ്ങൾ ജനലിലൂടെ പുറത്തേക്ക് നോക്കി. ഒന്നും കണ്ടില്ല. ജലേഹ് ചത്വരത്തിനു സമീപത്തുള്ള ഒരു കെട്ടിടത്തിന്റെ അഞ്ചാം നിലയിലായിരുന്നു അവളുടെ വീട്. അഞ്ച് നിലകളാണ് ആ കെട്ടിടത്തിനുണ്ടായിരുന്നത്. ടെറസ്സിൽ കയറി നോക്കാൻ ഞങ്ങൾ തീരുമാനിച്ചു. മുകളിലേക്ക് ഓടിക്കയറുമ്പോൾ അയൽവക്കത്തുള്ളവരും അതുപോലെ ഓടിക്കയറുന്നത് കണ്ടു. മുകളിലെത്തിയപ്പോൾ ഞങ്ങൾക്ക് നഗരം പൂർണ്ണമായും കാണാമെന്നായി. മേഘങ്ങളൊന്നുമുണ്ടായിരുന്നില്ല. നല്ല വെയിലുള്ള ദിവസം. അപ്പോൾ ടെഹ്റാനു മുകളിൽ അസ്പഷ്ടമായ പുകപടലം കണ്ടു. വിമാനങ്ങൾ പറക്കുന്നത് കണ്ടു.

"അതാ അവിടെ!" ആരോ വിളിച്ച് പറഞ്ഞു.

ഏതാനും നാഴിക തെക്ക്, രണ്ട് ഫൈറ്റർ ജെറ്റുകൾ ചീറി വരുന്നത് കണ്ടു. കിഴക്കോട്ടാണവയുടെ യാത്ര. പടിഞ്ഞാറൻ ചക്രവാളത്തിൽ പുക ഉയരുന്നു. അത് ആകാശത്തോളമെത്തുന്നുണ്ട്. അയൽക്കാരിലൊരാൾ കയ്യിൽ ഒരു റേഡിയോ കരുതിയിട്ടുണ്ടായിരുന്നു. അയാൾ അത് ഓൺ ചെയ്തു. ഒരു റിപ്പോർട്ടർ ഇറാക്കിന്റെ മിഗ് വിമാനങ്ങൾ ടെഹ്റാൻ വിമാനത്താവളത്തിൽ ബോംബിട്ടു എന്ന വാർത്തയറിയിച്ചു. ഇറാക്ക് പട്ടാളത്തിന്റെ പല വിഭാഗങ്ങൾ അതിർത്തി ലംഘിച്ച് ഇറാനിൽ പ്രവേശിച്ചിരിക്കുന്നു. യുദ്ധം തുടങ്ങിയിരിക്കുന്നു.

ഒന്നാം ലോക മഹായുദ്ധം, രണ്ടാം ലോക മഹായുദ്ധം, അമേരിക്കൻ ആഭ്യന്തര യുദ്ധം എന്നൊക്കെ ഞങ്ങൾ വായിച്ചിട്ടുണ്ട്. നഗരങ്ങൾ ചുട്ട് ചാമ്പലാക്കുന്ന ബോംബുകളെക്കുറിച്ച് വായിച്ചിട്ടുണ്ട്. ശവങ്ങളും കെട്ടിടാവശിഷ്ടങ്ങളുമല്ലാതെ ഒന്നും അവശേഷിപ്പിക്കാത്ത ബോംബുകൾ. എന്നാൽ അതെല്ലാം പുസ്തകങ്ങളിലെ കഥകളായിരുന്നു. ഈ കഥകളെല്ലാം സത്യമായിരുന്നു എങ്കിൽ പോലും ഇവയെല്ലാം വർഷങ്ങൾക്ക് മുമ്പ് സംഭവിച്ചതാണ്. മറ്റെവിടേയോ സംഭവിച്ചതാണ്. നഗരങ്ങൾ നശിപ്പിക്കാനും ജനങ്ങളെ കൊല്ലാനും ഇന്ന് ആരും ആരേയും അനുവദിക്കില്ല.

"അവർക്ക് കാണിച്ച് കൊടുക്ക്!" റേഡിയോ കൈയിലുള്ള മനുഷ്യന് ആവേശമായി. അയാൾ മുഷ്ടി ചുരുട്ടി വായുവിലിടിച്ചു. "നമ്മൾ ബാഗ്ദാദ് പിടിച്ചടക്കും. സദ്ദാമിനെ കല്ലെറിഞ്ഞ് കൊല്ലും! തന്തയില്ലാത്തവർ!"

എല്ലാവരും തലയാട്ടി.

വീട്ടിലെത്തിയപ്പോൾ അമ്മ ജനലുകളിന്മേൽ "ത" ആകൃതിയിൽ ടേപ്പുകൾ ഒട്ടിക്കുന്നത് കണ്ടു. ബോംബ് സ്ഫോടനങ്ങളുണ്ടാകുന്നുവെങ്കിൽ ജനൽ ചില്ലുകൾ പൊട്ടിത്തകരാതിരിക്കുവാനാണിത് എന്ന്

പറഞ്ഞു. മുൻകരുതലുകളെടുക്കണം എന്ന് റേഡിയോയിലൂടെ പറയുന്നുണ്ട് എന്ന് പറഞ്ഞു. ഈ യുദ്ധം ഏതാനും ദിവസങ്ങൾ അല്ലെങ്കിൽ ആഴ്ചകൾ മാത്രമേ നീണ്ട് നിൽക്കുകയുള്ളൂ എന്നും നമ്മുടെ പട്ടാളം ഇറാക്കികളെ തീർച്ചയായും പരാജയപ്പെടുത്തും എന്നും റേഡിയോ പറയുന്നുണ്ടത്രെ. രാത്രിയിൽ ജനലുകൾക്ക് മറയാകുവാൻ കറുത്ത കാർഡ് ബോഡ് കഷണങ്ങളും അമ്മ സംഘടിപ്പിച്ചിരിക്കുന്നു. മിഗ് വിമാനങ്ങൾ പറന്ന് വരുമ്പോൾ ജനലിലൂടെ അരിച്ചിറങ്ങുന്ന വെളിച്ചം അവർ കാണാതിരിക്കാനാണത്രെ ഇത്. എനിക്കപ്പോഴും അസ്വസ്ഥതയൊന്നും തോന്നിയില്ല. കാര്യങ്ങൾ അത്രയ്ക്കൊന്നും മോശമാകില്ല എന്ന തോന്നൽ ശക്തമായിരുന്നു.

ദിവസങ്ങൾ കഴിഞ്ഞ് പോയി. ദിവസത്തിൽ ഒന്ന് രണ്ട് തവണയെങ്കിലും വിമാനാക്രമണത്തിന്റെ സൂചനയായുള്ള സൈറൻ വിളികൾ കേൾക്കും. അപൂർവ്വമായി സ്ഫോടന ശബ്ദങ്ങളും.

റേഡിയോയും ടെലിവിഷനും എന്നും പട്ടാള മാർച്ചുകളും ബാൻഡുകളും പ്രക്ഷേപണം ചെയ്തു. നമ്മുടെ പട്ടാളം ബാഗ്ദാദും മറ്റ് ഇറാക്കി നഗരങ്ങളും ആക്രമിച്ചുവെന്നും ഇറാക്കികളെ പിന്തള്ളിയെന്നും വിളംബരം ചെയ്യും. പുരുഷന്മാരോടെല്ലാം, പ്രായഭേദമന്യേ പട്ടാളത്തിൽ ചേരാനുള്ള പ്രോത്സാഹന വചനങ്ങൾ വന്നു തുടങ്ങി. പട്ടാളത്തിൽ ചേർന്ന് രക്തസാക്ഷികളാകാൻ. സ്വർഗ്ഗത്തിൽ പോകാൻ ഏറ്റവും വേഗതയേറിയ, ഉറപ്പുള്ള മാർഗ്ഗമാണത്രെ രക്തസാക്ഷിത്വം. നന്മയും തിന്മയും തമ്മിലുള്ള യുദ്ധമാണിത്. ഇറാൻ-ഇറാക്ക് അതിർത്തിയിലുള്ള നഗരമായ ഖൊറംഷഹർ മിക്കവാറും പൂർണ്ണമായി തന്നെ ആക്രമിക്കപ്പെടുകയും നശിപ്പിക്കപ്പെടുകയും ചെയ്തിരിക്കുന്നു.

അധികം താമസിയാതെ അതിർത്തികളെല്ലാം അടയ്ക്കപ്പെട്ടു. പ്രത്യേക അനുമതിയില്ലാതെ ആരും രാജ്യം വിടരുതെന്ന ഉത്തരവുണ്ടായി. എന്നിരുന്നാലും മനുഷ്യക്കടത്തുകാർക്ക് വലിയ തുക നൽകി പലരും രാജ്യാതിർത്തി വിട്ടുപൊയിക്കൊണ്ടിരുന്നു. പട്ടാളസേവനത്തിൽ നിന്നു രക്ഷപ്പെടാനോ അല്ലെങ്കിൽ വിപ്ലവ ഗാർഡുകളിൽനിന്ന് രക്ഷപ്പെടാനോ ആണവർ ഇത് ചെയ്തത്. പാകിസ്ഥാനിലേക്കും ടർക്കിയിലേക്കും പലായനം ചെയ്യാനായി അവർ സ്വയം പണയപ്പെടുത്തുന്ന സാഹസങ്ങൾക്ക് മുതിർന്നു.

ശരത്കാലത്തിന്റെ അവസാനത്തിലെപ്പോഴോ ഒരു പ്രതിഷേധ റാലി നടക്കുന്നതിനെക്കുറിച്ച് ഞാൻ സ്കൂളിലെ സുഹൃത്തുക്കളിൽ നിന്നറിഞ്ഞു. അതിൽ പങ്കെടുക്കാൻ തീരുമാനിച്ചു. ഇത് അപകടമാണെന്ന് എനിക്കറിയാമായിരുന്നു എങ്കിലും അപ്പോൾ അതാണ് ശരിയെന്ന് എനിക്ക് തോന്നി. ഫെർദോസി ചത്വരത്തിൽ നാലുമണിക്ക് റാലി തുടങ്ങും എന്നായിരുന്നു അറിഞ്ഞ വിവരം. സ്കൂളിൽ നിന്നും അവിടേക്ക് പത്ത് മിനിട്ട് നടക്കാനുള്ള ദൂരമേയുള്ളൂ.

റാലി നടക്കേണ്ട ദിവസം, സ്കൂൾ വിടുന്നതിനുള്ള മണി മുഴങ്ങി ക്കഴിഞ്ഞപ്പോൾ ഞാനും സാറയും ഗീതയും പുറത്തിറങ്ങി. അവിടെ തെരുവിൽ നൂറുകണക്കിന് യുവതീ യുവാക്കൾ നിറഞ്ഞിരിക്കുന്നത് കണ്ടു. ഞങ്ങൾ അവരോടൊപ്പം ഫെർദോസി ചത്വരത്തിലേക്ക് നടന്നു. എല്ലാവരും ചുറ്റിലും ശ്രദ്ധിച്ചാണ് നടന്നിരുന്നത്. വിപ്ലവ ഗാർഡുകളോ ഹെസ്ബൊള്ളയോ അല്ലെങ്കിൽ രണ്ടുപേരും കൂടിയോ അവരെ ആക്രമി ക്കാനെത്തും എന്ന് ഉറപ്പുണ്ടായിരുന്നു. എന്റെ ഹൃദയം അതിവേഗം മിടി ക്കുന്നുണ്ടായിരുന്നു. തെരുവ് ഒരു മനുഷ്യ നദിയായി മാറിയിട്ടുണ്ടായി രുന്നു. കടകൾ അടയ്ക്കുന്നതും കടയുടമകൾ അവിടം വിട്ട് പോകാൻ വെമ്പുന്നതും ഞാൻ കണ്ടു. ഞങ്ങൾ ഫെർദോസി ചത്വരത്തിലെത്തിയ പ്പോൾ അവിടെ ഒരു യുവതി ഉച്ചഭാഷിണി കൈയിലേന്തി ഹെസ്ബൊള്ള ക്കാർ വനിതകൾക്ക് നേരെ നടത്തുന്ന അക്രമത്തെക്കുറിച്ച് പ്രസംഗി ക്കുന്നുണ്ടായിരുന്നു.

"കുറ്റവാളികളും കൊലപാതകികളും മതത്തിന്റെ മറവ് പറ്റി നിന്ന്, ദൈവത്തിന്റെ നാമം പറഞ്ഞ്, നമ്മുടെ അമ്മമാരേയും സഹോദരി മാരേയും സുഹൃത്തുക്കളേയും അക്രമിക്കുന്നതും അങ്ങനെ ആക്രമണം അഴിച്ചുവിടുന്നവർക്ക് ശിക്ഷയൊന്നും ലഭിക്കാത്തതും നാമിനി എത്ര നാൾ കണ്ട് നിൽക്കും?"

അവർ ചോദിക്കുന്നുണ്ടായിരുന്നു. ഞങ്ങൾക്ക് സമീപം നിന്നിരുന്നത് ഒരു വൃദ്ധയായിരുന്നു. ഒരു വെളുത്ത ബോർഡിൽ പിടിച്ചാണവർ നിന്നി രുന്നത്. അവർ ധരിച്ചിരുന്നത് ഒരു വെളുത്ത ചാദോറായിരുന്നു. അതവർ അരയിൽ മടക്കി കെട്ടിയിരിക്കുന്നു. അവരുടെ കാലുകളിൽ നനുത്ത രോമ ങ്ങൾ വെയിൽ കൊള്ളുന്നുണ്ടായിരുന്നു. അവർ പിടിച്ച് നിന്നിരുന്ന ബോർഡിൽ ഒരു കൊച്ചുപെൺകുട്ടി പുഞ്ചിരിച്ച് നിൽക്കുന്ന ചിത്രമുണ്ടാ യിരുന്നു. അതിനടിയിൽ 'എവിനിൽ വച്ച് വധിക്കപ്പെട്ടു' എന്നെഴുതി യിരിക്കുന്നു.

പെട്ടെന്ന് തെരുവിൽ ഇടിവെട്ടുന്നതുപോലെയുള്ള ഗർജ്ജനങ്ങൾ കേട്ടു. ജനം നാലുപാടും ഓടാൻ തുടങ്ങി.

"കെട്ടിടത്തിന്റെ മുകളിലേക്ക്" ആരോ വിളിച്ച് പറഞ്ഞു.

ഞാൻ ചുറ്റും നോക്കി. അവിടെയൊക്കെ വിപ്ലവ ഗാർഡുകൾ നിറ ഞ്ഞിരിക്കുന്നു. ഞങ്ങൾക്ക് സമീപം നിന്നിരുന്ന ഒരു യുവാവ് നിലത്ത് വീണു. ഒന്ന് ഞരങ്ങി. അയാൾ കൈകൾ ഉദരത്തിലമർത്തി. അയാളുടെ വിരലുകൾക്കിടയിലൂടെ ഒരു ചുവന്ന വര പ്രത്യക്ഷപ്പെട്ടു. അത് കൈ കളിലൂടെ ഒലിച്ച് നിലത്തേക്ക് വീഴാൻ തുടങ്ങി. ഞാനയാളെ തുറിച്ച് നോക്കിനിന്നു. എനിക്ക് അനങ്ങാനാകുന്നില്ല. ജനം നിലവിളിച്ച് നാലു പാടും ചിതറിയോടി. അന്തരീക്ഷത്തിൽ പുക നിറയുന്നത് കണ്ടു. എന്റെ കണ്ണെരിയാൻ തുടങ്ങി. ഞാൻ ചുറ്റിലും നോക്കി. എന്റെ സുഹൃത്തുക്ക ളിൽനിന്നും ഞാൻ പിരിഞ്ഞിരിക്കുന്നു. പരിക്കേറ്റ ആ യുവാവിനെ അവിടെ ഇട്ട് പോകാൻ മനസ്സനുവദിച്ചില്ല. ഞാനയാൾക്ക് സമീപം മുട്ട് കുത്തി.

അയാളുടെ കണ്ണിലേക്ക് നോക്കി. അതിൽ മരണത്തിന്റെ സ്തബ്ധത ഞാൻ കണ്ടു. അരാഷും ഇയാളെപ്പോലെ തന്നെയാണ് മരിച്ചത്. ഈ അപരിചിതനെപ്പോലെ. ഇയാളേയും പ്രണയിക്കുന്ന, സ്നേഹിക്കുന്ന ആരെങ്കിലും എവിടെയെങ്കിലും കാത്തിരിക്കുന്നുണ്ടാകും. ഇയാൾ വീട്ടിൽ വരുന്നതും കാത്ത്.

"മറീനാ..." പരിചിതമായ ഒരു സ്വരം കേട്ടു.

ഗീത എന്റെ കൈ പിടിച്ച് വലിച്ച് ഓടാൻ തുടങ്ങി. കണ്ണുനീർ വാതകം അന്തരീക്ഷത്തിൽ നിറഞ്ഞിരിക്കുന്നു. താടിവച്ച മനുഷ്യർ വലിയ മരത്തണ്ടുകൾ ഗദകളാക്കി വീശി നടക്കുന്നു. ഓടുന്ന ജനക്കൂട്ടത്തെ പിന്തുടർന്ന് മർദ്ദിക്കുകയാണവർ. ജനം നിലവിളിച്ചു. ഞങ്ങൾ ഞങ്ങളെ ചുറ്റി നിന്നിരുന്ന ആ ഭ്രാന്തിലൂടെ മുന്നോട്ടോടി.

വീട്ടിലെത്തിയപ്പോൾ ഞാൻ കുളിമുറിയിൽ കയറി വാതിലടച്ചു. വെടി കൊണ്ട് മരിച്ചിരുന്നെങ്കിൽ എത്ര നന്നായിരുന്നു എന്നെനിക്ക് തോന്നി. ജീവിക്കണമെന്ന ആഗ്രഹമില്ലാതായി. ഇത്രയും ക്ലേശം സഹിച്ച് ജീവിക്കുന്നതിൽ എന്താണർത്ഥം? ഞാൻ മാതാപിതാക്കളുടെ കിടപ്പ് മുറിയിൽ കയറി അമ്മയുടെ മരുന്ന് പെട്ടി കണ്ടുപിടിച്ചു. അത് തുറന്നു. അതിൽ പല തരത്തിലും പല വലിപ്പത്തിലുമുള്ള കുപ്പികളും പെട്ടികളും കണ്ടു. ജലദോഷത്തിനുള്ളവ, അന്റാസിഡുകൾ, ആസ്പിരിൻ, പല വിധത്തിലുള്ള വേദന സംഹാരികൾ അങ്ങനെയങ്ങനെ.

നന്നായി തിരഞ്ഞപ്പോൾ അഞ്ച് കുപ്പി നിറയെ ഉറക്ക ഗുളികകൾ ലഭിച്ചു. അതെടുത്ത് എന്റെ മുറിയിലേക്കോടി. ഈ കുപ്പികളിലുള്ളത് മരണമാകുന്നു. ഞാൻ ആകെ ചെയ്യേണ്ടത് അടപ്പൊന്ന് തുറന്ന്, ഈ ഗുളികകൾ വിഴുങ്ങുക മാത്രം. അപ്പോൾ എന്നെ തിരഞ്ഞ് എന്റെ മാലാഖയെത്തും. വളരെയധികം പേർ മരിക്കുന്നത് ഞാൻ കണ്ടുകഴിഞ്ഞു എന്ന് ഞാൻ അവനോട് പറയും. ഞാൻ ഒരു കപ്പിൽ വെള്ളം നിറച്ചു. ഒരു കുപ്പിയുടെ അടപ്പ് തുറന്നു. എന്റെയുള്ളിന്റെയുള്ള് ഞാൻ ചെയ്യുന്നത് തെറ്റാണെന്ന് പറയുന്നുണ്ടായിരുന്നു. നന്മയിൽ വിശ്വസിക്കുന്നവരെല്ലാം, ഇവിടെ ക്ലേശങ്ങൾ അധികമാണെന്ന് പറഞ്ഞ്, ആത്മഹത്യ ചെയ്യാൻ തുടങ്ങിയാൽ ഈ ലോകത്തിനെന്ത് സംഭവിക്കും? ഞാൻ കണ്ണടച്ചു. അപ്പോൾ എന്റെ മാലാഖയുടെ കണ്ണുകൾ ഞാൻ കണ്ടു. മുത്തശ്ശിയും അരാഷും ഐറീനയും എന്നെക്കുറിച്ചോർത്ത് അഭിമാനിക്കണം. ജീവിതത്തിൽ എന്തെങ്കിലുമൊക്കെ ചെയ്യണം. നല്ലത് ചെയ്യണം. ഉപകാരമുള്ളത് ചെയ്യണം. ഒരു യുവാവിൽ നിന്നും ഉതിർന്ന രക്തം പെരുവഴിയിൽ വട്ടം വരയ്ക്കുന്നത് ഞാനിന്ന് കണ്ട് നിന്നു. എനിക്കപ്പോൾ ഒളിക്കാനായില്ല. മരണമല്ല ഒളിക്കാനുള്ള സ്ഥലം. ഞാൻ കുപ്പിയുടെ അടപ്പടച്ചു. അത് അമ്മയുടെ മരുന്ന് പെട്ടിയിൽ തിരികെ വച്ചു. ഒരുപക്ഷേ എനിക്ക് ചെയ്യാനായി എന്തെങ്കിലുമൊക്കെ കാണും. ഞാൻ അടുത്തുള്ള കടയിലേക്കോടി. ഒരു വലിയ ഷീറ്റ് കടലാസ് വാങ്ങി. ശാന്തമായി നടന്നിരുന്ന റാലിക്ക് നേരെ വിപ്ലവ ഗാർഡുകൾ നടത്തിയ അക്രമത്തെക്കുറിച്ചെഴുതി.

പിറ്റേന്ന് പതിവിലും നേരത്തെ ഞാൻ സ്കൂളിലെത്തി. ഇടനാഴികളി ലൊന്നും ആരുമുണ്ടായിരുന്നില്ല. ഞാൻ എഴുതിയ കടലാസുകൾ അതിലൊരു ഇടനാഴിയിൽ ഒട്ടിച്ചു. എന്നിട്ട് അത് വായിക്കുന്നതുപോലെ അഭിനയിച്ച് അതിനു മുന്നിൽ നിന്നു. അരമണിക്കൂറിനുള്ളിൽ കുട്ടികൾ അതിനു ചുറ്റിലും വലയംവയ്ക്കുവാൻ തുടങ്ങി. പിന്നെ അതൊരു ജന സഞ്ചയമായി. ഖനൂം മഹ്മൂദി പ്രത്യക്ഷപ്പെടാൻ പിന്നെ അധിക സമയ മെടുത്തില്ല. അവർ കൊടുങ്കാറ്റുപോലെ ഓടിയെത്തി. മുഖം കോപത്താൽ ചുവന്നു അതിവേഗം.

"മാറി നിൽക്ക്!" അവർ ആക്രോശിച്ചു.

ഞങ്ങൾ മാറി നിന്നു. അവർ അതിലെ ചില വരികൾ വായിച്ചു. ഇതാരാ ണെഴുതിയത് എന്ന് ചോദിച്ചു. ആരും ഉത്തരം പറഞ്ഞില്ല. അവർ അത് വലിച്ച് കീറി. "ശുദ്ധ നുണ. എല്ലാം നുണ" എന്ന് ഒച്ചവച്ചു.

"അല്ല. അവരങ്ങനെയല്ല!" ഞാൻ പ്രതിഷേധിച്ചു. "ഞാനവിടെയുണ്ടാ യിരുന്നു."

"അപ്പോൾ നീയാണിതെഴുതിയതല്ലേ?"

നിഷ്കളങ്കരായ ജനങ്ങൾക്കു നേരെയാണ് വിപ്ലവ ഗാർഡുകൾ നിറ യൊഴിക്കാൻ തുടങ്ങിയത് എന്ന് വിശദീകരിക്കാൻ ഞാൻ ശ്രമിച്ചു.

"എന്ത് നിഷ്കളങ്കർ? വിപ്ലവത്തിന്റെ ശത്രുക്കളാണവർ. ദൈവ നിഷേധികൾ. ഇസ്ലാമിനെ എതിർക്കുന്നവർ. അങ്ങനെയുള്ളവരാണിത്തരം റാലികളിൽ പങ്കെടുക്കുന്നത്. നീ വലിയ വിഷമത്തിലാണ് ചെന്നുപെടു ന്നത്." അവർ എനിക്ക് നേരെ വിരൽ ചൂണ്ടി പറഞ്ഞു. തിരിഞ്ഞ് നടന്നു.

എന്റെ കോപം ഇരട്ടിച്ചു. എന്നെ നുണച്ചി എന്ന് വിളിക്കാൻ അവരാ രാണ്?

ഏതാനും ദിവസം കഴിഞ്ഞപ്പോൾ ഞാനും എന്റെ സുഹൃത്തുക്കളും ചേർന്ന് സ്കൂളിൽ ഒരു ചെറിയ വർത്തമാന പത്രം ആരംഭിച്ചു. നിത്യേന നടക്കുന്ന, ഞങ്ങളെ ബാധിക്കുന്ന, രാഷ്ട്രീയ കാര്യങ്ങളെക്കുറിച്ച് എല്ലാ ആഴ്ചയിലും ഞങ്ങൾ ലേഖനങ്ങളെഴുതി. കൈകൊണ്ട് പകർപ്പുകളെ ടുത്തു. സ്കൂളിൽ പ്രചരിപ്പിച്ചു.

പല സ്വതന്ത്ര വർത്തമാന പത്രങ്ങളും സർക്കാർ നിരോധിച്ചിരുന്നു. അവയിൽ പ്രവർത്തിക്കുന്നവർ ഇസ്ലാമിക് വിപ്ലവത്തിനെതിരാണെന്ന കാരണമാണ് പറഞ്ഞത്. ഞങ്ങളുടെ രാജ്യം സാവധാനത്തിൽ മുങ്ങി ത്താഴുകയാണെന്ന് എനിക്ക് തോന്നി. ഓരോ ദിവസം കഴിയുംതോറും ശ്വസനം പോലും ബുദ്ധിമുട്ടാകുന്നുണ്ടായിരുന്നു. എങ്കിലും ശുഭപ്രതീക്ഷ ഞങ്ങൾക്ക് കൈമോശം വന്നില്ല. എല്ലാവരേയും മുക്കിക്കൊല്ലാൻ അവർ ക്കാകില്ല എന്നുതന്നെ ഞങ്ങൾ പ്രതീക്ഷിച്ചു.

ഇറാക്കുമായുള്ള യുദ്ധം തുടങ്ങിയതിനുശേഷം ഇസ്ലാമിക് സർക്കാർ എല്ലാത്തിനും കാരണം ഈ യുദ്ധമാണെന്ന് കണ്ടെത്തി. വിലകൾ ആകാശം മുട്ടി. മാംസം, പാലുത്പന്നങ്ങൾ, കുട്ടികൾക്കായുള്ള അവശ്യ

വസ്തുക്കൾ, പാചക എണ്ണ എന്നിവയെക്കല്ലാം റേഷൻ ഏർപ്പെടുത്തി. അമ്മ നിത്യവും കാലത്ത് അഞ്ചുമണിയോടെ സാധനങ്ങൾ വാങ്ങാൻ കടയിൽ പോയി ഉച്ചയോടെ മടങ്ങി വരിക എന്നത് സാധാരണമായി. എന്നാൽ കരിഞ്ചന്തയിൽ എന്തും എളുപ്പം ലഭിക്കുമായിരുന്നു. വില വളരെ അധികമായിരുന്നു എന്ന് പറയേണ്ടതില്ലല്ലോ. മധ്യവർഗ്ഗ കുടുംബങ്ങൾക്ക് അത് താങ്ങാനാകുമായിരുന്നില്ല. റേഷൻ വിഹിതമാകട്ടെ ഒന്നിനും തികയുമായിരുന്നുമില്ല.

ടെഹ്റാനിൽനിന്നും യുദ്ധം വളരെ അകലെയായിരുന്നു. ഈയിടെയായി സൈറൻ വിളികൾ കേൾക്കാറില്ല. അഥവാ കേട്ടാലും അതിലധികം ഒന്നുമുണ്ടാകാറില്ല. എങ്കിലും ഇറാൻ-ഇറാക്ക് അതിർത്തിയിലുള്ള പട്ടണങ്ങൾ വല്ലാതെ വില കൊടുക്കേണ്ടി വന്നു. മരണസംഖ്യ വർദ്ധിച്ചു കൊണ്ടേയിരുന്നു. യുദ്ധമുന്നണിയിൽ കൊല്ലപ്പെട്ട യുവാക്കളുടെ ചിത്രങ്ങൾ എന്നും പത്രങ്ങളിൽ പ്രത്യക്ഷപ്പെടുന്നുണ്ടായിരുന്നു. പ്രതികാരദാഹം എന്ന വികാരം ആളിക്കത്തിക്കുവാൻ എന്തൊക്കെ ചെയ്യാമോ അതൊക്കെ സർക്കാർ ചെയ്തുകൊണ്ടിരുന്നു. പള്ളിയിലെ ഉച്ചഭാഷിണികളിലൂടെ മുല്ലാക്കമാർ ഈ യുദ്ധം ഇറാനുവേണ്ടിയല്ല ഇസ്ലാമിനെ സംരക്ഷിക്കാനുള്ളതാണെന്ന് ഉച്ചത്തിൽ ഘോഷിച്ചുകൊണ്ടിരുന്നു. സദ്ദാം ഒരു യഥാർത്ഥ മുസ്ലീമല്ല. പിശാചിനെ പിന്തുടരുന്നവനാണ്.

സാവധാനത്തിൽ ഞാൻ സ്നേഹിച്ചിരുന്ന എല്ലാം നിയമവിരുദ്ധമാകാൻ തുടങ്ങി. ഞാൻ സാന്ത്വനം കണ്ടെത്തിയിരുന്ന പാശ്ചാത്യ നോവലുകൾ 'ചെകുത്താന്റേതാണെന്ന്' പ്രഖ്യാപനമുണ്ടായി. പുസ്തകങ്ങൾ കണ്ടെത്തുക എന്നത് തന്നെ ബുദ്ധിമുട്ടായി. 1981ലെ വസന്തകാലം തുടങ്ങിയപ്പോൾ, ഞാൻ മതചിഹ്നങ്ങൾ കാണിച്ചിരിക്കണം എന്ന് ഖാനും മഹ്മൂദി എന്നോടാവശ്യപ്പെട്ടു. മതന്യൂനപക്ഷക്കാരെ ഇസ്ലാം അല്ലെങ്കിൽ സൊറാസ്ത്രിയ മതപഠന ക്ലാസുകളിൽ പങ്കെടുക്കുന്നതിൽ നിന്നും എന്നും ഒഴിവാക്കിയിരുന്നു. നിർബന്ധിച്ചിരുന്നില്ല.

ഇപ്പോൾ ഒന്നുകിൽ ഞാൻ ഏതെങ്കിലും ഇസ്ലാം മതപഠന ക്ലാസിൽ ചേരണം അല്ലെങ്കിൽ സ്കൂളിൽ എന്റെ മതത്തിന്റെ ഒരു ചിഹ്നം പ്രദർശിപ്പിക്കണം എന്നത് നിർബന്ധമായി. ആദ്യമൊക്കെ ഞാൻ സ്കൂളിൽ ഇസ്ലാം മത ക്ലാസുകളിൽ സ്വന്തം ഇഷ്ടപ്രകാരം ചേർന്ന് പഠിച്ചിരുന്നു. എന്നാൽ ഇപ്പോൾ അത് തുടരുന്നതിൽനിന്നും ഞാൻ വിട്ട് നിന്നു. ഇസ്ലാമിനെക്കുറിച്ച് മതിയായ അറിവ് എനിക്ക് ലഭിച്ചിരിക്കുന്നു. പള്ളിയിൽനിന്നും എന്റെ മതം സൂചിപ്പിക്കുന്ന ഒരടയാളം ലഭിക്കുക എന്നതായിരിക്കും കൂടുതൽ പ്രായോഗികം എന്ന് തോന്നാം. പക്ഷേ എന്റെ കാര്യത്തിൽ അങ്ങനെയായിരുന്നില്ല. ടെഹ്റാനിലെ റഷ്യൻ ഓർത്തഡോക്സ് പള്ളിയിൽ കുറേക്കാലമായി ഒരു പുരോഹിതനില്ല. സ്ഥിരമായി പള്ളിയിൽ പോയിരുന്ന ഒരു സുഹൃത്തുമായി എന്റെ അമ്മ ബന്ധപ്പെട്ടു. അവർ എന്നെ റോമൻ കാതലിക് പള്ളിയിലേക്ക് ശുപാർശ ചെയ്തു. ഈ പള്ളി ഞങ്ങൾ താമസിക്കുന്നിടത്തുനിന്നും ഒന്നുരണ്ട് കെട്ടിടങ്ങൾ ദൂരെ

മാത്രമായിരുന്നു എങ്കിലും ഞാനതിനു മുമ്പ് അങ്ങനെയൊന്നവിടെ ശ്രദ്ധിച്ചിട്ടില്ലായിരുന്നു. അതിന്റെ മുൻവശത്തെ വർണ്ണാഭമായ ചില്ലുജനലുകൾ, നിറം മങ്ങി ഏതോ സർക്കാർ ഓഫീസുപോലെ തോന്നിപ്പിച്ചതിനാലാണ് ഞാനത് ശ്രദ്ധിക്കാതിരുന്നത് എന്ന് തോന്നുന്നു. അതിനു ചുറ്റിലുമുള്ള വിദേശസർക്കാരുകളുടെ എംബസികൾക്ക് സമാനമായ രൂപമായിരുന്നു ആ പള്ളിക്ക്. അതിലെ വികാരി എന്നെ സഹായിക്കാമെന്നേറ്റു.

ആഴ്ചയിൽ ഒരു ദിവസം ഞാൻ വേദോപദേശപഠനത്തിനായി ഈ പള്ളിയിലെത്തി. അവിടെ ചെന്നാൽ ഞാൻ വാതിൽക്കലുള്ള മണിയടിക്കണം. തെരുവിനേയും പള്ളിയുടെ പുറകുവശത്തേയും ബന്ധിപ്പിക്കുന്നതാണീ വാതിൽ. അകത്ത് കടന്ന് ഞാൻ വാതിലടയ്ക്കും. എന്നിട്ട് പള്ളിക്കും അതിന്റെ ചുറ്റുമതിലിനുമിടയിലുള്ള ഇടുങ്ങിയ നടപ്പാതയിലൂടെ മുന്നോട്ട് നീങ്ങും. ആ നടപ്പാത ടാറിട്ടതായിരുന്നു. പള്ളിയുടെ ഓഫീസും പുരോഹിതർ താമസിച്ചിരുന്ന സ്ഥലവും രണ്ട് കെട്ടിടങ്ങളിലായിരുന്നു. പള്ളിക്ക് സമീപം തന്നെയാണിവ രണ്ടും. വികാരി എന്നെ ഊഷ്മളമായി സ്വാഗതം ചെയ്യും. ബൈബിൾ വായിച്ച് തരും. അതിലെ ഭാഗങ്ങൾ ചർച്ച ചെയ്യും. ക്ലാസ് കഴിഞ്ഞാൽ ഞാൻ പള്ളിക്കും മുറ്റത്തിനുമിടയിലുള്ള വലിയ മരവാതിൽ തുറക്കും. കരകരാശബ്ദമുണ്ടാക്കാതെ ആ വാതിൽ തുറക്കാറില്ല. അതിനകത്ത് പൂർണ്ണ നിശ്ശബ്ദതയുണ്ടാകും. ആ നിശ്ശബ്ദതയിൽ ഈ വാതിൽ തുറക്കുന്ന സ്വരം പ്രതിധ്വനിക്കും. അവിടെ ചില്ലിട്ടുവച്ചിരിക്കുന്ന മറിയത്തിന്റെ രൂപം കണ്ടിരിക്കാൻ എനിക്കിഷ്ടമായിരുന്നു. അവരുടെ നീണ്ട, ഇളംചുവപ്പ് വസ്ത്രവും തലമുടി മറയ്ക്കുന്ന ഇളംനീല അങ്കിയും ചുണ്ടിലുള്ള ശാന്തസുന്ദരമായ പുഞ്ചിരിയും കണ്ടിരിക്കാൻ. എനിക്കിഷ്ടമായിരുന്നു. മറിയത്തിനു മുന്നിൽ മെഴുകുതിരി എരിയുന്നുണ്ടാകും. എന്റെ നഷ്ടങ്ങളെക്കുറിച്ച് അവർക്കറിയാം. ഈ വേദനകൾ അവരും സഹിച്ചിട്ടുള്ളതാണല്ലോ. അവിടെയിരിക്കുമ്പോൾ എനിക്ക് വീടിനകത്തിരിക്കുന്നതുപോലെ ശാന്തത അനുഭവപ്പെടും.

പന്ത്രണ്ട്

1982 മേയ് ഒന്നാം തിയതി ഉച്ചയ്ക്ക് ഉച്ചഭാഷിണിയിലൂടെ തരേനയുടേയും മറ്റ് അഞ്ച് പെൺകുട്ടികളുടേയും പേരുകൾ വിളിക്കപ്പെട്ടു. അവരോട് ഓഫീസിലെത്തുവാനുള്ള അറിയിപ്പുണ്ടായി. ജയിൽ ശ്മശാനമൂകമായി. മറ്റ് അഞ്ച് പെൺകുട്ടികളും വധശിക്ഷയ്ക്ക് വിധിക്കപ്പെട്ടവരാണെന്ന് എല്ലാവർക്കും അറിയാമായിരുന്നു. എന്നാൽ തരേനയും അതേ ശിക്ഷ കാത്ത് കഴിയുകയായിരുന്നു എന്ന് എനിക്ക് മാത്രമേ അറിയുമായിരുന്നുള്ളൂ. പതിവുപോലെ തരേന ഒരു മൂലയിലിരുന്ന് ഖുർ-ആൻ

ഓതുകയായിരുന്നു. ഞങ്ങളുടെ മുറിയിൽ നിന്നും അവളെ മാത്രമാണ് വിളിച്ചത്. എല്ലാവരും പെട്ടെന്ന് ഞെട്ടി. അവളെ മിഴിച്ച് നോക്കി. അവൾ, ഒന്ന് നടക്കാനിറങ്ങുന്നു എന്ന മട്ടിൽ എഴുന്നേറ്റു. തലയൊന്ന് കുലുക്കി. തന്റെ കൊച്ചു സഞ്ചിയെടുത്തു. അത് ഒരു കൊളുത്തിൽ ഞാത്തിയിട്ടിരിക്കുകയായിരുന്നു. പിന്നെ വലിയ സഞ്ചിയെടുത്തു. അത് ഷെൽഫിലായിരുന്നു. അവൾ എനിക്ക് നേരെ നടന്നു. അത് രണ്ടും എന്റെ കൈയിൽ തന്നു.

"എന്റെ കൈയിൽ അധികം സാധനങ്ങളൊന്നുമുണ്ടായിരുന്നില്ലെന്ന് നിനക്കറിയാം. ഇതാ ഇത്രയേയുള്ളൂ. ഇത് എങ്ങനെയെങ്കിലും എന്റെ മാതാപിതാക്കളിലെത്തിക്കണം."

ഞാൻ തലയാട്ടി. അവൾ ചാദോറണിഞ്ഞു. വാതിൽക്കലേക്ക് നടന്നു. എന്റെ സുഹൃത്ത് മരണത്തെ എതിരേൽക്കാൻ പോകുകയാണെന്ന് എനിക്കറിയാമായിരുന്നു. തൊണ്ട പൊട്ടുന്നതുവരേക്കും കരഞ്ഞാലും തലയോട്ടി പൊട്ടിത്തെറിക്കും വരെ ചുമരിൽ തലയിട്ടടിച്ചാലും എനിക്കവളെ രക്ഷിക്കാനാകില്ല എന്നെനിക്കറിയാം. തരേനയുടെ സഞ്ചികൾ കൈയിൽ വച്ച് ഞാൻ മുറിയുടെ നടുക്ക് നിന്നു. കാലുകൾ എന്നെ താങ്ങിനിർത്തുന്നതുവരേക്കും ഞാനവിടെ നിന്നു. അന്ന് മുഴുക്കെ ഒരക്ഷരം പിന്നെ ഞാൻ പറഞ്ഞില്ല. ആരും സംസാരിച്ചില്ല. ആ മുറിയിൽ മൗനമായിരുന്നു. അങ്ങനെ മൗനമായാൽ ഒരു ജീവൻ സംരക്ഷിക്കാനാകുമെന്ന് ഞങ്ങൾ വിശ്വസിച്ചു എന്ന് തോന്നി. ഞങ്ങൾ കാത്തിരുന്നു. പ്രാർത്ഥിച്ചു. നിശ്ശബ്ദം കരഞ്ഞു. ശബ്ദമില്ലാതെ ചുണ്ടുകൾ ചലിച്ചുകൊണ്ടിരുന്നു. ആ ദിവസത്തിന്റെ അവസാനത്തിൽ. ചക്രവാളത്തിൽ ചുവപ്പും മഞ്ഞകലർന്ന ചുവപ്പും നിറഞ്ഞു. അപ്പോൾ ദൂരെനിന്ന് വെടിയൊച്ചകൾ കേൾക്കാനായി ഞങ്ങൾ കാതോർത്തു. അധികം താമസിയാതെ ആകാശത്തു നിന്നും ചില്ലുമേഘങ്ങൾ പൊടിഞ്ഞ് വീഴുന്നതുപോലെ ആ ഒച്ച ഞങ്ങളെ തേടിയെത്തി.

പതിമ്മൂന്ന്

എന്നെ അറസ്റ്റ് ചെയ്ത് ഏകദേശം നാലരമാസം കഴിഞ്ഞ് ഒരു ദിവസം ഉച്ചഭാഷിണിയിലൂടെ എന്റെ പേരു വിളിക്കുന്നത് കേട്ടു.

"മറീന മോറാദി ബക്ത്, ഹെജാബ് ധരിച്ച് ഓഫീസിലെത്തുക."

അവർ വിളിക്കുന്നത് എന്തിനാണെന്ന് എനിക്കറിയില്ലായിരുന്നു. ഒരുപക്ഷേ ഹമെഹ്ദ് വീണ്ടും കാണാനിഷ്ടപ്പെട്ടതായിരിക്കാം. ഞാൻ തലയിൽ ഒരു ഷാളിട്ട് ഓഫീസിലെത്തി.

മറിയം ഒരു പുഞ്ചിരിയോടെയാണെന്നെ എതിരേറ്റത്. "അലി തിരിച്ചെത്തിയിരിക്കുന്നു. നിന്നെ കാണണമെന്ന് പറഞ്ഞു."

ഞാൻ കണ്ണ് മൂടിക്കെട്ടി. മറിയത്തിനു പുറകെ മറ്റൊരു കെട്ടിടത്തിലേക്ക് നീങ്ങി. അവിടെ ഇടനാഴിയിൽ കാത്തുനിന്നു. എന്റെ ശ്വാസത്തിന് കനം വച്ചിരിക്കുന്നു. ശ്വാസം പുറത്തേക്കൊഴുകാതായിരിക്കുന്നു.

"എന്റെ പുറകിൽ വരൂ മറീനാ." അലിയുടെ സ്വരം കേട്ടു. ഞാൻ അനുസരിച്ചു. അയാൾ വാതിലടച്ചു. എന്നോട് ഇരിക്കാനും കണ്ണുകെട്ടിയതഴിച്ച് മാറ്റാനും പറഞ്ഞു. എന്റെ ഓർമ്മയിലുള്ളതിനേക്കാൾ ഉയരം വച്ചുവോ അയാൾ എന്നെനിക്ക് തോന്നി. ഒരുപക്ഷേ മെലിഞ്ഞതുകൊണ്ടാകാം.

ഞാൻ ചുറ്റും നോക്കി. ജനലുകളൊന്നുമില്ലാത്ത ഒരു മുറിയിലാണ് ഞങ്ങളിരിക്കുന്നത്. പീഡനക്കട്ടിലില്ലാത്ത ഒരു മുറി. ഒരു ചുവരിൽ അയാത്തൊള്ള ഖൊമേനിയുടെ ചിത്രം തൂങ്ങിയാടുന്നു. അദ്ദേഹമാണെന്റെ ജീവൻ വിട്ടുകൊടുക്കുവാനുള്ള ഉത്തരവ് നൽകിയതെന്നാണ് അലി പറയുന്നത്. അയാത്തൊള്ളയുടെ ഇരുണ്ട കൺപുരികങ്ങൾ കോപഭാവത്തിൽ ഒന്നുചേർന്നിരിക്കുന്നു. അദ്ദേഹത്തിന്റെ കണ്ണുകൾ എന്നെത്തന്നെ കോപത്തോടെ നോക്കിനിൽക്കുന്നു. വിലകെട്ട, ഔദാര്യങ്ങളൊന്നും കാണിക്കാത്ത, ഒരു വൃദ്ധനെപ്പോലെ തോന്നിച്ചു അദ്ദേഹത്തിന്റെ ചിത്രം.

ഖൊമേനിയുടെ ചിത്രത്തിനു തൊട്ടരികിൽ അയാത്തൊള്ള ഖൊമേനിയുടെ ഒരു ചിത്രം തൂക്കിയിട്ടിട്ടുണ്ട്. ഇമാമിനെ അപേക്ഷിച്ച് ഇദ്ദേഹം ഇത്തിരികൂടി കരുണയുള്ളവനാണെന്ന് തോന്നി.

ഒന്ന് മുടന്തി അലി ഒരു ഇരുമ്പ് മേശയ്ക്ക് പുറകെ കിടന്നിരുന്ന കസേര എടുത്ത് കൊണ്ടുവന്നു. അയാൾ എന്റെ മുഖം പരതുന്നുണ്ടായിരുന്നു. അയാളുടെ രൂപമേ അപ്പോഴേക്കും ഞാൻ മറന്നിരുന്നു. അയാളുടെ വലത് കവിളിൽ ഒരു മറുക് വന്നിരിക്കുന്നു.

"കഴിഞ്ഞ തവണ കണ്ടതിനേക്കാൾ ഉഷാറായിരിക്കുന്നല്ലോ," പുഞ്ചിരിച്ചുകൊണ്ട് അയാൾ പറഞ്ഞു. "സുഖമല്ലേ?"

"മിക്കവാറും. താങ്കൾക്കോ?"

"നീ വെറുതെ മര്യാദ കാണിക്കുകയാണോ അതോ അറിയാനുള്ള ആഗ്രഹം കൊണ്ടോ?"

"അറിയാൻ." ഞാനങ്ങിനെ പറഞ്ഞുവെങ്കിലും മനസ്സിൽ അങ്ങനെയൊരു ഉദ്ദേശ്യമുണ്ടായിരുന്നില്ല. എനിക്ക് അപ്പോൾ ആ മുറിയിൽനിന്ന് എങ്ങനെയെങ്കിലും പുറത്തു കടക്കണം എന്നു മാത്രമേ ഉണ്ടായിരുന്നുള്ളൂ. തിരികെ 246ലേക്ക് ഓടിപ്പോകണമെന്ന്.

നാലുമാസം താൻ മുന്നണിയിൽ ഇറാക്കികളോട് യുദ്ധം ചെയ്യുകയായിരുന്നു എന്നയാൾ പറഞ്ഞു. കാലിൽ വെടികൊണ്ടതിനാൽ തിരിച്ച് പോരേണ്ടി വന്നു. കേട്ടതിൽ വിഷമമുണ്ട് എന്ന് ഞാൻ പറഞ്ഞു. അത് സത്യമായിരുന്നു. അയാൾക്കെന്നല്ല ആർക്കും ഒരു പരിക്കും പറ്റരുത് എന്ന് ഞാൻ ആത്മാർത്ഥമായി ആഗ്രഹിച്ചു.

അയാൾ എന്നെ ശ്രദ്ധാപൂർവ്വം വീക്ഷിക്കുന്നുണ്ടായിരുന്നു. അയാളുടെ മുഖത്തെ പുഞ്ചിരി മാറി. ഒരു ഗൗരവം അവിടെ സ്ഥാനം പിടിച്ചു.

“മറീനാ, നിന്നോട് വളരെ പ്രധാനപ്പെട്ട ഒരു കാര്യം ചർച്ച ചെയ്യാനുണ്ട്. നീ കേട്ടിരിക്കണം. എനിക്ക് പറയാനുള്ളത് മുഴുവൻ കേൾക്കാതെ നീ ഇടയിൽ കയറി സംസാരിക്കരുത്.”

ഞാൻ തലയാട്ടി. എന്തായിരിക്കും പറയാനുദ്ദേശിക്കുന്നത് എന്നതൊരു കടംകഥപോലെയായി. എന്നിൽനിന്നും അകന്ന് നിൽക്കുക എന്ന ഏക ലക്ഷ്യത്തോടെയാണ് എവിനിൽനിന്നും മാറിനിന്നത് എന്ന് അയാൾ പറഞ്ഞുതുടങ്ങി. എന്നെ കാണാതിരുന്നാൽ അയാളുടെ ഉള്ളിലെ ചിന്തകൾക്കും വികാരങ്ങൾക്കും മാറ്റം വരുമെന്ന് ധരിച്ചു. എന്നാൽ അതുണ്ടായില്ല. ആദ്യം കണ്ട നിമിഷം മുതൽ അയാൾക്ക് എന്നോടൊരു അടുപ്പം തോന്നി. അതിനെ അവഗണിക്കുവാൻ ആദ്യം ശ്രമിച്ചു. എന്നാൽ ആ വികാരം കൂടുതൽ കരുത്താർജ്ജിച്ചു. അന്ന് എന്നെ കുളിമുറിയിലേക്ക് നടക്കുവാൻ സഹായിച്ചപ്പോൾ, എന്ത് വിലകൊടുത്തും എന്നെ രക്ഷിക്കേണ്ടതുണ്ട് എന്ന ഒരു ചിന്ത അയാളുടെ മനസ്സിൽ നിറഞ്ഞു. ഇതയാളെ ഭയപ്പെടുത്തുകയും ചെയ്തു. ഞാൻ കുളിമുറിയിൽനിന്നും പുറത്ത് വരുന്നില്ലെന്ന് കണ്ടപ്പോൾ എന്നെ വിളിച്ചു. എന്റെ ശബ്ദം കേട്ടില്ല. എന്ത് പറ്റി എന്നറിയാൻ അകത്ത് കയറി. ഞാൻ നിലത്ത് കിടക്കുന്നത് കണ്ടു. ഞാൻ മരിച്ചു എന്നാണയാൾ ആദ്യം കരുതിയത്. എന്റെ നാഡി നോക്കിയപ്പോൾ അത് മിടിക്കുന്നുണ്ടെന്നറിഞ്ഞു. വധശിക്ഷയ്ക്ക് വിധിക്കേണ്ടവരുടെ പട്ടികയിൽ എന്റെ പേരുണ്ടെന്നതും ഹമെഹ്ദിന് എന്നെ ഇഷ്ടമല്ലെന്നും അയാൾക്കറിയാമായിരുന്നു. ഹമെഹ്ദുമായി തർക്കിക്കാൻ അയാൾ ഒരു ശ്രമം നടത്തി. പക്ഷേ ഹമെഹ്ദ് കേൾക്കാൻ തയ്യാറല്ലായിരുന്നു. അയാത്തൊള്ള ഖൊമേനിയിൽ നിന്നും ഒരു ഉത്തരവല്ലാതെ മറ്റൊന്നിനും എന്നെ രക്ഷിക്കാനാകില്ലെന്ന് അയാൾ തീർത്ത് പറഞ്ഞു. അലിയുടെ അച്ഛൻ വർഷങ്ങളായി അയാത്തൊള്ളയുടെ അടുത്ത സുഹൃത്താണ്. അതിനാൽ അലി നേരെ അയാത്തൊള്ളയെ സന്ദർശിച്ചു. എന്റെ ജീവനുവേണ്ടി യാചിച്ചു. ഞാൻ വളരെ ചെറുപ്പമാണെന്നും ചിന്താഗതിയിൽ മാറ്റംവരാൻ സമയം നൽകണമെന്നും അഭ്യർത്ഥിച്ചു. എനിക്ക് വധശിക്ഷ വിധിക്കാനുണ്ടായ കാരണങ്ങൾ വളരെ ഗൗരവമുള്ളവയാണെന്ന് അയാത്തൊള്ള പറഞ്ഞു. അലി പക്ഷേ അഭ്യർത്ഥിച്ചുകൊണ്ടേയിരുന്നു. അവസാനം എന്റെ ശിക്ഷ ജീവപര്യന്തമാക്കാം എന്ന് അയാത്തൊള്ള സമ്മതിച്ചു. ഉത്തരവുമായി അലി എവിനിലേക്ക് കുതിച്ചു. ഞാൻ എവിടെ എന്ന് ഗാർഡുകളോട് അന്വേഷിച്ചു. വധശിക്ഷ നടപ്പാക്കാനായി ഹമെഹ്ദ് എന്നെ കൊണ്ടുപോയി എന്നറിഞ്ഞു. അലി പ്രാർത്ഥിച്ചുകൊണ്ട് വധശിക്ഷ നടപ്പാക്കുന്ന സ്ഥലത്തേക്ക് കുതിച്ചു.

എന്നിലപ്പോൾ പരിഭ്രാന്തി പടർന്നു കയറുന്നുണ്ടായിരുന്നു.

എന്നെ 246 ലേക്ക് പറഞ്ഞയച്ച് അവിടം വിട്ട് പോകാനായിരുന്നു അയാത്തൊള്ളയുമായുള്ള സംഭാഷണത്തിനു ശേഷം തന്റെ തീരുമാനമെന്ന്

അലി തുടർന്നു. ഇമാം മാപ്പനുവദിച്ചതിനാൽ ഇനി ഹമെഹ്ദിന് എന്നെ ഒന്നും ചെയ്യാനാകില്ല. എന്നെ മറക്കാൻ അലി ശ്രമിച്ചു. പക്ഷേ മനസ്സിലേക്ക് എപ്പോഴും എന്നെക്കുറിച്ചുള്ള ചിന്തകൾ കയറി വരുന്നത് മാത്രമാണയാൾ കണ്ടത്. അതുകൊണ്ടുതന്നെ കാലിൽ വെടികൊണ്ടപ്പോൾ സന്തോഷമാണ് തോന്നിയത്. തിരിച്ച് വരാൻ അതൊരു കാരണമാകുമല്ലോ. ജീവിതത്തിലെ പ്രധാന തീരുമാനങ്ങൾ എടുക്കുന്നതിനുമുമ്പ് നല്ലവണ്ണം ആലോചിക്കുവാനുള്ള സമയം നൽകണം എന്ന് അച്ഛൻ എപ്പോഴും പറയാറുണ്ട്. എന്നെ വിവാഹം കഴിക്കണം എന്ന തീരുമാനം മനസ്സിൽ വച്ച് അയാൾ നാലുമാസം കഴിഞ്ഞു. ഇപ്പോൾ ഇതാ തീരുമാനവുമെടുത്തിരിക്കുന്നു.

"എനിക്ക് നിന്നെ വിവാഹം കഴിക്കണം മറീനാ. ഞാൻ ഒരു നല്ല ഭർത്താവായിരിക്കും എന്ന് വാക്ക് തരുന്നു. നിന്നെ നല്ല രീതിയിൽ സംരക്ഷിക്കുമെന്നും. എനിക്ക് ഇപ്പോൾ ഒരു ഉത്തരം വേണ്ട. നീ നല്ലവണ്ണം ആലോചിച്ചിട്ട് മറുപടി പറഞ്ഞാൽ മതി."

കേട്ടതെല്ലാം മനസ്സിലാക്കുവാൻ ഞാൻ ഒരു ശ്രമം നടത്തി. എനിക്കതിനായില്ല. ഇതിലൊന്നും ഒരർത്ഥവും എനിക്ക് തോന്നിയില്ല. ഈ മനുഷ്യന് എന്നെ വിവാഹം കഴിക്കാനെന്തിനു തോന്നണം? എനിക്കിയാളെ വിവാഹം കഴിക്കണ്ട. ഇയാൾ ഇരിക്കുന്ന മുറിയിലിരിക്കാൻ പോലും എനിക്ക് താത്പര്യമില്ല.

"അലി. എനിക്ക് താങ്കളെ വിവാഹം കഴിക്കാനാകില്ല എന്നത് താങ്കൾ മനസ്സിലാക്കണം," വിറച്ചുകൊണ്ടാണത് ഞാൻ പറഞ്ഞത്.

"കാരണം?"

"കാരണങ്ങൾ പലതുണ്ട്."

"കേൾക്കാൻ ഞാൻ തയ്യാറാണ്. ഞാൻ മാസങ്ങളോളം ഇതിനെക്കുറിച്ച് ആലോചിച്ചതാണെന്ന് മറക്കരുത്. ഒരുപക്ഷേ ഞാൻ എന്തെങ്കിലും മറന്ന് പോയിട്ടുണ്ടാകാം. നീ നിന്റെ കാരണങ്ങൾ പറയ്."

"ഞാൻ നിങ്ങളെ സ്നേഹിക്കുന്നില്ല. ഞാൻ നിങ്ങൾക്കുവേണ്ടി വിധിച്ചതല്ല."

"നീ എന്നെ സ്നേഹിക്കും എന്ന് ഞാൻ പ്രതീക്ഷിച്ചിട്ടുമില്ല. അങ്ങനെ ഒരു വികാരം വരാൻ സമയമെടുക്കും. അതിനൊരു അവസരം നിനക്ക് ലഭിക്കണം. നീ എനിക്ക് വേണ്ടി വിധിച്ചതല്ല എന്ന് നീ പറഞ്ഞുവല്ലോ. അപ്പോൾ പിന്നെ ആർക്ക് വിധിച്ചവളാണ് നീ? ആന്ദ്രേയ്ക്കോ?"

ഞാൻ കിതച്ചു. ഇയാൾ എങ്ങനെ ആന്ദ്രെയെക്കുറിച്ചറിഞ്ഞു?

ഒരിക്കൽ ഞാനുറങ്ങുമ്പോൾ അയാൾ അരികിലുണ്ടായിരുന്നു എന്നും അപ്പോൾ ഞാൻ ആന്ദ്രെയുടെ പേരുവിളിക്കുന്നത് കേട്ടു എന്നുമാണയാൾ പറഞ്ഞത്. അയാൾ ചില ഗവേഷണങ്ങളെല്ലാം ചെയ്തു. ആന്ദ്രെ ആരാണെന്നും എവിടെ താമസിക്കുന്നു എന്നും കണ്ടെത്തി. ആന്ദ്രെയ്ക്ക്

രാഷ്ട്രീയ ബന്ധങ്ങൾ ഒന്നും തന്നെയില്ലെങ്കിലും വേണ്ടിവന്നാൽ തനിക്ക് അങ്ങനെയൊരു ബന്ധം ആരോപിച്ചുണ്ടാക്കാനാകും എന്നയാൾ പറഞ്ഞു.

ഉറക്കത്തിൽ സംസാരിക്കുന്ന സ്വഭാവം എനിക്ക് ചിലപ്പോഴൊക്കെ യുണ്ടെന്ന് എനിക്കറിയാമായിരുന്നു. എങ്കിലും അയാൾ പറഞ്ഞത് അപ്പടി വിഴുങ്ങുക ബുദ്ധിമുട്ടായിരുന്നു. ഒരുപക്ഷേ എന്നെ അറസ്റ്റ് ചെയ്യുന്നതിനു മുമ്പുതൊട്ടേ അവർ എന്നെ പിന്തുടരുന്നുണ്ടായിരിക്കണം. ആന്ദ്രേയെ അറിഞ്ഞിരിക്കണം. അങ്ങനെ ഞാനിതിലേക്ക് ആന്ദ്രേയെ വലിച്ചിഴച്ചി രിക്കുന്നു! എനിക്കിപ്പോൾ എന്ത് ചെയ്യാനാകും!

"അവനെ ഇവിടെ കാണണം എന്ന് നീ ആഗ്രഹിക്കുന്നുണ്ടോ?" അലി ചോദിച്ചു. "ആ പീഡനക്കട്ടിലിൽ? അവൻ അവന്റെ ജീവിതം ജീവി ച്ചോട്ടെ. നിന്നെ അറസ്റ്റ് ചെയ്ത ആ നിമിഷത്തിൽ നിന്റെ ജീവിതം അപ്പാടെ മാറി എന്ന് നീ മനസ്സിലാക്കണം. മാത്രമല്ല നീ നിന്റെ മാതാ പിതാക്കളേയും മറക്കരുത്. അവരെ അപകടത്തിൽ ചാടിക്കാൻ ശ്രമി ക്കരുത്. നിനക്കുവേണ്ടി അവരെന്തിന് ബുദ്ധിമുട്ടുകൾ സഹിക്കണം? ഞാൻ നിന്നെ സന്തോഷവതിയാക്കാം എന്ന് ഉറപ്പ് തരുന്നു. എന്നെ സ്നേഹിക്കാൻ നീ പഠിക്കും."

എന്നോട് ഇങ്ങനെയൊക്കെ പെരുമാറാൻ, ചെയ്യാൻ, അയാൾക്ക് യാതൊരു അധികാരവുമില്ലെന്ന് ഞാൻ തർക്കിച്ചു. ഒരുപക്ഷേ അയാ ളാണ് എന്നെ മരണത്തിൽനിന്നും രക്ഷപ്പെടുത്തിയത് എന്നത് മറന്നിട്ടാ യിരിക്കും ഈ വാക്കുകൾ പറഞ്ഞത് എന്നയാൾ ഓർമ്മിപ്പിച്ചു. ഇസ്ലാമിൽ ശത്രു എന്നും ശത്രുവാണ്. എനിക്ക് അവകാശങ്ങൾ എന്നതില്ല. അയാൾ ചെയ്യുന്നത് ഒരു ഔദാര്യം മാത്രമാണ്. എനിക്ക് നല്ലതെന്താണെന്ന് അയാൾക്കറിയാം. അയാൾ തുടർന്നു.

അവിടെനിന്ന് രക്ഷപ്പെടുവാനുള്ള പഴുത് അന്വേഷിക്കുകയായിരുന്നു ഞാനപ്പോൾ. എന്റെ മരണം ഒരുപക്ഷേ പല പ്രശ്നങ്ങൾക്കും പരിഹാര മായേക്കാം.

"നിന്നെ എനിക്ക് നല്ലവണ്ണമറിയാം," എന്നെ എന്റെ ചിന്തകളിൽ നിന്ന കറ്റി അയാളുടെ സ്വരമെത്തി. "നീ ഇപ്പോൾ എന്താണ് ചിന്തിക്കുന്നത് എന്നും എനിക്കറിയാം. ആത്മഹത്യയെക്കുറിച്ചാണ് നീ ചിന്തിക്കുന്നത്. അത് നിന്റെ കണ്ണിൽ എനിക്ക് കാണാം. എന്നാൽ നിനക്ക് അതിനാകില്ല എന്നും എനിക്കറിയാം. പെട്ടെന്ന് അടിയറവ് പറയുന്നവളല്ല നീ. അങ്ങനെ ചെയ്താൽ അത് നിന്റെ പ്രകൃതത്തിനെതിരാകും. എന്നെപ്പോലെതന്നെ നീയും ഒരു പോരാളിയാണ്. ഭൂതകാലം നീ മറന്നേക്കൂ. നമുക്കൊരുമിച്ച് സുന്ദരമായ ഒരു ജീവിതം നയിക്കാം. എപ്പോഴും സുരക്ഷിതമായിരിക്കാൻ വേണ്ടി, നിനക്ക് ഞാൻ ഒരു സഹായം ചെയ്യാം. നിന്റെ ആന്ദ്രേയ്ക്ക് വധശിക്ഷ വാങ്ങിക്കൊടുക്കാം. നിനക്ക് വേണ്ടി അവൻ ശിക്ഷയേറ്റു വാങ്ങട്ടെ."

"ഗംഭീരം" എന്ന് ഞാനിതിനെ വിളിക്കണോ? എന്റെ മാതാപിതാക്കളെ

അറസ്റ്റ് ചെയ്യുമെന്നും ആന്ദ്രേയെ വധിക്കുമെന്നും ഭീഷണിപ്പെടുത്തുന്ന ഒരുവനുമൊത്തുള്ള ജീവിതം എങ്ങനെ ഗംഭീരമാകും?

"ആലോചിക്കാൻ നിനക്ക് ഞാൻ മൂന്ന് ദിവസത്തെ സമയം തരാം. എന്നാൽ വിഡ്ഢിത്തം നിറഞ്ഞ ഉത്തരങ്ങളുമായി തിരികെ വരാതിരിക്കാൻ ശ്രമിക്കുക. ഞാൻ പറഞ്ഞതൊക്കെ വളരെ ഗൗരവത്തിൽതന്നെ പറഞ്ഞതാണ്, അല്ലാതെ തമാശയായിട്ടല്ല."

ഇതുവഴി ഞാൻ അപകടത്തിലാക്കിയിരിക്കുന്നത് എന്റെ മാതാപിതാക്കളേയും ആന്ദ്രേയേയുമാണ്. അവരെ സംരക്ഷിക്കുവാനായി ഞാൻ എന്തും ചെയ്യും. എന്റേത് ജീവപര്യന്തമാണെന്ന് ഞാൻ ഓർത്തിരിക്കണം. എനിക്കിനി രക്ഷപ്പെടാനാകില്ല. ആന്ദ്രേയെ കണ്ടിട്ടേയില്ലായിരുന്നെങ്കിൽ എന്ന് ഞാൻ ആശിച്ചു.

പതിന്നാല്

കാത്തോലിക്കാപള്ളിയിൽ ചെന്ന ആദ്യ ദിവസം തന്നെ ഞാൻ ആന്ദ്രേയെ കണ്ടുമുട്ടി. അന്ന് കുർബാന കഴിഞ്ഞപ്പോൾ വികാരിയുമായി സംസാരിക്കാൻ പള്ളി ഓഫീസിൽ ഞാൻ ചെന്നിരുന്നു. അവിടെ കാത്തിരിക്കുമ്പോഴാണ്, പള്ളിയിൽ ഓർഗൺ വായിച്ചിരുന്ന ആന്ദ്രെ കയറി വരുന്നത്. പള്ളിയിലെ ചടങ്ങുകളിൽ ഞാൻ ഏറ്റവും പുറകിലെ വരിയിലാണിരുന്നിരുന്നത്. അവിടെ വച്ച് തന്നെ ഞാൻ ആന്ദ്രെയെ കണ്ടിരുന്നു. സുന്ദരനാണല്ലോ എന്നെന്റെ മനസ്സെന്നോട് പറയുകയും ചെയ്തു. എന്റെ സമീപം വന്ന് നിന്നപ്പോൾ ഇത് മൈക്കൽ ആഞ്ചലോയുടെ ദാവീദ് നല്ല വസ്ത്രമണിഞ്ഞ് വന്നതാണെന്നാണ് മനസ്സു പറഞ്ഞത്. ദീർഘവൃത്താകൃതിയിലുള്ള മുഖം. ആഭിജാത്യമുള്ള മൂക്ക്, നീണ്ട നെറ്റിയിലേക്ക് വീണുകിടക്കുന്ന ചുരുളൻ മുടി. ശാന്തമായ ദിനങ്ങളിലെ കാസ്പിയൻ കടലിന്റെ നിറമുള്ള കണ്ണുകൾ. അതെ, സത്യമായും സുന്ദരൻ തന്നെ. നാണിച്ച് ഞാൻ തല താഴ്ത്തിയിരുന്നു. എന്റെ ചിന്തകൾ സുതാര്യങ്ങളാകരുതേ എന്നും അയാളെന്റെ മനസ്സ് വായിക്കരുതേ എന്നും പ്രാർത്ഥിച്ചു. ഞങ്ങൾ പരസ്പരം പരിചയപ്പെട്ടു.

ആ ഇടവക വളരെ ചെറുതായിരുന്നു. അതുകൊണ്ടുതന്നെ പള്ളിയിലേക്ക് പുതുതായി ഒരാളെത്തിയാൽ അത് ജിജ്ഞാസയ്ക്ക് കാരണമാകുമായിരുന്നു. ഞാൻ സർവകലാശാലയിലാണോ പഠിക്കുന്നത് എന്ന് ആന്ദ്രേ ചോദിച്ചു. അല്ല, പത്തിലാണെന്ന് പറഞ്ഞപ്പോൾ അദ്ദേഹമാകെ ചുവക്കുന്നത് കണ്ടു. ഞാൻ എന്റെ റഷ്യൻ പാരമ്പര്യങ്ങളെക്കുറിച്ച് സംസാരിച്ചു. താൻ ടെഹ്റാൻ സർവകലാശാലയിൽ ഇലക്ട്രിക്കൽ എഞ്ചിനീയറിങ്ങിനു പഠിക്കുകയാണെന്ന് ആന്ദ്രെ പറഞ്ഞു. പക്ഷേ

സർവകലാശാലകളെല്ലാം ഇസ്ലാമിക് സാംസ്കാരിക വിപ്ലവത്തിന്റെ ഭാഗമായി അടച്ചിട്ടിരിക്കുന്നതിനാൽ, ഇപ്പോൾ ഒരു അമേരിക്കൻ സ്കൂളിൽ ഇംഗ്ലീഷ്, കണക്ക്, ഊർജ്ജതന്ത്രം എന്നിവ പഠിപ്പിക്കുകയാണെന്നും പറഞ്ഞു.

സംസാരം തുടർന്നപ്പോൾ എന്നിൽ ഒരു വികാരവിക്ഷോഭം ആളിപ്പടരുന്നതുപോലെ തോന്നി. വളരെ സൗമ്യമായി സംസാരിക്കുന്നവനാണ് ആന്ദ്രെ. സമചിത്തതയോടെ സംസാരിക്കുന്നവനും. അദ്ദേഹത്തിന്റെ സംഗീതം ഞാൻ ആസ്വദിച്ചു എന്ന് ഞാൻ അറിയിച്ചു. താനൊരു തുടക്കക്കാരൻ മാത്രമാണെന്നായിരുന്നു അതിനു മറുപടി. പള്ളി നടത്തിയിരുന്ന, ആൺകുട്ടികൾക്ക് മാത്രമായുള്ള സ്കൂൾ വിപ്ലവത്തിനു ശേഷം സർക്കാർ ഏറ്റെടുത്തു. അതിനെ തുടർന്ന് പല വികാരികളേയും ഇറാനിൽ നിന്നും തിരിച്ചയച്ചു. അവർ ചാരന്മാരാണെന്ന് മുദ്രയടിച്ച് നാടുകടത്തുകയായിരുന്നു. ആ സ്കൂളിലാണ് ആന്ദ്രെ പന്ത്രണ്ട് വർഷം പഠിച്ചത്. ഇപ്പോൾ നാടുകടത്താൻ വിധിക്കപ്പെട്ട ഒരു വികാരിയായിരുന്നു വർഷങ്ങളായി അവിടെ ഓർഗൺ വായിച്ചിരുന്നത്. അതുവരേക്കും സംഗീത ഉപകരണങ്ങൾ ഒന്നും തന്നെ വായിച്ചിട്ടില്ലാത്ത ആന്ദ്രേയ്ക്ക് അദ്ദേഹം ഏതാനും ദിവസത്തെ ശിക്ഷണം നൽകി. അദ്ദേഹം ഇറാൻ വിട്ടപ്പോൾ ആന്ദ്രെ ആ ജോലി ഏറ്റെടുത്തു.

“താങ്കൾ ഗായക സംഘത്തിൽ ചേരണം.” ആന്ദ്രെ എന്നോട് പറഞ്ഞു. “പുതിയ അംഗങ്ങളെ തേടുകയാണ് ഞങ്ങളിപ്പോൾ.”

എനിക്ക് പാടാനറിയില്ല എന്ന് ഞാൻ പറഞ്ഞു.

“ഒന്ന് ശ്രമിച്ച് നോക്കുക. നല്ല രസമാണത്. അടുത്ത ബുധനാഴ്ച വൈകീട്ട് ആറുമണിക്കാണ് അടുത്ത പരിശീലനം. അന്ന് പ്രത്യേകിച്ച് പരിപാടികളൊന്നും നിശ്ചയിച്ചിട്ടില്ലല്ലോ അല്ലേ?”

“ഇല്ല.”

“ശരി. എങ്കിൽ ബുധനാഴ്ച ആറുമണിക്ക് കാണാം.”

അദ്ദേഹം എഴുന്നേറ്റ് എനിക്ക് കൈ തന്നു.

ആന്ദ്രെ പോയപ്പോൾ എനിക്ക് ശ്വാസം ശരിക്കെടുക്കാമെന്നായി.

അരാം അപ്പോഴും എന്നോടൊപ്പം ആഴ്ചയിലൊരു ദിവസമെങ്കിലും വീട്ടിലേക്കു നടക്കാനിറങ്ങുമായിരുന്നു. അവനപ്പോൾ പന്ത്രണ്ടാം ക്ലാസിലാണ്. ഹൈസ്കൂളിൽ അവസാന വർഷം.

“ഏതാനും മാസങ്ങൾക്കുള്ളിൽ ഇറാൻ വിടാനാണ് ഞങ്ങളുടെ പരിപാടി. മിക്കവാറും അമേരിക്കയിലേക്ക് പോകും.” ഒരു വസന്തകാലത്ത് അവൻ എന്നോട് പറഞ്ഞു. ഈ ദിവസവും വരാതിരിക്കില്ല എന്ന് എനിക്കറിയാമായിരുന്നു. രണ്ട് വർഷത്തിലേറെയായി ഞങ്ങൾ നല്ല സുഹൃത്തുക്കളായിരുന്നു. അവനെ നഷ്ടപ്പെടാൻ എനിക്കാകില്ലായിരുന്നു. അവന് ഒരു നല്ല ജീവിതമുണ്ടാകണമെങ്കിൽ ഇവിടം വിട്ട് പോകുകയും ഞങ്ങൾ

ഒന്നിച്ച് പങ്കുവയ്ക്കുന്ന പഴയ ഓർമ്മകളെ മായ്ച്ച് കളയുകയുമാകും നല്ലതെന്നും എനിക്കറിയാമായിരുന്നു.

അവനെയോർത്ത് സന്തോഷിക്കുന്നു എന്ന് ഞാൻ പറഞ്ഞു. അവൻ നടത്തം നിർത്തി. എന്നെ നോക്കി. എന്റെ കണ്ണുനിറഞ്ഞിരുന്നു. ഞാനും കൂടെയുണ്ടായിരുന്നെങ്കിൽ എന്നവൻ ആഗ്രഹിക്കുന്നു. എന്റെ സുരക്ഷയെക്കുറിച്ച് അവന് വേവലാതിയുണ്ടായിരുന്നു. അവന്റെ സ്കൂളിൽ പഠിക്കുന്ന പല കുട്ടികളേയും അറസ്റ്റ് ചെയ്ത് എവിനിലേക്ക് കൊണ്ടുപോയിട്ടുണ്ടായിരുന്നു. അവിടെനിന്നും ആരും ജീവനോടെ പുറത്ത് വന്നിട്ടില്ല എന്നാണവൻ അറിഞ്ഞത്. അതു കേട്ട് അവന് മനോവിഭ്രാന്തിയാണെന്ന് ഞാൻ പറഞ്ഞു. ഇതിൽ വിഭ്രാന്തിയുമായി ബന്ധമുള്ള ഒന്നുമില്ല എന്നായിരുന്നു അവന്റെ വാദം.

"അരാം... ഇങ്ങനെ വിഷമിക്കാൻ മാത്രം ഒന്നുമില്ല." ഞാൻ തീർത്ത് പറഞ്ഞു.

"അരാഷും ഇതൊക്കെ തന്നെയാണ് പറയാറുള്ളത്.... അല്ല ഒരു നിമിഷം... എന്തോ ഓർമ്മയിൽ വന്നു.... അല്ല... അതാകില്ല... പക്ഷേ..."

ഒരു ചെറിയ കടയ്ക്ക് മുന്നിൽ അവൻ നിന്നു. നടവഴിക്ക് മദ്ധ്യേ പഴങ്ങളും പച്ചക്കറികളും നിറച്ച് വച്ച കുട്ടകൾ നിരത്തിയിരിക്കുന്നു. നടക്കാൻ ബുദ്ധിമുട്ടാക്കുന്ന വിധത്തിലാണവ നിരത്തിയിരിക്കുന്നത്.

"വധിക്കപ്പെടാനായി സ്വയം ശ്രമിക്കുകയൊന്നുമല്ലല്ലോ?" അവൻ പെട്ടെന്ന് ചോദിച്ചു. അവന്റെ കണ്ണ് നിറഞ്ഞിരുന്നു.

ആത്മഹത്യ ചെയ്യാൻ ഒരു ഉദ്ദേശ്യവുമില്ലെന്ന് ഞാൻ മറുപടി പറഞ്ഞു.

കടയിലേക്ക് കയറാൻ പഴുതു നോക്കി തടിച്ച ഒരു സ്ത്രീ പുറകിൽ നില്പുണ്ടായിരുന്നു. ഞങ്ങളുടെ സംസാരം കേട്ട് നിന്ന അവർക്ക് മടുത്തു. "എന്നോട് ക്ഷമിക്കണേ" അവർ പറഞ്ഞു. പറഞ്ഞുതീരുന്നതിനു മുമ്പ് ഞങ്ങളെ തള്ളി. ഞങ്ങളിരുവരും ഒന്നിച്ച് ഒരു ഉള്ളിക്കൊട്ടയിലേക്ക് വീഴാതെ രക്ഷപ്പെട്ടു. സമതുലിതാവസ്ഥ വീണ്ടെടുത്തപ്പോൾ അരാം എന്നെ നോക്കി. ഞാൻ മാർഗ്ഗതടസ്സമുണ്ടാക്കുന്നതിൽ നിന്നും മാറി തെരുവിലിറങ്ങി. എനിക്ക് ഒരു കുഴപ്പവുമുണ്ടാകില്ല എന്നവന് വീണ്ടും ഉറപ്പ് നൽകി. നടന്നുകൊണ്ടിരിക്കുന്നതിനിടയിൽ ഞാൻ അവന്റെ കൈപിടിച്ചു. അവൻ കുതറി മാറി.

"നീ എന്താണീ ചെയ്യുന്നത്? ഇത് കണ്ടാൽ നമ്മളെ അവർ അറസ്റ്റ് ചെയ്യും." ചുറ്റിലും നോക്കി മുഖം ചുവപ്പിച്ച് അവൻ പറഞ്ഞു.

"ക്ഷമിക്കണം.....ഞാനൊരു വിഡ്ഢി തന്നെ!.. ഞാൻ എന്തൊക്കെയോ ആലോചിക്കുകയായിരുന്നു." കണ്ണുനീർ എന്റെ ചുണ്ടിലെത്തി.

"ക്ഷമിക്ക് മറീനാ. നിന്നോട് പരുഷമായി പെരുമാറാൻ ഉദ്ദേശിച്ച് പറഞ്ഞതല്ല. എന്റെ കൈ പിടിച്ചു എന്ന കുറ്റത്തിന് നിന്നെ ചാട്ട കൊണ്ടടിച്ചാൽ പിന്നെ ആ ദുഃഖവും പേറി എനിക്കെങ്ങനെ ജീവിക്കാനാകും?"

"ക്ഷമിക്ക്."

"ഇതുകൊണ്ടാണ് നീ ഇവിടെ വിട്ട് പോകണം എന്ന് ഞാൻ പറയുന്നത്. കൈ കോർത്ത് പിടിക്കുക എന്നത് ഒരു കുറ്റകൃത്യമൊന്നുമല്ല. ഒരു സാധാരണ ലോകത്തിൽ ജീവിക്കുന്ന ആരോട് നീയിത് പറഞ്ഞാലും അവരതിനെ ഒരു വലിയ തമാശയായിട്ടേ എടുക്കുകയുള്ളൂ. "

റഷ്യൻഭാഷയിൽ നിന്നും പേർഷ്യൻ ഭാഷയിലേക്ക് വിവർത്തനം ചെയ്യാനറിയുന്ന ആരെയെങ്കിലും അറിയാമോ എന്ന് അവനോട് ചോദിക്കാൻ ഞാൻ മറന്നു എന്ന് അപ്പോഴാണ് ഞാനോർത്തത്. മുത്തശ്ശി അവരുടെ ജീവിത കഥ എഴുതി വച്ചിട്ടുണ്ടെന്നും, മരിക്കുന്നതിനു മുമ്പ് അതെന്നെ ഏല്പിച്ചിരുന്നു എന്നും ഞാൻ അവനോട് പറഞ്ഞു. അത് പേർഷ്യൻ ഭാഷയിലേക്ക് വിവർത്തനം ചെയ്യണം. എന്റെ മാതാപിതാക്കളോട് എന്തുകൊണ്ട് ചോദിച്ചില്ല എന്നവൻ ആരാഞ്ഞു. മുത്തശ്ശി വിശ്വസിച്ചത് എന്നെയായിരുന്നു എന്ന് ഞാനവനെ അറിയിച്ചു. ഒരുപക്ഷേ അവർക്ക് അത് നൽകാൻ മുത്തശ്ശി ഇഷ്ടപ്പെട്ടില്ലായിരിക്കാം. എന്നെ അറിയാത്ത ആരെങ്കിലും വേണം എനിക്കീ സഹായത്തിനായി. ഐറീനയുടെ ഒരു സുഹൃത്തിനെ അറിയാമെന്നും ഇത്തിരി വിചിത്രമായി പെരുമാറുന്ന വ്യക്തിയാണെങ്കിലും അവർക്ക് പല ഭാഷകളും അറിയാമെന്നും പേർഷ്യൻ, റഷ്യൻ ഭാഷകൾ അനായാസം കൈകാര്യം ചെയ്യുവാൻ അവർക്കാകുമെന്നും അവനറിയിച്ചു. അവരെ വിളിച്ച് ചോദിക്കാം എന്നും പറഞ്ഞു.

വീട്ടിലേക്ക് പാതിവഴിയിലെത്തിയപ്പോഴേക്കും മേഘങ്ങൾ ഉരുണ്ട് കൂടിയിരിക്കുന്നതും കാറ്റ് ശക്തമാകുന്നതും ശ്രദ്ധയിൽ പെട്ടു. നല്ല വെയിലുണ്ടായിരുന്ന ഒരു ദിവസം പെട്ടെന്നിങ്ങനെ ഭാവം മാറുന്നത് വിചിത്രമായി തോന്നി. ദൂരെനിന്ന് ആദ്യ ഇടിമുഴക്കം കേട്ടു. മഴ തുടങ്ങി. വീട്ടിലെത്താൻ ഇനിയും ദൂരമുണ്ട്. കയറി നിൽക്കാൻ ഒരു ഇടമില്ല. ആദ്യം മഴ അത്ര കനത്തതായിരുന്നില്ല. ഓരോ തുള്ളിയും നിലത്ത് വീഴുന്നത് കാണാമായിരുന്നു. കാറ്റ് കൊടുങ്കാറ്റാകുന്നതിനു മുമ്പ് വീട്ടിലെത്താൻ കഴിയുമെന്ന് വിചാരിച്ചു. പ്രതീക്ഷ അസ്ഥാനത്തായിരുന്നു. കാറ്റ് അതിശക്തമായി. മഴത്തുള്ളികൾ പരസ്പരം വേർതിരിച്ചറിയാതെ ധാരയായി ഒഴുകുവാൻ തുടങ്ങി. കാറ്റ് മരങ്ങളെ അമ്മാനമാടിച്ചു. മഴ കുത്തിയൊഴുകുവാൻ തുടങ്ങി. എവിടെയെങ്കിലും കയറി നിന്നേ പറ്റൂ എന്നായി. പരിചിതമായ തെരുവുകാഴ്ചകൾ മാഞ്ഞുമറഞ്ഞതുപോലെ തോന്നി. ഊഷ്മളമായ നിറങ്ങളും മങ്ങിപ്പോയിരിക്കുന്നു.

ഒരു വഴി കണ്ടെത്താനാകാതെ ഞങ്ങൾ ആശയക്കുഴപ്പത്തിലായി. മഴ നനഞ്ഞേ പറ്റൂ. കാറ്റ് സഹിച്ചേ പറ്റൂ. ഞങ്ങൾക്ക് ഉറപ്പായി. ഇത് കടന്നുപോകുന്ന ഒരു നിമിഷത്തിന്റെ വികൃതിയാണെന്ന് കണ്ണടച്ച് നിന്ന് വിശ്വസിക്കാൻ ശ്രമിച്ചു.

പിറ്റേന്ന് അരാം വിളിച്ചു. ഐറീനയുടെ സുഹൃത്തായ അന്നയോട് സംസാരിച്ചെന്നും വിവർത്തനം ചെയ്ത് തരാമെന്നവർ സമ്മതിച്ചെന്നും

പറഞ്ഞു. രണ്ട് ദിവസം കഴിഞ്ഞ് ഞാനും അരാമും അന്നയുടെ വീട്ടിലെത്തി. തക്ത്-എ താവൂസ് അവന്യൂവിലെ ശാന്തമായ ഒരു തെരുവിലായിരുന്നു അവരുടെ വീട്. ഞങ്ങൾ മുൻവാതിലിലെ മണി മുഴക്കി. ഒരു പട്ടി വാതിലിനു പുറകിൽ നിന്നും കുരയ്ക്കാനാരംഭിച്ചു. ഈ വാതിൽ തുറന്നാൽ നേരെ തെരുവിലെത്തും. "ആരാണത്" അകത്തുനിന്നും പേർഷ്യൻ ഭാഷയിൽ ഒരു സ്ത്രീശബ്ദം വന്നു. ഞങ്ങൾ പേരു പറഞ്ഞു. അന്ന വാതിൽ തുറന്നു. എഴുപതുകളിലെത്തിയിരിക്കുന്നു അവർ. നീണ്ട്, മെലിഞ്ഞ ഒരു സുന്ദരി. തോളുവരെയുള്ള മുടി അപ്പോഴും കറുത്തിരിക്കുന്നു. ചാര നിറമുള്ള വലിയ കണ്ണുണ്ടവർക്ക്. വെള്ള സിൽക്ക് ബ്ലൗസും നീല ജീൻസുമായിരുന്നു വേഷം. റഷ്യൻ ഭാഷയിലാണവർ ഞങ്ങളെ അഭിവാദ്യം ചെയ്തത്. അവർക്ക് പുറകിൽ ഒരു ജർമ്മൻ ഷെപ്പേർഡ് നായയുണ്ടായിരുന്നു. രണ്ട് നിലയുള്ള ആ വീട്ടിൽ മുഴുക്കെ ഉഷ്ണ മേഖലയിൽ കാണുന്ന തരം ചെടികൾ നിറച്ചിരിക്കുന്നു. സ്വീകരണ മുറിയിലേക്കെത്തുവാൻ അവർക്ക് പുറകിൽ നടക്കുമ്പോൾ ഈ ചെടിയുടെ ഇലകൾ തള്ളിമാറ്റേണ്ടി വന്നു. സ്വീകരണ മുറിയിൽ ഒരു തത്തയിരിക്കുന്നു. പല വർണ്ണങ്ങളിലുള്ള തൂവലുകളുള്ള ഒരു തത്ത. ഒരു കൂട്ടിൽ മൈനകളിരുന്ന് ചിലയ്ക്കുന്നുണ്ട്. ഒരു കറുത്ത പൂച്ച എന്റെ കാലിലൊന്ന് ഉരസി. അകത്ത് നനഞ്ഞ മണ്ണിന്റെ മണം. മുറിയിലെ ഓരോ ചുവരിലും പുസ്തകങ്ങൾ നിറഞ്ഞ് കവിയുന്ന അലമാരകൾ.

"എഴുതിയതെവിടെ?" ഞങ്ങളിരിക്കാൻ തുനിഞ്ഞപ്പോൾ അവർ ചോദിച്ചു. ഞാനത് അവർക്ക് നൽകി. അവർ താളുകൾ മറിക്കാൻ തുടങ്ങി.

"വിവർത്തനം ചെയ്യാൻ നേരമെടുക്കും."

അവർ ഞങ്ങളോടൊപ്പം മുൻവാതിൽ വരെ വന്നു. "ഐറീനയ്ക്ക് നിന്നെ വളരെ ഇഷ്ടമായിരുന്നു മറീനാ, നാളെ നാലരയ്ക്ക് വന്ന് വാങ്ങിക്കോളൂ."

പിറ്റേന്ന് പറഞ്ഞ സമയത്ത് ഞാൻ അവരുടെ വീട്ടിലെത്തി മണിയടിച്ചപ്പോൾ അന്ന വാതിൽ തുറന്ന് വിവർത്തനം എന്നെ ഏല്പിച്ചു.

"ഇതാ മോളേ...നിന്റെ മുത്തശ്ശിയുടെ മനസ്സിൽ ദുഃഖമുണ്ടായിരുന്നു... എങ്കിലും കരുത്തയായിരുന്നു അവർ," എന്ന് മാത്രം പറഞ്ഞ് വാതിലടച്ചു.

"വിചിത്ര സ്വഭാവമാണെന്ന് ഞാൻ നേരത്തെ പറഞ്ഞില്ലേ?" അരാം പൊട്ടിച്ചിരിക്കാൻ തുടങ്ങി.

വീട്ടിലെത്തിയ ഉടൻ ഞാൻ ആ വിവർത്തനം വായിച്ചു. നാല്പത് പേജുണ്ടായിരുന്നു അത്. നല്ല കൈയക്ഷരത്തിലാണത് എഴുതിയിരിക്കുന്നത്. നല്ല വ്യാകരണം. വിവർത്തനമാണെന്ന് എനിക്കറിയില്ലായിരുന്നെങ്കിൽ ഇത് ആദ്യമേ പേർഷ്യൻ ഭാഷയിലെഴുതിയതാണെന്നേ ഞാൻ കരുതുമായിരുന്നുള്ളൂ.

പതിനെട്ടാം വയസ്സിൽ എന്റെ മുത്തശ്ശി ഇരുപത്തിമൂന്നുകാരനായ ആന്ദ്രെയുമായി പ്രണയത്തിലായി. ക്സെന മൂറതോവ എന്നാണെന്റെ മുത്തശ്ശിയുടെ പേര്. ആന്ദ്രെ സുന്ദരനായിരുന്നു. നല്ല സ്വർണ്ണനിറമുള്ള മുടിയും വലിയ നീലക്കണ്ണുകളുമുണ്ടായിരുന്ന ആന്ദ്രെ കമ്മ്യൂണിസ്റ്റുകാര നായിരുന്നു. സാർ ചക്രവർത്തിക്കെതിരെയുള്ള പ്രകടനങ്ങളിലും പ്രതിഷേധങ്ങളിലും പങ്കെടുക്കരുതെന്ന് ക്സെന അദ്ദേഹത്തിനോട് അഭ്യർത്ഥിച്ചു. പക്ഷേ അയാൾ അനുസരിക്കാൻ തയ്യാറായിരുന്നില്ല. റഷ്യ ഇപ്പോഴുള്ളതിനേക്കാൾ മികച്ചതാകണമെന്നും ദാരിദ്ര്യം ഇല്ലാതാകണ മെന്നും അയാൾ ആഗ്രഹിച്ചു. അസാധ്യമായ സുന്ദര സ്വപ്നങ്ങളായി രുന്നു അയാൾക്കുണ്ടായിരുന്നത് എന്ന് ക്സെന എഴുതിയിരിക്കുന്നു. അനുഭവജ്ഞാനത്തിന്റെ കുറവ് ആ സ്വപ്നങ്ങളിൽ പ്രകടമായിരുന്നു. അയാളെ സംരക്ഷിക്കുക എന്ന ലക്ഷ്യവുമായി ക്സെനായും പ്രകടന ങ്ങളിലും പ്രതിഷേധങ്ങളിലും പങ്കെടുത്ത് തുടങ്ങി. ഒരു പ്രകടനത്തി നിടയിൽ പട്ടാളക്കാർ പ്രകടനക്കാരോട് പിരിഞ്ഞു പോകാൻ ഉത്തര വിട്ടു. ആരും അനുസരിച്ചില്ല. പട്ടാളം നിറയൊഴിച്ചു.

'ജനങ്ങൾ ഓടാനാരംഭിച്ചു.' ക്സെന എഴുതിയിരിക്കുന്നു. 'ഞാൻ ഒന്ന് തിരിഞ്ഞ് നോക്കി. അവൻ നിലത്തു കിടക്കുന്നു. രക്തമൊഴുകു ന്നുണ്ട്. അവൻ മരിക്കുന്നതുവരേക്കും ഞാനവനെ എന്റെ കൈകളിൽ താങ്ങി. പട്ടാളക്കാർക്ക് എന്നോട് ദയ തോന്നി. അവനെ അവന്റെ അമ്മയുടെ സമീപമെത്തിക്കാൻ എന്നെ അനുവദിച്ചു. മോസ്കോയിലെ തെരുവുകളിലൂടെ അവന്റെ ശരീരം വലിച്ച് ഞാൻ നടന്നു. ചില യുവാ ക്കൾ എന്റെ സഹായത്തിനെത്തി. എനിക്ക് വേണ്ടി അവനെ ചുമന്നു. ഞാൻ അവർക്ക് പുറകിൽ നടന്നു. അവന്റെ ശരീരത്തിൽ നിന്നും രക്തം ഇറ്റു വീഴുന്നത് കണ്ട് നടന്നു. ആ ദിവസത്തിനു ശേഷം ഞാൻ ശരിക്കു റങ്ങിയിട്ടില്ല. ഇപ്പോഴും ഇടയ്ക്കിടെ ഞാനെഴുന്നേൽക്കുന്നു. എന്റെ മെത്തയിൽ രക്തം കാണുന്നു.'

ഏതാനും മാസങ്ങൾക്ക് ശേഷം ക്സെന അവരുടെ ഭാവി ഭർത്താ വിനെ - എന്റെ മുത്തച്ഛനെ - കണ്ടുമുട്ടി. അയാൾ ഒരു ആഭരണ വ്യാപാരിയായിരുന്നു. ദയാലുവായ ഒരു യുവാവ്. അയാളോട് എങ്ങനെ പ്രണയം തോന്നി എന്നത് ക്സെനയ്ക്കറിയില്ല. തന്നെ വിവാഹം കഴി ക്കാമോ എന്ന് ഒരു ദിവസം അയാൾ ചോദിച്ചു. ശരി എന്ന് ക്സെന ഉത്തരം നൽകി. അവർ വിവാഹിതരായി. ഒരു മകളുണ്ടായി. അവൾക്ക് തമാര എന്ന് പേരിട്ടു. അധികം താമസിയാതെ അവർക്ക് റഷ്യ വിടേ ണ്ടിയും ഇറാനിലേക്ക് പലായനം ചെയ്യേണ്ടിയും വന്നു. ക്സെനയെ സംബന്ധിച്ചിടത്തോളം അത് വളരെ വിഷമം പിടിച്ച ഒരു യാത്രയായി രുന്നു. അപ്പോൾ അവർ രണ്ടാമത്തെ കുഞ്ഞിനെ ഗർഭം ധരിച്ചിരിക്കുക യായിരുന്നു. ആ രണ്ടാമത്തെ കുഞ്ഞാണെന്റെ അച്ഛൻ. ഇറാനിലെത്തിയ പ്പോൾ അവർ ആദ്യം പോയത് മഷാദ് എന്ന പട്ടണത്തിലേക്കാണ്. അവിടെ യാണെന്റെ അച്ഛൻ ജനിച്ചത്. അവിടെ നിന്ന് റഷ്ത് നഗരത്തിലെത്തി.

അവിടെ എസാഹിന് ചില ബന്ധുക്കളുണ്ടായിരുന്നു. പക്ഷേ റഷ്തിൽ അധികകാലം താമസിച്ചില്ല. അവർ ടെഹ്റാനിലേക്ക് നീങ്ങി. ടെഹ്റാൻ മോസ്കോയിൽ നിന്നും വളരെ വ്യത്യസ്തമായിരുന്നു. ക്സെനയെ ഗൃഹാതുരത്വം ബാധിച്ചു. അവർക്ക് തന്റെ കുടുംബത്തേയും സുഹൃത്തുക്കളേയും ഓർമ്മവന്നു. അവരെ നഷ്ടപ്പെട്ടു എന്ന ദുഃഖമുണ്ടായി. എന്നാലും എസാഹ് അടുത്തുണ്ടെന്ന സന്തോഷമുണ്ടായിരുന്നു. പക്ഷേ ആ സന്തോഷവും അധികം നീണ്ടില്ല. ഒരു ദിവസം കാലത്ത് വീട്ടിൽ നിന്നിറങ്ങിയ എസാഹ് പിന്നെ തിരിച്ച് വന്നില്ല. അയാൾ വിൽക്കാനായി കൊണ്ടുപോയിരുന്ന ആഭരണങ്ങൾക്കായി കവർച്ചക്കാർ അയാളെ കൊന്നു. ആ ആഭരണങ്ങൾ വിറ്റ് ഒരു വീട് വാങ്ങാനായിരുന്നു അയാളുടെ ലക്ഷ്യം.

ഇതിനു ശേഷം ക്സെനയുടെ ജീവിതം ഏകാന്തമായി. വിഷമങ്ങൾ നിറഞ്ഞതായി. തിരികെ റഷ്യയിൽ പോകണമെന്ന ആഗ്രഹം ശക്തമായി. പക്ഷേ അവിടേയും എല്ലാം നഷ്ടപ്പെട്ടിരുന്നു. അവിടത്തെ ജീവിതമാർഗ്ഗവും വീടും എല്ലാം രക്തദാഹിയായ വിപ്ലവം നശിപ്പിച്ചിരുന്നു. പോകാൻ ഒരിടമില്ലാതായി. എന്നും ഒരപരിചിതയായി തുടരേണ്ടി വരുമെന്ന തീരുമാനത്തിലെത്തി.

അവർ ഒരു ബോർഡിങ്ങ് ഹൗസ് തുടങ്ങി. കഠിനമായി അദ്ധ്വാനിച്ചു. വർഷങ്ങൾ കഴിഞ്ഞു. കുട്ടികൾ വലുതായി. തമാര ഒരു റഷ്യക്കാരനെ വിവാഹം കഴിച്ചു. അവർ റഷ്യയിലേക്ക് പോയി. ക്സെന അക്കാലത്ത് പീറ്റർ എന്ന് പേരുള്ള ഒരു ഹംഗേറിയക്കാരനെ പരിചയപ്പെട്ടു. തന്റെ ബോർഡിങ്ങ് ഹൗസിൽ താമസിക്കുന്നയാളായിരുന്നു പീറ്റർ. അയാൾ ക്സെനയെ സഹായിച്ചു. അവർക്കൊപ്പം നിന്നു. രണ്ടാം ലോകമഹായുദ്ധം തുടങ്ങിയ കാലത്ത് അയാൾ ക്സെനയോട് വിവാഹാഭ്യർത്ഥന നടത്തി. ക്സെന അത് സ്വീകരിച്ചു. പക്ഷേ ആ വിവാഹം നടന്നില്ല. രാജ്യങ്ങൾ വിഭജിക്കപ്പെട്ടു. ഹംഗറി ഹിറ്റ്ലർക്കൊപ്പം നിന്നു. ഇറാനിൽ ജീവിച്ചിരുന്ന ഹംഗറിക്കാരെല്ലാം യുദ്ധത്തടവുകാരായി പിടികൂടപ്പെട്ടു. അവരെ ഇന്ത്യയിലുള്ള ക്യാമ്പുകളിലേക്ക് മാറ്റി. അവിടെ വച്ച് ഒരു പകർച്ചവ്യാധി ബാധിച്ച് പീറ്റർ അന്തരിച്ചു.

ഈ വിവർത്തനം വായിച്ചു കഴിഞ്ഞപ്പോൾ എന്റെ കണ്ണുകൾ നിറഞ്ഞൊഴുകുന്നുണ്ടായിരുന്നു. എന്റെ മുത്തശ്ശി എത്ര ദുഃഖിതയും ഏകയും നിസ്സഹായയുമായിരുന്നു എന്നെനിക്ക് മനസ്സിലായി. വിപ്ലവം മുത്തശ്ശിയേയും എന്നേയും തകർത്തിരിക്കുന്നു. കമ്മ്യൂണിസ്റ്റ് വിപ്ലവത്തിന്റേയും ഇസ്ലാമിക് വിപ്ലവത്തിന്റേയും പരിണിതഫലം ഭീകര ഏകാധിപത്യങ്ങളായിരുന്നു. എന്റെ ജീവിതം മുത്തശ്ശിയുടെ ജീവിതത്തിന്റെ ഒരു ഏകദേശ പതിപ്പാണെന്ന് തോന്നി. ഭാവിയിൽ എനിക്ക് ശുഭകരമായ കാര്യങ്ങളുണ്ടാകും എന്ന് പ്രതീക്ഷിക്കാം എന്നത് മാത്രമായിരുന്നു ഒരു സമാധാനം. എന്റെ മുത്തശ്ശി എല്ലാത്തിനേയും അതിജീവിച്ച് ജീവിച്ചു എന്ന് ഞാനോർക്കണം. ഞാനും അങ്ങനെ അതിജീവിക്കും.

അടുത്ത ബുധനാഴ്ച രാത്രിയിൽ പള്ളിയിൽ ഞാൻ ഗാനപരിശീലനത്തിനെത്തി. നല്ല സ്വരമുള്ള ഒരു സ്ത്രീയാണെന്റെ സമീപം നിന്നിരുന്നത്. പരിശീലനത്തിനുശേഷം ആന്ദ്രെ എന്റെയടുക്കലെത്തി. നീല ജീൻസും വെള്ള ടീഷർട്ടുമായിരുന്നു അപ്പോൾ ആന്ദ്രെയുടെ വേഷം. ഞാൻ ഒന്നുകൂടി നന്നായി വസ്ത്രം ധരിക്കേണ്ടതായിരുന്നു എന്ന് അപ്പോൾ എനിക്കു തോന്നി. ഹെജാബ് ധരിക്കുക എന്നത് നിർബന്ധമായിരുന്നു. അത് ധരിക്കാതിരുന്നാൽ അറസ്റ്റ് ചെയ്യപ്പെടുകയും ചാട്ടയടിക്ക് വിധേയമാക്കപ്പെടുകയും ചെയ്തേക്കാം. എന്നാൽ അതിനടിയിൽ ഇഷ്ടമുള്ള വസ്ത്രം ധരിക്കാൻ അനുവാദമുണ്ട്. പള്ളിയിൽ ചെന്നാൽ, ബന്ധുക്കളുടെ വീട്ടിൽചെന്നാൽ അല്ലെങ്കിൽ സുഹൃത്തുക്കളുടെ വീട്ടിൽ ചെന്നാൽ എനിക്ക് ഹെജാബ് അഴിച്ച് മാറ്റുവാനാകും.

"നല്ല സുന്ദരമായ സ്വരമാണല്ലോ?" ആന്ദ്രെ പറഞ്ഞു.

"അല്ല. അത് എന്റെ സമീപത്ത് നിന്നിരുന്ന ശ്രീമതി മസൂദിയുടേതാണ്. അവരുടെ സുന്ദരസ്വരമാണ് കേട്ടത്." ഞാൻ ചിരിച്ചു.

ഞാൻ ആന്ദ്രേയോട് അയാൾ എവിടത്തുകാരനാണെന്ന് ചോദിച്ചു. തന്റെ മാതാപിതാക്കളിരുവരും ഹംഗറിക്കാരാണെന്നും താനും സഹോദരിയും ജനിച്ചത് ടെഹ്റാനിലാണെന്നും ആന്ദ്രെ പറഞ്ഞു. സഹോദരിക്ക് ഇരുപത്തിയൊന്ന് വയസ്സായി. അടുത്തയിടെ ബുദാപെസ്റ്റിലേക്ക് താമസം മാറ്റി. അവിടെ സർവകലാശാലയിൽ പഠനത്തിനായി ചേരാനുദ്ദേശിക്കുന്നു. ആന്ദ്രെയ്ക്ക് ഇരുപത്തിരണ്ട് വയസ്സ്.

ആന്ദ്രെ ഹംഗേറിയനാണെന്നതിൽ യാദൃച്ഛികത്വം തോന്നി. ഒന്നുകൂടി ആലോചിച്ചപ്പോൾ ഇതിൽ ഇത്ര വിചിത്രമായി ഒന്നുമില്ല എന്നും എനിക്കു തോന്നി. ഇറാനിൽ ക്രിസ്ത്യാനികൾ ന്യൂനപക്ഷമാണ്. വളരെ ചെറിയ ഒരു സമൂഹം. അപ്പോൾ ഒരു വിധത്തിലല്ലെങ്കിൽ മറ്റൊരു വിധത്തിൽ പരസ്പര ബന്ധങ്ങൾ ഉണ്ടാകും.

"ഓർഗൺ പഠിക്കാൻ താത്പര്യമുണ്ടോ?" ആന്ദ്രെ ചോദിച്ചു.

"ബുദ്ധിമുട്ടാണോ?"

"അല്ലേയല്ല. ഞാൻ പഠിപ്പിക്കാം."

"ശരി. നമ്മളെപ്പോഴാണ് തുടങ്ങുന്നത്?"

"ഇപ്പോൾ തന്നെയായാലോ?"

ഫെദോസി ചത്വരത്തിലെ ഭീകര സംഭവങ്ങൾ ഓർമ്മയിലുണ്ടായിരുന്നിട്ടും ഞാൻ പിന്നേയും പല പ്രതിഷേധ റാലികളിലും പങ്കെടുത്തു. വിവിധ രാഷ്ട്രീയ സംഘടനകൾ സംഘടിപ്പിച്ച പരിപാടികളിൽ പങ്കെടുത്തു. ഇതിൽ മൊജാഹിദീനും കമ്മ്യൂണിസ്റ്റുമുണ്ട്. സർക്കാരിനോടും അതിന്റെ നയങ്ങളോടുമുള്ള എന്റെ വിയോജിപ്പ് പ്രകടമാക്കാൻ എനിക്ക് ചെയ്യാവുന്ന ഏറ്റവും ചെറിയ കാര്യം ഇതാണെന്നതിനാലായിരുന്നു ഞാനിങ്ങനെ യോഗങ്ങളിലും പ്രതിഷേധങ്ങളിലും പങ്കെടുത്തു

കൊണ്ടിരുന്നത്. ഇതിനെക്കുറിച്ചൊന്നും ഞാൻ എന്റെ മാതാപിതാക്കളുമായോ അരാമുമായോ ആന്ദ്രേയുമായോ ചർച്ച ചെയ്യാറില്ല. മിക്കവാറും റാലികളുടെ പ്രകൃതം ഏകദേശം ഒരുപോലെയായിരുന്നു. പ്രധാന തെരുവിൽ യുവതീയുവാക്കൾ പ്ലക്കാർഡുമായി ഒത്തുകൂടും. ആ പ്ലക്കാർഡുകളിൽ സർക്കാരിനെ കുറ്റപ്പെടുത്തുന്ന വാചകങ്ങളുണ്ടാകും. അവ ഒന്നിച്ച് ഉയർത്തിപ്പിടിക്കും. ജനക്കൂട്ടം ഒന്നിച്ച് നടത്തമാരംഭിക്കും. മുദ്രാവാക്യം വിളികളുണ്ടാകും. ഏതാനും നിമിഷങ്ങൾക്കുള്ളിൽ അന്തരീക്ഷം കണ്ണീർവാതകപുകകൊണ്ട് നിറയും. കണ്ണും തൊണ്ടയും എരിയാനാരംഭിക്കും. അതിനു പുറകെ വെടിയൊച്ച കേൾക്കും. വിപ്ലവ ഗാർഡുകൾ എത്തിയിട്ടുണ്ടാകും. എല്ലാവരും അവർക്ക് എത്ര വേഗത്തിലോടാമോ അത്രയും വേഗത്തിലോടും. തല താഴ്ത്തിപ്പിടിച്ചായിരിക്കും ഈ ഓട്ടം. പിന്നെ സാവധാനത്തിൽ എല്ലാം വ്യക്തമാകും. നിറങ്ങൾ വ്യക്തമാകും. പട്ടാളത്തിന്റെ പച്ചനിറത്തിൽ നിന്നും ദൂരെ നിൽക്കുക. താടി വച്ചവരിൽ നിന്നും അകന്ന് മാറുക. ഇടുങ്ങിയ തെരുവിലൂടെ ഓടി രക്ഷപ്പെടാൻ ശ്രമിക്കുന്നത് ബുദ്ധിശൂന്യതയാണ്. അവിടെ വച്ച് അറസ്റ്റ് ചെയ്യപ്പെടാനോ തല്ലിച്ചതയ്ക്കപ്പെടാനോ ഉള്ള സാധ്യത അധികമാണ്. വഴിക്ക് വീതിയെത്ര കൂടുന്നുവോ രക്ഷപ്പെടാനുള്ള സാധ്യത അത്രയും വർദ്ധിക്കുന്നു. ചില അവസരങ്ങളിൽ ഗാർഡുകളിൽ നിന്നും രക്ഷപ്പെടാൻ എനിക്ക് നാറുന്ന വിഴുപ്പ് പാട്ടകൾക്ക് മറവിലോ ചീഞ്ഞ വസ്തുക്കളിട്ട് വച്ചിരിക്കുന്ന പെട്ടികൾക്ക് പുറകിലോ ഒളിക്കേണ്ടി വന്നിട്ടുണ്ട്. ഫെർദോസി ചത്വരത്തിൽ വച്ച് ഒരിക്കൽ കണ്ടതല്ലാതെ, പിന്നെയൊരിക്കലും ഒരാളും വെടികൊണ്ട് വീഴുന്നത് ഞാൻ കണ്ടിട്ടില്ല. പക്ഷേ 'ഞാൻ കണ്ടു' എന്ന് അനേകം പേർ എന്നോട് പറഞ്ഞിട്ടുണ്ട്. ഓടുന്നതിനിടയിൽ വെടികൊണ്ട് വീഴുന്നതും വഴിയിൽ രക്തമൊലിപ്പിച്ച് കിടക്കുന്നതും കണ്ടു എന്ന് പറയുന്നവർ. ഓരോ തവണയും റാലി കഴിഞ്ഞ് ഞാൻ വീട്ടിലെത്തിയാൽ എന്റെ ഹൃദയം ആവേശം കൊണ്ട് തുടിക്കുന്നുണ്ടായിരിക്കും. ഒരു തവണ കൂടി ഞാൻ വിജയകരമായി പങ്കെടുത്തു എന്ന ആവേശം, ആഹ്ലാദം, ഉത്സാഹം. ഒരുപക്ഷേ വെടിയുണ്ടകളേയും വീശിയടിക്കുന്ന ഗദകളേയും പ്രതിരോധത്തിലാക്കാൻ എനിക്ക് കഴിവുണ്ടായിരുന്നിരിക്കണം.

വേനലവധി തുടങ്ങി രണ്ടാഴ്ച കഴിഞ്ഞ ഒരു ദിവസം ഗീത എന്നെ വന്നു കണ്ടു. ഒരു വർഷം മുമ്പാണവൾ വിദ്യാഭ്യാസം കഴിഞ്ഞ് സ്കൂളിൽ നിന്നും പുറത്ത് പോയത്. അവൾ അപ്പോൾ ഇസ്ലാമിക് സാംസ്കാരിക വിപ്ലവത്തിനു ശേഷം സർവകലാശാലകൾ തുറക്കുന്നതിനായി കാത്തിരിക്കുകയായിരുന്നു. അവളുടെ ഒരു സുഹൃത്തായ ഷാർഹ്സാദ് എന്നെ കാണാൻ ആഗ്രഹിക്കുന്നു എന്നറിയിക്കാനാണവൾ വന്നത്. ഷാഹ്ർസാദ് ഒരു സർവകലാശാലാ വിദ്യാർത്ഥിനിയാണെന്നും ഷാ ഭരണകാലത്ത് മൂന്ന് വർഷത്തോളം രാഷ്ട്രീയ തടവുകാരിയായിരുന്നു എന്നും അവൾ പറഞ്ഞു. സ്കൂളിൽ ഞാൻ തുടങ്ങിവച്ച സമരത്തെക്കുറിച്ച് ഷഹ്ർസാദ് കേട്ടിരിക്കുന്നു. മാത്രമല്ല അവരുടെ സംഘത്തിന്റെ ചില പുസ്തകങ്ങൾ

ഞാൻ വായിച്ചിട്ടുണ്ട് എന്നും അവൾക്കറിയാം. എന്റെ സ്കൂൾ വർത്ത മാനപത്രത്തിൽ ഞാനെഴുതിയ ഒന്നു രണ്ട് ലേഖനങ്ങൾ അവൾ വായി ച്ചിട്ടുണ്ട്. ഷാഹർസാദ് എന്തുകൊണ്ടാണ് എന്നെ കാണാൻ ആഗ്രഹി ക്കുന്നത് എന്ന് ഞാൻ ഗീതയോട് ചോദിച്ചു. ഞാൻ ഫിദായീൻ സംഘ ത്തിൽ ചേരണം എന്ന് ഷാഹർസാദ് ആഗ്രഹിക്കുന്നു എന്ന് ഗീത പറഞ്ഞു. എനിക്ക് അതിൽ താത്പര്യമില്ലെന്നും ഞാനൊരു ദൈവവിശ്വാസിയാ ണെന്നും പള്ളിയിൽ പോകാറുണ്ടെന്നും അവരുടെ സംഘത്തിന്റെ ആദർശങ്ങളുമായി പൊരുത്തപ്പെടാവുന്ന അധികം കാര്യങ്ങളില്ലെന്നും ഗീതയോട് പറഞ്ഞു.

"നീ സർക്കാരിനെ പിന്തുണയ്ക്കുന്നുണ്ടോ?" ഗീത ചോദിച്ചു.

"ഇല്ല. ഞാൻ പിന്തുണയ്ക്കുന്നില്ല."

"നമ്മൾ ഒന്നുകിൽ സർക്കാരിനോടൊപ്പമാണ് അല്ലെങ്കിൽ അതിനെ തിരാണ്."

"ഞാൻ സർക്കാരിനെതിരാണെന്നത് എന്നെ ഒരു കമ്മ്യൂണിസ്റ്റാക്കു ന്നില്ല. എനിക്ക് നിന്നോട് ബഹുമാനമുണ്ട്. നിന്റെ വിശ്വാസങ്ങളേയും ഞാൻ ബഹുമാനിക്കുന്നു. എന്നാൽ രാഷ്ട്രീയത്തിൽ ഇടപെടാൻ എനിക്ക് താത്പര്യമില്ല."

"നീ ഇപ്പോഴേ രാഷ്ട്രീയ കാര്യങ്ങളിൽ ഇടപെടാറുണ്ട് എന്നാണെന്റെ അറിവ്. നിനക്കൊരുപക്ഷേ അങ്ങനെ തോന്നുന്നില്ലായിരിക്കാം. അവൾക്ക് ഒരു അവസരം നൽക്. ഏതാനും നിമിഷം നീയുമായി സംസാരിക്കണം എന്നേ അവൾ ആഗ്രഹിക്കുന്നുള്ളൂ. നാളെ സ്കൂളിൽ നിന്നും വീട്ടിലേക്കു പോകുന്ന വഴിയിൽ കാണാം."

ഗീതയുമായി വാഗ്വാദത്തിന് ഞാൻ ഒരുക്കമല്ലായിരുന്നു. അതിനാൽ ഷാഹർസാദിനെ കാണാമെന്ന് സമ്മതിച്ചു.

പിറ്റേന്ന് സ്കൂളിൽ നിന്നും ഇറങ്ങിയ ഉടൻ ഷാഹർസാദും ഗീതയും എന്റെ മുന്നിൽ പ്രത്യക്ഷപ്പെട്ടു. ഗീത എന്നെ പരിചയപ്പെടുത്തി. ഞങ്ങൾ ഇരുവരേയും മാത്രമാക്കി ഗീത ഉടൻ അവിടെ നിന്ന് പോയി. അവൾക്ക് എവിടേയോ എത്താൻ തിടുക്കമുണ്ടെന്ന് പറഞ്ഞു. ഷാഹർസാദ് മറ്റ് പെൺകുട്ടികളിൽ നിന്നും വ്യത്യസ്തയായിരുന്നു. കണ്ണിൽ ദുഃഖമുണ്ടാ യിരുന്നു. ഇടയ്ക്കിടെ ചുറ്റിലും നോക്കുന്നുണ്ടായിരുന്നു.

"ഞാൻ കേട്ട വാർത്തകൾ വച്ച് നീ ഒരു സ്വാഭാവിക നേതാവാണ്. ജന്മസിദ്ധമായി നേതൃത്വപാടവമുള്ളവൾ. ഈ കഴിവ് ലഭ്യമായിട്ടുള്ള അനേകം പേരുണ്ടാകില്ല. മറ്റുള്ളവർ നീ പറയുന്നത് കേൾക്കുന്നു. സ്കൂൾ വർത്തമാനപത്രത്തിൽ നീ എഴുതിയ ലേഖനങ്ങൾ ഞാൻ വായിച്ചി ട്ടുണ്ട്. നല്ല ലേഖനങ്ങളാണവ. നിനക്ക് പല വ്യത്യാസങ്ങളുമുണ്ടാക്കാ നാകും. ഇസ്ലാമിക് സർക്കാർ ഈ രാജ്യത്തെ നശിപ്പിക്കും. അതിനെ തിരെ നിനക്ക് എന്തെങ്കിലുമൊക്കെ ചെയ്യാനാകും."

"ഷാഹ്ർസാദ്, താങ്കളുടെ വിശ്വാസങ്ങളെ ഞാൻ ബഹുമാനിക്കുന്നു. എന്നാൽ പരസ്പരം യോജിക്കാവുന്ന കാര്യങ്ങളുള്ളതായി ഞാൻ കാണുന്നില്ല."

"ഉണ്ടെന്നാണ് എനിക്ക് തോന്നുന്നത്. നമ്മൾ ഇരുവരുടേയും ശത്രു ഒന്നാണ്. അതുകൊണ്ട് തന്നെ നമ്മൾ മിത്രങ്ങളുമാണ്."

അങ്ങനെ കാണാൻ എനിക്കാകില്ല എന്ന് ഞാൻ പറഞ്ഞു. തുറന്ന് സംസാരിക്കുക എന്നത് എന്റെ ഒരു ശീലം മാത്രമാണ്. ഈ ഇസ്ലാമിക് സർക്കാരിനു പകരം നമുക്ക് ലഭിച്ചത് ഒരു കമ്മ്യൂണിസ്റ്റ് സർക്കാരായിരുന്നു എങ്കിലും ഞാൻ ഒരുപക്ഷേ അതിനെതിരെ സംസാരിക്കുമായിരുന്നു.

സ്ഥിതിഗതികളിൽ ഒരു വ്യത്യാസം വരുത്താൻ ആഗ്രഹിക്കുന്നുണ്ടോ എന്നവൾ എന്നോട് ചോദിച്ചു. എനിക്ക് വരുത്തേണ്ട വ്യത്യാസവും അവൾ ലക്ഷ്യമിടുന്ന വ്യത്യാസവും തമ്മിൽ അന്തരമുണ്ട് എന്ന് ഞാൻ മറുപടി പറഞ്ഞു. അവൾ പെട്ടെന്ന് നിന്നു. ഞങ്ങളെ കടന്ന് പോയ ഒരു ചെറുപ്പക്കാരനെ ഒന്ന് മിഴിച്ചു നോക്കി. എന്നോട് പെട്ടെന്ന് യാത്ര പറഞ്ഞു. ഒരു വളവ് തിരിഞ്ഞ് അപ്രത്യക്ഷയായി. അതിനു ശേഷം ഞാനവളെ കണ്ടിട്ടില്ല.

എനിക്ക് പുതിയ വസ്ത്രങ്ങൾ വേണമായിരുന്നു. നിറം മങ്ങിയ ജീൻസ് മാറ്റണം. പിന്നിത്തുടങ്ങിയ സ്വെറ്റർ മാറ്റണം. ഷൂസും മാറ്റണം. എന്നാൽ ഒരു പ്രശ്നമുണ്ട്. വിപ്ലവത്തിനു ശേഷം വിലക്കയറ്റം രൂക്ഷമായിരിക്കുന്നു. എന്റെ മാതാപിതാക്കളുടെ കൈവശം ഇതിനൊക്കെ ചിലവിടുവാനുള്ള അധിക പണമില്ലെന്ന് എനിക്കറിയാം. കൗമാരത്തിലുള്ള പെൺകുട്ടികൾ ജോലി ചെയ്യുക എന്നത് വളരെ അപൂർവമായി സംഭവിക്കുന്നതാണ്. അതുകൊണ്ട് കുറച്ച് ക്രിയാത്മകമായി ചിന്തിക്കണം, പണമുണ്ടാക്കണം. നല്ല ഷൂസുകൾക്ക് വലിയ വില കൊടുക്കണം. എന്റെ മാതാപിതാക്കളും സെനിയ വല്ല്യമ്മയും ഇസ്മായീൽ അമ്മാവനും അദ്ദേഹത്തിന്റെ ഭാര്യയും രണ്ടാഴ്ച കൂടുമ്പോൾ ഒന്ന് ഒത്തുകൂടും. റമ്മി കളിക്കും. പണം വച്ചാണ് കളി. വളരെ ഗൗരവത്തിലാകും കളി. അവർ കളിക്കുന്നത് പല തവണ ഞാൻ കണ്ടിട്ടുണ്ട്. കളിയുടെ നിയമങ്ങൾ അങ്ങനെ പഠിച്ചിട്ടുമുണ്ട്.

ഒരു ദിവസം ഇസാമായീലിന്റെ ഭാര്യയ്ക്ക് സുഖമില്ലാത്തതിനാൽ കളിക്കാനായില്ല. അവർക്ക് പകരം ഞാനിരിക്കാം എന്ന് ഞാൻ പറഞ്ഞു. അതൊരു നല്ല ആശയമാണെന്ന് വല്ല്യമ്മയ്ക്ക് തോന്നി. എല്ലാവരോടും എനിക്ക് കുറച്ച് പണം നൽകാൻ ആവശ്യപ്പെട്ടു. അങ്ങനെ ഞാൻ കളിക്കാരിയായി. ആ രാത്രി കഴിഞ്ഞപ്പോഴേക്കും കയ്യിലുണ്ടായിരുന്ന നൂറ് തോമൻ രണ്ടായിരമായി. പിറ്റേന്ന് ഞാൻ ഷോപ്പിങ്ങിനിറങ്ങി. പാന്റ്സ് വാങ്ങി. ബ്ലൗസ് വാങ്ങി. മൂന്ന് ജോടി ഹൈ ഹീൽ ഷൂസുകൾ വാങ്ങി. അതിന്റെ അടുത്ത ദിവസം പള്ളിയിൽ പുതിയ വസ്ത്രവും ധരിച്ചെത്തി. ചൂതാടിയുണ്ടാക്കിയ പണംകൊണ്ട് വാങ്ങിയ പുതിയ വസ്ത്രം. കറുത്ത

പാന്റ്സ്, വെള്ള സിൽക് ബ്ലൗസ്, അഗ്രം കൂർത്ത ഒരു ജോടി കറുത്ത ഷൂസ്.

മുത്തശ്ശി ജീവിച്ചിരുപ്പുണ്ടായിരുന്ന കാലത്ത്, സുഹൃത്തുക്കളുമൊത്തും ബന്ധുക്കളുമൊത്തും എന്റെ മാതാപിതാക്കൾ ചീട്ട് കളിക്കുന്നത് കണ്ടാലുടൻ തലയാട്ടും. എന്നോട് ഈ ചൂതാട്ടം തെറ്റാണെന്ന് പറയും. കുടുംബബന്ധങ്ങളേയും സൗഹൃദങ്ങളേയും അത് ബാധിക്കും എന്ന് പറയും. അതുകൊണ്ടാണിതിനെ ദൈവത്തിനിഷ്ടമില്ലാത്തത് എന്നറിയിക്കും. ഇതൊരു പാപമാണ്. ഇതെല്ലാം എന്റെ ഓർമ്മയിലുണ്ട്. അതുകൊണ്ട് തന്നെ ഒരു കുറ്റബോധവുമുണ്ട്. എന്നാൽ എന്റെ അവസ്ഥ ദൈവത്തിനും മനസ്സിലാകും എന്നെനിക്കുറപ്പായിരുന്നു. കൂടുതൽ സുരക്ഷിതമാകാനായി, അടുത്ത തവണ കുമ്പസാരിക്കുമ്പോൾ ഞാൻ ചൂതാട്ടത്തിന്റെ കാര്യവും പറയും.

അന്ന് പാട്ടുസംഘത്തിന്റെ സമീപത്തേക്ക് പുറകിൽനിന്നും മുന്നിലേക്ക് നടക്കുമ്പോൾ എന്റെ ഷൂസ് നിലത്തടിച്ചുണ്ടായ ക്ലിക് ക്ലിക് സ്വരം എനിക്കിഷ്ടപ്പെട്ടു. മന്ത്രിക്കുന്ന സ്വരത്തിൽ എന്നോട് ഉടുപ്പ് ഗംഭീരമായിരിക്കുന്നു എന്ന് ഗായകസംഘം പറഞ്ഞതും ഇഷ്ടപ്പെട്ടു. ആന്ദ്രെ എന്നെ കണ്ടപ്പോൾ നോട്ടം എന്നിൽ നിന്നും മാറാതായി. കുർബാന സമയത്ത് അവൻ ഇടം കണ്ണിട്ട് എന്നെ നോക്കുന്നതും കണ്ടു.

എന്നെ ഓർഗൺ പഠിപ്പിക്കുക എന്ന കാര്യത്തിൽ ആന്ദ്രെ നിർബന്ധബുദ്ധി കാണിക്കാൻ തുടങ്ങി. ആന്ദ്രെ എത്ര കഠിനമായി ശ്രമിച്ചോ അത്രയും എനിക്ക് സംഗീതം വഴങ്ങുകയില്ല എന്നും മനസ്സിലായി. അദ്ദേഹം മിക്കവാറും സമയം പള്ളിയിലാണ് ചിലവിട്ടിരുന്നത്. പള്ളിയിലെ വിവിധ വസ്തുക്കളുടെ കേടുപാടുകൾ തീർക്കും. പള്ളിയിലെ കാര്യങ്ങൾ അന്വേഷിക്കും. പലപ്പോഴും എന്റെ സഹായം ഇതിനു തേടാറുണ്ട്. അദ്ദേഹവുമൊത്ത് സമയം ചിലവിടാൻ എനിക്കും താത്പര്യമായിരുന്നു. ആന്ദ്രെ തന്റെ കുടുംബത്തെക്കുറിച്ചും ജീവിതത്തെക്കുറിച്ചും സുഹൃത്തുക്കളെക്കുറിച്ചും പറഞ്ഞു. രണ്ടാം ലോക മഹായുദ്ധം തുടങ്ങുന്നതിനു മുമ്പുള്ള കാലത്തെക്കുറിച്ച് പറഞ്ഞു. അച്ഛൻ മിഹാലി ഒരു ആശാരിയായിരുന്നു. വളരെ ചെറുപ്പത്തിലേ ഇറാനിലെത്തി. ഷാ നിർമ്മിച്ചിരുന്ന ഒരു പുതിയ കൊട്ടാരത്തിന്റെ പണിക്കായാണദ്ദേഹം വന്നത്. മിഹാലി തന്റെ കാമുകി ജൂലിയാനയെ ബുഡാപെസ്റ്റിൽ വിട്ടാണ് വന്നത്. ജോലി തീർത്ത് ഉടൻ തിരിച്ചെത്താമെന്നാണദ്ദേഹം കരുതിയത്. പക്ഷേ യുദ്ധം അതിനൊരു തടസ്സമായി. യൂറോപ്പിൽ യുദ്ധം കനത്തപ്പോൾ ഹംഗറി ജർമ്മനിക്കൊപ്പം നിന്നു. സഖ്യകക്ഷികൾ ഇറാനിൽ പ്രവേശിച്ചു. റഷ്യയുടെ തെക്കൻ ഭാഗങ്ങളിൽ യുദ്ധസാമഗ്രികളെത്തിക്കാനായിരുന്നു ഈ പ്രവേശം. എന്റെ മുത്തശ്ശിയുടെ കാമുകൻ പീറ്ററിനെപ്പോലെ മിഹാലിയേയും ഇന്ത്യയിലെ ക്യാമ്പിലേക്ക് നാടുകടത്തി. പക്ഷേ പീറ്ററിന്റെ ദൗർഭാഗ്യം മിഹാലിക്കുണ്ടായില്ല. അദ്ദേഹം ആ ക്യാമ്പ് അതിജീവിച്ചു. യുദ്ധം കഴിഞ്ഞപ്പോൾ തിരികെ ഹംഗറിയിൽ പോകുന്നതിനു

പകരം ഇറാനിലെത്തി. അപ്പോഴേക്കും ഹംഗറി കമ്മ്യൂണിസ്റ്റ് രാഷ്ട്ര മായിട്ടുണ്ടായിരുന്നു. ഹംഗറിയൻ ജനതയ്ക്ക് രാജ്യം വിടാനുള്ള അനു മതിയുണ്ടായിരുന്നില്ല. അതുകൊണ്ട് ജൂലിയാനയ്ക്ക് മിഹാലിയുടെ സമീപത്തേക്കും വരാനായില്ല. അവർ 1956 ലെ കമ്മ്യൂണിസ്റ്റ് വിരുദ്ധ വിപ്ലവംവരെ ഹംഗറിയിൽ തുടരേണ്ടി വന്നു. ആ വിപ്ലവം ഹംഗറിയുടെ അതിർത്തികൾ തുറക്കുന്നതിനു കാരണമാക്കി. അവൾ ആസ്ത്രിയ യിലേക്ക് അഭയാർത്ഥിയായി ചെന്നു. പിന്നീട് ഇറാനിലെത്തി. പതിനെട്ട് വർഷമായി വിട്ട് നിന്ന തന്റെ കാമുകനു സമീപം. അവർ ഉടൻ വിവാഹി തരായി. രണ്ട് കുട്ടികളുണ്ടായി. ആന്ദ്രെയും പതിനഞ്ച് മാസങ്ങൾക്ക് ശേഷം അനുജത്തിയും.

ആന്ദ്രെയ്ക്ക് നാലുവയസ്സുള്ളപ്പോൾ ജൂലിയാന മരിച്ചു. അനുജത്തി യ്ക്കപ്പോൾ രണ്ട് വയസ്സായിരുന്നു പ്രായം. ജൂലിയാന മരിച്ചപ്പോൾ മിഹാലിയുടെ ഒരു സഹോദരി ഇറാനിൽ വന്നു. അവർ അവിവാഹിത യായിരുന്നു. അറുപതുകാരിയായിരുന്നു. കുട്ടികളെ വളർത്താൻ അവർ സഹോദരനെ സഹായിച്ചു. കുട്ടികളെ സംബന്ധിച്ചിടത്തോളം അമ്മയുടെ നഷ്ടമറിയാതിരിക്കുവാൻ അത് സഹയായകമായി. അവർ അമ്മയ്ക്ക് പകരക്കാരിയായി.

ഒരു ദിവസം ആളൊഴിഞ്ഞ പള്ളിയിൽ ഓർഗൺ വച്ചിരുന്ന ബഞ്ചിൽ ഞങ്ങളിരിക്കുകയായിരുന്നു. സ്കൂളിലെ എന്റെ ബുദ്ധിമുട്ടുകളെക്കുറിച്ച് അപ്പോൾ ആന്ദ്രെയോട് പറഞ്ഞു. സമരം, ഖനൂം ബഹ്മാൻ കണ്ട പ്രധാനാദ്ധ്യാപികയുടെ പട്ടികയിൽ എന്റെ പേരുണ്ടായിരുന്നത്, സ്കൂൾ വർത്തമാന പത്രം, ഖനൂം മഹ്മൂദി എന്നെ വെറുക്കുന്നു എന്ന വാസ്തവം.

ആന്ദ്രെയുടെ വലിയ നീലക്കണ്ണുകൾ കൂടുതൽ വികസിച്ചത് ഞാൻ കണ്ടു. അതിൽ ഒരു ഞെട്ടലുണ്ടായിരുന്നതും കണ്ടു.

“നീയങ്ങിനെയൊക്കെ ചെയ്തുവെന്നോ?” വിശ്വസിക്കാനാകാതെ അദ്ദേഹം ചോദിച്ചു.

“അതെ. എന്റെ പ്രശ്നം എനിക്ക് വാ മൂടിവയ്ക്കാനാവില്ല എന്ന താണ്.”

“എന്നിട്ടും നിന്നെ ഇതുവരേക്കും അറസ്റ്റ് ചെയ്തിട്ടില്ല എന്നതാ ണദ്ഭുതം.”

“എനിക്കും.”

അദ്ദേഹം എന്റെ കൈയിൽ സ്പർശിച്ചു. എന്റെ ഹൃദയമിടിപ്പ് വർദ്ധിച്ചു. അദ്ദേഹത്തിന്റെ കൈയപ്പോൾ തണുത്ത് മരവിച്ചിരുന്നു.

“നീ ഉടൻ രാജ്യം വിടണം” ആന്ദ്രെ പറഞ്ഞു.

“ആന്ദ്രെ. നടപ്പുള്ള കാര്യങ്ങൾ പറയ്. ഇത്രയൊക്കെ വൈഷമ്യങ്ങൾ സൃഷ്ടിച്ച എനിക്ക് ഒരു പാസ്പോർട്ട് അവർ തരില്ല. നിയമവിരുദ്ധമായി

അതിർത്തി കടക്കുന്നത് അപകടം വിളിച്ച് വരുത്തുകയും ചെയ്യും. അതിന് ധാരാളം പണവും ആവശ്യമുണ്ട്. അത്രയും തുക കണ്ടെത്താൻ എന്റെ മാതാപിതാക്കൾക്കാവില്ല."

"നിന്റെ അച്ഛനും അമ്മയ്ക്കും ഇതെല്ലാം അറിയാമോ?"

"ചിലതൊക്കെ, എല്ലാം അറിയാമെന്ന് തോന്നുന്നില്ല."

"അപ്പോൾ നീ പറഞ്ഞ് വരുന്നത് ഏത് നിമിഷവും നിന്നെ അറസ്റ്റ് ചെയ്തേക്കാമെന്നും അത് നീ കാത്തിരിക്കുകയാണെന്നുമാണ്, അല്ലേ?"

"മറ്റ് എന്ത് മാർഗ്ഗമുണ്ട്?"

"ഒളിവിൽ പോകൂ."

"അവർ എന്നെ കണ്ടെത്തും. എവിടെപോയി ഒളിക്കും? അങ്ങനെ ഒളിച്ച് മറ്റുള്ളവരെക്കൂടി അപകടത്തിലാക്കുന്നത് ശരിയാണോ?"

ഞാൻ സ്വരമുയർത്തി എന്ന് ഞാനറിഞ്ഞു. എന്റെ സ്വരം മച്ചിൽ തട്ടി പ്രതിധ്വനിച്ചത് കേട്ടു. ഞങ്ങൾ ഒരു നിമിഷം നിശ്ശബ്ദമായി ഇരുന്നു. ആന്ദ്രെ അദ്ദേഹത്തിന്റെ കൈ എന്റെ തോളിലിട്ടു. ഞാൻ അവന്റെ മേൽ ചാരിയിരുന്നു. അവന്റെ ശരീരത്തിന്റെ ഊഷ്മളത സ്വാഗതം ചെയ്തു. അവനോടൊപ്പമായിരുന്നപ്പോൾ ഞാൻ അവന്റേതാണെന്നൊരു തോന്നൽ എന്നിൽ ശക്തമായി. ഒരു ദീർഘയാത്രയ്ക്ക് ശേഷം വീട്ടിൽ തിരിച്ചെത്തിയ സുഖം. ഞാൻ വീണ്ടും പ്രണയിക്കാൻ തുടങ്ങുകയാണ്. അതെന്നിൽ ഒരു കുറ്റബോധവും വരുത്തി. എനിക്ക് അരാഷിനോട് കൂറില്ലായ്മ കാണിക്കാനാകില്ല. എന്നാൽ പ്രണയത്തിന് അതിന്റേതായ മാർഗ്ഗങ്ങളുണ്ട്. തണുപ്പുകാലത്തിന്റെ അവസാനത്തിൽ ഭൂമിയുടെ ചർമ്മത്തിലേക്ക് അരിച്ചെത്തുന്ന വസന്തത്തെപ്പോലെയാണത്. എന്നും താപനില സാവധാനത്തിൽ ഉയരും. മരച്ചില്ലകളിൽ പുതിയ മുകുളങ്ങൾ വിരിയും. ഇന്നലെത്തേക്കാൾ ഇത്തിരികൂടിയധികം നേരം സൂര്യൻ ആകാശത്ത് തങ്ങി നിൽക്കും. പിന്നെ നമ്മൾ തിരിച്ചറിയുന്നതിനു മുമ്പ് ഈ ലോകത്തിൽ ഊഷ്മളതയും നിറങ്ങളും നിറയും.

1981 ജൂൺ അവസാനത്തിൽ, ഞാനും അമ്മയും കോട്ടേജിലെത്തി രണ്ട് ദിവസം കഴിഞ്ഞപ്പോൾ, അരാം എന്നെ ഫോണിൽ വിളിച്ചു. അയാത്തൊള്ള ഖൊമേനിയുടെ സ്വാധീനം മൂലം, രാഷ്ട്രപതി ബനിസാദറിനെ പാർലമെന്റ് നീക്കിയ വാർത്തയറിഞ്ഞോ എന്ന് ചോദിച്ചു. രാഷ്ട്രപതി ബനിസാദർ രാഷ്ട്രീയ തടവുകാർക്ക് വധശിക്ഷ വിധിക്കുന്നതിനെ എതിർത്തതും ഖൊമേനിക്ക് ഏകാധിപത്യത്തിനെതിരെ കത്തെഴുതിയതുമാണിതിനു കാരണമെന്ന് പറഞ്ഞു. ഞാൻ ഈ വാർത്ത കേട്ടിരുന്നില്ല. കോട്ടേജിൽ ഞങ്ങളുടെ പക്കലുണ്ടായിരുന്നത് ഒരു കേടുവന്ന റേഡിയോ മാത്രമായിരുന്നു. അതിൽ ബി.ബി.സി വാർത്ത ലഭിക്കുക എന്നത് വിഷമമായിരുന്നു. പ്രാദേശിക ടെലിവിഷൻ കാണാൻ ഞങ്ങൾ അത്ര താത്പര്യമെടുക്കാറുമില്ല. ഏതാനും ദിവസങ്ങൾക്ക് ശേഷം അരാം വീണ്ടും വിളിച്ചു. ബനിസാദർ ഒരു വിധത്തിൽ ഫ്രാൻസിലേക്ക്

രക്ഷപ്പെട്ടു എന്ന വാർത്തയുമായായിരുന്നു ഈ വിളി. എന്നാൽ ബനി സാദറിന്റെ പല സുഹൃത്തുക്കളും അറസ്റ്റിലായി. അവരെ വധശിക്ഷയ്ക്ക് വിധേയരാക്കുകയും ചെയ്തു.

ജൂൺ ഇരുപത്തിയെട്ടാം തിയതി, ഞങ്ങൾ അത്താഴത്തിനിരിക്കുന്നതിനു മുമ്പ് പതിവില്ലാതെ അമ്മ ടെലിവിഷൻ ഓൺ ചെയ്തു. അതിന്റെ തലേ ദിവസം ഇസ്ലാമിക് റിപ്പബ്ലിക്കൻ പാർട്ടിയുടെ പ്രധാന ഓഫീസിൽ ഒരു ബോംബ് സ്ഫോടനമുണ്ടായെന്നും പാർട്ടിയുടെ എഴുപതോളം അംഗങ്ങൾ അതിൽ കൊല്ലപ്പെട്ടുവെന്നുമുള്ള വാർത്ത അപ്പോൾ ഞങ്ങളറിഞ്ഞു. കൊല്ലപ്പെട്ടവരിൽ പലരും സർക്കാർ അധികാരികളായിരുന്നു. അതിൽ നീതിന്യായ വ്യവസ്ഥയുടെ അധിപനും പാർട്ടിയുടെ സെക്രട്ടറി ജനറലുമായ അയാത്തൊള്ള മൊഹമ്മദ്-എ ബെഹെഷ്തിയുമുണ്ടായിരുന്നു. മൊജാഹീദീനാണീ ബോംബ് സ്ഫോടനം നടത്തിയത് എന്ന് സർക്കാർ പ്രഖ്യാപിച്ചു.

ആഗസ്ത് ആദ്യത്തിൽ മൊഹമ്മദ് അലി റജായി പുതിയ രാഷ്ട്രപതിയായി അധികാരമേറ്റു. ഇസ്ലാമിക് സാംസ്കാരിക വിപ്ലവത്തിന്റെ പ്രമുഖ നേതാക്കളിൽ ഒരാളായി അറിയപ്പെടുന്ന വ്യക്തിയായിരുന്നു അദ്ദേഹം. രണ്ടാഴ്ചയാണദ്ദേഹം രാഷ്ട്രപതിയായിരുന്നത്. ആഗസ്ത് മുപ്പതാം തിയതി, പ്രധാനമന്ത്രിയുടെ ഓഫീസിൽ ഒരു ബോംബ് സ്ഫോടനമുണ്ടായി. അതിൽ രാഷ്ട്രപതി റജായി, പ്രധാനമന്ത്രി, ടെഹ്റാൻ പൊലീസിന്റെ മുഖ്യൻ എന്നിവർ കൊല്ലപ്പെട്ടു. ഇതും മൊജാഹിദീൻ ചെയ്തതാണെന്ന പ്രഖ്യാപനം ഉടൻ വന്നു. എന്നാൽ ഈ രണ്ട് ബോംബ് സ്ഫോടനങ്ങളും സർക്കാരിനുള്ളിലെ വിവിധ വിഭാഗങ്ങൾ തമ്മിലുണ്ടായ തർക്കത്തിന്റെ അനന്തരഫലമാണെന്നും പിന്നീട് ഞാൻ കേട്ടിരുന്നു.

രാഷ്ട്രം ശാശ്വതമായ ദുഃഖാചരണത്തിനൊരുങ്ങുകയാണെന്ന് തോന്നി. എല്ലാ തെരുവുകളിലും മൂലകളിലും ഉച്ചഭാഷിണിയിലൂടെ മത സൂക്തങ്ങൾ കേട്ടുതുടങ്ങി. ആളുകൾ സംഘം ചേർന്ന് നെഞ്ചത്തടിച്ചോ അല്ലെങ്കിൽ ചങ്ങലയെടുത്ത് പുറത്തടിച്ചോ നടന്നു തുടങ്ങി. ഇത് ഒരു ഷിയാ ആചാരമാണ്. അവർക്ക് പുറകിൽ ഉച്ചത്തിൽ നിലവിളിച്ച് സ്ത്രീകൾ നടന്നു. ഇതെല്ലാം കണ്ട് ഞാൻ ഞെട്ടിത്തരിച്ചു. ഞാൻ പുസ്തകങ്ങളിൽ മുമ്പത്തേക്കാൾ കൂടുതലായി അഭയം തേടാൻ തുടങ്ങി. അതിലെ ലോകം കൂടുതൽ വാസ്തവമായിരുന്നു, കൂടുതൽ ദയയുള്ളതായിരുന്നു, കൂടുതൽ പ്രവചിക്കുവാനാകുന്നതായിരുന്നു.

വേനൽ കഴിയാറായപ്പോൾ സ്കൂളിലേക്ക് തിരിച്ച് പോകേണ്ടെന്ന് ഞാൻ തീരുമാനിച്ചു. പോകുന്നതിലെന്തർത്ഥം? പുതിയ നിയമങ്ങളുമായി എനിക്ക് ഒത്തുപോകുവാനാകുന്നില്ല. പോയാൽ അത് ഖനൂം മഹ്മൂദിയും മറ്റ് അദ്ധ്യാപികമാരുമൊത്ത് കൂടുതൽ പ്രശ്നങ്ങൾ സൃഷ്ടിക്കാൻ മാത്രമേ ഉപകരിക്കുകയുള്ളൂ.

ടെഹ്റാനിൽ തിരിച്ചെത്തിയപ്പോൾ മുതൽ ഞാൻ അമ്മയുടെ മാനസികനില പരിശോധിക്കുകയായിരുന്നു. എന്റെ തീരുമാനം അമ്മയെ

അറിയിക്കാൻ പറ്റിയ മാനസികനില തിരയുകയായിരുന്നു. അമ്മ പെട്ടെന്നൊന്നും സമ്മതിക്കില്ല എന്ന് എനിക്കറിയാം. എന്റെ ചേട്ടൻ ഒരു ബിരുദധാരിയാണെന്നതിൽ അഭിമാനം കൊണ്ടിരുന്നു അമ്മ. നല്ല വിദ്യാഭ്യാസം നേടിയവരെക്കുറിച്ച് എപ്പോഴും അമ്മ ബഹുമാനത്തോടെ സംസാരിക്കുമായിരുന്നു. നല്ല വാക്കുകൾ പറയുമായിരുന്നു. എന്നാൽ അമ്മയ്ക്ക് എന്നെ സ്കൂളിൽ പറഞ്ഞയയ്ക്കുവാനായില്ല. തിരികെ സ്കൂളിൽ പോയാൽ എന്റെ അവസ്ഥ കൂടുതൽ മോശമാകുകയേയുള്ളൂ എന്നെനിക്കറിയാം.

അച്ഛന്റെ പഴയ ഡാൻസ് സ്റ്റുഡിയോയിലേക്ക് ഞങ്ങൾ പുതിയ ഫർണീച്ചറുകൾ വാങ്ങിയിരുന്നു. ഒലീവ് പച്ച നിറത്തിലുള്ള വെൽവറ്റിന്റെ കുഷ്യനുകളോട് കൂടിയ നാല് വലിയ കസേര, രണ്ട് കറുത്ത ചെറിയ മേശകൾ, ഒരു ഊണുമേശ, അതിന്റെ എട്ട് കസേരകൾ എന്നിവയാണ് വാങ്ങിയത്. എന്നാൽ ഡാൻസ് സ്റ്റുഡിയോയുടെ കാത്തിരിപ്പ് സ്ഥലത്തിനു മാറ്റമൊന്നുമില്ല. നടുക്ക് ഒരു വട്ടമേശയും, അതിനു ചുറ്റിലും കറുത്ത തുകൽ കൊണ്ട് മൂടിയ നാലു കസേരയും അവിടെയുണ്ടായിരുന്നു. രണ്ട് കസേരകൾക്കിടയിൽ മണ്ണെണ്ണകൊണ്ട് പ്രവർത്തിക്കുന്ന ഒരു ഹീറ്റർ വച്ചിട്ടുണ്ട്. തണുപ്പ് കാലത്ത് മുറി ചൂടാക്കാനാണിത്. അമ്മയ്ക്ക് തുന്നൽ എന്നും ഇഷ്ടമായിരുന്നു. വിപ്ലവത്തിനു ശേഷം മിക്കവാറും സമയം അമ്മ ഹീറ്ററിന്റെ ഇടത് വശത്തുള്ള കസേരയിലിരുന്ന് ഞങ്ങൾക്ക് സ്വെറ്റർ തുന്നിക്കൊണ്ടിരുന്നു. അതിനോടൊപ്പം മേശവിരിപ്പുകൾ, കിടക്കവിരിപ്പുകൾ എന്നിവയിൽ ചിത്രങ്ങൾ തുന്നിപ്പിടിപ്പിച്ചു. അന്നും ഞാൻ ആ മുറിയിലേക്ക് പ്രവേശിച്ചപ്പോൾ അമ്മ തുന്നിക്കൊണ്ടിരിക്കുകയായിരുന്നു. മൂക്കിൻ തുമ്പത്ത് കണ്ണടവച്ച് തന്റെ ഇഷ്ടകസേരയിലിരുന്ന് തുന്നിക്കൊണ്ടിരിക്കുകയായിരുന്നു. ഞാൻ അതിനെതിരെയുള്ള കസേരയിലിരുന്നു. ഏതാനും നിമിഷം മൗനമായിരുന്നു. അമ്മ സംസാരം തുടങ്ങട്ടെ എന്നാലോചിച്ചാണങ്ങനെ ഇരുന്നത്.

“അമ്മേ”

“ഉം.”

അമ്മ എന്നെ നോക്കിയില്ല.

“എനിക്കിനി സ്കൂളിൽ പോകണ്ട! ചുരുങ്ങിയ പക്ഷം ഈ വർഷമെങ്കിലും എനിക്ക് പോകണ്ട.”

അമ്മ തുന്നിക്കൊണ്ടിരുന്ന സ്വെറ്റർ താഴെയിട്ടു. മടിയിൽ വച്ചു. കണ്ണടയ്ക്ക് മുകളിലൂടെ എന്നെ നോക്കി. അമ്പത്തിയാറ് വയസ്സായിട്ടുണ്ടായിരുന്നെങ്കിലും നെറ്റിയിലും കണ്ണിനു ചുറ്റിലും ചില ചുളിവുകളെല്ലാം പ്രത്യക്ഷപ്പെട്ടിരുന്നുവെങ്കിലും അമ്മ അപ്പോഴും സുന്ദരിയായിരുന്നു.

“എന്ത്?”

“എനിക്ക് സ്കൂളിൽ പോകാനാകില്ല.”

“നിന്റെ മാനസിക നില തകാരാറിലായിട്ടില്ലല്ലോ?”

സ്കൂളിൽ ആയിടെയായി ഉപകാരമുള്ള ഒരു കാര്യവും പഠിപ്പിക്കുന്നില്ല എന്ന് ഞാൻ വിശദീകരിച്ചു. വീട്ടിൽ തന്നെയിരിക്കുകയാണെങ്കിൽ വിപ്ലവ ഗാർഡുകളായ അദ്ധ്യാപികമാരുമായി ഏറ്റുമുട്ടേണ്ടി വരില്ല. വീട്ടിലിരുന്ന് പതിനൊന്നിലെ എല്ലാ പുസ്തകങ്ങളും പഠിക്കാമെന്നും അതിനുശേഷം പരീക്ഷയെഴുതാമെന്നും ഞാൻ അമ്മയ്ക്ക് ഉറപ്പ് കൊടുത്തു.

“അതെന്നെക്കൊണ്ടാകും എന്ന് അമ്മയ്ക്കറിയാമല്ലോ. അവിടെ വരുന്ന പല അദ്ധ്യാപികമാരേക്കാൾ കൂടുതൽ എനിക്കറിയാം.”

അമ്മ ഒന്ന് നിശ്വസിച്ചു. എന്നെ നോക്കി.

“അമ്മേ, എന്നെ സ്കൂളിലേക്കയയ്ക്കല്ലേ.” ഞാൻ തേങ്ങുവാൻ തുടങ്ങി.

“ഞാനൊന്നാലോചിക്കട്ടെ.”

ഞാൻ മുറിയിലേക്കോടി.

പിറ്റേന്ന് അമ്മ മുറിയിലെത്തിയപ്പോൾ എന്റെ കണ്ണുകൾ വീർത്തിരുന്നു. രാത്രി മുഴുക്കെ ഞാൻ കരയുകയായിരുന്നു. എന്റെ ദുഃഖവും നിരാശയുമെല്ലാം ഒന്നിച്ച് പുറത്തേക്കൊഴുകുകയാണെന്ന് തോന്നി. അമ്മ ബാൽക്കണിയുടെ വാതിലിനു സമീപം നിന്നു. തെരുവിലേക്ക് നോക്കി നിന്നു.

“നീ വീട്ടിൽ തന്നെ നിന്നോളൂ. പക്ഷേ ഒരു വർഷം മാത്രം.” അമ്മ അച്ഛനുമായി ഈ വിഷയം ചർച്ച ചെയ്തിട്ടുണ്ടായിരുന്നു.

സെപ്തംബർ ആദ്യത്തിൽ അരാം വിളിച്ചു. യാത്ര പറയുവാനാണ് വിളിച്ചത്. അവൻ രാജ്യം വിടുകയായിരുന്നു. പിറ്റേന്ന് തന്നെ യാത്രയാകുന്നു. അവൻ കരയുകയാണോ എന്നെനിക്ക് സംശയം തോന്നി.

“നിന്നെ എനിക്ക് നഷ്ടമാകും. നീ ശ്രദ്ധിക്കണം.” സ്വരം നിയന്ത്രിച്ച് ഞാൻ പറഞ്ഞു. ആന്ദ്രെയെക്കുറിച്ച് ഞാൻ അവനോട് പറഞ്ഞിട്ടില്ല. അവൻ അറിയേണ്ട സമയമായി എന്നപ്പോൾ എനിക്ക് തോന്നി. അതിനാൽ പള്ളിയിൽ വച്ച് ഞാൻ ഒരാളുമായി പരിചയപ്പെട്ടു എന്നും അയാളെ എനിക്ക് ഇഷ്ടമായി എന്നും ഞാൻ അവനോട് പറഞ്ഞു.

അവനത് കേട്ട് അദ്ഭുതപ്പെട്ടു. എത്രകാലമായി എന്ന് ചോദിച്ചു. ഞാനും ആന്ദ്രേയും ആ വസന്തകാലത്താണ് കണ്ടുമുട്ടിയത് എന്ന് ഞാൻ പറഞ്ഞു.

“എന്തേ ഇതിനു മുമ്പ് എന്നോട് പറയാതിരുന്നത്? നമ്മൾ എല്ലാം തുറന്ന് പറയുന്നവരാണെന്നാണ് ഞാൻ കരുതിയത്.”

“ഈ ബന്ധത്തെക്കുറിച്ച് എനിക്ക് ഉറപ്പില്ലായിരുന്നു. ആരുമായും ഇനി അടുക്കരുതെന്ന് മനസ്സിലൊരു തീരുമാനമുണ്ടായിരുന്നു.”

അവന് ഞാൻ പറഞ്ഞത് മനസ്സിലായി.

ഹൈസ്കൂൾ കഴിഞ്ഞാൽ എല്ലാ പുരുഷന്മാരും നിർബന്ധ പട്ടാള സേവനം ചെയ്തിരിക്കണം എന്നൊരു നിബന്ധനയുണ്ട്. അതിൽ നിന്നും ഒഴിവാകണമെങ്കിൽ അവർ ഒന്നുകിൽ സർവകലാശാലയിൽ ചേർന്നിരിക്കണം. അതല്ലെങ്കിൽ വൈദ്യകാരണങ്ങളാലോ അല്ലാതേയോ സർക്കാർ ഔദ്യോഗികമായി അവരെ അതിൽ നിന്നും ഒഴിവാക്കിയിരിക്കണം. അരാമിന്റെ കാര്യത്തിൽ അരാമിന്റെ അച്ഛൻ ഇങ്ങനെ ഒരു ഒഴിവ് വാങ്ങിയിരുന്നു. അരാമിന്റെ സഹോദരൻ രക്തസാക്ഷികളുടെ പട്ടികയിൽ പെട്ടതും അരാം ഏകമകനാണെന്നതുമാണിതിനു കാരണമാക്കിയത്. മാതാപിതാക്കൾ ഒരു മകനെ ബലിദാനം ചെയ്തിട്ടുണ്ടായിരുന്നതിനാൽ അരാമിന് യുദ്ധമുന്നണിയിലേക്ക് പോകേണ്ടി വന്നില്ല. മരിച്ചുപോയ തന്റെ സഹോദരനാണ് അപ്പോൾ തന്റെ ജീവൻ രക്ഷിക്കുന്നത് എന്നത് അരാമിനൊരു വിരോധാഭാസമായി തോന്നി. സർക്കാർ അരാമിന് പാസ്പോർട്ട് നൽകി. അങ്ങനെ നിയമപ്രകാരം രാജ്യം വിട്ട് പോകാൻ അനുമതിയായി.

1981ലെ നവംബർ മാസത്തിൽ സാറ എന്നെ വിളിച്ചു. എന്നെ ഉടൻ കാണണം എന്ന ആഗ്രഹം പ്രകടിപ്പിച്ചു. അവളുടെ സ്വരത്തിൽ ഒരു വിറയലുണ്ടായിരുന്നു. എന്നാൽ കാരണമെന്തെന്ന് ഫോണിലൂടെ പറയാൻ അവൾ വിസമ്മതിച്ചു. ഞാൻ അവളുടെ വീട്ടിലേക്കോടി. അവൾ എന്നെ കാത്തിരിക്കുകയായിരുന്നു. വാതിൽക്കൽ തന്നെ നിൽപുണ്ടായിരുന്നു. അവളുടെ മാതാപിതാക്കളോ സഹോദരനോ വീട്ടിലില്ലായിരുന്നു. ഞങ്ങൾ അവളുടെ മുറിയിൽ കയറി. അവൾ മെത്തയിലേക്ക് വീണു. അവളുടെ കണ്ണുകൾ കരഞ്ഞ് കലങ്ങിയിരുന്നു.

രണ്ട് ദിവസം മുമ്പ് വിപ്ലവ ഗാർഡുകൾ ഗീതയെ അറസ്റ്റ് ചെയ്യാൻ ചെന്നിരുന്നു എന്നവൾ പറഞ്ഞു. ഗീത വീട്ടിലില്ലായിരുന്നു. അവർ അപ്പോൾ ഗീതയുടെ അമ്മയേയും രണ്ട് സഹോദരിമാരേയും അറസ്റ്റ് ചെയ്തു. അച്ഛനോട് ഒരാഴ്ചയ്ക്കകം ഗീത ഹാജരായില്ലെങ്കിൽ സഹോദരിമാരിൽ ഒരാളെ വധശിക്ഷയ്ക്ക് വിധേയമാക്കുമെന്ന് ഭീഷണിപ്പെടുത്തി. അതിനാൽ ഗീത എവിനിൽ ചെന്ന് കീഴടങ്ങി. അമ്മയേയും സഹോദരിമാരേയും അവർ വിട്ടു. "മറീനാ... നിനക്ക് അവളുടെ ശാഠ്യം പിടിച്ച സ്വഭാവമറിയാമല്ലോ. അവർ അവളെ കൊല്ലും. നാക്ക് അടക്കി നിർത്താൻ അവൾക്കറിയില്ല. മിക്കവാറും അടുത്തത് നമ്മുടെ ഊഴമാകും. സൈറസിനെ അവർ പിടികൂടും എന്നതുറപ്പാണ്. പരസ്യമായി എപ്പോഴെങ്കിലും ആരെങ്കിലും സർക്കാരിനെതിരെ എന്തെങ്കിലും പറഞ്ഞിട്ടുണ്ടെങ്കിൽ അവർ അറസ്റ്റ് ചെയ്യപ്പെടും എന്നാണ്. അത് ഉറപ്പിക്കാമെന്നാണ് അവൻ പറയുന്നത്."

സൈറസ് പറഞ്ഞത് ശരിയായിരുന്നു. ഞങ്ങളെത്തേടി അധികം താമസിയാതെ അവരെത്തും എന്ന് എനിക്കറിയാം. ആരെ തിരയണം എന്ന് അവർക്ക് അറിയാം. ഞങ്ങൾ താമസിക്കുന്നതെവിടെ എന്ന്

അവർക്കറിയാം. സ്കൂളിലെ പട്ടികയിൽ ആരൊക്കെയുണ്ടെന്ന് ഉറപ്പില്ലാത്തതിനാൽ അതിനെക്കുറിച്ച് ഞാൻ ആരോടും ഇതുവരേക്കും പറഞ്ഞിട്ടില്ല. ആരേയും ഭയപ്പെടുത്താൻ എനിക്ക് താത്പര്യമില്ലായിരുന്നു. അതുപോലെ തന്നെ ഖനൂം ബഹ്മാനെ അപകടത്തിൽ ചാടിക്കാനും.

"സത്യം. നമ്മൾ തന്നെയാകും അടുത്തത്. എപ്പോഴാകും എന്നേ നോക്കാനുള്ളൂ. നമുക്കതിനെതിരെ ഒന്നും ചെയ്യാനാകില്ല. നമുക്ക് ഓടിയൊളിക്കാനാകില്ല. അങ്ങനെ ചെയ്താൽ അവർ നമ്മുടെ അച്ഛനമ്മമാരെ ഉപദ്രവിക്കും." ഞാൻ പറഞ്ഞു.

"ഇവിടെ ഇങ്ങനെ വെറുതെ കാത്തിരിക്കാനാകുമോ നമുക്ക്?"

"എന്ത് ചെയ്യണം എന്നാണ് നീ പറയുന്നത്?"

"ചുരുങ്ങിയ പക്ഷം അച്ഛനോടും അമ്മയോടും എനിക്ക് പറയണം." സാറ പറഞ്ഞു.

"അവർ ഭയക്കും. ആർക്കും ഒന്നും ചെയ്യാനാകില്ല. അതല്ലെങ്കിൽ എല്ലാവരും ഒന്നിച്ച് ഒളിക്കണം. എന്റെ മാതാപിതാക്കളോട് പറഞ്ഞാൽ അവർ അത് അത്ര ഗൗരവമായി എടുക്കില്ല എന്നെനിക്ക് ഉറപ്പുണ്ട്. നീ വിഷമിക്കാതിരിക്ക്. കാര്യങ്ങൾ അത്രയ്ക്ക് വഷളാകില്ലായിരിക്കാം. ആളുകൾ പലതും വെറുതെ പൊലിപ്പിക്കുകയാണ്. നമ്മൾ തെറ്റായി ഒന്നും ചെയ്തിട്ടില്ല. ഗീതയുടെ കാര്യം അങ്ങനെയല്ല. അവർ രാഷ്ട്രീയ സംഘങ്ങളുമായി ബന്ധപ്പെട്ടിരുന്നു. അവരെന്തിന് നമ്മളെക്കുറിച്ച് അധികം വേവലാതിപ്പെടണം?"

"നീ പറഞ്ഞതിലും സത്യമുണ്ടെന്ന് തോന്നുന്നു. നമ്മൾ അകാരണമായി പരിഭ്രമിക്കരുത്. നമ്മൾ ഒന്നും ചെയ്തിട്ടില്ല."

പതിനഞ്ച്

എന്നെ വിവാഹം കഴിക്കാൻ ആഗ്രഹിക്കുന്നു എന്നറിയിച്ചതിനു ശേഷം അലി എന്നോടൊപ്പം 246 ലെത്തി. എനിക്ക് സംരക്ഷകനായി പുറകെ വന്നു.

മുറിയിൽ ഞാൻ കയറിയ ഉടൻ എന്നെ സുഹൃത്തുക്കൾ വലയം ചെയ്തു. എന്ത് സംഭവിച്ചു എന്നാണവർക്ക് അറിയേണ്ടത്. അലി തിരിച്ചെത്തിയിരിക്കുന്നു എന്നും എന്റെ സുഖവിവരങ്ങൾ തിരക്കാനായി വിളിച്ചതാണെന്നും ഞാനറിയിച്ചു. എന്നെ വിശ്വസിച്ചില്ല എന്ന് അവരോരോത്തരുടേയും മുഖം വിളിച്ച് പറയുന്നുണ്ടായിരുന്നു. അവരിൽ എന്തോ വിഷമം കണ്ടു. എങ്കിലും ആർക്കും ആരേയും സഹായിക്കാനാകില്ലല്ലോ.

അലിയുടെ വിവാഹാഭ്യർത്ഥനയെക്കുറിച്ച് മറ്റുള്ളവരോട് സംസാരിക്കാൻ എനിക്ക് താത്പര്യമില്ലായിരുന്നു. എനിക്കെന്തോ കുറ്റബോധവും

ലജ്ജയുമാണ് തോന്നിയത്. ഞാൻ ആന്ദ്രെയേയും എന്റെ മാതാപിതാക്കളേയും അപകടത്തിൽ ചാടിച്ചിരിക്കുന്നു. അലിയുടെ ഭീഷണി ഗൗരവ സ്വഭാവത്തിലുള്ളതാണെന്നതിൽ സംശയമില്ല. അതുകൊണ്ട് അയാൾ എന്ത് ആഗ്രഹിക്കുന്നുവോ അതെനിക്ക് ചെയ്യേണ്ടി വരുമെന്നതിലും സംശയമില്ല.

അരാഷും ഞാനും ആദ്യ ചുംബനം കൈമാറിയത് എന്റെ ഓർമ്മയിലെത്തി. എനിക്ക് അരാഷിനെ ഇഷ്ടമായിരുന്നു. അതിനാൽ തന്നെ ഈ ലോകത്തിലെ എന്റെ ഏറ്റവും നല്ല അനുഭവവും അതായിരുന്നു. അലിയും എന്നെ ചുംബിക്കുമോ? ഞാൻ കൈത്തണ്ട മറച്ച് ഉടുപ്പിന്റെ അഗ്രം കൊണ്ട് ചുണ്ടു തുടച്ചു. എന്റെ ശരീരം വിയർക്കാൻ തുടങ്ങി.

"അവർക്ക് വേണമെങ്കിൽ എന്നെ കൊന്നോട്ടെ, പക്ഷേ എന്നെയവർ ബലാത്സംഗം ചെയ്യരുത്." തരേനയുടെ വാക്കുകൾ ഓർമ്മയിലെത്തി.

ബലാത്സംഗം എന്നാൽ എന്താണെന്ന് അപ്പോഴും എനിക്ക് കൃത്യമായി അറിയില്ലായിരുന്നു. എങ്കിലും ഇത് ഒരു ബലാത്സംഗമല്ല എന്ന് ഞാൻ എന്നോട് പറഞ്ഞുകൊണ്ടിരുന്നു. അലിക്ക് എന്നെ വിവാഹം കഴിക്കണം. അത്രയേയുള്ളൂ.... അല്ല അതല്ല...ഞാൻ എന്തുകൊണ്ടാണിങ്ങനെയൊക്കെ ചിന്തിക്കുന്നത്? അയാൾ പറഞ്ഞത് ചെയ്തേ പറ്റൂ എന്നെനിക്കറിയാമായിരുന്നു.

വിവാഹം എന്നത് ജീവിതകാലം മുഴുക്കെ നിലനിൽക്കേണ്ടുന്ന ഒന്നാണ്. അലിയുമൊത്ത് എനിക്ക് ഒരു ആയുസ്സ് മുഴുക്കെ ജീവിക്കുവാനാകുമോ? ഒരുപക്ഷേ അലിയുടെ മനസ്സിൽ ഒരു താത്കാലിക വിവാഹമാകുമുള്ളത്. ഇസ്ലാമിൽ 'സിഘേഹ്' എന്നൊന്നുണ്ടെന്ന് ഞാൻ കേട്ടിട്ടുണ്ട്. ഒരു നിശ്ചിത കാലത്തേക്ക് വിവാഹിതരാകുന്നു എന്ന കരാറാണിത്. ഏതാനും നിമിഷങ്ങൾ തൊട്ട് വർഷങ്ങൾവരെയാകാം ഈ കാലയളവ്. ഇത്തരം താത്കാലിക വിവാഹങ്ങളിൽ സ്ത്രീക്ക് യാതൊരു വിധ അവകാശവുമില്ലെന്നും എനിക്കറിയാം. എന്റെ കാര്യത്തിൽ ഇതുകൊണ്ട് വ്യത്യാസങ്ങളൊന്നുമുണ്ടാകാൻ പോകുന്നില്ല. ഞാനിപ്പോഴും ഒരു അവകാശവും ഇല്ലാത്ത തടവുപുള്ളിയാണ്. ഒരുപക്ഷേ കുറച്ചു കാലം അയാളുടെ ഭാര്യയാക്കി വച്ച് എന്നെ വിട്ടേക്കാം. അങ്ങനെയെങ്കിൽ ഇത് ആരുമറിയേണ്ടതില്ല. ഈ വിവാഹം ഒരു രഹസ്യമാക്കി വയ്ക്കണം. എത്ര കാലം രഹസ്യമാക്കി വയ്ക്കാമോ അത്രയും കാലം രഹസ്യമാക്കി വയ്ക്കണം.

മണിക്കൂറുകൾ കഴിഞ്ഞ് പോയി. എനിക്ക് വിശപ്പില്ല. ചിന്തിക്കാനാകുന്നില്ല. ആരോടും സംസാരിക്കാനാകുന്നില്ല. എനിക്ക് കരയാൻ പോലുമാകുന്നില്ല. എനിക്കാകെ ചെയ്യാനായത് പകൽ മുഴുക്കെ ആ മുറിയിൽ അങ്ങോട്ടുമിങ്ങോട്ടും ഉലാത്തുക, അതിന്റെ ക്ഷീണം രാത്രി ഉറങ്ങി തീർക്കുക എന്നത് മാത്രമായിരുന്നു.

മൂന്നാം ദിവസം ഞാൻ മറിയത്തെ സമീപിച്ചു. അലിയുടെ വിവാഹാഭ്യർത്ഥന അവർക്കറിയാമായിരുന്നു. അതുകൊണ്ട് ഒരു രഹസ്യം പങ്കു

വയ്ക്കേണ്ട ബുദ്ധിമുട്ട് എനിക്കില്ലായിരുന്നു. എനിക്ക് അലിയെ വിവാഹം കഴിക്കണ്ട എന്ന് ഞാൻ അവരോട് പറഞ്ഞു. കുടുംബങ്ങളിലെ ഓരോ വിവാഹവും വീട്ടുകാർ ആലോചിച്ചാണുറപ്പിക്കുന്നത് എന്നവർ പറഞ്ഞു. ഏത് പുരുഷനെക്കൊണ്ടാണോ അവരെ വിവാഹം കഴിപ്പിക്കാൻ തയ്യാറെടുക്കുന്നത് അയാളെ വേണം എന്ന് ഒരു സ്ത്രീയും പറയാറില്ല. തന്റെ സ്വന്തം അമ്മ, അമ്മയെ വിവാഹം കഴിക്കാനെത്തിയ പുരുഷനെ ആദ്യം വെറുത്തു. എന്നാൽ പിന്നീട് അവർ തമ്മിലുള്ള ജീവിതം അത്യന്തം സന്തോഷപ്രദമായിരുന്നു.

അത്തരം അവസ്ഥകളിൽ സന്തോഷം എങ്ങനെ ലഭ്യമാകും എന്ന് അറിയില്ലായിരുന്നു. എന്റെ വീട്ടിൽ സ്ത്രീകളാണവരുടെ ഭർത്താവിനെ തിരഞ്ഞെടുക്കാറുള്ളതെന്ന് ഞാൻ പറഞ്ഞു. ഞാനിപ്പോൾ എന്റെ കുടുംബത്തിനോടൊപ്പമല്ല ജീവിക്കുന്നതെന്നും അലിയാണെനിക്ക് ഈ ജീവൻ ദാനം നൽകിയതെന്നും മറക്കരുത് എന്നായിരുന്നു മറിയത്തിന്റെ ഉപദേശം. അവരുടെ അഭിപ്രായത്തിൽ ഞാൻ അനാവശ്യമായി കാര്യങ്ങൾ കുഴച്ച് മറിക്കുകയാണ്.

എന്റെ മൂന്ന് ദിവസം അവസാനിച്ചു. നാലാം ദിവസം ഉച്ചഭാഷിണിയിലൂടെ എന്റെ പേരു വിളിക്കുന്നത് കേട്ടു. അലി ഓഫീസിൽ എന്നെ കാത്തിരിക്കുന്നുണ്ടായിരുന്നു.

“കണ്ണുകെട്ടണമെന്നില്ല. എന്റെ കാറിലിരുന്ന് സംസാരിക്കാം.” അലി പറഞ്ഞു.

ഓഫീസിൽ നിന്ന് ഞങ്ങൾ ജനലുകളൊന്നുമില്ലാത്ത ഒരു ഇടനാഴിയിൽ പ്രവേശിച്ചു. അവിടെ ധാരാളം ഫ്ളൂറസന്റ് വിളക്കുകൾ കത്തി നിൽക്കുന്നുണ്ടായിരുന്നു. ആ നിമിഷം വരെ, 246, ചോദ്യം ചെയ്യുന്ന മുറി, എന്നിവ ഒഴികെ എവിന്റെ ഒരു ഭാഗവും ഞാൻ കണ്ടിട്ടില്ല. കോപാകുലരായവരുടെ സ്വരം, അടിയുടെ സ്വരം, നിലവിളി, നിറയൊഴിക്കുന്ന സ്വരം, റബ്ബർ ചെരിപ്പുകളുടെ മർമ്മരം, എന്നീ ഭീകരതകളൊഴികെ മറ്റൊന്നും അറിഞ്ഞിട്ടില്ല. എനിക്ക് മുന്നിൽ ഇപ്പോൾ നീണ്ട് കിടക്കുന്ന ഈ ഇടനാഴി, മറ്റെവിടേയും കാണുന്ന ഒരു ഇടനാഴി പോലെ തന്നെ. ഇതൊരു സർക്കാർ കെട്ടിടത്തിലേതാകാം, അല്ലെങ്കിൽ സ്കൂളിലെ. ഞാൻ അലിക്ക് പുറകിൽ നടന്നു. താഴേക്കിറങ്ങി. മറ്റെവിടേയും കാണുന്നതുപോലെയുള്ള സാധാരണ പടികൾ.

ഞങ്ങൾ നടന്ന് നീങ്ങുമ്പോൾ എതിരെ നിന്ന് ഒന്ന് രണ്ട് വിപ്ലവഗാർഡുകൾ വന്നു. അലിയെ കണ്ടപ്പോൾ അവർ വണങ്ങി ‘സലാം അലൈക്കും’ പറഞ്ഞു. അവർ എന്നെ പരിപൂർണ്ണമായും അവഗണിച്ചതുപോലെ തോന്നി. അലിയും അവരെ പ്രത്യഭിവാദ്യം ചെയ്തു. പടികളുടെ അവസാനത്തിലെത്തിയപ്പോൾ അലി ചാരനിറമുള്ള ഒരു ലോഹ വാതിൽ തുറന്നു. ഞങ്ങൾ പുറത്തിറങ്ങി. പുറത്ത് കണ്ട സാധാരണത്വം എന്നെ ഭീതിപ്പെടുത്തുകയാണ് ചെയ്തത്. എവിൻ അവിടെ എങ്ക്ലാബ്

അവന്യൂവിലുള്ള ടെഹ്റാൻ സർവകലാശാലയെയാണ് ഓർമ്മിപ്പിച്ചത്. തുറന്ന സ്ഥലങ്ങൾ എവിനിൽ കൂടുതലായി കാണാം എന്ന വ്യത്യാസം മാത്രമേയുള്ളൂ. മറ്റൊരു വ്യത്യാസം ടെഹ്റാൻ സർവകലാശാലയ്ക്ക് ചുറ്റിലും കമ്പിവേലിയായിരുന്നെങ്കിൽ എവിനു ചുറ്റിലും കന്മതിലാണെ ന്നതാണ്. അതിനുമുകളിൽ കാവൽകൂടാരങ്ങളും ആയുധധാരികളായ ഗാർഡുമുണ്ട്.അവിടെവിടെ ഉയരമുള്ള വൃദ്ധമേപ്പിൾ മരങ്ങളുടെ കൂട്ടം കാണാം. വടക്ക് ഭാഗത്ത് അൽബോർസ് മലനിരകൾ ഉയർന്ന് നിന്നു.

അലി എന്നെ വീതി കുറഞ്ഞ നടവഴിയിലൂടെ മുന്നോട്ട് കൊണ്ടു പോയി. നടവഴിയിൽ ഇഷ്ടിക പാകിയിരുന്നു. ചാരനിറമുള്ള ഒരു കെട്ടിട ത്തിന്റെ മൂലയിലാണ് ഞങ്ങളെത്തിയത്. അവിടെ മരത്തണലിൽ ഒരു കറുത്ത മെഴ്സിഡസ് കാർ നിറുത്തിയിട്ടിരിക്കുന്നു. അയാൾ മുൻവശത്തെ വാതിൽ തുറന്ന് തന്നു. ഞാൻ അകത്ത് കയറി. പുതിയ കാറിന്റെ മണം അകത്തുണ്ടായിരുന്നു. ഞാൻ വിയർക്കുന്നുണ്ടായിരുന്നു. അയാൾ ഡ്രൈ വറുടെ സീറ്റിലിരുന്നു. സ്റ്റിയറിങ്ങിൽ കൈ വച്ചു. അയാളുടെ വിരലുകൾ നീളമേറിയതും കനം കുറഞ്ഞതുമാണെന്ന് ഞാൻ കണ്ടു. നഖം വൃത്തി യായി വെട്ടിയിരിക്കുന്നു. ഒരു പിയാനോ വായനക്കാരന്റെ കൈകൾ പോലെയുണ്ടവ. എന്നിട്ടും അയാൾ ഇവിടെ ഒരു പോലീസുദ്യോഗസ്ഥ നായി, ചോദ്യം ചെയ്യുന്നവനായി തുടരുന്നു.

"നിന്റെ തീരുമാനമെന്താണ്?" അയാൾ ചോദിച്ചു. കാറിനകത്ത്, പുറക് വശം കാണാനായുള്ള കണ്ണാടിയിൽ പ്രാർത്ഥനയ്ക്കും മറ്റും ഉപ യോഗിക്കുന്ന മണിമാല കൊളുത്തിയിട്ടിരിക്കുന്നു. അതിൽ നോക്കി യാണയാൾ ചോദിച്ചത്.

അടുത്തുള്ള മരത്തിൽ നിന്നും ഒരു കുരുവി പറന്ന് പോയി. മേഘ ങ്ങളൊന്നുമില്ലാത്ത നീലാകാശത്തിലതെവിടേയോ അപ്രത്യക്ഷമായി.

"മനസ്സിലുള്ളത് ഒരു താത്കാലിക വിവാഹമാണോ?" ഞാൻ ചോദിച്ചു.

അയാൾ അദ്ഭുതത്തോടെ എന്നെ നോക്കി.

"എനിക്ക് നിന്നോട് തോന്നിയത്, താത്കാലികമായ ഒരു ശാരീരികാ കർഷണമല്ല. എനിക്ക് എന്നെന്നും നീ കൂടെവേണം..."

"അലി....ദയവായി..."

"നിന്റെ ഉത്തരം 'ശരി' എന്നാണോ അതോ 'അല്ല' എന്നാണോ? എന്തായാലും അതിന്റെ പ്രത്യാഘാതങ്ങൾ എന്തൊക്കെയെന്ന് മറക്കണ്ട. ഞാൻ പറഞ്ഞതെല്ലാം വളരെ ഗൗരവമായി തന്നെ പറഞ്ഞതാണ്."

".....ഞാൻ താങ്കളെ വിവാഹം ചെയ്യാം." എന്നെയാരോ അപ്പോൾ കുഴിച്ച് മൂടിക്കൊണ്ടിരിക്കുകയാണെന്ന മട്ടിലായിരുന്നു ആ വാക്കുകൾ പുറത്ത് വന്നത്.

അയാൾ പുഞ്ചിരിച്ചു. "നീ ബുദ്ധിയുള്ളവളാണ്. ശരിയായ തീരുമാ നമേ നീ എടുക്കുകയുള്ളൂ എന്നെനിക്കറിയാമായിരുന്നു. നിന്റെ

തീരുമാനത്തിൽ നിനക്കൊരിക്കലും പശ്ചാത്തപിക്കേണ്ടി വരില്ല. ഞാനുറപ്പ് തരുന്നു. വിവാഹത്തിനു മുമ്പ് എനിക്കതിനു വേണ്ട ചില കാര്യങ്ങൾ ചെയ്ത് തീർക്കാനുണ്ട്. അച്ഛനമ്മമാരോട് പറയണം. അതിനെല്ലാം കുറച്ച് സമയമെടുക്കും."

അയാൾ ഒരു കൃസ്ത്യാനി ജയിൽപുള്ളിയെ വിവാഹം കഴിക്കാൻ പോകുന്നു എന്ന് പറഞ്ഞാൽ അയാളുടെ മാതാപിതാക്കളുടെ പ്രതികരണം എന്തായിരിക്കും എന്ന് ഞാൻ അത്ഭുതപ്പെട്ടു. അതുപോലെ എന്റെ വീട്ടുകാർ എന്ത് കരുതും, എങ്ങനെ പ്രതികരിക്കും എന്നും.

"ഈ വിവാഹത്തെക്കുറിച്ച് എന്റെ വീട്ടുകാർ അറിയരുത് എന്നൊരു ആഗ്രഹം എനിക്കുണ്ട് അലി. ഞാൻ എന്റെ മാതാപിതാക്കളുമായി ഒരിക്കലും അത്ര അടുപ്പത്തിലായിരുന്നില്ല. അവർക്ക് ഈ അവസ്ഥ മനസ്സിലാകില്ല എന്ന് എനിക്കുറപ്പുണ്ട്. അത് കാര്യങ്ങൾ കൂടുതൽ മോശമാക്കാനേ സഹായിക്കുകയുള്ളൂ."

എനിക്ക് കണ്ണീരടക്കുവാനായില്ല.

"മറീനാ... കരയാതെ, നീ ആരോടും പറയണ്ട. മാനസികമായി എല്ലാം തുറന്ന് പറയാൻ തയ്യാറാകുന്നതുവരേക്കും ആരോടും പറയണ്ട. അതിനെത്ര സമയം വേണമോ അത്രയും സമയമെടുത്തോളൂ. നിനക്ക് വിഷമമുണ്ടാക്കുന്ന ഒരു കാര്യമാണിത് എന്ന് എനിക്കറിയാം. ആ വൈഷമ്യങ്ങളകറ്റുവാൻ എന്തൊക്കെ ചെയ്യണോ അതെല്ലാം ഞാൻ ചെയ്യാം."

എന്റെ സുഹൃത്തുക്കളും വീട്ടുകാരും ഈ വിവാഹത്തെക്കുറിച്ച് അറിയാത്തിടത്തോളം കാലം എവിനിലെത്തുന്നതിനു മുമ്പുള്ള എന്നെ എനിക്ക് തിരിച്ച് കിട്ടുവാനുള്ള സാധ്യത വളരെ അധികമാണ്. നിലനിൽക്കാം, സ്വപ്നം കാണാം, പ്രതീക്ഷിക്കാം, പ്രണയിക്കാം. ആ പ്രണയം എന്റെയുള്ളിൽ ഒതുക്കിയൊളിപ്പിക്കണം എന്ന് മാത്രം.

എന്റെയുള്ളിൽ, രാഷ്ട്രീയ തടവുകാരെ ചോദ്യം ചെയ്യുന്ന ഒരു പൊലീസ് ഉദ്യോഗസ്ഥന്റെ ഭാര്യയായി. അങ്ങനെ അവൾക്ക് എത്ര കാലം ജീവിക്കുവാനാകും എന്നെനിക്കറിയില്ല. എന്നാൽ അവളെ ഞാൻ സംരക്ഷിക്കും. അവളാണ് ശരിയായ ഞാൻ. എന്റെ മാതാപിതാക്കളും ആന്ദ്രേയും സ്നേഹിച്ച, അവർ തിരികെ വേണമെന്നാഗ്രഹിക്കുന്ന ഞാൻ.

അലി എന്നെ 246ലേക്ക് തിരികെ കൊണ്ടുവന്നാക്കി. എന്നെ താഴത്തെ നിലയിലെ മുറികളിലൊന്നിലേക്ക് മാറ്റാനാകുമോ എന്ന് ഞാൻ മറിയത്തിനോട് ചോദിച്ചു. മുകളിലെ നിലയിലുള്ള എന്റെ കൂട്ടുകാരോട് കാര്യങ്ങളെല്ലാം വിശദീകരിക്കുന്നതിൽ എനിക്ക് താത്പര്യമില്ലായിരുന്നു. മുകളിലെ നിലയിലുള്ളവരും താഴത്തെ നിലയിലുള്ളവരും തമ്മിൽ യാതൊരു ബന്ധവുമില്ലായിരുന്നു. ഇടപഴകുവാൻ അവസരങ്ങളില്ലായിരുന്നു. എന്നെ ആരുമറിയാത്തിടത്ത് ഒറ്റയ്ക്കാകണം എന്ന് ഞാൻ ആഗ്രഹിച്ചു. അവർ സമ്മതിച്ചു. ഏഴാം നമ്പറിലെ പ്രതിനിധിയെ വിളിച്ച് എന്റെ സാധനസാമഗ്രികളെല്ലാം ഓഫീസിലെത്തിക്കാൻ ആവശ്യപ്പെട്ടു. എന്നെ

താഴത്തെ നിലയിലെ ആറാം നമ്പറിലേക്ക് മാറ്റി. മുകളിലെ നിലയിൽ ഞാനുണ്ടായിരുന്ന മുറി പോലെ തന്നെയായിരുന്നു ഇതും. അമ്പതോളം കുട്ടികൾ ഈ മുറിയിലുണ്ടായിരുന്നു.

അധികകാലം കഴിയും മുമ്പ് ആരോഗ്യം ക്ഷയിച്ചു തുടങ്ങി. എന്ത് കഴിച്ചാലും ഛർദ്ദിക്കുവാൻ തുടങ്ങി. തലവേദന എന്നെ തളർത്തി. തലയിലൂടെ കമ്പിളിപ്പുതപ്പ് വലിച്ചു മൂടി ഞാൻ മിക്കപ്പോഴും ഒരു മൂലയിൽ കിടന്നു. ഉറങ്ങാനാകാതെ കിടന്നു. എന്റെ ചിന്തകൾ വട്ടം വട്ടം ചുറ്റി തരേനയിൽ ചെന്ന് നിന്നു. അവളെ എനിക്ക് നഷ്ടപ്പെട്ടിരിക്കുന്നു. അവളെയവർ കൊണ്ടുപോയതിനു ശേഷം അവളെക്കുറിച്ച് അധികം ചിന്തിക്കാതിരിക്കാൻ ശ്രമിക്കാറുണ്ടായിരുന്നു. അവളുടെ ജീവിതത്തിന്റെ അവസാന നിമിഷങ്ങളെക്കുറിച്ച് അധികം ഓർക്കാതിരിക്കാനായിരുന്നു ശ്രമം.

വാസ്തവം സഹിക്കാനാകുന്നതിലും അപ്പുറത്താകുമ്പോൾ നമ്മൾ അതിൽ നിന്നും പുറം തിരിയുന്നതെന്തുകൊണ്ട്? തരേനയോടൊപ്പം ഞാനും മരിക്കാൻ ആഗ്രഹിക്കുന്നു എന്ന് ഞാൻ മറിയത്തിനോട് പറയേണ്ടതായിരുന്നു. അവളുടെ വധശിക്ഷ നടപ്പിലാക്കുന്നത് തടയിടുവാൻ ഞാൻ ശ്രമിക്കേണ്ടതായിരുന്നു. വിജയിക്കില്ല എന്നെനിക്കറിയാം, പക്ഷേ ശ്രമിക്കേണ്ടതായിരുന്നു. ഒരു നിഷ്കളങ്ക ജീവൻ രക്ഷിക്കാൻ ഒരു പോരാട്ടം അസ്ഥാനത്താണോ, ആവശ്യമില്ലാത്തതാണോ? അവളുടെ മരണത്തിനുത്തരവാദി ഞാനാണ്. അവളുടെ വിധി, വിധിയാണെന്ന് ഞാൻ അംഗീകരിക്കുകയായിരുന്നു. ഞാനെന്തുകൊണ്ട് നിശ്ശബ്ദയായിരുന്നു? എനിക്ക് മരണത്തെ ഭയമായിരുന്നോ? അതല്ല കാരണം എന്ന് ഞാൻ വിശ്വസിക്കുന്നു. ഒരു പക്ഷേ എന്നിലുണ്ടായിരുന്ന പ്രതീക്ഷയായിരിക്കാം. ഒരു ദിവസം ഞാൻ വീട്ടിലേക്ക് തിരികെ പോകും എന്ന പ്രതീക്ഷ. എന്റെ മാതാപിതാക്കളും ആന്ദ്രേയും എന്നെ കാത്തിരിക്കുന്നുണ്ടെന്ന പ്രതീക്ഷ. മരണം എന്നെ വിളിക്കാത്തിടത്തോളം കാലം എനിക്കെങ്ങനെ അതിനെ തിരഞ്ഞെടുക്കുവാനാകും? ഇവിടെ ശരിയും തെറ്റും കെട്ടുപിണഞ്ഞ് കിടക്കുന്നു. ഏത് വഴി തിരഞ്ഞെടുക്കണം എന്നെനിക്കറിയാതാകുന്നു.

ഞാൻ ഇരുട്ടിന്റെ നടുക്കാണ്. കറുത്തിരുണ്ട കുന്നുകളുള്ള തുറന്ന വയലിൽ. എനിക്കരികെ തരേനയുണ്ട്. ഭാഗ്യം കൊണ്ടുവരുമെന്നവൾ വിശ്വസിച്ചിരുന്ന ചുവന്ന സ്വെറ്ററാണ് അവൾ ധരിച്ചിരിക്കുന്നത്. അവൾ മുന്നിലേക്ക് മിഴിച്ച് നോക്കിയാണ് നിൽക്കുന്നത്. ഞാനവളുടെ കൈയിന്മേൽ സ്പർശിച്ചു. അവൾ തന്റെ പച്ചക്കണ്ണു വിടർത്തി എന്നെ നോക്കി. രാവിൽ നിന്നും അലി വന്നു. അയാൾ ഞങ്ങൾക്ക് നേരെ നടന്ന് വന്ന് എന്റെ നെറ്റിയിലേക്കൊരു തോക്ക് ചൂണ്ടി. എനിക്ക് അനങ്ങാനായില്ല. മെലിഞ്ഞ കൈകളാൽ തരേന അലിയുടെ കൈകളിൽ കയറിപ്പിടിച്ചു. "വേണ്ട" അവൾ പറഞ്ഞു. അലി തോക്ക് അവളുടെ തലയ്ക്ക് നേരെ ചൂണ്ടി കാഞ്ചി വലിച്ചു. തരേനയുടെ രക്തം എന്റെ ചർമ്മത്തിലൂടെ ഒഴുകിയിറങ്ങി. ഞാൻ നിലവിളിച്ചു.

ആ നിലവിളി തൊണ്ടയിൽ കുരുങ്ങിയാണ് ഞാൻ എഴുന്നേറ്റത്. എനിക്ക് ശ്വാസം ലഭിക്കുന്നില്ല. എന്റെ കണ്ണിനു മുകളിൽ ഒരു മുഖം പ്രത്യക്ഷപ്പെട്ടു. ആ മുഖം അവ്യക്തമായിരുന്നു. മുറിയിൽ എനിക്ക് സഹിക്കാനാകാത്തത്ര സ്വരമുണ്ട്. ഉച്ചത്തിലുച്ചത്തിലുള്ള സംസാരമുണ്ട്. എന്നാൽ ശ്വസിക്കാൻ വായു ലഭ്യമല്ലാത്തപ്പോൾ ഇതൊക്കെ ആര് കാര്യ മാക്കാൻ? ഞാൻ തിരയുന്നതിപ്പോൾ ശ്വസിക്കാനുള്ള പ്രാണവായു മാത്ര മാണ്. എന്റെ കനത്ത ശ്വാസംമുട്ടലിൽ നിന്നും എന്നെ സഹായിക്കുന്ന എന്തെങ്കിലും കൈയിൽ കിട്ടുമോ എന്ന് ഞാനൊന്ന് പരതി. എനിക്ക് ശ്വസിക്കാനാകുന്നില്ല എന്ന് പറയാൻ ശ്രമിച്ചു. എന്റെ തലയ്ക്ക് മുകളിൽ അവ്യക്തമായി കണ്ട ആ മുഖം.... അത് മറിയമായിരുന്നു. അവൾ എന്തോ പറയുന്നുണ്ട്. പക്ഷേ ആ സ്വരം ദൂരെ എവിടെനിന്നോ ആണ് വരുന്ന തെന്ന തോന്നലുണ്ടാക്കി. ആരോ വിളക്കിന്റെ തിരി താഴ്ത്തിയതു പോലെ മുറിയിലെ വെളിച്ചം ഇരുളുവാൻ തുടങ്ങി. പിന്നെ വെളിച്ചമേ ഇല്ലാതായി.

കണ്ണു തുറന്നപ്പോൾ കാക്കി പട്ടാള യൂണിഫോമിട്ട ഡോക്ടർ ഷെയ്ഖു മായി സംസാരിച്ച് നിൽക്കുന്ന അലിയെയാണ് കണ്ടത്. എനിക്കിപ്പോൾ ശ്വസിക്കുവാനാകുന്നുണ്ട്. ഞങ്ങൾക്ക് ചുറ്റിലും വെളുത്ത നിറത്തിലുള്ള പർദ്ദകളുണ്ട്. നല്ല വൃത്തിയുള്ള, സുഖകരമായ ഒരു മെത്തയിലാണ് ഞാൻ കിടക്കുന്നത്. ഒരു വെളുത്ത സ്കാർഫ് കൊണ്ട് എന്റെ തല മറ ച്ചിരിക്കുന്നു. കട്ടിയുടെ വെള്ള പുതപ്പുകൊണ്ടെന്നെ പുതപ്പിച്ചിരിക്കുന്നു. ഒരു ലോഹകൊളുത്തിൽ ഞാത്തിയിട്ടിരിക്കുന്ന പ്ലാസ്റ്റിക് സഞ്ചിയിൽ നിന്നും ഒരു ദ്രാവകം ഇറ്റുവീഴുന്നു. ആ ദ്രാവകം പ്ലാസ്റ്റിക്കിന്റെ കുഴൽ വഴി എന്റെ കൈയിന്മേൽ ബന്ധിപ്പിച്ചിരിക്കുന്നു. ഞാൻ ഉണർന്നു എന്ന് ആദ്യം മനസ്സിലാക്കിയത് ഡോക്ടർ ഷെയ്ഖ് ആയിരുന്നു.

"ഹലോ മറീനാ.... സുഖം തന്നെയല്ലേ?"

എന്ത് സംഭവിച്ചു എന്നോർക്കാൻ എനിക്കായില്ല. ഞാനെവിടെ യാണെന്നും എനിക്കറിയില്ല. എനിക്ക് ശക്തമായ നിർജ്ജലികരണമുണ്ടാ യെന്നും എന്നെ ജയിൽ ആശുപത്രിയിലേക്ക് കൊണ്ടുവന്നു എന്നും ഡോക്ടർ പറഞ്ഞു. എന്നിട്ടയാൾ പർദ്ദകൾക്കിടയിലുള്ള ഒരു ചെറിയ വിടവിലൂടെ അപ്രത്യക്ഷമായി. ഞാൻ അലിയെ നോക്കി പുഞ്ചിരിച്ചു.

"ഞാൻ വീട്ടിൽ പോയി കുറച്ച് ഭക്ഷണം കൊണ്ടുവരാം. അമ്മയു ണ്ടാക്കിയ ഭക്ഷണം. അത് എന്ത് രോഗത്തേയും സുഖപ്പെടുത്തും. ഇപ്പോൾ വിശ്രമിക്കൂ. തിരിച്ച് വന്നാൽ ഞാൻ ഉണർത്താം. നിനക്ക് എന്തെങ്കിലും ആവശ്യമുണ്ടോ? പുറത്തുനിന്ന് ഞാനെന്തെങ്കിലും കൊണ്ടുവരണോ?"

"വേണ്ട."

"സുഖമില്ല എന്ന് ആരോടും പറയാഞ്ഞതെന്തേ?"

"എന്ത് സംഭവിച്ചു എന്ന് എനിക്കറിയില്ലായിരുന്നു."

"കുറച്ച് ദിവസമായി നീ തുടർച്ചയായി ഛർദ്ദിക്കുന്നു എന്ന് നിന്റെ മുറിയിലുള്ളവരാണ് മറിയത്തിനോട് പറഞ്ഞത്."

എന്റെ കണ്ണു നിറഞ്ഞു. "എനിക്ക് ദഹനക്കേട് എന്നുമുണ്ടാകാറുണ്ട്. അതിൽ പുതുമയൊന്നുമില്ല. എന്നാൽ ഇത്തവണ പതിവിലും കൂടുതൽ മോശമായി എന്ന് മാത്രം. അതിനെക്കുറിച്ച് ഞാനധികം ചിന്തിക്കാറേയില്ല. അതങ്ങനെ കടന്നുപോകും എന്ന് കരുതി. പക്ഷേ ഇത്തവണ ദുഃസ്വപ്നങ്ങൾ കാണാൻ തുടങ്ങി... തലവേദനയുമുണ്ടായിരുന്നു. ഞാൻ ശ്രമിച്ചു, പക്ഷേ...." എനിക്ക് വീണ്ടും ശ്വാസം മുട്ടാൻ തുടങ്ങി.

അലി മെത്തയിൽ കൈ വച്ച് എനിക്കരികിലേക്ക് കുനിഞ്ഞു.

"വിഷമിക്കണ്ട, എല്ലാം ശരിയാകും. നിനക്കിപ്പോൾ സുഖമില്ല. അത്രയേയുള്ളൂ. വിശ്രമിക്കൂ. എല്ലാം ശരിയാകും. ദീർഘമായി ശ്വസിക്കൂ. എത്ര ദീർഘമാകാമോ അത്രയും ദീർഘമായി."

ഞാനത് ചെയ്തു.

"ഡോക്ടർ നിനക്ക് ഉറങ്ങാനുള്ള മരുന്ന് തന്നിട്ടുണ്ട്. നിനക്കിപ്പോൾ ആവശ്യം ഉറക്കമാണ്. ഉറങ്ങിയാൽ തലവേദനയെല്ലാം പോകും."

അലിയുടെ സ്വരമാണെന്നെ ഉണർത്തിയത്. അലി എന്റെ പേരുവിളിച്ചാണ് ഉണർത്തിയത്. അയാളുടെ കൈയിലപ്പോൾ ഒരു പാത്രത്തിൽ ചിക്കൻ ന്യൂഡിൽസ് സൂപ്പുണ്ടായിരുന്നു. വീട്ടിലുണ്ടാക്കിയത്. അതിൽ നിന്നും നാരങ്ങയുടെ മണം വരുന്നുണ്ടായിരുന്നു. വീട്ടിലായിരുന്നപ്പോൾ ചിക്കൻ സൂപ്പിൽ ചെറുനാരങ്ങ പിഴിഞ്ഞൊഴിക്കുക എന്റെയൊരു സ്വഭാവമായിരുന്നു. ശുദ്ധവായുവും അന്തരീക്ഷത്തിലെ മാറ്റവും എനിക്ക് ഗുണം ചെയ്യും എന്നാണ് ഡോക്ടറുടെ അഭിപ്രായം എന്ന് അലി പറഞ്ഞു. അതുകൊണ്ട് എന്നെ പുറത്തിറക്കി, വണ്ടിയിൽ കയറ്റി എവിടേക്കെങ്കിലും ഇത്തിരി യാത്ര ചെയ്ത് വരാം. എവിനു പുറത്തോ എന്ന് ഞാൻ ചോദിച്ചു. അതെ എന്നായിരുന്നു ഉത്തരം. "സൂപ്പ് വേഗം കഴിച്ച് തീർത്താൽ നമുക്ക് വേഗം പോകാം."

ഭക്ഷണം കഴിഞ്ഞയുടൻ അയാൾ ഒരു ചക്രക്കസേരയിലിരിക്കാൻ എന്നെ സഹായിച്ചു. എന്റെ മെത്തയ്ക്ക് ചുറ്റിലുമുണ്ടായിരുന്ന വെളുത്ത പർദ്ദകൾ തള്ളി മാറ്റി. ഞങ്ങളപ്പോൾ ഒരു വലിയ മുറിയിലായിരുന്നു. അതിനെ വെളുത്ത പർദ്ദകളുപയോഗിച്ച് പല ഭാഗങ്ങളാക്കിയിരിക്കുന്നു. അതിൽ രണ്ടെണ്ണം നീക്കിയിട്ടിട്ടുണ്ട്. അതുകൊണ്ട് രണ്ട് മെത്തകൾ കാണാനായി. അതിലൊന്ന് ഒഴിഞ്ഞ് കിടപ്പായിരുന്നു. മറ്റേതിൽ ഏകദേശം എന്റെ പ്രായമുള്ള ഒരു പെൺകുട്ടി കിടക്കുന്നു. സമുദ്രനീലനിറമുള്ള തട്ടമാണവൾ ധരിച്ചിരിക്കുന്നത്. വെളുത്ത ഒരു കട്ടിപ്പുതപ്പുകൊണ്ട് അവളെ പുതപ്പിച്ചിരിക്കുന്നു. മുറിയിൽ ജനലുകളൊന്നും കണ്ടില്ല. അലി എന്റെ ചക്രക്കസേര വാതിൽക്കലേക്കുന്തി. ഞങ്ങൾ ഒരു ഇടനാഴിയിൽ പ്രവേശിച്ചു. എന്റെ കണ്ണപ്പോൾ മൂടിക്കെട്ടിയിരുന്നില്ല. അയാൾ വാതിൽ

തുറന്നു. പുറത്തെ വെളിച്ചത്തിൽ ഞാൻ കണ്ണടച്ചു. അയാൾ എന്റെ ചക്രക്കസേര മുന്നിലേക്ക് തള്ളി. ഒരു ചരിവിലൂടെ, താഴേക്ക്.

ഞാൻ ആകാശത്തേക്ക് നോക്കി. തലകീഴായ കടൽ പോലെ ആകാശം. പതയുന്ന തിരപോലെ മേഘങ്ങൾ ചക്രവാളത്തെ ലക്ഷ്യമാക്കി നീങ്ങുന്നു. കടും നീല ചാദോർ ധരിച്ച് കണ്ണുമൂടിക്കെട്ടിയ ചില പെണ്ണുങ്ങളെ ഞങ്ങൾ കടന്ന് പോയി. ഒരൊറ്റ വരിയായാണ് അവർ നടക്കുന്നത്. അവർക്ക് വഴികാട്ടി എന്ന മട്ടിൽ ഒരു പുരുഷ വിപ്ലവ ഗാർഡ് മുന്നിലുണ്ട്. തന്റെ തൊട്ടുമുന്നിലുള്ള സ്ത്രീയുടെ ചാദോറിൽ പിടിച്ചാണോരോരുത്തരും നടക്കുന്നത്. നയിക്കുന്ന വിപ്ലവഗാർഡിന്റെ കൈയിൽ ഒരു കയറുണ്ട്. അതിന്റെ ഒരഗ്രം ഏറ്റവും മുന്നിലുള്ള സ്ത്രീയുടെ കയ്യാമത്തിൽ കെട്ടിയിരിക്കുന്നു. അവരെ അയാൾ വലിച്ച് നടക്കുന്നു. മറ്റുള്ളവർ അവർക്ക് പുറകെ നടക്കുന്നു. ഏതാനും ദിവസം മുമ്പ് ഞാനും ഇതുപോലെ നടന്നിട്ടുള്ളതാണ്. എന്നാൽ ഇന്നെനിക്ക് അലിയുടെ സംരക്ഷണമുണ്ട്. കാര്യങ്ങളെല്ലാം മാറിമറിഞ്ഞിരിക്കുന്നു. എനിക്ക് ലജ്ജ തോന്നി. ഞാൻ എല്ലാവരേയും ഒറ്റുക്കൊടുത്തിരിക്കുന്നു. ഞാൻ എല്ലാവരോടും കൂറില്ലായ്മ കാണിച്ചിരിക്കുന്നു.

എന്റെ വലതു ഭാഗത്ത് ഉയരമുള്ള മേപ്പിൾ മരങ്ങളുണ്ട്. അതെന്റെ കാഴ്ച മറയ്ക്കുന്നു. ഇടത് രണ്ട് നിലയുള്ള ഒരു കെട്ടിടം. ഇഷ്ടിക കൊണ്ട് പണിതത്. അതിനു പുറകിലാണ് അലിയുടെ മെഴ്സിഡസ് നിറുത്തിയിട്ടിരിക്കുന്നത്. കാറിലെത്തിയപ്പോൾ എനിക്ക് അയാളോടൊപ്പം ഒറ്റയ്ക്കാകാൻ ഭയമാണെന്ന് ഞാൻ തിരിച്ചറിഞ്ഞു.

“ഞാൻ നിന്നെ സഹായിക്കാം,” അയാൾ എന്റെ കൈ പിടിച്ചു. എന്നെ വലിച്ചെഴുന്നേൽപിക്കാൻ ശ്രമിച്ചു. ഞാൻ കുതറി.

“മറീനാ.. നീ എന്നെ ഭയക്കാതെ, ഞാൻ നിന്നെ ഉപദ്രവിക്കുകയില്ല. ഇതുവരേക്കും ഞാൻ നിന്നെ ഉപദ്രവിച്ചിട്ടുണ്ടോ?”

അയാൾ പറഞ്ഞത് ശരിയായിരുന്നു. ഇതുവരേക്കും അയാൾ എന്നെ ഉപദ്രവിച്ചിട്ടില്ല.

“എന്നെ വിശ്വസിക്ക്. നമ്മുടെ വിവാഹം കഴിഞ്ഞാലും ഞാൻ വീണ്ടുവിചാരത്തോടേയും സൗമ്യമായും മാത്രമേ പെരുമാറുകയുള്ളൂ. ഞാനൊരു രാക്ഷസനൊന്നുമല്ല.”

അയാളെ വിശ്വസിക്കുകയല്ലാതെ എന്റെ പക്കൽ മറ്റു മാർഗ്ഗങ്ങളൊന്നുമില്ലായിരുന്നു. എന്റെ ശക്തി ക്ഷയിച്ചിരുന്നു. മാംസപേശികൾ ക്ഷീണിച്ചിരുന്നു. എഴുന്നേൽക്കുമ്പോൾ തല കറങ്ങുന്നുണ്ടായിരുന്നു. ഒരു വിധത്തിൽ നിലത്ത് വീഴാതെ കാറിൽ കയറി. പുറത്തേക്ക് കടക്കുമ്പോൾ കാവൽക്കാരോട് അയാൾ കൈ വീശി കാണിച്ചു. അവർ പടിവാതിൽ തുറന്നു. ഞങ്ങൾ എവിനു പുറത്തേക്ക് വണ്ടിയിറക്കി. എന്നെ പുറത്തിറക്കുക എന്നത് അയാൾ എത്ര നിഷ്പ്രയാസം ചെയ്തു എന്ന് കണ്ട് ഞാൻ ഞെട്ടി. ഒരുപക്ഷേ ഞാൻ കരുതിയതിലും പ്രാധാന്യമുള്ള ഒരു വ്യക്തിയാകണം അലി.

തെരുവ് ശൂന്യമായിരുന്നു. ജീവന്റെ തരിപോലുമില്ല. എന്നാൽ ജയിലിൽ നിന്നും ദൂരെ പോയപ്പോൾ തെരുവിന് ജീവൻ വച്ചു തുടങ്ങി. ആളുകൾ, വീടുകൾ, കടകൾ എല്ലാം കണ്ടു തുടങ്ങി. ഒരു ഒഴിഞ്ഞ മൈതാനത്തിൽ കുട്ടികൾ പ്ലാസ്റ്റിക് പന്തിനു പുറകെയോടുന്നുണ്ടായിരുന്നു. അവരുടെ മുഖത്താകെ പൊടിപിടിച്ചിട്ടുണ്ടായിരുന്നു. സ്ത്രീകൾ വീട്ടിലേക്ക് പലചരക്കുമായി പോകുന്നുണ്ടായിരുന്നു. ഇടയ്ക്കവർ കൂട്ടം കൂടി നിന്ന് സംസാരിക്കുന്നു. ഈ ചെറിയ കാര്യങ്ങളെല്ലാം എന്നെ സംബന്ധിച്ചിടത്തോളം മഹാദ്ഭുതങ്ങളായിരുന്നു.

“നീ ഒന്നും മിണ്ടുന്നില്ലല്ലോ? എന്താണാലോചിക്കുന്നത്?” അര മണിക്കൂർ കഴിഞ്ഞപ്പോൾ അലി ചോദിച്ചു.

“ജീവിതത്തെക്കുറിച്ച്... ഇവിടെ അതെത്ര സാധാരണമാണ്.”

“കുറച്ച് സമയമെടുക്കുമെങ്കിലും നമുക്ക് ഒരു സാധാരണ ജീവിതമുണ്ടാകും എന്ന് ഞാൻ നിനക്ക് ഉറപ്പ് തരുന്നു. ഞാൻ ജോലി ചെയ്ത് നിനക്കാവശ്യമുള്ളതൊക്കെ എത്തിച്ച് തരും. നീ വീട്ടിലെ കാര്യങ്ങൾ നോക്കും. ആവശ്യമുള്ള സാധനങ്ങൾ കടയിൽ പോയി വാങ്ങും. സുഹൃത്തുക്കളേയും കൂട്ടുകാരെയും സന്ദർശിച്ച് സമയം ചിലവിടും. നീ സന്തോഷവതിയാകും.”

തന്റെ ജോലിയെക്കുറിച്ച് ഇത്രയും ലാഘവത്തോടെ അയാൾക്കെങ്ങിനെ സംസാരിക്കാനാകുന്നു? അയാൾ ഒരു അദ്ധ്യാപകനോ, ഡോക്ടറോ, മെക്കാനിക്കോ ഒന്നുമല്ലല്ലോ!

“എന്റെ സുഹൃത്തുക്കളെല്ലാം ഒന്നുകിൽ മരിച്ചുപോയിരിക്കുന്നു, അല്ലെങ്കിൽ ജയിലിലാണ്. എന്റെ വീട്ടുകാർക്ക് ഇനിയും എന്നെ കാണാൻ താത്പര്യമുണ്ടാകുമോ എന്നെനിക്കറിയില്ല,” ഞാൻ പറഞ്ഞു.

“പുതിയ സുഹൃത്തുക്കളുണ്ടാകും. നമ്മുടെ വിവാഹത്തെ നിന്റെ വീട്ടുകാർ ശക്തമായെതിർക്കും എന്ന് നീ എന്തുകൊണ്ട് കരുതുന്നു?”

“ഒരൊറ്റ കാരണം, താങ്കളുടെ ജോലി.”

“മറീനാ, നീ എന്നെ വിശ്വസിക്ക്. മുന്നിൽ ഒരു ശുഭപ്രതീക്ഷയൊക്കെയുണ്ട്. നിന്നെ ഞാൻ എത്ര സ്നേഹിക്കുന്നു എന്നവർ കണ്ടറിയും. നിന്നെ ജീവനോടെയിരുത്തുവാൻ പല വൈതരണികളും എനിക്ക് കടക്കേണ്ടി വന്നിട്ടുണ്ട്. നമ്മുടെ വിവാഹത്തെ എതിർക്കുന്ന പലരുമുണ്ട്. എനിക്കിനിയും കടന്ന് പോകേണ്ട മാർഗ്ഗതടസ്സങ്ങൾ അനേകമുണ്ട്. എന്നാൽ ആ പ്രശ്നങ്ങളെല്ലാം ഞാൻ കൈകാര്യം ചെയ്തുകൊള്ളാം. ഞാൻ നിനക്ക് നൽകുന്ന നല്ല ജീവിതം നിന്റെ വീട്ടുകാർ കാണും. അവർ അവരുടെ മനസ്സ് മാറ്റും. നീ എപ്പോൾ തയ്യാറാകുന്നോ, അപ്പോൾ, നമ്മളൊന്നിച്ച് നിന്റെ വീട്ടുകാരെ അഭിമുഖീകരിക്കും.”

ഇയാൾ എന്നെയെന്തുകൊണ്ട് തിരഞ്ഞെടുത്തു? ഈ മനുഷ്യൻ എന്തിനെയെതിർക്കുവാനായി നിലനിൽക്കുന്നുവോ അതിന്റെയെല്ലാതിന്റേയും മൂർത്തീകരണമാണ് ഞാൻ. ഞാനൊരു ക്രിസ്ത്യാനിയാണ്.

വിപ്ലവത്തിനെതിരാണ്. ജയിൽപുള്ളിയാണ്. എന്നെ മരണത്തിൽ നിന്നും രക്ഷിക്കാൻ ഇദ്ദേഹത്തിന് പോരാടേണ്ടി വന്നു. ഇന്നിപ്പോഴിതാ എന്നെ വിവാഹം കഴിക്കാനും അങ്കം വെട്ടുന്നു. എന്തിനാണയാൾ ഇതൊക്കെ ചെയ്യുന്നത്?

പിന്നെ ഏതാനും ദിവസങ്ങൾ എന്നും ഞങ്ങളതുപോലെ രാത്രി യാത്ര നടത്തി. അയാളുടെ കാറിലിരിക്കുമ്പോൾ ഞാനൊരു സാധാരണ സ്ത്രീയാണെന്ന് അഭിനയിക്കുവാൻ ശ്രമിച്ചു. ഭാവിയെക്കുറിച്ചും ഭൂതത്തെക്കുറിച്ചും ഓർക്കാതിരിക്കാൻ ശ്രമിച്ചു. വണ്ടിയുടെ എഞ്ചിന്റെ മുരൾച്ചയിൽ മാത്രം ശ്രദ്ധിക്കുവാൻ ശ്രമിച്ചു. അതിന്റെ മാർദ്ദവമേറിയ ഇരിപ്പിടങ്ങളിൽ ശ്രദ്ധിച്ചു. വഴിയോരക്കാഴ്ചകളിലെ ആലസ്യങ്ങളിൽ ശ്രദ്ധിച്ചിരുന്നു. ഞാൻ വിട്ടുപോന്ന നഗരത്തിനൊരു മാറ്റവും വന്നിട്ടില്ല. എങ്കിലും ഓരോ കാഴ്ചയും ഓരോ മണവും എനിക്ക് അപരിചിതങ്ങളായി തോന്നി. അലി അയാളുടെ കുടുംബത്തെക്കുറിച്ച് സംസാരിച്ചു. അപ്പോൾ എല്ലാത്തിലും മീതെ പൊങ്ങിനിന്നത് അയാളുടെ സ്വരമായിരുന്നു.

അലിക്ക് ഒരു സഹോദരി മാത്രമേയുള്ളൂ. അവൾക്ക് ഇരുപത്തിയഞ്ച് വയസ്സായി. സഹോദരി ജനിച്ചതിനു ശേഷം അമ്മ രണ്ട് തവണ ഗർഭിണിയായെങ്കിലും അലസി. സഹോദരി വിവാഹിതയാണ്. ഇസ്ലാം നിയമമനുസരിച്ച് പുരുഷന്മാർക്ക് ഒന്നിൽ കൂടുതൽ ഭാര്യമാരാകാം. എന്നാൽ അലിയുടെ അച്ഛൻ, ഹൊസ്സെയിൻ-എ മൂസാവി തന്റെ ഒരൊറ്റ ഭാര്യയിൽ സംതൃപ്തനായിരുന്നു. രണ്ട് മക്കളിലും. മൂസാവി മതഭക്തനായിരുന്നു. വർഷങ്ങളോളം അയാത്തൊള്ള ഖൊമേനിയെ സഹായിച്ചിട്ടുണ്ട്. ഷായെക്കതിരെയുള്ള പടയോട്ടത്തിൽ അലി ധീരനായ യോദ്ധാവായി എന്നതിൽ അയാൾ അഭിമാനിക്കുന്നു. മൂസാവി ധനികനായ, നിപുണനായ വ്യാപാരിയാണ്. ധാരാളം പണം സമ്പാദിച്ചിട്ടുണ്ട്. എന്നാൽ ആവശ്യമുള്ളവർക്ക് കയ്യയച്ച് സഹായം നൽകാൻ മടി കാണിക്കാറില്ല. മാതാപിതാക്കൾ അലിയോട് വിവാഹം കഴിക്കാൻ വർഷങ്ങളായി ആവശ്യപ്പെട്ടുകൊണ്ടിരിക്കുന്നു. അയാൾക്കിപ്പോൾ ഇരുപത്തിയെട്ട് വയസ്സായി. ഇപ്പോഴും അയാൾ മാതാപിതാക്കൾക്ക് ഉറപ്പൊന്നും നൽകിയിട്ടില്ല.

"ഞാൻ നിന്നെക്കുറിച്ച് അച്ഛനോടുമമ്മയോടും പറഞ്ഞു." ഒരു രാത്രി യാത്രയിൽ അയാൾ പറഞ്ഞു.

"അവരെന്ത് പറഞ്ഞു?"

"അവർ ഭയന്നു," അയാൾ ചിരിച്ചു.

ഇതെനിക്ക് പ്രതീക്ഷ നൽകുന്നു. ഒരുപക്ഷേ ഈ മനുഷ്യനെ എനിക്ക് വിവാഹം കഴിക്കേണ്ടി വരില്ല എന്ന പ്രതീക്ഷ.

"പക്ഷേ ഞാനവരോട് നീയാണെനിക്കായി തിരഞ്ഞെടുക്കപ്പെട്ടവൾ എന്ന് പറഞ്ഞു." അയാൾ തുടർന്നു. "മറ്റെല്ലാത്തിലും ഉപരിയായി എനിക്ക് വേണ്ടത് നിന്നെയാണെന്ന് പറഞ്ഞു. അവർക്ക് ഞാനെന്നും

നല്ല മകനായിരുന്നു. അവരെ അനുസരിക്കുന്ന മകൻ. എന്നാൽ ഇത്തവണ തീരുമാനം എന്റേതാകും. ഇതിലും കുറവുള്ള ഒന്നിലും ഒത്തു തീർപ്പിന് ഞാൻ തയ്യാറല്ല. എനിക്ക് ഇരുപത്തിയെട്ട് വയസ്സായി. ഈ ജീവിതത്തിൽ വളരെയധികം കാര്യങ്ങൾ ഞാൻ കണ്ട് കഴിഞ്ഞു. ഞാൻ തീരുമാനമെടുത്ത് കഴിഞ്ഞു. നീ എന്റെ ഭാര്യയാകണം. എന്റെ സതീർത്ഥ്യ. എന്റെ കുട്ടികളുടെ അമ്മ."

"നമ്മൾ തീർത്തും വ്യത്യസ്ത ലോകങ്ങളിൽ നിന്നും വരുന്നവരാണ് അലി. താങ്കളുടെ മാതാപിതാക്കൾക്ക് എന്നെ ഇഷ്ടമാകില്ല. എന്തിലു മേതിലും അവരെന്നെ വിമർശിക്കാൻ തുടങ്ങും."

തന്റെ മാതാപിതാക്കൾ ദയയുള്ളവരും ഉദാരമനസ്കരുമാണെന്ന് അലി പറഞ്ഞു. അവർ എന്നെ സ്നേഹിക്കും എന്നതിൽ അയാൾക്ക് ശങ്കയൊന്നുമില്ലായിരുന്നു.

ഞാൻ കണ്ണടച്ചു. ഒന്നും ആലോചിക്കാതിരിക്കാൻ ശ്രമിച്ചു.

ഏതാനും നിമിഷങ്ങൾ കഴിഞ്ഞപ്പോൾ തനിക്ക് ഒരു കാര്യം കൂടി ചർച്ചചെയ്യാനുണ്ട് എന്നയാൾ പറഞ്ഞു. അതെനിക്ക് ഇഷ്ടമാകില്ലെന്ന റിയാം എന്ന മുഖവുരയിട്ടു. എങ്കിലും ഇത് ഒരു ചടങ്ങ് മാത്രമാണ്.

"നീ ഇസ്ലാമായി മതം മാറുന്നെങ്കിൽ പിന്നെ അച്ഛൻ എതിർക്കില്ല. മാത്രമല്ല ഈ വിവാഹത്തെ പ്രോത്സാഹിപ്പിക്കുകയും ചെയ്യും. അപ്പോൾ മാതാപിതാക്കൾക്ക് നിന്നെ മരുമകളായി സ്വീകരിക്കുന്നതിൽ അഭിമാന മേയുണ്ടാകുകയുള്ളൂ. അവർ നിന്നെ സംരക്ഷിക്കും. അവരുടെ സ്വന്ത മെന്നതുപോലെ പിന്തുണയ്ക്കും. അതാണെനിക്കും വേണ്ടത് മറീന. നീ എന്റേതാകണം. എന്റെ വീട്ടുകാർ നിന്നെ സ്നേഹിക്കണം. നിന്നെ കണ്ട ആ നിമിഷം മുതൽ നമ്മൾ ഒരുമിച്ച് ജീവിക്കേണ്ടവരാണെന്ന് എന്റെ മനസ്സെന്നോട് പറയാൻ തുടങ്ങിയതാണ്."

എനിക്കെന്റെ വീട്ടുകാരെ നഷ്ടപ്പെട്ടു. ഞാൻ സ്നേഹിച്ചിരുന്ന എന്റെ പ്രിയനെ നഷ്ടപ്പെട്ടു. എന്റെ സ്വാതന്ത്ര്യം നഷ്ടപ്പെട്ടു. എന്റെ വീട് നഷ്ട പ്പെട്ടു. എന്റെ പ്രതീക്ഷകളും സ്വപ്നങ്ങളും നഷ്ടപ്പെട്ടു. ഇപ്പോഴിതാ ഞാൻ എന്റെ വിശ്വാസത്തേയും ഉപേക്ഷിക്കണം.

എന്റെ ഹൃദയത്തിൽ ഞാനൊരു ക്രിസ്ത്യാനിയായി തുടരുന്നതിൽ അയാൾക്ക് യാതൊരു വിഷമവുമില്ല. ഈ മതം മാറ്റം ഒഴിവാക്കണമെന്ന് ഞാൻ അയാളോട് അഭ്യർത്ഥിച്ചു. പക്ഷേ സാധ്യമല്ല എന്നയാൾ തീർത്ത് പറഞ്ഞു.

"പറ്റില്ല എന്ന് ഞാൻ പറഞ്ഞാലോ?"

"വെറുതെ വിഷമങ്ങൾ വിളിച്ച് വരുത്താതെ. ഇത് നിന്റെ നന്മയ്ക്കായി പറയുന്നതാണ്. നിന്റെ ആത്മാഭിമാനം കാരണം നീ സ്നേഹിക്കുന്ന വർ ബുദ്ധിമുട്ടാൻ ഇട വരുത്തരുത്. നിനക്കിപ്പോൾ പതിനേഴ് വയസ്സേ ആയിട്ടുള്ളൂ. ഈ ലോകത്തിൽ നിനക്ക് മനസ്സിലാകാത്ത അനേകം

കാര്യങ്ങളുണ്ട്. നീ ഇതുവരേക്കും അനുഭവിച്ചതിലധികം സന്തോഷം നിനക്ക് ഞാൻ നൽകാമെന്ന് ഉറപ്പ് തരുന്നു."

അയാളോടൊത്ത് എനിക്കൊരിക്കലും സന്തോഷമുണ്ടാകുകയില്ല എന്ന് ഞാൻ അയാളെ എങ്ങനെ മനസ്സിലാക്കിക്കും?

ശാന്തമായ ഒരു തെരുവിൽ അയാൾ വണ്ടി നിർത്തി. ഈ സ്ഥലം എനിക്കറിയാം. സെനിയ വല്ല്യമ്മയുടെ വീടിനടുത്താണിത്. ഞാൻ എന്റെ മാതാപിതാക്കളേയും സുഹൃത്തുക്കളേയും പള്ളിയേയുമെല്ലാം മറന്നാൽ അവർ പിന്നെ എന്നെ വെറുക്കും എന്നറിയാമോ എന്ന് ഞാനയാളോട് ചോദിച്ചു. മതം മാറി എന്നതിനാൽ അവർ നിന്നെ വെറുക്കുന്നുവെങ്കിൽ അവർ സത്യത്തിൽ നിന്നെ സ്നേഹിച്ചിട്ടേയില്ല എന്നാണർത്ഥം എന്നായിരുന്നു അയാളുടെ മറുപടി.

അയാൾ വണ്ടിയിൽ നിന്നിറങ്ങി. ഒരു വാതിൽ തുറന്നു.

"എവിടേക്കാണ് പോകുന്നത്?"

"വാ... ഞാൻ നമുക്കായി ഒരു വീട് വാങ്ങി."

ഞങ്ങൾ ഏതാനും പടികൾ കയറി. അതെത്തിച്ചേർന്നത് ഒരു വലിയ ബംഗ്ലാവിനു മുന്നിൽ. ഇഷ്ടിക കൊണ്ട് പണിത വലിയ വീട്. അയാൾ വാതിൽ തുറന്ന് അകത്ത് കയറി. ഞാൻ ഒന്ന് മടിച്ചു.

"എന്തിനാണവിടെ കാത്ത് നിൽക്കുന്നത്? വീട് കാണണ്ടേ?"

ഞാൻ അയാളെ പിന്തുടർന്നു. വീട്ടുകാർക്ക് ഒന്നിച്ചിരിക്കാൻ ഒരു മുറി. ഒരു സ്വീകരണ മുറി. അതിൽ തന്നെയാണ് ഭക്ഷണമേശയിടുവാനുള്ള സൗകര്യവും. ഞാനിതുവരേക്കും കണ്ടിട്ടുള്ളതിൽ വച്ചേറ്റവും വലിയ അടുക്കള. നാല് കിടപ്പ് മുറികൾ. മൂന്ന് കുളിമുറികൾ. ചുവരിലെല്ലാം അപ്പോൾ ചായം തേച്ചിട്ടേയുള്ളൂ. ഫർണിച്ചറൊന്നുമില്ല. പ്രധാന കിടപ്പ് മുറിയുടെ പുറക് വശത്തെ വാതിൽ തുറന്നാൽ ചെല്ലുന്നത് വിശാലമായ മുറ്റത്തേക്ക്. പുൽമൈതാനിയും പലതരം പൂക്കളുമുള്ള മുറ്റം. വെള്ള, ചുവപ്പ്, ഇളം ചുവപ്പ്, മഞ്ഞ നിറങ്ങളിലുള്ള പൂക്കളെല്ലാമുണ്ടവിടെ. പൂക്കളിൽ ഒരു പൂമ്പാറ്റ പറന്ന് നടക്കുന്നു. കാറ്റത്ത് അതിനു നേരെ നില്ക്കാനാകുന്നില്ല. ഈ മുറ്റത്തിനപ്പുറത്ത് ഉയരമുള്ള മതിലുണ്ട്. അതിനപ്പുറം തെരുവാണ്. ക്രൂരമായ ഈ ലോകത്തിൽ ഇത്രയും സൗന്ദര്യമോ?

അലി കിടപ്പ് മുറിയുടെ ആ വാതിൽ തുറന്നു.

"നമുക്ക് പുറത്തേക്കിറങ്ങാം. ഈ ചെടികളൊക്കെയൊന്ന് നനയ്ക്കണം."

മുറ്റത്തെത്തിയതും അയാൾ ഷർട്ടിന്റെ കൈ വലിച്ച് കയറ്റി. വെള്ളത്തിന്റെ ടാപ്പ് തുറന്നു. ഹോസ് കൈയിലെടുത്തു. തണുത്ത കാറ്റ് എന്റെ മുഖം സ്പർശിച്ചു. ആ കാറ്റിൽ മഞ്ഞുകണങ്ങളുണ്ടായിരുന്നു. വെള്ളത്തിന്റെ വലിയ തുള്ളികൾ ചുറ്റിലും തെറിച്ച് വീഴാൻ തുടങ്ങി. ആ വെള്ള

ത്തുള്ളികളിൽ അവ സൂര്യനെയൊളിപ്പിച്ചിരുന്നു. മഴവില്ലിന്റെ നിറമുണ്ടാക്കിയിരുന്നു. കേടുവന്ന പൂക്കൾ അയാൾ വെട്ടിക്കളഞ്ഞു. ഇടയ്ക്കൊരു മൂളിപ്പാട്ട് പാടി. എന്നെ നോക്കിയൊന്ന് പുഞ്ചിരിച്ചു. ഏതൊരു മനുഷ്യനേയും പോലെ സാധാരണമായ പെരുമാറ്റം. ഈയാൾ ആരേയും ഇതുവരെ കൊന്നിട്ടില്ല എന്നാണോ? യുദ്ധമുന്നണിയിലെ കാര്യമല്ല ഞാൻ ചോദിക്കുന്നത്. ഇവിടെ എവിനിൽ? കാഞ്ചി വലിച്ച് ആരുടേയും ജീവനിയാൾ കവർന്നിട്ടില്ല എന്നാണോ പറയുന്നത്?

"വീട് ഇഷ്ടമായോ?"

"സുന്ദരം."

"ഈ പൂച്ചെടികളെല്ലാം നിനക്ക് വേണ്ടി ഞാൻ നട്ടതാണ്."

"അലി, ജീവപര്യന്തം ശിക്ഷിക്കപ്പെട്ടിരിക്കുന്ന ഒരു തടവുപുള്ളിയാണ് ഞാൻ. ഇവിടെ ജീവിക്കാൻ എനിക്കെവിടെ നിന്ന് അനുവാദം ലഭിക്കും?"

"ഞാൻ എവിനിലെ എല്ലാ പ്രധാന ഉദ്യോഗസ്ഥരേയും അതിനായി സമ്മതിപ്പിച്ച് കഴിഞ്ഞു. നിന്നെ ഇവിടെ എന്നോടൊപ്പം താമസിപ്പിക്കാൻ. ഒരു തരത്തിൽ പറഞ്ഞാൽ വീട്ടുതടങ്കൽ! അവർക്കതിൽ എതിർപ്പില്ല. മറീനാ, ഇത് നിന്റെ വീടാകും, എന്റേയും നിന്റേയും."

നമ്മുടെ വീട്! ഞാനിപ്പോൾ ആരാണെന്ന് തന്നെ എനിക്കറിയില്ല. ഈ വീട് എവിന്റെ ഒരു വാലുമാത്രമാണ്.

"എന്നു വച്ചാൽ ഞാനിവിടേയും ജയിൽപുള്ളി തന്നെ എന്ന്,"

"എല്ലാം ചെയ്യേണ്ടതിനൊരു മാർഗ്ഗമൊക്കെയില്ലേ. അതുവഴിക്കല്ലേ ചെയ്യാനാകൂ. ഹമെഹ്ദിനെപ്പോലെ ചിലർ നമ്മുടെ വിവാഹത്തിനെതിരാണെന്ന് നിനക്കറിയില്ലേ. അവർ നമ്മെതന്നെ ശ്രദ്ധിച്ചുകൊണ്ടിരിക്കുകയാണ്. അതിനാൽ നമ്മളിൽ നിന്നും തെറ്റൊന്നും സംഭവിക്കരുത്. ഒരു ഇസ്ലാമിക് കോടതി നിന്നെ വധശിക്ഷയ്ക്ക് വിധിച്ചതാണ്....."

"പക്ഷേ ഒരു വിചാരണ എന്നൊന്നുണ്ടായിട്ടില്ല..."

എന്റെ വധശിക്ഷ നടപ്പാക്കാനിരുന്ന ദിവസം അങ്ങനെ ഒരു വിധി വന്നിരിക്കുന്നു എന്ന് അലി പറഞ്ഞിരുന്നു. എന്നാൽ അത് ഹമെഹ്ദും അദ്ദേഹത്തിന്റെ ചില കൂട്ടാളികളും കൂടി മാത്രം തീരുമാനിച്ചതാണെന്ന് ഞാൻ കരുതി. എന്നെ സംബന്ധിച്ചിടത്തോളം വിചാരണ എന്നാൽ, ഞാൻ പുസ്തകങ്ങളിലൊക്കെ വായിച്ചിട്ടുള്ളതുപോലെ, സിനിമകളിൽ കണ്ടിട്ടുള്ളതുപോലെ, ഒരു വലിയ മുറിയിൽ ജഡ്ജിയൊക്കെയിരുന്ന്, വക്കീലന്മാർ വാദിച്ച് ചെയ്യപ്പെടുന്ന ഒന്നാണ്.

എന്റെ വിചാരണ നടന്നിരുന്നു എന്നാണ് അലി പറയുന്നത്. എന്നാൽ അത് നടക്കുമ്പോൾ ഞാനുണ്ടായിരുന്നില്ലത്രെ. അതിനു ശേഷം ഇമാം എനിക്ക് മാപ്പ് തന്നു. എന്റെ വധശിക്ഷ മാറ്റി ജീവപര്യന്തമാക്കി. ഇനി വീണ്ടും ഇതും പറഞ്ഞ് ഇമാമിന്റെയടുത്ത് പോകുന്നത് അത്ര ശരിയല്ല എന്നാണ് അലി പറയുന്നത്. എന്നാൽ ഒരു വിചാരണയ്ക്ക് കൂടി

അഭ്യർത്ഥിക്കാനുള്ള അനുവാദം അലിക്ക് ലഭിച്ചിട്ടുണ്ട്. ഞാൻ ഇസ്ലാമിലേക്ക് മതം മാറി, അലിയെ വിവാഹം കഴിച്ചതിനു ശേഷമാണ് ആ പുനഃവിചാരണ നടക്കുന്നതെങ്കിൽ എന്റെ ശിക്ഷ രണ്ടോ മൂന്നോ വർഷമായി ചുരുങ്ങുവാനുള്ള സാധ്യത അധികമാണ്.

ഹമെഹ്ദ് എന്നെ എന്തുകൊണ്ടിത്ര വെറുക്കുന്നു എന്ന് ഞാൻ അലിയോട് ചോദിച്ചു. വ്യത്യസ്തമായ രീതികളും സ്വഭാവങ്ങളുമുള്ളവരെ ഹമെഹ്ദിനും മറ്റ് പലർക്കും വെറുപ്പാണെന്നായിരുന്നു മറുപടി.

ഞാൻ ഒന്ന് നിശ്വസിച്ചു. വിചിത്രമായ ഈ ഇസ്ലാമിക് ലോകം എനിക്ക് മനസ്സിലാകുന്നേയില്ല.

“എല്ലാം ശരിയാകും.” അലി തുടർന്നു. “ഇവിടേക്ക് ഫർണീച്ചറൊന്നും വാങ്ങാതിരുന്നത് നിനക്ക് നിന്റേതായ ആശയങ്ങളുണ്ടാകുമല്ലോ എന്ന് കരുതിയാണ്. ഈ വീട് എങ്ങനെ അലങ്കരിക്കണം എന്ന് നിനക്കൊരു ആശയമുണ്ടാകുമല്ലോ. നാളെ മുതൽ വീട്ടിലേക്കാവശ്യമുള്ള സാമഗ്രികൾ വാങ്ങിച്ച് തുടങ്ങാം. എങ്കിലേ സമയത്തിനെല്ലാം സ്വരുക്കൂട്ടുവാനാകൂ. നിന്റെ കുടുംബം എങ്ങനെ പ്രതികരിക്കും എന്ന ചിന്ത നിന്നെ അലട്ടുന്നുണ്ട് എന്നെനിക്കറിയാം. പക്ഷേ നീ എന്നെ വിശ്വസിക്ക്. ഞാൻ നിനക്ക് നൽകുന്ന ജീവിതമെന്തെന്ന് അവർ കണ്ടാൽ പിന്നെ അവരും സന്തോഷിക്കാൻ തുടങ്ങും.”

അലി പറഞ്ഞതിൽ വാസ്തവമുണ്ടാകാം. ഞങ്ങൾ ധനികരല്ല. ഇങ്ങനെ ഒരു വീടിനെക്കുറിച്ച് ഞങ്ങൾക്ക് സ്വപ്നം കാണാൻ പോലുമാകില്ല. എന്റെ അച്ഛൻ ദൈവവിശ്വാസിയായിരുന്നില്ല. എന്റെ വിശ്വാസം കണ്ട് എന്നെ കളിയാക്കാറുണ്ട്. എന്നാൽ പണം അച്ഛനെന്നും പ്രിയപ്പെട്ടത് തന്നെയായിരുന്നു. വിലകൂടിയ സാധനങ്ങൾ അച്ഛനെ എന്നും മദിപ്പിക്കുമായിരുന്നു. ഒരു പക്ഷേ അച്ഛന് അലിയെ ഇഷ്ടപ്പെട്ടേക്കാം. ആഡംബര കാറുകൾ അച്ഛനിഷ്ടമായിരുന്നു. അലിയാകട്ടെ ഇപ്പോൾ ഓടിക്കുന്നത് ഏറ്റവും പുതിയ മോഡലിലുള്ള മെഴ്സിഡസ് കാറാണ്. അമ്മയും വിലകൂടിയ ഒന്നിനും ഇതുവരേക്കും ഉടമയായിട്ടില്ല. വിവാഹം കഴിഞ്ഞ അന്ന് മുതൽ അവർ ജീവിക്കുന്നത് വാടകവീട്ടിലാണ്. അമ്മയ്ക്ക് ഈ വീട് ഇഷ്ടമാകും. അലിയോടൊപ്പം ഞാൻ എന്നെങ്കിലും സന്തുഷ്ടയാകുമോ? അത് അയാളെ ആശ്രയിച്ചിരിക്കുന്നു. എന്നേയും.

അയാൾ അയാളുടേതായ മാർഗ്ഗത്തിൽ എന്നെ സ്നേഹിക്കുന്നു. അത് എന്റെ മാർഗ്ഗത്തിൽ നിന്നും വളരെ വ്യത്യസ്തമാണെങ്കിലും അയാളുടെ നോട്ടത്തിൽ എന്നോടുള്ള സ്നേഹം എനിക്ക് കാണാനാകുന്നുണ്ട്.

എവിനിലേക്കുള്ള മടക്കയാത്രയ്ക്കിടയിൽ “നീ ഇനി തിരികെ 246ലേക്ക് പോകണ്ട എന്നാണെനിക്ക് തോന്നുന്നത്. 209 ലെ മുറികളായിരിക്കും കുറച്ചുകൂടി നല്ലതെന്ന് തോന്നുന്നു. അവിടെയാകുമ്പോൾ ഇടയ്ക്കിടെ

എനിക്കും നിന്നെ വന്ന് കാണാനാകും. വീട്ടിൽ നിന്നുള്ള ഭക്ഷണവും കൊണ്ടുവരാനാകും. എന്ത് പറയുന്നു" എന്ന് അലി ചോദിച്ചു.

ഞാൻ തലയാട്ടി.

വഴിയിൽ ഒരു ചെറിയ ഭക്ഷണശാലയിൽ ഞങ്ങൾ വണ്ടി നിർത്തി. അലി ഞങ്ങൾ ഇരുവർക്കും മുട്ടകൊണ്ടുള്ള സാൻഡ്‌വിച്ചും കൊക്കൊ കോളയും വാങ്ങി. മുട്ട എന്റെ ഇഷ്ടവിഭവമാണ്. മാസങ്ങളായി ഞാൻ മുട്ട കഴിച്ചിട്ട്. കാറിലിരുന്ന് ഞങ്ങളത് കഴിച്ചു. ബ്രഡ് പുതിയതായിരുന്നു. നല്ലവണ്ണം വെണ്ണ പുരട്ടിയിരുന്നു. പുഴുങ്ങിയ മുട്ടയും തക്കാളിയും സാൻഡ്‌വിച്ചിനായി ഉപയോഗിച്ചിരുന്നു. എന്റെ സാൻഡ്‌വിച്ച് കഴിഞ്ഞപ്പോൾ അലിയുടേത് പാതിപോലുമായിരുന്നില്ല. ഇനിയും വേണോ എന്ന് അലി ചോദിച്ചു. വേണം എന്ന് ഞാൻ പറഞ്ഞപ്പോൾ അലി ഞങ്ങളിരുവർക്കും ഓരോന്നു കൂടി വാങ്ങി.

എവിനിൽ അലി ഒരു കെട്ടിടത്തിനു മുന്നിലാണ് കാർ നിർത്തിയിട്ടത്. ഞങ്ങൾക്ക് മുന്നിൽ അധികം വെളിച്ചമില്ലാത്ത ഒരു ഇടനാഴി കണ്ടു. അതിന്റെ ഇരുവശത്തും ലോഹം കൊണ്ടുള്ള വാതിലുകളുണ്ടായിരുന്നു. ഒരു ഗാർഡ് ഞങ്ങൾക്കരികിലേക്ക് വന്നു.

"സലാം അലൈക്കു, അലി സഹോദരാ. സുഖമല്ലേ?"

"വളരെ സുഖം റേസാ. ദൈവത്തിനു നന്ദി. താങ്കൾക്കോ?"

"കുഴപ്പമൊന്നുമില്ല. ദൈവത്തിനു നന്ദി."

ഞാൻ ചോദിച്ചിരുന്ന സെൽ തയ്യാറാക്കി വച്ചിട്ടുണ്ടോ?"

"ഉവ്വ്. ഇതുവഴി പോകാം."

27 എന്ന അക്കമെഴുതിയ ഒരു വാതിൽക്കലേക്ക് ഞങ്ങൾ അദ്ദേഹത്തിനോടൊപ്പം നടന്നു. അയാൾ ചാവിയെടുത്ത് വാതിൽ തുറന്നു. വാതിലിന്റെ കറകറാസ്വരം ഇടനാഴിയിൽ നിറഞ്ഞു, പ്രതിധ്വനിച്ചു. അലി മുറിയിൽ കയറി പരിശോധിച്ചു. പിന്നെ പുറത്ത് വന്ന് എന്നോട് അകത്തേക്ക് കയറാൻ ആംഗ്യം കാണിച്ചു. ഞാനകത്ത് കയറി. പത്തടി നീളവും ഏഴടി വീതിയുമുള്ള ഒരു മുറി. അതിന്റെ ഒരു ഓരത്ത് സ്റ്റെയിൻലസ് സ്റ്റീൽ കൊണ്ട് നിർമ്മിച്ച ഒരു ശൗചാലയവും കൈകഴുകുവാനുള്ള സൗകര്യവും. തവിട്ട് നിറമുള്ള പഴകിയ കാർപറ്റാണ് നിലത്ത് വിരിച്ചിരിക്കുന്നത്. ഒരു ജനലേയുള്ളൂ. ഒരടി സമചതുരമാകണം അതിന്റെ വലിപ്പം. അഴികളിട്ടതാണത്. എനിക്ക് കൈയെത്താവുന്നതിലുമധികം ഉയരത്തിലാണത്. അലി വാതിൽക്കൽ നിന്നു.

"ഇവിടെ നിനക്ക് കുഴപ്പമൊന്നുമുണ്ടാകില്ല. കാലത്ത് പ്രാതലുമായി ഞാനെത്താം. കിടന്നുറങ്ങിക്കോളൂ."

വാതിലടയുന്നത് ഞാൻ നോക്കി നിന്നു. ചാവി തിരിയുന്ന സ്വരം കേട്ടു. ആ സ്വരം 'രാജ്യദ്രോഹി' എന്ന് വിളിച്ച് പറയുന്നതുപോലെയുണ്ടായിരുന്നു.

ഉച്ചഭാഷിണിയിലൂടെ പട്ടാളം മാർച്ച് ചെയ്യുന്ന സ്വരം വന്നു. മറ്റൊരു വിജയമാണത് കാണിക്കുന്നത്. ഈ 'വിജയങ്ങൾ' എല്ലാം സത്യമായിരുന്നെങ്കിൽ ഇതിനകം ഇറാൻ ലോകം കീഴടക്കിയിട്ടുണ്ടാകുമായിരുന്നു.

ഞാൻ സ്കാർഫ് അഴിച്ചു. മുഖം കഴുകി. ഒരു സുഖം തോന്നി. വീണ്ടും വീണ്ടും. ചുരുങ്ങിയത് ഒരു മുപ്പത് തവണയെങ്കിലും മുഖം കഴുകിയിട്ടുണ്ടാകും. അവസാനം കവിളുകൾ മരവിച്ചു. ഒഴുകുന്ന വെള്ളത്തിന്റെ സ്വരത്തിലും തണുപ്പിലും മനസ്സിനെ തണുപ്പിക്കുന്ന എന്തോ ഉണ്ട്. വെള്ളം എന്നെ എങ്ങനേയോ ഈ ലോകവുമായി ബന്ധിപ്പിച്ചു. എന്നാൽ, ഈ ബന്ധം എനിക്കെന്റെ ചർമ്മങ്ങളിൽ അനുഭവപ്പെടുന്നുണ്ടായിരുന്നെങ്കിലും എതോ വിദൂരമായ ഓർമ്മകളുടെ ഭാഗമാണെന്ന തോന്നലും അതേസമയമുണ്ടാകുന്നുണ്ടായിരുന്നു. ഈ സുഖം എന്റെ വർത്തമാന കാലത്തിലേതല്ല. ഭൂതകാലത്തിന്റെ ഭാഗമാണ്. ഗൃഹാതുരത്വം നിറഞ്ഞതാണ്. ദുഃഖം നിറഞ്ഞതാണ്.

ഞാൻ ക്ഷീണിതയായിരുന്നു. ഒരു മൂലയിൽ രണ്ട് കമ്പിളിപ്പുതപ്പുകൾ മടക്കി വച്ചിരിക്കുന്നു. ഞാനവ നിലത്ത് വിരിച്ച് കിടന്നു. ഇളം തവിട്ട് നിറത്തിലുള്ള ചായമാണ് ചുവരുകളിലടിച്ചിരിക്കുന്നത്. പലയിടത്തും അത് ഇളകിപോന്നിരിക്കുന്നു. അതിനടിയിലെ സിമന്റ് കാണുന്നു. ശേഷിച്ചിടത്ത് വിരലടയാളങ്ങൾ നിറഞ്ഞിരിക്കുന്നു. പല വലിപ്പത്തിലും പല ആകൃതിയിലുമുള്ള അടയാളങ്ങൾ. വിയർപ്പും ചളിയും നിറഞ്ഞവ. ചിലയിടത്ത് തവിട്ട് നിറമായ രക്തക്കറകളുമുണ്ട്. അത് രക്തം തന്നെയെന്ന് ഞാൻ സംശയിച്ചതാവാം. ചുവരിൽ ആരൊക്കെയോ കുത്തിക്കുറിച്ചിട്ടുണ്ട്. മിക്കതും വായിക്കാനാകുന്നില്ല. ഞാൻ അതിൽ ചില എഴുത്തുകളെ എന്റെ വിരലുകൊണ്ട് പിന്തുടർന്നു. ബ്രെയിലി ലിപികളെ പിന്തുടരുന്നതുപോലെ. അതിലൊന്ന് ഇങ്ങനെയായിരുന്നു. "ഷിരിൻ ഹഷേമി, ജനുവരി 5, 1982. ആർക്കെങ്കിലും എന്റെ സ്വരം കേൾക്കാമോ?"

അന്ന്, അതായത് ജനുവരി അഞ്ചാം തിയതി ഞാൻ വീട്ടിലായിരുന്നു. അപ്പോൾ ഷിരിൻ എന്ന ഈ പെൺകുട്ടി ഇതിനകത്ത് കിടക്കുകയായിരുന്നു. അവളിപ്പോൾ എവിടെയാകും? ഒരുപക്ഷേ മരിച്ചിരിക്കും. അവളിതെഴുതുന്നതിനു മുമ്പ് അവളെ എത്ര ക്രൂരമായി പീഡിപ്പിച്ചിട്ടുണ്ടാകും?

"ആർക്കെങ്കിലും എന്റെ സ്വരം കേൾക്കാമോ?" അവൾ ചോദിക്കുന്നു. അവളുടെ ആത്മാവിന്റെ സ്വരം ആർക്കെങ്കിലും കേൾക്കാമോ?

"ഇല്ല ഷിരിൻ. നിന്റെ സ്വരം ആർക്കും കേൾക്കാനാവില്ല. നമ്മൾ ഇവിടെ ഒറ്റയ്ക്കാണ്."

പിന്നെയും പേരുകളുണ്ടായിരുന്നു. മഹ്താബ്, കതായൂൺ, പിറൂസ്. പിന്നെ തിയതികളും. ഡിസംബർ 2, 1981. ഡിസംബർ 28, 1981. ഫെബ്രുവരി 12, 1982..അങ്ങനെയങ്ങനെ. "ഫിറൂസ്... നിന്നെ ഞാൻ സ്നേഹിക്കുന്നു," എന്നൊക്കെയുള്ള ചില വാചകങ്ങൾ എനിക്ക് വായിക്കുവാനായി. അവിടെ തടവിലാക്കപ്പെട്ട ജീവനുകൾ ചുറ്റിലുമുള്ള ചുവരുകളിൽ

അവരുടെ മുദ്രകൾ എനിക്കായി നീക്കിവച്ചിരിക്കുന്നു. അവ്യക്തമായ ചില വരകളെ ഞാൻ പിന്തുടർന്നു. ഏതോ തെരുവിന്റെ ചിത്രം പോലെയുള്ളവ. അവ വാക്കുകളെ യോജിപ്പിക്കുന്നു. തിയതികളേയും വാചകങ്ങളെയും യോജിപ്പിക്കുന്നു. എനിക്ക് ചുറ്റിലും സ്മാരകഫലകങ്ങൾ പോലെ നിരന്ന് നിൽക്കുന്ന വാക്കുകളെ, തിയതികളെ, വാചകങ്ങളെ. ഇവിടെ മരണത്തിന്റെ സാന്നിദ്ധ്യമുണ്ട്. അതിന്റെ നിഴൽ ഓരോ വാക്കിനേയും അരിച്ചെടുക്കുന്നു. "ആർക്കെങ്കിലും എന്റെ സ്വരം കേൾക്കാനാകുന്നുണ്ടോ?"

ഞാൻ രാജ്യദ്രോഹിയാണ്. ഞാനിതെല്ലാം അർഹിക്കുന്നു. ഈ വേദനയും. ഈ തുറുങ്കും. എവിനിലേക്ക് കാലെടുത്ത് വച്ച നിമിഷത്തിൽ എന്നെത്തന്നെ ഒറ്റിക്കൊടുത്തതിന് ഞാൻ സ്വയം പഴി ചാരുകയായിരുന്നു. മരണം പോലും എനിക്ക് മുഖം തിരിച്ച് നിന്നു. എന്റെ മാതാപിതാക്കൾ, ആന്ദ്രെ, പുരോഹിതർ, എന്റെ സുഹൃത്തുക്കൾ, എല്ലാവരും എന്നെ വെറുക്കും. ദൈവമേ, താങ്കളോ? താങ്കളും എന്നെ വെറുക്കുമോ? ഇല്ലെന്ന് എനിക്ക് തോന്നുന്നു. പക്ഷേ അങ്ങനേയും സംഭവിച്ചേക്കാം. ഞാൻ ഒന്നിനും കൊള്ളാത്തവളായിരിക്കുന്നു ഇതെല്ലാം. താങ്കൾ എന്ത് ചിന്തിക്കണമെന്നൊക്കെ തീരുമാനിക്കാൻ ഞാനാര്? പക്ഷേ, എന്നെ ഇവിടെ എത്തിച്ചത് താങ്കളല്ലേ? താങ്കൾക്ക് വേണമെങ്കിൽ എന്നെ മരണത്തിനു വിട്ട് കൊടുക്കാമായിരുന്നു. ഞാൻ ജീവിച്ചു. അതിനാൽ ഇതൊക്കെ എന്റെ തീരുമാനത്തിലുമധികമായി താങ്കളുടെ തീരുമാനമാണ്. ഞാൻ എന്ത് ചെയ്യണമെന്നായിരുന്നു താങ്കളുടെ പ്രതീക്ഷ. എന്തെങ്കിലും പറയൂ ദൈവമേ, ഞാൻ പ്രാർത്ഥിക്കുകയാണ്.

ദൈവം ഒരക്ഷരം പറഞ്ഞില്ല.

അലി വാക്ക് പാലിച്ചു. പിറ്റേന്നെനിക്ക് പ്രാതൽ കൊണ്ടുവന്നു. ബാർബാറി റൊട്ടിയും വീട്ടിലുണ്ടാക്കിയ ജാമും. ഒരു പ്ലാസ്റ്റിക് കപ്പിലാണ് ചായകൊണ്ടുവന്നത്. നല്ല ചായ. ആ ചായയ്ക്ക് കർപ്പൂരത്തിന്റെ മണമുണ്ടായിരുന്നില്ല. എനിക്കപ്പോൾ മാതാപിതാക്കളേയും ആന്ദ്രേയേയും ഓർമ്മ വന്നു. അവരിപ്പോൾ എന്ത് ചെയ്യുകയാകും? അമ്മ തനിക്കേറ്റവും ഇഷ്ടപ്പെട്ട ആ കസേരയിലിരിക്കുന്നുണ്ടാകും. തുന്നുകയാകും. കൈയിൽ ചായയുണ്ടാകും. അച്ഛൻ ജോലിക്ക് പോയിട്ടുണ്ടാകും. ആന്ദ്രേയോ... എന്ത് ചെയ്യുകയാകും എന്നറിയില്ല. വസന്തകാലം കഴിയാറായിരിക്കുന്നു. സ്കൂൾ അടച്ചിരിക്കും. അതിനാൽ ഇപ്പോൾ പഠിപ്പിക്കാൻ പോയിട്ടുണ്ടാകില്ല. എന്നെ അവർക്കൊക്കെ ഓർമ്മയുണ്ടാകുമോ? അതോ എല്ലാവരും മറന്നിരിക്കുമോ? അവരെന്നെ വ്യക്തമായി ഓർക്കുകയും മാപ്പ് തന്ന് എനിക്ക് വേണ്ടി പ്രാർത്ഥിക്കുകയും ചെയ്യുന്നുണ്ടാകുമോ?

ആർക്കെങ്കിലും എന്റെ സ്വരം കേൾക്കാനാകുന്നുണ്ടോ?

അന്ന് രാത്രി അലി ആറുമണിയോടെ എന്നെ കൂട്ടിക്കൊണ്ടുപോയി. ഞങ്ങൾ അലിയുടെ മാതാപിതാക്കളെ കാണാൻ പോകുകയാണെന്ന്

പറഞ്ഞു. വീടിനടുത്തെത്തിയപ്പോൾ ആളൊഴിഞ്ഞ ഒരു തെരുവിൽ അയാൾ വണ്ടി നിർത്തി. വഴിയുടെ ഇരുവശത്തും ഇഷ്ടിക കൊണ്ടുണ്ടാക്കിയ മതിലുയർന്ന് നിന്നു. അവയ്ക്ക് പുറകിൽ മേപ്പിൾ മരങ്ങൾ തലയുയർത്തി നിൽക്കുന്നു. മിക്ക മരങ്ങളും വൃദ്ധരായിരിക്കുന്നു. മേപ്പിളിനെ കൂടാതെ വില്ലോ, പോപ്ലാർ മരങ്ങളുമുണ്ട്. ആകാശത്തോളം ഉയരമുള്ള മരങ്ങൾ. എന്നാൽ അതിനു പുറകിലുള്ള അൽബോർസ് മലനിരകളെ അപേക്ഷിച്ച് നോക്കുമ്പോൾ ഈ മരങ്ങൾ ചെറിയ പുല്ലുകളാണെന്ന് തോന്നിപ്പിക്കുന്നു.

എന്റെ തൊണ്ട വരണ്ടിരുന്നു. കൈയും കാലും വിയർക്കുന്നുണ്ടായിരുന്നു. തന്റെ മാതാപിതാക്കൾ കരുണയുള്ളവരാണെന്ന് അലി പലതവണ പറഞ്ഞിരുന്നു. എങ്കിലും, എന്ത് പ്രതീക്ഷിക്കണം എന്നെനിക്കറിയില്ലായിരുന്നു. പച്ചനിറമുള്ള ഒരു ലോഹവാതിലിനരികിലേക്ക് ഞാൻ അലിയുടെ പുറകിൽ നടന്നു. അയാൾ മണിയടിച്ചു. കാത്തു നിന്നു. കൃശഗാത്രയായ ഒരു സ്ത്രീ വാതിൽ തുറന്നു. വെള്ള ചാദോറാണവർ ധരിച്ചിരുന്നത്. അത് അലിയുടെ അമ്മയാണെന്ന് ഞാൻ ഊഹിച്ചു. ഫാത്തിമ ഖാനൂം എന്നാണവരുടെ പേര്. ഇത്തിരികൂടി ഉയരവും തടിയും അവർക്കുണ്ടാകും എന്നാണ് ഞാൻ പ്രതീക്ഷിച്ചിരുന്നത്.

“സലാം, മാദർ ജൂൻ” അലി അവരെ അഭിവാദ്യം ചെയ്തു. നെറ്റിയിൽ ഉമ്മവച്ചു. “മാദർ, ഇതാണ് മറീനാ.”

“സലാം പ്രിയേ. നിന്നെ കണ്ടതിൽ സന്തോഷം.” അവർ പുഞ്ചിരിച്ചു. അവരുടെ കുറിയ തവിട്ട് കണ്ണുകൾ ഔത്സുക്യത്തോടെ എന്നെയുഴിഞ്ഞു. അനുകമ്പ സ്ഫുരിച്ച മുഖമായിരുന്നു അവരുടേത്.

ഞങ്ങൾ പടി കടന്ന് മുറ്റത്തെത്തി. ചാര നിറമുള്ള ചരൽ കല്ലുകളിട്ട ഇടുങ്ങിയ നടപ്പാതയിലൂടെ ഞങ്ങൾ നടന്നു. വലത്തോട്ട് തിരിഞ്ഞ് പോകുന്ന പാത. അത് വളരെ പഴക്കമുള്ള ബദാം, മേപ്പിൾ മരങ്ങൾക്കിടയിൽ മറഞ്ഞ് പോകുന്നു. അധികം താമസിയാതെ ആ വലിയ വീട് പ്രത്യക്ഷമായി. അതിന്റെ ചുമരിൽ വള്ളികൾ പടർന്ന് നിൽക്കുന്നു. പലതരം പൂച്ചെടികൾ നട്ടുപിടിപ്പിച്ച ചെടിച്ചട്ടികൾ വീട്ടിലേക്ക് കയറുവാനുള്ള വീതിയേറിയ പടികളുടെ ഇരുവശത്തും നിരത്തി വച്ചിരിക്കുന്നു.

വീട്ടിൽ വിലയേറിയ പേർഷ്യൻ കാർപ്പെറ്റുകൾ നിലം അലങ്കരിക്കുന്നു. അലിയുടെ സഹോദരി അക്രമും അവരുടെ ഭർത്താവ് മസൂദും അപ്പോൾ അവിടെയുണ്ടായിരുന്നു. വട്ടമുഖവും വലിയ തവിട്ട് കണ്ണുകളും റോസ് നിറത്തിലുള്ള കവിളുമുണ്ട് അക്രമിന്. അവരെ ആലിംഗനം ചെയ്യണോ അതോ കൈ കുലുക്കിയാൽ മതിയോ എന്നെനിക്ക് നിശ്ചയമില്ലായിരുന്നു. മതഭ്രാന്തുള്ള ചില മുസ്ലീങ്ങൾ ക്രിസ്ത്യാനികൾ അശുദ്ധിയുള്ളവരാണെന്ന് കരുതുന്നവരാണ്. അതിനാൽ അവരെ പ്രകോപിപ്പിക്കാതിരിക്കാൻ സ്പർശിക്കേണ്ടതില്ല എന്ന തീരുമാനത്തിൽ ഞാനെത്തി.

അലി തന്റെ പിതാവിനെ ആലിംഗനം ചെയ്തു. പിതാവിന്റെ ഇരു കവിളിലും മുത്തം കൊടുത്തു. അലിയേക്കാൾ ഒന്ന് രണ്ടിഞ്ച് ഉയര ക്കൂടുതലുണ്ടദ്ദേഹത്തിന്. അലിയേക്കാൾ മെലിഞ്ഞ ശരീരമാണ്. വെട്ടി യൊതുക്കിയ തവിട്ട് നിറം കയറിയ താടിയുണ്ട്. വീട്ടുകാരെല്ലാവരും എന്നെ വിനയപൂർവ്വം അഭിവാദ്യം ചെയ്തു. എന്നാൽ അവരിലുണ്ടായി രുന്ന അസ്വസ്ഥത എനിക്ക് സ്പഷ്ടമായിരുന്നു. രാഷ്ട്രീയ തടവുകാരിയായ ഒരു ക്രിസ്ത്യാനി അവരുടെ അലിയുടെ ഭാര്യയായിവരിക എന്നത് അവർക്ക് പെട്ടെന്ന് ദഹിക്കാത്തതാണ്. വിളറിയ ഈ പെണ്ണിന്റെ രൂപ ത്തിൽ എന്താണവൻ ഇത്ര പ്രത്യേകമായി കണ്ടത് എന്നവർ തിരഞ്ഞ തിൽ എനിക്കവരെ കുറ്റപ്പെടുത്താനാകില്ല.

ഞങ്ങൾ സ്വീകരണ മുറിയിലേക്ക് നീങ്ങി. വിശാലമായ മുറി. അത്യാ കർഷകമായി അലങ്കരിച്ചിരിക്കുന്നു. അവിടവിടെ വച്ചിരിക്കുന്ന ചെറിയ മേശകളിലെല്ലാം പഴങ്ങളും മധുരപലഹാരങ്ങളും നിരത്തിയിട്ടുണ്ട്.

ഞാൻ അക്രമിനരികെ ഒരു കസേരയിലിരുന്നു. അലിയുടെ അമ്മ എനിക്ക് ചായ കൊണ്ടുവന്ന് തന്നു. അവർ മിക്കപ്പോഴും എന്നെതന്നെ നോക്കിയിരിക്കുകയായിരുന്നു എന്നത് ഞാൻ ശ്രദ്ധിച്ചു. അവരുടെ കണ്ണിൽ എന്നോട് അനുകമ്പ നിഴലിച്ചിരുന്നു. ഞാൻ ചായ മൊത്തി ക്കുടിക്കുവാൻ തുടങ്ങി. നല്ല ചായയായിരുന്നു. സ്വർണ്ണനിറത്തിന്റെ അരികുകളോട് കൂടിയ സ്ഫടിക കപ്പിലാണത് തന്നത്. എന്റെ അസ്വാ സ്ഥ്യങ്ങൾക്ക് കുറവ് വന്നു തുടങ്ങി. എന്റെ സ്വന്തക്കാരിലാരുടേയോ വീട്ടി ലേക്ക് ഒരു സൗഹൃദസന്ദർശനത്തിനു ചെന്നതുപോലെ തോന്നി. അക്രം എനിക്ക് കുക്കീസ് വച്ചു നീട്ടി. ഞാൻ കുക്കീസിൽ നിന്നും ഒന്നെടുത്തു. ടെഹ്റാനിലെ പ്രധാന അങ്ങാടിയിൽ അലിയുടെ പിതാവിന് ഒരു കട യുണ്ട്. അതുകൂടാതെ കയറ്റുമതിയും ഇറക്കുമതിയും ചെയ്യുന്നുണ്ട്. പേർ ഷ്യൻ കാർപറ്റുകളും അണ്ടിപ്പരിപ്പുമെല്ലാം വ്യാപാരം ചെയ്യുന്നുണ്ട്.

അധികം വൈകാതെ അത്താഴമെത്തി. കുങ്കുമപ്പൂ വിതറിയ ചോറ്, പൊരിച്ച കോഴി, ബീഫ്, സ്റ്റ്യൂ, സലാഡ് എന്നിവയാണുണ്ടായിരുന്നത്. എല്ലാത്തിന്റേയും മണം അതിന്റെ രുചി എന്നോട് വിളിച്ചുപറയുന്നത് തന്നെയായിരുന്നെങ്കിലും എനിക്ക് വിശപ്പ് തോന്നിയിരുന്നില്ല. ഒരു പക്ഷേ ആ സമയത്ത് എന്റെ മാതാപിതാക്കളും ഭക്ഷണം കഴിക്കുകയായിരുന്നി രിക്കണം!

"മറീനാ, വളരെ വിഷമം പിടിച്ച ഒരു അവസ്ഥയാണിത്" മൂസാവി പറഞ്ഞ് തുടങ്ങി. അത്താഴം കഴിഞ്ഞതിനു ശേഷമാണദ്ദേഹം സംസാരം തുടങ്ങിയത്. "എന്റെ അഭിപ്രായം അറിയുവാനുള്ള അവകാശം നിന ക്കുണ്ട്. നീ ഇപ്പോൾ ഏതവസ്ഥയിലാണെന്ന് അറിഞ്ഞിരിക്കണം. പ്രത്യേ കിച്ചും നീ വളരെ ചെറുപ്പമായതിനാൽ."

ഒരു മുസ്ലീം മത വിശ്വാസി എന്ന നിലയ്ൽ മുസാവി 'നമാഹ്രം' ആയ സ്ത്രീയുടെ - അടുത്ത ബന്ധുവല്ലാത്ത സ്ത്രീയുടെ - കണ്ണിൽ നോക്കി സംസാരിക്കരുത് എന്ന ആചാരം പാലിക്കുന്നുണ്ടായിരുന്നു.

"ബാബാ...നമ്മളീ കാര്യം ഒരായിരം തവണ സംസാരിച്ചതല്ലേ?"

"അതെ. എന്നാൽ ആ ചർച്ചകൾ നടക്കുമ്പോഴൊന്നും മറീന അതിൽ ഭാഗമായിരുന്നില്ല എന്നതും നമ്മളോർക്കണം. അതിനാൽ നീ എന്നോടിപ്പോൾ ക്ഷമിക്ക്. ഞാൻ എന്റെ ഭാവി മരുമകളോടൊന്ന് സംസാരിച്ചോട്ടെ."

"ശരി ബാബാ."

"കുട്ടീ, എനിക്ക് നിന്റെ വിഷമം മനസ്സിലാകുന്നു എന്നതാദ്യം നീ മനസ്സിലാക്കണം. എങ്കിലും ചില ചോദ്യങ്ങൾ ഞാൻ ചോദിച്ചേ മതിയാകൂ. സത്യസന്ധമായി നീ അവയ്ക്ക് ഉത്തരം നൽകണം. നിനക്കിത് സ്വീകാര്യമാണോ?"

"അതെ സർ."

"എന്റെ മകൻ നിന്നോട് നല്ല രീതിയിലാണോ പെരുമാറിയത്?"

"അതെ സർ," അലിയെ നോക്കിക്കൊണ്ടാണ് ഞാൻ പറഞ്ഞത്. അലി എന്നെ നോക്കി പുഞ്ചിരിച്ചു.

"അവനെ വിവാഹം കഴിക്കാൻ നീ ആഗ്രഹിക്കുന്നുവോ?"

"അദ്ദേഹത്തെ വിവാഹം കഴിക്കാൻ ഞാൻ ആഗ്രഹിക്കുന്നില്ല. പക്ഷേ അദ്ദേഹം എന്നെ വിവാഹം കഴിക്കാൻ ആഗ്രഹിക്കുന്നു. എന്റെ ജീവൻ രക്ഷിക്കാനായി പല വൈഷമ്യങ്ങളും അദ്ദേഹം തരണം ചെയ്തിരിക്കുന്നു. പല ബുദ്ധിമുട്ടുകളും സഹിച്ചിരിക്കുന്നു. എന്റെ അവസ്ഥ ഞാൻ മനസ്സിലാക്കുന്നു. എന്നെ നല്ലവണ്ണം നോക്കിക്കോളാം എന്ന് അദ്ദേഹമെനിക്ക് വാക്ക് തന്നിരിക്കുന്നു."

തെറ്റായി ഞാൻ ഒന്നും പറഞ്ഞിട്ടില്ല എന്ന് ഞാൻ പ്രതീക്ഷിച്ചു.

ഞാൻ സമർത്ഥയാണെന്ന് മൂസാവി പറഞ്ഞു. എന്റെ പ്രായത്തേക്കാൾ പക്വതയുണ്ടെന്നും. ഞാൻ ഇസ്ലാമിക് സർക്കാരിന്റെ ശത്രുവായിരുന്നു എന്നദ്ദേഹം ഓർമ്മിപ്പിച്ചു. മരണമർഹിക്കുന്നവളായിരുന്നു. എനിക്ക് തെറ്റിൽ നിന്നും പഠിക്കാനുള്ള കഴിവുണ്ടെന്നും അങ്ങനെ പഠിച്ച് ചിന്താഗതിയിൽ മാറ്റങ്ങൾ വരുത്തുമെന്നുമുള്ള പ്രതീക്ഷയിലാണ് അലി എന്റെ കാര്യങ്ങളിൽ ഇടപെട്ടത്. എവിനിൽ എത്തുന്നതിനു മുമ്പുള്ള എന്നിലെ ആ വ്യക്തി മരിച്ചിരിക്കുന്നു എന്ന് മനസ്സിലാക്കണം എന്ന് മൂസാവി പറഞ്ഞു. ഞാൻ ഉടൻ ഒരു മുസ്ലീമാകും, പുതിയ ഒരു ജീവിതത്തിനു തുടക്കമിടും. മതപരിവർത്തനം എന്റെ പാപങ്ങളെ കഴുകിക്കളയും. തന്റെ മകൻ എനിക്ക് നൽകിയിരിക്കുന്ന വാഗ്ദാനങ്ങളുടെ ഉത്തരവാദിത്വം അവനു മാത്രമായിരിക്കും എന്നും അദ്ദേഹം പറഞ്ഞു.

എന്നെ വിവാഹം കഴിക്കുവാനുള്ള അലിയുടെ തീരുമാനത്തിൽ നിന്നും പിന്തിരിപ്പിക്കാൻ അദ്ദേഹം ശ്രമിച്ചതാണ്. എന്നാൽ അലി അതിനു സമ്മതിച്ചില്ല. അലി എന്നും അനുസരണയുള്ള നല്ല മകനായിരുന്നു. അച്ഛന്റെ ഇംഗിതങ്ങൾക്ക് ഒരിക്കലും എതിര് നിന്നിട്ടില്ല. ഇത്രയും

നിർബന്ധബുദ്ധിയോടെ അവൻ ഒന്നും ഇതുവരേക്കും പറഞ്ഞിട്ടില്ല, ആവശ്യപ്പെട്ടിട്ടില്ല. അതിനാൽ ഞാൻ ഇസ്ലാം മതം സ്വീകരിക്കുകയാണെങ്കിൽ ഈ വിവാഹത്തിനനുമതി തരാം എന്ന് മൂസാവി സമ്മതിച്ചു. അങ്ങനെ മതം മാറിയാൽ എന്റെ വീട്ടുകാർ എന്നെ തള്ളിപ്പറയും എന്ന് തനിക്കറിയാം എന്നദ്ദേഹം തുടർന്നു. പക്ഷേ, ഞാൻ സ്വീകരിക്കുന്ന ഈ പുതിയ മതത്തെ എത്രകാലം ഞാൻ ബഹുമാനിക്കുന്നുവോ, ഇസ്ലാം വിശ്വാസങ്ങളെ ബഹുമാനിച്ച്, അതിനനുസരിച്ച്, എത്ര കാലം ജീവിക്കുന്നുവോ, തന്റെ മകന് വിശ്വസ്തയായ ഭാര്യയായി എത്രകാലം ജീവിക്കുന്നുവോ, അത്രയും കാലം ഞാൻ അദ്ദേഹത്തിന്റെ മകളായിരിക്കുമെന്നും എന്റെ സംരക്ഷണത്തിനും നന്മയ്ക്കും വേണ്ട എല്ലാ കാര്യങ്ങളും താൻ ചെയ്തിരിക്കുമെന്നും ഉറപ്പ് തരുന്നു എന്നും അദ്ദേഹം തുടർന്നു.

"ഈ പറഞ്ഞതെല്ലാം എല്ലാവർക്കും ഒരുപോലെ മനസ്സിലായി എന്നും സ്വീകാര്യമാണെന്നും കരുതട്ടെ?" സംസാരം പൂർത്തിയാക്കി അദ്ദേഹം ചോദിച്ചു.

"ഉവ്വ്." എല്ലാവരും പറഞ്ഞു.

വിഷമകരമായ ഒരു പരിതസ്ഥിതിക്ക് പോംവഴി കണ്ടെത്തുവാൻ അദ്ദേഹം ചെയ്യുന്ന പ്രയത്നങ്ങൾ കണ്ട് ഞാൻ അദ്ഭുതപ്പെട്ടു. എന്റേയും അദ്ദേഹത്തിന്റേയും ചിന്താധാരകൾ തമ്മിൽ വളരെ വ്യത്യാസമുണ്ടെങ്കിലും കടകവിരുദ്ധങ്ങൾ തന്നെയെങ്കിലും മൂസാവിയെ ഞാൻ ബഹുമാനിക്കും എന്ന തീരുമാനം ഞാനെടുത്തിരുന്നു. അലിയെ അദ്ദേഹം സ്നേഹിക്കുന്നുണ്ട്. അലിയുടെ ഇഷ്ടങ്ങൾ നടക്കണമെന്നും അദ്ദേഹം ആഗ്രഹിക്കുന്നുണ്ട്. എന്റെ ചേട്ടൻ തനിക്കിഷ്ടപ്പെട്ട ഒരു പെൺകുട്ടിയെ വിവാഹം കഴിക്കാൻ ആഗ്രഹിക്കുകയും അതെന്റെ അച്ഛനിഷ്ടമില്ലാത്തതാകുകയുമാണെങ്കിൽ അച്ഛൻ ഇതുപോലെ ഒരു കുടുംബസദസ്സ് വിളിച്ച് ചേർക്കുമായിരുന്നില്ല. മറിച്ച് ചേട്ടനോട് ആ പെൺകുട്ടിയെ വിവാഹം കഴിച്ചാൽ പിന്നെ നമ്മൾ തമ്മിൽ ഒരു ബന്ധവുമുണ്ടാകില്ല, പരസ്പരം കാണില്ല, എന്ന് പറയുക മാത്രമേയുണ്ടാവുകയുള്ളൂ.

"മറീനാ, നിന്നെ ഞാൻ ഈ കുടുംബത്തിലേക്ക് സ്വാഗതം ചെയ്യുന്നു. ഇന്നുമുതൽ നീ എന്റെ മകളാണ്. എന്നാൽ ഇപ്പോഴത്തെ അസാധാരണ പരിതസ്ഥിതി കണക്കിലെടുത്ത് വിവാഹം ഒരു ചെറിയ സ്വകാര്യ ചടങ്ങായി ഈ വീട്ടിൽ വച്ച് നടത്താം. മാത്രമല്ല ഇപ്പോൾ തന്നെ ഇതൊക്കെ നിന്റെ വീട്ടിലറിയിക്കണം എന്ന് ഞാൻ നിർബന്ധം പിടിക്കുകയില്ല. ഞങ്ങളാകും ഇനി മുതൽ നിന്റെ കുടുംബക്കാർ. നിനക്ക് വേണ്ടതെല്ലാം ഞങ്ങൾ നൽകും. പ്രിയ മകനേ, നീ എന്നും ഞങ്ങളോട് നല്ല രീതിയിൽ മാത്രമേ പെരുമാറിയിട്ടുള്ളൂ. നിന്റെ വൈവാഹിക ജീവിതത്തിന് ഞങ്ങൾ എല്ലാ ഭാവുകങ്ങളും നേരട്ടെ. ഞങ്ങളുടെ അനുഗ്രഹം എപ്പോഴുമുണ്ടാകും."

അലി എഴുന്നേറ്റ് അച്ഛനെ ചുംബിച്ചു. നന്ദി പറഞ്ഞു. അലിയുടെ അമ്മ എന്നെ ആലിംഗനം ചെയ്യുമ്പോൾ കരയുന്നുണ്ടായിരുന്നു.

"എന്റെ വീട്ടുകാരെക്കുറിച്ച് എന്താണഭിപ്രായം? നിനക്ക് അവരെ ഇഷ്ടമായോ?"

എവിനിലേക്കുള്ള മടക്കയാത്രയ്ക്കിടയിൽ അലി ചോദിച്ചു.

"അവർ താങ്കളോട് നല്ല രീതിയിൽ പെരുമാറുന്നു. എന്നാൽ എന്റെ വീട്ടുകാർ വ്യത്യസ്തരാണ്."

"വ്യത്യസ്തർ എന്നതുകൊണ്ടെന്താണുദ്ദേശിച്ചത്?"

എന്റെ മാതാപിതാക്കളെ എനിക്കിഷ്ടമാണെന്നും അവരെ കാണാനാകാത്തതിൽ വിഷമമുണ്ടെന്നും ഞാൻ അലിയോട് പറഞ്ഞു. പക്ഷേ ഞങ്ങൾ തമ്മിൽ ഒരു ദൂരമുണ്ട്. ഒന്നിനെക്കുറിച്ചും ഇങ്ങനെ ചർച്ചയൊന്നുമുണ്ടാകാറില്ല. താനിപ്പോൾ കേട്ടതിൽ വിഷമമുണ്ട് എന്നായിരുന്നു അലിയുടെ പ്രതികരണം. ഞാൻ അവരുടെ കുടുംബാംഗമാകുന്നതിനെ തന്റെ അച്ഛൻ വളരെ ഗൗരവമായാണെടുത്തിരിക്കുന്നതെന്നും അലി പറഞ്ഞു. "ഒരാഴ്ചയ്ക്കുള്ളിൽ നിന്റെ മതം മാറ്റത്തിനുള്ള ചടങ്ങ് എവിനിൽ വച്ച് നടത്താം. പിന്നെ രണ്ടാഴ്ച കഴിഞ്ഞ് വരുന്ന വെള്ളിയാഴ്ചയിൽ നമ്മുടെ വിവാഹവും നടത്താം," അലി പറഞ്ഞു.

എല്ലാം വളരെ വേഗത്തിലാണ് സംഭവിച്ചുകൊണ്ടിരിക്കുന്നത്. വിഷമിക്കാൻ ഒന്നുമില്ല എന്ന് അലി പറയുന്നുണ്ടായിരുന്നു. വീട് എങ്ങനെ മോടിപിടിപ്പിക്കാം എന്നതിനെക്കുറിച്ച് മാത്രം ചിന്തിച്ചാൽ മതി. അടുത്ത ദിവസം എന്നേയും കൊണ്ട് ഷോപ്പിങ്ങിനു പോകാൻ പദ്ധതിയിടുകയാണ് അലി. അതെനിക്ക് മനസ്സിലായില്ല. ഞാനെങ്ങനെ ഷോപ്പിങ്ങിനു പോകും?

അലിയുടെ കുടുംബം എന്നോട് ക്രൂരമായും അധമമായും പെരുമാറും എന്നാണ് ഞാൻ കരുതിയിരുന്നത്. പക്ഷേ അനുഭവം നേർവിപരീതമായിരുന്നു. അനുകമ്പയും ദയയുമുള്ള പെരുമാറ്റം. ഞാൻ എന്റെ കുടുംബത്തിൽ കണ്ടിട്ടില്ലാത്തതെല്ലാം അവരുടെ കുടുംബത്തിൽ കണ്ടു. അലിയെ സ്നേഹനിധിയായ ഒരച്ഛന്റെ മകനായി ഞാൻ സങ്കല്പിച്ചിട്ടു പോലുമില്ല. എന്നാൽ ഇപ്പോഴിതാ അയാളെ സ്നേഹിക്കുന്നതും അയാൾ സ്നേഹിക്കുന്നതും ഞാൻ കാണുന്നു.

"ഒരു കാര്യം കൂടിയുണ്ട്. ഇസ്ലാമിലേക്ക് പരിവർത്തനം ചെയ്യുന്നവരെല്ലാം ഖുർ-ആൻ ക്ലാസുകളിൽ പോകണം. ഒരു മുസ്ലീം പേരും സ്വീകരിക്കണം. അറസ്റ്റ് ചെയ്യപ്പെട്ടതിനു ശേഷം നീ ഖുർ-ആൻ പഠിച്ച് കഴിഞ്ഞിരിക്കുന്നതിനാൽ ഒരു പേര് തിരഞ്ഞെടുക്കുക മാത്രമേ ചെയ്യാനുള്ളൂ. നിനക്ക് ഇപ്പോഴേ സുന്ദരമായ ഒരു പേരുണ്ടെന്നാണ് ഞാൻ കരുതുന്നത്. ആ പേര് എനിക്കിഷ്ടമാണ്. മറ്റൊരു പേരിൽ നിന്നെ ഞാൻ വിളിക്കില്ല. എന്നാൽ രേഖകളിൽ ചേർക്കാനായി എന്തെങ്കിലുമൊരു പേര് നീ സ്വീകരിച്ചേ പറ്റൂ."

അപ്പോൾ എനിക്കൊരു പുതിയ പേരുമുണ്ടാകും. അലി എന്നെ തുണ്ടം

തുണ്ടമാക്കുകയാണെന്ന് തോന്നുന്നു. ജീവനോടെ വെട്ടിമുറിക്കുക. അയാൾക്ക് എന്ത് തോന്നുന്നുവോ ആ പേരിൽ വിളിച്ചോട്ടെ.

"എനിക്ക് വേണ്ടി താങ്കൾ തന്നെ പേര് തിരഞ്ഞെടുത്തുകൊള്ളൂ."

"അത് വേണ്ട. നീ തന്നെ തിരഞ്ഞെടുക്കണം എന്നാണെന്റെ ആഗ്രഹം."

എന്റെ മനസ്സിലേക്ക് ആദ്യം വന്ന പേര് ഫാത്തിമ എന്നായിരുന്നു. ഞാനത് ഉറക്കെ പറയുകയും ചെയ്തു.

"എന്റെ അമ്മയുടെ പേര്! അമ്മയ്ക്കത് വലിയ സന്തോഷമാകും!"

ഞാനിതാ ക്രിസ്തുവിനു നേരെ മുഖം തിരിക്കുവാൻ പോകുന്നു. അതല്ലാതെ മറ്റൊരു മാർഗ്ഗവുമില്ല. എനിക്ക് യൂദാസിനെ ഓർമ്മവന്നു. അയാൾ ക്രിസ്തുവിനെ ഒറ്റുക്കൊടുത്തിരുന്നു. ഞാനും അതേ പാതയിലൂടെ സഞ്ചരിക്കുകയാണോ? തെറ്റിന്റെ അവസാനത്തിൽ മാത്രമാണ് യൂദാസ് താൻ ചെയ്തത് എത്ര വലിയ അപരാധമാണെന്ന് തിരിച്ചറിഞ്ഞത്. അതിനാൽ അയാൾ സ്വന്തം ജീവനെടുത്തു. നിരാശമൂലം അയാൾക്ക് തന്നിലുള്ള വിശ്വാസവും പ്രതീക്ഷയുമെല്ലാം നഷ്ടപ്പെട്ടു. ഇരുട്ട് മാത്രമായി. അയാളുടെ ഏറ്റവും വലിയ തെറ്റ് അതായിരുന്നില്ലേ? അയാൾ സത്യത്തെ അഭിമുഖീകരിക്കുകയായിരുന്നെങ്കിൽ, ദൈവത്തിനോട് മാപ്പപേക്ഷിക്കുകയായിരുന്നെങ്കിൽ, സ്വന്തം ആത്മാവിനെയെങ്കിലും രക്ഷിക്കാമായിരുന്നു. യേശുവിനെ പിടികൂടിയപ്പോൾ പത്രോസ് അവനെ മൂന്ന് തവണ തള്ളിപ്പറഞ്ഞു. തനിക്കിവനെ അറിയില്ല എന്ന് പറഞ്ഞു. എന്നാൽ പത്രോസിന് മാപ്പപേക്ഷിക്കുന്നതിൽ വിശ്വാസമുണ്ടായിരുന്നു. അവനതിനിരന്നു. ദൈവം സ്നേഹമാകുന്നു. യേശുവിനെ അവർ പീഡിപ്പിച്ചു. വേദന നിറഞ്ഞ, ഭീകരമായ ഒരു മരണമാണവൻ വരിച്ചത്. അതിനാൽ എന്റെ കാര്യങ്ങളെല്ലാം അവനോട് എനിക്ക് വിശദീകരിക്കേണ്ടി വരില്ല. അവനെല്ലാം അറിയാം. ഞാനനുഭവിച്ച പീഡനമുഖങ്ങൾ അവനറിയാം.

എനിക്ക് ആന്ദ്രേയോട് യാത്ര പറയണം. വെറുതെ ഒറ്റവാക്കിൽ ഒരു യാത്രപറച്ചിൽ. ആന്ദ്രേ ഒന്നും അറിയേണ്ടതില്ല. പിന്നെ അച്ഛനോടുമമ്മയോടും പറയണം. അവരോടാദ്യം ഞാൻ ഇസ്ലാം മതം സ്വീകരിച്ചു എന്ന് പറയാം. അപ്പോൾ അവരുടെ പ്രതികരണമെന്തെന്നറിയാം. എന്നിട്ട് ബാക്കി പറയാം. ഒരവസാന തവണ എനിക്ക് എന്റെ പള്ളിയൊന്ന് കാണണം. അതിനുശേഷം ഒരുപക്ഷേ എനിക്കെന്റെ പുതിയ ജീവിതവുമായി മുന്നോട്ട് പോകാനായേക്കും.

പിറ്റേന്ന് പ്രാതലിന് അലി എനിക്ക് കുറച്ച് ബ്രഡ്ഡും ചീസും കൊണ്ടുവന്നു.

"ഷോപ്പിങ്ങിനു പോകാൻ തയ്യാറായോ?" പ്രാതൽ കഴിഞ്ഞപ്പോൾ അലി ചോദിച്ചു.

“ഉവ്വ്. എന്നാൽ പോകുന്നതിനു മുമ്പ് എനിക്ക് ഒരു കാര്യം ചോദിച്ചറിയണമെന്നുണ്ട്.”

“എന്താണത്?”

“ഞാൻ താങ്കളെ സ്നേഹിക്കാൻ എന്നെ സഹായിക്കണം എന്ന് തോന്നാറുണ്ടോ?”

“ഉവ്വ്.” അലിയുടെ മുഖത്തൊരു അദ്ഭുതമുണ്ടായിരുന്നു.

“എങ്കിൽ ഒരു തവണ എന്നെ എന്റെ പള്ളിയിലേക്ക് കൊണ്ടുപോകണം. ഒരു തവണ. യാത്ര ചോദിക്കാൻ മാത്രം.”

“ഞാൻ കൊണ്ടുപോകാം. പിന്നെയെന്തെങ്കിലും.”

ഒരു കാര്യം കൂടിയുണ്ടെന്നും അതൊരു പക്ഷേ അലിക്ക് ഇഷ്ടപ്പെട്ടെന്ന് വരില്ലെന്നും ഞാൻ പറഞ്ഞു. നമ്മൾ തമ്മിൽ ഒരു കരാറുണ്ടെന്നത് എനിക്കറിയാം എന്ന് പറഞ്ഞു. എന്റെ സത്യം ഞാൻ പാലിക്കും. എന്നാൽ കഴിയുന്ന വിധത്തിലെല്ലാം ഒരു നല്ല ഭാര്യയായി ജീവിക്കും. എന്നാൽ എനിക്ക് ആന്ദ്രെയോട് യാത്ര പറയണം. അത് ചെയ്തില്ലെങ്കിൽ എന്റെ ഭൂതകാലം എന്നിൽ നിന്നും വിട്ടുപോകില്ല.

ഞാൻ അലിയുടെ കണ്ണിലേക്ക് ഉറ്റുനോക്കി. അതിൽ കോപം കണ്ടില്ല.

“നിന്റെ മനസ്സ് ഒരൊറ്റ രാത്രികൊണ്ട് മാറില്ല എന്ന വസ്തുത ഞാൻ അംഗീകരിക്കണം എന്ന് തോന്നുന്നു. അവനെ ഒരു തവണ കാണാൻ ഞാൻ നിന്നെ അനുവദിക്കാം. എന്നാൽ ഇത് എന്റെ മനസ്സാക്ഷിക്കെതിരായി, നിന്നെ സന്തോഷിപ്പിക്കാൻ വേണ്ടി മാത്രമാണ് ചെയ്യുന്നത് എന്നും നീ മനസ്സിലാക്കണം.”

“നന്ദി.”

“ഞാൻ വേണ്ട ഏർപ്പാടുകൾ ചെയ്യാം. സന്ദർശകരെ അനുവദിക്കുന്ന ദിവസം നിന്നെ വന്ന് കാണാൻ അവനെ അനുവദിക്കാം. ഈ വരുന്ന സന്ദർശകദിനത്തിലല്ല. അതിനടുത്തതിൽ.”

“നീ അവരോടെല്ലാം നമ്മുടെ വിവാഹത്തെക്കുറിച്ചും പറയാനുദ്ദേശിക്കുന്നുണ്ടോ?”

“ഇപ്പോഴില്ല. പടിപടിയായി കാര്യങ്ങൾ അവതരിപ്പിക്കണം.”

“നിനക്ക് നല്ലതെന്ന് തോന്നുന്നതുപോലെ ചെയ്തോളൂ.”

അതിന്റെ അടുത്തയാഴ്ച ഞാൻ ഇസ്ലാം മതത്തിലേക്ക് പരിവർത്തനം ചെയ്യപ്പെട്ടു. വെള്ളിയാഴ്ചത്തെ പ്രാർത്ഥനയ്ക്ക് ശേഷമായിരുന്നു ചടങ്ങുകൾ. സെല്ലിനു പുറത്ത് വച്ച്. എവിനിൽ, മരങ്ങൾ നിറഞ്ഞ ശാന്തമായ ഒരിടത്തിൽ.

പുല്ലിനു മീതെ കാർപറ്റ് വിരിച്ചു. എവിനിലെ ജീവനക്കാരും ഗാർഡുകളും വരിയായി ഇരുന്നു. ആദ്യം പുരുഷന്മാരും അവർക്ക് പുറകിൽ

സ്ത്രീകളും. മഹാഭൂരിപക്ഷവും പുരുഷന്മാരായിരുന്നു. ഇമാം-എ ജോമേയായിരുന്ന അയാത്തൊള്ള ഖിലാനി മരപ്പലകകൾ കൊണ്ടുണ്ടാക്കിയ ഒരു തട്ടിന്മേലാണിരുന്നത്. എല്ലാവരും അതിനഭിമുഖമായി ഇരുന്നു. അയാത്തൊള്ള ഖിലാനി തന്നെയാണ് വെള്ളിയാഴ്ചത്തെ പ്രാർത്ഥനകൾക്കും നേതൃത്വം നൽകിയത്. അന്ന് അദ്ദേഹം പ്രസംഗിക്കുകയും നമാസിനു നേതൃത്വം നൽകുകയും ചെയ്തിരുന്നു. ഞാൻ സ്ത്രീകളുടെ വരിയിലേക്ക് നടന്നു. അലിക്ക് പുറകിലാണ് ഞാൻ നടന്നത്. അവസാനത്തെ രണ്ട് വരികളിലാണ് സ്ത്രീകൾ ഇരുന്നിരുന്നത്. നല്ല ഉയരമുള്ള ഒരാളൊഴികെ എല്ലാവരും ഇരിക്കുകയായിരുന്നു. നിൽക്കുന്ന സ്ത്രീ ചുറ്റുപാടും വീക്ഷിക്കുന്നുണ്ടായിരുന്നു. അത് മറിയമായിരുന്നു. അവർ എന്നെ നോക്കി പുഞ്ചിരിച്ചു. എന്റെ കൈ പിടിച്ചു. അവർക്കരികെ ഇരുന്നോളൂ എന്ന് പറഞ്ഞു. അധികം താമസിയാതെ അയാത്തൊള്ള ഖിലാനി എത്തി. പ്രസംഗം തുടങ്ങി.

ഐക്യ അമേരിക്കൻ നാടുകൾ ചെയ്ത് കൂട്ടുന്ന തിന്മകളെക്കുറിച്ച് ജനക്കൂട്ടത്തിനോട് പറഞ്ഞു. എല്ലാ വിപ്ലവ ഗാർഡുകളേയും പ്രകീർത്തിച്ചു. ഇസ്ലാമിക് വിപ്ലവ കോടതികളിലെ ജീവനക്കാരെയെല്ലാം പ്രകീർത്തിച്ചു. അവരെല്ലാം ഇസ്ലാമിനെ സംരക്ഷിക്കുവാനായി ചെയ്തുകൊണ്ടിരിക്കുന്ന പ്രവർത്തികളെ പ്രകീർത്തിച്ചു. നിസ്കാരം കഴിഞ്ഞപ്പോൾ അയാത്തൊള്ള ഖിലാനി എന്റെ പേരു വിളിച്ചു. എന്നോട് പ്ലാറ്റ്ഫോമിലേക്ക് വരാൻ ആവശ്യപ്പെട്ടു. മറിയം എന്റെ കൈ പിടിച്ചമർത്തി. ഞാൻ എഴുന്നേറ്റ് നിന്നു. തലകറങ്ങുന്നുണ്ടോ എന്നെനിക്ക് സംശയം തോന്നി. എല്ലാവരും എന്നെ തുറിച്ച് നോക്കുന്നുണ്ടായിരുന്നു. ഇടറുന്ന കാലുകളോടെ ഞാൻ അയാത്തൊള്ളയ്ക്ക് സമീപമെത്തി. വളരെ ലളിതമായ ഒരു വാചകം പറയുവാൻ അദ്ദേഹം എന്നോട് ആവശ്യപ്പെട്ടു. “അള്ളാഹുവല്ലാതെ മറ്റൊരു ദൈവമില്ലെന്ന് ഞാൻ സാക്ഷ്യപ്പെടുത്തുന്നു. മുഹമ്മദ് അവന്റെ പ്രവാചകനാണെന്നും സാക്ഷ്യപ്പെടുത്തുന്നു.” അതംഗീകരിക്കുന്ന മട്ടിൽ ജനക്കൂട്ടം “അള്ളാഹു അക്ബർ” എന്ന് മൂന്ന് വട്ടം വിളിച്ച് പറഞ്ഞു. ഞാൻ ക്രിസ്ത്യാനിയല്ലാതായി.

ചുറ്റിലുമുള്ള മരങ്ങളിലിരുന്ന് കിളികൾ പാടുന്നുണ്ടായിരുന്നു. അതിനൊരു മാറ്റവും വന്നിട്ടില്ല. മലനിരകളിൽ നിന്നുമെത്തിയ കുളിർകാറ്റ് മരച്ചില്ലകളേയും ഇലകളേയും തഴുകിക്കൊണ്ടിരുന്നു. അതിനിടയിലൂടെ വിറച്ച് വിറച്ച് വെയിൽ നിലത്ത് വീഴുന്നു. ആകാശത്തിന്റെ നീലിമയ്ക്കും വ്യത്യാസമൊന്നും വന്നിട്ടില്ല. ഞാൻ ദൈവകോപത്തിനായി കാത്തിരിക്കുകയാണ്. ആകാശത്തുനിന്നും ഒരു ഇടിമിന്നൽ ഇറങ്ങി വരുന്നതും കാത്തിരിക്കുകയാണ്. അത് ഞാൻ നിൽക്കുന്നിടത്ത് വന്ന് പതിക്കണം. അലി മുൻനിരയിലാണിരുന്നിരുന്നത്. അലിയുടെ മുഖത്തപ്പോൾ കണ്ട സ്നേഹഭാവം ഇടിമിന്നലിനേക്കാൾ കരുത്തുള്ളതാണെന്ന് എനിക്ക് തോന്നി. കുറ്റബോധത്താൽ എന്റെ ഹൃദയം വിങ്ങാൻ തുടങ്ങി. “ഞാൻ നിന്നെ സ്നേഹിച്ചപോലെ പരസ്പരം സ്നേഹിക്കുക” എന്ന് യേശു

പറഞ്ഞിരിക്കുന്നു. ഞാൻ അലിയെ സ്നേഹിക്കണം എന്നവൻ പ്രതീക്ഷിക്കുന്നുവോ? അങ്ങനെയൊക്കെ അവനെങ്ങനെ പ്രതീക്ഷിക്കുവാനാകുന്നു?

അലി എഴുന്നേറ്റ് എന്റെ കൈയിൽ ഒരു കറുത്ത ചാദോർ തന്നു.

"ഇത് തുന്നുമ്പോൾ അമ്മ സന്തോഷം കൊണ്ട് കണ്ണുനീർ വാർക്കുന്നുണ്ടായിരുന്നു. അമ്മയ്ക്ക് നിന്നെയോർത്ത് അഭിമാനം തോന്നുന്നു."

എനിക്കും അങ്ങനെ തോന്നിയിരുന്നെങ്കിൽ എന്ന് ഞാൻ ആഗ്രഹിച്ചു.

അച്ഛനും അമ്മയും പ്രതീക്ഷിക്കപ്പെട്ട സന്ദർശനത്തിൽ എന്നെ കാണാൻ എത്തിച്ചേർന്നപ്പോൾ ഞാനെന്റെ മതം മാറ്റത്തെക്കുറിച്ച് പറഞ്ഞു. എന്തു കൊണ്ടിത് എന്നവർ ചോദിക്കില്ല എന്നെനിക്കറിയാമായിരുന്നു. അവർ ചോദിച്ചതുമില്ല. എവിനിൽ എന്ത് സംഭവിച്ചാലും അതിനെ ചോദ്യം ചെയ്യാൻ ആർക്കും ധൈര്യമില്ലായിരുന്നു. അവർ എന്നെ മിഴിച്ച് നോക്കി നിന്ന് കരഞ്ഞു. എവിനിലെ അന്തേവാസി ആരുടേയും മകനോ മകളോ, ഭാര്യയോ ഭർത്താവോ, അമ്മയോ അച്ഛനോ ആകുന്നില്ലെന്നും, അവൻ അല്ലെങ്കിൽ അവൾ ഒരു ജയിൽപുള്ളിയല്ലാതെ മറ്റൊന്നുമല്ലെന്നും അവർക്കറിയാം എന്ന് ഞാൻ ഊഹിച്ചു.

അലി വാക്ക് പാലിച്ചു. ഏതാനും ദിവസം കഴിഞ്ഞപ്പോൾ എന്നെ പള്ളിയിലേക്ക് കൊണ്ടുപോയി. അലിയുടെ സുഹൃത്തായ് മൊഹമ്മദ് ഒപ്പമുണ്ടായിരുന്നു. മൊഹമ്മദ് അതിനു മുമ്പ് ക്രിസ്ത്യൻ പള്ളി കണ്ടിട്ടില്ലെന്നും ഒരു പള്ളിയുടെ അകത്ത് കയറി കാണാൻ അയാൾക്ക് താത്പര്യം തോന്നിയതിനാലാണ് വന്നതെന്നും അലി പറഞ്ഞു. പള്ളിക്ക് മുന്നിൽ അലി വണ്ടി നിർത്തി. ഞാൻ അവസാനം സന്ദർശിച്ചതിനു ശേഷം ഒരു മാറ്റവും ആ കെട്ടിടത്തിനു വന്നിട്ടില്ല. എന്നിട്ടും ഇവിടെയെത്തിയപ്പോൾ എനിക്കാകെ അപരിചിതത്വം തോന്നി. ഞാൻ കാറിൽ നിന്നിറങ്ങി മുൻവാതിലിലേക്ക് നടന്നു. അത് താഴിട്ട് കിടക്കുകയായിരുന്നു. ഞാൻ ഒരു വശത്തുള്ള വാതിലിലേക്ക് നടന്നു. മണിയടിച്ചു.

"ആരാണത്?" പുരോഹിതൻ വിളിച്ച് ചോദിച്ചു. മാർടിനി അച്ചനായിരുന്നു അത്. ഇന്റർകോമിലൂടെയാണദ്ദേഹം അത് ചോദിച്ചത്.

എന്റെ ഹൃദയം ഒന്ന് നൊമ്പരപ്പെട്ടു. "മറീനാ" ഞാൻ ഉത്തരം നൽകി.

ആരോ തിരക്ക് കൂട്ടി വാതിൽക്കലേക്ക് നടന്ന് വരുന്നത് കേട്ടു. വാതിൽ തുറന്നു. മുന്നിൽ കാണുന്ന കാഴ്ചയിൽ വിശ്വാസം വരാതെ അദ്ഭുതപ്പെട്ട് വാ പൊളിച്ച് നിൽക്കുന്ന മാർടിനി അച്ചനെ ഞാൻ കണ്ടു.

"മറീനാ... എന്റെ സന്തോഷം എനിക്ക് പറഞ്ഞറിയിക്കുവാനാകില്ല... വരൂ... അകത്തേക്ക് വരൂ." അച്ചൻ പറഞ്ഞു.

ഞാൻ അച്ചനു പുറകെ നടന്നു. മുറ്റം മുറിച്ച് കടന്ന് അദ്ദേഹത്തിന്റെ ഓഫീസിലെത്തി. അലിയും മൊഹമ്മദും എനിക്ക് പുറകിലുണ്ടായിരുന്നു.

"എനിക്ക് ഇവളുടെ മാതാപിതാക്കളേയും സുഹൃത്തായ ആന്ദ്രേയേയും വിളിക്കാൻ അനുവാദമുണ്ടോ?" അച്ചൻ അലിയോട് ചോദിച്ചു.

അലിയുടെ കണ്ണുകൾ എന്റേതിലുടക്കി. എന്റെ ഹൃദയം അപ്പോൾ നിലച്ച് പോകുമെന്ന് തോന്നി.

"ശരി. ആയിക്കോളൂ" എന്ന് പറഞ്ഞ് അലി പുറത്തിറങ്ങി. മൊഹമ്മദിനോട് ഒപ്പം വരാൻ ആവശ്യപ്പെട്ടു.

ഒരു നിമിഷം കഴിഞ്ഞപ്പോൾ മൊഹമ്മദ് തിരിച്ചെത്തി. അലിയെ കണ്ടില്ല. അലി ഒരുപക്ഷേ കാറിൽ കാത്തിരുന്ന് കാണും. ആന്ദ്രേയെ കാണാൻ അലിക്ക് താത്പര്യമില്ലെന്ന് എനിക്ക് തോന്നി. എനിക്ക് സുഖം തന്നെയല്ലേ എന്ന് മാർടിനി അച്ചൻ ചോദിച്ചു. സുഖം എന്ന് ഞാൻ പറഞ്ഞു. അച്ചന്റെ കണ്ണുകൾ എന്നിൽ നിന്ന് മൊഹമ്മദിലേക്കും തിരിച്ചും സഞ്ചരിച്ചുകൊണ്ടിരുന്നു. ഞാനവിടെ അങ്ങനെ ചെന്നത് അച്ചനെ എത്ര ഭീതിയിലാക്കിയിട്ടുണ്ടാകും എന്ന് പിന്നീടാണോർത്തത്. എന്റെ സാന്നിദ്ധ്യം ഇത്രയധികം ഭയം ജനിപ്പിക്കും എന്ന് ഞാൻ കരുതിയിരുന്നില്ല. ഞാനപ്പോൾ വികാരിയെ അപകടത്തിൽ ചാടിക്കുകയല്ല എന്ന് എനിക്കറിയാമായിരുന്നു. എന്നാൽ അവർക്ക് അതറിയില്ല. ഇവിടെയെത്തിയാൽ എനിക്ക് സന്തോഷവും സുരക്ഷിതത്വവും തോന്നുമെന്നാണ് ഞാൻ കരുതിയത്. എന്നാൽ എന്നെ അറസ്റ്റ് ചെയ്ത ആ നിമിഷത്തിൽ തന്നെ എന്റെ സന്തോഷവും സുരക്ഷിതത്വവും മരിച്ചുപോയി എന്ന് അപ്പോൾ എനിക്ക് മനസ്സിലായി.

എന്റെ അമ്മയും ആന്ദ്രേയും നിമിഷങ്ങൾക്കുള്ളിലെത്തി. കഥകളെല്ലാം പറയാനായെങ്കിൽ എന്ന് ഞാനപ്പോൾ ആശിച്ചു. അപ്പോൾ അത് ചെയ്യാനാകില്ല എന്നെനിക്കറിയാം. വാക്കുകളിൽ എങ്ങനെ ഞാനിത്രയധികം വേദന ഒന്നിച്ചൊതുക്കും? യാത്ര പറയാനാണ് ഞാൻ വന്നത്. അതാണ് ശരി. എന്നെ മറക്കാനും ദുഖം മറക്കാനും അവർക്ക് ഞാനായി ഒരു അവസരം നൽകണം. എന്റെ ഭൂതകാലത്തിന്റെ വാതിലുകൾ ഞാൻ വലിച്ചടയ്ക്കണം.

ഇസ്ലാമിക് രീതിയിൽ വസ്ത്രത്തെ മറയ്ക്കുന്ന വലിയ സ്കാർഫ് അമ്മ ധരിച്ചിരുന്നു. തലയിലെ ഒരൊറ്റ മുടിപോലും പുറത്ത് കാണാത്ത വിധത്തിൽ മറച്ചിരിക്കുന്നു. കറുത്ത പാന്റ്സാണമ്മ ധരിച്ചിരുന്നത്. അമ്മ എന്നെ ആലിംഗനം ചെയ്തു. വിടാൻ വിസമ്മതിച്ചു. എന്റെ വിരലുകളിൽ അമ്മയുടെ വാരിയെല്ലുകൾ തടഞ്ഞു. അമ്മ വല്ലാതെ മെലിഞ്ഞിരിക്കുന്നു. അമ്മയിൽ നിന്നും സിഗരറ്റിന്റെ മണം വരുന്നു.

"കുഴപ്പമൊന്നുമില്ലല്ലോ?" അമ്മ എന്റെ കാതിൽ മന്ത്രിച്ചു.

അമ്മയുടെ കൈകൾ എന്റെ പുറക് വശവും കൈകളും തടവി നോക്കുന്നുണ്ടായിരുന്നു. എന്റെ അവയവങ്ങളൊന്നും നഷ്ടപ്പെട്ടിട്ടില്ലല്ലോ എന്നാണമ്മ പരതിയിരുന്നത്. അവസാനം ഒരുവിധത്തിൽ ഞാൻ അമ്മയിൽ നിന്നും വേർപെട്ടു. അമ്മയുടെ കണ്ണുകളപ്പോൾ എന്നെ അടി മുതൽ മുടിവരെ ഉഴിഞ്ഞു. എന്നാൽ ഞാനണിഞ്ഞിരുന്ന കറുത്ത ചാദോർ മൂലം അമ്മയ്ക്ക് എന്റെ മുഖമല്ലാതെ മറ്റൊന്നും കാണാനാകുമായിരുന്നില്ല.

"എനിക്ക് കുഴപ്പമൊന്നുമില്ലമ്മേ." ഞാൻ പുഞ്ചിരിച്ചു.

അമ്മയും ഒരു പുഞ്ചിരി വരുത്താൻ ശ്രമിച്ചു.

"ഈ ചാദോർ നിനക്ക് എവിടെ നിന്ന് കിട്ടി?"

ഒരു സുഹൃത്ത് തന്നതാണെന്ന് ഞാൻ പറഞ്ഞു.

"മറീന ഇസ്ലാം മതം സ്വീകരിച്ചത് അറിയുമായിരിക്കും അല്ലേ?" മൊഹമ്മദിന്റെ ഗാംഭീര്യമുള്ള സ്വരം മുറിയിൽ നിറഞ്ഞു.

"ഉവ്വ്." മാർടിനി അച്ഛനും അമ്മയും ഒന്നിച്ചാണത് പറഞ്ഞത്. അമ്മ പഴ്സ് തുറന്ന് ടിഷ്യൂ പേപ്പറെടുത്ത് കണ്ണുതുടച്ചു.

"നിനക്ക് കുഴപ്പമൊന്നുമില്ലെന്ന് ഉറപ്പാണോ?" ആന്ദ്രെ ചോദിച്ചു. ആന്ദ്രെ എന്നേയും മൊഹമ്മദിനേയും മാറി മാറി നോക്കുന്നുണ്ടായിരുന്നു.

"സുഖം."

പറയാൻ ഒരുപാടുണ്ടായിരുന്നു. എന്നാൽ ഒന്നും ഓർമ്മയിലെത്തുന്നില്ല.

എന്റെ വിഷമാവസ്ഥ ആന്ദ്രെയ്ക്ക് മനസ്സിലാകുന്നുണ്ട്.

"എന്ത് പറ്റി?" അദ്ദേഹം വീണ്ടും ചോദിച്ചു.

വാക്കുകൾ എന്റെയുള്ളിന്റെയുള്ളിലെവിടേയോ ഒളിച്ചിരിക്കുന്നു. കഴിഞ്ഞ ഏതാനും മാസങ്ങൾ എന്നിൽ വല്ലാത്തൊരു ആശയക്കുഴപ്പവും കഠിനമായ വേദനയും നിറച്ചിരിക്കുന്നു. അതെന്നെ എവിന്റെ ചുമരുകൾക്കുള്ളിൽ മാത്രമല്ല എന്നിൽ തന്നെ തടവുകാരിയാക്കിയിരിക്കുന്നു. സംസാരിക്കാനായി ഞാൻ വാ തുറന്നെങ്കിലും സ്വരമൊന്നും പുറത്ത് വന്നില്ല.

"നീ എന്ന് തിരിച്ച് വരും?" ആന്ദ്രെ ചോദിച്ചു.

"ഒരിക്കലും തിരികെ വരില്ല." ഞാൻ മന്ത്രിച്ചു.

"ഞാൻ കാത്തിരിക്കും," മനസ്സിലപ്പോഴും എന്തോ ഉറപ്പുള്ളതുപോലെ ആന്ദ്രെ ഒന്ന് പുഞ്ചിരിച്ചു.

ചുറ്റും എന്ത് സംഭവിക്കുന്നു എന്നത് പരിഗണനാവിഷയമാക്കാതെ ആന്ദ്രെ എന്നെ സ്നേഹിക്കുന്നു എന്ന് അദ്ദേഹത്തിന്റെ കണ്ണുകളെന്നോട്

വിളിച്ച് പറഞ്ഞു. മറ്റൊരു വാക്ക് കേൾക്കുകയോ പറയുകയോ ചെയ്യേണ്ട ആവശ്യം എനിക്ക് തോന്നിയില്ല. എന്നെ മറക്കണം എന്ന് ഞാൻ കെഞ്ചിയാലും അദ്ദേഹമത് ചെയ്യില്ല എന്നെനിക്ക് മനസ്സിലായി. ആരെങ്കിലും കാത്തിരിക്കുന്നു എങ്കിൽ അതിനർത്ഥം പ്രതീക്ഷ ഇനിയും ബാക്കിയുണ്ട് എന്നാണ്. എവിനു മുമ്പുണ്ടായിരുന്ന എന്റെ ജീവിതം ആന്ദ്രെയായിരുന്നു. അതിനാൽ ഇപ്പോഴും അതിജീവനത്തിനായി ഞാൻ ആ പ്രതീക്ഷയിൽ പിടിച്ച് തൂങ്ങി നിൽക്കണം. എന്റെ കണ്ണിൽ നിന്നും കണ്ണുനീരിറ്റ് വീഴാൻ തുടങ്ങി. ഞാൻ തിരിഞ്ഞ് നടന്നു.

മൊഹമ്മദും ഞാനും ഒന്നിച്ച് കാറിലെത്തി അലി വണ്ടി ഓടിച്ചു. കുറച്ച് കഴിഞ്ഞപ്പോൾ നിർത്തി.

"എന്തേ നിർത്തിയത്?" ഞാൻ ചോദിച്ചു.

"നിന്നെ ഇങ്ങനെ വിളറിക്കണ്ടിട്ടില്ല."

"എനിക്ക് കുഴപ്പമൊന്നുമില്ല. എന്നെ ഇവിടേക്ക് കൊണ്ടുവന്നതിന് നന്ദി. ഇനി അവരെ അവിടെ കൊണ്ടുവന്നെന്നെ കാണിക്കണ്ട. എനിക്ക് താങ്കളോട് നന്ദിയുണ്ട്. താങ്കൾ ഇതെല്ലാം അത്ര എളുപ്പത്തിൽ സാധിച്ചെടുത്തതല്ല എന്നെനിക്കറിയാം."

"ഞാൻ നിന്നെ സ്നേഹിക്കുന്നു എന്നത് നീ മറന്നു."

"എങ്ങനെ നന്ദി പറയണം എന്ന് എനിക്കറിയില്ല."

"നിനക്കറിയാം. തീർച്ച."

പതിനാറ്

1982 ജൂലായ് ഇരുപത്തി മൂന്നാം തിയതിയായിരുന്നു എന്റെ വിവാഹം. പ്രഭാതത്തിലെ നിസ്കാരം കഴിഞ്ഞപ്പോൾ അലി ഞാൻ ഏകാന്ത തടവ് അനുഭവിച്ചിരുന്ന ഇരുന്നൂറ്റിയൊമ്പതാം നമ്പർ സെല്ലിലെത്തി. ഞാനതിനകത്ത് മറ്റ് തടവുകാരികളുമായി ബന്ധമൊന്നുമില്ലാതെ ഒരു മാസമായി കഴിയുന്നു. തലേന്ന് രാത്രി ഞാൻ ഉറങ്ങിയിട്ടില്ല. എന്റെ ഭയം എന്റെ രക്ഷകനായി. അതെന്നെ ആകെ മരവിപ്പിച്ചു. ചിന്തകളെ മരവിപ്പിച്ചു. അഴികളിട്ട് ഭദ്രമാക്കിയിരുന്ന കൊച്ചുജനലിലേക്ക് തുറിച്ച് നോക്കിയിരുന്ന് ഞാൻ രാത്രി മുഴുക്കെ സമയം കളഞ്ഞു. അതിന്റെ ലോഹ അഴികൾ വിശാലമായ ആകാശത്തിനു കുറുകെ വരകളിടുന്നത് കണ്ടിരുന്നു. ഇരുട്ടിനുള്ളിലൂടെ സാവധാനത്തിൽ വെളിച്ചമിറക്കി വരുന്ന പ്രഭാതങ്ങളോട് എനിക്കെന്നും ഒരു പ്രണയമുണ്ടായിരുന്നു. ആകാശത്തിന്റെ കറുപ്പിലേക്ക് സാവധാനത്തിലിറങ്ങിവരുന്ന ആ നീല നിറത്തിനോട്. മരുഭൂമിയിലേക്ക് ഇറ്റ് വീഴുന്ന മഴത്തുള്ളിപ്പോലെയാണത്.

അലി വാതിൽക്കൽ മൃദുവായി മുട്ടി. വിറയ്ക്കുന്ന കൈകളോടെ ഞാൻ എന്റെ ചാദോർ അണിഞ്ഞു. എഴുന്നേറ്റ് നിന്നു. എന്റെ കണ്ണിലേക്ക്

തന്നെ നോക്കിക്കൊണ്ടയാൾ അകത്ത് പ്രവേശിച്ച് വാതിലടച്ചു. ഞാൻ കണ്ണ് താഴോട്ടിട്ടു.

"നീ പശ്ചാത്തപിക്കില്ല," എനിക്കരികിലേക്ക് നീങ്ങിക്കൊണ്ട് അയാൾ പറഞ്ഞു. "ഇന്നലെ രാത്രി ഉറങ്ങാനായോ?"

"ഇല്ല."

"ഞാനുമുറങ്ങിയില്ല. നീ തയ്യാറായോ?"

ഞാൻ തലയാട്ടി.

വണ്ടിയിലിരിക്കുമ്പോൾ ഞങ്ങൾ പരസ്പരം ഒന്നും പറഞ്ഞില്ല. ഞങ്ങളെത്തിയ ഉടൻ അലിയും അദ്ദേഹത്തിന്റെ അച്ഛനുമൊരുമിച്ച് അവിടെ നിന്ന് പോയി. അലിയുടെ അമ്മ എന്നെ ആലിംഗനം ചെയ്തു. ചുംബിച്ചു. ഞാൻ പ്രാതൽ കഴിക്കണം എന്ന് നിർബന്ധിച്ചു. എനിക്ക് വിശപ്പുണ്ടായിരുന്നില്ല. പക്ഷേ അവരത് കേൾക്കാൻ തയ്യാറല്ലായിരുന്നു. ഞാനവർക്ക് പുറകെ അടുക്കളയിലെത്തി. അവർ എന്നോട് ഇരിക്കാൻ പറഞ്ഞു. കുറച്ച് മുട്ടയെടുത്ത് പൊരിക്കാൻ തുടങ്ങി. എന്റെ അമ്മയുടെ അടുക്കളയെപ്പോലെയല്ല ഈ അടുക്കള. ഇത് വളരെ വിസ്താരമേറിയതാണ്. നല്ല വെളിച്ചവുമുണ്ട്. ഒരു മൂലയിൽ സ്റ്റെയിൻലസ് സ്റ്റീൽ കൊണ്ടുണ്ടാക്കിയ സമോവാറിൽ വെള്ളം തിളയ്ക്കുന്നു. അടുക്കളയിൽ അപ്പോഴുണ്ടായിരുന്ന അസ്വസ്ഥമായ നിശ്ശബ്ദതയെ അതില്ലാതാക്കുന്നു

"വീട്ടുകാർക്കും സുഹൃത്തുക്കൾക്കുമെല്ലാം ഈ വിവാഹത്തിൽ പങ്കെടുക്കണം എന്നാഗ്രഹമുണ്ടായിരുന്നു." ഏതാനും നിമിഷത്തെ മൗനത്തിനു ശേഷം അവർ പറഞ്ഞ് തുടങ്ങി. "എനിക്ക് മൂന്ന് സഹോദരിമാരും രണ്ട് സഹോദരന്മാരുമാണുള്ളത്. അവർക്കെല്ലാം കുട്ടികളുമുണ്ട്. കുട്ടികളിൽ മിക്കവരുടേയും വിവാഹം കഴിഞ്ഞിരിക്കുന്നു. അവരിൽ ചിലർക്കും കുട്ടികളായിരിക്കുന്നു. മൂസാവിക്ക് മൂന്ന് സഹോദരന്മാരും ഒരു സഹോദരിയുമുണ്ട്. അവർക്ക് കുട്ടികളും പേരക്കുട്ടികളുമെല്ലാമായി. പിന്നെ അമ്മാവന്മാരും അമ്മായിമാരും മറ്റ് ബന്ധുക്കളും കുടുംബസുഹൃത്തുക്കളുമെല്ലാമുണ്ട്. അലിയുടെ വിവാഹത്തിനാരേയും ക്ഷണിക്കുന്നില്ല എന്ന് കേട്ടപ്പോൾ അവർക്കെല്ലാം നിരാശയായി. ഞങ്ങൾ കാര്യങ്ങളെല്ലാം വിശദീകരിച്ചു. മിക്കവർക്കും അതെല്ലാം മനസ്സിലായി. അവരെല്ലാം നിന്നെ അനുമോദിക്കാനും ആശംസിക്കാനും പറഞ്ഞിട്ടുണ്ട്. അലിയും നീയും തയ്യാറാകുമ്പോൾ ഞാൻ അവരെയൊക്കെ നിങ്ങളെ കാണാനായി ക്ഷണിച്ച് വരുത്താം."

വളരെ സാവധാനത്തിലാണവർ സംസാരിച്ചിരുന്നത്. ഇടയ്ക്കിടെ നിർത്തിയായിരുന്നു സംസാരം. വാക്കുകൾ വളരെ ശ്രദ്ധിച്ച് തിരഞ്ഞെടുക്കുന്നതുപോലെ.

അസ്വസ്ഥമായ മൗനം വീണ്ടും പടർന്നു. വറചട്ടിയിലിളകുന്ന മരത്തിന്റെ സ്പൂണുണ്ടാക്കുന്ന സ്വരം മാത്രം അവിടെ നിറഞ്ഞു.

“നീ ഭയന്നിരിക്കുകയാണെന്ന് എനിക്കറിയാം.” അലിയുടെ അമ്മ ഒന്ന് നിശ്വസിച്ചു. അവരപ്പോഴും അടുപ്പിനഭിമുഖമായി എനിക്ക് പിന്തിരിഞ്ഞ് നിൽക്കുകയായിരുന്നു. “എന്റെ വിവാഹദിനം ഞാനോർക്കുന്നു. അന്ന് എനിക്ക് നിനക്കിപ്പോഴുള്ളതിനേക്കാൾ പ്രായം കുറവായിരുന്നു. വീട്ടുകാർ ആലോചിച്ചുറച്ച വിവാഹമായിരുന്നു. ഞാനാകെ ഭയന്നിരുന്നു. നീ ധീരയാണെന്നാണ് അലി പറഞ്ഞത്. ഞാൻ കണ്ടതും കേട്ടതും വച്ച് അത് സത്യമാണെന്നും എനിക്കറിയാം. എന്നാൽ ഇന്ന് നീ വല്ലാതെ ഭയന്നിരിക്കുകയാണെന്ന സത്യവും ഞാൻ മനസ്സിലാക്കുന്നു. അങ്ങനെയാകുവാൻ നിനക്കവകാശമുണ്ട്. എല്ലാ അവകാശങ്ങളുമുണ്ട്. പ്രത്യേകിച്ചും നിന്റെ വീട്ടുകാർ നിന്നോടൊപ്പമില്ലാതെയുള്ള കല്യാണമാകുമ്പോൾ. എന്നാൽ അലി നല്ലവനാണെന്ന് മാത്രം ഞാൻ പറയട്ടെ. അവന്റെ അച്ഛനെപ്പോലെതന്നെയാണവൻ.”

അവർ തിരിഞ്ഞ് നോക്കി. ഞങ്ങളിരുവരുടേയും കണ്ണിൽ നിന്ന് കണ്ണുനീർ പ്രവഹിക്കുന്നുണ്ടായിരുന്നു. അവർ എന്റെ സമീപം വന്നു. എന്റെ തല അവരുടെ മാറിലേക്കമർത്തി. തലമുടി തടവി. എന്റെ മുത്തശ്ശി മരിച്ചതിനുശേഷം ഇങ്ങനെ ഒരു സാന്ത്വനം എനിക്ക് ലഭിച്ചിട്ടില്ല. ഞങ്ങൾ ഒന്നിച്ചിരുന്ന് പൊരിച്ച മുട്ട കഴിച്ചു. വധുവാകാൻ പോകുന്നവൾ ഒരു നീണ്ട കുളി നടത്തുക എന്നത് പാരമ്പര്യത്തിന്റെ ഭാഗമാണെന്ന് അവർ എനിക്ക് വിശദീകരിച്ച് തന്നു. മാത്രമല്ല, അവരുടെ അടുത്ത സുഹൃത്ത് കൂടിയായ, ബൻദാന്ദാസ് ഒന്ന് രണ്ട് മണിക്കൂറിലെത്തുമെന്നും അവർ പറഞ്ഞു. അങ്ങനെ നീണ്ട കുളിയൊന്ന് ഞാൻ നടത്തിയിട്ട് മാസങ്ങളായിട്ടുണ്ടായിരുന്നു. പെട്ടെന്ന് തീർക്കുന്ന കുളികളാണിപ്പോൾ എല്ലാ ദിവസങ്ങളിലും. എന്നെ അറസ്റ്റ് ചെയ്ത അന്ന് രാത്രിപോലും എനിക്കൊന്ന് നന്നായി കുളിക്കാനായിട്ടുണ്ടായിരുന്നില്ല.

എനിക്ക് കുളിമുറി കാണിച്ച് തരുന്നതിനു മുമ്പ് അവരെന്നെ ഒരു കിടപ്പ് മുറിയിലേക്ക് കൊണ്ടുപോയി. സോഫ്രെഹ്-ഹെ-അഗദാണത്. എന്നുവച്ചാൽ വിവാഹവസ്ത്രം എന്നർത്ഥം. അവിടെ നിലത്ത് പട്ടുകൊണ്ടുള്ള ഒരു വെള്ള മേശവിരിപ്പ് വിരിച്ചിട്ടിരിക്കുന്നു. നടുക്ക് വെള്ളിയരികുള്ള ഒരു വലിയ കണ്ണാടിയുണ്ട്. അതിനിരുവശത്തും ശുഭ്രനിറമുള്ള മെഴുകുതിരികളുമായി നിൽക്കുന്ന മെഴുകുതിരിക്കാലുകൾ. കണ്ണാടിക്ക് മുന്നിൽ ഖുറാന്റെ ഒരു പകർപ്പ്. മേശവിരിപ്പിന്റെ ശേഷിച്ച ഭാഗത്തെല്ലാം വെള്ളിത്തളികയിൽ മധുരങ്ങളും പഴവർഗ്ഗങ്ങളും വച്ചിരിക്കുന്നു. വധുവും വരനും സോഫ്രെഹ്-യെ അഗദിലിരിക്കുമ്പോൾ മുല്ല വിവാഹചടങ്ങുകൾ നടത്തും, അതാണു രീതി എന്ന് എനിക്കറിയാം.

കുളിമുറിയിലെ വില കൂടിയ സിറാമിക് ഇഷ്ടികകൾ എന്നെ നോക്കി വെളുക്കെ ചിരിച്ചു. ഞാൻ ടബ്ബിൽ ചൂടുവെള്ളം നിറച്ചു. വേനലായിരുന്നെങ്കിലും പ്രഭാതം മുതൽ എനിക്ക് തണുപ്പ് മാത്രമേ അനുഭവപ്പെടുന്നുണ്ടായിരുന്നുള്ളൂ. ലഹരി പിടിപ്പിക്കുന്ന ചൂട് എനിക്ക് ചുറ്റിലും

പരന്നപ്പോൾ എന്റെ മാംസപേശികൾ അയയുവാൻ തുടങ്ങി. ഞാൻ കണ്ണടച്ചു. ദൈവം എനിക്ക് ഒരു വലിയ കഴിവ് തന്നിട്ടുണ്ട്. സഹിക്കാൻ വയ്യാത്ത അവസ്ഥയിലാകുമ്പോൾ എനിക്ക് ചിന്തകളെ എന്നിൽ നിന്നും ആട്ടിപ്പായിക്കുവാൻ, അകറ്റി നിർത്തുവാനാകും. അന്ന് രാത്രി എന്ത് സംഭവിക്കും എന്ന് ചിന്തിക്കാൻ അപ്പോൾ ഞാൻ തയ്യാറായിരുന്നില്ല.

ഏതാനും നിമിഷം കഴിഞ്ഞ് വെള്ളമൊന്ന് ചൂടാറാൻ തുടങ്ങിയപ്പോൾ വാതിൽക്കൽ മൃദുവായ ഒരു മുട്ട് കേട്ടു. ബൻദന്ദാസ്, ഷിരിൻ ഖനൂം എത്തിയിരിക്കുന്നു എന്ന് അക്രം എന്നെ അറിയിച്ചു. "ഹെജാബ് ധരിക്കണമെന്നില്ല. ആണുങ്ങളൊക്കെ പുറത്താണ്. വൈകിയേ തിരിച്ചെത്തുകയുള്ളൂ." അവർ തുടർന്നു.

ഞാൻ വസ്ത്രം മാറി, കുളിമുറിയിൽ നിന്നും പുറത്ത് വന്നു. അക്രമിന്റെ പഴയ കിടപ്പ് മുറിയിൽ ആജാനബാഹുവായ ഒരു സ്ത്രീ നിലത്തൊരു വിരിപ്പ് വിരിക്കുന്നു. ഞാൻ മുറിയിൽ പ്രവേശിച്ചയുടൻ അവരുടെ കണ്ണുകൾ എന്നെ ഉഴിയാൻ തുടങ്ങി.

"സുന്ദരിക്കുട്ടി," അവർ എന്നെ അംഗീകരിച്ചു. "എങ്കിലും ഇവൾ വല്ലാതെ മെലിഞ്ഞിരിക്കുന്നു ഫാതിമ ഖാനൂം. ഇവളെ നന്നായി ഊട്ടേണ്ടി വരും നീ. ഒന്ന് തടിച്ചാൽ ഇവൾ ഇനിയും സുന്ദരിയാകും." അവർ എനിക്ക് സമീപമെത്തി എന്റെ കവിളിൽ തടവി. "നല്ല ചർമ്മം. കൺപുരികങ്ങളൊന്ന് ശരിയാക്കണം."

"ഞാനും അക്രമും അടുക്കളയിലുണ്ടാകും. എന്തെങ്കിലും ആവശ്യമുണ്ടെങ്കിൽ വിളിച്ചാൽ മതി." അലിയുടെ അമ്മ പറഞ്ഞു. എന്നെ നോക്കി പുഞ്ചിരിച്ച് മുറിയിൽ നിന്നും പുറത്ത് പോയി.

ഷിരിൻ ഖനൂം നിലത്ത് വിരിച്ച വിരിപ്പിലിരുന്നു. എന്നിട്ട് "ഞാൻ തയ്യാറായി മോളേ, വസ്ത്രമൊക്കെ അഴിച്ച് എനിക്ക് മുന്നിലിരുന്നോളൂ," എന്ന് പറഞ്ഞു.

ഞാൻ അനങ്ങിയില്ല.

"എന്തിനാ കാത്തിരിക്കുന്നത്? വാ." അവർ ചിരിച്ചു. "ഇങ്ങനെ നാണിക്കേണ്ട ആവശ്യമൊന്നുമില്ല. ഇതെല്ലാം ചെയ്തല്ലേ പറ്റൂ. നിന്റെ ഭർത്താവിനരികിലെത്തുമ്പോൾ ഏറ്റവും മികച്ച രീതിയിൽ തന്നെ ചെല്ലണ്ടേ?"

വേണ്ട. എനിക്കങ്ങനെ ചെല്ലണ്ട. ഞാൻ ചിന്തിച്ചു. പക്ഷേ ഒന്നും പറഞ്ഞില്ല.

വിറച്ചുകൊണ്ട് ഞാൻ വസ്ത്രമഴിച്ചു. നിലത്ത് വിരിച്ച വിരിപ്പിലിരുന്നു. കാൽമുട്ടുകൾ നെഞ്ചിലേക്ക് മടക്കി വച്ചു. ഷിരിൻ ഖാനൂം കാൽ നിവർത്തിവയ്ക്കാൻ ആവശ്യപ്പെട്ടു. ഞാൻ അനുസരിച്ചു. അവർ ഒരു ചരടെടുത്തു. അതിന്റെ ഒരഗ്രം വിരലിൽ ചുറ്റി. മറ്റേ അഗ്രം കടിച്ച് പിടിച്ചു. എന്നിട്ട് എന്റെ കാലുകളിലേക്ക് വളഞ്ഞ് ആ ചരട് കത്രിക

പോലെ ഉപയോഗിച്ച് എന്റെ രോമങ്ങളെല്ലാം നീക്കിക്കളയുവാൻ തുടങ്ങി. അതിവേഗത്തിലാണവർ അത് ചെയ്തത്. നല്ല വേദനയുമുണ്ടായിരുന്നു. കഴിഞ്ഞപ്പോൾ എന്നോട് തണുത്ത വെള്ളത്തിലൊന്ന് കുളിക്കാൻ അവർ ആവശ്യപ്പെട്ടു. കുളി കഴിഞ്ഞപ്പോൾ അവർ എന്റെ തലമുടി പിന്നിയിട്ടു. എന്റെ അരയ്ക്കൊപ്പമുണ്ടായിരുന്നു അപ്പോൾ മുടി. പിന്നിയ മുടിയവർ തലയ്ക്ക് പുറകിൽ ഒരു പന്തുപോലെ കെട്ടിനിർത്തി.

ഉച്ചയായി. ബാങ്ക് വിളിയുടെ സ്വരം കേട്ടു. ദിവസത്തിലെ രണ്ടാമത്തെ നിസ്കാരത്തിന്റെ സമയം. ഞങ്ങൾ വുളുവെടുത്തു. കൈകാലുകൾ കഴുകി കുളിമുറിയിൽ നിന്നും പുറത്തിറങ്ങിയപ്പോൾ അലിയുടെ അമ്മ എന്നെ കാത്ത് നിൽക്കുന്നത് കണ്ടു. അവർ കൈയിൽ പട്ടുകൊണ്ടുള്ള വെളുത്ത ഒരു കെട്ട് സൂക്ഷിച്ചിരുന്നു. അതവർ എനിക്ക് തന്നു. എനിക്ക് നിസ്കരിക്കുവാനായി അവർ തന്നെ തുന്നിയുണ്ടാക്കിയ ഒരു പായയാണത്. അവരുടെ സ്നേഹവും ദയയും എന്നെ ആവരണം ചെയ്യുന്നതു പോലെ തോന്നി.

അലിയുടെ വീട്ടിൽ നിസ്കരിക്കുവാൻ മാത്രമായി ഒരു മുറിയുണ്ട്. കട്ടിയുള്ള പേർഷ്യൻ കാർപ്പെറ്റ് ഒഴിച്ചാൽ ആ മുറിയിൽ പിന്നെ ഒന്നുമുണ്ടായിരുന്നില്ല. ഞങ്ങൾ മെക്കയ്ക്ക് അഭിമുഖമായി നിന്നു. ഞങ്ങളുടെ നിസ്കാര പായ നിവർത്തി. അതിൽ പ്രാർത്ഥനയ്ക്കായി നിന്നു. സ്വർണ്ണത്തിന്റേയും വെള്ളിയുടേയും നൂലുകൊണ്ട് ചിത്രപ്പണി ചെയ്തതായിരുന്നു എന്റെ നിസ്കാരപ്പായ. അത് തുന്നിയെടുക്കാൻ അലിയുടെ അമ്മ മണിക്കൂറുകൾ തന്നെ ചിലവിട്ടിട്ടുണ്ടാകണം.

നിസ്കാരം കഴിഞ്ഞപ്പോൾ അക്രം ഊണുമേശ തയ്യാറാക്കി. ചൈനയിൽ നിന്നുള്ള നല്ലതരം തളികകൾ നിരത്തിയിരുന്നു. മാട്ടിറച്ചിയും വഴുതനങ്ങയും ചോറുമുണ്ടായിരുന്നു. അതിൽ നിന്നും കുറച്ച് ഒരുവിധത്തിൽ വിഴുങ്ങി. ഭക്ഷണത്തിനു ശേഷം ചായ വന്നു. ചായ മൊത്തിക്കുടിച്ചുകൊണ്ടിരിക്കുമ്പോൾ എന്തോ ഗാഢചിന്തയിലാണ്ട് എന്നെത്തന്നെ നോക്കിയിരിക്കുന്ന അലിയുടെ അമ്മയെ കണ്ടു. എന്നോട് പ്രധാനപ്പെട്ട എന്തോ കാര്യം പറയാനുണ്ട് എന്നാൽ എവിടെ തുടങ്ങണമെന്നറിയാത്തതുപോലെ.

"മറീന, അലിയെക്കുറിച്ച് ഒരു കാര്യം നീ അറിഞ്ഞിരിക്കുമോ എന്നതെനിക്കുറപ്പില്ല." അവസാനം അവർ പറഞ്ഞ് തുടങ്ങി. "ഷാ ഭരണകാലത്ത് അവൻ എവിനിൽ തടവുകാരനായിരുന്നു എന്ന് അവൻ നിന്നോട് പറഞ്ഞിട്ടുണ്ടോ?"

ഞാനൊന്ന് ഞെട്ടി. "ഇല്ല. എന്നോടിതുവരെ പറഞ്ഞിട്ടില്ല."

"SAVAK അതായത് ഷായുടെ രഹസ്യപ്പൊലീസ് വിപ്ലവത്തിനേകദേശം മൂന്നര വർഷം മുമ്പ് അവനെ അറസ്റ്റ് ചെയ്തു. ഞാനാകെ തകർന്നു." അവർ പറഞ്ഞ് തുടങ്ങി. "അവൻ അതിൽ നിന്നും രക്ഷപ്പെട്ട്

പുറത്ത് വരില്ല എന്ന് ഞാനുറപ്പിച്ചിരുന്നു. അവന് ഇമാമിനോട് വലിയ പ്രതിപത്തിയുണ്ടായിരുന്നു. ഷായെ അവൻ വെറുത്തിരുന്നു. ഷായുടെ അഴിമതി നിറഞ്ഞ സർക്കാരിനോടും അവന് വെറുപ്പായിരുന്നു. അവർ മൂസാവിയേയും അറസ്റ്റ് ചെയ്യും എന്ന് ഞാൻ ഭയന്നിരുന്നു. എന്നാൽ അതുണ്ടായില്ല. അലിയെ അവർ കൊണ്ടുപോയി. അവനെ പീഡിപ്പിച്ചു എന്നെനിക്കുറപ്പുണ്ട്. എവിനിൽ ചെന്ന് അവനെയൊന്ന് കാണണം എന്ന് ഞങ്ങൾ ആവശ്യപ്പെട്ടു. മൂന്ന് മാസംവരേക്കും ഞങ്ങൾക്കതിന് അനുമതി ലഭിച്ചില്ല. അവസാനം ഒരു ദിവസം അവനെയൊരു നോക്ക് കാണാൻ അനുവാദം ലഭിച്ചു. ആരോഗ്യദൃഢഗാത്രനായിരുന്ന എന്റെ മകൻ അപ്പോഴേക്കും വല്ലാതെ മെലിഞ്ഞൊട്ടിയിരുന്നു."

ഫാതിമ ഖാനൂമിന്റെ കണ്ണുകൾ നിറഞ്ഞൊഴുകാൻ തുടങ്ങി. "വിപ്ലവം വിജയിച്ചതിനു മൂന്ന് മാസം മുമ്പാണവർ അവനെ വിട്ടയച്ചത്. അവനെ വിട്ടയയ്ക്കുകയാണെന്ന് അവർ അറിയിച്ചില്ല. അന്ന് ഞാനിവിടെ, ഈ അടുക്കളയിൽ നിൽക്കുമ്പോൾ ആരോ മണിയടിക്കുന്നത് കേട്ടു. മേഘങ്ങൾ നിറഞ്ഞ ഒരു ദിവസമായിരുന്നു അത്. മുറ്റത്ത് നിറയെ ഇലകൾ വീണിരുന്നു. ഞാൻ വാതിൽക്കലേക്കോടി 'ആരാ' എന്ന് ചോദിച്ചു. ഉത്തരമൊന്നും വന്നില്ല. അതവനാണെന്ന് എനിക്ക് മനസ്സിലായി. അതങ്ങനെ എന്തുകൊണ്ട് തോന്നി എന്നെനിക്കറിയില്ല. പക്ഷേ അതവനാണെന്ന് ഞാനറിഞ്ഞു. ഞാൻ വാതിൽ തുറന്നു. അവിടെ അവൻ നിൽപുണ്ടായിരുന്നു. അവൻ പുഞ്ചിരിച്ച് എന്നെ കെട്ടിപ്പിടിച്ചു. ഞങ്ങൾക്ക് വേർപെടാനായില്ല. അവൻ വല്ലാതെ മെലിഞ്ഞിട്ടുണ്ടായിരുന്നു. അവന്റെ എല്ലുകൾ എന്റെ വിരലിൽ തടയുന്നുണ്ടായിരുന്നു. അവന്റെ പുഞ്ചിരിയും വ്യത്യസ്തമായിരുന്നു. ദുഃഖം നിറഞ്ഞ പുഞ്ചിരി. അതിഭീകരമായ അനുഭവങ്ങളിലൂടെ അവൻ കടന്ന് പോയിരിക്കുന്നു എന്നെനിക്ക് മനസ്സിലായി. അവന്റെ കണ്ണിലെ ദുഃഖം ഇനിയൊരിക്കലും വിട്ടുപോകില്ലെന്നും എനിക്ക് മനസ്സിലായി. അവൻ തന്റെ സാധാരണ ജീവിതത്തിലേക്ക് മടങ്ങാൻ ശ്രമിച്ചു. പക്ഷേ അവനാകെ മാറിയിരുന്നു. അവന്റെയുള്ളിലെ വേദന ഇല്ലാതായില്ല. ചിലപ്പോൾ അവൻ രാത്രി മുഴുക്കെ എഴുന്നേറ്റ് നടക്കുന്നത് കാണാം. പിന്നെ ഏതാനും മാസം മുമ്പൊരു ദിവസം അവൻ ജോലി കഴിഞ്ഞ് വീട്ടിലെത്തിയ ഉടൻ അവന്റെ സാധനങ്ങളെല്ലാം പെറുക്കിയെടുത്ത് ഒരു ബാഗിലിട്ട് ഞാൻ യുദ്ധമുന്നണിയിലേക്ക് പോകുകയാണെന്ന് പറഞ്ഞു. ഇറാക്കികളുമായി യുദ്ധം ചെയ്യാൻ പോകുകയാണെന്ന്. ഒരു മുഖവുരയുമില്ലാതെയായിരുന്നു ആ പറച്ചിൽ. ഒരു വിശദീകരണവും അവനതിനു തന്നില്ല. ഞാനാകെ ഞെട്ടിത്തരിച്ചു. ഇത് അവനല്ല. ഞാൻ പറയുന്നത് തെറ്റിദ്ധരിക്കല്ലേ, അവൻ ആദ്യമായൊന്നുമല്ല യുദ്ധമുന്നണിയിലേക്ക് പോകുന്നത്. അതിനു മുമ്പും അവൻ പോയിട്ടുണ്ട്. എന്നാൽ ഈ യാത്ര വിചിത്രമായിരുന്നു. എന്തോ സംഭവിച്ചിരിക്കുന്നു എന്നെനിക്ക് മനസ്സിലായി. അതെന്താണെന്ന് എന്നോടവൻ പറഞ്ഞില്ല. നാലുമാസം അവൻ ഇവിടെ നിന്ന് വിട്ട് നിന്നു. അന്നൊന്നും

എനിക്ക് ഉറങ്ങാൻപോലുമായില്ല. പിന്നെ ഒരു ദിവസം അവന്റെ കാലിൽ വെടികൊണ്ടു എന്നും ആശുപത്രിയിലാണെന്നും ഞങ്ങൾക്കൊരു അറിയിപ്പെത്തി. അത് കേട്ടപ്പോൾ ഞാൻ ലക്ഷം തവണ ദൈവത്തിനു നന്ദി പറഞ്ഞു. ഞാനവനെ കാണാൻ ചെന്നപ്പോൾ അവൻ ആദ്യകാലങ്ങളിലേതുപോലെയുള്ള ഒരു പുഞ്ചിരി എനിക്ക് സമ്മാനിച്ചു. കുട്ടിയായിരുന്നപ്പോൾ അവൻ പുഞ്ചിരിച്ചിരുന്നത് പോലെ. അവനിൽ സുന്ദരമായ എന്തോ സംഭവിച്ചിരിക്കുന്നു എന്ന് പറഞ്ഞു. ആദ്യം ഞാൻ കരുതിയത് അവന്റെ മനസ്സിന്റെ സമനില തെറ്റിയിരിക്കുമെന്നാണ്. "

അതായത് ഒരുകാലത്ത് അലിയും എവിനിലെ അന്തേവാസിയായിരുന്നു എന്ന്. അലിയേയും അവിടെയിട്ട് പീഡിപ്പിച്ചിട്ടുണ്ട് എന്ന്. ഇതുകൊണ്ടായിരിക്കണം എന്നെ ചാട്ടകൊണ്ടടിച്ചതിനുശേഷം അയാൾ എന്നെ ഒറ്റയ്ക്കൊരു സെല്ലിലിട്ടത്. എനിക്ക് എന്തെങ്കിലും സഹായം വേണോ എന്ന് ചോദിച്ചത്. എന്റെ വേദന കുറയ്ക്കാനായി ഡോക്ടറെ വിളിച്ചത്. എന്നെപ്പോലെ ഇതൊക്കെ അയാളും സഹിച്ചിട്ടുണ്ടാകണം. അതുകൊണ്ടാകണം ഇതെല്ലാം ചെയ്തത്.

വിപ്ലവത്തിനു ശേഷം അലി പ്രതികാരം കാംക്ഷിച്ചു. അതിനാൽ എവിനിൽ ജോലിക്ക് ചേർന്നു. വിപ്ലവത്തിനു ശേഷം ആദ്യ ചില മാസങ്ങളിൽ എവിനിലെത്തിയ തടവ് പുള്ളികളെല്ലാം ആദ്യകാല SAVAK പ്രതിനിധികളായിരുന്നു. അവരോട് നേരിട്ട് പ്രതികാരം ചോദിക്കാൻ അലിക്കതൊരു അവസരമായി. കണ്ണിനു കണ്ണ് എന്ന നയം. അവർ ഇസ്ലാമിന്റെ മാത്രം ശത്രുക്കളായിരുന്നില്ല, അലിയുടെ വ്യക്തിഗത ശത്രുക്കളുമായിരുന്നു.

പിന്നെ കാര്യങ്ങൾ മാറി. അലിയോടൊപ്പം ഷായെ എതിർത്തിരുന്ന, മൊജാഹിദ്ദീൻ, ഫദായീൻ സഖാക്കളെ അറസ്റ്റ് ചെയ്യാനാരംഭിച്ചു. ആദ്യകാലങ്ങളിൽ ഈ അറസ്റ്റുകളെ ന്യായീകരിക്കുക എന്നത് അലിക്കത്ര ബുദ്ധിമുട്ടായിരുന്നില്ല എന്നെനിക്കുറപ്പുണ്ട്. ആദ്യകാലങ്ങളിൽ തന്നോടൊപ്പം ജയിലിൽ കിടന്നവരും അവരുടെ അനുയായികളും ഇപ്പോൾ ഇസ്ലാമിക് രാജ്യത്തിന്റെ ശത്രുക്കളായിരിക്കുന്നു. ഖൊമേനിയുടെ ഭാഷയിൽ പറഞ്ഞാൽ അവർ ദൈവത്തിന്റേയും പ്രവാചകന്റേയും ശത്രുക്കളായിരിക്കുന്നു. അലി അടിയുറച്ച ഇസ്ലാം ഭക്തനായിരുന്നു. മരണംവരേക്കും ഇസ്ലാമിനേയും ഇസ്ലാം നിയമങ്ങളെയും അയാൾ പിന്തുടരും. ഇപ്പോൾ ഇസ്ലാമിന്റെ പേരിൽ എവിനിൽ നടക്കുന്നത് നീതിക്ക് നിരക്കാത്തതാണെന്ന് അയാൾ മനസ്സിലാക്കി തുടങ്ങി.

എന്നാൽ മതത്തിനോടുള്ള ഭക്തിമൂലം സത്യത്തെ സ്വീകരിക്കുവാനും വിഷമമുണ്ടായിരുന്നു. ഈ അവസ്ഥയെ എങ്ങനെ നേരിടണം എന്നയാൾക്ക് അറിയില്ലായിരുന്നു. ഭക്തി അയാളെ അന്ധനാക്കിയിരിക്കുന്നു എങ്കിലും പലപ്പോഴും അയാൾ തടവുകാരുടെ കോണിൽ നിന്നും കാര്യങ്ങൾ കാണാൻ തുടങ്ങി. അതൊരുപക്ഷേ സ്വന്തം അനുഭവത്തിന്റെ

പിൻബലത്തിലായിരിക്കാം. ഇസ്ലാമിന്റെ ശത്രുക്കൾക്കെതിരെ മുന്നണിയിൽ നിന്നും മകൻ യുദ്ധം ചെയ്യുന്നതിൽ അയാളുടെ മാതാപിതാക്കൾ അഭിമാനിച്ചു. ഇസ്ലാമിനെതിരെ നിൽക്കുന്നവരെ ചോദ്യം ചെയ്യുന്നവനാണവൻ എന്നത് ഒരു മുസ്ലീമിനു ചെയ്യാനാകുന്നതിൽ വച്ച് ഏറ്റവും മഹത്തായ കാര്യമാണെന്ന് അവർ കരുതി. അവരെ സംബന്ധിച്ചിടത്തോളം വിപ്ലവത്തിനുശേഷം എവിനിൽ നടക്കുന്നതിനെല്ലാം ന്യായമുണ്ടായിരുന്നു. നടക്കുന്നതെല്ലാം ന്യായമായിരുന്നു. അവർ അവരുടെ ജീവിത ചിന്താഗതിയേയും മൂല്യങ്ങളേയും സംരക്ഷിക്കുകയായിരുന്നു. ഈ യുദ്ധം നന്മയും തിന്മയും തമ്മിലാണെന്ന് അവർ ധരിച്ചുവശായിരുന്നു.

ഭക്ഷണശേഷം മേശ വൃത്തിയാക്കി കഴിഞ്ഞപ്പോൾ അലിയുടെ അമ്മ എന്നോട് പാചകമറിയുമോ എന്ന് ചോദിച്ചു.

"അറിയാം. പക്ഷേ താങ്കളുടേയോ അക്രത്തിന്റേയോ അത്ര നന്നാകില്ല. പാചക പുസ്തകങ്ങളിൽ നിന്നും പഠിച്ച അറിവാണെന്റേത്. ഞാൻ അടുക്കളയിൽ പ്രവേശിക്കുന്നത് അമ്മയ്ക്ക് ഇഷ്ടമല്ലായിരുന്നു."

"എങ്കിൽ അത്താഴമുണ്ടാക്കാൻ ഞങ്ങളോടൊപ്പം ചേരുന്നോ? ഇപ്പോഴേ തുടങ്ങണം. അഞ്ചുമണിയ്ക്ക് ആഘ (മുല്ല) എത്തിച്ചേരും. വിവാഹം കഴിഞ്ഞാൽ ഉടൻ ഭക്ഷണം വിളമ്പണം."

അടുക്കളയിൽ ഞാൻ അവരുടെ സഹായിയായി. അക്രമും ഞാനുമൊന്നിച്ച് ഉള്ളിയരിഞ്ഞു. പച്ചക്കറിയരിഞ്ഞു. അലിയുടെ അമ്മ പോത്തിറച്ചി കഷണമാക്കി വേവിച്ചെടുത്തു. നീളമുള്ള അരി വേവിച്ച് ചോറാക്കി. കോഴിക്കഷണങ്ങളിൽ അപ്പോഴേക്കും അവർ തൈരും മുട്ടയുടെ മഞ്ഞക്കരുവും കുങ്കുമവും ചേർത്തിളക്കിവച്ചിരുന്നു. ഞങ്ങൾ പോത്തിറച്ചിയും പച്ചിലകളും ചേർത്തൊരു വിഭവമുണ്ടാക്കി. ഖോറേഷ്-എ-ഘോർമേഷ് സബ്സി എന്ന വിഭവം. പിന്നെ കോഴിയും തൈരും ചോറും കുങ്കുമവും മുട്ടയുടെ മഞ്ഞക്കരുവും ചേർത്തുണ്ടാക്കുന്ന താചിൻ എന്ന വിഭവവും തയ്യാറാക്കി.

നാലുമണിയോടെ, മൂസാവിയും അലിയും അക്രമിന്റെ ഭർത്താവ് മസൂദും വീട്ടിലെത്തി. അലിയുടെ അമ്മ എന്നെ കുളിമുറിയിലേക്ക് കയറ്റി. എന്നെ ഉള്ളിനാറുന്നതിനാൽ വീണ്ടും കുളിക്കണം എന്നാവശ്യപ്പെട്ടു.

കുളികഴിഞ്ഞപ്പോൾ ഞാൻ മന്തേവു ധരിച്ചു. ഒരു ഇസ്ലാമിക് വസ്ത്രമാണത്. അതിനോടൊപ്പം വെളുത്ത നിറമുള്ള വലിയ സ്കാർഫും വെളുത്ത പാന്റ്സും ധരിച്ചു. മെത്തയിൽ അലിയുടെ അമ്മ എനിക്കായി ഒരു വെളുത്ത ചാദോർ വച്ചിരുന്നു. ഞാനതെടുത്ത് മീതെ ധരിച്ചു. അധികം താമസിയാതെ ആരോ വാതിൽക്കൽ മുട്ടി.

"മറീനാ...സമയമായി." അക്രം വിളിച്ചു.

ഒന്ന് ചിന്തിക്കാനുള്ള സമയം പോലും എനിക്ക് നൽകാതെ വാതിൽ തുറക്കപ്പെട്ടു. അലി അപ്പോഴേക്കും സോഫ്രെഹ്-യെ അഘദിൽ ഇരിപ്പുറപ്പിച്ചിട്ടുണ്ടായിരുന്നു. ഞാൻ അലിക്ക് സമീപമിരുന്നു. ഞാൻ വിറയ്ക്കുന്നത് ആരെങ്കിലും കണ്ടുകാണുമോ എന്നെന്റെ മനമപ്പോൾ അദ്ഭുതപ്പെടുന്നുണ്ടായിരുന്നു. മുല്ല മുറിയിൽ പ്രവേശിച്ചു. അറബിയിൽ എന്തൊക്കെയോ ചൊല്ലി. ഒന്ന് ശ്രദ്ധിച്ചിരിക്കുകയാണെങ്കിൽ അതെനിക്ക് മനസ്സിലാകുമായിരുന്നു. പിന്നെ അയാൾ പേർഷ്യൻ ഭാഷയിൽ "ഫാത്തിമ ഖാനൂം-എ മൊറാദി ബക്ത്" "താങ്കൾ സയദ് അലി -എ മൂസാവിയെ ഭർത്താവായി സ്വീകരിക്കാൻ തയ്യാറാണോ" എന്ന് ചോദിച്ചു.

ചോദ്യം കേട്ടാൽ ആദ്യ തവണ വധു ഉത്തരം പറയരുത് എന്നാണാചാരം എന്ന് എനിക്കറിയാമായിരുന്നു. മുല്ല ഉത്തരത്തിനായി കാത്തിരിക്കണം. ഉത്തരം ലഭിച്ചില്ലെങ്കിൽ ഈ ചോദ്യം രണ്ട് തവണ കൂടി ആവർത്തിക്കണം. എന്നാൽ എനിക്കാ ചടങ്ങ് എങ്ങനെയെങ്കിലുമൊന്ന് അവസാനിപ്പിച്ചാൽ മതി എന്നുണ്ടായിരുന്നു. ആദ്യ തവണ ചോദ്യം കേട്ടപ്പോൾ തന്നെ ഞാൻ 'അതെ' എന്ന് ഉത്തരം നൽകി.

അത്താഴശേഷം ഞാനും അലിയും അലി ഞങ്ങൾക്കായി വാങ്ങിയ ബംഗ്ലാവിലേക്ക് പോയി. വണ്ടിയിൽ വച്ച് അയാൾ എന്റെ ഇടത് കരം പിടിച്ചു. അതുവരേക്കും കൈകൾ എന്റെ മടിയിൽ വിശ്രമിക്കുകയായിരുന്നു. ഞങ്ങൾ അവിടെ എത്തുന്നതുവരേക്കും പിന്നെ അയാൾ ആ കൈ വിട്ടില്ല. മുറുകെ പിടിച്ചു. എന്നെ ഇതുപോലെ അയാൾ സ്പർശിച്ച ആദ്യ അവസരമായിരുന്നു അത്.

ഞാൻ എന്റെ പുതിയ വീട്ടിലേക്കും എന്റെ പുതിയ വിചിത്ര ജീവിതത്തിലേക്കും പ്രവേശിച്ചു. ഭൂതകാലത്തിലേക്കിനി ഞാൻ തിരിഞ്ഞ് നോക്കില്ല എന്നു ഞാൻ എനിക്ക് ഉറപ്പ് നൽകി. എന്നാൽ ഈ ഉറപ്പ് പാലിക്കുക അത്ര എളുപ്പമായിരുന്നില്ല. അലി എന്നെ ഞങ്ങളുടെ കിടപ്പ് മുറിയിലേക്ക് കൂട്ടിക്കൊണ്ടുപോയി. അവിടെ മെത്തയിൽ സമ്മാനങ്ങൾ കുന്നുകൂട്ടിയിട്ടിരുന്നു.

"അതൊക്കെ തുറക്ക്. അതിൽ ചിലത് നിനക്ക് ഞാൻ വാങ്ങിയതാണ്. ശേഷിച്ചത് എന്റെ വീട്ടുകാർ നിനക്ക് നൽകിയതും."

അനേകം ആഭരണങ്ങൾ, സ്ഫടികത്തിന്റെ ഗ്ലാസുകളും പാത്രങ്ങളും വെള്ളികെട്ടിയ തളികകൾ എല്ലാം നിരന്ന് കിടക്കുന്നു. ഞാൻ ഓരോന്നും തുറക്കുന്നത് നോക്കി അലി മെത്തയിൽ കിടന്നു.

"ഞാനിപ്പോൾ നിന്റെ ഭർത്താവാണ്. ഹെജാബ് ധരിക്കേണ്ട ആവശ്യമില്ല."

എവിടെയെങ്കിലും പോയൊന്ന് ഒളിക്കാനായെങ്കിൽ എന്ന് ഞാൻ

ആശിച്ചു. എന്റെ തലമുടി മറച്ചിരുന്ന വലിയ സ്കാർഫ് അയാൾ അഴിച്ച് മാറ്റി. ഞാനത് പിടിച്ച് വാങ്ങാനൊരു ശ്രമം നടത്തി.

"നിന്റെ അസ്വസ്ഥത എനിക്ക് മനസ്സിലാകും. പക്ഷേ ഇതിന്റെ ആവശ്യം ഇനിയില്ല. ഞാനുമായി നീ പരിചയത്തിലാകും."

പിന്നിക്കെട്ടിയ എന്റെ തലമുടി അയാൾ അഴിച്ചു. അതിലൂടെ വിരലോടിച്ചു.

"എത്ര സുന്ദരമാണീ മുടി. പട്ട് പോലെ മൃദുലം."

അയാൾ എന്റെ കഴുത്തിൽ ഒരു മാല അണിയിച്ചു. അരയിലും ഒന്നണിയിച്ചു. ഞാൻ എന്റെ വിവാഹമോതിരത്തിലേക്ക് നോക്കി. അതിനു മുകളിൽ ഒരു വലിയ രത്നക്കല്ല് തിളങ്ങുന്നുണ്ടായിരുന്നു.

"നിന്നെ കണ്ട നിമിഷം മുതൽ നീ എന്റേതാകണം എന്ന് ഞാൻ ആഗ്രഹിച്ചു." അലി എന്നെ തടവി. എന്റെ തലമുടിയിലും കഴുത്തിലും ചുംബിച്ചു. ഞാനയാളെ തള്ളിമാറ്റി.

"മറീനാ... ഒരു കുഴപ്പവുമില്ല...ഇതിനായി ഞാൻ എത്ര കാലം കാത്തിരുന്നു എന്ന് നിനക്കറിയാം. ഇപ്പോൾ ഇതാ അവസാനം നീ എന്റേതായിരിക്കുന്നു. എനിക്കിനി നിന്നെ സ്പർശിക്കാം. നീ ഇനി ഭയക്കേണ്ടയാതൊരു കാര്യവുമില്ല. ഞാൻ നിന്നെ വേദനിപ്പിക്കില്ല. നിന്നോട് എപ്പോഴും സൗമ്യമായേ മൃദുവായേ ഞാൻ പെരുമാറുകയുള്ളൂ."

അയാൾ ഷർട്ടിന്റെ ബട്ടണുകളഴിച്ചു. ഞാൻ ഭയം കൊണ്ട് കണ്ണടച്ചു. അധികം താമസിയാതെ അയാളുടെ വിരലുകൾ എന്റെ മന്താവു അഴിക്കുന്നത് ഞാനറിഞ്ഞു. ഞാൻ കണ്ണ് തുറന്ന് അയാളുമായൊരങ്കത്തിനു തയ്യാറെടുത്തു. എന്നാൽ അയാളുടെ ഭാരം എന്നെ മെത്തയിൽ അമർത്തി കിടത്തി. നിർത്താൻ പല തവണ ഞാൻ അയാളോട് യാചിച്ചു. അതിനാകുന്നില്ല എന്നായിരുന്നു അയാളുടെ മറുപടി. അയാൾ എന്റെ വസ്ത്രം വലിച്ച് കീറി. ഞാനുറക്കെ കരഞ്ഞു. അയാളുടെ നഗ്നമേനി എന്റെ ചർമ്മത്തിലുരസി. അപരിചിതമായ, വിചിത്രമായ അയാളുടെ ചൂട് എന്റെ ശരീരത്തിലമരുവാൻ തുടങ്ങി. ഷാമ്പുവിന്റേയും സോപ്പിന്റേയും മണം അയാളിൽ നിന്നും വരുന്നുണ്ടായിരുന്നു. ഞാൻ സർവ്വ കരുത്തുമുപയോഗിച്ച് അയാളെ തള്ളിമാറ്റാൻ ശ്രമിച്ചു. അതുകൊണ്ട് ഒരു ഉപകാരവുമുണ്ടായില്ല. അയാൾക്ക് എന്നേക്കാൾ വളരെയധികം കരുത്തുണ്ടായിരുന്നു. എന്നേക്കാൾ വലിയ ശരീരവുമായിരുന്നു അയാളുടേത്. കോപവും ഭയവും അപമാനിക്കപ്പെട്ടു എന്ന തോന്നലും എന്നിൽ കൊടുങ്കാറ്റായി രൂപം കൊണ്ടു. അതെന്നിൽ ഞെരിപിരികൊള്ളുവാൻ തുടങ്ങി. പക്ഷേ അതിന് പോകാനൊരു ഇടമില്ലായിരുന്നു. എന്നിലെ ഊർജ്ജമെല്ലാം ചോർന്ന് പോകുന്നതുവരേക്കും അതവിടെ ചൂളമടിച്ചു. രക്ഷപ്പെടാൻ മാർഗ്ഗമില്ലെന്ന് അറിയുന്നതുവരേക്കും അതെന്റെയുള്ളിൽ തന്നെയുണ്ടായിരുന്നു. ഞാൻ തോൽവി സമ്മതിച്ചു. എനിക്ക് വേദനിക്കുന്നുണ്ടായിരുന്നു.

ചാട്ടകൊണ്ടടിച്ചപ്പോഴുണ്ടായിരുന്ന അതേ വേദനയല്ല ഈ ഞെട്ടലിന്റേത്. എന്നെയവർ പീഡിപ്പിച്ചുകൊണ്ടിരുന്നപ്പോഴും എന്റെ ആധികാരികത ഞാൻ നിലനിർത്തിയിരുന്നു. ശാരീരികമായി അവർ പീഡിപ്പിച്ചപ്പോഴും വിചിത്രമായ ആ കരുത്ത് ചോർന്ന് പോയില്ല. എന്നാൽ ഇപ്പോൾ ഞാൻ അയാളുടേതായിരിക്കുന്നു. അയാൾ എന്നെ ഉപയോഗിച്ചിരിക്കുന്നു.

അന്ന് രാത്രി മുഴുക്കെ ഞാൻ കരഞ്ഞു. എന്റെയുള്ളെല്ലാം എരിയുന്നുണ്ടായിരുന്നു. അലി അയാളുടെ കൈകളിൽ എന്നെ കെട്ടിവരിഞ്ഞിരുന്നു. ബലമായി പിടിച്ചിരുന്നു. പ്രഭാതമാകുന്നതിനു മുമ്പേ അയാൾ നിസ്കരിക്കുവാനെഴുന്നേറ്റു. ഞാൻ മെത്തയിൽ തന്നെ കിടന്നു.

അയാൾ മെത്തയിൽ എനിക്കരികിലിരുന്ന് എന്റെ കവിളിലും കൈയിലും ചുംബിച്ചു. "നീ എന്റെ ഭാര്യയാണെന്ന് നിന്നെ വിശ്വസിപ്പിക്കാൻ എനിക്ക് നിന്നെ സ്പർശിക്കണമായിരുന്നു. നിനക്കപ്പോൾ വേദനിച്ചോ?"

"ഉവ്വ്."

"അതെല്ലാം ശരിയാകും."

അയാൾ മെത്തയിൽ നിന്നും പോയപ്പോൾ എനിക്ക് ഉറക്കം വന്നു. ഉറക്കം മാത്രമായിരുന്നു അപ്പോൾ എന്റെ ഏക രക്ഷാമാർഗ്ഗം.

ഏകദേശം എട്ടുമണിക്ക് അയാൾ "പ്രാതൽ തയ്യാറായിരിക്കുന്നു" എന്ന് പറഞ്ഞ് എന്നെ വിളിച്ചു. സുര്യൻ പുറത്ത് തിളങ്ങി നില്പുണ്ടായിരുന്നു. ഞാനെഴുന്നേറ്റ് വാതിൽ തുറന്നു. ഇരുവശത്തേക്കും തള്ളി നീക്കുന്ന വാതിലായിരുന്നു അത്. തുറന്ന വാതിലിലൂടെ കാറ്റ് അകത്തെത്തി. അതിനോടൊപ്പം കിളികളുടെ സ്വരങ്ങളുമെത്തി. മുറ്റം സുന്ദരമായിരുന്നു. പൂച്ചെടികളെല്ലാം പൂത്തുലഞ്ഞ് നിൽക്കുന്നു. അതിൽ ജമന്തിയും ചെത്തിപ്പൂവുമുണ്ട്. ഞാൻ മറ്റാരോ ആയി രൂപാന്തരം പ്രാപിച്ച് അവരുടെ ജീവിതം ജീവിക്കുകയാണെന്ന് എനിക്കു തോന്നി. അടുത്ത വീട്ടിലെ സ്ത്രീ കുട്ടികളെ പ്രാതലിനായി വിളിക്കുന്നത് കേട്ടു. നല്ലൊരു വേനൽ ദിനമായിരുന്നു അത്. ആകാശത്ത് ഒരൊറ്റ മേഘം പോലുമില്ല. എന്നാൽ ഈ ഭൂമിയിലെല്ലാം ഒന്ന് മഞ്ഞ് മൂടിയിരുന്നെങ്കിൽ എന്നായിരുന്നു എന്റെ മനസ്സിലപ്പോൾ. അതിന്റെ തണുപ്പും സത്യസന്ധതയും എന്റെ ചർമ്മത്തിലൊന്നുരസിയെങ്കിലെന്ന്. അങ്ങനെയെങ്കിൽ ഈ വേദനയ്ക്കൊരു കുറവുണ്ടായേനേ. ഇപ്പോൾ ചുറ്റും കാണുന്ന പച്ചയും ചുവപ്പും നിറങ്ങളെല്ലാം തണുപ്പുകാലത്തിന്റെ പുതപ്പിനുള്ളിൽ മറഞ്ഞ് പോകണം. വെളുത്ത നിറം മാത്രമാകണം. അപ്പോൾ എനിക്ക് സ്വപ്നം കാണാം. അടുത്ത വസന്തം വരുമ്പോഴേക്കും എല്ലാം മാറിവരും എന്ന് സ്വയം സമാധാനിപ്പിക്കാം.

"നീ ഇവിടെ നിൽക്കുകയാണോ? പ്രാതൽ തയ്യാറായി. ചായ

തണുത്ത് തുടങ്ങി. മേശപ്പുറത്ത് ബ്രഡ് വച്ചിട്ടുണ്ട്." എന്റെ പുറകിൽ വന്ന് അയാൾ പറഞ്ഞു.

അയാൾ വീണ്ടും എന്നെ ചുറ്റിവരിഞ്ഞു. "ഞാൻ എത്ര സന്തോഷവാനാണെന്ന് നിനക്ക് ചിന്തിക്കുവാൻപോലുമാകില്ല," അയാൾ എന്റെ കാതിൽ മന്ത്രിച്ചു. എന്നെ ആദ്യമായി കണ്ടതയാൾ ഓർമ്മിച്ചു. ഞാനപ്പോൾ ഇടനാഴിയിലിരിക്കുകയായിരുന്നു. മറ്റ് സ്ത്രീകളെല്ലാം കറുത്ത ചാദോറണിഞ്ഞിരുന്നു. ഞാൻ ഒരു ഇളം ചാരനിറമുള്ള കാഷ്മീരി ഷാൾ കൊണ്ട് തലമറച്ചിരിക്കുന്നു. ഞാൻ കുറിയവളും മെലിഞ്ഞവളുമാണെങ്കിലും ചുമരിൽ ചാരി നിവർന്നാണിരുന്നിരുന്നത്. അതയാൾ ശ്രദ്ധിച്ചു. അപ്പോൾ എനിക്ക് മറ്റുള്ളവരേക്കാൾ ഉയരം തോന്നിപ്പിച്ചു. എന്റെ തല മച്ചിനെ ലക്ഷ്യമാക്കി ഉയരുന്നതും പ്രാർത്ഥനചൊല്ലുന്നതുപോലെ ചുണ്ടുകൾ ചലിക്കുന്നതും അയാൾ കണ്ടു. ഭയത്തിന്റേയും നിരാശയുടേയുമായ ആ ലോകത്തിൽ ഞാൻ മാത്രം ശാന്തമായിരിക്കുന്നു. എന്നെ നോക്കാതിരിക്കണം എന്നയാൾ ആഗ്രഹിച്ചു. പക്ഷേ അതിനായില്ല.

രണ്ട് ദിവസം എനിക്ക് അസ്വസ്ഥത തോന്നിപ്പിക്കുന്നതുവരേക്കും അയാൾ എന്നെ ലാളിച്ചു. ഞാൻ എന്റെ കാര്യം എന്നും സ്വയം നോക്കിയിട്ടുള്ളവളാണ്. എന്നെ ഒരു കുട്ടിയെപ്പോലെ മറ്റുള്ളവർ കാണുന്നത് എനിക്കിഷ്ടമല്ല. പണ്ട് ഞാനൊരു കുട്ടിയായിരുന്നു. ഒരു കൊച്ചുപെൺകുട്ടി. ആ കാലം കഴിഞ്ഞിരിക്കുന്നു. ഇപ്പോൾ ഞാൻ വിവാഹിതയാണ്. പണ്ട് കട്ടിലിന്റെ ചുവട്ടിലൊളിച്ചിരുന്നതുപോലെ ഇന്ന് ചെയ്യാനാകില്ല. ഒരു പക്ഷേ അലിയായിരിക്കാം എന്റെ കുരിശ്. എനിക്കത് സ്വീകരിച്ചേ പറ്റൂ. ചുരുങ്ങിയ പക്ഷം അതിനു ശ്രമിക്കുകയെങ്കിലും വേണം. എന്നെ മെത്തയിലെങ്കിലും വെറുതെ വിടണമയാൾ എന്ന് മാത്രം ഞാൻ ആശിച്ചു. എപ്പോഴൊക്കെ അയാൾ തന്റെ വസ്ത്രമഴിച്ച് എന്നെ സ്പർശിക്കാൻ ആരംഭിച്ചുവോ അപ്പോഴൊക്കെ അരുതെന്ന് ഞാൻ കെഞ്ചി. ചിലപ്പോൾ അയാൾ എന്റെ യാചന കേട്ടു. മറ്റ് ചിലപ്പോൾ അത് നിരസിച്ചു. ഞാൻ അതുമായി പരിചയപ്പെടണം എന്നായിരുന്നു നിരസിക്കുമ്പോൾ അയാൾ വാദിക്കാറുള്ളത്. വൈവാഹിക ജീവിതത്തിന്റെ ഒരു പ്രധാനഭാഗമാണത്രെ ഇത്. ഞാൻ എതിർക്കുന്നത് നിർത്തിയാൽ എന്റെ വേദനയ്ക്കും കുറവുണ്ടാകും എന്നുമയാൾ പറഞ്ഞു.

വിവാഹം കഴിഞ്ഞ് ഒരാഴ്ച കഴിഞ്ഞപ്പോൾ ഞാൻ എന്നെക്കുറിച്ചോർത്തിനി ദുഃഖിക്കാതെ എന്റെ ജീവിതം ജീവിക്കുവാനുള്ള തീരുമാനത്തിലെത്തി. സംഭവിച്ചതെല്ലാം സംഭവിച്ചു. എനിക്കതിനെയൊന്നും ഇനി മാറ്റാനാകില്ല. ഞാൻ വീട് വൃത്തിയാക്കുവാനും പ്രാതലുണ്ടാക്കുവാനും തുടങ്ങി. അലിയോട്, അലിയുടെ മാതാപിതാക്കളേയും സഹോദരിയേയും അത്താഴത്തിനു ക്ഷണിക്കാൻ ആഗ്രഹിക്കുന്നു എന്ന് പറഞ്ഞു. എനിക്ക്

ഭ്രാന്തായി എന്നാണ് അലി ആദ്യം കരുതിയത്. എനിക്ക് പാചകം അറിയില്ല എന്നാണ് അയാൾ കരുതിയിരുന്നത്. അറിയാം എന്ന് ഞാൻ പറഞ്ഞു. അയാൾ അവരെ ക്ഷണിക്കാൻ സമ്മതിച്ചു.

“ശരി. ഞാൻ അച്ഛനേയും അമ്മയേയും അക്രത്തിനേയും ക്ഷണിക്കാം,” അയാൾ പറഞ്ഞു. “ഇപ്പോൾ നമുക്ക് പോയി പലചരക്ക് വാങ്ങാം.... അപ്പോൾ മറീനാ?”

“എന്തേ?”

“നന്ദി.”

“എന്തിന്?”

“ശ്രമിച്ചതിന്.”

വളരെക്കാലത്തിനു ശേഷം എന്റെ മനസ്സ് ഊഷ്മളമായി. ഉച്ചഭക്ഷണം കഴിഞ്ഞയുടൻ ഞാൻ അത്താഴമൊരുക്കാനുള്ള കാര്യപരിപാടികളാരംഭിച്ചു. അലി ഒന്നുരണ്ട് മണിക്കൂർ നേരത്തേക്ക് പുറത്തിറങ്ങിയിരുന്നു. അയാൾ തിരിച്ചെത്തിയപ്പോൾ വീട്ടിൽ ലസഗ്നയുടേയും മാട്ടിറച്ചിയുടേയും കൂണിന്റേയും ചോറിന്റേയും മണം നിറഞ്ഞിരുന്നു. ഞാൻ ഒരു ആപ്പിൾ കേയ്ക്ക് ഉണ്ടാക്കിക്കൊണ്ടിരിക്കുകയായിരുന്നു. അലി നേരെ അടുക്കളയിലെത്തി. ഭക്ഷണത്തിന്റെ സുഗന്ധം മൂലം വിശപ്പ് തുടങ്ങി എന്ന് പറഞ്ഞു. എന്നെ പാചകം പഠിപ്പിച്ചത് അമ്മയാണോ എന്ന് ചോദിച്ചു. എന്നെ എന്തെങ്കിലും പഠിപ്പിക്കുവാനുള്ള ക്ഷമയൊന്നും അമ്മയ്ക്കില്ലായിരുന്നു എന്ന് ഞാൻ പറഞ്ഞു. പാചകം എനിക്കിഷ്ടമാണ്. അതുകൊണ്ട് പുസ്തകം നോക്കി പഠിച്ചു. ഞങ്ങൾ ഇരുവർക്കുമുള്ള ചായയുണ്ടാക്കാം എന്ന് അലി പറഞ്ഞു. ഒരു പാത്രത്തിലേക്ക് തേയിലയിട്ടു. എന്നിട്ട് എനിക്ക് സമീപമെത്തി. ഞാനപ്പോൾ മുട്ട വേവിച്ചെടുക്കുകയായിരുന്നു. അലി ഇപ്പോഴും എന്നെ ഭയപ്പെടുത്തുന്നു. എനിക്കടുത്തേക്കയാൾ എത്തുമ്പോഴെല്ലാം എന്റെ ചർമ്മത്തിൽ അയാളുടെ ശ്വാസം പതിക്കുന്നു. അതെനിക്ക് അനുഭവപ്പെടുന്നു. അയാൾ എന്നെ സ്പർശിക്കുമ്പോൾ എനിക്കവിടെ നിന്ന് ഓടിയൊളിക്കാൻ തോന്നുന്നു. അയാൾ എന്റെ മുഖം പിടിച്ച് നെറ്റിയിൽ ഉമ്മവച്ചു. ഈ സ്പർശനങ്ങളുമായി ഞാൻ എന്നെങ്കിലും പൊരുത്തപ്പെടുമോ എന്ന് ഞാൻ സംശയിച്ചു.

അലിയുടെ മാതാപിതാക്കളും അക്രമും മസൂദും എന്റെ പാചകത്തെ പുകഴ്ത്തി. ഞാൻ പാചകം ചെയ്തതെല്ലാം അവർക്ക് ഇഷ്ടമായി. അലിയുടെ അമ്മയ്ക്ക് ജലദോഷമുണ്ടായിരുന്നു. അതിനാൽ അത്താഴശേഷം ഞാനവർക്ക് ചെറുനാരങ്ങ ചേർത്ത ചായയുണ്ടാക്കിക്കൊടുത്തു. ഒരു പുതപ്പ് കൊണ്ടുവന്ന് കൊടുത്തു. പാത്രങ്ങൾ കഴുകി വൃത്തിയാക്കാൻ അക്രം എന്നോടൊപ്പം വന്നു.

“നല്ല സ്വാദുണ്ടായിരുന്നു എല്ലാ വിഭവങ്ങൾക്കും,” മുഖത്തൊരു പുഞ്ചിരി വരുത്തി അവർ പറഞ്ഞു.

അവരുടെ സ്വരത്തിൽ ഒരു അസ്വസ്ഥതയുള്ളത് എനിക്ക് മനസ്സിലായി. എന്നോട് കരുണയോടെ പെരുമാറുവാൻ അവർ ശ്രമിക്കുകയായിരുന്നു. ഞാനതിനെ ഉള്ളാലെ പ്രകീർത്തിച്ചു.

“നന്ദി. ഞാൻ അത്ര നല്ലൊരു പാചകക്കാരിയൊന്നുമല്ല. ഒന്ന് ശ്രമിച്ചു നോക്കി എന്ന് മാത്രം. എന്നേക്കാൾ നന്നായി നിങ്ങളെല്ലാം പാചകം ചെയ്യും എന്നെനിക്കറിയാം.”

“അങ്ങനെയല്ല.”

ഞങ്ങൾക്കിടയിൽ മൗനം നിറഞ്ഞു. ഞാനപ്പോൾ ശേഷിച്ച ഭക്ഷണമെല്ലാം ഒരു പാത്രത്തിലേക്കിടുകയായിരുന്നു.

“നീ എന്തുകൊണ്ടാണെന്റെ സഹോദരനെ വിവാഹം കഴിച്ചത്?” അക്രം പെട്ടെന്ന് ചോദിച്ചു

ഞാനവളുടെ കണ്ണിലേക്ക് നോക്കി. അവൾ തല തിരിച്ചു.

“ഞങ്ങൾക്കിടയിൽ എന്തൊക്കെ സംഭവിച്ചു എന്ന് അലി എപ്പോഴെങ്കിലും നിന്നോട് പറഞ്ഞിട്ടുണ്ടോ?” ഞാൻ ചോദിച്ചു.

“അധികമൊന്നും പറഞ്ഞിട്ടില്ല.”

“എങ്കിൽ പിന്നെ ചോദിക്കാത്തതെന്തുകൊണ്ട്?”

“അലി പറയില്ല. എനിക്കത് നിന്നിൽ നിന്നും കേൾക്കണം.”

“അലിക്ക് എന്നെ വിവാഹം കഴിക്കണമായിരുന്നു. അതിനാൽ ഞാൻ അലിയെ വിവാഹം കഴിച്ചു.”

“അങ്ങനെ പറഞ്ഞ് അവസാനിപ്പിക്കാനാകില്ല.”

“എന്തുകൊണ്ടില്ല? നീ നിന്റെ ഭർത്താവിനെ വിവാഹം ചെയ്യാൻ എന്താണ് കാരണം?”

“എന്റേത് വീട്ടുകാർ ആലോചിച്ചുറപ്പിച്ച വിവാഹമായിരുന്നു. എന്റെ മാതാപിതാക്കൾ എന്റെ ഭർത്താവിന്റെ മാതാപിതാക്കളുമായി ഞാൻ കുട്ടിയായിരുന്നപ്പോഴേ ഒരു കരാറുണ്ടാക്കിയിരുന്നു. എനിക്ക് വിവാഹപ്രായമായാൽ അവരുടെ മകൻ എന്നെ വിവാഹം കഴിക്കണം എന്നായിരുന്നു ആ കരാർ. നീയാകട്ടെ തീർത്തും വ്യത്യസ്തമായ ഒരു കുടുംബാന്തരീക്ഷത്തിൽ നിന്നുള്ളവളാണ്. സംസ്കാരവും വേറെ. നിനക്ക് അവനെ വിവാഹം കഴിക്കാൻ താത്പര്യമില്ലെങ്കിൽ ‘പറ്റില്ല’ എന്ന് പറയാമായിരുന്നു.”

“എനിക്ക് അലിയെ വിവാഹം കഴിക്കാൻ താത്പര്യമില്ലായിരുന്നു എന്ന് നീ കരുതാൻ കാരണം?”

“എനിക്കറിയാം. ഇത്തരം കാര്യങ്ങളൊക്കെ ഏതൊരു സ്ത്രീക്കും പെട്ടെന്നറിയുവാനാകും.”

ഞാൻ ഒരു ദീർഘശ്വാസമെടുത്തു. “ഞാൻ ഒരു ജയിൽപുള്ളിയാണെന്നത് മറക്കരുത്. അലിയെ വിവാഹം കഴിച്ചില്ലെങ്കിൽ എന്റെ അടുത്ത

ബന്ധുക്കളേയും എനിക്ക് വേണ്ടപ്പെട്ടവരേയും ഉപദ്രവിക്കുമെന്ന് അലി പറഞ്ഞു."

"അലി അങ്ങനെയൊന്നും ഒരിക്കലും ചെയ്യില്ല."

"ഇപ്പോൾ മനസ്സിലായല്ലോ! ഇതുകൊണ്ടാണ് എനിക്കും ഇതൊന്നും സംസാരിക്കാൻ താത്പര്യമില്ലാതിരുന്നത്. എന്നെ നീ വിശ്വസിക്കുകയില്ല എന്നെനിക്കറിയാമായിരുന്നു. അലി നിന്റെ സഹോദരനല്ലേ, അപ്പോൾ ഈ ഞാൻ പറയുന്നതല്ലല്ലോ നീ വിശ്വസിക്കുക."

"വിശുദ്ധ ഖുർ-ആനിന്മേൽ കൈ വച്ച് സത്യം ചെയ്യാമോ അലി അങ്ങനെയൊക്കെ ചെയ്തു എന്ന്?"

"ഉവ്വ്. ഞാൻ പറഞ്ഞത് സത്യമാണ്."

അവൾ ഒരു കസേരയിലേക്ക് വീണു. തലയാട്ടുവാൻ തുടങ്ങി.

"ഇത് ഭയാനകം തന്നെ! ഇത് കാരണം നീ അലിയെ വെറുക്കുന്നുണ്ടോ?"

എന്ത് പറയണം എന്നെനിക്കറിയില്ലായിരുന്നു. സത്യം പറയേണ്ടി വരുമെന്നതിനാലല്ല ഇങ്ങനെ ഒരു തോന്നലുണ്ടായത്. ഈ ചോദ്യത്തിനുള്ള ശരിയായ ഉത്തരം എനിക്കറിയില്ല എന്നതിനാലാണ്. ഏതാനും ദിവസം മുമ്പാണീ ചോദ്യം വന്നതെങ്കിൽ പൂർണ്ണ ഉറപ്പോടെ അയാളെ ഞാൻ വെറുക്കുന്നു എന്ന് പറയമായിരുന്നു. എന്നാൽ ഇപ്പോൾ എനിക്ക് ഉറപ്പില്ല. എന്നിൽ എന്തോ മാറ്റം വന്നിരിക്കുന്നു. അടിസ്ഥാനപരമായ മാറ്റമല്ല. പക്ഷേ ചെറിയ എന്തോ ഒരു മാറ്റം. അലിയോടുള്ള എന്റെ ഇപ്പോഴത്തെ വികാരം എങ്ങനെ ഇത്രയ്ക്ക് വ്യത്യസ്തമായി എന്നെനിക്കറിയില്ല. എങ്കിലും അയാളെ വെറുക്കുവാനുള്ള എല്ലാ അവകാശവും എനിക്ക് ഇപ്പോഴുമുണ്ട്.

"ഇല്ല. എനിക്കറിയില്ല. ഞാൻ അദ്ദേഹത്തെ വെറുത്തിരുന്നു. എന്നാൽ ഇപ്പോഴില്ല. വെറുക്കുക എന്നത് വളരെ കരുത്തുള്ള ഒരു വാക്കല്ലേ?"

അവൾ എന്റെ കണ്ണിലേക്ക് നോക്കി.

"നിർബന്ധിക്കപ്പെട്ടതിനാലാണോ ഇസ്ലാം മതത്തിൽ ചേർന്നത്?"

"അതെ."

"എന്നുവച്ചാൽ, അതിൽ താത്പര്യമൊന്നുമുണ്ടായിരുന്നില്ല എന്ന് അല്ലേ?"

"ഇല്ല. പക്ഷേ ഒരു കാര്യം ഓർക്കണം. ഇതെല്ലാം ഞാൻ പറയുന്നത് നീ എന്നെ നിർബന്ധിച്ചതിനാൽ മാത്രമാണ്. നുണ പറയുവാൻ എനിക്ക് താത്പര്യമില്ലാത്തതിനാലാണ് തുറന്ന് പറയുന്നത്. എന്തായാലും അതെല്ലാം കഴിഞ്ഞു. ഞാനിപ്പോൾ ഒരു മുസ്ലീമാണ്. നിന്റെ സഹോദരന്റെ ഭാര്യയാണ്. അലിയോട് വിശ്വസ്തതയോടെ പെരുമാറും എന്ന് ഞാൻ വാക്ക് കൊടുത്തിട്ടുണ്ട്. അതിൽ വ്യതിയാനമുണ്ടാകുകയില്ല.

എനിക്കിനിയും അതിനെക്കുറിച്ചൊക്കെ സംസാരിക്കാൻ താത്പര്യമില്ല. സംഭവിച്ചതെല്ലാം സംഭവിച്ച് കഴിഞ്ഞു."

"ദൈവം നിനക്ക് കരുത്ത് നൽകട്ടെ," അവൾ പറഞ്ഞു. "ഇതെല്ലാം എത്ര വിഷമമുള്ള, ബുദ്ധിമുട്ടുള്ള കാര്യമാണെന്ന് എനിക്ക് മനസ്സിലാകും."

"ആർക്കെങ്കിലും അതെല്ലാം മനസ്സിലാകുന്നുണ്ടെന്നത് തന്നെ നല്ലതാണ്."

അവളുടെ മുഖത്ത് സത്യസന്ധമായ, വിടർന്ന, ഒരു പുഞ്ചിരിയുണ്ടായി.

"നിന്റെ വിവാഹം കഴിഞ്ഞിട്ട് എത്ര വർഷമായി?"

"ഏഴ് വർഷം."

"നീ നിന്റെ ഭർത്താവിനെ സ്നേഹിക്കുന്നുണ്ടോ?"

അവൾ അദ്ഭുതപ്പെട്ടു. അങ്ങനെയൊന്നും ചിന്തിച്ചിട്ടേയില്ല എന്ന മട്ടിൽ അവളെന്നെ നോക്കി.

"സ്നേഹിക്കുക എന്നത് വളരെ കരുത്തുള്ള ഒരു വാക്കല്ലേ," ഒന്ന് ചിരിച്ച് അവൾ പറഞ്ഞു. പിന്നെയവൾ തന്റെ വിവാഹമോതിരത്തിലേക്ക് മിഴിച്ച് നോക്കി. അതിലെ രത്നക്കല്ലിൽ വിരലോടിച്ചു. "അതൊക്കെ യക്ഷിക്കഥകളിൽ മാത്രമേയുള്ളൂ എന്നെനിക്ക് തോന്നുന്നു. എന്റെ ഭർത്താവ് നല്ലവനാണ്. എന്നോട് വിശ്വാസ്യതയോടെ പെരുമാറുന്നു. ഞങ്ങൾ എല്ലാ സൗകര്യങ്ങളുമുള്ള ഒരു ജീവിതം നയിക്കുന്നു. അപ്പോൾ പിന്നെ ഞാൻ സന്തോഷവതിയാണെന്ന് പറയാം, അല്ലേ? ഒന്നൊഴിച്ചാൽ...."

അവളുടെ നോട്ടം ദിശമാറി. അവളുടെ മുഖത്തൊരു ദുഃഖം പരന്നത് ഞാൻ കണ്ടു. എന്തോ നഷ്ടപ്പെട്ടതുപോലെ ഒരു ദുഃഖം. എന്റെ ഹൃദയം വിങ്ങാൻ തുടങ്ങി.

"എന്തൊഴിച്ചാൽ....?" ഞാൻ മന്ത്രിച്ചു.

"എനിക്ക് കുട്ടികളുണ്ടാകില്ല." ഒന്ന് നിശ്വസിച്ച് അവൾ പറഞ്ഞു. തന്റെ ജീവിതത്തിൽ ഇതിലും വിഷമമേറിയ ഒരു വാചകം അവൾ പറഞ്ഞിട്ടുണ്ടാകില്ല എന്ന മട്ടിലാണാ വാക്കുകൾ പുറത്ത് വന്നത്. "എല്ലാ മാർഗ്ഗങ്ങളും ശ്രമിച്ചു. ആദ്യമൊക്കെ ഗർഭിണിയായില്ലേ എന്ന് എല്ലാവരും ചോദിച്ചുകൊണ്ടേയിരിക്കുമായിരുന്നു. എന്നാൽ ഒന്ന് രണ്ട് വർഷം കഴിഞ്ഞപ്പോൾ അവരും ആ ചോദ്യം ഉപേക്ഷിച്ചു. ഗർഭം ധരിക്കാനാകാത്ത ഒരു സ്ത്രീയാണ് ഞാൻ. എന്നാൽ ഞാൻ പറഞ്ഞല്ലോ എന്റെ ഭർത്താവ് എന്നോട് നല്ല രീതിയിൽ പെരുമാറുന്നു. ഒരു മകനുണ്ടാകുക എന്നത് അദ്ദേഹത്തിനെത്ര പ്രാധാന്യമുള്ള കാര്യമാണെന്ന് എനിക്കറിയാം. എന്നാൽ മറ്റൊരു വിവാഹത്തെക്കുറിച്ച് ചിന്തിക്കുന്നില്ല എന്നദ്ദേഹം പറഞ്ഞു."

"നിങ്ങൾ പെണ്ണുങ്ങൾ രണ്ട് പേരും അവിടെ എന്താ ചെയ്യുന്നേ? ഇങ്ങനെ സംസാരിച്ചിരുന്നാൽ മതിയോ?" അലിയുടെ അമ്മ അടുക്കളയിലെത്തി. "ആണുങ്ങൾക്ക് ചായ വേണമെന്ന്."

ഞങ്ങളെല്ലാം ഒന്നിച്ച് സ്വീകരണ മുറിയിലിരുന്നു. ഫോൺ ശബ്ദിച്ചു. അലിയാണതെടുത്തത്. അത് എവിനിൽ നിന്നാണെന്ന് എനിക്ക് മനസ്സിലായി. അലി അധികമൊന്നും പറയുന്നുണ്ടായിരുന്നില്ല. കേൾക്കുകയായിരുന്നു. അലിയുടെ മുഖത്തൊരു വേവലാതി പടരുന്നത് ഞാൻ കണ്ടു. മുറിയിൽ എല്ലാവരും നിശ്ശബ്ദരായി. സംസാരം കഴിഞ്ഞപ്പോൾ എന്താണ് വിശേഷമെന്ന് ഞാൻ ചോദിച്ചു

"എവിനിലെ ചില പ്രധാന ഉദ്യോഗസ്ഥരെ വധിക്കാൻ മൊജാഹിദ്ദീൻ പരിപാടിയിട്ടിരിക്കുന്നതായി വിവരം ലഭിച്ചിരിക്കുന്നു." അലി പറഞ്ഞു. അവരുടെ നേതാക്കളെയെല്ലാം കണ്ടുപിടിച്ച് അറസ്റ്റ് ചെയ്യാനുള്ള ശ്രമം നടക്കുന്നുണ്ട്. ചിലരെ ഈയിടെ പിടികൂടി ചോദ്യം ചെയ്യുന്നുണ്ട്. എനിക്ക് മൊഹമ്മദാണ് ഫോൺ ചെയ്തത്. അവരുടെ കരിമ്പട്ടികയിൽ എന്റെ പേരുമുണ്ടത്രേ. ഇപ്പോൾ മറീന എവിനിൽ താമസിക്കുന്നതാകും കൂടുതൽ സുരക്ഷിതം എന്ന് എന്റെ സുഹൃത്തുക്കളും സഹജീവനക്കാരും കരുതുന്നു. "കുറച്ചുകാലത്തേക്കെങ്കിലും മറീന എവിനിലേക്ക് മാറണമെന്ന്. എന്നെക്കുറിച്ചോർത്ത് എനിക്ക് ആശങ്കയില്ല. എന്നാൽ മറീനയുടെ ജീവൻ അപകടത്തിലാക്കാൻ ഞാൻ ആഗ്രഹിക്കുന്നില്ല."

എവിനിലെ പ്രധാന ഉദ്യോഗസ്ഥരിൽ ഒരാളാണ് അലി എന്ന് എനിക്ക് മനസ്സിലായി. ഈ സംഭവം അതുറപ്പിക്കുകയും ചെയ്തു.

"എവിനിലേക്ക് മാറുക എന്നത് ഒരു നല്ല ആശയമാണെന്ന് എനിക്കും തോന്നുന്നു. പിന്നീട് ദുഃഖിക്കുന്നതിനേക്കാൾ നല്ലത് ഇപ്പോൾ സുരക്ഷിതമായിരിക്കുന്നതാണ്." മൂസാവി പറഞ്ഞു. അദ്ദേഹത്തിന്റെ മുഖത്തും അങ്കലാപ്പുണ്ടായിരുന്നു.

ചില സർക്കാർ ഉദ്യോഗസ്ഥർ കൊല്ലപ്പെട്ടിരുന്നു എന്ന വിവരം എനിക്കറിയില്ലായിരുന്നു. എനിക്ക് ടി വി, റേഡിയോ, വർത്തമാന പത്രം എന്നിവയൊന്നും ഇത്രയും കാലം ലഭ്യമല്ലായിരുന്നു. ഈ കൊലപാതകങ്ങളൊക്കെ മൊജാഹിദ്ദീന്റെ തലയിലാണ് കെട്ടിവയ്ക്കപ്പെട്ടിരുന്നത്.

"കുറച്ച് ദിവസം എവിനിലേക്ക് മാറുന്നതിൽ നിനക്ക് വിഷമമുണ്ടോ മറീനാ? അവിടെയാകുമ്പോൾ കൂടുതൽ സുരക്ഷിതത്വമുണ്ടാകും." അലി ചോദിച്ചു.

"തീർച്ചയായും," എനിക്ക് മറ്റൊരു തിരഞ്ഞെടുപ്പിന് അപ്പോൾ സാധ്യതയില്ലായിരുന്നു.

"കാര്യങ്ങൾ കുറച്ചുകൂടി മെച്ചപ്പെട്ടാൽ അതിനെല്ലാം ഞാൻ നിനക്ക് പകരം തരാം."

അതിഥികൾ പോയപ്പോൾ ഞങ്ങൾ കിടപ്പ് മുറിയിലേക്കു നീങ്ങി.

"അക്രമം ജനങ്ങൾക്കെല്ലാം എന്ത് നൽകുന്നു എന്ന് കാണുന്നില്ലേ അലി? നിങ്ങൾ അവരെ കൊല്ലുന്നു, അവർ നിങ്ങളേയും. ഇതിനെല്ലാം ഒരു അവസാനം എന്നുണ്ടാകും? എല്ലാവരും ചത്തതിനു ശേഷമോ?"

"നീ വല്ലാതെ നിഷ്കളങ്കയാണ്," അലി പറഞ്ഞു. "ഞങ്ങളവരോട് സൗമ്യമായി ആവശ്യപ്പെട്ടാലുടൻ അവർ സർക്കാരുമായി യുദ്ധം ചെയ്യുന്നത് നിർത്തുമെന്ന് നീ കരുതുന്നുണ്ടോ? നമുക്ക് ഇസ്ലാമിനെ, ദൈവത്തിന്റെ നിയമങ്ങളെ, ദൈവത്തിനെ, തിന്മ മാത്രം ചെയ്യുന്ന ശക്തികളിൽ നിന്നും സംരക്ഷിക്കേണ്ടതുണ്ട്. അവർ എന്നും ഇതിനെല്ലാം എതിരായ കാര്യങ്ങൾ മാത്രം ചെയ്യുന്നവരാണ്."

"ദൈവത്തിനൊരു സംരക്ഷണത്തിന്റെ ആവശ്യമില്ല. ഞാൻ പറയുന്നത് അക്രമം കൂടുതൽ അക്രമത്തെ കൊണ്ടുവരാൻ മാത്രമേ സഹായിക്കുകയുള്ളൂ എന്നാണ്. പോംവഴി എന്തെന്ന് എനിക്കറിയില്ല. എന്നാൽ കൊലയല്ല അതിനുള്ള ഉത്തരം എന്ന് മാത്രം എനിക്കറിയാം."

അയാൾ എന്നെ ഇരുകൈകൊണ്ടും വാരിയെടുത്തു. "എല്ലാവരും നിന്നെപ്പോലെ നല്ലവരല്ല. ചുറ്റിലും ക്രൂരന്മാരുടെ ഒരു ലോകം തന്നെയുണ്ട്."

"അത് നമ്മൾ പരസ്പരം ക്രൂരത കാണിക്കുന്നതുകൊണ്ടാണ്."

അയാൾ ചിരിച്ചു. "വിട്ട് തരില്ല അല്ലേ?"

"നമ്മൾ എന്നാണ് എവിനിലേക്ക് തിരിച്ച് പോകുന്നത്." ഞാൻ ചോദിച്ചു.

"നാളെ കാലത്ത്. നീ എന്റെ ഭാര്യയാണെങ്കിലും എവിനിലാകുമ്പോൾ മറ്റുള്ളവരോടുള്ള അതേ പെരുമാറ്റം മാത്രമേ നിന്നോടുമുണ്ടാകുകയുള്ളൂ എന്ന് നീ മനസ്സിലാക്കണം. നിനക്ക് ഒറ്റയ്ക്ക് ആ അറയിൽ കിടക്കണോ അതോ 246 ലേക്ക് പോകണോ?"

രണ്ടായാലും കുഴപ്പമില്ല എന്ന് ഞാൻ പറഞ്ഞു. ഒറ്റയ്ക്ക് കഴിയുന്നതായിരിക്കും നല്ലത് എന്ന് അലി അഭിപ്രായപ്പെട്ടു. അപ്പോൾ ഒരുമിച്ച് കഴിയാൻ കൂടുതൽ സമയം ലഭിക്കും. ഞാൻ തർക്കിച്ചില്ല. 246 ലെ കൂട്ടുകാരികളോട് കൂടുതൽ വിശദീകരണങ്ങൾ നൽകാൻ എനിക്കും താത്പര്യമില്ലായിരുന്നു.

"ഈയിടെയായി കൂടുതൽ അറസ്റ്റുകളുണ്ടായിട്ടുണ്ടോ?" ഞാൻ ചോദിച്ചു.

"ഉവ്വ്."

"പാവങ്ങൾ. അവരെല്ലാം വല്ലാതെ ഭയന്നിരിക്കും."

"മറീനാ.... അവരിൽ പലരും ഭീകരവാദികളാണ്."

"ചിലരെല്ലാം ആയിരിക്കാം. എന്നാൽ അറസ്റ്റ് ചെയ്യപ്പെടുന്നവരിൽ ഭൂരിപക്ഷവും കുട്ടികളാണെന്ന് മറക്കരുത്. മിക്കവരും ഒരു തെറ്റും ചെയ്യാത്തവരാണ്. ഞാൻ ഏകാന്ത തടവറയിലാണെങ്കിൽ എന്നും അതിലൊരു കുട്ടിയെ എന്റെയടുക്കൽ പറഞ്ഞയക്കാമോ. അവർ പീഡിപ്പിക്കപ്പെട്ടുകൊണ്ടിരിക്കുകയും ചോദ്യം ചെയ്തുകൊണ്ടിരിക്കുകയും ചെയ്യുന്ന ദിവസങ്ങളിൽ? ആ അറകളിൽ രണ്ട് പേർക്ക് കഴിയാനുള്ള സ്ഥലമൊക്കെയുണ്ട്. അലി, ഞാൻ ഒരു ഉപകാരവുമില്ലാത്തവളാകുന്നത് എനിക്കിഷ്ടമല്ല. അതെനിക്ക് എന്നോട് തന്നെ ഒരു വെറുപ്പിന് കാരണമാക്കുന്നു. അവർക്ക് ഒരാത്മധൈര്യം നൽകാൻ എനിക്കാകും. അത് എനിക്കും ഒരു സുഖം നൽകും."

അലി പുഞ്ചിരിച്ചു. "ഇത് രസകരമാകും. ശരി. ഞാൻ സമ്മതിച്ചു."

"ഒരൊറ്റ കാര്യം മാത്രം. ഞാൻ താങ്കളുടെ ഭാര്യയാണെന്ന് മാത്രം അവരോട് പറയരുത്. അത് പറഞ്ഞാൽ അവർ കൂടുതൽ ഭയക്കും."

എനിക്ക് ചുറ്റും നന്മകളൊന്നുമില്ലെങ്കിൽ, എന്തെങ്കിലും നല്ലത് ചെയ്യേണ്ടത് ഒരു പക്ഷേ എന്റെ ജോലിയാകാം. ഒന്നും പ്രതീക്ഷിക്കാതെ നല്ലതു മാത്രം ചെയ്യുക!

"അലി....സാറ ഫറഹാനി ഇപ്പോൾ എവിടെയാണ്?" ഞാൻ ചോദിച്ചു.

"അവൾ ജയിൽ ആശുപത്രിയിലാണ്. വളരെക്കാലമായി അവിടെയാണ്. നീ കിടന്ന ആശുപത്രിയിലല്ല. മാനസിക രോഗമുള്ളവർക്ക് മറ്റൊരു ആശുപത്രിയുണ്ട്. ഇരുന്നൂറ്റി ഒമ്പതാം നമ്പർ സെല്ലിലാണവളിപ്പോൾ."

"അവളെ വീട്ടിലേക്ക് പറഞ്ഞയയ്ക്കണം. വല്ലാതെ സഹിച്ചു അവൾ. അവൾ ഒരു തെറ്റും ചെയ്തിട്ടില്ല. വളരെയധികം സംസാരിക്കും എന്ന് മാത്രമേയുള്ളൂ. എവിനിൽ തുടർന്നാൽ അവൾ അധികകാലം ജീവനോടെയിരിക്കില്ല."

"അവളുടെ ചുമതല ഹമെഹ്ദിനാണ്. അയാളെക്കുറിച്ച് നിനക്കറിയാമല്ലോ. സാറ പെട്ടെന്ന് പുറത്തിറങ്ങും എന്നെനിക്ക് തോന്നുന്നില്ല."

"അവളുടെ സഹോദരൻ സൈറസ്...അവനെ വധിച്ചുവോ?"

"ഉവ്വ്. അവൻ മൊജാഹീദീനിൽ വളരെ സക്രിയമായിരുന്നു. സഹകരിക്കാൻ തയ്യാറായിരുന്നില്ല." വളച്ചുകെട്ടില്ലാതെ അലി കാര്യം പറഞ്ഞു.

"എന്നുവച്ചാൽ വഴി തടഞ്ഞ് നിൽക്കുന്നവരെ കൊല്ലുക എന്നതാണ് നിങ്ങളുടെ മാർഗ്ഗമെന്ന്."

"സൈറസിനൊരു അവസരം ലഭിച്ചിരുന്നുവെങ്കിൽ അവൻ എന്റെ തലയെ ലക്ഷ്യം വച്ച് നിറയൊഴിക്കുമായിരുന്നു."

"കൊല്ലാതെ അവനെ ജയിലിലിടാമായിരുന്നു."

“അതെന്റെ തീരുമാനമല്ല. അതിനെക്കുറിച്ച് ഒരു തർക്കത്തിനും ഞാനൊരുക്കമല്ല.”

“എനിക്ക് സാറയെ ഒരു തവണ ഒന്ന് കാണാമോ?”

“നമ്മളവിടെ തിരികെ ചെന്നതിനു ശേഷം ഒരിക്കൽ നിന്നെ ഞാൻ അവളുടെ സെല്ലിലേക്ക് കൊണ്ടുപോകാം.”

എന്റെ മനസ്സിൽ ദീർഘകാലമായുണ്ടായിരുന്ന ഒരു ചോദ്യം ഉന്നയിക്കാൻ എനിക്ക് ഇതിലും നല്ലൊരു അവസരം ലഭിക്കില്ല എന്ന് തീർച്ചയായി.

“അലി. ഒരു ചോദ്യമുണ്ട്. അലി ആരെയെങ്കിലും കൊന്നിട്ടുണ്ടോ? യുദ്ധമുന്നണിയിൽ വച്ചല്ല ഞാനുദ്ദേശിച്ചത്; എവിനിൽ വച്ച്.”

അലി എഴുന്നേറ്റ് അടുക്കളയിലേക്ക് നടന്നു. ഞാൻ പുറകെ ചെന്നു. അലി ഒരു ഗ്ലാസ് വെള്ളമെടുത്തു. അതിൽ നിന്നും കുറച്ച് മൊത്തിക്കുടിച്ചു.

“ഉണ്ട്, അല്ലേ?”

“മറീനാ... നീയ്യതൊക്കെ എന്തിന് ചോദിക്കുന്നു?”

“ഞാൻ നിങ്ങളെ വെറുക്കുന്നു!”

ആ വാക്കുകൾക്ക് വലിയ കനമുണ്ടെന്ന് എനിക്കറിയാമായിരുന്നു. എന്നാൽ ആ വാക്കുകൾ പുറത്ത് വന്നതിൽ ഞാൻ പശ്ചാത്തപിച്ചില്ല. അയാളെ വേദനിപ്പിക്കണം എന്ന് തന്നെയാണ് ഞാൻ ഉദ്ദേശിച്ചത്. ഇത് ഒരു പകവീട്ടലാണ്. അയാളത് അർഹിക്കുന്നു. എന്റെ അവസ്ഥ സ്വീകരിച്ച് അയാളെ മനസ്സിലാക്കുവാൻ ഞാൻ ശ്രമിച്ചിരുന്നു. എന്നാൽ അയാൾ ചെയ്തിട്ടുള്ള ഭീകര കൃത്യങ്ങളൊന്നും ഞാനറിഞ്ഞിട്ടില്ല എന്നെനിക്ക് അഭിനയിക്കുവാനാകില്ല.

അയാൾ സാവധാനത്തിൽ ഗ്ലാസ് താഴെവച്ചു. അതിലേക്ക് മിഴിച്ച് നോക്കി നിന്നു. പിന്നെ എന്നെ നോക്കി. അപ്പോൾ ആ കണ്ണുകൾ അപരിചിതമായിരുന്നു. ഇരുണ്ടിരുന്നു. അതിൽ കോപവും വേദനയുമുണ്ടായിരുന്നു. അയാൾ എന്നെ ലക്ഷ്യമിട്ട് മുന്നോട്ട് വന്നു. ഞാൻ ഏതാനും അടി പുറകോട്ട് മാറി. അടുക്കളയിലെ വലിപ്പുകളിലൊന്നിൽ തട്ടി. ഓടുകയാണെങ്കിൽ പോലും എനിക്ക് അധികദൂരം പോകാനാകില്ലായിരുന്നു. അയാൾ എന്റെ കൈയിന്മേൽ കയറി പിടിച്ചു. അയാളുടെ വിരലുകൾ എന്റെ മാംസത്തിൽ ആഴ്ന്നിറങ്ങി.

“അലി എനിക്ക് വേദനിക്കുന്നു,” ഞാൻ പറഞ്ഞു.

“ഞാൻ വേദനിപ്പിക്കുന്നുണ്ടോ?”

“ഉവ്വ്. ഞാനാദ്യം താങ്കളെ കണ്ട നിമിഷം മുതൽ എന്നെ വേദനിപ്പിച്ചു തുടങ്ങിയതാണ്. അതുപോലെ താങ്കൾ മറ്റുള്ളവരേയും വേദനിപ്പിക്കുന്നു. അതുവഴി സ്വയം താങ്കളെതന്നേയും.”

അയാൾ എന്നെയുയർത്തി കിടപ്പ് മുറിയിലേക്ക് കൊണ്ടുപോയി. ഞാൻ കുതറി. കൈകാലിട്ടടിച്ചു. ഗുണമൊന്നുമുണ്ടായില്ല.

പിറ്റേന്ന് കാലത്ത് മെത്തയിൽ നിന്നെഴുന്നേൽക്കാൻ ഞാൻ വിസമ്മതിച്ചു. അലി അടുക്കളയിൽ നിന്ന് മൂന്ന് തവണ എന്നെ വിളിച്ചു. പ്രാതൽ തയ്യാറായിരിക്കുന്നു എന്നറിയിച്ചു. ഞാൻ പുതപ്പ് തലയ്ക്ക് മുകളിലേക്ക് വലിച്ചിട്ടു. ഞാനപ്പോഴും തേങ്ങുന്നുണ്ടായിരുന്നു. മെത്തയും ഞരങ്ങിക്കൊണ്ടിരുന്നു. ഞാൻ കണ്ണു തുറന്നു. വെളുത്ത നിറത്തിലുള്ള ലിനൻ പുതപ്പിലൂടെ അരികിൽ അലിയിരിക്കുന്നത് കണ്ടു. മെത്തയിൽ ഒരുവശം ചരിഞ്ഞാണയാൾ ഇരിക്കുന്നത്. കൈമുട്ടുകൾ കാൽമുട്ടിൽ കുത്തി. കൈകൾ കൂട്ടിപ്പിടിച്ച്. ഞാൻ അനങ്ങിയില്ല.

"മറീനാ..." ഏതാനും നിമിഷം കഴിഞ്ഞപ്പോൾ അലി വിളിച്ചു.

ഞാൻ പ്രതികരിച്ചില്ല.

"നിന്നോട് കോപിച്ചതിന് ഞാൻ ക്ഷമചോദിക്കുന്നു. നിനക്ക് എന്നെ എങ്ങനെ വേണമെങ്കിലും പഴിചാരാം. കാര്യങ്ങൾ ഇങ്ങനെയൊക്കെയാണെന്ന് നീ മനസ്സിലാക്കണം. ഞാൻ ഇപ്പോൾ ചെയ്യുന്നതൊന്നും ചെയ്യാൻ എനിക്ക് താത്പര്യമില്ല. ഈ ലോകം കരുണയില്ലാത്തതും അക്രമം നിറഞ്ഞതുമാണ്. അതുകൊണ്ട് ഇതൊക്കെ ചെയ്തേ മതിയാകൂ. നീ എന്റെ ഈ അഭിപ്രായത്തിനോട് യോജിക്കുകയില്ല എന്നെനിക്കറിയാം. എന്നാൽ കാര്യങ്ങൾ ഇങ്ങനെയാണ്! ഞാനല്ല ഇതൊക്കെ ഇങ്ങനെയാക്കി തീർത്തത്. നിനക്ക് വേണമെങ്കിൽ എന്നെ വെറുക്കാം. ഞാൻ നിന്നെ സ്നേഹിക്കുന്നു. ഇന്നലെ രാത്രി നിന്നെ വേദനിപ്പിക്കാൻ ഞാൻ ഉദ്ദേശിച്ചില്ല. വാ.... നമുക്ക് പ്രാതൽ കഴിക്കാം."

ഞാൻ പ്രതികരിച്ചില്ല.

"വാ... ഈ പിണക്കം തീർക്കാൻ ഞാൻ എന്ത് ചെയ്യണം?"

"എന്നെ വീട്ടിൽ കൊണ്ടാക്കണം."

"മറീനാ... നീ എന്റെ ഭാര്യയാണ്...ഞാനെവിടെയാണോ അതാണ് നിന്റെ വീട്. അതുമായി നീ പൊരുത്തപ്പെടണം."

എന്റെ തേങ്ങൽ കൂടുതൽ ശക്തമായി. കൂടുതൽ ഒച്ചയുള്ളതായി. അയാൾ എന്റെ പുതപ്പ് വലിച്ചു മാറ്റി. എന്നെ കരങ്ങളിലെടുക്കാൻ ശ്രമിച്ചു. ഞാനയാളെ തള്ളിമാറ്റി.

"ഇപ്പോഴത്തെ അവസ്ഥകളുമായി നീ പൊരുത്തപ്പെടണം. നിന്നെ സന്തോഷവതിയാക്കാൻ എനിക്ക് ചെയ്യാൻ കഴിയുന്ന ന്യായമായ എന്തെങ്കിലുമുണ്ടോ?"

ഈ വേദനയിൽ ഞാൻ അല്പം നന്മ കാണേണ്ടതുണ്ട്. അതല്ലെങ്കിൽ അതെന്നെ മുക്കിക്കൊല്ലുമെന്നുറപ്പാണ്.

“സാറയെ സഹായിക്കണം.”

“ഞാൻ ചെയ്യാം.”

അലി ഒരു പൈജാമ മാത്രമാണ് ധരിച്ചിരുന്നത്. ഷർട്ടിട്ടിരുന്നില്ല. അലിയുടെ പുറത്ത് കനം കുറഞ്ഞ വെളുത്ത വരകൾ കണ്ടു. വടു. കുറേയേറേയുണ്ടായിരുന്നു അവ. ചാട്ടയടികൊണ്ട വടു. ഞാനത് മുമ്പ് ശ്രദ്ധിച്ചിട്ടില്ല. അയാൾ എപ്പോഴൊക്കെ തുണിയഴിച്ചുവോ അപ്പോഴൊക്കെ ഞാൻ കണ്ണടക്കുകയായിരുന്നു പതിവ്.

ഞാനയാളുടെ പുറം തടവി.

“പുറത്ത് അടയാളങ്ങൾ.... വളരെയധികമുണ്ടല്ലോ...”

അയാൾ എഴുന്നേറ്റ് ഷർട്ടിട്ടു.

അപ്പോൾ ആദ്യമായി അയാളോട് ഒരു അടുപ്പം തോന്നി. ഒരു ബന്ധം. അതങ്ങനെ നിലനിൽക്കണമെന്ന് ഞാൻ ആഗ്രഹിച്ചില്ല. എന്നാൽ ഒരു തുണികൊണ്ട് എന്നെ പൊതിഞ്ഞിരിക്കുന്നതുപോലെ വ്യക്തമായിരുന്നു അത്. എന്നിലും അലിയിലുമുണ്ടായിരുന്ന പാടുകൾപോലെ വ്യക്തം. അതുണ്ടെന്ന് വ്യക്തമാക്കുവാൻ വാക്കുകളുടെ ആവശ്യമില്ലായിരുന്നു. ഒരു നോട്ടം, ഒരു സ്പർശം മാത്രം മതിയായിരുന്നു അതുണ്ടെന്നറിയിക്കാൻ.

“വരൂ...നമുക്ക് പ്രാതൽ കഴിക്കാം.'' അലി പറഞ്ഞു.

ഞങ്ങൾ പ്രാതൽ കഴിച്ചു.

മൂന്ന് മണിക്കൂർ കഴിഞ്ഞപ്പോൾ ഞാൻ എന്റെ ഏകാന്തതടവറയിലെത്തി. അത് എനിക്ക് ഇത്രയും ദിവസം നഷ്ടപ്പെട്ടു എന്നൊന്നും ഞാൻ പറയില്ല. അലി എനിക്ക് ഒരു ചാക്ക് പുസ്തകങ്ങൾ കൊണ്ടുവന്ന് തന്നു. എല്ലാം ഇസ്ലാമിനെക്കുറിച്ചുള്ളവ. തനിക്ക് തിരക്കുള്ള ദിവസങ്ങളാണിനി എന്നറിയിച്ചു. എന്നെ സാറയുടെ സമീപത്തേക്ക് കൊണ്ടുപോകാമെന്ന വാഗ്ദാനം ഞാൻ ഓർമ്മിപ്പിച്ചു. അലി ഉടൻ എന്നെ സാറ കിടന്നിരുന്നിടത്തേക്ക് കൊണ്ടുപോയി. പോകുന്ന വഴിയിൽ എന്നോട് സാറയ്ക്ക് അമിതമായി മയക്കുമരുന്ന് കുത്തിവച്ചിട്ടുണ്ടെന്നും അതിനാൽ അധികം പ്രതികരണങ്ങളൊന്നുമുണ്ടാകില്ലെന്നും പറഞ്ഞു.

“അവരോടൊപ്പം നിനക്ക് ഒന്നോ രണ്ടോ മണിക്കൂർ ചിലവിടാം. അതിലധികം പറ്റില്ല. ഹമെഹ്ദിനെ കോപാകുലനാക്കാൻ എനിക്കാകില്ല.”

അവളുടെ മുറിയിൽ കടന്ന് ചെന്നപ്പോൾ സാറ ചുമരിൽ എഴുതിക്കൊണ്ടിരിക്കുകയായിരുന്നു. അവൾ പിന്നേയും മെലിഞ്ഞിരിക്കുന്നു. ചർമ്മത്തിനെല്ലാം മഞ്ഞനിറം കയറിയിരിക്കുന്നു. ഞാൻ അവളുടെ ചുമലിൽ കൈ വച്ചു. അവൾ പ്രതികരിച്ചില്ല.

“സാറ...നിന്നെക്കാണാതെ ഞാൻ വിഷമിച്ചിരിക്കുകയായിരുന്നു.”

ചുമരുകളെല്ലാം എഴുതി നിറച്ചിരിക്കുന്നു. അത് എന്നിൽ ഞങ്ങളുടെ പഴയ കാല ഓർമ്മകൾ കൊണ്ടുവന്നു. സാറയുടെ വീടിന്റെ മുറ്റം. അവിടെയുണ്ടായിരുന്ന പൂക്കൾ. സാറയുടെ അമ്മ ഒരു ഊഞ്ഞാലിലിരിക്കുന്നു. അച്ഛൻ ഹഫീസിന്റെ കവിതകൾ ചൊല്ലുന്നു. സൈറസ് കൂട്ടുകാരുമൊത്ത് പന്തുകളിക്കുന്നു. ഞങ്ങളുടെ സ്കൂളിന്റെ ഉയരമേറിയ ജനലുകൾ ഓർമ്മവരുന്നു. ആഘ-യെ റോസ്താനിയുടെ കടയിൽ നിന്നും ഐസ്ക്രീം വാങ്ങി നുണഞ്ഞ് ഞങ്ങളിരുവരും വീട്ടിലേക്ക് നടക്കുന്നു. ഓർമ്മകൾ ഒന്നൊന്നായി മനസ്സിലേക്ക് തള്ളിക്കയറി വന്നു തുടങ്ങി. എന്റെ പെൻസിൽ സൂക്ഷിക്കുന്ന പെട്ടിയെക്കുറിച്ചും അവളെഴുതിയിരിക്കുന്നു. അതോർക്കാൻ ഞാൻ ഇഷ്ടപ്പെടുന്നില്ല. ഈ തിരിഞ്ഞ് നോട്ടങ്ങൾ എന്നെ വേദനിപ്പിച്ചു. വീട്ടിൽ പോകണം എന്ന ആഗ്രഹം ശക്തമാക്കി. വീട് എന്നത് വളരെ ദൂരെയെവിടേയോ ആണെന്നൊരു തോന്നലുണ്ടായി. ഞാനിനി അവിടേക്കെത്തുകയില്ല. പക്ഷേ എന്റെ വീട് ഈ എവിനു പുറത്ത് തന്നെയുണ്ട്. വളരെ അടുത്ത്. എന്റെ വീട് എവറസ്റ്റ് കൊടുമുടിക്കും അപ്പുറത്തായിരുന്നെങ്കിൽ കൂടി ഞാനത് ചാടിക്കടക്കുമായിരുന്നു. വീട്ടിലെത്താൻ അപ്പോൾ എവറസ്റ്റിന്റെ ഉയരം പോലും ഒരു വലിയ തടസ്സമാകുമായിരുന്നില്ല.

“സാറ, നിനക്ക് ഞാൻ പറയുന്നത് കേൾക്കാം എന്നെനിക്കറിയാം. നീ ഈ എഴുതിയതിൽ പലതും എന്റേയും ഓർമ്മയാണ്. നമ്മൾ രണ്ട് പേരുടേയും വീടുകൾ ഇപ്പോഴും അവിടെയുണ്ട്. അവിടേക്ക് നിനക്ക് തിരികെയെത്തണമെന്നുണ്ടെങ്കിൽ നീ എവിനിലെ ജീവിതം തരണം ചെയ്യേണ്ടതുണ്ട്. നിന്റെ വീട്ടുകാർ നിന്നെ കാത്തിരിക്കുന്നുണ്ട്. നാളെ എന്നത് ഇല്ലാത്തതല്ല എന്ന് നീ മറക്കരുത്. പക്ഷേ അത് കാണാൻ നീയുണ്ടാകണം എന്ന് മാത്രം. അത് നീ കാണണം എന്ന് സൈറസ് ആഗ്രഹിക്കുന്നു. അവനുവേണ്ടി ഈ യുദ്ധം നീ ചെയ്തേ മതിയാകൂ. നിന്റെ അച്ഛനും അമ്മയ്ക്കും വേണ്ടി നീ യുദ്ധത്തിൽ പങ്കെടുത്തേ മതിയാകൂ.”

ഞാൻ സാറയുടെ ചുമലിൽ പിടിച്ച് അവളെ എന്റെ സമീപത്തേക്ക് തിരിച്ചിരുത്തി.

“നീ പരാജയപ്പെടേണ്ടത് ഹമെഹ്ദിന്റെ ആവശ്യമാണ്. അവന് അങ്ങനെയൊരു സംതൃപ്തി നൽകരുത്. നീ വീട്ടിൽ പോകും. ഞാൻ ചെയ്തതെന്തെന്ന് നീ മനസ്സിലാക്കണം. അലിയോടൊപ്പം ഒരേ മെത്തയിൽ കിടന്നുറങ്ങുക എന്നത് ദുഷ്കരമാണ്. എന്നാൽ അയാൾ ഹമെഹ്ദിന്റെയത്ര ക്രൂരനല്ല. അയാളിൽ എന്തൊക്കെയോ നന്മകളുണ്ട്. അയാൾ എന്നെ സ്നേഹിക്കുന്നുണ്ട്... എങ്കിലും അത് വിഷമകരമാണ്... നിനക്കത് മനസ്സിലാകും.”

സാറയുടെ കൈകൾ എന്നെ ചുറ്റിവരിഞ്ഞു. അത് കൂടുതൽ മുറുകിക്കൊണ്ടിരുന്നു. ഞങ്ങൾ കെട്ടിപ്പിടിച്ചിരുന്ന് കരഞ്ഞു.

അതിനു ശേഷം രണ്ടാഴ്ച കഴിഞ്ഞാണെന്റെ അറയിൽ ആദ്യ കൂട്ടുകാരിയെത്തുന്നത്. ഈ രണ്ടാഴ്ച മുഴുക്കെ ഞാൻ വായനയിലായിരുന്നു. അലി അടുത്തില്ലാത്തപ്പോഴെല്ലാം വായിക്കും. എന്റെ അറയിലേക്കെത്തിയ ആ കൂട്ടുകാരിയുടെ പേര് സീമ എന്നായിരുന്നു. വലിയ കണ്ണുണ്ടവൾക്ക്. പതിമൂന്നിൽ കൂടുതൽ പ്രായം കാണില്ല എങ്കിലും പതിഞ്ച് വയസ്സായിട്ടുണ്ട്. എന്റെ അറയിലേക്ക് അവളെയെത്തിച്ച ഗാർഡ് തിരിച്ചു പോകാനൊരുങ്ങി വാതിലടയ്ക്കുന്നതിനു മുമ്പ് അവളോട് കണ്ണിലെ കെട്ടഴിച്ചുകൊള്ളാൻ ആവശ്യപ്പെട്ടു. അവൾ അതനുസരിച്ചു. കണ്ണ് തിരുമ്മി. ഭീതി നിറഞ്ഞ കണ്ണുകളോടെ എന്നെ നോക്കി.

ഞാനാരാണെന്ന് അവൾ ചോദിച്ചു. ഞാൻ എന്റെ പേരുപറഞ്ഞു. ഒരു ജയിൽപുള്ളിയാണെന്ന് പറഞ്ഞു. അത് കേട്ടപ്പോൾ അവൾക്ക് ആശ്വാസമായി എന്ന് തോന്നി. അവളിരുന്നു. എന്നിൽ നിന്നും സുരക്ഷിതമായ ഒരു ദൂരം അവൾ പാലിക്കുന്നുണ്ടായിരുന്നു. അവളുടെ കാലുകൾ വീർത്തിരുന്നു. വേദനിക്കുന്നുണ്ടോ എന്ന് ഞാൻ ചോദിച്ചു.

“അവരെന്നെ ക്രൂരമായി പീഡിപ്പിച്ചു!” അവൾ കരഞ്ഞു.

ഞാനവൾക്കരികിലേക്ക് നീങ്ങി. ഞാനും ഇതിലൂടെ കടന്ന് പോയവളാണെന്ന് പറഞ്ഞു. അവളനുഭവിച്ചതിന്റെ പല മടങ്ങ് കൂടുതൽ വേദനയനുഭവിച്ചവളാണെന്ന് പറഞ്ഞു. എത്ര കാലമായി ഞാൻ എവിനിൽ എത്തിയിട്ട് എന്നവൾ ചോദിച്ചു. “ഏഴുമാസം” ഞാൻ പറഞ്ഞു.

“എഴ് മാസമോ? അത് വളരെ കൂടുതലല്ലേ! അത്രയും കാലം മുഴുക്കെ താങ്കൾ ഈ അറയിൽ തന്നെയായിരുന്നോ?“

ചോദ്യം ചെയ്യൽ കഴിഞ്ഞപ്പോൾ ഞാൻ 246 ലായിരുന്നു എന്ന് ഞാനറിയിച്ചു. അവളുടെ ചോദ്യം ചെയ്യൽ കഴിഞ്ഞാൽ ഒരുപക്ഷേ അവളേയും അവിടേക്കയയ്ക്കും എന്നറിയിച്ചു. വിചാരണയ്ക്ക് മുമ്പ് അവളെയിടുന്നത് അവിടെയാകും. അതിനെത്ര കാലമെടുക്കും എന്നവൾക്കറിയണം. രണ്ട് ദിവസം മുതൽ മാസങ്ങൾ വരെ എന്ന് ഞാനതിനു മറുപടി നൽകി.

“ഏകദേശം” ഞാൻ പറഞ്ഞ് നിർത്തി.

“താങ്കൾക്ക് ലഭിച്ചിരിക്കുന്ന ശിക്ഷ എന്താണ്?”

“ജീവപര്യന്തം.”

“ദൈവമേ!”

ഒരാഴ്ചയിൽ കൂടുതൽ എവിനിൽ കഴിയുക എന്നത് ചിന്തിക്കുവാനാകുന്നില്ല എന്നവൾ പറഞ്ഞു. ആരാണവളെ ചോദ്യം ചെയ്തത് എന്ന് ഞാൻ ചോദിച്ചു. അലി എന്നൊരുത്തനായിരുന്നു എന്നും അയാൾ പ്രാകൃതനാണെന്നുമായിരുന്നു അവളുടെ ഉത്തരം.

“അതെ, ചിലപ്പോൾ അയാൾ പ്രാകൃതനാണ്. ഔദാര്യമില്ലാത്തവൻ. എന്നാൽ അയാളേക്കാൾ തരം താണവരുമുണ്ട്.”

അവളോട് സത്യം പറയുന്നതുകൊണ്ട് അപ്പോൾ യാതൊരു ഉപകാര വുമുണ്ടാകില്ലായിരുന്നു.

എവിനിലെ നടപടിക്രമങ്ങളെക്കുറിച്ചും 246നെക്കുറിച്ചും സീമ ചോദിച്ചു. എനിക്കറിയാവുന്നതെല്ലാം ഞാൻ പറഞ്ഞു.

എട്ടുമണിയോടെ അലി വാതിൽക്കൽ മുട്ടി. എന്റെ പേരുവിളിച്ചു. ഞാൻ ചാദോറണിഞ്ഞ് വാതിൽക്കലേക്ക് പോയി.

"അയാളെന്തിനാണ് നിങ്ങളെ കാണാൻ വന്നിരിക്കുന്നത്?" സീമ മന്ത്രിച്ചു.

"വിഷമിക്കണ്ട; അയാൾ എന്നെ ഉപദ്രവിക്കില്ല," ചാദോറിട്ട് പുറത്തി റങ്ങുന്നതിനിടയിൽ ഞാൻ പറഞ്ഞു.

സീമ എന്തുപറയുന്നു എന്നാണ് അലിക്ക് അറിയേണ്ടിയിരുന്നത്. അവൾക്ക് കുറച്ച് സുഖം തോന്നുന്നുണ്ടെന്ന് ഞാനറിയിച്ചു. എന്തിനാ ണവളെ ചാട്ടകൊണ്ടടിച്ചത് എന്ന് ഞാൻ ചോദിച്ചു. മറ്റ് മാർഗ്ഗങ്ങളില്ലായി രുന്നു എന്നും, അവളുടെ സഹോദരൻ മൊജാഹിദ്ദീൻ വിഭാഗത്തിൽ പ്രവർത്തിക്കുന്നുണ്ടെന്നും, ഒരു സർക്കാർ ഉദ്യോഗസ്ഥന്റെ കൊലപാതക ത്തിൽ അവന് പങ്കുണ്ടെന്നും അലി പറഞ്ഞു. മാസങ്ങളായി അവനെ അറസ്റ്റ് ചെയ്യുവാൻ ശ്രമിച്ചുകൊണ്ടിരിക്കുകയാണ് അലി. സീമയ്ക്ക് അവളുടെ സഹോദരനെക്കുറിച്ച് ഒന്നുമറിയില്ല എന്നത് ഉറപ്പ് വരുത്തേ ണ്ടിയിരുന്നു.

"ദയവായി ഇനിയും അവളെ ചാട്ടകൊണ്ടടിക്കരുതേ. അടിക്കുമോ?"

"ഇല്ല. അവൾക്ക് ഒന്നുമറിയില്ല. അവളെ ഞങ്ങൾ 246 ലേക്ക് മാറ്റുക യാണ്. അവളുടെ സഹോദരനെ പിടികൂടിയാൽ ഉടൻ അവളെ വിട്ടയ യ്ക്കും."

എന്നെ എവിടേക്കാണിപ്പോൾ കൊണ്ടുപോകുന്നത് എന്ന് ഞാൻ ചോദിച്ചു.

"വേറൊരു സെല്ലിലേക്ക്. ഞാൻ വല്ലാതെ ക്ഷീണിച്ചിരിക്കുന്നു. എനിക്കിപ്പോൾ നിന്നെ വേണം."

പ്രഭാതത്തിലെ നിസ്കാരത്തിനു ശേഷം അറയിലേക്ക് ഞാൻ തിരികെ വന്നപ്പോൾ സീമ ഉറക്കമായിരുന്നു.

"ഇന്നലെ രാത്രി എപ്പോഴാണ് വന്നത്?" ഉണർന്നയുടൻ സീമ ചോദിച്ചു. "കുറേ നേരം താങ്കളെ കാത്തിരുന്നു. അവസാനം ഉറങ്ങി."

"വളരെ വൈകിയാണെത്തിയത്."

"അതുവരേക്കും എന്ത് ചെയ്യുകയായിരുന്നു."

"അത്ര പ്രാധാന്യമുള്ള ഒന്നുമുണ്ടായില്ല."

"അതിനെക്കുറിച്ചൊന്നും താങ്കൾ സംസാരിക്കില്ല അല്ലേ?"

"ഇല്ല. എന്നെക്കുറിച്ച് വിഷമിക്കണ്ട."

അവൾ കരയുകയായിരുന്നു. ഞാനവളെ ആലിംഗനം ചെയ്തു. പ്രതീക്ഷകൾ കൈവിടാത്തിടത്തോളം ഒന്നും സംഭവിക്കുകയില്ല എന്ന് പറഞ്ഞു. അവളെ 246ലേക്കയയ്ക്കുവാൻ തീരുമാനിച്ചിരിക്കുന്നു എന്ന് അലി പറഞ്ഞതായി ഞാൻ കേട്ടു എന്നറിയിച്ചു. അവിടെ എന്റെ ഏതാനും സുഹൃത്തുക്കളുമുണ്ടാകും എന്ന് പറഞ്ഞു. അവർ അവളെ സഹായിക്കും. എനിക്ക് കുഴപ്പമൊന്നുമില്ലെന്ന് അവരെ അറിയിക്കാനും ഞാനവളോട് ആവശ്യപ്പെട്ടു.

പിറ്റേന്ന് സീമയെ 246 ലേക്ക് മാറ്റി. എന്റെ ദിവസങ്ങൾ ഏകാന്തവും വിരസവുമായി തുടങ്ങി. അലിയോട് ഞാൻ എനിക്ക് കുറച്ച് കവിതാ പുസ്തകങ്ങൾ കൊണ്ടുവന്ന് തരാമോ എന്ന് ചോദിച്ചു. അലി അത് ചെയ്ത് തന്നു. അങ്ങനെ ഞാൻ എന്റെ ദിവസങ്ങൾ വായനയ്ക്കും ഹഫീസ്, സാദി, റൂമി എന്നിവരുടെ കവിതകൾ മനഃപാഠമാക്കുന്നതിനും ഉറങ്ങുന്നതിനുമായി വീതിച്ചു.

കുറച്ച് ദിവസം കഴിഞ്ഞപ്പോൾ ഒരു സായാഹ്നത്തിൽ അലി എന്നെ അയാളുടെ മാതാപിതാക്കളുടെ വീട്ടിലേക്ക് അത്താഴത്തിനായി കൊണ്ടുപോയി. ജയിലിന്റെ വാതിലിൽ ഞങ്ങൾ വണ്ടി നിർത്തി. ഗാർഡ് വാതിൽ തുറക്കുന്നതിനായി കാത്ത് നിന്നു. അലി കാറിന്റെ ചില്ലു ജനലുകൾ താഴ്ത്തി ഗാർഡിനെ അഭിവാദ്യം ചെയ്തു. മുമ്പൊക്കെ അവർ അലിയോട് സൗഹൃദത്തോടെ പെരുമാറുമായിരുന്നെങ്കിലും ഞാൻ അതിനകത്തുള്ളത് കണ്ടതായി നടിക്കാറില്ലായിരുന്നു. എന്നെ അവർ പൂർണ്ണമായും അവഗണിക്കുകയായിരുന്നു പതിവ്. എന്നാൽ ഇത്തവണ അലിയോട് ശുഭരാത്രി പറഞ്ഞതിനു ശേഷം ഗാർഡ് എന്നെ നോക്കി തലയാട്ടി "ശുഭരാത്രി ശ്രീമതി മൂസാവി" എന്ന് പറഞ്ഞു.

എനിക്കതൊരു ആശയക്കുഴപ്പത്തിനു കാരണമായി. ഞാൻ ചുറ്റുമൊന്ന് നോക്കി. പിന്നെയാണയാൾ ശ്രീമതി മൂസാവി എന്ന് വിളിച്ചത് എന്നെയാണെന്ന് ഞാൻ തിരിച്ചറിഞ്ഞത്.

അലി എന്റെ കൈയിൽ സ്പർശിച്ചു. ഞാനൊന്ന് ഞെട്ടി.

"നീ ഞെട്ടി," അലി പറഞ്ഞു.

"അവരിതുവരേക്കും ഞാനെന്നൊരു ജീവി ഈ വണ്ടിക്കകത്തില്ല എന്ന മട്ടിലാണ് പെരുമാറാറുള്ളത്."

"അവർ നിന്നെ സ്വീകരിച്ചിരിക്കുന്നു. നമ്മൾ വിവാഹിതരാണ്."

അലിയുടെ മാതാപിതാക്കളുടെ വീട്ടിലെത്തിയപ്പോൾ അക്രമും അലിയുടെ അമ്മയും എന്നെ ആലിംഗനം ചെയ്തു. "നീ ഇപ്പോഴും എല്ലും തോലുമായിരിക്കുന്നു," അലിയുടെ അമ്മ തലകുലുക്കിക്കൊണ്ട് പരാതി പറഞ്ഞു.

ഞാനവരോടൊപ്പം അടുക്കളയിൽ കയറി. അത്താഴമുണ്ടാക്കാൻ സഹായിച്ചു. അക്രം ഓവനിൽ കിടന്നിരുന്ന ആട്ടിറച്ചി തയ്യാറാക്കാൻ തുടങ്ങി. അലിയുടെ അമ്മ ആണുങ്ങൾക്ക് ചായയുണ്ടാക്കി. അതുമായി സ്വീകരണമുറിയിലേക്ക് പോകുമ്പോൾ എന്നോട് കുറച്ച് സലാഡുണ്ടാക്കാമോ എന്ന് ചോദിച്ചു. അവിടെ ഒരു പാത്രത്തിൽ കുറച്ച് വെള്ളരിയും തക്കാളിയും ഇലകളുമുണ്ടായിരുന്നു. ഞാൻ ഒരു കത്തിയെടുത്തു. അതെല്ലാം അരിയാനാരംഭിച്ചു. അപ്പോഴാണ് തലേന്ന് കണ്ട സ്വപ്നത്തെക്കുറിച്ച് ഓർമ്മവന്നത്. അക്രമിനെക്കുറിച്ചായിരുന്നു ആ സ്വപ്നം.

"ഇന്നലെ ഞാൻ നിന്നെ സ്വപ്നം കണ്ടു." ഞാൻ പറഞ്ഞു.

"എന്തായിരുന്നു സ്വപ്നം."

ഞാൻ ഒന്ന് മടിച്ചു. അത് പറയണോ വേണ്ടയോ എന്ന് ചിന്തിച്ചു.

"പറയ്! എന്തെങ്കിലും മോശം കാര്യമാണോ?"

"അല്ലേ അല്ല."

"പിന്നെ എന്തായിരുന്നു? എനിക്ക് സ്വപ്നങ്ങളിൽ വിശ്വാസമുണ്ട്. എന്തായിരുന്നു സ്വപ്നമെന്ന് ഓർമ്മയുണ്ടോ?"

അതൊരു വിചിത്ര സ്വപ്നമായിരുന്നു എന്ന് ഞാൻ പറഞ്ഞു. നീയപ്പോൾ ഞങ്ങളുടെ പള്ളിയിൽ നിൽക്കുകയാണ്. ഒരു മെഴുകുതിരി കത്തിക്കുന്നു. ഒരു കുഞ്ഞ് ജനിക്കണമെങ്കിൽ തുടർച്ചയായി ഒമ്പത് ദിവസം എന്നും ഒമ്പത് തവണ "നന്മ നിറഞ്ഞ മറിയമേ" എന്ന പ്രാർത്ഥന ചൊല്ലണം എന്ന് ഞാനവളോട് പറഞ്ഞിട്ടുണ്ടെന്ന് പറയുന്നു...

അത് കേട്ടപ്പോൾ അവൾ അദ്ഭുതപ്പെട്ടു. "ഈ നന്മനിറഞ്ഞ മറിയമേ" എന്നതെന്താണെന്ന് ചോദിച്ചു. ഞാനത് വിശദീകരിച്ചു.

"മറിയം ദൈവത്തിന്റെ അമ്മയാണെന്ന് സത്യമായും നീ വിശ്വസിക്കുന്നോ?" ഞാൻ പ്രാർത്ഥന മുഴുക്കെ ചൊല്ലിക്കഴിഞ്ഞപ്പോൾ അവൾ ചോദിച്ചു.

കർത്താവ് തന്റെ പ്രിയപുത്രനെ യേശുവിന്റെ രൂപത്തിൽ കന്യാമറിയത്തിന്റെ ഗർഭത്തിൽ നിക്ഷേപിച്ചു എന്നും കന്യാമറിയം അതിനാൽ ഒരു സാധാരണ സ്ത്രീയല്ലെന്ന് ക്രിസ്ത്യാനികൾ വിശ്വസിക്കുന്നു എന്നും ഞാൻ പറഞ്ഞു. അവൾ ദൈവപുത്രനെ ചുമക്കുന്നതിനായി പിറന്നവളാണെന്ന് ക്രിസ്ത്യാനികൾ വിശ്വസിക്കുന്നു എന്ന് പറഞ്ഞു.

"മറിയം മഹതിയാണെന്ന് ഞങ്ങളും വിശ്വസിക്കുന്നു. എന്നാൽ ദൈവത്തിന്റെ അമ്മയാണെന്ന് വിശ്വസിക്കുന്നില്ല," എന്നായിരുന്നു അക്രത്തിന്റെ മറുപടി.

"നീ എന്തിലെങ്കിലും വിശ്വസിക്കണം എന്നല്ല ഞാൻ പറഞ്ഞ് വന്നത്. എന്റെ സ്വപ്നമെന്തായിരുന്നു എന്ന് ചോദിച്ചു. അത് ഞാൻ പറഞ്ഞു, അത്രമാത്രം," എന്റെ മറുപടി വന്നു.

അവൾ തല താഴ്ത്തി. എന്ത് ചെയ്യണം എന്നാലോചിക്കുകയാണെന്ന് തോന്നി. "ഞാനത് ചെയ്യാം. ഈ പ്രാർത്ഥന ചൊല്ലാം. നഷ്ടപ്പെടാൻ ഒന്നുമില്ലല്ലോ അല്ലേ?" അവൾ പറഞ്ഞു.

രണ്ട് ദിവസം കഴിഞ്ഞൊരു നാളിൽ പ്രഭാതത്തിൽ തന്നെ അലി എന്റെ അറയിലെത്തി. ഇത് അസ്വാഭാവികമായിരുന്നു. അലി മിക്കപ്പോഴും സായാഹ്നത്തിലാണെത്താറുള്ളത്. ഞാനൊന്ന് മയങ്ങുകയായിരുന്നു. അലിയുടെ വരവ് അതിനാൽ തന്നെ എന്നിലൊരു ഭയമുണ്ടാക്കി. അലി എനിക്കരികിലിരുന്നു. ചുമരിൽ ചാരിയിരുന്നു. കണ്ണടച്ചിരുന്നു.

"എന്തുപറ്റീ? കുഴപ്പമൊന്നുമില്ലല്ലോ?" ഞാൻ ചോദിച്ചു

"ഇല്ല. എനിക്ക് കുഴപ്പമൊന്നുമില്ല."

അലി കൈകൾ എനിക്ക് ചുറ്റിലും വരിഞ്ഞുകെട്ടി.

"എന്ത് പറ്റീ?"

"ഏതാനും ദിവസം മുമ്പ് ഒരു പെൺകുട്ടിയെ അറസ്റ്റ് ചെയ്ത് കൊണ്ടുവന്നു. പതിനേഴ് വയസ്സായിക്കാണും. "ഖൊമേനി ചത്തുതുലയട്ടെ" എന്ന് എഴുതിക്കൊണ്ടിരിക്കുകായിരുന്നത്രെ അവൾ. അതിനോടൊപ്പം "ഖൊമേനി കൊലയാളിയാണ്" എന്നും എഴുതി വയ്ക്കുന്നുണ്ടായിരുന്നുവത്രെ. പിന്നേയും എന്തൊക്കെയോ അവളെഴുതുന്നുണ്ടായിരുന്നു എന്ന് പറയുന്നു. എങ്കെലാബ് അവന്യൂവിലെ ചുമരുകളിൽ സ്പ്രെ പെയിന്റ് ഉപയോഗിച്ചാണവൾ എഴുതിക്കൊണ്ടിരുന്നത്. അവളെ അറസ്റ്റ് ചെയ്തപ്പോൾ തന്റെ ഇളയ സഹോദരിയെ നിങ്ങൾ കൊന്നതിനാലാണ് ഞാൻ ഇമാമിനെ വെറുക്കുന്നത് എന്നവൾ പറഞ്ഞു. ഇവിടെ വന്നിട്ടും അവൾ അത് തന്നെയാണ് പറഞ്ഞുകൊണ്ടിരുന്നത്. ഹമെഹ്ദ് അവളെ വല്ലാതെ മർദ്ദിച്ചു. എന്നിട്ടും അവൾ അത് തന്നെ തുടർന്ന് കൊണ്ടിരുന്നു. അവൾ സഹകരിക്കുകയോ നല്ലരീതിയിൽ പെരുമാറുകയോ ചെയ്തില്ലെങ്കിൽ അവളെ വധശിക്ഷയ്ക്ക് വിധേയയാക്കും. നീ അവളുമായി ഒന്ന് സംസാരിക്കാമോ? അവൾക്ക് ഇപ്പോൾ ആവശ്യം ഒരു മനഃശാസ്ത്രജ്ഞന്റെ സഹായമാണ്. അത് എന്തായാലും ഉടൻ സംഭവിക്കാൻ പോകുന്നില്ല." അലി ഒന്ന് നിശ്വസിച്ചു. "ഒന്നും പറയരുത്. ഞാൻ ആവശ്യപ്പെടുന്നത് ന്യായമല്ല എന്നെനിക്കറിയാം. അവളുമായി നല്ല രീതിയിൽ നിനക്ക് സംസാരിക്കുവാനാകില്ല എന്നും എനിക്കറിയാം. നിന്നോട് ഇതാവശ്യപ്പെടുന്നതിൽ എനിക്ക് വിഷമമുണ്ട്. എന്റെ ഈ ചെയ്തിയെ ഞാൻ വെറുക്കുന്നുമുണ്ട്. എന്നാൽ അതല്ലാതെ മറ്റൊന്നിനെക്കുറിച്ചും ചിന്തിക്കാൻ ഇപ്പോൾ എനിക്കാകുകയില്ല."

"ഞാൻ സംസാരിക്കാം. അവൾ എവിടെയാണ്."

"ചോദ്യം ചെയ്യുന്ന കെട്ടിടത്തിൽ. ഞാൻ പോയി അവളെ കൊണ്ടുവരാം."

അരമണിക്കൂർ കഴിഞ്ഞപ്പോൾ അലി ഒരു ചക്രക്കസേരയുന്തിക്കൊണ്ട് വന്നു. അതിലിരുന്നിരുന്ന പെൺകുട്ടി കടുംനീല വർണ്ണത്തിലുള്ള ഒരു ചാദോർ ധരിച്ചിരിക്കുന്നു. ഒരു വശത്തേക്ക് ചരിഞ്ഞാണിരിക്കുന്നത്. അവളുടെ തല ഒടിഞ്ഞ് ചുമലിൽ തങ്ങി നിൽക്കുന്നു.

"മീനാ, കണ്ണിലെ കെട്ടഴിച്ചോളൂ," അലി പറഞ്ഞു. എന്നാൽ അവൾ അനങ്ങിയില്ല. അലി അവളുടെ കണ്ണിന്റെ കെട്ടഴിച്ചു. അവൾ കണ്ണ് കുറച്ച് തുറന്നു. അവളുടെ കവിളുകൾ നീലിച്ചിരിക്കുന്നു. വീർത്ത് കിടക്കുന്നു. അവൾക്ക് കാണാനാകുന്നില്ല എന്നെനിക്ക് മനസ്സിലായി. അതുപോലെ കേൾക്കാനുമാകുന്നില്ല. ചുറ്റിലുമുള്ളത് വളരെ കുറച്ചേ മനസ്സിലാക്കാനാകുന്നുള്ളൂ. ഇപ്പോൾ നടക്കുന്നതെല്ലാം അവളെ സംബന്ധിച്ചിടത്തോളം ബോധശൂന്യമായ ഒരു പേക്കിനാവ് മാത്രമാണ്.

"എന്റെ പേര് മറീന എന്നാണ്," ഞാൻ അവൾക്ക് മുന്നിൽ മുട്ടുകുത്തി. "ഞാനിവിടെ ഒരു ജയിൽപുള്ളിയാണ്. നീ ഇപ്പോൾ എന്റെ സെല്ലിനകത്താണ്. ഈ കസേരയിൽ നിന്നിറങ്ങാൻ നിന്നെ ഞാൻ സഹായിക്കാം. പേടിക്കണ്ട. ഞാൻ നിന്നെ വേദനിപ്പിക്കില്ല, ഉപദ്രവിക്കില്ല."

ഞാൻ അവളെ പിടിച്ചെഴുന്നേല്പിക്കാൻ ശ്രമിച്ചു. അവൾ എന്റെ കൈകളിലേക്ക് വീണു. നിലത്തിരിക്കാൻ ഞാനവളെ സഹായിച്ചു. അലി ചക്രക്കസേരയുന്തി പുറത്തിറങ്ങി.

"ലൈല മരിച്ചു."

മീന മന്ത്രിച്ചു.

"എന്ത്?"

"ലൈല മരിച്ചു."

"ആരാണീ ലൈല?"

"ലൈല മരിച്ചു."

അവൾക്ക് കിടക്കാനായി നിലത്തൊരു വിരിപ്പ് വിരിക്കുമ്പോൾ ഞാൻ അവളുടെ കാലുകൾ കണ്ടു. അത് കണ്ട് ഞാൻ കിതയ്ക്കുവാൻ തുടങ്ങി. എന്റെ കാലുകളന്ന് വീർത്തിരുന്നതിനേക്കാൾ പതിന്മടങ്ങ് കൂടുതൽ അവളുടെ കാലുകൾ വീർത്തിരിക്കുന്നു.

"ഞാൻ നിന്റെ ചെരുപ്പഴിക്കാൻ പോകുകയാണ്. വളരെ സാവധാനത്തിലേ ഞാനഴിക്കുകയുള്ളൂ."

അവളുടെ പാദങ്ങളിലെ ചർമ്മം കണ്ടാൽ വല്ലാതെ ഊതിവീർപ്പിച്ച ബലൂൺ പോലെയിരുന്നു. എങ്കിലും ചെരുപ്പ് പെട്ടെന്ന് അഴിഞ്ഞ് പോന്നു.

ഞാൻ പ്ലാസ്റ്റിക് കപ്പിൽ കുറച്ച് വെള്ളമെടുത്ത് അവളുടെ വരണ്ട ചുണ്ട് നനച്ചു. അവൾ അതിൽ നിന്ന് കുറച്ച് കുടിച്ചു.

"ഇനിയും കുടിച്ചോളൂ."

അവൾ തലയാട്ടി. കിടക്കാൻ ഞാനവളെ സഹായിച്ചു. ഞാനവളുടെ ചാദോറും സ്കാർഫും അഴിച്ച് മാറ്റി. അവൾ വിറയ്ക്കുന്നുണ്ടായിരുന്നു. അവളെ ഞാൻ ഒന്ന് രണ്ട് പുതപ്പെടുത്ത് പുതപ്പിച്ചു. അവളുറക്കം തുടങ്ങി. ഞാനവൾക്ക് സമീപമിരുന്നു. നല്ല ഉയരമുണ്ടവൾക്ക്. മെലിഞ്ഞ ശരീരം. അവളുടെ തവിട്ട് നിറമുള്ള ചുരുണ്ട മുടിയിൽ ആകെ അഴുക്കാണ്. അറസ്റ്റ് ചെയ്യപ്പെട്ടതിനുശേഷം തലയിലെ സ്കാർഫ് അഴിച്ച് മാറ്റാത്തതിനാൽ മുടിയാകെ ഒട്ടിപ്പിടിച്ചിരിക്കുന്നു. ഞാനവളുടെ നീരുവന്ന് വീർത്ത കാലിനെക്കുറിച്ച് ചിന്തിച്ചു. അത് കണ്ടപ്പോൾ എന്റെ കാലുകൾ വിങ്ങാൻ തുടങ്ങി. എവിനിലെത്തിയ ആദ്യ ദിനങ്ങളിൽ ഞാൻ അനുഭവിച്ച വേദന ഇപ്പോഴും ഓർമ്മയിൽ തികട്ടി വരുന്നു. അതെന്റെയുള്ളിൽ ഇപ്പോഴും ജീവിക്കുന്നു.

ഏകദേശം നാലുമണിക്കൂർ കഴിഞ്ഞപ്പോൾ മീന ഞരങ്ങുവാൻ തുടങ്ങി. ഞാൻ ഒരു കപ്പ് വെള്ളമെടുത്തു. എഴുന്നേറ്റിരിക്കാൻ അവളെ സഹായിച്ചു.

“ഞാൻ പറയുന്നത് ശ്രദ്ധിച്ച് കേൾക്കണം. ഇപ്പോൾ കുറച്ച് സുഖം തോന്നുന്നുണ്ടോ? എനിക്ക് എല്ലാമറിയാം. ഈ വെള്ളം കുടിക്കൂ. അപ്പോൾ കുറച്ചുകൂടി സുഖം തോന്നും. പ്രതീക്ഷ കൈവിടരുത്.”

അവൾ ഏതാനും കവിൾ ഇറക്കി. അവളുടെ കണ്ണുകൾ എന്നിൽ തന്നെ ഉടക്കി നിൽക്കുകയാണ്.

“നിങ്ങളാരാണ്?” അവൾ ചോദിച്ചു.

“ഞാൻ ഒരു ജയിൽപുള്ളിയാണ്. മറീന എന്നാണ് പേര്.”

“ഞാൻ മരിച്ചുപോയെന്നും നിങ്ങളൊരു മാലാഖയോ മറ്റോ ആണെന്നുമാണ് ഞാൻ കരുതിയത്.”

ഞാൻ ചിരിച്ചു. “ഞാനൊരു മാലാഖയൊന്നുമല്ലെന്ന് ഉറപ്പ് തരാം. നീ ഇപ്പോഴും ജീവനോടെയുണ്ട്. എന്റെ കൈയിൽ ഇത്തിരി റൊട്ടിയും ഈന്തപ്പഴവുമുണ്ട്. നീ എന്തെങ്കിലും കഴിക്ക്. നിന്റെ ശരീരത്തിനിപ്പോൾ ഭക്ഷണത്തിന്റെ ആവശ്യമുണ്ട്. കരുത്ത് നേടേണ്ടതുണ്ട്.”

അവൾ ഏതാനും ഈന്തപ്പഴങ്ങളും ഒരു തുണ്ട് റൊട്ടിയും കഴിച്ചു. വീണ്ടും കിടന്നു. സെല്ലിന്റെ വാതിലിൽ ആരോ മുട്ടി.

“മറീനാ, ചാദോർ ധരിച്ച് പുറത്ത് കടക്ക്,” വാതിലിനു പുറകിൽ നിന്നും അലിയുടെ സ്വരം കേട്ടു. അലി എന്നെ മറ്റൊരു അറയിലേക്ക് കൊണ്ടുപോയി. അവിടെയിരുന്ന് ഞങ്ങൾ ബ്രഡ്ഡും ചീസും കഴിച്ചു. അലി മീനയെക്കുറിച്ച് ചോദിച്ചില്ല.

“ഞാൻ മീനയോട് സംസാരിച്ചോ എന്നറിയാൻ താത്പര്യമില്ലേ?”

“സത്യം പറയട്ടെ. ഇപ്പോൾ ഒന്നും അറിയാൻ താത്പര്യമില്ല. എനിക്ക് ഒന്ന് വിശ്രമിക്കണം. എല്ലാ ചിന്തകളേയും അകറ്റണം. ഒന്നുറങ്ങണം.”

കാലത്ത് നാലുമണിയോടെ ഞാൻ സെല്ലിൽ തിരിച്ചെത്തിയപ്പോൾ മീന ഉറങ്ങുകയായിരുന്നു. സൂര്യനുദിച്ചതിനു ശേഷമാണ് അവൾ ഉണർന്നത്.

“ആരാണീ ലൈല?” ഞാൻ ചോദിച്ചു.

ലൈലയെക്കുറിച്ച് ഞാനെങ്ങിനെ അറിഞ്ഞു എന്നായി അവളുടെ ആകാംക്ഷ. അകത്ത് വന്നയുടൻ അവൾ പറഞ്ഞതാണെന്ന് ഞാനവളെ അറിയിച്ചു.

“ലൈല എന്റെ സഹോദരിയാണ്.”

“അവൾ എങ്ങനെയാണ് മരിച്ചത്.”

“വെടികൊണ്ടു. അവൾ ഒരു പ്രതിഷേധറാലിയിൽ പങ്കെടുത്തു കൊണ്ടിരിക്കുകയായിരുന്നു.”

ദാര്യ എന്നുപേരുള്ള ലൈലയുടെ ഒരു സുഹൃത്തിനെ ഒരു ദിവസം ഹെസ്ബൊള്ള പ്രവർത്തകർ ആക്രമിച്ചു. അവളുടെ സ്കാർഫിനിടയിലൂടെ മുടിയിത്തിരി കണ്ടു എന്നതായിരുന്നു കുറ്റം. ആ സമയത്ത് മീനയുടെ അമ്മ കടയിലേക്ക് പോകുകയായിരുന്നു. ദാര്യയെ ഹെസ്ബൊള്ള പ്രവർത്തകർ ആക്രമിക്കുന്നത് മീനയുടെ അമ്മ കണ്ടു. ആക്രമിച്ച ശേഷം ഹെസ്ബൊള്ള പ്രവർത്തകർ ദാര്യയെ ഒരു കാറിലേക്ക് വലിച്ചിട്ട് ഓടിച്ചു പോയി. ദാര്യയുടെ മാതാപിതാക്കൾ അവളെ എല്ലായിടത്തും അന്വേഷിച്ചു. ആശുപത്രികളിലും ഇസ്ലാമിക് കമ്മറ്റി ഓഫീസുകളിലും അന്വേഷിച്ചു. പക്ഷേ അവൾ അപ്രത്യക്ഷമായിട്ടുണ്ടായിരുന്നു. ഒന്ന് രണ്ട് മാസം കഴിഞ്ഞപ്പോൾ ലൈല ഇങ്ങനെയൊരു പ്രതിഷേധ റാലിയെക്കുറിച്ച് കേട്ടു. അതിൽ പങ്കെടുക്കാൻ തീരുമാനിച്ചു. മീനയേയും അവൾ വിളിച്ചു. അതിൽ പങ്കെടുക്കാൻ പ്രോത്സാഹിപ്പിച്ചു. മീന അവളെ വിലക്കാൻ ശ്രമിച്ചു. മീന വന്നാലും ഇല്ലെങ്കിലും താൻ പോകുമെന്ന് അവൾ വാശിപിടിച്ചു. ഇന്നലെ ദാര്യയ്ക്ക് സംഭവിച്ചത് തനിക്കായിരുന്നെങ്കിൽ എന്താകുമായിരുന്നു എന്ന് അവൾ മീനയോട് ചോദിച്ചു. അവസാനം മീന അവളോടൊപ്പം പോകാൻ സമ്മതിച്ചു. ഈ റാലിയെക്കുറിച്ച് തങ്ങളുടെ മാതാപിതാക്കളോട് സംസാരിക്കരുതെന്ന് ലൈല മീനയെക്കൊണ്ട് സത്യം ചെയ്യിച്ചു.

“അങ്ങനെ ഞങ്ങൾ ഒരുമിച്ച് പോയി. വളരെയധികം ആളുണ്ടായിരുന്നു അവിടെ. വിപ്ലവഗാർഡുകൾ റാലിയെ ആക്രമിച്ചു. നിറയൊഴിച്ചു. എല്ലാവരും ഓടാൻ തുടങ്ങി. ഞാൻ ലൈലയുടെ കൈ പിടിച്ച് സുരക്ഷിതമായ ഒരിടത്തേക്ക് ഓടാൻ ശ്രമിച്ചു. അവൾ വീണു. ഞാൻ തിരിഞ്ഞ് നോക്കിയപ്പോൾ അവർ മരിച്ച് കഴിഞ്ഞിരുന്നു.”

ഫെർദോസി ചത്വരത്തിലെ റാലിയെക്കുറിച്ച് ഞാൻ മീനയോട് പറഞ്ഞു. അവിടെ വച്ച് കൊല്ലപ്പെട്ട ചെറുപ്പക്കാരനെക്കുറിച്ച് പറഞ്ഞു. അത് കണ്ട ഞാൻ ആത്മഹത്യ ചെയ്യാൻ തീരുമാനിച്ചത് പറഞ്ഞു.

അമ്മയുടെ ഉറക്കഗുളികകളെടുത്തത് പറഞ്ഞു. പിന്നെ തീരുമാനം മാറ്റുകയും ഞാൻ കണ്ടതിനെതിരെ പ്രവർത്തിക്കാൻ തീരുമാനിച്ചതും പറഞ്ഞു. ശരിയെന്ന് തോന്നിയത് ചെയ്യാൻ തീരുമാനിച്ചത് പറഞ്ഞു.

“നിങ്ങൾ എന്ത് ചെയ്തു?” മീന ചോദിച്ചു.

“ഞാൻ ഒരു കടലാസിൽ ആ റാലിയെക്കുറിച്ചെഴുതി. അത് എന്റെ സ്കൂൾ ചുമരിൽ പതിച്ച് വച്ചു.”

“ആഴ്ചയിൽ ഒന്ന് രണ്ട് രാത്രികളിലെങ്കിലും ഞാൻ പുറത്തിറങ്ങുമായിരുന്നു. എന്നിട്ട് ലൈലയ്ക്ക് എന്ത് സംഭവിച്ചു എന്നെഴുതിവയ്ക്കും. ഖൊമേനിക്കും സർക്കാരിനുമെതിരെയുള്ള മുദ്രാവാക്യങ്ങൾ എഴുതും. അവരെല്ലാം കൊലയാളികളാണ്,” മീന പറഞ്ഞു.

“മീന, എന്നെയവർ വധിക്കാൻ തീരുമാനിച്ചതാണ്. വധശിക്ഷ നടപ്പാക്കുവാൻ തീരുമാനിച്ചതാണ്. അതിൽ നിന്നും അവസാന നിമിഷമാണ് രക്ഷപ്പെട്ടത്. നീ ഇങ്ങനെ ഖൊമേനിക്കും സാർക്കാരിനുമെതിരെ സംസാരിച്ചുകൊണ്ടിരുന്നാൽ അവർ നിന്നെ വധിക്കും. എനിക്ക് അനേകം സുഹൃത്തുക്കളെ നഷ്ടപ്പെട്ടിട്ടുണ്ട്. നിന്റെ വികാരമെനിക്ക് മനസ്സിലാകും. പക്ഷേ നിന്റെ മരണം കൊണ്ട് പ്രശ്നങ്ങൾക്കൊന്നും പോംവഴിയാകുന്നില്ല.”

“അപ്പോൾ നീ അവരുമായി സഹകരിച്ച് ജീവൻ രക്ഷിച്ചു എന്ന് അല്ലേ?” അവൾ കണ്ണൊന്ന് ചെറുതാക്കി.

“അങ്ങനെയല്ല. അവർ എന്റെ വീട്ടുകാരേയും എന്നെ സ്നേഹിക്കുന്നവരേയും ഉപദ്രവിക്കുമെന്ന് ഭീഷണിപ്പെടുത്തി. അവരെ അപകടത്തിൽ ചാടിക്കാൻ എനിക്കാകില്ലായിരുനു.”

“അത് ശരി. പക്ഷേ, എന്റെ കുടുംബം എന്തായാലും നശിച്ചു. അച്ഛന് പ്രമേഹമുണ്ട്, ഹൃദ്രോഗമുണ്ട്. കുറച്ചുകാലമായി അദ്ദേഹം ആശുപത്രിയിലാണ്. ലൈല മരിച്ചതിനു ശേഷം അമ്മ ആരോടും സംസാരിക്കാറില്ല. ഈയിടെയായി ഞങ്ങൾ മുത്തശ്ശിയോടൊപ്പമാണ് താമസിക്കുന്നത്. മുത്തശ്ശിയാണമ്മയെ പരിചരിക്കുന്നത്. ഈ ഗാർഡുകൾ എന്നെ എത്ര വേണമെങ്കിലും ഭീഷണിപ്പെടുത്തിക്കൊള്ളട്ടെ. എന്നെ സംബന്ധിച്ചിടത്തോളം കാര്യങ്ങൾ ഇതിലും മോശമാകില്ല. ഇതിൽ ചിലത് എന്റെ വിധിയാണ്. ലൈല ആ റാലിയിൽ പങ്കെടുക്കുന്നത് ഞാൻ തടയണമായിരുന്നു. അങ്ങനെ ചെയ്തിരുന്നെങ്കിൽ അവളിപ്പോൾ സുഖമായിരുന്നേനേ. ഞങ്ങളെല്ലാം സുഖമായി കഴിഞ്ഞേനേ.”

ചോദ്യം ചെയ്യുന്നവരുമായി വാഗ്വാദത്തിലേർപ്പെടുന്നത് ആത്മഹത്യയ്ക്ക് തുല്യമാണെന്ന് ഞാനവളോട് പറഞ്ഞു. അവൾ അതുമായി യോജിച്ചില്ല.

“എന്റെ സഹോദരിയെ കൊന്നവരുമായി യാതൊരു സഹകരണത്തിനും ഞാൻ തയ്യാറല്ല.”

“നാളെ നമുക്കായി കരുതിവച്ചിരിക്കുന്നത് എന്താണെന്ന് നമുക്കറിയില്ല. രണ്ടോ നാലോ അഞ്ചോ മാസങ്ങൾക്കപ്പുറത്ത് എന്ത് സംഭവിക്കാനിരിക്കുന്നു എന്നുമറിയില്ല. നീ നിനക്കൊരു അവസരം നൽകണം. ദൈവം നിനക്കൊരു ജീവിതം നൽകിയിട്ടുണ്ട്. അത് ജീവിച്ച് തീർക്കണം.”

“ദൈവത്തിൽ എനിക്ക് വിശ്വാസമില്ല. ദൈവം എന്നൊന്നുണ്ടെങ്കിൽ അയാൾ വളരെ ക്രൂരനാണ്.”

“ഞാൻ ദൈവത്തിൽ വിശ്വസിക്കുന്നു. അയാൾ ക്രൂരനാണെന്ന് കരുതുന്നില്ല. നമ്മളാണ് ചിലപ്പോൾ ക്രൂരത കാണിക്കുന്നത്. നീ ഉണ്ടായിരുന്നെങ്കിലും ഇല്ലെങ്കിലും ലൈല അതുപോലെ തന്നെ ജിവീച്ച് മരിക്കുമായിരുന്നു. ദൈവം നിനക്ക് അവളുടെ സഹോദരിയായി പിറക്കുക എന്ന ഭാഗ്യം തന്നു. അവളെ അറിയാനും സ്നേഹിക്കാനുമുള്ള അവസരം തന്നു. അവളെക്കുറിച്ച് നല്ല ഓർമ്മകൾ സൂക്ഷിച്ച് വയ്ക്കുവാനുള്ള അവസരം തന്നു. ഇപ്പോൾ നിനക്ക് അവളെക്കുറിച്ചുള്ള നല്ല ഓർമ്മകളുണ്ട്. അവളുടെ ആ നല്ല ഓർമ്മകളെ മുൻനിർത്തി നിനക്ക് പലതും ചെയ്യാം. അതിനു നീ ജീവിക്കണം.”

“എനിക്ക് ദൈവത്തിൽ വിശ്വാസമില്ല.” അവൾ എന്നിൽ നിന്നും തല തിരിച്ചു

പിന്നെ അന്ന് മുഴുക്കെ മീന ഉറങ്ങി. അവളുടെ മനസ്സിലെ കയ്പ്പ് എനിക്ക് മനസ്സിലാകുന്നുണ്ടായിരുന്നില്ല. അവളുടെ കോപം വെറുപ്പായി രൂപാന്തരം പ്രാപിച്ചിരിക്കുന്നു. അതവളെ അപ്പാടെ വിഴുങ്ങിയിരിക്കുന്നു. ദൈവത്തിലുള്ള എന്റെ വിശ്വാസം എനിക്ക് നൽകിയത് പ്രതീക്ഷകളാണ്. എനിക്ക് ചുറ്റിലും തിന്മ വലയം ചെയ്തപ്പോഴും ആ വിശ്വാസം നന്മയിൽ വിശ്വസിക്കാൻ എന്നെ സഹായിക്കുകയായിരുന്നു.

സായാഹ്നമായപ്പോൾ അലി സെല്ലിന്റെ വാതിൽക്കലെത്തി. എന്നെ വിളിച്ചു. മീന അനങ്ങിയില്ല. കണ്ണ് തുറന്നില്ല. അലി എന്നെ മറ്റൊരു സെല്ലിലേക്ക് കൊണ്ടുപോയി. മീനയെക്കുറിച്ച് അലിയോട് സംസാരിക്കാൻ ഞാൻ വീണ്ടും ശ്രമിച്ചു. അലിക്ക് അതിൽ താത്പര്യമുണ്ടായിരുന്നില്ല.

പ്രഭാതത്തിലെ നിസ്കാരത്തിനുമുമ്പ് ഞാൻ എന്റെ സെല്ലിൽ തിരിച്ചെത്തി. ഇരുട്ട് മാറിയിരുന്നില്ല. അറയിൽ കടന്ന് വാതിലടച്ചപ്പോൾ അതിനകം കനത്ത് ഇരുട്ടിനാൽ മൂടി. ഒന്നും കാണാനാകാത്ത ഇരുട്ട്. ഞാൻ അവിടെ തന്നെ ഇരുന്നു. മീനയെ ചവിട്ടാതിരിക്കാനാണത് ചെയ്തത്. അവിടെ നിന്ന് അനക്കമൊന്നും വന്നില്ല. ശബ്ദമില്ല. ഞാൻ സാവധാനത്തിൽ മുന്നോട്ടിഴഞ്ഞു. കൈകൊണ്ട് തപ്പിനോക്കി. മീന അവിടെയില്ലായിരുന്നു.

“മീനാ...” ഞാൻ വിളിച്ചു.

പെട്ടെന്ന് ചുറ്റും വെളിച്ചം നിറഞ്ഞു. ബാങ്ക് വിളി കേട്ടു. “അള്ളാഹു അക്ബർ...”

"മീനാ..."

"അള്ളാഹു അക്ബർ..."

മീന അപ്രത്യക്ഷയായിരിക്കുന്നു. തലേന്ന് രാത്രി മുഴുക്കെ അടുത്ത അറയിൽ എന്നോടൊപ്പം അലിയുണ്ടായിരുന്നു. ദൈവമേ, ഹമെഹ്ദ് അവളെ കൊണ്ടുപോയെന്നോ. അലി അറിഞ്ഞില്ലെന്നോ? ഞാൻ നടന്നതെല്ലാം ഓർത്തെടുക്കാൻ ശ്രമിച്ചു. ഒരുപക്ഷേ അവളിപ്പോഴും ജീവനോടെയുണ്ടാകാം. എനിക്ക് എന്ത് ചെയ്യാനാകും? അലി തന്റെ ഓഫീസിലേക്ക് പോകുകയാണെന്ന് എനിക്കറിയാം. ചോദ്യം ചെയ്യുന്ന കെട്ടിടത്തിലേക്ക്. എനിക്ക് വാതിലിൽ മുട്ടി വിളിച്ച് ഏതെങ്കിലുമൊരു ഗാർഡിനോട് അലിയെ വിളിച്ച് കൊണ്ടുവരാൻ പറയാം. അങ്ങനെ ചെയ്താൽ അത് ചോദ്യം ചെയ്യുന്ന കെട്ടിടത്തിൽ നിന്നും അലിയെ അകറ്റി നിർത്തുവാനേ സഹായിക്കുകയുള്ളൂ. അതിനാൽ കാത്തിരിക്കുന്നതാകും നല്ലത്.

ഞാൻ സെല്ലിൽ ഉലാത്തി. അഞ്ചോ ആറോ അടി വയ്ക്കുവാനുള്ള സ്ഥലമേ അതിനകത്തുള്ളൂ. വീതിയാണെങ്കിൽ മൂന്നടിയിൽ കൂടില്ല. എന്റെ വധശിക്ഷ നടപ്പാക്കാനായി എന്നെ കൊണ്ടുപോയ രംഗം എനിക്കോർമ്മ വന്നു. രണ്ട് യുവാക്കളുടേയും രണ്ട് യുവതികളുടേയും അവസാന നിമിഷങ്ങൾക്ക് ഞാൻ സാക്ഷ്യം വഹിച്ചിട്ടുണ്ട്. അവരിലാരുടേയും പേരുപോലും എനിക്കറിയില്ല. തങ്ങളുടെ മക്കൾ കൊല്ലപ്പെട്ടു എന്ന് അവരുടെ വീട്ടുകാരോട് ആരെങ്കിലും പറയുകയുണ്ടായോ? അവരുടെ ശവം യഥാവിധി സംസ്കരിക്കപ്പെട്ടുവോ? അത് തന്നെ മീനയ്ക്കും സംഭവിക്കുകയില്ലേ? ഞാൻ അറയുടെ വാതിലിൽ ശക്തമായി മുട്ടി വിളിച്ചു.

"എന്തെങ്കിലും കുഴപ്പമുണ്ടോ?" ഒരു പുരുഷ സ്വരം കേട്ടു.

"ദയവായി അലിയെ ഒന്ന് കണ്ടെത്താമോ? എനിക്കുടൻ അദ്ദേഹവുമായി സംസാരിക്കണം."

അയാൾ സമ്മതിച്ചു.

എന്റെ ഹൃദയം ശക്തമായി മിടിക്കുന്നുണ്ടായിരുന്നു. ഞാൻ അതിവേഗം മുറിയിൽ ഉലാത്തി. എന്റെ കൈയിൽ വാച്ചില്ലായിരുന്നു. എത്ര നേരം കാത്തിരുന്നു എന്ന് അതിനാൽ പറയുവാനാകില്ലായിരുന്നു. ഉച്ചയ്ക്കുള്ള നിസ്കാരത്തിന്റെ ബാങ്ക് വിളി കേട്ടിട്ടില്ല. അതിനാൽ ഉച്ചയായിട്ടില്ല. എനിക്ക് തല കറങ്ങിത്തുടങ്ങി. ഞാൻ ആടിയുലയാൻ തുടങ്ങി. ചുമരിലിടിക്കാൻ തുടങ്ങി. എന്തെങ്കിലും ചെയ്യാനാകണം. ഞാൻ എല്ലാ പുണ്യാളന്മാരോടും സഹായമഭ്യർത്ഥിക്കാൻ തുടങ്ങി. വിശുദ്ധനായ പൗലോസേ മീനയെ സഹായിക്കേണമേ, വിശുദ്ധനായ മാർക്കോസേ മീനയെ സഹായിക്കേണമേ, വിശുദ്ധനായ മത്തായി, മീനയെ സഹായിക്കേണമേ, വിശുദ്ധനായ ലൂക്കാ മീനയെ സഹായിക്കേണമേ,

വിശുദ്ധനായ ബർണാഡ് മീനയെ സഹായിക്കേണമേ, വിശുദ്ധനായ ജോവൻ ഓഫ് ആർക് മീനയെ സഹായിക്കേണമേ. പിന്നെ വിശുദ്ധരുടെ പേരുകളൊന്നും ഓർമ്മയിൽ വരാതായി. ഞാൻ വീണ്ടും വാതിൽക്കൽ മുട്ടി.

"അറിയിച്ചിട്ടുണ്ട്." അതേ സ്വരം വീണ്ടും കേട്ടു.

"അലി എന്താ പറഞ്ഞത്?"

"എത്രയും പെട്ടെന്നെത്താം എന്ന് പറഞ്ഞു."

ഞാൻ ഒരു മൂലയിലിരുന്ന് തേങ്ങിക്കരയാൻ തുടങ്ങി.

"അള്ളാഹു അക്ബർ...." നിസ്കാരത്തിനുള്ള ബാങ്ക് വിളി കേട്ടു... "അള്ളാഹു അക്ബർ..."

എന്റെ അറയുടെ വാതിൽ തുറക്കപ്പെട്ടു. അലി അകത്ത് കടന്ന് വാതിലടച്ചു. എന്നെത്തന്നെ നോക്കിക്കൊണ്ട് അലി ഏതാനും നിമിഷം അവിടെ നിന്നു.

"ഞാൻ വല്ലാതെ വൈകി," അവസാനം അലി പറഞ്ഞു. "ഇന്നലെ രാത്രി ചോദ്യം ചെയ്യലിനിടയിൽ അവൾ മരിച്ചു."

"എങ്ങനെ?"

"അവൾ തറുതല പറഞ്ഞു എന്നാണ് ഹമെഹ്ദ് അറിയിച്ചത്. അപ്പോൾ അയാൾ അവളെ തല്ലി. അവൾ വീണു. വീഴുന്നതിനിടയിൽ തല എവിടേയോ അടിച്ചു."

"ദൈവമേ! നിങ്ങളത് വിശ്വസിച്ചുവോ?"

"ഞാൻ എന്ത് വിശ്വസിക്കുന്നു എന്നതിലല്ല കാര്യം."

എനിക്ക് കരയണമെന്ന് തോന്നി. പക്ഷേ കരച്ചിൽ വന്നില്ല. ഉറക്കെ നിലവിളിക്കണമെന്ന് തോന്നി. പക്ഷേ ആയില്ല. ഇത്തരം ഭീകരതകൾ തടയണമെന്ന് തോന്നി. എന്നാൽ ആകുന്നില്ല.

അലി എനിക്ക് സമീപമിരുന്നു.

"ഞാൻ ശ്രമിച്ചു,"

"വേണ്ടത്ര ശ്രമിച്ചില്ല,"

ഞാൻ കരഞ്ഞു.

അലി ഇറങ്ങിപ്പോയി.

പിന്നെ അഞ്ചാറ് ദിവസങ്ങൾ അലി എന്നെ കാണാൻ വന്നില്ല. ഞാൻ അധിക സമയവും ഉറങ്ങി കഴിച്ചു കൂട്ടി. മീനയുടെ മരണം എന്നെ വല്ലാതെ കീഴ്പ്പെടുത്തിയിരുന്നു. പിന്നെയൊരു ദിവസം കാലത്ത് ബാഹർ എന്ന് പേരുള്ള ഒരു പെൺകുട്ടിയെ അലി കൊണ്ടുവന്നു. അവളുടെ കൈയിൽ ഒരു കൊച്ചു കുഞ്ഞുമുണ്ടായിരുന്നു. അലി അപ്പോഴും ഒരക്ഷരം പറഞ്ഞില്ല. എങ്കിലും ഞങ്ങളുടെ കണ്ണുകൾ കൂട്ടിമുട്ടി.

അലിക്ക് എന്നോട് സംസാരിക്കണമെന്ന് ആഗ്രഹമുണ്ടെന്നെനിക്ക് മനസ്സിലായി. എങ്കിലും ഒന്നും പറയാതെ ഇറങ്ങിപ്പോയി.

ബാഹറിന്റെ കുഞ്ഞിന് അഞ്ചുമാസം പ്രായമായിരുന്നു. എഹ്സാൻ എന്നാണവന്റെ പേര്. റഷ്ത് നിവാസിയാണ് ബാഹർ. ഇറാന്റെ വടക്ക് ഭാഗത്തുള്ള കാസ്പിയൻ കടലിനു സമീപമുള്ള ഒരു പട്ടണമാണത്. ഞങ്ങളുടെ കോട്ടേജിൽ നിന്നും അധികം ദൂരമില്ല അവിടേക്ക്. തിരകളിളകുന്നതുപോലെ മടങ്ങിക്കിടക്കുന്ന കുറിയ കറുത്ത മുടിയുണ്ടായിരുന്നു അവൾക്ക്. അവളുടെ കണ്ണിലെ ഭയം എനിക്ക് കാണാമായിരുന്നു. എങ്കിലും അവൾ ശാന്തമായി പെരുമാറി. ആത്മവിശ്വാസത്തോടെ സംസാരിച്ചു. അവളും ഭർത്താവും ഫദായീൻ സംഘത്തെ പിന്തുണയ്ക്കുന്നവരാണ്. അവരിരുവരേയും വീട്ടിൽനിന്ന് തന്നെയാണ് അറസ്റ്റ് ചെയ്തത്. അറസ്റ്റ് ചെയ്ത് നേരെ എവിനിലേക്ക് കൊണ്ടുവന്നു. ചോദ്യം ചെയ്യലിനിടയിൽ അവളെ ചാട്ടയടിക്ക് വിധേയയാക്കിയില്ല, ഉപദ്രവിച്ചില്ല.

അന്ന് രാത്രി അലി വന്നു. എന്നെ വിളിച്ചു. ഞാൻ പുറത്തിറങ്ങുന്നത് കണ്ട് ബാഹർ എന്റെ കൈകളിൽ പിടിച്ചു. എനിക്കൊരു കുഴപ്പവുമുണ്ടാകില്ല എന്ന് അവൾ പ്രാർത്ഥനാസ്വരത്തിൽ പറഞ്ഞു. ഇത്രയും വലിയ കൈകൾ ഞാനൊരു സ്ത്രീക്കും അതുവരേക്കും കണ്ടിട്ടില്ല. നല്ല ഊഷ്മളമായ കൈകൾ.

പതിവുപോലെ അലി എന്നെ മറ്റൊരു സെല്ലിലേക്ക് കൊണ്ടുപോയി. പക്ഷേ ഇത്തവണ അലി വളരെ ശാന്തനായിരുന്നു. ഞാൻ ചാദോർ അഴിച്ച് മാറ്റുന്നതും നോക്കി അലി ഒരു മൂലയിലിരുന്നു.

"എന്നെ ഇത്ര നിഷ്ഠുരമായി കാണരുത്, അങ്ങനെ വിധിക്കരുത്," അലി പെട്ടെന്ന് പറഞ്ഞു.

"മീന മരിച്ചു," ഞാൻ പറഞ്ഞു. "നിഷ്കളങ്കയായ ഒരു പെൺകുട്ടി മരിച്ചു. എന്നിട്ട് ഞാൻ നിങ്ങളെ എങ്ങനെ വിധിക്കുന്നു എന്നതിലാണ് നിങ്ങളുടെ താത്പര്യം, അല്ലേ? ഞാൻ നിഷ്ഠുരമായി തന്നെയാണ് കാണുന്നത്. അതല്ലാതെ ഞാൻ എന്ത് ചെയ്യണം? നിങ്ങളല്ലേ ഇവിടത്തെ അധിപൻ?"

"ഞാനല്ല ഇവിടത്തെ മേലധികാരി. അങ്ങനെയാകാൻ ഞാൻ ശ്രമിച്ചു. പക്ഷേ അല്ല."

"പിന്നെ ആരാണ്?"

"മറീനാ, എനിക്കാകാവുന്നതെല്ലാം ഞാൻ ചെയ്യുന്നുണ്ട്. നീ എന്നെ വിശ്വസിക്കണം. അതൊന്നും എളുപ്പമല്ല. അതിനെക്കുറിച്ചൊന്നും സംസാരിക്കാൻ എനിക്ക് താത്പര്യമില്ല എന്നും നീ മനസ്സിലാക്കണം."

പിറ്റേന്ന് കാലത്ത് നാലുമണിയോടെ ഞാൻ എന്റെ സെല്ലിൽ തിരിച്ചെത്തി. ശബ്ദമുണ്ടാക്കാതെ അകത്ത് കടന്നു.

"കുഴപ്പമൊന്നുമില്ലല്ലോ?" ബാഹറിന്റെ ശബ്ദം ഇരുട്ടിൽ നിറഞ്ഞു.

"ഇല്ല. താങ്കളെ എഴുന്നേല്പിച്ചതിനു ക്ഷമ ചോദിക്കുന്നു."

"നിങ്ങളെഴുന്നേല്പിച്ചതല്ല. ഞാൻ എഴുന്നേറ്റ് കിടക്കുകയായിരുന്നു. സംസാരിക്കാൻ താത്പര്യമുണ്ടോ?"

"എന്തിനെക്കുറിച്ച്?"

"മനസ്സിലെന്താണോ ഉള്ളത് അതിനെക്കുറിച്ച്. ഇത്രയും നേരം അധികവും സംസാരം എന്നെക്കുറിച്ചായിരുന്നുവല്ലോ. ഇപ്പോൾ നിങ്ങളുടെ ഊഴമാണ്. കുഴപ്പമൊന്നുമില്ല എന്ന് പറഞ്ഞ് ഒഴിവാകണ്ട. അങ്ങനെയല്ല എന്നെനിക്കറിയാം."

കണ്ണുനീർ അടക്കിപ്പിടിക്കാൻ ഞാൻ ശ്രമിച്ചു. എനിക്ക് അടിതെറ്റിയിരിക്കുന്നു. ഞാൻ എവിടെ തുടങ്ങണം?

"പറയണം എന്നാഗ്രഹമുണ്ട്. പക്ഷേ എനിക്കതിനാകുന്നില്ല."

"ശ്രമിച്ച് നോക്കൂ. എന്നോട് എല്ലാം പറയണമെന്നില്ല."

"ഞാൻ അലിയുടെ ഭാര്യയാണ്."

"അത് ഗൗരവമായി പറഞ്ഞതാകില്ല."

"അതെ. ഞാൻ അലിയുടെ ഭാര്യയാണ്."

"അതെങ്ങിനെ സാധ്യമാകും? അയാൾ സ്വന്തം ഭാര്യയെ അറസ്റ്റ് ചെയ്തുവെന്നോ?"

"അല്ല. ഇവിടേക്ക് കൊണ്ടുവരുന്നതിനു മുമ്പ് എനിക്ക് അലിയെ അറിയില്ലായിരുന്നു. എന്നെ ചോദ്യം ചെയ്തവരിൽ ഒരാൾ മാത്രമായിരുന്നു അയാൾ. എന്നെ ചോദ്യം ചെയ്ത രണ്ടാമത്തെയാൾ ഹമെഹ്ദായിരുന്നു. അയാൾ എന്നെ വധിക്കാനായി, എന്റെ വധശിക്ഷ നടപ്പിലാക്കുവാനായി കൊണ്ടുപോയി. അപ്പോൾ അലി അത് തടഞ്ഞു. അയാളെ വിവാഹം കഴിച്ചില്ലെങ്കിൽ എനിക്ക് വേണ്ടപ്പെട്ടവരെയെല്ലാം ഉപദ്രവിക്കും എന്നെന്നോട് പറഞ്ഞു. എനിക്ക് മറ്റ് മാർഗ്ഗങ്ങളില്ലായിരുന്നു.

"ഇത് ബലാത്സംഗമാണ്."

"ഇതിനെക്കുറിച്ച് ആരോടും പറയരുത്. 246 ലുള്ള എന്റെ സുഹൃത്തുക്കൾക്കാർക്കും ഇതൊന്നുമറിയില്ല."

"നീ ഒരു സിഘേഹാണോ?"

"അല്ല. അയാൾക്ക് ശരിയായ വിവാഹമായിരുന്നു വേണ്ടത്."

"ഇന്നത്തെ സാഹചര്യത്തിൽ സ്ഥായിയായ വിവാഹം എന്നത് നല്ലതോ ചീത്തയോ എന്നെനിക്കറിയില്ല. സിഘേഹാണെങ്കിൽ കുറച്ച് കാലം കഴിഞ്ഞാൽ അയാൾ നിന്നെ വിട്ടുപോകും എന്നെങ്കിലും പ്രതീക്ഷിക്കാമായിരുന്നു. എന്നാൽ ഇപ്പോൾ...."

"എനിക്ക് കുഴപ്പമില്ല."

"നിങ്ങക്കെങ്ങിനെ കുഴപ്പമില്ലാതിരിക്കാനാകുന്നു?"

അത്ര മാത്രം...

ഞാൻ കരയാൻ തുടങ്ങി. കുഞ്ഞ് ഉണർന്നു ബാഹർ അവനെയെടുത്ത് താലോലിച്ചു അവനൊരു പാട്ട് പാടിക്കൊടുത്തു. അതവളപ്പോൾ സൃഷ്ടിച്ചെടുത്തതാണ്. കാസ്പിയൻ കടലിനെക്കുറിച്ചും ഘോരവനങ്ങളെക്കുറിച്ചും ഒന്നിലും ഭയപ്പെടാതെ കളിക്കുന്ന കുട്ടികളെക്കുറിച്ചും അവൾ അതിൽ പറഞ്ഞിരിക്കുന്നു.

ബാഹറുമായി സംസാരിക്കുക എളുപ്പമായി എനിക്ക് തോന്നി. ഞാൻ ഗീതയെക്കുറിച്ചും തരേനയെക്കുറിച്ചും മീനയെക്കുറിച്ചും പറഞ്ഞു. അവരെയൊന്നും സഹായിക്കാനാകാഞ്ഞതിൽ ഞാനെങ്ങനെ എന്നെ വെറുക്കുന്നു എന്നത് പറഞ്ഞു. തനിക്ക് ചില സുഹൃത്തുക്കളെ നഷ്ടപ്പെട്ടിരിക്കുന്നു എന്നും അവരെ നഷ്ടപ്പെട്ട് താൻ മാത്രം ജീവിക്കുന്നതിൽ ഇപ്പോൾ പരിതപിക്കുന്നു എന്ന് അവളും പറഞ്ഞു.

അവളെ അറസ്റ്റ് ചെയ്യുന്നതിനുമുമ്പ് എവിന്റെ പുറത്ത് എന്തൊക്കെ സംഭവിച്ചു എന്ന് ഞാൻ തിരക്കി. കഴിഞ്ഞ ഒരു വർഷത്തിനുള്ളിൽ കാര്യമായ മാറ്റങ്ങളൊന്നുമുണ്ടായിട്ടില്ല എന്നവളറിയിച്ചു. ഇസ്ലാമിക് സർക്കാർ അതിന്റെ പിടി ഒന്നുകൂടി മുറുക്കിയിരിക്കുന്നു. വിജയകരമായി തന്നെ അവരത് ചെയ്തിരിക്കുന്നു. വിദ്യാഭ്യാസമില്ലാത്തവരും വേണ്ടത്ര അക്ഷരാഭ്യാസമില്ലാത്തവരും അല്പജ്ഞാനികളും ഖൊമേനിയെ കണ്ണടച്ച് പിന്താങ്ങുന്നു. അവർക്ക് സ്വർഗ്ഗത്തിൽ പോകണം. വിദ്യാസമ്പന്നരാകട്ടെ അറസ്റ്റും പീഡനവും ജയിൽ വാസവും വധശിക്ഷയും ഭയന്ന് മൗനം പാലിക്കുന്നു. മറ്റൊരു കൂട്ടർ മുല്ലമാരേയും അവരുടെ പ്രസ്താവങ്ങളേയും പ്രചരണങ്ങളേയും വിശ്വസിക്കുന്നില്ല എങ്കിലും ഉയർന്ന ശമ്പളമുള്ള ജോലികൾക്കായി അവരെ പിന്താങ്ങുന്നു.

എന്റെ സെല്ലിൽ മൂന്നാഴ്ചയോളം ബാഹറുണ്ടായിരുന്നു. അതിനു ശേഷം അവരെ 246 ലേക്ക് മാറ്റി. ഞാൻ വീണ്ടും ഏകയായി. സപ്തംബർ മദ്ധ്യമായപ്പോൾ ഞാൻ അലിയോട് എന്നെ 246 ലേക്ക് മാറ്റുവാൻ അഭ്യർത്ഥിച്ചു. അലി അത് സമ്മതിച്ചു. അലി അന്നെനിക്ക് ചോറും പൊരിച്ച കോഴിയും കൊണ്ടുവന്നിരുന്നു. ഞങ്ങളൊന്നിച്ച് അത്താഴം കഴിക്കുകയായിരുന്നു.

"നാളെ നിന്റെ പുനഃവിചാരണയുണ്ടാകും." അലി പറഞ്ഞു.

ഇത് എന്നെ അവേശഭരിതയൊന്നുമാക്കിയില്ല. സന്തോഷവും തോന്നിയില്ല. എന്നെ വെറുതെ വിട്ടാലും കാര്യങ്ങളിൽ വലിയ മാറ്റമൊന്നുമുണ്ടാകില്ല എന്നെനിക്കറിയാമായിരുന്നു. ഞാൻ അലിയെ വിവാഹം കഴിച്ചിരിക്കുന്നു. എന്നെന്നും അലിയോടൊപ്പം കഴിഞ്ഞേ പറ്റൂ.

ഈ വിചാരണയിൽ പങ്കെടുക്കാൻ എനിക്ക് അനുവാദമുണ്ടായിരിക്കും എന്നും അലി അറിയിച്ചു.

"ഞാൻ എന്തെങ്കിലും പറയേണ്ടി വരുമോ?"

"ഇല്ല. എന്തെങ്കിലും ചോദിച്ചെങ്കിൽ മാത്രം ഉത്തരം പറഞ്ഞാൽ മതി. ഞാനുണ്ടാകും അവിടെ. വിഷമിക്കണ്ട."

അലിയുടെ പക്കൽ മറ്റൊരു വാർത്തയുമുണ്ടായിരുന്നു. സാറ സുഖം പ്രാപിക്കുന്നു. അവൾ 246 ലേക്ക് തിരിച്ചെത്തിയിരിക്കുന്നു. എട്ട് വർഷം തടവാണവൾക്ക് ശിക്ഷ നൽകിയിരിക്കുന്നത്.

"എട്ട് വർഷമോ? നിങ്ങൾ അവളെ സഹായിക്കാമെന്നേറ്റതല്ലേ?"

"മറീനാ. ഞാൻ അവളെ സഹായിച്ചു. ഞാൻ ഇടപെട്ടില്ലായിരുന്നെങ്കിൽ ശിക്ഷ ഇതിലും കഠിനമാകുമായിരുന്നു. അത്രയും കാലം മുഴുക്കെ അവൾക്കവിടെ കഴിയേണ്ടി വരില്ല. അവളുടെ പേർ പരോൾ പട്ടികയിലുൾപ്പെടുത്താൻ ഞാൻ ശ്രമിക്കാം."

"ക്ഷമിക്കൂ അലി. താങ്കൾ പറഞ്ഞതും ശരിയാണ്. താങ്കളില്ലായിരുന്നെങ്കിൽ പിന്നെ ഞാൻ എന്ത് ചെയ്യുമായിരുന്നു എന്ന് എനിക്കുമറിയില്ല."

"എന്നെക്കുറിച്ച് നീ പറഞ്ഞിട്ടുള്ള ഏറ്റവും നല്ല കാര്യമാണിത്. ഏറ്റവും നല്ല വാക്കുകൾ." അലി ചിരിച്ചു. അലി പറഞ്ഞത് ശരിയാണെന്ന് ഞാനും തിരിച്ചറിഞ്ഞു.

പിറ്റേന്ന് കാലത്ത് അലി വന്ന് എന്നെ സെല്ലിൽ നിന്നും കൊണ്ടുപോയി. കോടതി മുറിയിലേക്കാണ് കൊണ്ടുപോയത്. അടുത്തുള്ള മറ്റൊരു കെട്ടിടത്തിലായിരുന്നു കോടതി. പത്ത് മിനിട്ട് നടക്കുവാനുള്ള ദൂരമുണ്ടവിടേക്ക്. ഉദ്യോഗസ്ഥരും ഗാർഡുകളും ഒരു കെട്ടിടത്തിൽ നിന്നും മറ്റൊന്നിലേക്ക് തിരക്കിട്ട് നടക്കുന്നു. ചിലർ ചില തടവുപുള്ളികളെ കെട്ടി വലിച്ചാണ് നടക്കുന്നത്. മിക്കവാറും എല്ലാവരും അലിയെ അഭിവാദ്യം ചെയ്തു. ഒന്ന് കുമ്പിട്ട്, വലത് കൈ നെഞ്ചിൽ വച്ചാണവർ അഭിവാദ്യം ചെയ്തത്. പിന്നെയവർ എന്റെ മുഖത്ത് നോക്കാതെ, തല താഴെയിട്ട്, എന്നാൽ എന്റെ ദിശയിൽ നോക്കി ഒന്ന് തലയാട്ടി. മുസ്ലീം സ്ത്രീകൾ മറ്റ് പുരുഷന്മാരുടെ കണ്ണുകളിലേക്ക് നേരിട്ട് നോക്കരുത് എന്നാണ് നിയമം. സ്വന്തം ഭർത്താവിനേയും പിതാവിനേയും സഹോദരങ്ങളേയും അടുത്ത ചില ബന്ധുക്കളേയും മാത്രമേ നേരെ നോക്കാൻ പാടുള്ളൂ. ഞാൻ ഈ നിയമം സന്തോഷത്തോടെ സ്വീകരിച്ച് നടപ്പിലാക്കി.

അലിയും തന്റെ സുഹൃത്തുക്കളേയും സഹജീവനക്കാരേയും അഭിവാദ്യം ചെയ്യുകയും അവരെ നോക്കി ഒന്ന് കുമ്പിടുകയും ചെയ്തുകൊണ്ടിരുന്നു. അവരോട് നല്ല വാക്കുകൾ പറഞ്ഞുകൊണ്ടിരുന്നു. ഞങ്ങൾ കോടതി നിന്ന കെട്ടിടത്തിലെത്തി. ഒരു രണ്ടുനില കെട്ടിടമായിരുന്നു അത്. അഴികളിട്ട ജനലുകളും ഇരുണ്ട ഇടനാഴിയുമുണ്ടതിന്. അടഞ്ഞ് കിടക്കുന്ന വാതിലിൽ അലി മുട്ടിവിളിച്ചു. അകത്തു നിന്ന് "അകത്തേക്ക് വരൂ" എന്നൊരു കനത്ത ശബ്ദം കേട്ടു. ഞങ്ങൾ അകത്തേക്ക്

പ്രവേശിച്ചു. മൂന്ന് മേശകൾക്ക് പുറകിലായി മൂന്ന് മുല്ലാക്കമാരിരിക്കുന്നു. ഞങ്ങൾ മുറിയിൽ പ്രവേശിച്ചയുടൻ അവർ എഴുന്നേറ്റ് നിന്ന് അലിക്ക് കൈ കൊടുത്തു. അവർ എന്നെ അഭിവാദ്യം ചെയ്തപ്പോൾ ഞാൻ തല താഴ്ത്തി നിന്ന് "സലാം അലൈക്കും" എന്ന് പറഞ്ഞു. ഞങ്ങളോടവർ ഇരിക്കാൻ ആവശ്യപ്പെട്ടു.

"പരമകാരുണ്യവാനും ദയാലുവുമായ അള്ളാഹുവിന്റെ നാമത്തിൽ" മദ്ധ്യത്തിലിരുന്നയാൾ പറഞ്ഞ് തുടങ്ങി. "ഇസ്ലാമിക് നീതിവ്യവസ്ഥ യുടെ ഈ കോടതി ഇപ്പോൾ ആരംഭിച്ചിരിക്കുന്നു. 1982 ജനുവരി മാസ ത്തിൽ മറീന മൊറാദി ബക്തിന് വധശിക്ഷ വിധിച്ചതായിരുന്നു. പക്ഷേ അവർക്ക് ഇമാം മാപ്പ് നൽകി. ശിക്ഷ ജീവപര്യന്തമാക്കി കുറച്ചു. അതിനു ശേഷം അവരുടെ മനോഭാവത്തിൽ വലിയ മാറ്റം കണ്ടിരിക്കുന്നു. അവരി പ്പോൾ ഇസ്ലാം മതം സ്വീകരിച്ചിരിക്കുന്നു. ഇമാമിനെ സേവിക്കുന്നതിൽ അവസരം കിട്ടുമ്പോഴൊക്കെ അവർ അവർക്കാകാവുന്ന വിധത്തിൽ, അവർക്ക് കഴിയുന്ന കാര്യങ്ങൾ ചെയ്യുന്നു. ഈ മാറ്റങ്ങളെ അടിസ്ഥാന പ്പെടുത്തി, ഈ കോടതി അവരുടെ കേസ് പുനഃപരിശോധിക്കാൻ തീരു മാനിച്ചിരിക്കുന്നു. അവരുടെ വിധി മൂന്ന് വർഷം തടവ് മാത്രമായി ചുരുക്കി യിരിക്കുന്നു. അതിൽ അവർ എട്ട് മാസം ശിക്ഷയനുഭവിച്ച് കഴിഞ്ഞിരി ക്കുന്നു."

മുല്ലാക്കമാർ മൂന്ന് പേരും എഴുന്നേറ്റ് നിന്നു. അവർ അലിക്ക് വീണ്ടും കൈകൊടുത്തു. ചായകുടിച്ചിട്ട് പോയാൽ മതി എന്നവർ ഞങ്ങളോടാ വശ്യപ്പെട്ടു. പുനഃവിചാരണ അവസാനിച്ചു.

ഏതാനും ദിവസങ്ങൾക്ക് ശേഷം ഞാൻ 246 ലെ ആറാം നമ്പർ മുറി യിലേക്ക് തിരിച്ചെത്തി. അവിടേക്ക് പ്രവേശിച്ചയുടൻ മുറിയുടെ മുന്നിൽ നിൽക്കുന്ന ഷീദയേയും സാറയേയും കണ്ടു. ദീർഘകാലം അകന്ന് നിന്ന സഹോദരിമാർ വീണ്ടും കണ്ടപ്പോഴെന്നപോലെ ഞങ്ങൾ ആലിംഗനം ചെയ്തു. അതിനിടയിലെപ്പോഴോ ഈ ആലിംഗനത്തിൽ സീമയും ബാഹറും ചേർന്നു. അവരെല്ലാം എന്നെ മുറുകെ പിടിച്ചിരുന്നു. അവ രോട് എന്നെയൊന്ന് വിടൂ എന്നെനിക്ക് അഭ്യർത്ഥിക്കേണ്ടി വന്നു. ഷീദ യുടെ മകൻ കാവേഹിന്റെ വളർച്ച കണ്ട് ഞാൻ അദ്ഭുതപ്പെട്ടു. അവനി പ്പോൾ ഏകദേശം ആറുമാസം പ്രായമുണ്ട്.

ഞങ്ങളൊന്നിച്ച് ഒരു ഒഴിഞ്ഞ മൂലയിൽ ചെന്നിരുന്നു. "നീ താഴെ എന്ത് ചെയ്യുകയായിരുന്നു?" ഞാൻ ഷീദയോട് ചോദിച്ചു.

"രണ്ടാഴ്ച മുമ്പ് അവർ എന്നെ ഇവിടേക്ക് മാറ്റി. നീ എവിടെയായി രുന്നു?"

"209 ലെ ഏകാന്തതടവുകാർക്കുള്ള അറകളിലൊന്നിൽ."

"കാരണം?"

"എനിക്ക് ഇടയ്ക്കിടെ തലവേദന വരുന്നുണ്ടായിരുന്നു. ഇവിടത്തെ ശബ്ദം എനിക്ക് സഹിക്കാനാകുന്നുണ്ടായിരുന്നില്ല. അതിനാൽ അവർ എന്നെ 209 ലേക്ക് മാറ്റി."

"അത് ശരി." അവൾ എന്നെ വിശ്വസിച്ചിട്ടില്ല എന്ന് ആ മുഖം വിളിച്ച് പറഞ്ഞു. എന്നാൽ കൂടുതൽ ചോദ്യങ്ങൾക്കും അവൾ താത്പര്യപ്പെട്ടില്ല. അവളുടെ ശിക്ഷ ജീവപര്യന്തമാക്കി കുറച്ചിരിക്കുന്നു എന്നവൾ പറഞ്ഞു. അവളുടെ ഭർത്താവിന്റെ ശിക്ഷയിൽ ഇളവൊന്നും വരുത്തിയിട്ടില്ല. അയാളിപ്പോഴും വധശിക്ഷ കാത്ത് കഴിയുകയാണ്.

"കാവേഹിനെ എന്റെ അച്ഛനമ്മമാരുടെ സമീപത്തേക്കയച്ചാലോ എന്നാലോചിക്കുകയാണ് ഞാൻ. അവന് മൂന്ന് വയസ്സാകുന്നത് വരേക്കും ഇവിടെ നിർത്താൻ എനിക്ക് അനുവാദമുണ്ട്. എന്നാൽ അത് ചെയ്യുന്നത് എന്റെ സ്വാർത്ഥതയാകുമെന്നാണിപ്പോൾ എനിക്ക് തോന്നുന്നത്. അവനിതുവരേക്കും ഒരു മരം കണ്ടിട്ടില്ല, പൂക്കൾ കണ്ടിട്ടില്ല, ഊഞ്ഞാൽ കണ്ടിട്ടില്ല, മറ്റൊരു കുട്ടിയെ കണ്ടിട്ടില്ല." അത് സത്യമായിരുന്നു. ഉയരമുള്ള ചുമരുകളും കമ്പികൾ വളച്ചുകെട്ടിയ വേലികളും ആയുധധാരികളായ ഗാർഡുകളുമാണവനു ചുറ്റിലുമുള്ളത്. അവനർഹിക്കുന്നത് അതല്ല. എന്നാൽ എപ്പോഴൊക്കെ ഷീദ അവനെ തന്റെ മാതാപിതാക്കൾക്കരികിലേക്കയയ്ക്കുവാൻ തീരുമാനിച്ചുവോ അപ്പോഴൊക്കെ അവളുടെ ഹൃദയം വിങ്ങുവാൻ തുടങ്ങി. അവനെ പിരിഞ്ഞിരിക്കുവാനാകുമോ എന്നവൾക്ക് അറിയില്ലായിരുന്നു.

ജയിലിൽ തുടങ്ങിവച്ചിരുന്ന ഒരു തുന്നൽ കേന്ദ്രത്തിൽ ഞാനും സാറയും ജോലി ചെയ്തുതുടങ്ങി. പുരുഷന്മാർക്കുള്ള ഷർട്ടുകളാണ് ഞങ്ങളുണ്ടാക്കിയിരുന്നത്. ഞങ്ങളിരുവർക്കും ആ ജോലി ഇഷ്ടമായി. അത് ദിവസം മുഴുക്കെ ഞങ്ങളെ തിരക്കിലാക്കിയതിനാലാണത് ഇഷ്ടമായത്. ഞങ്ങൾ ഇവിടെ നിന്ന് വിടുമ്പോൾ ചെയ്ത ജോലിയുടെ വേതനം ഞങ്ങൾക്ക് ലഭിക്കുമെന്ന് ഗാർഡുകൾ അറിയിക്കുകയുണ്ടായി. എന്നാൽ വേതനം വളരെ കുറവാണ്. വേതനത്തെക്കുറിച്ച് ചിന്തിക്കാതിരിക്കുകയായിരിക്കും അതിലും നല്ലത്. സാറയുടെ അസുഖത്തിൽ കുറവുള്ളത് പോലെ തോന്നി. എങ്കിലും അവസരം ലഭിക്കുമ്പോഴെല്ലാം അവൾ ശരീരത്തിലും മറ്റും എഴുതുമായിരുന്നു. എവിടെയൊക്കെ എഴുതാനാകുമോ അവിടെയൊക്കെ എഴുതി നിറയ്ക്കും. എന്നാൽ ജോലിയിലാകുമ്പോൾ അവൾ ജോലിയിൽ മാത്രം ശ്രദ്ധിച്ചു.

അലിക്ക് എന്നെ മടുക്കണേ, അലി എന്നെ വെറുക്കണേ എന്ന് പ്രാർത്ഥിക്കുകയായിരുന്നു ഞാൻ. പക്ഷേ അത് മാത്രം സംഭവിച്ചില്ല. ആഴ്ചയിൽ മൂന്ന് രാത്രികളിലെങ്കിലും ഉച്ചഭാഷിണിയിലൂടെ എന്റെ പേർ വിളിക്കും. അലിയോടൊപ്പം 209 ലെ ഏതെങ്കിലുമൊരു അറയിൽ രാത്രി കഴിക്കും. പ്രഭാതത്തിലെ നിസ്കാരത്തിനു മുമ്പ് ഞാൻ 246ൽ

തിരിച്ചെത്തും. രാത്രിയിൽ ഞാൻ എവിടേക്ക് പോകുന്നു എന്ന് മിക്കവരും എന്നോട് ചോദിക്കാറേയില്ലായിരുന്നു. ചിലർ ചോദിക്കും. ജയിലിലെ ആശുപത്രിയിൽ സന്നദ്ധ സേവനത്തിനു തയ്യാറാണെന്ന് അറിയിച്ചിരുന്നതിനാൽ അതിനായി കൊണ്ടുപോകുകയാണെന്ന് ഞാൻ അവരോട് പറയും. 246ലുള്ള മറ്റ് മൂന്ന് നാല് പെൺകുട്ടികളെക്കൂടി ഇതുപോലെ ഇടയ്ക്കിടെ രാത്രിയിൽ വിളിപ്പിക്കുന്നുണ്ടായിരുന്നു. എന്നെപ്പോലെ അവരും പ്രഭാതമാകുമ്പോഴേക്കും തിരിച്ചെത്തും. ഞങ്ങൾ പരസ്പരം സംസാരിക്കാതിരിക്കാൻ ശ്രമിച്ചു. അവരുടെ അവസ്ഥയും ഒരുപക്ഷേ എന്റേതിനു സമാനമാകുമെന്ന് ഊഹിക്കാൻ മാത്രമേ എനിക്കായുള്ളൂ.

എവിനിലെ ദിനചര്യകൾ അങ്ങനെ ഞങ്ങളുടെ ദിവസങ്ങളും ആഴ്ചകളും മാസങ്ങളും കവർന്നെടുത്തുകൊണ്ടിരുന്നു. ഓരോ നിമിഷം കഴിയുംതോറും ജയിലിലെത്തുന്നതിനു മുമ്പുണ്ടായിരുന്ന ഞങ്ങളുടെ ജീവിതം ഞങ്ങളിൽ നിന്നും വഴുതിയകന്നുകൊണ്ടിരുന്നു. വീട്ടിലേക്ക് തിരിച്ച് പോകുക എന്ന സ്വപ്നത്തിന് പ്രതീക്ഷകൾ അസ്തമിച്ചുവെങ്കിലും ആ സ്വപ്നം മനസ്സിൽ നിന്നും തീരെ മാഞ്ഞുപോയില്ല. അത് ഞങ്ങളുടെ മനസ്സിലങ്ങനെ ഒളിച്ച് കിടന്നു.

പതിനേഴ്

"**ഒ**രു നല്ല വാർത്തയുണ്ട്," ഫെബ്രുവരി മാസത്തിലെ ഒരു രാത്രിയിൽ അലി പറഞ്ഞു. അന്ന് മുഖത്ത് സുന്ദരമായ ഒരു പുഞ്ചിരിയുമായാണ് അലി വന്നത്. "ഇന്ന് അക്രത്തിന്റെ ഫോണുണ്ടായിരുന്നു. അവൾ ഗർഭിണിയാണെന്ന് ഡോക്ടർ അവരെ അറിയിച്ചിരിക്കുന്നു!"

ഇത് കേട്ടപ്പോൾ എനിക്കും സന്തോഷമായി.

"നിന്റെ സ്വപ്നത്തെക്കുറിച്ചും പ്രാർത്ഥനയെക്കുറിച്ചും അവൾ പറഞ്ഞു. ഈ സന്തോഷത്തിന് അവൾ നിന്നോട് കടപ്പെട്ടിരിക്കുന്നു എന്നാണവൾ പറഞ്ഞത്. ഇപ്പോൾ തന്നെ നിന്നേയും കൂട്ടി വീട്ടിൽ വരണം എന്നും ആവശ്യപ്പെട്ടു."

ഞാൻ ഒന്നും പറഞ്ഞില്ല. അലി പുഞ്ചിരിച്ചുകൊണ്ട് എന്നെ നോക്കി നിന്നു.

"ഞാനറിയാതെ പിന്നെ എന്തൊക്കെ ചെയ്യുന്നുണ്ട്?" അലി ചോദിച്ചു.

"താങ്കളറിയാതെ ഒന്നും ചെയ്യുന്നില്ല."

"ഇതിനെക്കുറിച്ച് പിന്നെ എന്നോടെന്തുകൊണ്ട് പറഞ്ഞില്ല?"

"അത് രണ്ട് പെണ്ണുങ്ങൾക്കിടയിലുള്ള കാര്യമാണ്."

"നിനക്കിപ്പോഴും എന്നെ ഒരു പേടിയുമില്ല അല്ലേ?"

“ഞാൻ ഭയക്കണോ?”

“വേണ്ട. ഒരിക്കലും വേണ്ട. നമ്മൾ വ്യത്യസ്തമായി ചിന്തിക്കുന്നവരാണെന്നത് സത്യം. ഞാൻ എന്നെ സ്വയം വിശ്വസിക്കുന്നതിലും കൂടുതൽ നിന്നെ വിശ്വസിക്കുന്നുണ്ട് എന്നതും സത്യം. ഈ കുഞ്ഞ് ജീവിക്കുന്നുവെങ്കിൽ അക്രം എന്നും നിന്നോട് കടപ്പെട്ടവളാകും.”

“ദൈവം അക്രത്തിന്റെ പ്രാർത്ഥന കേട്ടു. അതുമായി എനിക്ക് ഒരു ബന്ധവുമില്ല.”

അക്രം വലിയ സന്തോഷത്തിലായിരുന്നു. അവളെ ഇത്ര സന്തോഷത്തോടെ ഞാൻ കണ്ടിട്ടില്ല.

“നിന്നേയും കൊണ്ട് വരുന്നുണ്ട് എന്ന് അലി വിളിച്ച് പറഞ്ഞപ്പോൾ മസൂദിനോട് ഉടൻ പോയി കുറച്ച് ക്രീം പഫ്സ് വാങ്ങിക്കൊണ്ടുവരാൻ ആവശ്യപ്പെട്ടു. നിനക്കത് വലിയ ഇഷ്ടമാണെന്ന് എനിക്കറിയാം.” അത്താഴമുണ്ടാക്കുന്നതിനിടയിൽ അക്രം പറഞ്ഞു. അവൾ ഫ്രിഡ്ജിൽ നിന്നും രണ്ട് വലിയ പെട്ടികളെടുത്തു. വെളുത്ത നിറത്തിലുള്ള പെട്ടികൾ.

“ഒരു പട്ടാളത്തെ മുഴുക്കെ തീറ്റിപ്പോറ്റുവാനുള്ളത്ര ക്രീം പഫ്സുണ്ടല്ലോ ഇവിടെ?”

“മസൂദിന്റെ സന്തോഷം പറഞ്ഞറിയിക്കുവാനാകില്ല. അദ്ദേഹം ആ ബേക്കറി മുഴുക്കെ വാങ്ങിക്കൊണ്ടുവരാൻ തയ്യാറായിരുന്നു.”

“പ്രാർത്ഥനയെക്കുറിച്ച് മസൂദിനോട് പറഞ്ഞുവോ?” ഒട്ടൊന്ന് ഭയപ്പാടോടെയാണ് ഞാനത് ചോദിച്ചത്.

“ഞാൻ എല്ലാവരോടും പറഞ്ഞു.”

“അത് കേട്ട് അദ്ദേഹത്തിനെന്നോട് കോപം തോന്നിയില്ലേ?”

“എന്തിന്?”

“അത്.... അതൊരു ക്രിസ്ത്യാനി പ്രാർത്ഥനയല്ലേ?”

“അതിലൊന്നും അദ്ദേഹത്തിനൊരു ശ്രദ്ധയുമില്ല. പ്രാർത്ഥന ഫലിച്ചു, ഇല്ലേ? ഞങ്ങൾക്ക് ഒരു കുഞ്ഞുണ്ടാകാൻ പോകുന്നു. അതാണ് കാര്യം. മറിയത്തിന്റെ പേര് ഖുർ-ആനിലുമുണ്ട് എന്നാണദ്ദേഹം പറഞ്ഞത്. മഹത് വ്യക്തി എന്ന നിലയിൽ തന്നെ ഖുർ-ആനും മറിയത്തെക്കുറിച്ച് പറഞ്ഞിരിക്കുന്നു എന്ന്. അവരോട് സഹായം ചോദിക്കുന്നതിൽ യാതൊരു തെറ്റുമില്ലെന്നും പറഞ്ഞു.”

അക്രത്തിന്റെ സന്തോഷം എന്റെ മുഖത്ത് ആഞ്ഞടിച്ചതിനു സമമായിരുന്നു. എന്നാൽ ആ സന്തോഷത്തെ ഇല്ലാതാക്കാൻ ഞാൻ ആഗ്രഹിച്ചില്ല.

“എന്ത് പറ്റീ മറീനാ? അലി നിന്നോട് വഴക്കിട്ടോ? അങ്ങനെയാണെങ്കിൽ അവനെ ഞാൻ...”

"അലി വഴക്കിട്ടില്ല."

ഞാൻ ക്രീം പഫ്സ് ഒരു തളികയിൽ നിരത്തുവാൻ തുടങ്ങി. എവിനിൽ ഷീദയെപ്പോലെയുള്ള അമ്മമാർ തടവിൽ കിടന്ന് വിഷമിക്കുമ്പോൾ ഇങ്ങനെ സന്തോഷിക്കാൻ അക്രത്തിനൊരു അർഹതയുമില്ല. അത് ശരിയല്ല.

"എന്നാലും എന്തോ നിന്റെ മുഖത്തൊരു ദുഃഖം കാണുന്നു, മറീനാ?"

"ഒന്നുമില്ല. നിന്റെ കാര്യമോർത്ത് ഞാൻ സന്തോഷിക്കുന്നു. എന്നാൽ എന്റെ മനസ്സിൽ നിന്നും ഷീദ എന്ന എന്റെ സുഹൃത്തിന്റെ മുഖം മായുന്നില്ല. അവളെയും അവളുടെ ഭർത്താവിനേയും അറസ്റ്റ് ചെയ്തപ്പോൾ അവൾ ഗർഭിണിയായിരുന്നു. ഇരുവർക്കും വധശിക്ഷയാണ് ലഭിച്ചത്. അവൾ പ്രസവിച്ചു. ആൺകുട്ടി. കാവേഹ് എന്നവന് പേരിട്ടു. കാവേഹിനിപ്പോൾ ഒരു വയസ്സാകുന്നു. അവൻ സുന്ദരനാണ്. ഷീദയുടെ ശിക്ഷ ജീവപര്യന്തമായി കുറയ്ക്കപ്പെട്ടിട്ടുണ്ട്. എന്നാൽ അവളുടെ ഭർത്താവിപ്പോഴും വധശിക്ഷ കാത്ത് കഴിയുകയാണ്. ഷീദയ്ക്ക് അവളുടെ മകനെ തന്റെ മാതാപിതാക്കൾക്കരികിലേക്ക് അയയ്ക്കണം എന്നാഗ്രഹമുണ്ട്. എന്നാൽ അവനെ വേർപിരിഞ്ഞിരിക്കാനും വയ്യ. അവനാണവളുടെ ജീവൻ. ആ പാവം കുഞ്ഞ് എവിനിലാണ് വളരുന്നത്. ബാഹ്യലോകം കണ്ടിട്ടുപോലുമില്ല."

"ഇത് ഭീകരം തന്നെ. അവളെ എന്തിനാണറസ്റ്റ് ചെയ്ത് തടവിലിട്ടിരിക്കുന്നത്?"

"എനിക്ക് കൃത്യമായി അറിയില്ല. ഞങ്ങൾ അക്കാര്യങ്ങൾ സംസാരിക്കാറില്ല. അവൾ ഒരു മൊജാഹീദീൻ അനുഭാവിയായിരുന്നു എന്നെനിക്ക് തോന്നുന്നു."

"മൊജാഹീദീനുകൾ തീവ്രവാദികളല്ലേ? ഭീകരപ്രവർത്തകർ? അവർ ചീത്തയാളുകളാണ് മറീനാ."

"ഷീദ ചീത്തയല്ല. വളരെ ദുഃഖിതയാണവൾ. ഒരമ്മയാണ്. ഒരാൾ ചീത്തയാണെന്ന് വിശ്വസിച്ച് അവരോട് എന്തും ചെയ്യാനുള്ള അധികാരം നമുക്കില്ല. അങ്ങനെ ചീത്ത കാര്യങ്ങൾ നമ്മൾ സ്വയം ചെയ്യുകയുമരുത്. തെറ്റ് എന്തായാലും തെറ്റാണ്. അതിനെ നിങ്ങൾ എങ്ങനെ നോക്കിക്കണ്ടാലും തെറ്റ് തെറ്റുതന്നെ. എന്തായാലും ഒരു ജീവപര്യന്തം തടവ് ശിക്ഷ അർഹിക്കുന്നവളല്ല ഷീദ എന്നെനിക്കുറപ്പുണ്ട്."

"ഞാൻ അലിയുമായി സംസാരിക്കാം. ഒരുപക്ഷേ അവനെന്തെങ്കിലും ചെയ്യാനായേക്കും."

"ചോദിക്കുന്നതിൽ തെറ്റൊന്നുമില്ല. അലിക്ക് എന്തെങ്കിലും ചെയ്യാനാകും എന്ന് ഞാൻ കരുതുന്നില്ല. അലിയല്ല അവളെ ചോദ്യം ചെയ്തത്. പലരേയും സഹായിക്കാൻ അലി ശ്രമിച്ചിട്ടുണ്ട്. എപ്പോഴും വിജയിക്കണമെന്നില്ലല്ലോ."

സമോവാറിൽ വെള്ളം തിളയ്ക്കുന്ന സ്വരം കേട്ടു.

"നമുക്ക് ഒരു ചായ കുടിക്കാം മറിനാ. ക്രീം പഫ്സും കഴിക്കാം."

ഞാനവളെ ആലിംഗനം ചെയ്തു. എനിക്കവളെ ഇഷ്ടമാണെന്ന് പറഞ്ഞു. എവിനിൽ ചുറ്റിലും ദുഃഖവും വേദനയും മാത്രം കാണുന്ന ഞാൻ അതിനാൽ തന്നെ സന്തോഷിക്കാൻ മറന്നിരിക്കുന്നു എന്ന് പറഞ്ഞു.

നാലുമാസം കഴിഞ്ഞു. ഞങ്ങളുടെ വിവാഹ വാർഷികമായി. അലിയുടെ മാതാപിതാക്കൾ ഞങ്ങളെ അത്താഴത്തിന് ക്ഷണിച്ചു. രണ്ടാഴ്ച കൂടുമ്പോൾ ഒരിക്കലെങ്കിലും ഞങ്ങൾ അവരെ സന്ദർശിക്കാറുണ്ടായിരുന്നു. കഴിഞ്ഞ പതിനൊന്ന് മാസങ്ങളായി ആ പതിവ് തെറ്റിയിട്ടില്ല. അവർ എപ്പോഴും എന്നോട് കരുണയോടെ, സ്നേഹത്തോടെ മാത്രമേ പെരുമാറിയിട്ടുള്ളൂ. അക്രവും സുഖമായിരിക്കുന്നു. മൂന്ന് മാസം കൂടി കഴിഞ്ഞാൽ അവൾ അമ്മയാകും.

"ആദ്യ വാർഷികത്തിന് നീ നിന്റെ ഭാര്യയ്ക്ക് സമ്മാനമൊന്നും നൽകുന്നില്ലേ?" മൂസാവി അത്താഴശേഷം അലിയോട് ചോദിച്ചു.

എന്നെ ഏതാനും ദിവസത്തേക്ക് കാസ്പിയൻ തീരത്തേക്ക് കൊണ്ടുപോകുന്നു എന്ന് അലി പറഞ്ഞു.

"അത് അപകടമാകില്ലേ?" ഞാൻ ചോദിച്ചു.

"നമ്മൾ പോകുന്ന വിവരം എന്റെ അച്ഛനുമമ്മയ്ക്കും മാത്രമേ അറിയുകയുള്ളൂ. എന്റെ അമ്മാവന്റെ കോട്ടേജിലായിരിക്കും താമസം. അതിനു ചുറ്റും ഒന്നുമില്ല. നമ്മളവിടെയുണ്ടെന്ന് അമ്മാവൻ പോലും അറിയാൻ പോകുന്നില്ല. അച്ഛനുമമ്മയുമാണവിടേക്ക് പോകുന്നത് എന്നാണമ്മാവനും ധരിച്ചിരിക്കുന്നത്. അദ്ദേഹമാകട്ടെ വ്യാപാരാവശ്യത്തിനായി യാത്രയിലാണ്. എന്ത് പറയുന്നു? വരുന്നില്ലേ?"

ഞാൻ തലയാട്ടി. ഇപ്പോൾ തന്നെ ഇറങ്ങാം എന്നായി അലി. പെട്ടിയെല്ലാം അമ്മ ഒതുക്കി തയ്യാറാക്കി വച്ചിട്ടുണ്ട് എന്നും പറഞ്ഞു.

ഞങ്ങൾ മൂസാവിയുടെ കാറെടുത്തു. ഒരു വെള്ള പ്യൂഷോട്ട്. പത്ത് മണിയാകുന്നതിനു മുമ്പേ പ്രധാന നിരത്തിലെത്തി.

"ഇങ്ങനെ ഒരാശയം എങ്ങനെ തോന്നി?" ഞാൻ അലിയോട് ചോദിച്ചു.

"കാസ്പിയൻ ഇഷ്ടമാണെന്ന് ഒരിക്കൽ നീ സൂചിപ്പിച്ചിരുന്നു. നിന്നോടൊപ്പം ഏതാനും ദിവസം ചിലവിടാൻ ഞാനുമാഗ്രഹിച്ചു. എവിനിൽ നിന്നും പുറത്ത് കടക്കുക എന്നത് നമ്മൾ രണ്ട് പേരുടേയും ആവശ്യമാണ്. വിപ്ലവത്തിനുമുമ്പ് ഈ കോട്ടേജ് ഷായുടെ കാബിനറ്റ് മന്ത്രിമാരിൽ ഒരാളുടേതായിരുന്നു. ഷാ നാടുവിട്ട ഏകദേശം അതേ കാലത്ത് തന്നെ ഈ മനുഷ്യനും നാടുവിട്ടു. ഇസ്ലാമിക് വിപ്ലവക്കോടതി

അദ്ദേഹത്തിന്റെ വീട് ജപ്തി ചെയ്തു. വീട് എന്നല്ല കൊട്ടാരം എന്ന് പറയണം. ടെഹ്റാനിലാണാ വീട്. അതിനോടൊപ്പം റാംസാറിലുള്ള ഈ കോട്ടേജും ജപ്തി ചെയ്ത് ലേലത്തിനു വച്ചു. എന്റെ അമ്മാവന് നല്ല വിലയ്ക്ക് ഈ കോട്ടേജ് ലഭിച്ചു."

"സുന്ദരമായിരിക്കും അത്, അല്ലേ?"

"അതെ. നിനക്കത് നേരിൽ കാണാമല്ലോ. ഈ കാസ്പിയൻ തീരത്തിനോട് നിനക്കിത്ര ഇഷ്ടമെന്തുകൊണ്ടാണ്?"

സുന്ദരമായ പല വേനലുകളും ഞാനവിടെ ചിലവിട്ടിട്ടുണ്ട് എന്ന് ഞാൻ പറഞ്ഞു. ടെഹ്റാനിലുള്ളതെല്ലാം നിറം മങ്ങിയതും നിറങ്ങളില്ലാത്തതുമാണ്. എന്നാൽ കടൽ അങ്ങനെയല്ല. അവിടെ ജീവൻ തുടിക്കുന്നുണ്ട്.

തണുത്ത വായു എന്റെ മുഖത്തെ തടവിപ്പോയിക്കൊണ്ടിരുന്നു. വണ്ടിയുടെ ജനലുകൾ ഞങ്ങൾ തുറന്നിട്ടിരിക്കുകയായിരുന്നു. യാത്ര തുടങ്ങിയപ്പോൾ പുറത്തെ പൊടിയുടെയും മറ്റ് വണ്ടികളിൽ നിന്നുള്ള പുകയുടേയും മണമായിരുന്നു ചുറ്റിലും. എന്നാൽ അൽബോർസ് മലനിരകൾ കയറുവാൻ തുടങ്ങിയപ്പോൾ രാവിൽ അരുവികളുടേയും, പോപ്ലാർ മരങ്ങളുടേയും മേപ്പിൾ മരങ്ങളുടെയും സുഗന്ധം നിറയുവാൻ തുടങ്ങി. നഷ്ടപ്പെട്ട ഒരു ലോകത്തിന്റെ മണമായിരുന്നു എനിക്കിത്. സ്വാതന്ത്ര്യത്തിന്റെ മണം. സന്തോഷത്തിന്റെ മണം. ഇനിയും അവശേഷിച്ചിട്ടില്ലാത്ത അനേകം നന്മകളുടെ, നല്ല കാര്യങ്ങളുടെ മണം.

"ഞാൻ 246 ലും താങ്കൾ യുദ്ധമുന്നണിയിലുമായിരുന്ന കാലത്ത്, എന്റെ ഒരു സുഹൃത്തായ താരാനെ ബെഹ്സാദിയെ വധശിക്ഷയ്ക്ക് വിധിച്ചിരിക്കുന്നതായി ഞാനറിഞ്ഞു."

"തരാനെ ബെഹ്സാദി... പേരു പരിചയമില്ല."

"അവളെ ചോദ്യം ചെയ്തത് താങ്കളല്ലായിരുന്നു. ഹുസ്സൈൻ എന്നാണ് ചോദ്യം ചെയ്തയാളുടെ പേരെന്ന് അവൾ പറഞ്ഞിരുന്നു. നാലാം ഡിവിഷനിലാണായാൾ ജോലി ചെയ്യുന്നത്. അവളെ സഹായിക്കാൻ താങ്കൾക്കാകും എന്ന് ഞാൻ കരുതി. താങ്കളുമായി സംസാരിക്കാനാകുമോ എന്ന് ഞാൻ മറിയത്തിനോട് ചോദിച്ചു. അപ്പോഴാണവർ അലി യുദ്ധമുന്നണിയിലാണെന്ന് പറഞ്ഞത്."

"മറ്റ് ഡിവിഷനുകളുടെ കാര്യങ്ങളിൽ എനിക്ക് ഇടപെടുവാനാകില്ല മറീനാ. നിന്നെ ചോദ്യം ചെയ്തവരുടെ കൂട്ടത്തിൽ ഞാനുമുണ്ടായിരുന്നെങ്കിലും നിന്റെ ശിക്ഷയൊന്ന് കുറച്ച് കിട്ടുക എന്നത് എനിക്കത്ര എളുപ്പമായിരുന്നില്ല."

"അവൾ മരിച്ച് കഴിഞ്ഞു. അവളെ വധിച്ചു."

"എന്നോട് ക്ഷമിക്കൂ."

"എന്തിന്?"

"ഇതിലേക്കെത്തിച്ചതിന്. ഇസ്ലാമിന് അതിന്റേതായ നിയമങ്ങളുണ്ട്. അവൾ അത് ലംഘിച്ച് കാണും. അവളെ ശിക്ഷിച്ചിട്ടുണ്ടാകും."

"അവളുടെ കുറ്റങ്ങൾ ആ വധശിക്ഷയെ ന്യായീകരിക്കുവാൻ മാത്രം കടുത്തതായിരുന്നോ?"

"അത് തീരുമാനിക്കേണ്ടത് ഞാനല്ല. എനിക്കവളെ അറിയുക പോലുമില്ല. അവൾ എന്ത് ചെയ്തു എന്നുമറിയില്ല."

"ജീവൻ നൽകുന്നത് ദൈവമാണ്. അവനു മാത്രമേ അത് തിരിച്ചെടുക്കാൻ അനുവാദവും അവകാശവുമുള്ളൂ."

"ക്ഷോഭിക്കാനുള്ള സർവ്വ അവകാശവും നിനക്കുണ്ട് മറീനാ." അവൾ നിന്റെ സുഹൃത്തായിരുന്നു. നിനക്ക് അവളെ സഹായിക്കണം എന്നാഗ്രഹമുണ്ടായിരുന്നു. എന്നാൽ ഞാനപ്പോൾ അവിടെയുണ്ടായിരുന്നു എങ്കിൽ കൂടി അവളെ രക്ഷിക്കുക എന്നത് അസാധ്യമായിരുന്നിരിക്കാം. ചോദ്യം ചെയ്യുന്നവരും കോടതിയും തെറ്റുകൾ ചെയ്യാറുണ്ട്. കടുത്ത ശിക്ഷ ലഭിച്ചു എന്ന് ഞാൻ കരുതുന്ന പലരേയും രക്ഷിക്കാൻ ഞാൻ ശ്രമിച്ചിട്ടുണ്ട്. എന്നാൽ വിജയം എപ്പോഴും എന്നോടൊപ്പം നിന്നിട്ടില്ല. ഞാൻ മീനയെ സഹായിക്കാൻ ശ്രമിച്ചു, ഇല്ലേ? എന്നാൽ അത് നടന്നില്ല."

"തരേനയ്ക്ക് വധശിക്ഷ അർഹിക്കുന്നതായിരുന്നില്ല."

എനിക്കപ്പോൾ എന്റെ മുന്നിൽ കാണാനുണ്ടായിരുന്നത് തരേനയുടെ വലിയ നീല കണ്ണുകൾ മാത്രമായിരുന്നു. അലിയുടെ കണ്ണുകൾ മുന്നിലുള്ള വഴിയിലായിരുന്നു.

"അതിലും ഭീകരമായ ഒരു കാര്യം ഞാൻ കേട്ടിട്ടുണ്ട്. അത് സത്യമാണെന്ന് ചോദിക്കുവാൻ ഞാൻ ആഗ്രഹിക്കുന്നു."

"എന്താണത്?"

"കന്യകമാർ മരിച്ചാൽ സ്വർഗ്ഗത്തിൽ പോകും എന്ന് അങ്ങ് വിശ്വസിക്കുന്നുണ്ടോ?"

"മറീന... നീ ഈ ചർച്ച എവിടേക്കാണ് കൊണ്ടുപോകുന്നതെന്ന് എനിക്ക് മനസ്സിലാകുന്നു."

"ദയവായി എനിക്കൊരു ഉത്തരം നൽകൂ."

"ഇല്ല. ഞാനങ്ങനെ വിശ്വസിക്കുന്നില്ല. ആര് സ്വർഗ്ഗത്തിൽ പോകണം, ആര് നരകത്തിൽ പോകണം, എന്നൊക്കെ തീരുമാനിക്കുന്നത് ദൈവമാണ്. അല്ലാതെ ഞാനല്ല. വധശിക്ഷ നടപ്പിലാക്കുന്നതിനു മുമ്പ് കന്യകകളായ യുവതികളെ ബലാത്സംഗം ചെയ്യാറില്ല. കേൾക്കുന്നതെല്ലാം നീ അതുപോലെ വിശ്വസിക്കരുത്."

കനത്ത ഇരുട്ടായിരുന്നു. അലിയുടെ മുഖം എനിക്ക് വ്യക്തമായി

കാണാനായില്ല. എന്നാൽ അലിയുടെ ശ്വാസഗതിയിൽ വന്ന മാറ്റം ഞാനറിഞ്ഞു.

"നീ വധശിക്ഷയുടെ വളരെ അടുത്തെത്തിയവളല്ലേ? നിന്നെയാരെങ്കിലും ബലാത്സംഗം ചെയ്തോ?"

"ഇല്ല." ഞാനവിടെ നിർത്തി. ആ വാചകത്തിൽ ചില വാക്കുകൾ കൂട്ടിച്ചേർക്കണമെന്ന് ഞാൻ ആഗ്രഹിച്ചിരുന്നു. "അന്നാരും എന്നെ ബലാത്സംഗം ചെയ്തില്ല. അത് കഴിഞ്ഞ് ആറുമാസം കഴിഞ്ഞപ്പോൾ അങ്ങനെ സംഭവിച്ചു" എന്ന് പറയണമെന്നുണ്ടായിരുന്നു. ഞാനത് പറഞ്ഞില്ല.

"മറീനാ... നിന്റെ സുഹൃത്തിനെക്കുറിച്ചോർത്ത് നീ വല്ലാതെ വേവലാതിപ്പെടുന്നു എന്നെനിക്കറിയാം. ഒരു കാര്യം മാത്രം എനിക്ക് ഉറപ്പ് തരാനാകും. അവളുടെ വധശിക്ഷ നടപ്പിലാക്കുന്നതിനുമുമ്പ് അവളെ ആരും ബലാത്സംഗം ചെയ്തിട്ടില്ല."

ഈ വാക്കുകളിൽ എനിക്ക് വലിയ ആശ്വാസമൊന്നും തോന്നിയില്ല.

രാത്രി ഏകദേശം രണ്ട് മണിയോടെ ഞങ്ങൾ കോട്ടേജിലെത്തി. അലി വണ്ടിയിൽനിന്നും പുറത്തിറങ്ങി. ഒരു വലിയ ഇരുമ്പ് വാതിൽ തുറന്നു. ഇരുവശത്തും മരങ്ങൾ നിറഞ്ഞ പാതയിലൂടെ വണ്ടി മുന്നോട്ട് നീങ്ങി. എന്റെ മാതാപിതാക്കൾക്ക് കാസ്പിയൻ തീരത്തുണ്ടായിരുന്ന കോട്ടേജിനേക്കാൾ വലിയ പറമ്പായിരുന്നു അത്. എങ്കിലും അതുമായി പല സമാനതകളുമുണ്ടായിരുന്നു. തുറന്ന് കിടന്ന ജനലുകളിലൂടെ ചീവീടിന്റെ സ്വരം വന്നു. ഇലകളേയും ചില്ലകളേയും തഴുകി കാറ്റ് വീശിക്കൊണ്ടിരുന്നു. അതിനിടയിലൂടെ ചന്ദ്രന്റെ വെള്ളിവെളിച്ചം കാറിന്റെ മുന്നിലെത്തുന്നുണ്ടായിരുന്നു. വണ്ടി നിർത്തിയപ്പോൾ മാത്രമേ എനിക്ക് കടലിന്റെ സ്വരം കേൾക്കാനായുള്ളൂ. തിരകൾ കരയിൽ തല തല്ലി രസിക്കുന്ന സ്വരം കേട്ടു. എനിക്ക് പരിചിതമായ താളം ചുറ്റിലും നിറഞ്ഞിരിക്കുന്നു.

എന്റെ മാതാപിതാക്കളുടെ കോട്ടേജിനേക്കാൾ ഇരട്ടി വലിപ്പമുണ്ട് ഈ ഇരുനില കെട്ടിടത്തിന്. വാതിലിന്റെ ഇരുവശത്തുമായി കല്ലുകൊണ്ടുണ്ടാക്കിയ ഒരു സിംഹവും നായയും. അലി മുൻവാതിൽ തുറന്നു. ഞങ്ങൾ അകത്ത് പ്രവേശിച്ചു. ഫ്രഞ്ച് മാതൃകയിലുള്ള കസേരകളും ഗ്ലാസിന്റെ പ്രതലമുള്ള ഒരു ചെറിയ മേശയും സ്വീകരണ മുറിയിലുണ്ട്. പേർഷ്യൻ കാർപ്പെറ്റുകൊണ്ട് നിലം അലങ്കരിച്ചിരിക്കുന്നു. വീതിയേറിയ ഗോവണി എന്നെ 'ഗോൺ വിത്ത് ദ വിൻഡ്' എന്ന സിനിമയെ ഓർമ്മിപ്പിച്ചു. മുകളിൽ ആറ് കിടപ്പ് മുറികളുണ്ട്. കടലിനഭിമുഖമായുള്ള ഏറ്റവും വലിയ കിടപ്പ് മുറിയാണ് അലി തിരഞ്ഞെടുത്തത്. അതിന്റെ മദ്ധ്യത്തിൽ വലിയൊരു കട്ടിലുണ്ട്. പല വലിപ്പത്തിലുള്ള മേശകളുണ്ടതിൽ. പിന്നേയും മരഉരുപ്പടികളുണ്ട്. എല്ലാം നന്നായി വൃത്തിയാക്കി

വച്ചിരിക്കുന്നു. ഒരു തരി പൊടിപോലുമില്ല. അലിയുടെ അമ്മാവനും കുടുംബവും ഇവിടെ നിന്ന് പോയിട്ട് അധികകാലമായിട്ടുണ്ടായിരിക്കില്ല എന്ന് ഞാൻ ഊഹിച്ചു. ഞാൻ വെളുത്ത കർട്ടണുകൾ തുറന്നു. കടൽ കാറ്റ് എന്നെ തേടിയെത്തി. എന്റെ മുടിയെ തഴുകി. ഈ വീടിന്റെ യഥാർത്ഥ ഉടമകൾക്ക് എന്ത് പറ്റിയിരിക്കും എന്ന് ഞാനപ്പോൾ ആലോചിച്ചു. അവർ എവിടെയാണെങ്കിലും ഈ വീടിനെക്കുറിച്ച് ഓർക്കുന്നുണ്ടാകും.

“നിന്നെ പരോളിൽ വിടാനുള്ളവരുടെ പട്ടികയിൽപ്പെടുത്തിയിട്ടുണ്ട്.” എനിക്ക് സമീപം വന്ന് നിന്ന് അലി പറഞ്ഞു.

“എന്നുവച്ചാൽ?”

“എന്നുവച്ചാൽ, ഒരു മൂന്ന് മാസത്തിനുള്ളിൽ നീ ഔദ്യോഗികമായി തന്നെ സ്വതന്ത്രയാകുമെന്ന്.”

ഔദ്യോഗികമായി സ്വതന്ത്രയാകുക. എന്തൊരു വാക്കാണത്. ഞാൻ എന്നെങ്കിലും യഥാർത്ഥത്തിൽ സ്വതന്ത്രയാകുമോ? ‘സ്വാതന്ത്ര്യം’ എന്ന വാക്കുകൊണ്ട് അലി എന്തുദ്ദേശിക്കുന്നു എന്ന് എനിക്ക് മനസ്സിലാകുന്നില്ല. എന്നിൽ നിന്നും എന്റെ സ്വാത്രന്ത്ര്യം എന്നന്നേക്കുമായി പറിച്ചെടുത്തവനാണിയാൾ. ഞാൻ ഒന്നും പറഞ്ഞില്ല.

“ഇത് കേട്ടിട്ട് സന്തോഷം തോന്നുന്നില്ലേ?”

“എനിക്കറിയില്ല അലി. എന്ത് ചിന്തിക്കണമെന്നുപോലും ഇപ്പോൾ എനിക്കറിയില്ല. ഔദ്യോഗികമായി ഞാൻ സ്വതന്ത്രയായാലും എനിക്ക് എവിടേക്കും പോകാനാകില്ലല്ലോ.”

“ആകും. നമ്മൾ വീട്ടിൽ പോകും. കാര്യങ്ങൾ കൂടുതൽ മെച്ചപ്പെട്ട് വരുന്നുണ്ട്. നീ സ്വതന്ത്രയാകുമ്പോഴേക്കും എല്ലാം സുരക്ഷിതമാകും. സുരക്ഷിതമായി നമുക്ക് വീട്ടിൽ താമസിക്കാറാകും.”

അയാൾ എന്റെ തോളിൽ പിടിച്ചു. എന്നെ അയാൾക്കഭിമുഖമായി തിരിച്ച് നിർത്തി. എന്റെ കവിളിൽ സ്പർശിച്ചു.

“നീ എന്തിനാ കരയുന്നേ?”

അയാളുടെ കണ്ണുകൾ ചിലപ്പോൾ വല്ലാതെ സുതാര്യമാകുന്നു. അതിൽ അപ്പോൾ പ്രതിഫലിക്കുന്ന നോട്ടം എന്നെ ഭയപ്പെടുത്തുന്നു. ഞാൻ തല കീഴോട്ടിട്ടു. വീണ്ടും തലയുയർത്തിയപ്പോൾ അയാൾ ജനലിലൂടെ പുറത്തേക്ക് നോക്കി നിൽക്കുകയായിരുന്നു. എനിക്ക് പുറം തിരിഞ്ഞ് നിൽക്കുകയായിരുന്നു.

“മറീന... നീ ഇപ്പോഴും എന്നെ വെറുക്കുന്നുവോ?” എനിക്കഭിമുഖമായി തിരിഞ്ഞ് നിന്ന് അയാൾ ചോദിച്ചു.

“ഇല്ല. ഇപ്പോഴില്ല. ആദ്യമൊക്കെ ഞാൻ നിങ്ങളെ വെറുത്തിരുന്നു. എന്നാൽ ഇപ്പോഴില്ല.”

"എന്നെങ്കിലും എന്നെ സ്നേഹിക്കുമോ?"

"എനിക്കറിയില്ല. എന്നാൽ ഒന്നെനിക്കറിയാം. നിങ്ങൾ എവിനിൽ ജോലി ചെയ്യുകയും മറ്റുള്ളവരെ ഉപദ്രവിക്കുന്നത് നിങ്ങളുടെ ജോലിയായിരിക്കുകയും ചെയ്യുന്നിടത്തോളം കാലം ഒരുപക്ഷേ നിങ്ങളെ സ്നേഹിക്കാൻ എനിക്കാകില്ല. എന്നെ നിർബന്ധിച്ച് വിവാഹം കഴിപ്പിച്ചതാണെന്ന് മറക്കരുത്. ഞാൻ നിങ്ങളുടെ തടവുകാരിയാണ്."

"അങ്ങനെ നിന്നെ പിടികൂടിയവനായി, തടഞ്ഞ് വച്ചിരിക്കുന്നവനായി എന്നെ കണക്കാക്കരുത് എന്ന് ഞാൻ ആഗ്രഹിക്കുന്നു."

"പക്ഷേ സത്യം അതല്ലേ?"

"അല്ല. സത്യത്തെക്കുറിച്ചുള്ള നിന്റെ കാഴ്ചയാണത്."

"എന്നുവച്ചാൽ?"

"നിനക്കോർമ്മയില്ലേ? നീ മരണത്തിന്റെ വക്കത്തായിരുന്നു. ഞാനാണ് നിന്നെ തിരികെ കൊണ്ടുവന്നത്. അങ്ങനെ വെറുതെ അവിടെ നിന്ന് രക്ഷപ്പെടുവാനാകുമെന്ന് നീ കരുതുന്നോ? ഹമെഹ്ദും സംഘവും അങ്ങനെ ഒത്തുതീർപ്പാകുമെന്ന് നീ കരുതിയോ?"

"നീ നിഷ്കളങ്കയാണ്. എനിക്ക് നിന്നെ വേണമായിരുന്നു. എന്നാൽ ഞാൻ അത്ര സ്വാർത്ഥനൊന്നുമല്ല. എന്തെങ്കിലും മാർഗ്ഗമുണ്ടെങ്കിൽ നിന്നെ ഞാൻ വെറുതെ വിടുമായിരുന്നു എന്നിട്ട് ഞാൻ സ്വയം വെടിവച്ച് മരിക്കുമായിരുന്നു. ഒരു കണക്കിന് നമ്മൾ രണ്ട് പേരും ജയിൽപുള്ളികളാണ്." അയാൾ എന്നെ ചുറ്റിവരിഞ്ഞു. "വിപ്ലവത്തിനു മുമ്പ് ഞാൻ മൂന്ന് വർഷം ഒരു രാഷ്ട്രീയ തടവുകാരനായി ചിലവിട്ടിട്ടുണ്ട്. വീട്ടിലേക്ക് പോകാനുള്ള ആഗ്രഹം എന്നാൽ എന്താണെന്ന് എനിക്കറിയാം. പക്ഷേ ഞാൻ ഒരു കാര്യം പറയാം. നീ വീട് വിട്ടപ്പോഴുള്ള സാഹചര്യമല്ല ഇപ്പോൾ നിന്റെ വീട്ടിലുള്ളത്. അതല്ല, അതേ വീടാണുള്ളതെങ്കിൽ പോലും നീ മാറിയിരിക്കുന്നു. നിന്റെ വീട്ടുകാർക്ക് നിന്നെ മനസ്സിലാകില്ല. ശേഷിച്ച ആയുസ്സ് മുഴുക്കെ നീ ഏകയാകും. ഇതൊക്കെ പറഞ്ഞ് ഒരു പക്ഷേ ഞാൻ എന്റെ സമയം പാഴാക്കുകയായിരിക്കാം. നീ ഇപ്പോഴും ചെറുപ്പമാണ്, വളരെ നല്ല മനസ്സുള്ളവളും. നിനക്ക് പോകാൻ ഇപ്പോൾ ഒരിടമില്ല. ഈ ലോകത്തിൽ നിനക്കുള്ള ഏക സ്ഥലം ഇപ്പോൾ എന്നോടൊപ്പമാണ്. എനിക്കാകട്ടെ നിന്നോടൊത്തും."

ഞങ്ങൾ കിടന്നു. എനിക്ക് ഉറക്കം വന്നില്ല. മുറിക്ക് കുറുകെ നീണ്ട് വന്ന നിലാവ് കണ്ട് കിടക്കുകയായിരുന്നു ഞാൻ. അലി എനിക്ക് പുറം തിരിഞ്ഞ് കിടന്നുറങ്ങി. ഓരോ ശ്വാസത്തിനുമൊപ്പം അയാളുടെ ഇടത്തേ തോൾ ഉയരുകയും താഴുകയും ചെയ്തുകൊണ്ടിരുന്നു. എന്റെ വധശിക്ഷ നടപ്പിലാക്കുവാൻ കൊണ്ടുപോകുന്നതിനു മുമ്പ് അവരെന്നെ ബലാത്സംഗം ചെയ്തിട്ടില്ല എന്ന് ഞാൻ തരേനയോട് പറഞ്ഞിരുന്നു. അതൊരു സത്യമായിരുന്നു. എന്നാൽ ഹമെഹ്ദിനും മറ്റ് ഗാർഡുകൾക്കും

ഞാനൊരു ക്രിസ്ത്യാനിയാണെന്ന് അറിയാമായിരുന്നു. അവരുടെ അഭിപ്രായത്തിൽ ഞാൻ കന്യകയാണോ അല്ലയോ എന്ന വ്യത്യാസമില്ലാതെ, ക്രിസ്ത്യാനിയായതിനാൽ, നരകത്തിൽ പോകേണ്ടവളുമായിരുന്നു. ഇത് തരേനയ്ക്കും അറിയാം. അവൾ തന്റെ വധശിക്ഷ സ്വീകരിച്ചിരുന്നു എങ്കിലും മരണം അന്തസ്സോടെ, കുലീനതയോടെയാകണമെന്ന് അവൾ ആഗ്രഹിച്ചു. അതിനു ലഭിക്കാവുന്ന ഏറ്റവും ചെറിയ ഉറപ്പ് പോലും അവൾക്ക് സ്വീകാര്യവുമായിരുന്നു. വധശിക്ഷ നടപ്പാക്കുന്നതിനു മുമ്പ് യുവതികളെ ബലാത്സംഗം ചെയ്യാറില്ല എന്നാണ് അലി എന്നോട് പറയുന്നത്. അതേ സമയം അലി എന്നെ ബലാത്സംഗം ചെയ്തു എന്നും അലി വിശ്വസിക്കുന്നില്ല. എന്റെ നന്മയ്ക്കായി എന്നെ വിവാഹത്തിനു നിർബന്ധിച്ചു എന്നാണയാളുടെ കാഴ്ചപ്പാട്. ഒരു പക്ഷേ സിഘേഹിന്റെ പേരിൽ, രണ്ടാമതൊന്ന് ചിന്തിക്കാതെ, അയാൾ ചില പെൺകുട്ടികളെ ബലാത്സംഗം ചെയ്തിട്ടുണ്ടാകാം. അങ്ങനെയൊന്നും അയാൾ ചെയ്തിട്ടുണ്ടാകില്ല എന്ന് വിശ്വസിക്കാൻ തന്നെയാണെന്റെയും ഇഷ്ടം. ഇങ്ങനെ നിർബന്ധിച്ച് ഒരു വിവാഹത്തിന് ഇരയാക്കിയിരിക്കുന്നത് എന്നെ മാത്രമാണെന്ന് വിശ്വസിക്കാൻ. എന്നാൽ സത്യം എന്തെന്നറിയാൻ എനിക്ക് ഒരു മാർഗ്ഗവുമില്ല.

ഞാൻ മെത്തയിൽ നിന്നെഴുന്നേറ്റ് കടൽകരയിലേക്ക് നടന്നു. പാറക്കെട്ടുകളിൽ ചെറുതിരകൾ വന്നെന്തോ മന്ത്രിച്ച് പോകുന്നു. വെള്ളിയും ചാരനിറവും ഇടകലർന്ന മേഘങ്ങൾക്കിടയിലൂടെ നക്ഷത്രങ്ങൾ ഒഴുകി നടക്കുന്നു. അവയുടെ തിളക്കം വെള്ളത്തിന്റെ ഉപരിതലത്തിൽ തട്ടി പ്രതിഫലിക്കുന്നു. അവൾ, കാസ്പിയൻ കടൽ എന്നെ ഒരു പഴയ സുഹൃത്തിനെപ്പോലെ മാടിവിളിക്കുന്നു. അവളോടൊപ്പം ചെല്ലാൻ ഞാൻ തയ്യാറായിരിക്കുന്നല്ലോ എന്നൊരു ചിന്ത വന്നു. ആ ചിന്ത എന്നെ കീഴടക്കുന്നതിനോട് ഞാൻ യോജിച്ചില്ല. ഒന്നും ശരിയല്ല. ഇപ്പോഴിതാ കടൽ എന്നെ വിളിക്കുന്നു. എനിക്ക് പോകണമെന്നുണ്ട്. ഇവിടെ നിന്ന് അപ്രത്യക്ഷമാകണമെന്നുണ്ട്. ഞാൻ തിരയിലേക്കിറങ്ങി. തിരകളുടെ ഊഷ്മളത എനിക്കിപ്പോഴും ഓർമ്മയുണ്ട്. ഇവിടെ ഞാൻ ഒരു ഓർമ്മമാത്രമായി തീരും. അപ്പോൾ ഹൃദയത്തിൽ അടക്കി നിർത്തിയിരിക്കുന്നതെല്ലാം നഷ്ടമാകും.

"ജീവിതം അമൂല്യമാണ്, അത് നഷ്ടപ്പെടുത്തരുത്. വീണ്ടും ജീവിക്കൂ." എന്റെ മാലാഖയുടെ സ്വരം കേട്ടു.

"എനിക്ക് നിന്നെ വേണമായിരുന്നു. ഞാൻ നിന്നെ വിളിച്ചിരുന്നു. നീ വന്നില്ല. ഇപ്പോൾ നീ എന്നോട് പോകരുത് എന്ന് പറയുന്നോ? എന്തിൽ നിന്ന് പോകരുത് എന്നാണ് നീ പറയുന്നത്?"

"ജീവിതം അമൂല്യമാണ്. അത് നഷ്ടപ്പെടുത്തരുത്. വീണ്ടും ജീവിക്കൂ."

"ഞാൻ വെള്ളത്തിനടിയിൽ പോയി വായുവിനു പകരം വെള്ളം ശ്വസിക്കാൻ തുടങ്ങിയാൽ പിന്നെ നീ എന്ത് ചെയ്യും? എന്നെ മരിക്കാൻ

അനുവദിച്ച്, നിരാശയ്ക്കും ദുഃഖത്തിനും ഞാനടിമയായി എന്ന് എന്നെ പഴിചാരുമോ? അതോ ഒന്ന് പുഞ്ചിരിച്ച് ഞാൻ ചെയ്തതിൽ, അല്ലെങ്കിൽ ചെയ്യാതിരുന്നതിലെല്ലാം, എനിക്ക് കുറ്റബോധം തോന്നിക്കുമോ? എന്നിട്ട് എന്നെ ഈ ദുരിതത്തിലേക്ക് തിരികെ അയയ്ക്കുമോ?"

കാറ്റ് എന്നെ തഴുകി കടന്ന് പോയി. വൈറ്റ് നദിയുടെ താഴ്വാരങ്ങൾ ലക്ഷ്യമാക്കി കുറ്റിക്കാടുകൾക്കിടയിലൂടെയാണത് പോയത്. പിന്നെയത് മരുഭൂമിയുടെ നിശ്ചലതയിൽ ഒരുവട്ടം വലംവച്ച് തിരികെ സമുദ്രത്തിലെത്തി.

ഞാൻ തിരിച്ച് നടന്നു. ഞാൻ നനഞ്ഞിരുന്നു. കടൽ തീരത്തേക്ക് തുറക്കുന്ന പടിവാതിൽക്കൽ അലി നില്പുണ്ടായിരുന്നു. അയാൾ കരയുകയായിരുന്നു. എനിക്കെന്തുകൊണ്ടയാളെ സ്നേഹിക്കാനാകുന്നില്ല? ഭൂതകാലത്തെയെല്ലാം മറന്ന് അയാളെ എന്തുകൊണ്ടെനിക്ക് സ്നേഹിച്ചുകൂടാ? നിലനില്പിന്റെ താളങ്ങളുമായി ഞാൻ പൊരുത്തപ്പെട്ടിരിക്കുന്നു. ആദ്യമായി വെള്ളത്തിൽ പൊങ്ങിക്കിടക്കാൻ ശീലിച്ച ഒരു കൊച്ചുകുട്ടിയെപ്പോലെ ഞാനിപ്പോൾ ആ ശീലങ്ങളിൽ പൊങ്ങിക്കിടക്കുകയാണ്.

"ഞാനെഴുന്നേറ്റപ്പോൾ നിന്നെ കണ്ടില്ല." അലി എന്നെ പൊക്കിയെടുത്തു. ഒരു കുട്ടിയെ എടുത്തുകൊണ്ട് പോകുന്നതുപോലെ എന്നെ അകത്തേക്ക് കൊണ്ടുപോയി.

അഞ്ച് ദിവസം കോട്ടേജിൽ കഴിഞ്ഞ ശേഷം ഞങ്ങൾ എവിനിൽ തിരിച്ചെത്തി. അവിടെ ഒരു മാറ്റവും വന്നിട്ടില്ല. നാലാഴ്ചകൾ പിന്നേയും കടന്ന് പോയി. ആഗസ്ത് അവസാനമായി. എനിക്ക് എന്തൊക്കെയോ അസ്വസ്ഥതകൾ തോന്നിത്തുടങ്ങി. ചില ദിവസങ്ങളിൽ തുടർച്ചയായി ഛർദ്ദിക്കുവാൻ തുടങ്ങി. അലി എന്നെ അലിയുടെ അമ്മയെ കാണിക്കുന്ന ഡോക്ടറുടെ സമീപം കൊണ്ടുപോകാൻ തീരുമാനിച്ചു. അവർ എതാനും പരിശോധനകൾ നടത്താൻ ആവശ്യപ്പെട്ടു. പരിശോധനയെല്ലാം കഴിഞ്ഞപ്പോൾ ഞാൻ എട്ട് ആഴ്ച ഗർഭിണിയാണെന്ന് അവർ പറഞ്ഞു. ഞാൻ ഗർഭിണിയാണെന്നത് എനിക്ക് പോലും വാർത്തയായിരുന്നു. എനിക്കങ്ങനെയൊരു തോന്നലുണ്ടായിരുന്നില്ല. അലിയെ വിവാഹം കഴിക്കാൻ ഞാൻ തയ്യാറായപ്പോൾ അത് എന്റെ ജീവിതത്തിലും, എന്റെ മാതാപിതാക്കളുടേയും ആന്ദ്രെയുടേയും ജീവിതത്തിലും ഉണ്ടാക്കുന്ന സ്വാധീനങ്ങളെക്കുറിച്ച്, പ്രത്യാഘാതങ്ങളെക്കുറിച്ച് മാത്രമേ ഞാൻ ചിന്തിച്ചിരുന്നുള്ളൂ. കുട്ടികളെക്കുറിച്ച് ഞാൻ ചിന്തിച്ചിട്ടേയില്ല. ഇപ്പോഴിതാ എന്റെ തീരുമാനത്തിന്റെ പ്രത്യാഘാതമനുഭവിക്കാൻ മറ്റൊരു ജീവൻ കൂടി കുരുത്തിരിക്കുന്നു. നിഷ്കളങ്കമായ ഒരു കുഞ്ഞ് ജീവൻ. ആ കുഞ്ഞിന് എന്നെ ആവശ്യമുണ്ടാകും. അതെന്നെ ആശ്രയിക്കും. പിന്നെ എനിക്കിഷ്ടമാണോ അല്ലയോ എന്ന വ്യത്യാസമില്ലാതെ അതിനതിന്റെ അച്ഛനേയും വേണ്ടിവരും.

അലി കാറിൽ എന്നെ കാത്തിരിക്കുന്നുണ്ടായിരുന്നു. ഞാൻ വാർത്ത യറിയിച്ചപ്പോൾ അലിക്ക് അതിയായ സന്തോഷം തോന്നി.

"നിനക്ക് സന്തോഷമില്ലേ?" അലി ചോദിച്ചു.

ആ ചോദ്യം എന്നെ തകിടം മറിച്ചു. ഞാൻ സന്തോഷിച്ചിരുന്നില്ല. അത് ന്യായവുമല്ല. എന്റെ ജീവിതത്തെക്കുറിച്ച് എന്റെ ഉദരത്തിൽ വളരുന്ന കുഞ്ഞിനൊന്നുമറിയില്ല. അതിനാകെ ആവശ്യമുള്ളത് എന്റെ സ്നേഹവും ശ്രദ്ധയുമാണ്. അതിനോടെന്തിനു ഞാൻ പുറംതിരിഞ്ഞ് നിൽക്കണം?

"ഉവ്വ്. സന്തോഷമുണ്ട്, അതേസമയം ഒരു ഞെട്ടലുമുണ്ട്."

"നമുക്ക് എന്റെ അച്ഛനമ്മമാരുടെ സമീപത്തേക്ക് പോകാം. അവരെ ഉടൻ വിവരമറിയിക്കണം."

എന്റെ മാതാപിതാക്കളും അറിയേണ്ട ഒരു വിഷയമാണിത് എന്ന് എനിക്കറിയാം. അതുപോലെ തന്നെ ആന്ദ്രേയുമറിയണം. ആദ്യത്തെ കല്ല് ആരെറിയും എന്നതാണിപ്പോൾ പ്രശ്നം.

ഞങ്ങൾ അലിയുടെ മാതാപിതാക്കളുടെ വീട്ടിലെത്തിയ ഉടൻ അലി അക്രമിനു ഫോൺ ചെയ്തു. അലിയുടെ മാതാപിതാക്കൾ സന്തോഷം കൊണ്ട് തുള്ളിച്ചാടുവാൻ തുടങ്ങി. അവരുടെ സന്തോഷം കണ്ടപ്പോൾ ഞാനും ആഹ്ലാദിച്ചു. അന്നത്തെ സായാഹ്നം മുഴുക്കെ അലിയുടെ അമ്മ ഗർഭാവസ്ഥയുടെ വിവിധ ഘട്ടങ്ങളെക്കുറിച്ച് ഉപദേശിച്ചുകൊണ്ടിരുന്നു. എനിക്കെന്റെ അമ്മയെ അറിയാവുന്നതിൽ കൂടുതൽ അലിയുടെ അമ്മയെ അറിയാമെന്നാണപ്പോൾ എനിക്ക് തോന്നിയത്. ജീവിതത്തിൽ കുറച്ച് സന്തോഷവും സാധാരണത്വവും തിരഞ്ഞുനടന്നിരുന്ന ഞാൻ എങ്ങനെയെങ്കിലും എല്ലാം മറന്ന് അലിയെ ഒന്ന് സ്നേഹിക്കുവാൻ ആഗ്രഹിച്ചു. എന്നാൽ ഇത് അസാധ്യമായിരുന്നു. അയാൾ ചെയ്തതിനൊന്നും അയാളോടെനിക്ക് മാപ്പ് നൽകുവാനാവില്ല. എന്നോട് ചെയ്തതിനു മാത്രമല്ല, മറ്റുള്ളവരോട് ചെയ്തതിനും.

"നീ ഞങ്ങളോടൊപ്പം ഇവിടെ നിൽക്കണം," അലിയുടെ അമ്മ പറഞ്ഞു. "വിശ്രമം വേണം നിനക്ക്. നല്ല ഭക്ഷണവും വേണം."

ഞാൻ അത് നിരസിച്ചു. പക്ഷേ അമ്മ നിർബന്ധിച്ചു. അവസാനം മൂസാവി ഇടപെട്ടു.

"അവൾക്ക് എവിടെ വേണോ അവിടെ നിൽക്കട്ടെ," അദ്ദേഹം പറഞ്ഞു. "ഇവിടെ നിൽക്കുന്നതിൽ സന്തോഷമേയുള്ളൂ. ഇതെന്തായാലും അവളുടേയും വീടാണ്. അലിക്കുള്ള അവകാശം പോലെ തന്നെ അവൾക്കും അവകാശപ്പെട്ടതാണിത്. പക്ഷേ, അവളിപ്പോൾ ആഗ്രഹിക്കുന്നത് ഭർത്താവിനോടൊപ്പം നിൽക്കാനാകും. ഗർഭം എന്നത് ഒരു രോഗമൊന്നുമല്ലല്ലോ. അവൾ സുഖമായിരിക്കട്ടെ."

അക്രം വന്നയുടൻ എന്നെ ആലിംഗനം ചെയ്തു. ചുംബനങ്ങൾ കൊണ്ട് പൊതിഞ്ഞു. നാലാഴ്ച കൂടി കഴിഞ്ഞാൽ അവൾ പ്രസവിക്കും. അവളൊരു കുറിയ സ്ത്രീയായിരുന്നു. അതുകൊണ്ട് തന്നെ വളരെ വലിയൊരു വയറാണവളുടേതെന്ന തോന്നലുണ്ടാക്കി. ഞങ്ങൾ അവളുടെ പഴയ കിടപ്പ് മുറിയിലേക്ക് പോയി. സ്വകാര്യമായിരുന്ന് സംസാരിക്കാൻ തീരുമാനിച്ചു.

"മറീനാ! എന്റെ ജീവിതത്തിൽ ഇത്രയും സന്തോഷിച്ച ദിനങ്ങളുണ്ടായിട്ടില്ല. ഇത് ഗംഭീരമായിരിക്കുന്നു. നമ്മുടെ കുട്ടികൾ ഒന്നിച്ച് വളരും. മിക്കവാറും ഒരേ പ്രായക്കാരാകും അവർ."

ഞാൻ അവളിൽ നിന്നും തല തിരിച്ചു.

"എന്തുപറ്റീ?"

"ഒന്നുമില്ല. ഇടയ്ക്കിടെ ഓക്കാനം വരുന്നു."

"ഗർഭിണിയായതിൽ സന്തോഷമില്ലേ?"

ആ ചോദ്യം കേൾക്കാൻ ഞാൻ ഇഷ്ടപ്പെട്ടില്ല. അതിനുത്തരം പറയാൻ അത്രയും ഇഷ്ടപ്പെട്ടില്ല. ഞാൻ സന്തോഷവതിയല്ലാതിരുന്നതിനാൽ ഈ ചോദ്യം എന്റെ ഹൃദയം തകർക്കുന്നതായിരുന്നു. സന്തോഷിക്കാൻ ഞാൻ ശ്രമിച്ചു. എന്നാൽ അതിനായില്ല. എനിക്ക് ഈ കുഞ്ഞ് വേണ്ട. ഇതെന്നെ വേദനിപ്പിക്കുന്നു.

"നിനക്ക് ഈ കുഞ്ഞിനെ വേണ്ട, അല്ലേ?"

"വേണ്ട. പക്ഷേ അങ്ങനെ ചിന്തിക്കാനും എനിക്കാകുന്നില്ല. ഞാൻ ശ്രമിച്ചു എന്നത് ദൈവത്തിനറിയാം."

"അത് നിന്റെ കുറ്റമല്ല. നീ ഭയന്നിരിക്കുന്നു. ഇതാ ഇവിടെ കൈ വച്ച് നോക്ക്. കുഞ്ഞ് അനങ്ങുന്നതറിയാം."

അവൾ എന്റെ കൈയെടുത്ത് അവളുടെ ഉദരത്തിൽ വച്ചു. അവളുടെ കുഞ്ഞിളകുന്നത് ഞാനറിഞ്ഞു.

"നിന്റെ കുഞ്ഞും ഇതുപോലെ വളരും. ഇതുപോലെ കൈകാലിട്ടടിക്കും. ഈ ലോകത്തിലെ ഏറ്റവും സുന്ദരമായ അനുഭവമാണത്. അതിനൊരു അവസരം നൽകൂ. നിനക്കിപ്പോൾ ആലോചിക്കുവനാകുന്നതിലുമധികം നീ അതാസ്വദിക്കും, ആനന്ദിക്കും എന്നെനിക്കറിയാം. നിന്നെ എല്ലാ കാര്യത്തിലും സഹായിക്കാൻ ഞാനുണ്ടാകും. വിഷമിക്കാൻ ഒന്നുമില്ല മറീന. അലി നിന്നെ സത്യമായും സ്നേഹിക്കുന്നുണ്ട്. അവന് എല്ലാമെല്ലാം നീയാണ്."

അക്രം എന്റെ സഹോദരിയുടെ സ്ഥാനം പിടിച്ചെടുത്തിരിക്കുന്നു. എനിക്കതിഷ്ടപ്പെട്ടോ ഇല്ലയോ എന്നതല്ല കാര്യം, അവളിപ്പോൾ എന്റെ സഹോദരി തന്നെയായിരിക്കുന്നു, എല്ലാ അർത്ഥത്തിലും. അതുപോലെ തന്നെ ഞാനിപ്പോൾ അലിയുടെ കുടുംബത്തിന്റെ ഭാഗവുമായിരിക്കുന്നു.

എന്റെ പഴയ ജീവിതത്തേക്കാൾ സ്നേഹം എനിക്കിപ്പോൾ ലഭിക്കുന്നു ണ്ടെന്ന തോന്നലുണ്ടാകുന്നു. അവരുടെ സ്നേഹം എന്നിൽ ഒരു കുറ്റ ബോധവും നിറയ്ക്കുന്നുണ്ട്. ഞാനവരെ അതുപോലെ സ്നേഹിക്കു ന്നില്ല എന്ന കുറ്റബോധം. എന്നാൽ സ്നേഹം എന്നത് ലജ്ജിക്കേണ്ട ഒന്നല്ലല്ലോ! സ്നേഹം ഒരു പാപമല്ല. എന്നിട്ടും എനിക്കിപ്പോൾ അങ്ങനെ തോന്നുന്നു. ഇതിനർത്ഥം ഒരു ദിവസം ഞാൻ അലിയേയും സ്നേഹിച്ച് തുടങ്ങും എന്നാണോ? അതായത് ഞാൻ എന്റെ മാതാപിതാക്കളോടും ആന്ദ്രേയോടും പൂർണ്ണമായും കൂറില്ലായ്മ കാണിച്ച് തുടങ്ങിയെന്നോ!

അന്ന് രാത്രി സെല്ലിൽ ഞാനും അലിയും ഉറങ്ങാതെ കണ്ണ് തുറന്ന് കിടന്നു. ഇരുട്ടിലേക്ക് മിഴിച്ച് നോക്കി കിടന്നു.

"മറിനാ.. നാളെ ഞാൻ ജോലിയിൽ നിന്നും രാജിവയ്ക്കുന്നു."

ഇതെന്നെ അദ്ഭുതപ്പെടുത്തി. ഞാൻ പ്രതീക്ഷിക്കാത്തതല്ലായിരുന്നു അത്. അലി അപൂർവ്വമായേ എന്നോട് ജോലിയെക്കുറിച്ച് സംസാരിക്കാ റുള്ളൂ എങ്കിലും അലിയിൽ വളർന്ന് വന്നുകൊണ്ടിരുന്ന നിരാശ എനിക്ക് കാണാനുണ്ടായിരുന്നു. മീനയുടെ മരണശേഷമാണിത് അധികമായത് എന്നും ഞാൻ ശ്രദ്ധിച്ചിരുന്നു. അവൾക്ക് സംഭവിച്ചതിന് ഞാൻ അലി യെയാണ് കുറ്റപ്പെടുത്തിയത്. അലിക്ക് ചെയ്യാവുന്നതത്രയും ചെയ്തില്ല എന്നായിരുന്നു എന്റെ വിശ്വാസം. എന്നാൽ അലിയുടെ നിസ്സഹായ വസ്ഥയും എനിക്ക് മനസ്സിലാകുന്നുണ്ടായിരുന്നു. ഹമെഹ്ദിനോടുള്ള ആ അങ്കത്തിൽ അലി തോൽക്കുകയായിരുന്നു.

"കാരണം?"

അതിനെക്കുറിച്ച് സംസാരിക്കാൻ അലിക്ക് താത്പര്യമില്ലായിരുന്നു. എന്നാൽ അറിയാൻ എനിക്ക് അർഹതയുണ്ട്. ടെഹ്റാനിലെ പ്രോസി ക്യൂട്ടറായ അസ്സദൊള്ള-എ ലജ്ദെവാർദിയുമായി താൻ വഴക്കിലായി എന്ന് അലി പറഞ്ഞു. എവിന്റെ ഉത്തരവാദിത്വം അയാൾക്കാണ്.

"അസ്സദൊള്ളയും ഞാനും വർഷങ്ങളായി സുഹൃത്തുക്കളായി രുന്നു. എന്നോടൊപ്പം ഷാ ഭരണകാലത്ത് അയാളും ഐവിനിൽ ഒരു തടവുകാരനായിരുന്നു. എന്നാൽ അയാൾ അതിരു കടക്കുന്നു. എവിനിൽ പല മാറ്റങ്ങളും വരുത്താൻ ഞാൻ ശ്രമിച്ചു. എനിക്കതിനായില്ല. അയാൾ കേൾക്കാൻ തയ്യാറല്ലായിരുന്നു."

ലദ്ജെവാർദിയെ ഞാൻ രണ്ട് തവണ കണ്ടിട്ടുണ്ട്. ഒരിക്കൽ ഞാൻ തുന്നൽ വേല ചെയ്തുകൊണ്ടിരുന്ന സ്ഥാപനത്തിൽ അയാൾ വന്നിട്ടുണ്ട്. മറ്റൊരിക്കൽ അലിയുടെ കാറിൽ നിന്നും പുറത്തിറങ്ങുമ്പോൾ അയാളെ കണ്ടു. ലാദ്ജെവാർദി അപ്പോൾ തന്റെ കാറിൽ കയറുകയായിരുന്നു. ഞങ്ങളെ കണ്ടപ്പോൾ ഞങ്ങൾക്കരികിൽ വന്ന് അലിയെ അഭിവാദ്യം ചെയ്തു. അലി എന്നെ പരിചയപ്പെടുത്തി. എന്നെക്കുറിച്ച് കേട്ടിട്ടുണ്ടെന്നും കണ്ടതിൽ സന്തോഷമുണ്ടെന്നും അയാൾ പറഞ്ഞു. ഞങ്ങൾക്ക് എന്നും

സന്തോഷമുണ്ടാകട്ടെ എന്ന് ആശംസിച്ചു. ഞാൻ ഇസ്ലാം മതം സ്വീകരിച്ചതിൽ അവരെല്ലാം അഭിമാനിക്കുന്നു എന്നുമറിയിച്ചു.

"നമ്മൾ വിവാഹിതരായപ്പോൾ നിനക്കൊരു നല്ല ജീവിതം നൽകാമെന്ന് ഞാൻ വാക്ക് തന്നിരുന്നു. അതാണിനി നമുക്കുണ്ടാകാൻ പോകുന്നത്. നമ്മൾ ഇവിടെ നിന്ന് മറ്റൊരു ദിക്കിലേക്ക് പോകുന്നു. ഞാൻ അച്ഛനോടൊപ്പം ജോലി ചെയ്യും. ഒരു സാധാരണ ജീവിതം നയിക്കും. നീ കരുത്തയാണ്. ക്ഷമയുള്ളവളാണ്. ധീരയുമാണ്. നീ എങ്ങനെയുള്ളവളാകണമെന്ന് ഞാൻ ആഗ്രഹിച്ചുവോ അതുപോലെയുള്ളവളാണ് നീ. നമുക്ക് വീട്ടിൽ പോകാൻ സമയമായി. എല്ലാം ശരിയാക്കിയെടുക്കാൻ എനിക്ക് മൂന്നാഴ്ച മതി."

എവിൻ വിടുക എന്നത് പെട്ടെന്ന് ഒരു യാഥാർത്ഥ്യമാകുന്നു! എന്നാൽ അപ്പോഴും എനിക്ക് സന്തോഷം തോന്നിയില്ല. അലിയുടെ ഭാര്യ എന്ന നിലയിൽ ഞാൻ ആയുസ്സ് മുഴുക്കെ തടവുപുള്ളിയാകും എന്നെനിക്കറിയാം.

"മാതാപിതാക്കളോട് പറയണമെനിക്ക്," ഞാൻ പറഞ്ഞു. എന്റെ വിവാഹം എന്നന്നേക്കുമായി ഒരു രഹസ്യമാക്കി വയ്ക്കുവാൻ എനിക്കാകില്ല. പ്രത്യേകിച്ചും ഒരു കുഞ്ഞ് ജനിക്കാനിരിക്കുമ്പോൾ.

ദൂരെനിന്ന് ചില വെടിയൊച്ചകൾ കേട്ടു. അലി ഇടയ്ക്കിടെ എന്നെ വധിക്കാൻ കൊണ്ടുപോയ രാവ് ഓർക്കാറുണ്ടെന്ന് പറഞ്ഞു.

"ഏതാനും സെക്കന്റുകൾ ഞാൻ വൈകിയെങ്കിൽ നീ മരിച്ച് കഴിഞ്ഞിട്ടുണ്ടാകുമായിരുന്നു. ഞാനത് ഇതുവരേക്കും പറഞ്ഞിട്ടില്ല. എന്നാൽ ഇപ്പോഴും ആ രാവിനെക്കുറിച്ചോർക്കുമ്പോൾ എനിക്ക് ഭയം തോന്നാറുണ്ട്. പേക്കിനാവുകൾ കാണാറുണ്ട്. ഞാനിവിടെയിരിക്കുന്നു. നിന്റെ സമീപമെത്താൻ വൈകുന്നു. നീ രക്തത്തിൽ കുളിച്ച് കിടക്കുന്നു. എന്നിങ്ങനെയുള്ള പേക്കിനാവുകൾ."

"അതായിരുന്നു സംഭവിക്കേണ്ടിയിരുന്നത്."

"അല്ല. അതല്ല. നിന്നെ രക്ഷിക്കാൻ ദൈവമാണെന്നെ സഹായിച്ചത്."

"അപ്പോൾ മറ്റുള്ളവരുടെ കാര്യമോ? അവരെ സ്നേഹിച്ചവരുമുണ്ട്. എന്റെ മരണം കാണാൻ താങ്കളാഗ്രഹിക്കാത്തതുപോലെ അവരുടെ മരണം കാണാനും അവരെ സ്നേഹിച്ചവർ ആഗ്രഹിച്ചിരുന്നിരിക്കില്ല."

"അവരിൽ മിക്കവരും അത് സ്വയം വാങ്ങിക്കെട്ടിയതാണ്."

എനിക്കയാളെ പിടിച്ച് കുലുക്കണമെന്ന് തോന്നി. "അല്ല, നിങ്ങളീ പറയുന്നത് തെറ്റാണ്. നിങ്ങൾ ഒരു മനുഷ്യൻ മാത്രമാണ്. അവരെക്കുറിച്ച് എല്ലാം അറിയാം എന്ന് നിങ്ങൾക്ക് പറയാനാകുമോ? ജീവിതത്തേയും മരണത്തേയും കുറിച്ചുള്ള തീരുമാനമെടുക്കുന്നതിനു മുമ്പ് ഈ ലോകത്തെക്കുറിച്ചുള്ള പൂർണ്ണമായ അറിവ് വേണം. അത് നമുക്കില്ല.

അതിനാൽ അത്തരം കാര്യങ്ങൾ തീരുമാനിക്കേണ്ടത് ദൈവം മാത്ര മാണ്. എല്ലാം അറിയുന്നത് അവൻ മാത്രമാണല്ലോ."

എന്റെ കണ്ണ് നിറഞ്ഞൊഴുകാൻ തുടങ്ങി. ഞാൻ എഴുന്നേറ്റിരുന്നു. എനിക്ക് ശ്വാസം മുട്ടുന്നുണ്ടായിരുന്നു.

"എന്നോട് ക്ഷമിക്കൂ," അലി പറഞ്ഞു. "ഞാൻ അക്രമത്തെ പ്രതി രോധിക്കുകയല്ല. പക്ഷേ പലപ്പോഴും അതല്ലാതെ ഒന്നും ചെയ്യാനാകില്ല. നിന്റെ തലയ്ക്ക് നേരെ ആരെങ്കിലും തോക്ക് ചൂണ്ടി നിൽക്കുകയാണെന്ന് കരുതുക. അപ്പോൾ അയാൾക്ക് നേരെ നിറയൊഴിച്ച് സ്വയം പ്രതിരോ ധിക്കാൻ ഒരു അവസരം ലഭിച്ചാൽ നീയും അത് ചെയ്യും. അതോ തിരി ച്ചൊരു അങ്കത്തിനു തയ്യാറല്ലാതെ നീ മരണം വരിക്കുമോ?"

"ഞാൻ മറ്റൊരു മനുഷ്യ ജീവിയെ കൊല്ലില്ല."

"അപ്പോൾ ചീത്ത മനുഷ്യർ വിജയിക്കും. നീ തോൽക്കും."

"വിജയിക്കാൻ കൊല്ലണം എന്നുണ്ടെങ്കിൽ തോൽക്കാനായിരിക്കും എനിക്കിഷ്ടം. അങ്ങനെയാകുമ്പോൾ എന്റെ മരണത്തെക്കുറിച്ച് കേൾ ക്കുന്നവർ, ഞാൻ മരിച്ചത് വെറുപ്പിനും അക്രമത്തിനും കീഴ്പ്പെടാൻ വിസമ്മതിച്ചതിനാലാണെന്ന് അറിയും. അവരതോർക്കും. ഒരുപക്ഷേ, ഒരു ദിവസം അവർ തിന്മയെ പരാജയപ്പെടുത്തുന്നതിനായി ശാന്തമായ മാർഗ്ഗങ്ങളെന്തെന്ന് കണ്ടെത്തുമായിരിക്കും."

"മറീനാ, നീ നിന്റേതായ ഒരു ആദർശലോകത്തിലാണ്. സത്യവു മായി അതിനൊരു ബന്ധവുമില്ല."

അന്ന് രാത്രി മുഴുക്കെ ഞാൻ ഉണർന്ന് കിടന്നു. ഉറക്കം വന്നില്ല. അക്രമം എന്നത് വ്യർത്ഥമാണെന്ന് അലി തിരിച്ചറിയാൻ തുടങ്ങിയതു പോലെ തോന്നി. കൗമാരക്കാരെ പീഡിപ്പിക്കുകയോ, വധിക്കുകയോ ചെയ്തതുകൊണ്ട് ദൈവത്തെ പ്രീതിപ്പെടുത്താനാകില്ല എന്ന് തിരിച്ചറി യുന്നതുപോലെ. ഒരു പക്ഷേ ഈ തിരിച്ചറിവിനാലാകാം അലി എന്നെ രക്ഷപ്പെടുത്തിയതും വിവാഹം കഴിച്ചതും. എവിനിൽ നടന്നുകൊണ്ടി രിക്കുന്നതിനോടെല്ലാം എതിർപ്പ് പ്രകടിപ്പിക്കുന്നതിനായി അലി കണ്ടെ ത്തിയ വിചിത്രമാർഗ്ഗമായിരിക്കാം ഇത്.

സെപ്തംബർ ഇരുപത്തിയാറാം തിയതി ഞാനും അലിയും അലിയുടെ മാതാപിതാക്കളുടെ വീട്ടിൽ അത്താഴത്തിനെത്തി. അലി രാജിവച്ചിട്ട് രണ്ടാഴ്ച കഴിഞ്ഞിരിക്കുന്നു. ഒരാഴ്ചയ്ക്കുള്ളിൽ ഞങ്ങൾ എവിൻ വിടുമെന്നും അലി വാങ്ങിയ ഞങ്ങളുടെ വീട്ടിലേക്ക് താമസം മാറ്റുമെന്നും അത്താഴത്തിനിരിക്കുമ്പോൾ അലി പറഞ്ഞു.

പതിനൊന്ന് മണിയോടെ ഞങ്ങൾ എല്ലാവരോടും യാത്ര പറഞ്ഞ് പുറത്തിറങ്ങി. നല്ല തണുപ്പുള്ള രാത്രിയായിരുന്നു അത്. തണുപ്പ് കാരണം അലിയുടെ മാതാപിതാക്കൾ വീടിനു പുറത്ത് വന്നില്ല. അവരുടെ

വീട്ടിൽ നിന്നും തെരുവിലേക്കിറങ്ങാനുള്ള ഇരുമ്പ് വാതിൽ ഒന്ന് ഒച്ച യുണ്ടാക്കി തുറന്നു. അലി അതിന്റെ കുറ്റിയിടുന്ന സ്വരം ഞാൻ കേട്ടു. കാർ കിടന്നിടത്തേക്ക് ഞങ്ങൾ നടന്നു. അവിടെ തെരുവിന് നല്ല വീതി യുണ്ടായിരുന്നു. ഏകദേശം എൺപതടി ദൂരെയാണ് കാർ നിർത്തിയിട്ടി രുന്നത്. ദൂരെ എവിടെനിന്നോ ഒരു നായ കുരയ്ക്കുന്ന സ്വരം കേട്ടു. പെട്ടെന്ന് ഒരു മോട്ടോർ സൈക്കിളിന്റെ ഉച്ചത്തിലുള്ള സ്വരം രാവിനെ നിറച്ചു. ഒരു മൂലയിൽ നിന്നും അത് ഞങ്ങൾക്ക് നേരെ വരുന്നത് ഞാൻ കണ്ടു. അതിൽ ഇരുണ്ട രണ്ട് മനുഷ്യരൂപങ്ങളുണ്ട്. അപകടമാണ് മുന്നിൽ എന്ന് അവരെ കണ്ട മാത്രയിൽ എനിക്ക് മനസ്സിലായി. അലിയും അത് തിരിച്ചറിഞ്ഞു. അലി എന്നെ ഒരു വശത്തേക്ക് തള്ളി. ഞാൻ നിലത്ത് വീണു. നിറയൊഴിക്കുന്ന സ്വരം കേട്ടു. ജീവിതത്തിനും മരണത്തിനുമിട യിലുള്ള ഒരു സമദൂരത്തിൽ ഘനമേതുമില്ലാത്ത ഇരുട്ട് അതിന്റെ പട്ടു പോലെയുള്ള ശരീരം എനിക്ക് മീതെ വീഴ്ത്തി. പിന്നെ വിളറിയ ഒരു വെളിച്ചം എന്റെ കണ്ണിലേക്കരിച്ച് കയറുവാൻ തുടങ്ങി. എന്റെ എല്ലുകൾ ഒടിഞ്ഞ് നുറുങ്ങുന്നതുപോലെ തോന്നി. അലി എനിക്ക് മീതെ കിടക്കുന്നു. എനിക്ക് അനങ്ങാനാകുന്നില്ല. ഒരു വിധത്തിൽ ഞാൻ അലിയെ ഒന്ന് ചരിച്ച് കിടത്തി.

"അലീ.... കുഴപ്പമൊന്നുമില്ലല്ലോ?"

അലി ഒന്ന് ഞരങ്ങി. വേദന നിറഞ്ഞ കണ്ണോടെ, ഞെട്ടൽ മാറാത്ത കണ്ണോടെ അലി എന്നെ നോക്കി. എന്റെ ശരീരവും കാലുകളും ചൂട് പിടിച്ചു. ഒരു പുതപ്പിട്ട് മൂടിയതുപോലെ.

അലിയുടെ മാതാപിതാക്കൾ പുറത്തേക്കോടി വന്നു.

"ആംബുലൻസ്....." ഞാൻ ഉച്ചത്തിൽ കരഞ്ഞു. "ഒരാംബുലൻസ് വേഗം വിളിക്കൂ..."

അലിയുടെ അമ്മ അകത്തേക്കോടി. അമ്മയുടെ വെളുത്ത ചാദോർ തോളിൽ വീണിരിക്കുന്നു. അമ്മയുടെ വെളുത്ത മുടി കാണുന്നു. അച്ഛൻ അലിക്കരികെ മുട്ടുകുത്തിയിരുന്നു.

"നിനക്ക് കുഴപ്പമൊന്നുമില്ലല്ലോ?" അലി എന്നോട് ചോദിച്ചു.

എന്റെ ശരീരം വേദനിക്കുന്നുണ്ടായിരുന്നു. എന്നാൽ അതിനെ യൊരു വേദന എന്ന് പറയുക വയ്യ. അലിയുടെ രക്തം എന്റെ ശരീരത്തി ലാകെ പടർന്നിരിക്കുന്നു.

"ഇല്ല. എനിക്കൊരു കുഴപ്പവുമില്ല."

അലി എന്റെ കൈ പിടിച്ചു. "അച്ഛാ....ഇവളെ ഇവളുടെ വീട്ടുകാരു മായി യോജിപ്പിക്കണം," ഒരു വിധത്തിൽ അലി പറഞ്ഞ് നിർത്തി.

ഞാൻ അലിയെ മുറുകെ പിടിച്ചു. അലിയുടെ തല എന്റെ മാറിലി റുക്കിപ്പിടിച്ചു. അലി എന്നെ തള്ളിയില്ലായിരുന്നെങ്കിൽ വെടി കൊണ്ടത് എനിക്കാകുമായിരുന്നു. അലി വീണ്ടും എന്റെ ജീവൻ രക്ഷിച്ചിരിക്കുന്നു.

"ദൈവമേ..... ദയവായി... ദയവായി... ഇദ്ദേഹത്തെ കൊണ്ടുപോക രുതേ." ഞാൻ കരഞ്ഞു.

അലി പുഞ്ചിരിച്ചു.

ഞാൻ അലിയെ വെറുത്തിരുന്നു. എനിക്ക് അലിയോട് കോപമായി രുന്നു. അലിക്ക് മാപ്പ് നൽകാൻ ഞാൻ ശ്രമിച്ചിരുന്നു. പക്ഷേ അതൊന്നും ഇതുവരേക്കും വിജയം കണ്ടില്ല. അലിയെ സ്നേഹിക്കാനും ഞാൻ ശ്രമി ച്ചിരുന്നു.

അലി ശ്വസിക്കാൻ ബുദ്ധിമുട്ടുന്നത് ഞാനറിഞ്ഞു. അലിയുടെ നെഞ്ച് ഉയർന്ന് താഴുന്നു. പിന്നെ ആ ചലനം നിലച്ചു. ഞങ്ങൾക്ക് ചുറ്റിലും ലോകം അപ്പോഴും ചലിച്ചുകൊണ്ടിരിക്കുന്നു. ഞങ്ങളെ പുറകിലാക്കി ആ ചലനം തുടർന്നുകൊണ്ടിരിക്കുന്നു. പരസ്പരം മാപ്പ് നൽകാനാകാതെ ഞങ്ങൾ ഒരു ഭിന്നിപ്പിനിരുവശത്തും ഇപ്പോഴും നിൽക്കുന്നു. മരണത്തിന്റെ കറുത്ത ഇരുളിന്റെ ആഴങ്ങൾക്കപ്പുറത്ത് കടന്നുചെന്ന് അലിയെ തിരികെ കൊണ്ടുവരാനായെങ്കിൽ എന്ന് ഞാനപ്പോൾ ആശിച്ചു.

ആംബുലൻസിന്റെ തിരയിളക്കം പോലെയുള്ള വെളിച്ചം കണ്ടു. എന്റെ അടിവയറ്റിൽ അതുപോലെ വേദനയുടെ തിരയിളക്കമുണ്ടായി. എനിക്ക് ചുറ്റിലുമുള്ള ലോകം ഇരുളിലേക്ക് മറഞ്ഞ് പോയി...

നിറയെ പച്ചപ്പ് മാത്രമുള്ള ഒരു കാട്ടിലാണു ഞാൻ. എന്റെ കൈയിൽ എന്റെ കുഞ്ഞുണ്ട്. വലിയ ഇരുണ്ട കണ്ണുകളും പട്ടുപോലെ മൃദുലമായ ഇളം ചുവപ്പ് കവിളുമുണ്ടവന്. സുന്ദരൻ. അവൻ അവന്റെ കൊച്ചുകൈ വിരലുകളാൽ എന്റെ മുടിയിൽ പിടിച്ച് വലിച്ചു. ചിരിച്ചു. ഞാനും ചിരിച്ചു. മുകളിലേക്ക് നോക്കിയപ്പോൾ മരണത്തിന്റെ മാലാഖ നിൽക്കുന്നത് കണ്ടു. ഞാനവന് സമീപത്തേക്കോടി. അവൻ എന്നെ നോക്കി വളരെ ഊഷ്മളമായൊന്ന് പുഞ്ചിരിച്ചു. പരിചിതമായ പുഞ്ചിരി. അവന്റെ പരിമളം എനിക്ക് ചുറ്റും പടർന്നു. ഇന്നലെയല്ലേ അവനെ അവസാനമായി കണ്ടത് എന്നൊരു തോന്നൽ എന്നിൽ ശക്തമായി. അവൻ എന്നും എന്നോടൊ പ്പമുണ്ടായിരുന്നു എന്ന തോന്നൽ.

"നമുക്കൊന്ന് നടന്നിട്ട് വരാം," എന്ന് പറഞ്ഞ് അവൻ നടന്ന് തുടങ്ങി. അവനാ കാട്ടിൽ അപ്രത്യക്ഷമായി. ഞാനവനു പുറകെ നടന്നു. അപ്പോൾ മഴ നിന്നതേയുള്ളൂ എന്ന മട്ടിൽ സുന്ദരമായ ഒരു ദിവസം. ചുറ്റിലുമുള്ള മരത്തിന്റെ ഇലകളിൽ വെള്ളത്തുള്ളികൾ വീർത്ത് വീർത്ത് പിടിച്ചു നിൽക്കാനാകാതെ ഇറ്റ് വീഴുന്നു. ചുറ്റിലും ഇളംചുവപ്പ് റോസാച്ചെടികൾ നിറയെ കാണാം. അധികം ചൂടില്ലാത്ത ഇളംതെന്നൽ തഴുകി കടന്നു പോകുന്നു.

ഞാൻ വല്ലാതെ പുറകിലായിരിക്കുന്നു. അവൻ ഏതോ മരത്തിന പ്പുറത്ത് മറഞ്ഞ് പോയിരിക്കുന്നു. അവനോടൊപ്പമെത്താൻ ഞാൻ വേഗം

കുട്ടി. എന്റെ പ്രാർത്ഥനപ്പാറയിലിരിക്കുന്ന അവനെ ഞാൻ കണ്ടു. ഞാനവന് സമീപമിരുന്നു. മരണത്തിന്റെ മാലാഖ മൊഴിഞ്ഞു.

"സുന്ദരൻ മോനാണല്ലോ."

കുഞ്ഞ് കരയാൻ തുടങ്ങി. എന്ത് ചെയ്യണം എന്ന് എനിക്കറിയില്ലായിരുന്നു.

"അവന് വിശക്കുന്നുണ്ടാകും. മുല കൊടുക്കണം," മാലാഖ പറഞ്ഞു.

ഇതിനു മുമ്പ് ഒരായിരം തവണ ഞാനിത് ചെയ്തതല്ലേ എന്ന മട്ടിൽ കുഞ്ഞിന്റെ ഇളംചുണ്ടുകൾ ഞാനെന്റെ മുലഞ്ഞെട്ടിലമർത്തി. അവൻ ഇളംചൂടുള്ള വായിലേക്ക് അതമർത്തി.

ഞാൻ കണ്ണ് തുറന്നു. ഒരു പ്ലാസ്റ്റിക് കുപ്പിയിൽ നിന്നും ഒന്നിനു പുറകെ ഒന്നായി ഒരു ട്യൂബിലേക്ക് തുള്ളിവെള്ളം വീണുകൊണ്ടിരിക്കുന്നു. ഞാൻ ആ ട്യൂബ് എങ്ങോട്ട് പോകുന്നു എന്ന് തിരഞ്ഞു. അതെന്റെ വലത് കൈയിൽ ഘടിപ്പിച്ചിരിക്കുകയാണ്. ഒരു ചെറിയ വെളിച്ചമല്ലാതെ മുറിയിൽ മറ്റ് വിളക്കുകളൊന്നുമില്ല. വെളുത്ത വിരിപ്പ് വിരിച്ച ഒരു മെത്തയിലാണ് ഞാൻ കിടക്കുന്നത്. എന്റെ മെത്തയ്ക്കരികിൽ ഒരു മേശയുണ്ട്. അതിലൊരു ഫോണും. ഇടതുകൈകൊണ്ട് അതൊന്നെത്തിപ്പിടിക്കാൻ ഞാൻ ശ്രമിച്ചു. എന്റെ അടിവയർ ശക്തമായി വേദനിച്ചു. ഫോൺ എടുക്കാനുള്ള ശ്രമം ഉപേക്ഷിച്ച് ദീർഘമായൊന്ന് ശ്വസിച്ചു. വേദന മാറി. ഞാൻ ഫോണെടുത്ത് കാതിൽ വച്ചു. അത് പ്രവർത്തിക്കുന്നില്ല. എന്റെ കണ്ണ് നിറഞ്ഞു.

ആരോ വാതിൽ തുറന്നു. പുറത്ത് നിന്നുള്ള വെളിച്ചം സാവധാനത്തിൽ മുറി നിറഞ്ഞു. വെളുത്ത സ്കാർഫ് തലയിലണിഞ്ഞ ഒരു മധ്യവയസ്ക എന്റെ സമീപമെത്തി. അവർ ഒരു വെളുത്ത മന്താവു ധരിച്ചിട്ടുണ്ട്.

"ഞാനെവിടെയാണ്?" ഞാൻ ചോദിച്ചു.

"വിഷമിക്കണ്ട മകളെ,. നീ ആശുപത്രിയിലാണ്. എന്തൊക്കെയാണ് നിനക്കിപ്പോൾ ഓർക്കാനാകുന്നത്?"

"എന്റെ ഭർത്താവ് മരിച്ചുപോയി."

എന്റെ ഭർത്താവ് മരിച്ചുപോയി. ദൈവമേ അതെന്നെ ഇത്ര വേദനിപ്പിക്കുന്നതെന്തേ?

ആ സ്ത്രീ മുറിയിൽനിന്നും പുറത്ത് പോയി. ഞാൻ കണ്ണടച്ചു. അദ്ദേഹം മരിച്ചിരിക്കുന്നു. അദ്ദേഹം പോയിക്കഴിഞ്ഞു. ഞാൻ ഏകയായി. വല്ലാത്തൊരു ഏകാന്തത. അന്ന് അരാഷിന്റെ ശരീരം പട്ടാളക്കാർ ട്രക്കിലേക്ക് വലിച്ചെറിയുന്നത് കണ്ടപ്പോൾ തോന്നിയ അതേ വികാരമാണെനിക്കിപ്പോൾ. പക്ഷേ, അരാഷിനെ ഞാൻ പ്രണയിച്ചിരുന്നു. അലിയെ ഞാൻ ഒരിക്കലും പ്രണയിച്ചിട്ടില്ല. അപ്പോൾ ഇന്നെനിക്കെന്ത് പറ്റി?

ഇത് ദുഃഖമാണ്. ഞാൻ നിഷേധിക്കുമെങ്കിലും ഇത് വാസ്തവമായുള്ളതാണ്. അതിശക്തമായ ദുഃഖം.

ആരോ എന്നെ വിളിച്ചു. പേരെടുത്ത് വിളിച്ചു. ഞാൻ കണ്ണ് തുറന്നു. മധ്യവയസ്കനായ, താടി നരച്ച, തല മൊട്ടയായ ഒരാൾ എനിക്ക് മുന്നിൽ നിൽക്കുന്നു. ഡോക്ടറാണെന്ന് അയാൾ സ്വയം പരിചയപ്പെടുത്തി. എനിക്ക് വേദനിക്കുന്നുണ്ടോ എന്ന് ചോദിച്ചു. ഇല്ലെന്ന് ഞാൻ പറഞ്ഞു. എനിക്കെന്റെ കുഞ്ഞിനെ നഷ്ടപ്പെട്ടു എന്നയാൾ പറഞ്ഞു. എന്നിലുണ്ടായിരുന്ന അവസാന കരുത്തും അതോടെ ഇല്ലാതായി. ഞാനാകെ ഒടിഞ്ഞ് നുറുങ്ങിയതുപോലെയായി.

പിന്നെ രണ്ട് ദിവസത്തോളം ഞാൻ ഓർമ്മയിലും അബോധാവസ്ഥയിലുമായി മാറി മാറി തുടർന്നു. ദുഃസ്വപ്നങ്ങൾ തുടർച്ചയായി വേട്ടയാടി. ഇടയ്ക്ക് സാധാരണ സ്വപ്നങ്ങളുണ്ടായി. വാസ്തവങ്ങൾ തിരിച്ചറിഞ്ഞു. മിക്കപ്പോഴും ഇതിലേതാണ് ശരിയെന്നും ഏതാണ് നുണയെന്നും തിരിച്ചറിയാനാകാതായി. മങ്ങിയ കാഴ്ചകൾക്കും അവ്യക്തമായ ശബ്ദങ്ങൾക്കുമിടയിലൊരിക്കൽ മൂസാവി എന്റെ മെത്തയ്ക്കരികിലിരിക്കുന്നത് ഞാൻ കണ്ടു. ഞാൻ അദ്ദേഹത്തിന്റെ ചുമലിൽ തൊട്ടു. അദ്ദേഹം എന്നെ നോക്കി. മുറിയിലപ്പോൾ വെയിൽ തിങ്ങിക്കയറി വെളിച്ചം നിറച്ചിട്ടുണ്ടായിരുന്നു.

"ഞങ്ങൾക്ക് സഹിക്കാനാകുന്നതിലുമധികമാണിത്," അദ്ദേഹം കരയുന്നുണ്ടായിരുന്നു. "പക്ഷേ ദൈവത്തിന്റെ ഇംഗിതം നമ്മളനുസരിച്ചേ മതിയാകൂ."

എനിക്ക് ദൈവത്തിന്റെ ഇംഗിതത്തിനെക്കുറിച്ചൊന്നുമറിയില്ലെന്ന് പറയണമെന്നുണ്ടായിരുന്നു. ഞാൻ വാക്കുകൾ പുറത്ത് വിട്ടില്ല.

മൂസാവി പിന്നേയും എന്തൊക്കെയോ സംസാരിച്ചു. അദ്ദേഹത്തിന്റെ വാക്കുകൾ എനിക്ക് വ്യക്തമല്ലാതായി. പിന്നെ അത് എവിടേയോ ലയിച്ചു ലയിച്ച് ഇല്ലാതായി. ഞാനും ആന്ദ്രേയും കടൽക്കരയിലൂടെ കൈകോർത്ത് നടക്കുന്നത് കണ്ടു. തരേനയുമുണ്ടായിരുന്നു അവിടെ. തരേനയ്ക്കൊപ്പം സാറയും ഗീതയും അരാഷുമുണ്ട്. ഒരു നിമിഷം കഴിഞ്ഞപ്പോൾ ഞാൻ എന്റെ മാതാപിതാക്കളുടെ കോട്ടേജിനു മുന്നിൽ നിൽക്കുന്നു. പടിക്കൽ നിന്നും കോട്ടേജിലെത്തുന്ന വഴി കണ്ട് നിൽക്കുകയാണ് ഞാൻ. അലി അതിലൂടെ നടന്നകന്ന് പോകുന്നു. എന്നോട് കൈ വീശി യാത്രപറഞ്ഞാണ് പോകുന്നത്. അലിക്കൊപ്പമെത്താൻ ഞാൻ ഓടി. ഭ്രാന്തമായ ഓട്ടം. അലിയുടെ പേര് ഉറക്കെവിളിച്ചാണോടുന്നത്. പക്ഷേ അലി എവിടേയോ അപ്രത്യക്ഷമായി.

നെറ്റിയിൽ തണുപ്പടിച്ചതറിഞ്ഞാണെഴുന്നേറ്റത്. എനിക്കരികിൽ അക്രം നിൽക്കുന്നു. അവളുടെ തണുത്ത കൈകളാണെന്റെ നെറ്റിയിലേക്ക് തണുപ്പ് പകർന്നത്. അവളുടെ കൺതടങ്ങൾ കരഞ്ഞ്

കറുത്തിരിക്കുന്നു. ഇപ്പോഴും അവൾ കരയുകയാണ്. ഞാനെവിടെയാണെന്നപ്പോൾ എനിക്ക് ഓർത്തെടുക്കുവാനായില്ല. ഞാൻ ആശുപത്രിയിലാണെന്ന് അവളെന്നെ ഓർമ്മിപ്പിച്ചു. അലി മരിച്ചു എന്നത് സത്യമാണോ എന്ന് ഞാൻ ചോദിച്ചു. അവൾ തേങ്ങി. തേങ്ങലുകൾക്കിടയിൽ അതെയെന്ന് പറഞ്ഞു. തേങ്ങിക്കൊണ്ടവൾ എന്റെ മെത്തയിൽ, എനിക്കൊപ്പം എന്റെ പുതപ്പിൽ ചുരുണ്ടു. എന്നെ കെട്ടിപ്പിടിച്ചു.

എനിക്ക് കാര്യങ്ങൾ സ്പഷ്ടമായി മനസ്സിലാകുന്നു എന്നായപ്പോൾ എന്നെ എവിനിൽ നിന്നും വിടുതൽ ചെയ്യുവാനുള്ള നടപടികൾ ഉടൻ പൂർത്തിയാക്കുമെന്ന് മൂസാവി അറിയിച്ചു. എന്നാൽ ഇപ്പോൾ ഞാൻ എവിനിലേക്ക് മടങ്ങേണ്ടതുണ്ട്. മരിക്കുന്നതിന് ഏതാനും ദിവസം മുമ്പ് അലി ഒരു വില്പത്രമെഴുതിയിരുന്നു എന്നും അലിയുടെ സ്വത്തുക്കളുടെയെല്ലാം അവകാശി ഞാനായിരിക്കും എന്നതിൽ പറഞ്ഞിട്ടുണ്ടെന്നും മൂസാവി എന്നെ അറിയിച്ചു.

"ഈ വിവാഹത്തെക്കുറിച്ച് നിന്റെ വീട്ടുകാരെ അറിയിക്കുവാനിഷ്ടപ്പെടുന്നില്ല, അല്ലേ?" അദ്ദേഹം ചോദിച്ചു.

ഞാൻ പ്രതികരിച്ചില്ല.

"നീ എന്റെ മകനെ വളരെയധികം സന്തോഷിപ്പിച്ചു. ഒരു പുതിയ ജീവിതം തുടങ്ങാൻ നിനക്ക് അർഹതയുണ്ട്."

അദ്ദേഹം എനിക്കരികിൽ ഒരു കസേരയിലിരുന്നു. കൈയിലപ്പോൾ പ്രാർത്ഥനയ്ക്കുപയോഗിക്കുന്ന മണിമാലയുണ്ടായിരുന്നു. ഞാനവ തിരിച്ചറിഞ്ഞു. അത് അലിയുടെ മാലയായിരുന്നു. ഫാതിമ ഖാനും ഈ നഷ്ടവുമായി എങ്ങനെ പൊരുത്തപ്പെടുന്നു എന്ന് ഞാൻ ചോദിച്ചു. അവൾ കരുത്തയാണെന്ന് അദ്ദേഹമറിയിച്ചു.

"അക്രം?" ഞാൻ ചോദിച്ചു.

"രണ്ട് ദിവസം മുമ്പ് അവൾ ഇവിടെ വന്ന് നിന്നെ കണ്ടിരുന്നു. നീയുമായി സംസാരിക്കാൻ അവൾ ശ്രമിച്ചു. പക്ഷേ നിനക്ക് സുഖമില്ലായിരുന്നു."

"അവൾ വന്നിരുന്നു... ശരിയാണ്..." ഞാനോർത്തു.

"അവൾ പ്രസവിച്ചു. ആൺകുട്ടിയാണ്." മൂസാവി ഒരു തളർന്ന പുഞ്ചിരി വരുത്തി.

"എപ്പോൾ?"

"അലിയുടെ വാർത്ത അവളെ അറിയിച്ചയുടൻ അവൾക്ക് വേദന തുടങ്ങി."

ഞാൻ കിടന്നിരുന്ന അതേ ആശുപത്രിയിലാണ് അക്രമും കിടന്നിരുന്നത്. അവൾക്ക് അമിതമായ രക്തസ്രാവമുണ്ടായി. ഇപ്പോൾ നിയന്ത്രണ

വിധേയമായിരിക്കുന്നു. കുഞ്ഞിന് കുറച്ച് മഞ്ഞപ്പിത്തമുണ്ടായിരുന്നു. അവനും ഇപ്പോൾ സുഖം പ്രാപിച്ച് വരുന്നു.

തിരികെ എവിനിലേക്ക് കൊണ്ടുപോകുന്നതിനു മുമ്പ് മൂസാവി എന്നെ അക്രമിന്റെ അടുത്തേക്ക് കൊണ്ടുപോയി. ഞാൻ അവളുടെ കുഞ്ഞിനെ കണ്ടു. അവന് അലി എന്നാണ് പേരിട്ടിരിക്കുന്നത്. അക്രമിന്റെ മുറിയിലേക്ക് പോകുന്ന വഴിയിൽ ഞങ്ങൾ ഒരു വലിയ ചില്ല് ജനൽ കടന്ന് പോയി. അതിനപ്പുറത്തുള്ള മുറിയിൽ മുപ്പതോളം കുഞ്ഞുങ്ങൾ കരയുകയോ ഉറങ്ങുകയോ ചെയ്യുന്നു. കൊച്ചു കൊച്ചു തൊട്ടിലുകളിലാണെല്ലാവരും. അതിലൊരുവൻ വല്ലാതെ കോപിച്ച് കൈകാലിട്ടടിച്ച് കരയുന്നു. ചുവന്ന് തുടുത്ത മുഖവും ചുക്കിച്ചുളിഞ്ഞ ചർമ്മവുമുള്ള ഒരുവൻ. അവനാണ് കുഞ്ഞ് അലി. എനിക്കവനെയൊന്നെടുക്കണമെന്ന് ഞാൻ പറഞ്ഞു. നഴ്സ് അവനെ എനിക്കരികിലേക്ക് കൊണ്ടുവന്നു. ഞാനവനെ താരാട്ടുവാൻ തുടങ്ങി. അവൻ കരച്ചിൽ നിർത്തി. എന്റെ മന്താവു പിടിച്ച് വായിലിട്ടു. അവന് വിശക്കുന്നുണ്ടായിരുന്നു. എനിക്ക് കണ്ണുനീരടക്കാനായില്ല. ഞാനവനെ അക്രമിന്റെ അടുത്തേക്ക് കൊണ്ടുപോയി. അവൾ അവന്റെ ചുണ്ടുകൾ അവളുടെ മാറിലമർത്തി.

എന്റെ കുഞ്ഞ് മരിച്ചിരിക്കുന്നു. അവൻ ജീവിച്ചെങ്കിൽ ഞാൻ അവനെ സ്നേഹിക്കുമായിരുന്നു. എന്നാൽ ഇനി ഞാൻ അവന് മുലയൂട്ടില്ല, അവന്റെ ഡയപ്പറുകൾ മാറ്റില്ല, അവനോടൊപ്പം കളിക്കില്ല, അവൻ വളരുന്നത് എനിക്ക് കാണാനാകില്ല.

246 ലെ ഓഫീസിലെത്തിയപ്പോൾ ഞാൻ എന്റെ കണ്ണുകെട്ടിയ തുണിയഴിച്ചു. ഇതിനു മുമ്പ് കണ്ടിട്ടില്ലാത്ത ഒരു ഗാർഡ് ആണ് ഡ്യൂട്ടിയിൽ. അവർ എന്നെ തുറിച്ച് നോക്കി. നാല്പതുകളുടെ മധ്യത്തിൽ പ്രായമുള്ള ഒരുവൾ. അവളുടെ മുഖത്ത് എന്നെ കളിയാക്കുന്ന ഒരു ചിരി വിടർന്നു.

“ഇതാണപ്പോൾ പ്രശസ്തയായ മറീന. അതോ ഞാൻ ഫാതിമ മോറാദി ബക്ത് എന്ന് വിളിക്കണോ? നമ്മൾ അവസാനം കണ്ടുമുട്ടി. ഒരു കാര്യം ഓർത്തിരുന്നാൽ നന്ന്. ഇവിടെ ഞാനാണ് മേലധികാരി. നിനക്ക് പ്രത്യേക പരിഗണനകൾ ഒന്നും ലഭിക്കില്ല. മറ്റുള്ളവരെപ്പോലെയൊക്കെ തന്നെയാണ് നീയും. മനസ്സിലായോ?”

ഞാൻ തലയാട്ടി. “മറിയം എന്ന സഹോദരിയെവിടെ?”

“വിപ്ലവ ഗാർഡുകളിൽ പെട്ട എല്ലാ സഹോദരിമാരും രാജിവച്ച് പോയി. എന്റെ പേര് സൈനബ്. ഇസ്ലാമിക് കമ്മറ്റിയിലെ അംഗമാണ് ഞാൻ. ഞങ്ങൾക്കാണിപ്പോൾ ഇവിടത്തെ ചുമതല. കൂടുതൽ എന്തെങ്കിലും ചോദ്യങ്ങളുണ്ടോ?”

“ഇല്ല.”

“എങ്കിൽ നിനക്ക് നിന്റെ മുറിയിലേക്ക് പോകാം.”

ഞാൻ ചെയ്യുന്നത് തെറ്റാണെന്ന് കാണിക്കാൻ ലോകത്തിനതിന്റേതായ മാർഗ്ഗങ്ങളുണ്ട്. കാര്യങ്ങൾ ഇതിലും മോശമാകാനില്ലായിരുന്നു. എന്നാൽ ഒരിറ്റ് കണ്ണുനീരൊഴുക്കുവാൻ പോലും ആകാത്തത്ര ക്ഷീണിതയാണിപ്പോൾ ഞാൻ. ആറാം നമ്പർ മുറിയിലെത്തിയപ്പോൾ എല്ലാവരും എനിക്ക് ചുറ്റിലും കൂടി. ഏറ്റവും ഉച്ചത്തിൽ കേട്ടത് ബഹാറിന്റെ ശബ്ദമായിരുന്നു.

"കുട്ടികളേ അവൾക്ക് ഇത്തിരി സ്വൈര്യം കൊടുക്കൂ. മറീനാ... നിനക്ക് കുഴപ്പമൊന്നുമില്ലല്ലോ?"

ഞാൻ അവളുടെ കണ്ണിലേക്ക് നോക്കി. മുറി നിശ്ശബ്ദമായി.

പിന്നെ ഓർമ്മവന്നപ്പോൾ ഞാൻ മുറിയിൽ ഒരു മൂലയിൽ കിടക്കുന്നു. ആരോ എന്നെ പുതപ്പിച്ചിട്ടുണ്ട്. ബഹാർ എനിക്കരികിലിരിക്കുന്നുണ്ട്. അവൾ വിശുദ്ധ ഖുർ-ആൻ പാരായണം ചെയ്യുന്നു.

"ബഹാർ.."

അവൾ പുഞ്ചിരിച്ചു. "നീ കോമയിലോ മറ്റോ ആണെന്ന് ഞാൻ കരുതി. നീ എവിടെയായിരുന്നു?"

അലി കൊല്ലപ്പെട്ട വിവരം ഞാനവളോട് പറഞ്ഞു. അവൾ ഞെട്ടി.

"അയാൾക്കർഹിക്കുന്നത് ലഭിച്ചു." അവൾ പറഞ്ഞു.

"അങ്ങനെയല്ല ബഹാർ. അയാൾ ഇത് അർഹിക്കുന്നതായിരുന്നില്ല."

"നിന്നോട് ചെയ്തതിനെല്ലാം നീ അയാളെ വെറുത്തിരുന്നില്ലേ?"

എന്താണെല്ലാവരും എന്നോട് ഇങ്ങനെ ചോദിക്കുന്നത്?

"അയാളിൽ തിന്മ മാത്രമല്ല ഉണ്ടായിരുന്നത്. നന്മയുമുണ്ടായിരുന്നു. അയാൾ ദുഃഖിതനായിരുന്നു. ഏകനും. കാര്യങ്ങൾ മാറ്റിയെടുക്കണം എന്നയാൾ ആഗ്രഹിച്ചു. മറ്റുള്ളവരെ സഹായിക്കണമെന്നാഗ്രഹിച്ചു. പക്ഷേ അത് കൃത്യമായി എങ്ങനെ ചെയ്യണം എന്നറിയില്ലായിരുന്നു. അതല്ലെങ്കിൽ ഒരു പക്ഷേ അറിഞ്ഞിട്ടും ചെയ്യാനാകാഞ്ഞതാകാം. ഹമെഹ്ദിനെപ്പോലെയുള്ളവർ അതിന് അയാളെ അനുവദിച്ചില്ല."

"നീ പറയുന്നതൊന്നും വ്യക്തമാകുന്നില്ല. അയാൾ നിന്നെ പലതവണ ബലാത്സംഗം ചെയ്തതാണ്."

"ഞാനയാളെ വിവാഹം കഴിച്ചിരുന്നു."

"അയാളെ വിവാഹം കഴിക്കാൻ നീ ആഗ്രഹിച്ചിരുന്നോ?"

"ഇല്ല."

"അയാൾ നിന്നെ നിർബന്ധിക്കുകയായിരുന്നില്ലേ?"

"അതെ."

"നിയമപ്രകാരം ചെയ്താലും ബലാത്സംഗം ബലാത്സംഗം തന്നെ."

“ഒന്നിനും ഒരർത്ഥവും കാണുന്നില്ല ബഹാർ. എല്ലാം എന്റെ കുറ്റമായിരുന്നു എന്നെനിക്കിപ്പോൾ തോന്നുന്നു.”

“ഒന്നും നിന്റെ കുറ്റമായിരുന്നില്ല.”

ഞാനവളോട് അവളുടെ മകനായ എഷാനെക്കുറിച്ച് ചോദിച്ചു. അവൻ ഉറങ്ങുകയാണെന്ന് അവൾ പറഞ്ഞു. ഭർത്താവിന്റെ വിവരങ്ങൾ ഒന്നും അറിയാറില്ല എന്നും പറഞ്ഞു.

രണ്ടാഴ്ച കഴിഞ്ഞു. ഒരു ദിവസം എന്റെ പേര് ഉച്ചഭാഷിണിയിലൂടെ വിളിക്കുന്നത് കേട്ടു. ഓഫീസിൽ മൂസാവി എന്നെ കാത്ത് നിൽക്കുന്നുണ്ടായിരുന്നു. അദ്ദേഹത്തിനോട് സൈനബ് ഒരു കടലാസിൽ ഒപ്പിടാനാവശ്യപ്പെട്ടു. രാത്രി പത്തുമണിയാകുമ്പോഴേക്കും ഞാൻ തിരിച്ചെത്തണം എന്നായിരുന്നു അതിലെഴുതിയിരുന്നത്.

“ഇന്ന് അത്താഴത്തിന് നിന്നെ വീട്ടിലേക്ക് കൊണ്ടുപോകുന്നു,” ഓഫീസിൽ നിന്നും പുറത്തിറങ്ങിയ ഉടൻ അദ്ദേഹം പറഞ്ഞു.

“ഈ സഹോദരിമാർ അത്ര മര്യാദയൊന്നും കാണിക്കാത്തവരാണ്.”

“അതെ.”

ഞങ്ങൾ കാറിലേക്ക് നടക്കുമ്പോൾ മൂസാവിയുടെ ശ്രദ്ധ മറ്റെവിടേയോ ആയിരുന്നു.

വീടിന്റെ പടിവാതിൽക്കലെത്തിയപ്പോൾ എനിക്ക് മുമ്പത്തേതിനേക്കാൾ സുഖം തോന്നുന്നുണ്ടോ എന്ന് മൂസാവി ചോദിച്ചു. ഉണ്ട് എന്ന് ഞാൻ പറഞ്ഞു. തന്റെ കുടുംബത്തിനും ഇപ്പോൾ കുറച്ചൊക്കെ ആശ്വാസം തോന്നുന്നു എന്നദ്ദേഹം പറഞ്ഞു. “ദൈവം ഞങ്ങൾക്ക് കരുത്ത് നൽകുന്നു.” അക്രത്തിന്റെ കുഞ്ഞ് അവരെ തിരക്കിലാക്കിയിരിക്കുന്നു. അത്രയും പറഞ്ഞ് അദ്ദേഹം ഒരു ദീർഘശ്വാസമെടുത്തു. അതിനു ശേഷം അലിയുടെ കൊലപാതകം അകത്തുള്ള ആരൊക്കെയോ ചേർന്ന് നടത്തിയതാണെന്ന വിവരം ലഭിച്ചിട്ടുണ്ട് എന്ന് പറഞ്ഞു. എനിക്കത് വിശ്വസിക്കാനായില്ല.

“ഹമെഹ്ദ്?” ഞാൻ ചോദിച്ചു.

“അതെ. അയാളുമുണ്ട്. എന്നാൽ തെളിയിക്കാനാകില്ല.”

അസ്സദൊള്ള-എ ലദ്ജെർവാദിയുമായി അസ്വാരസ്യങ്ങളുണ്ടായ കാര്യം അലി തന്നോട് പറഞ്ഞിരുന്നു എന്ന് ഞാൻ മൂസാവിയെ അറിയിച്ചു. ലദ്ജെർവാദിയാണീ കൊലയ്ക്ക് ഉത്തരവിട്ടത് എന്ന് താൻ വിശ്വസിക്കുന്നു എന്നപ്പോൾ അദ്ദേഹമതിന് മറുപടി പറഞ്ഞു.

“ഇതിനുത്തരവാദികളായവരെ നിയമത്തിനു മുന്നിൽ കൊണ്ടുവരാൻ താങ്കൾക്ക് എന്തെങ്കിലും ചെയ്യാനാകുമോ?”

“ഇല്ല. പറഞ്ഞില്ലേ.... ഇതൊന്നും തെളിയിക്കാനാകില്ല. ഒരു സാക്ഷിയും മുന്നോട്ട് വരില്ല.”

മൂസാവിക്ക് തന്റെ ഏകമകനെ നഷ്ടപ്പെട്ടിരിക്കുന്നു. മകന്റെ സഹ ജീവനക്കാരായ കൊലയാളികൾക്ക് ഒന്നും സംഭവിക്കുന്നില്ല. നിയമത്തിനു മുന്നിൽ അവർ വരുന്നില്ല. ഇതദ്ദേഹത്തെ വല്ലാതെ വേദനിപ്പിക്കുന്നു. എവിനിൽ കൊല്ലപ്പെട്ട അനേകം യുവതീയുവാക്കൾക്ക് സമാനമായിരുന്നു അലിയുടെ മരണവും എന്നത് എനിക്ക് അദ്ഭുതമായി. ഗീത, തരേന, സൈറസ് എന്നിവർക്ക് നേരെ നിറയൊഴിച്ച അതേ തോക്കുധാരികൾ അലിയുടെ ജീവനുമെടുത്തു.

"മറ്റൊരു കാര്യം കൂടി നീ അറിയേണ്ടതുണ്ട് മറീനാ. നിന്നെ എവിനിൽ നിന്നും വിടുതൽ ചെയ്യാൻ ഞാൻ പല പ്രയത്നങ്ങളും ചെയ്തു. എന്നാൽ ഒന്നും വിജയം കണ്ടിട്ടില്ല."

"കാരണം?"

"കടുംപിടുത്തക്കാർ, തീവ്രചിന്താഗതിക്കാർ, ലദ്ജെർവാദിയെപ്പോലെയുള്ളവർ. അവരാണ് എവിനിലെ കാര്യങ്ങൾ നിശ്ചയിക്കുന്നത്. നിന്നെ നിന്റെ പഴയ ജീവിതത്തിലേക്ക് തിരിച്ചയയ്ക്കരുത് എന്നാണവരുടെ പക്ഷം. അങ്ങനെ ചെയ്താൽ ഇസ്ലാമിൽ നിനക്കുണ്ടായിട്ടുള്ള വിശ്വാസത്തെ അത് തകർക്കുമത്രെ. നീ ഇന്ന് ഒരു രക്തസാക്ഷിയുടെ ഭാര്യയാണ്. മൊജാഹിദ്ദീനുകളാൽ കൊല്ലപ്പെട്ട ഒരു രക്തസാക്ഷി. നിന്നെ അവിശ്വാസികളിൽ നിന്നും സംരക്ഷിച്ച് നിർത്തേണ്ടതുണ്ട്. ഒരു നല്ല മുസ്ലീമിനെക്കൊണ്ട് എത്രയും പെട്ടെന്ന് നിന്നെ വിവാഹം കഴിപ്പിക്കേണ്ടതുണ്ട്. എന്നൊക്കെയാണവർ പറയുന്നത്." മൂസാവി പറഞ്ഞു.

കേട്ടത് എനിക്ക് വിശ്വസിക്കാനായില്ല. "ഞാൻ ചത്തുപോകും. എന്നാലും അത് ചെയ്യില്ല."

മൂസാവി തലയാട്ടി. "അത്ര ദൂരം പോകേണ്ട ആവശ്യം വരില്ല മറീനാ. നിന്നെ നിന്റെ വീട്ടിലെത്തിക്കും എന്ന് എന്റെ മകന് ഞാൻ ഉറപ്പ് നൽകിയതാണ്. അത് ഞാൻ പാലിക്കും. ഞാൻ ഇമാമിനെ കാണും. അദ്ദേഹത്തിനോട് പറഞ്ഞ് നിന്റെ വിടുതൽ ഉറപ്പാക്കാം എന്നെനിക്കുറപ്പുണ്ട്. ചിലരെയൊക്കെ അത് അസ്വസ്ഥമാക്കിയേക്കാം. കാര്യങ്ങൾ സങ്കീർണ്ണമാക്കാൻ അവർക്കാകാവുന്നതെല്ലാം അവർ ചെയ്യും. എല്ലാം കലങ്ങിത്തെളിയാൻ ഞാൻ വിചാരിച്ചതിലും കുറച്ച് കൂടുതൽ സമയമെടുത്തേക്കാം. പക്ഷേ അത് തെളിയുമെന്ന് ഉറപ്പ്. നീ കരുത്തയായിരിക്കണം. അലിയുടെ ഘാതകരെ നിയമവ്യവസ്ഥയ്ക്ക് മുന്നിലെത്തിക്കാൻ എനിക്കായെന്ന് വരില്ല. പക്ഷേ നിന്നെ ഞാൻ സംരക്ഷിക്കും. അതാണവൻ എന്നോട് ആവശ്യപ്പെട്ടത്."

"എന്നെ അലിയുടെ കുഴിമാടത്തിലേക്ക് കൊണ്ടുപോകുമോ?"

അത് ചെയ്യാം എന്ന് അദ്ദേഹമെനിക്ക് വാഗ്ദാനം ചെയ്തു.

"മറീനാ... നീ എപ്പോഴെങ്കിലും അവനെ സ്നേഹിച്ചിരുന്നോ?"

ഈ ചോദ്യം കേട്ട് ഞാൻ അമ്പരന്നു. അദ്ദേഹം എന്നോടിങ്ങനെ തുറന്ന് ചോദിക്കുമെന്ന് ഞാൻ പ്രതീക്ഷിച്ചിരുന്നില്ല.

"മരിക്കുന്നതിന്റെ ഏതാനും ദിവസം മുമ്പ്, അദ്ദേഹം എന്നോട് എന്നെ വെറുക്കുന്നുണ്ടോ എന്ന് ചോദിച്ചിരുന്നു. ഇല്ലെന്നായിരുന്നു എന്റെ ഉത്തരം. സ്നേഹിച്ചിരുന്നു എന്നെനിക്ക് പറയുവാനാകില്ല. പക്ഷേ അദ്ദേഹത്തിന്റെ കാര്യങ്ങളിൽ എനിക്ക് ശ്രദ്ധയുണ്ടായിരുന്നു." ഞാൻ പറഞ്ഞു.

അലിയില്ലാതെ ഒരിക്കലും ഞാൻ അലിയുടെ മാതാപിതാക്കളുടെ വീട്ടിൽ പോയിട്ടില്ല. അവിടെ എത്തിയ നിമിഷം മുതൽ ഏത് നിമിഷവും അലി അവിടേക്ക് കടന്ന് വരാം എന്നൊരു ചിന്ത എന്റെ മനസ്സിൽ നിറഞ്ഞ് നിന്നു.

അത്താഴശേഷം എന്നോട് അലിയുടെ അമ്മ, തനിക്ക് സ്വകാര്യമായി കുറച്ച് സംസാരിക്കാനുണ്ട് എന്ന് പറഞ്ഞു. ഞങ്ങൾ അക്രത്തിന്റെ കിടപ്പ് മുറിയിലേക്ക് നീങ്ങി. അമ്മ വാതിലടച്ചു. മെത്തയിലിരുന്നു. എന്നോട് അടുത്തിരിക്കാൻ ആംഗ്യം കാണിച്ചു. എന്നെ എന്റെ മാതാപിതാക്കൾ ക്കരികിലെത്തിക്കാൻ തന്നാലാകുന്നതെല്ലാം മൂസാവി ചെയ്യുന്നുണ്ട് എന്ന് അവർ പറഞ്ഞു. എനിക്കതറിയാം എന്ന് ഞാൻ അവരെ അറി യിച്ചു.

"അദ്ദേഹം പറഞ്ഞു എന്ന് എനിക്കറിയാം. എന്നാൽ അത് സ്വയം ഞാൻ കൂടി ഒന്ന് പറയണമെന്ന് തോന്നി. അലിയുടെ അവസാനത്തെ ആഗ്രഹമായിരുന്നു അത്. ഞങ്ങളെ സംബന്ധിച്ചിടത്തോളം അതൊരു വലിയ കാര്യമാണ്."

വിപ്ലവത്തിനു മുമ്പ് അറസ്റ്റ് ചെയ്യപ്പെട്ട് SAVAK അലിയെ എവിനി ലേക്ക് കൊണ്ടുപോയപ്പോൾ അലി ജീവനോടെ തിരിച്ച് വരുമെന്ന് കരുതി യിട്ടേയില്ലായിരുന്നു എന്നവർ പറഞ്ഞു. ഒരു രക്തസാക്ഷിയുടെ അമ്മ യാകുക എന്നത് ബഹുമാനമാണെന്നറിയാം. എന്നാൽ അപ്പോൾ അവരിൽ ഭീതി മാത്രമാണുണ്ടായിരുന്നത്. തന്റെ ഏകമകനെ നഷ്ട പ്പെടുത്താൻ അവർ ഒരുക്കമല്ലായിരുന്നു. യുദ്ധമുന്നണിയിലേക്ക് പോയ കാലത്തും അവർ ഭയന്നിരുന്നു. തിരിച്ചെത്തിയപ്പോൾ ഇത്തിരി ആശ്വാസം തോന്നി. ടെഹ്റാനിൽ അലി സുരക്ഷിതനായിരിക്കും എന്ന് കരുതി.

"എന്നാൽ സംഭവിച്ചത് നോക്കൂ," അവർ തേങ്ങിക്കരയാൻ തുടങ്ങി. "അവനോടൊപ്പം ജോലി ചെയ്തിരുന്നവർ അവനെ പുറകിൽ നിന്നും കുത്തി. അവനെ സംരക്ഷിക്കേണ്ടവരാണിത് ചെയ്തത്. അവൻ വിശ്വസിച്ചിരുന്നവർ. എന്നിട്ട് ഞങ്ങളിവിടെ ഒന്നും ചെയ്യാനാകാതെ ഇരി ക്കുന്നു. ഷാ ഭരണകൂടത്തിന്റെ അതിക്രമങ്ങളേയും യുദ്ധവും അവൻ കടന്ന് പോന്നു. ഇങ്ങനെ കൊല്ലപ്പെടാനായി മാത്രം. ഇനി ഞങ്ങൾക്കെല്ലാം ചെയ്യാവുന്നത് അവന്റെ അവസാനത്തെ ആഗ്രഹം നടത്തിക്കൊടുക്കുക

എന്നത് മാത്രമാണ്. അത് ഞങ്ങൾ ചെയ്യും എന്ന് നിനക്ക് ഉറപ്പ് തരുന്നു. അക്രത്തിന്റെ കുഞ്ഞിന് അക്രം നിന്നോട് കടപ്പെട്ടിരിക്കുന്നു എന്നും ഞങ്ങൾക്കെല്ലാം അറിയാം. കുഞ്ഞ് അലി ഞങ്ങൾക്ക് ഒരു അദ്ഭുതമാണ്. ദിവ്യാദ്ഭുതം. അവനാണിനി ഞങ്ങളുടെ പ്രതീക്ഷ.'

വാതിൽക്കൽ ആരോ മുട്ടി. അക്രം കുഞ്ഞ് അലിയേയുമായെത്തി. ആശുപത്രിയിൽ വച്ച് കണ്ടതിലും വളർന്നിരിക്കുന്നു അവൻ. ഇളം ചുവപ്പ് നിറമുള്ള വലിയ കവിളും വലിയ ഇരുണ്ട കണ്ണുകളുമുണ്ട് ഇപ്പോഴവന്. സുന്ദരൻ തന്നെയാണവൻ. ഞാനവനെ വാരിയെടുത്തു. എന്റെ കുഞ്ഞിനെ ഓർമ്മവന്നു. സ്വപ്നത്തിലെങ്കിലും ഒരിക്കൽ എന്റെ കുഞ്ഞിനെ എനിക്ക് ഒന്നെടുക്കാനായല്ലോ എന്ന് ഞാൻ ആശ്വസിച്ചു.

ഏതാനും ദിവസങ്ങൾക്ക് ശേഷം മൂസാവി എന്നെ ബെഹെഷ്ത്-എ സാഹ്ര ഖബറിസ്ഥാനിലേക്ക് കൊണ്ടുപോയി. അലിയെ സംസ്കരിച്ചത് അവിടെയായിരുന്നു. ടെഹ്റാനിന്റെ തെക്ക് ഭാഗത്താണ് ബെഹെഷ്ത്-എ സാഹ്ര. ഖോമിലേക്കുള്ള ഹൈവെയിൽ. ഇസ്ലാമിക് പാഠശാലകൾക്ക് പ്രസിദ്ധമാണീ നഗരം. അക്രമും ഞങ്ങളോടൊപ്പം വന്നിരുന്നു. എന്നോടൊപ്പം പുറകിലെ സീറ്റിലാണവളിരുന്നത്. രണ്ട് മണിക്കൂർ നീണ്ട ആ യാത്രയിലുടനീളം ഞങ്ങൾ നിശ്ശബ്ദരായി കൈകോർത്തിരുന്നു. മരുഭൂമിയെ രണ്ടായി പകുത്ത് പോകുന്ന വഴിയിൽ ഇരുട്ടായിരുന്നു. തലേന്ന് രാത്രിയിൽ മഴ പെയ്തിരുന്നതിനാൽ വഴി വൃത്തിയായി കിടക്കുന്നുണ്ടായിരുന്നു. ഇപ്പോൾ ആകാശത്ത് മേഘങ്ങളില്ല. ഞാൻ തല ചാരി വച്ചിരുന്നു. വെളിച്ചത്തിന്റെ അലകളും നിഴലും എന്നെ തഴുകി പോയിക്കൊണ്ടിരുന്നു. ഇതിനു മുമ്പും എനിക്ക് സുഹൃത്തുക്കളും വേണ്ടപ്പെട്ടവരും നഷ്ടമായിട്ടുണ്ട്. എത്രയെത്ര നല്ല സുഹൃത്തുക്കൾ... അലി ഈ രണ്ട് വിഭാഗത്തിലും പെടില്ല. ഇതുവരേക്കും ഞാനറിഞ്ഞവരിൽ നിന്നെല്ലാം വ്യത്യതനായിരുന്നു അലി. അയാൾ എന്നോട് ചെയ്തതിനെ എനിക്ക് മാറ്റിയെടുക്കാനാകില്ല, ഞങ്ങൾ തമ്മിൽ സംഭവിച്ചതിനേയും ഇനി എനിക്ക് മാറ്റിയെടുക്കാനാകില്ല. അയാൾ എന്തായിരുന്നോ അതിൽ നിന്നും സ്വയം ഉരിഞ്ഞെടുക്കാൻ ശ്രമിക്കുന്നതിനിടയിലാണ് കൊല്ലപ്പെട്ടത്. എവിന്റെ ചുവരുകൾക്കുള്ളിൽ അവശേഷിപ്പിക്കാതെ അനേകായിരം നിഷ്കളങ്കരുടെ ജീവൻ പൊലിഞ്ഞിട്ടുണ്ട്. ഒരടയാളവും ബാക്കിയില്ലാതെ കുഴിമാടങ്ങളിൽ അവരുടെ ശവങ്ങൾ കുഴിച്ചിടപ്പെട്ടു. അവിടെ സംഭവിച്ചുകൊണ്ടിരുന്ന പല ഭീകരതകൾക്കും അലിക്ക് ഉത്തരവാദിത്വമുണ്ട്. എങ്കിലും അയാളുടെ മരണം നീതിക്ക് നിരക്കാത്ത മട്ടിലായി എന്നുള്ള സത്യം നിലനിൽക്കുന്നു. അയാളുടെ മരണത്തിനുത്തരവാദികളായ തീവ്ര ചിന്താഗതിയുള്ള കടും പിടുത്തക്കാർ, അലി അവർക്കൊരു വിലങ്ങ് തടിയായേക്കാം എന്നതിനാലാണ് അലിയെ കൊന്നത്. കാര്യങ്ങൾ നേരെയാക്കിയെടുക്കാൻ അലി ശ്രമിച്ചതിനാൽ. സ്വതന്ത്രനാകാൻ ശ്രമിച്ചതിനാൽ.

സെമിത്തേരിയിലെത്തിയപ്പോൾ എന്റെ മനസ്സ് അവിടെ ശ്രദ്ധ കേന്ദ്രീകരിച്ച് നിർത്തുവാൻ വിസമ്മതിച്ചു. പരസ്പരബന്ധമില്ലാത്ത അനേകം ചിത്രങ്ങളുടെ ഒരു കൂട്ടായ്മ, അടുക്കും ചിട്ടയുമില്ലാത്ത കൂട്ടായ്മ യായിരിക്കുന്നു ഈ ലോകമെനിക്ക്. ബെഹെഷ്ത്-എ സഹ്റയിൽ രക്ത സാക്ഷികൾക്കായി നീക്കിവച്ചിരിക്കുന്ന ഗോൾസാർ-എ ഷോഹാദായിൽ ഞങ്ങളെത്തിയിരിക്കുന്നു എന്ന് അക്രം പറഞ്ഞപ്പോഴാണ് ഞാൻ ചിന്ത കളിൽ നിന്നും ഉണർന്നത്.

ഉച്ചയോടടുത്ത സമയം. ഒരു തണുത്ത കാറ്റ് വീശുന്നുണ്ടായിരുന്നു എങ്കിലും വെയിലിന് നല്ല ചൂടുണ്ട്. ഞാൻ വിയർക്കുന്നുണ്ടായിരുന്നു. അവിടവിടെ ചെറിയ മരങ്ങളുണ്ട്. പക്ഷേ കാണാവുന്നത്, കണ്ണെത്താ ദൂരം വരെ പരന്ന് കിടക്കുന്ന മാർബിൾ, സിമന്റ് എന്നിവകൊണ്ടുണ്ടാ ക്കിയ സ്മാരക ഫലകങ്ങൾ മാത്രം. ശവകുടീരങ്ങൾക്ക് മുകളിൽ വില ങ്ങനെ വച്ചിരിക്കുന്ന സ്മാരക ഫലകങ്ങൾ. മരിച്ചവർക്കായി അങ്ങിങ്ങ് ചെറിയ കൂടാരങ്ങളുണ്ട്. ലോഹം കൊണ്ടുണ്ടാക്കിയവ, ഗ്ലാസ് ജനലു കളുള്ളവ. ഇവിടെ അടക്കം ചെയ്യപ്പെട്ടവരിൽ അധികവും യുദ്ധത്തിൽ കൊല്ലപ്പെട്ടവരാണ്. അതിൽ മിക്കവരും യുവാക്കളാണ്.

മൂസാവിയും അക്രമും നിന്നു. ഞങ്ങൾ അലിയുടെ ശവകുടീരത്തി ലെത്തിയിരിക്കുന്നു. അലിയുടെ അച്ഛൻ മുട്ടുകുത്തി. മാർബിൾ ഫലക ത്തിൽ കൈയമർത്തി. അയാളുടെ തോളുകൾ കുലുങ്ങുവാൻ തുടങ്ങി. വെട്ടിത്തിളങ്ങിയിരുന്ന മാർബിൾ ഫലകത്തിൽ കണ്ണുനീർ ഇറ്റ് വീഴു ന്നത് കണ്ടു. അത് അതിന്മേൽ കൊത്തിവച്ചിരുന്ന അക്ഷരങ്ങളിലേ ക്കൊഴുകി:

സയദ് അലി-എ മൂസാവി

ഇസ്ലാമിന്റെ ധീര യോദ്ധാവ്

ഏപ്രിൽ 21, 1954 - സെപ്തംബർ 26, 1983

അക്രം അവളുടെ അച്ഛന്റെ ചുമലിൽ കൈ വച്ചു. തന്റെ ചാദോർ കൊണ്ട് മുഖം മറച്ചു.

ശവകുടീരത്തിന്റെ തലഭാഗത്ത് ഒരു കൊച്ചു പെട്ടി വച്ചിരിക്കുന്നു. ലോഹം കൊണ്ട് നിർമ്മിച്ചത്. അതിൽ അലിയുടെ മൂന്ന് ചിത്ര ങ്ങളുണ്ട്. ആദ്യത്തേതിൽ അലിക്ക് എട്ടോ ഒമ്പതോ വയസ്സ്. വലതു കാലിൽ ഒരു പന്ത് ചവിട്ടിപ്പിടിച്ചിരിക്കുന്നു. കൈകൾ അരയിൽ കുത്തി പ്പിടിച്ചിരിക്കുന്നു. ക്യാമറയെ നോക്കി പുഞ്ചിരിക്കുന്നു. രണ്ടാമത്തേതിൽ അലിക്ക് പതിനാറ് വയസ്സ്. കനം കുറഞ്ഞ ഒരു താടിയുണ്ട്. വളരെ ഗൗരവമുള്ള മുഖം. മൂന്നാമത്തേതിൽ എനിക്ക് പരിചയമുള്ള മുഖം. കറുത്തിരുണ്ട മുടി. കട്ടിയുള്ള, വെട്ടിയൊതുക്കിയ താടി. വലിയ മൂക്ക്, ദുഃഖച്ഛായയുള്ള കണ്ണുകൾ. ചിത്രങ്ങൾക്ക് ചുറ്റിലും ചുവന്ന റോസാ പ്പൂക്കൾ. കൃത്രിമ പൂക്കളാണവ. അതിനിരുവശത്തും ചെണ്ടമല്ലിയുടെ

രണ്ട് ചെടികൾ. എന്റെ കണ്ണു നിറഞ്ഞു. ശവകുടീരത്തിനടുത്തുള്ള ചരലിൽ ഞാനിരുന്നു. അവിടെയിരുന്ന "നന്മ നിറഞ്ഞ മറിയമേ" പത്ത് തവണ ചൊല്ലി. എന്റെ ഭർത്താവിനു വേണ്ടി! ഗോൾസാർ-എ ഷോഹാദായിൽ മറവ് ചെയ്ത ഒരു മുസ്ലീമിനു വേണ്ടി.

രക്തസാക്ഷികളുടെ പൂങ്കാവനം എന്നാണീ വാക്കിനർത്ഥമത്രെ. എന്റെ മാപ്പ് അലി കേൾക്കണം. ഒരു ചുവന്ന റിബ്ബൺ വച്ച് കെട്ടിയലങ്കരിക്കപ്പെട്ട്, ഏത് നിമിഷവും നമ്മിലെത്താവുന്ന ഒന്നല്ല മാപ്പ് എന്നതെനിക്കറിയാം. ഞാൻ ക്ഷമിച്ചു എന്നത് അയാൾ എനിക്ക് നൽകിയ വേദനയെ ഒട്ടും കുറയ്ക്കില്ല. ഞാൻ ജീവിച്ചിരിക്കുന്നിടത്തോളം കാലം ആ വേദന അതുപോലെ നിലനിൽക്കും. എന്നാൽ ഞാൻ ക്ഷമിച്ചാൽ അത് എന്നെ എന്റെ ഭൂതകാലത്തിൽ നിന്നും പുറത്ത് കടക്കാൻ സഹായിക്കും. സംഭവിച്ചതിനെയൊക്കെ നേരിടാൻ എന്നെ സഹായിക്കും. അതിനായി അയാൾ എന്നിൽ നിന്നും സ്വതന്ത്രനാകേണ്ടതുണ്ട്. അപ്പോഴേ ഞാനും സ്വതന്ത്രയാകുകയുള്ളൂ.

ഞങ്ങളുടെ വലതുഭാഗത്ത്, ഏതാനും കല്ലറകൾക്കപ്പുറത്ത്, ഒരു കുറിയ സ്ത്രീ ഇരിക്കുന്നു. കൂനുണ്ടവർക്ക്. അവർ ഒരു മാർബിൾ സ്മാരകഫലകം തുടച്ച് വൃത്തിയാക്കുകയാണ്. മഞ്ഞ നിറമുള്ള സ്പോഞ്ചിൽ നിന്നും സോപ്പുവെള്ളം ഇറ്റ് വീഴുന്നുണ്ട്. ഒരു കുപ്പിയിൽ നിന്നും അവർ നല്ല വെള്ളം ഫലകത്തിലേക്കൊഴിച്ചു. വെളുത്ത തുണി കൊണ്ടത് തുടച്ചെടുത്തു. ആ കല്ല് വൃത്തിയായി എന്ന് കണ്ടപ്പോൾ അവർ അടുത്തതിലേക്ക് നീങ്ങി. അവിടേയും അതെല്ലാം ആവർത്തിക്കപ്പെട്ടു. രണ്ട് കല്ലറകൾക്കിടയിൽ ഒരു വൃദ്ധൻ ഇരിക്കുന്നു. വെളുത്ത ഷർട്ടും കറുത്ത പാന്റ്സും ധരിച്ച ഒരു വൃദ്ധൻ. വല്ലാതെ മെലിഞ്ഞ രൂപം. തന്റെ കൈയിലെ പ്രാർത്ഥനാ മണികൾ തിരിച്ചുകൊണ്ടാണയാൾ ഇരിക്കുന്നത്. ചുണ്ടുകളനങ്ങുന്നുണ്ട്. അയാൾ ആ സ്ത്രീ ചെയ്യുന്നത് ശ്രദ്ധിക്കുന്നുണ്ട്.

തരേനയുടെ, സൈറസിന്റെ, ഗീതയുടെ കല്ലറകൾ ഇങ്ങനെ ആരും കഴുകി വൃത്തിയാക്കില്ല. അതിന്റെ തലയ്ക്ക് ഇതുപോലുള്ള ലോഹക്കൂടുകളുണ്ടാകില്ല. അവിടെ സുഹൃത്തുക്കളോ, വീട്ടുകാരോ അപരിചിതരോ ഒരു നിമിഷം നിൽക്കില്ല. അവരെയോർക്കില്ല. ഒരു പ്രാർത്ഥന അവർക്കായി ചൊല്ലില്ല.

എന്നാൽ ഞാനവരെ ഓർക്കുന്നു. ഞാനെങ്ങനെ രക്ഷപ്പെട്ടു എന്നോർക്കുന്നു. എന്റെ ജീവിതത്തിന് ഞാൻ കൂടുതൽ അവരോടു കടപ്പെട്ടിരിക്കുന്നു.

ഞാൻ എഴുന്നേറ്റ് നിന്നു. അലിയുടെ സ്മാരകഫലകത്തിന്റെ തലയ്ക്കലുള്ള ലോഹക്കൂടിന്റെ വാതിൽ തുറന്ന് കൈയിലുണ്ടായിരുന്ന ജപമാല പുറത്തെടുത്ത് അത് അലിക്കായി അവിടെ വച്ചു.

അക്രം അതിലേക്ക് നോക്കി.

"എന്താണത്?"

"എന്റെ ജപമാല."

"സുന്ദരമാണവ. ഇതുപോലൊന്ന് ഇതിനു മുമ്പ് ഞാൻ കണ്ടിട്ടില്ല."

"എന്റെ മറിയത്തിനോട് പ്രാർത്ഥിക്കാനുള്ളതാണവ."

തിരിച്ച് നടക്കുമ്പോൾ ആ വൃദ്ധ വൃത്തിയാക്കിയിരുന്ന കല്ലറകളിലേക്ക് ഞാൻ സൂക്ഷിച്ച് നോക്കി. വൃദ്ധയും വൃദ്ധനും പോയിക്കഴിഞ്ഞിരുന്നു. അതിലൊന്ന് റെസ അഹ്മാദിയുടേതാണ്. മറ്റേത് ഹസ്സൻ-എ അഹ്മാദിയുടേതും. ഒരേ ദിവസം ജനിക്കുകയും ഒരേ ദിവസം മരിക്കുകയും ചെയ്തവർ! ഇരട്ടകളായിരുന്നു അവർ. യുദ്ധമുന്നണിയിൽ ഒന്നിച്ച് കൊല്ലപ്പെട്ടു.

മരണവുമായി ഞാനിതെത്ര പൊരുത്തപ്പെട്ടിരിക്കുന്നു എന്ന്, മരണവുമായി ഞാനെത്ര പരിചയത്തിലായിരിക്കുന്നു എന്ന്, ഞാനപ്പോൾ തിരിച്ചറിഞ്ഞു. എന്റെ ലോകത്തിലെ യുവതീയുവാക്കളാണിപ്പോൾ ഇത്രയെളുപ്പത്തിൽ വൃദ്ധരേക്കാൾ കൂടുതലായി മരണവുമായി പരിചിതരാകുന്നത്. എന്റെ സഹപാഠികൾ, ബാല്യകാലസുഹൃത്തുക്കൾ...

അക്രമിനെ വീട്ടിൽ വിട്ടതിനു ശേഷം മൂസാവി എന്നെ എവിനിൽ തിരികെയെത്തിച്ചു. എന്നെ വീട്ടിലെത്തിക്കാനുള്ള നടപടികൾ എത്രയും പെട്ടെന്ന് പൂർത്തിയാക്കാം എന്നറിയിച്ചു.

ഒക്ടോബർ അവസാനത്തിലെ ഒരു സന്ദർശക ദിനത്തിൽ ഷീദ തന്റെ മകൻ കാവെയെ മാതാപിതാക്കൾക്കൊപ്പമയച്ചു. അവനപ്പോൾ പത്തൊമ്പത് മാസം പ്രായമായിട്ടുണ്ട്. ഞങ്ങളെയെല്ലാം സന്തോഷിപ്പിച്ചിരുന്നത് അവന്റെ കുസൃതികളായിരുന്നു. അവനെന്റെ പേര് വ്യക്തമായി പറയാനറിയില്ലായിരുന്നു. എന്ന മാന അമ്മയി എന്നാണവൻ വിളിച്ചിരുന്നത്. അവനില്ലാതെ തിരികെയെത്തിയ ഷീദയ്ക്ക് ആത്മാവ് നഷ്ടപ്പെട്ടതുപോലെ തോന്നി. അവൾ ഒരു മൂലയിൽ ചെന്ന് കിടന്നു. കുറേനേരമവൾ തിരിഞ്ഞും മറിഞ്ഞും കിടന്നു. പിന്നെ ഉറങ്ങി.

ഏതാനും ദിവസങ്ങൾകൂടി കഴിഞ്ഞപ്പോൾ ഞങ്ങളുടെ കൂട്ടത്തിലെ ഒരാൾ പതിനെട്ട് മാസത്തെ ശിക്ഷ കഴിഞ്ഞ് തിരിച്ച് പോകുന്നുണ്ടായിരുന്നു. തരേന, തന്റെ മാതാപിതാക്കൾക്ക് നൽകണം എന്ന് പറഞ്ഞ് എന്നെ ഏല്പിച്ചിരുന്ന അവളുടെ സാധനങ്ങളെല്ലാം ഞാൻ ശിക്ഷ കഴിഞ്ഞ് പോകുന്ന സുഹൃത്തിനു കൈമാറി. എനിക്ക് തിരികെ വീട്ടിൽ പോകാനാകും എന്ന പ്രതീക്ഷ എന്നിൽ സാവധാനം അസ്തമിക്കുകയായിരുന്നു.

1983ലെ ക്രിസ്തുമസ് ദിനത്തിൽ മഞ്ഞുപെയ്തു. ഞങ്ങളുടെ മുറിയുടെ ജനലിൽ കൂടി എനിക്ക് കാറ്റിൽ പാറിക്കളിക്കുന്ന മഞ്ഞുപാളികളെ കാണാമായിരുന്നു. പിന്നെ സാവധാനത്തിൽ അയയിൽ

കിടന്നിരുന്ന തുണികളിലെല്ലാം അവ വന്ന് പൊതിയുന്നത് ഞാൻ കണ്ട് നിന്നു. മുറ്റം ഉപയോഗിക്കാൻ ഞങ്ങൾക്ക് അനുവാദമുള്ള സമയമെത്തിയപ്പോളുടൻ മുറിയിലെ കുട്ടികളെല്ലാം ഓടിച്ചെന്ന് അവരുടെ തുണി വാരിക്കെട്ടി. അവയിലെല്ലാം വെളുത്ത മഞ്ഞ് കൂടുകൂട്ടിയിരുന്നു. നല്ല തണുപ്പുണ്ടായിരുന്നു. റബ്ബർ ചെരുപ്പുകൾ ഞങ്ങൾക്ക് ആവശ്യത്തിനുള്ള സംരക്ഷണം നൽകുന്നുണ്ടായിരുന്നില്ല. ബഹാറിന്റേയും സാറയുടേതും തുണി ഞാനെടുത്തുകൊണ്ടുവരാം എന്ന് ഞാൻ പറഞ്ഞു. പ്രതീക്ഷിച്ചതിലും കൂടുതൽ തണുപ്പുണ്ടായിരുന്നു പുറത്ത്. മഞ്ഞുപാളികൾ എന്റെ മുഖത്തും വന്നിരുന്നു. പുറത്ത് ആരുമുണ്ടായിരുന്നില്ല. ഞാൻ സോക്സും ചെരുപ്പും ഊരി. അനങ്ങാതെ നിന്നു. തണുപ്പിന്റെ വെളുത്ത അലകൾ എന്നെ വന്ന് പൊതിഞ്ഞു. എന്റെ കാൽവിരലുകൾക്കിടയിൽ അവ വന്നിരുന്ന് സ്വകാര്യം പറയാൻ തുടങ്ങി. ക്രിസ്തുമസ്സാണിന്ന്! യേശു ജനിച്ച ദിവസം. സന്തോഷത്തിന്റേയും ആഘോഷങ്ങളുടേയും ദിവസം. കരോൾ ഗാനങ്ങളുടെ ദിവസം. വിരുന്നിന്റെ ദിവസം. സമ്മാനങ്ങൾ ലഭിക്കുന്ന ദിവസം. ഈ ലോകത്തിനിപ്പോഴുമെങ്ങനെ ഒന്നും സംഭവിച്ചിട്ടില്ല എന്ന മട്ടിൽ മുന്നോട്ട് പോകാനാകുന്നു. നഷ്ടപ്പെട്ട അനേകം ജീവനുകൾ ഇവിടെ ഉണ്ടായിരുന്നേയില്ല എന്ന മട്ടിൽ.

കുറച്ച് കഴിഞ്ഞപ്പോൾ കാല് വേദനിക്കാൻ തുടങ്ങി. അവ മരവിച്ച് തുടങ്ങി. ഞാൻ വധശിക്ഷയ്ക്ക് വിധിക്കപ്പെട്ട രാവ് ഓർമ്മയിലെത്തി. ഒരു മരക്കുറ്റിയിൽ കെട്ടിയിടപ്പെട്ടിരിക്കുന്നു. മരണം കാത്ത് നിൽക്കുകയാണ്. എവിൻ എന്നെ വീട്ടിൽ നിന്നും അകറ്റിയിരിക്കുന്നു. വീട് എന്നിൽ നിന്നും എന്നെന്നേക്കുമായി മറഞ്ഞിരിക്കുന്നു. ഞാൻ മരിക്കുകയാണ്. ഭയത്തിനും അപ്പുറത്തുള്ള ഒരു ലോകത്തിലേക്കാണതെന്നെ എത്തിച്ചത്. ഒരു മനുഷ്യജീവിതത്തിൽ കാണാവുന്നതിലും അധികം വേദന ഞാൻ കണ്ടുകഴിഞ്ഞിരിക്കുന്നു. ഇതിനു മുമ്പും ഞാൻ നഷ്ടം എന്തെന്നനുഭവിച്ചറിഞ്ഞിട്ടുണ്ട്. ഞാൻ ദുഃഖിച്ചിട്ടുണ്ട്. എന്നാൽ ഇവിടെ ദുഃഖത്തിനൊരു അവസാനമില്ല. ഇവിടെ ഇരകളെ എന്നും ശ്വാസംമുട്ടിച്ചു കൊല്ലുന്ന ഇരുട്ടാണ്. അവസാനമില്ലാത്ത ഇരുട്ട്. ഇവിടെ നിന്ന് പുറത്ത് കടന്നാലും ഞാൻ അതിജീവിക്കുമോ?

ചിന്തകൾക്ക് കടിഞ്ഞാണിടേണ്ടിയിരിക്കുന്നു. നിർത്തിവയ്ക്കേണ്ടിയിരിക്കുന്നു. ഈ ചിന്തകൾ എനിക്ക് കൂടുതൽ നിരാശയല്ലാതെ മറ്റൊന്നും കൊണ്ടുവരികയില്ല. ഒരു ദിവസം ഞാനും വീട്ടിൽ പോകും എന്ന് പ്രത്യാശിച്ചേ മതിയാകൂ.

മൂന്ന് മാസം കഴിഞ്ഞു. 1984 മാർച്ച് 26. ഉച്ചഭാഷിണിയിലൂടെ എന്റെ പേരുവിളിക്കുന്നത് കേട്ടു.

"മറീന മൊറാദി-ബക്ത്, ഓഫീസിലെത്തണം."

ഇത് എന്തിനുമാകാം. അവരെന്നെ വിട്ടയയ്ക്കാൻ തീരുമാനിച്ചിരിക്കാം. അല്ലെങ്കിൽ നിറയൊഴിക്കാൻ തയ്യാറായി നിൽക്കുന്നവർക്ക് മുന്നിലേക്ക്

പറഞ്ഞയയ്ക്കുകയാകാം. അതുമല്ലെങ്കിൽ മൂസാവി എന്നെക്കാണാൻ എത്തിയതാകാം.

"മറീനാ, നീ വീട്ടിലേക്ക് പോകുകയാണെന്ന് എന്റെ മനസ്സ് പറയുന്നു." ബഹാർ പറഞ്ഞു

"ഇവിടെ ഒന്നും പ്രവചിക്കുവാനാകില്ല."

"ബഹാർ പറഞ്ഞത് ശരിയാണ് മറീനാ. അതിനാണീ വിളി." ഷീദ പിന്തുണച്ചു.

സാറ എന്നെ ആലിംഗനം ചെയ്തു. അവളുടെ കവിളിൽ കണ്ണീർ ചാലുണ്ടായിരുന്നു. മുഖത്തൊരു പുഞ്ചിരിയുണ്ടായിരുന്നു. "മറീനാ എന്റെ അമ്മയോട് സംസാരിക്കണേ. എനിക്ക് കുഴപ്പമൊന്നുമില്ലെന്ന് പറയണം. ഒരു ദിവസം ഇതുപോലെ ഞാനും വരുമെന്ന് പറയണം." സാറ എന്നോട് പറഞ്ഞു.

"വേഗം പോ... മറീനാ" കൂട്ടുകാരികൾ ഒത്തൊരുമിച്ച് പറഞ്ഞു. അവരെന്നെ തള്ളിവിട്ടു.

ഇരുമ്പ് വാതിലിനരികിലേക്ക് ഞാൻ നടന്നു. പടികൾ കയറുന്നതിനു മുമ്പ് ഒന്ന് തിരിഞ്ഞ് നോക്കി. എന്റെ കൂട്ടുകാരികൾ എനിക്ക് യാത്രാ മംഗളം നേർന്ന് കൈവീശുന്നു. ഞാൻ തിരിച്ചും കൈ വീശി ഓഫീസിലെത്തിയ ഉടൻ തന്നെ സൈനബ് ആറാം നമ്പർ മുറിയിലെ പ്രതിനിധിയെ ഉച്ചഭാഷിണിയിലൂടെ വിളിച്ചു. എന്റെ സാധന സാമഗ്രികൾ എത്തിക്കാൻ ആവശ്യപ്പെട്ടു.

"നീ ജയിച്ചു," സൈനബ് പറഞ്ഞു. "നിന്നെ ഇത്ര പെട്ടെന്ന് വിട്ടയക്കാൻ അവർ അനുവദിക്കുമെന്ന് ഞാൻ കരുതിയില്ല."

"എനിക്കെന്റെ സുഹൃത്തുക്കളെ നഷ്ടപ്പെട്ടു. എന്റെ ഭർത്താവിനെ നഷ്ടപ്പെട്ടു. എന്റെ കുഞ്ഞിനെ നഷ്ടപ്പെട്ടു. എന്നിട്ടും ഞാൻ വിജയിച്ചു എന്ന് താങ്കൾ കരുതുന്നോ?"

അവർ തല താഴ്ത്തി.

അവസാനം ഞാൻ പുറത്തിറങ്ങുന്നു. വീട്ടിലേക്ക് പോകുന്നു.

അലിയുടെ മാതാപിതാക്കളും അക്രമും കുഞ്ഞും എവിന്റെ പടിക്കലുള്ള ചെറിയ മുറിയിൽ എന്നെ കാത്തിരിക്കുന്നുണ്ടായിരുന്നു. എന്നെ കണ്ടപ്പോൾ മൂസാവി പുഞ്ചിരിച്ചു.

"ഞാൻ വാക്ക് പാലിച്ചില്ലേ?" മൂസാവി ചോദിച്ചു.

"ഉവ്വ്. തീർച്ചയായും. എങ്ങനെ സാധിച്ചു?"

"ഞാൻ ഇമാമുമായി സംസാരിച്ചു. ലദ്ജെർവാദി നിനക്കെതിരായി വാദിച്ചു. എന്നാൽ അവസാനം ഞാൻ ഇമാമിനെ ബോദ്ധ്യപ്പെടുത്തി. നിന്നെ വിട്ടയയ്ക്കുന്നതാണുചിതമെന്ന് ബോദ്ധ്യപ്പെടുത്തി." അദ്ദേഹം ഒരു നിമിഷം നിർത്തി. "എന്നെ എന്നും നല്ലവനായി ഓർക്കില്ലേ?"

"ഉവ്വ്. തീർച്ചയായും ഓർക്കും. താങ്കളോ? താങ്കൾ എന്നെ എങ്ങനെ ഓർക്കും?"

"കരുത്തയായ ഒരു മകളായി," കണ്ണുതുടച്ചുകൊണ്ട് അദ്ദേഹം പറഞ്ഞു. എന്തെങ്കിലും പ്രശ്നമുണ്ടായാൽ ഉടൻ ഫോൺ ചെയ്യണം എന്നദ്ദേഹം പറഞ്ഞു. അലി എനിക്കായി ബാങ്കിൽ ഉപേക്ഷിച്ചിട്ടുള്ള പണമെല്ലാം ഒരു വർഷം അതുപോലെ തന്നെ സൂക്ഷിക്കപ്പെടും എന്നദ്ദേഹം തുടർന്നു. എന്നെങ്കിലും ഞാൻ മനസ്സ് മാറ്റുന്നുവെങ്കിൽ അതെടുക്കാം. എവിനിൽ നിന്നും പുറത്തിറങ്ങിയവർ ഏതാനും വർഷം നാടുവിട്ട് പോകരുത് എന്നാണ് നിയമമെന്ന് അദ്ദേഹം ഓർമ്മിപ്പിച്ചു. എന്റെ കാര്യത്തിൽ ചില ഇളവുകൾക്ക് ശ്രമിച്ചിരുന്നു. എങ്കിലും എനിക്കിപ്പോൾ ഈ നിയമം ബാധകമാണ്.

സാറയെ സഹായിക്കാം എന്ന് അലി എനിക്ക് വാക്ക് തന്നിരുന്നു എന്ന് ഞാൻ മൂസാവിയോട് പറഞ്ഞു. അവളെ ഒന്ന് ശ്രദ്ധിക്കണമെന്ന് മൊഹമ്മദിനോട് അഭ്യർത്ഥിക്കണം എന്നാവശ്യപ്പെട്ടു. അത് ചെയ്യാം എന്നദ്ദേഹം എനിക്ക് വാക്ക് തന്നു.

"നിനക്ക് തരാനായി എന്റെ പക്കൽ ഒരു ഉപദേശം മാത്രമേയുള്ളൂ. നിന്റെ ജയിൽ കൂട്ടുകാരികളുടെ മാതാപിതാക്കളേയും കുടുംബത്തേയും നീ സന്ദർശിക്കരുത്. ഒന്നോ രണ്ടോ പേരെ സന്ദർശിക്കുന്നതിൽ കുഴപ്പമില്ലായിരിക്കാം. എന്നാൽ അതിലധികമാകരുത്. ഹമെഹ്ദ് നിന്നെ നിരീക്ഷിക്കുന്നുണ്ട്. നിന്നെ വീണ്ടും അറസ്റ്റ് ചെയ്യാൻ ഒരു ചെറിയ കാരണം നീ നൽകിയാൽ അയാൾ അതുടൻ ചെയ്തിരിക്കും. അങ്ങനെ സംഭവിച്ചാൽ പിന്നെ എനിക്ക് നിന്നെ സഹായിക്കുവാനാകില്ല. വീട്ടിൽ തന്നെ കഴിയുക. ആരുടേയും ശ്രദ്ധ ആകർഷിക്കാതിരിക്കുക."

"ഞാൻ വീടിനകത്ത് കഴിയാം."

എന്റെ വീട്ടുകാർ ലൂണ പാർക്കിൽ എന്നെ കാത്തിരിക്കുന്നുണ്ട്. അതുവരെ കൊണ്ട് വിടാം എന്ന് മൂസാവി പറഞ്ഞു. ഞാൻ നന്ദി പറഞ്ഞു. നടക്കാനാഗ്രഹിക്കുന്നു എന്നറിയിച്ചു. എന്റെ മാതാപിതാക്കളെ അഭിമുഖീകരിക്കാൻ എനിക്ക് തയ്യാറെടുക്കണം. അതിനിത്തിരി ശുദ്ധവായു വേണം.

എവിനിൽ നിന്നും ഒന്നര നാഴിക തെക്ക് മാറിയാണ് ലൂണ പാർക്ക്. അത് ഒരു അമ്യൂസ്മെന്റ് പാർക്കാണ്. അതിന്റെ ഒരു ഭാഗം സർക്കാർ ഏറ്റെടുത്തിരിക്കുന്നു. ജയിൽ സന്ദർശിക്കുന്ന ബന്ധുക്കളെ കൊണ്ടുപോകുവാനുള്ള ബസ്സുകൾ നിർത്തിയിടുന്നതിനായാണാ സ്ഥലം ഉപയോഗിക്കുന്നത്. ഒരു ജയിൽപുള്ളി ശിക്ഷ കഴിഞ്ഞ് പുറത്തിറങ്ങുകയാണെങ്കിൽ ബന്ധുക്കൾ ഇവിടെ വന്ന് നിൽക്കാനേ പാടുള്ളൂ. അതിനപ്പുറം പ്രവേശനമില്ല.

ഞാൻ പുറത്തിറങ്ങി. എനിക്കങ്ങിനെ വീട്ടിലേക്ക് നടന്ന് പോകാം എന്നത് അതിവിചിത്രമായ ഒരു വികാരമാണെന്നിലുണ്ടാക്കിയത്.

എനിക്കപ്പോഴും സന്തോഷിക്കാനാകുന്നില്ല. ഭയം വിട്ട് മാറിയിട്ടില്ല. ശക്തമായ കാറ്റ് വീശി. തണുത്ത മഴത്തുള്ളികളുമായാണ് ആ കാറ്റ് വന്നത്. അതെന്റെ മുഖം കഴുകി. ഞാൻ എന്റെ കറുത്ത ചാദോർ നേരെയിട്ടു. തെരുവിലേക്കിറങ്ങുന്നതിനുമുമ്പ് കുറച്ച് പടികളുണ്ട്. ശ്രദ്ധിച്ച് ഞാനിറങ്ങി. ശാന്തമായ, ഇടുങ്ങിയ തെരുവ്. ഞാൻ നിന്നു. മുകളിലേക്ക് നോക്കി. ശക്തമായ കാറ്റിൽ മേഘങ്ങൾ പറന്ന് പോകുന്നത് കണ്ടു. ഒരു നിമിഷത്തേക്ക് വിളറിയ നീല നിറം കണ്ടു. വിളറിയതെങ്കിലും അത് എന്നിലെ ശ്വാസം അടക്കി നിർത്തുവാനുതകിയതായിരുന്നു. ജീവനുള്ളതായിരുന്നു. ചാരനിറമാർന്ന മേഘങ്ങൾക്കിടയിൽ അതിന്റെ സൗന്ദര്യം അഭൗമികമായിരുന്നു. ഞാൻ വഴിയിലേക്കു നോക്കി. ഒരു വെളുത്ത കാർ എനിക്ക് നേരെ വരുന്നത് കണ്ടു. മധ്യവയസ്കനായ ഒരാളാണ് വണ്ടിയോടിക്കുന്നത്. എനിക്ക് സമീപമെത്തിയപ്പോൾ അയാൾ വണ്ടിയൊന്ന് സാവധാനത്തിലാക്കി. എന്നെ നോക്കി. പിന്നെ ഓടിച്ച് പോയി. എന്റെ റബ്ബർ ചെരുപ്പുകളിൽ സോക്സ് ആകെ നനഞ്ഞ് കുതിർന്നിരിക്കുന്നു. കാലുകൾ തണുത്ത് മരവിക്കുന്നു.

എവിന്റെ ടവറുകൾക്ക് മുകളിലൊന്നിൽ തോക്കുധാരിയായ ഒരു കാവൽക്കാരൻ നില്പുണ്ട്. അയാൾ തെരുവിൽ എന്ത് നടക്കുന്നു എന്ന് നോക്കിയാണ് നിൽക്കുന്നത്.

"ലൂണാ പാർക്കിലേക്കുള്ള വഴിയേതാ സഹോദരാ..?" ഞാൻ വിളിച്ച് ചോദിച്ചു. അയാൾ വഴി ചൂണ്ടിക്കാണിച്ച് തന്നു.

വഴിയിൽ മുഴുക്കെ വെള്ളക്കെട്ടുകളുണ്ടായിരുന്നു. അതിൽ ചെറിയ അലകളടിക്കുന്നുണ്ടായിരുന്നു. ആ അലകളിൽ നിഴലുകൾ വിറയ്ക്കുന്നുണ്ടായിരുന്നു. ഇടയ്ക്ക് പല നിഴലുകൾ ഒന്നായി അലിഞ്ഞ് ചേരുന്നു. കാൽനടക്കാരധികമില്ല. എന്നാൽ ഇടയ്ക്കാക്കെ ചിലർ അതിവേഗം നടന്ന് പോയിക്കൊണ്ടിരുന്നു. ദൂരെ ഒരു കറുത്ത കുട നൃത്തം ചെയ്യുന്നത് കണ്ടു. അത് എന്നിൽ നിന്നും അകന്ന് പോകുകയാണ്. ഒരു മൂലയിൽ, ഇടിഞ്ഞുവീഴാറായ ഒരു ചുമരിൽ ചാരി മെലിഞ്ഞ ഒരു വൃദ്ധനിരിക്കുന്നു. പഴകിയ വസ്ത്രമാണയാൾ ധരിച്ചിരിക്കുന്നത്. അയാൾ കൈകൾ തുറന്ന് പിടിച്ച് പ്രാർത്ഥിക്കുകയാണ്.

ഞാൻ എന്റെ മാതാപിതാക്കളോട് എന്ത് പറയും? കഴിഞ്ഞ രണ്ടര വർഷത്തിനുള്ളിൽ അവർ എന്നെ പീഡിപ്പിച്ച കഥകൾ പറയണോ? മരണത്തിന്റെ വക്കത്തെത്തി, വിവാഹിതയായി, വിധവയായി, ഗർഭമലസി എന്നൊക്കെ പറയണോ? ഇതെല്ലാം ഞാനെങ്ങിനെ വാക്കുകളിലൊതുക്കും? ആന്ദ്രെയോട് എന്ത് പറയും? അയാൾ ഇപ്പോഴും എന്നെ സ്നേഹിക്കുന്നുണ്ടോ? ഞങ്ങൾ തമ്മിലുണ്ടായ ഈ അകൽച്ച, നേരിൽ കാണാറില്ലെന്ന അകൽച്ച, അയാളെ എന്നിൽ നിന്നും അകറ്റിയിരിക്കുന്നോ?

എനിക്കധികം മുന്നിലല്ലാതെ ഒരു യുവതി നടന്ന് നീങ്ങുന്നത് കണ്ടു. എന്റെ കൈയിലുള്ളതുപോലെ ഒരു പ്ലാസ്റ്റിക് സഞ്ചിയാണവളുടെ

കയ്യിലുമുള്ളത്. അവളണിഞ്ഞിരിക്കുന്ന റബ്ബർ ചെരിപ്പുകൾക്ക് അവൾക്കാവശ്യമുള്ളതിനേക്കാൾ മൂന്ന് മടങ്ങ് വലിപ്പമുണ്ട്. അവൾ എന്നെ കണ്ടിട്ടില്ല. പ്രധാന നിരത്തിലെത്തി. ലൂണാ പാർക്ക് ദൃഷ്ടിയിൽ പെട്ടു. ട്രാഫിക് സിഗ്നലിൽ കാൽനടക്കാർക്ക് മുറിച്ച് കടക്കാനുള്ള പച്ചനിറം കാണിച്ചിരുന്നു. എന്നിട്ടും അവൾ വഴി മുറിച്ച് കടന്നില്ല. ഞാനവൾക്ക് പുറകിൽ, ഏതാനും അടി പുറകിൽ ചെന്ന് നിന്നു. അവൾ അവിടെ നിന്ന് കാൽനടക്കാർക്ക് വഴി മുറിച്ച് കടക്കുവാനുള്ള വെളിച്ചം പച്ചയിൽ നിന്ന് ചുവപ്പിലേക്കും വീണ്ടും പച്ചയിലേക്കും മാറുന്നത് നോക്കിക്കാണുകയാണ്. കാറുകൾ അതിവേഗം പാഞ്ഞ് പോകുന്നു. സിഗ്നലിൽ വന്ന് നിൽക്കുന്നു. പിന്നെ വീണ്ടും യാത്രയാരംഭിക്കുന്നു.

"എന്താണ് വഴി മുറിച്ച് കടക്കാത്തത്?" ഞാൻ ചോദിച്ചു. അവൾ ഒന്നമ്പരന്നു. തിരിഞ്ഞ് നോക്കി. മഴയിലൂടെ എന്നെ കണ്ടു. ഞാൻ പുഞ്ചിരിച്ചു. "ഞാനും എവിനിൽ നിന്നും വീട്ടിലേക്ക് പോകുകയാണ്. നമുക്കൊരുമിച്ച് വഴി മുറിച്ച് കടക്കാം."

അവൾ പുഞ്ചിരിച്ചു. എന്തോ, എനിക്കുറപ്പില്ല എന്ന മട്ടിലൊരു പുഞ്ചിരി. ഞങ്ങൾ കൈകോർത്തു. വഴി മുറിച്ച് കടന്നു. അവളുടെ കൈയിന് എന്റെ കൈയിനേക്കാൾ തണുപ്പുണ്ടായിരുന്നു.

ലൂണ പാർക്കിന്റെ വാതിൽക്കലെത്തിയപ്പോൾ ഒരു വിപ്ലവ ഗാർഡ് ഞങ്ങളെ തടഞ്ഞു. തണുത്തുറഞ്ഞ് പെയ്യുന്ന മഴയെ ശപിക്കുന്നുണ്ടയാൾ. അയാൾ ഞങ്ങളുടെ പേരു ചോദിച്ചു. കീശയിൽ നിന്നും നനഞ്ഞ ഒരു കടലാസെടുത്തു. അതിൽ പരിശോധിച്ചു. ഞങ്ങളെ അകത്തേക്ക് കടത്തി വിട്ടു. ഞങ്ങൾ ചുറ്റിലും നോക്കി. പുറകിൽ ചില ചെറിയ അറകളൊഴിച്ചാൽ വണ്ടികൾ പാർക്ക് ചെയ്യാനല്ലാതെ മറ്റൊന്നിനും ഈ സ്ഥലം ഉപയോഗിക്കുന്നില്ല എന്നു തോന്നി. അതിനകത്തും ധാരാളം വിപ്ലവ ഗാർഡുകൾ കാവലിനായുണ്ട്. പരിചയമുള്ള ഒരൊറ്റ മുഖം പോലും എനിക്ക് കാണാനായില്ല. ഒരു സ്ത്രീയും പുരുഷനും അകത്തെത്തി. അവരെ കണ്ടതും എന്റെ പുതിയ സുഹൃത്ത് അവർക്ക് സമീപത്തേക്കോടി. അവർ മൂന്നുപേരും ഒന്നിച്ച് കരയാനാരംഭിച്ചു. ഏതാനും നിമിഷങ്ങൾക്ക് ശേഷം ഞാൻ എന്റെ മാതാപിതാക്കളെ കണ്ടു. ഞാൻ അവർക്കരികിലേക്കോടി. അവരെ മുറുകെ പിടിച്ചു. പിടിവിടാൻ എനിക്കാകുന്നുണ്ടായിരുന്നില്ല. ഞങ്ങൾ കാറിനരികിലേക്ക് നടന്നു. എന്റെ അമ്മ കൈയിലുള്ള കുടയുമായൊരു മല്ലയുദ്ധം നടത്തി. അത് തുറക്കുന്നുണ്ടായിരുന്നില്ല.

"മാമൻ... എന്താ ഈ ചെയ്യുന്നേ?"

"ഈ കുട തുറക്കുന്നില്ല."

"നമ്മളതിന് കാറിനരികിലെത്തിയില്ലേ?"

"നീ ആകെ നനഞ്ഞിരിക്കുന്നു. നിനക്ക് ജലദോഷം പിടിക്കും."

അമ്മ എന്നെ മഴയിൽ നിന്നും സംരക്ഷിക്കാൻ ആഗ്രഹിക്കുന്നു. കഴിഞ്ഞ രണ്ട് വർഷം എന്നെ സഹായിക്കാനായി അമ്മയ്ക്ക് ഒന്നും ചെയ്യാനാകുമായിരുന്നില്ല. അമ്മ തീർത്തും നിസ്സഹായയായിരുന്നു. ഒരു പക്ഷേ എന്നേക്കാൾ കൂടുതൽ നിസ്സഹായയായിരിക്കണം. കുട അവസാനം നിവർന്നു. അപ്പോഴേക്കും ഞങ്ങൾ കാറിനരികിലെത്തിയിരുന്നു. ഞാൻ അമ്മയിൽ നിന്നും കുട വാങ്ങി.

നനഞ്ഞൊലിച്ച് ഞാൻ അച്ഛന്റെ കാറിൽ കയറി. അതിനകത്ത് കയറിയപ്പോഴാണ് വണ്ടിയോടിക്കുന്നത് ആന്ദ്രെയാണെന്ന് കണ്ടത്. ആന്ദ്രെ തിരിഞ്ഞ് നോക്കി. പുഞ്ചിരിച്ചു. ഈ സാന്നിദ്ധ്യം കാണിക്കുന്നത് ആന്ദ്രെ വാക്ക് പാലിച്ചു എന്നാണ്. ആന്ദ്രെ എന്നെ ഇപ്പോഴും സ്നേഹിക്കുന്നു എന്ന്. അവസാനം സന്തോഷമെന്നതെന്തെന്ന് ഞാനറിഞ്ഞു. എന്നെ അറസ്റ്റ് ചെയ്യുന്നതിനു മുമ്പ് ഞങ്ങൾ പരസ്പരം പ്രണയിക്കുന്നുണ്ട് എന്ന് ഞങ്ങളറിഞ്ഞിരുന്നില്ല. പരസ്പരം നഷ്ടമായതിനു ശേഷമാണിത് ഇരുവരും തിരിച്ചറിഞ്ഞത്.

അമ്മയുടെ സ്വരം വണ്ടിയിൽ നിറഞ്ഞു. "ഇങ്ങനെ മഴ പെയ്യുമ്പോൾ ജയിലിന്റെ വാതിൽ വരെ ചെല്ലാൻ നമുക്ക് അനുവാദം തരേണ്ടതായിരുന്നില്ലേ? ഇവളെ ഒന്ന് നോക്ക്. നിനക്ക് അസുഖം വരും എന്നുറപ്പാണ്. നീ ആ സോക്സൊന്ന് അഴിച്ച് മാറ്റ്."

"വിഷമിക്കണ്ട മാമൻ... എനിക്ക് കുഴപ്പമൊന്നുമില്ല. സത്യമായും. വീട്ടിലെത്തിയാലുടൻ വസ്ത്രം മാറ്റാം."

"നിനക്ക് ഞാൻ പുതിയ ഉടുപ്പൊക്കെ വാങ്ങി വച്ചിട്ടുണ്ട്. അതെല്ലാം നിന്റെ അലമാരയിൽ തൂക്കിയിട്ടിട്ടുണ്ട്."

ഞാൻ ജയിലിലായിരുന്ന കാലത്ത് അച്ഛനുമമ്മയും ഒരു സുഹൃത്തിന്റെ വീട്ടിലേക്ക് താമസം മാറ്റി. സെനിയ എന്നാണവരുടെ പേര്. അഞ്ച് മുറികളുള്ള ഒരു വലിയ വീടാണവരുടേത്. ധനികർ ധാരാളം താമസിക്കുന്ന സ്ഥലത്താണത്. ഈ വ്യവസ്ഥ ഇരുകൂട്ടർക്കും ഉപകാരമായി. സെനിയയ്ക്ക് ഒറ്റയ്ക്ക് താമസിക്കേണ്ടി വന്നില്ല. എന്റെ മാതാപിതാക്കൾക്ക് വാടക ചിലവ് ഇല്ലാതാകുകയും ചെയ്തു. വിപ്ലവത്തിനുശേഷം വാടകയും വീടിന്റെ വിലയും വല്ലാതെ ഉയർന്നിരുന്നു. സ്വന്തമായി ഒരു വീടില്ലാത്ത മധ്യവർഗ്ഗക്കാർ വാടക കൊടുക്കാനാകാതെ ബുദ്ധിമുട്ടാൻ തുടങ്ങിയിരുന്നു.

"ഈ മാറ്റം എങ്ങനെയുണ്ടായിരുന്നു?" ഞാൻ അമ്മയോട് ചോദിച്ചു.

"കുഴപ്പമൊന്നുമില്ല. ചില വീട്ടുസാമഗ്രികൾ വിൽക്കേണ്ടി വന്നു. സെനിയയുടെ വീട്ടിൽ ഒരുപാട് സാധനങ്ങളുണ്ട്. അതിനെല്ലാം കൂടി സ്ഥലം തികയില്ലായിരുന്നു. വീട് മാറുന്ന അന്ന് ആന്ദ്രെ ഒരു മാലാഖയെപ്പോലെ വന്ന് എല്ലാതിനും ഞങ്ങളോടൊപ്പം നിന്നു. ആന്ദ്രെയുടെ കൈയിലൊരു വണ്ടിയുള്ളത് നന്നായി. ഇവനില്ലായിരുന്നെങ്കിൽ എന്താകുമായിരുന്നു എന്ന് എനിക്കിപ്പോഴും ഓർക്കാനാകുന്നില്ല."

"ആ വണ്ടി ഇപ്പോഴുമുണ്ടോ?" ഞാൻ ആന്ദ്രെയോട് ചോദിച്ചു.

"ഉവ്വ്."

സ്റ്റേഷൻ വാഗൻ എന്ന് വിളിക്കുന്ന കാറായിരുന്നു അത്. പാതി കാറും പാതി സാമഗ്രികൾ കയറ്റുന്ന വണ്ടിയും. ആ വണ്ടി ആന്ദ്രെ ഇപ്പോഴും കൊണ്ട് നടക്കുന്നു എന്നതിൽ എനിക്ക് അദ്ഭുതം തോന്നി. പിന്നെയാണ്, ഞാൻ എവിനിൽ രണ്ട് വർഷമേ ചിലവിട്ടിട്ടുള്ളൂ എന്ന സുബോധ മുണ്ടായത്. എനിക്കാ രണ്ട് വർഷങ്ങൾക്ക് ഒരു ആയുസ്സിന്റെ നീള മുണ്ടായിരുന്നു. രണ്ട് വർഷം, രണ്ട് മാസം, പന്ത്രണ്ട് ദിവസം!

പതിനെട്ട്

സെനിയയുടെ വീട്ടിൽ എനിക്ക് ലഭിച്ച കിടപ്പ് മുറിയിലെ ഒരു ജനൽ ഒരു ചുമർ മുഴുക്കെയുണ്ടായിരുന്നു. പുറകിലെ മുറ്റത്തിനഭിമുഖമായി രുന്നു ആ ജനൽ. ചുമരിനും പർദ്ദകൾക്കും ഇളം ചുവപ്പ് നിറമാണ് നൽകി യിരുന്നത്. എന്റെ ഏറ്റവും ഇഷ്ടപ്പെട്ട നിറവും അതായിരുന്നു. ജനലി നരികിൽ രണ്ട് ചാരുകസേരകളിട്ടിട്ടുണ്ട്. അതിന്റെ മൃദുവായ തുണികളി ലൊന്നിൽ ഞാൻ വിരലോടിച്ചു. അതിലിരുന്ന് ഒരു നോവലോ കവിതയോ വായിക്കുന്ന രംഗം സ്വപ്നം കണ്ടു. അതിനരികിൽ ഒരു ചെറിയ മേശ യുണ്ടായിരുന്നു. അത് ചുമരിൽ ഘടിപ്പിച്ചിരിക്കുകയായിരുന്നു. അതിനു മുകളിൽ കൈകൊണ്ട് കൊത്തുപണി ചെയ്ത ഒരു ഫ്രെയിമിനുള്ളിൽ എന്റെ രണ്ട് ചിത്രങ്ങൾ വച്ചിരിക്കുന്നു. ഒന്നിൽ എട്ടുവയസ്സുകാരിയായ ഞാൻ അച്ഛന്റെ പഴയ ഓൾഡ്സ്മോബൈലിൽ ചാരിയിരിക്കുന്നു. നീല നിറത്തിൽ തിളങ്ങുന്ന അച്ഛന്റെ പഴയ കാർ. വെളുത്ത വസ്ത്രം ധരിച്ച് ക്യാമറക്കണ്ണിലേക്ക് മിഴിച്ച് നോക്കിയിരിക്കുകയാണ് ഞാൻ. മുഖത്ത് ഇവിടെയിപ്പോൾ എന്താണീ സംഭവിക്കുന്നതെന്ന മട്ടിലൊരു പുഞ്ചിരി യുണ്ട്. എത്ര ഭംഗിയുള്ള ഞാനാണ്! അതെന്റെ തന്നെ ചിത്രമായിരു ന്നുവോ? അടുത്ത ചിത്രത്തിൽ ഞാൻ പതിമൂന്നുകാരിയാണ്. വലിയമ്മ യുടെ കോട്ടേജിനു മുന്നിൽ ഒരു സൈക്കിളിലിരിക്കുകയാണ് ഞാൻ. നീല ടീ-ഷർട്ടും വെളുത്ത ട്രൗസറും വേഷം. കടൽക്കരയിലേക്ക് പോകാനും അരാഷിനെ കാണാനും അക്ഷമയായിരിക്കുകയാണ് ഞാൻ. ഈ രണ്ട് ചിത്രങ്ങളും എന്റെ സഹോദരനെടുത്തതാണ്.

എന്റെ പഴയ മെത്തയ്ക്ക് പകരം തവിട്ട് നിറത്തിലുള്ള തുണിവിരി പ്പിട്ട ഒരു സോഫ മൂലയിലിട്ടിരിക്കുന്നു. ഞാൻ ഓരോ ഫർണിച്ചറിലും വിരലോടിച്ചു. ഇതൊക്കെ സത്യമാണോ എന്ന് തൊട്ടറിയുകയാണ് ഞാൻ. എന്തുകൊണ്ടാണിപ്പോഴും ഇതെല്ലാം സ്വപ്നമാണെന്ന് എനിക്ക് തോന്നുന്നത്? എന്തുകൊണ്ടെന്നറിയില്ല. എന്റെ മനസ്സിലിപ്പോഴും ഞാൻ എവിനിലെ അന്തേവാസിയാണ്. ഞാനിപ്പോൾ കടന്ന് വന്നിരിക്കുന്ന,

ഒരുകാലത്ത് ഞാൻ വീടെന്ന് വിളിച്ചിരുന്ന ഈ സ്ഥലം, എനിക്കിപ്പോഴും തൊട്ടറിയാൻ കഴിയാത്തതാണ്. അപരിചിതമാണ്. എന്നിരുന്നാലും ഞാനെന്നോട് പറഞ്ഞു. "ഇതാണ് സത്യം. ഞാനിപ്പോൾ വീട്ടിലാണ്. ഞാൻ തിരിച്ചെത്തിയിരിക്കുന്നു. എല്ലാം അവസാനിച്ചിരിക്കുന്നു. ദുഃസ്വപ്നങ്ങൾ കഴിഞ്ഞിരിക്കുന്നു. ഇതൊരു പുതിയ തുടക്കമാകട്ടെ. ഭൂതകാലത്തെ ഞാൻ മറക്കണം."

എവിനിൽ നിന്നും കൊണ്ടുവന്ന തുണി ഞാൻ പ്ലാസ്റ്റിക് സഞ്ചിയിൽ നിന്നെടുത്തു. അതെല്ലാം വിഴുപ്പിലേക്ക് വലിച്ചെറിയാനാണാദ്യം തോന്നിയത്. എന്നാൽ അതിനാകില്ല എന്ന് എനിക്ക് ഉറപ്പായിരുന്നു. വിവാഹത്തിന് ഞാനണിഞ്ഞ എന്റെ വെളുത്ത സ്കാർഫാണേറ്റവും മുകളിൽ. അതിലാണ് ഞാൻ എന്റെ വിവാഹമോതിരം കെട്ടിവച്ചിരുന്നത്. ഞാൻ ദീർഘമായൊന്ന് ശ്വസിച്ചു. സ്കാർഫിന്റെ കെട്ടുകൾ ഓരോന്നായഴിക്കുവാൻ തുടങ്ങി. എന്റെ കൈയിൽ അപ്പോൾ അലിയെ കണ്ടു. അലി ശ്വാസം കിട്ടാതെ വിമ്മിഷ്ടപ്പെടുന്നത് കണ്ടു. ഒന്നുകിൽ നല്ലവർ അല്ലെങ്കിൽ ചീത്തയാളുകൾ മാത്രമുള്ള, ലളിതമായ ഒരു ലോകമായിരുന്നു ഇതെങ്കിൽ എത്ര നന്നാകുമായിരുന്നു എന്നാഗ്രഹിച്ച് ഞാൻ ആ വിവാഹ മോതിരം വീണ്ടും അതുപോലെ തന്നെ കെട്ടിവച്ചു. അതിനെ എന്റെ മേശ വലിപ്പിൽ നിക്ഷേപിച്ചു. ഞാനെഴുന്നേറ്റ് ജനലിനരികിലേക്ക് പോയി. മഴ നിലച്ചിരിക്കുന്നു. മേഘങ്ങൾക്കിടയിലൂടെ വെയിൽ നിറയുന്നു. സൂര്യന്റെ രശ്മികൾ സ്വർണ്ണപ്രഭ തീർക്കുന്നു. പുറകിലെ മുറ്റത്ത് നല്ല സ്വകാര്യതയുണ്ട്. അതിനപ്പുറത്ത് ഉയരമുള്ള ചുറ്റുമതിലുണ്ട്. ഒഴിഞ്ഞ ഒരു നീന്തൽക്കുളമുണ്ട്. അതിനു ചുറ്റിലും ആരും ശ്രദ്ധിക്കാതെ പാഴ്ച്ചെടികളുടെ രൂപം പ്രാപിച്ച പനിനീർ ചെടികളുണ്ട്. ആരോ എന്റെ മുറിയുടെ വാതിലിൽ മുട്ടി.

"അകത്ത് വരൂ," തോട്ടത്തിൽ നിന്നും കണ്ണെടുക്കാതെ ഞാൻ പറഞ്ഞു.

ആന്ദ്രെ അകത്തേക്കെത്തി. എനിക്ക് പുറകിൽ നിന്നു. ഒരു കൈ എന്റെ തോളിൽ വച്ചു. ആന്ദ്രെ ഉപയോഗിച്ചിരുന്ന കൊളോണിന്റെ മണമെത്തി. ആന്ദ്രെയുടെ ശരീരത്തിന്റെ ഊഷ്മളത എന്നെത്തേടിയെത്തി.

"കൈയിലൊരു കുഞ്ഞുമായിട്ടാകും നീ വരിക എന്ന് ഞാൻ കരുതിയിരുന്നു. അതിനും ഞാൻ തയ്യാറായിരുന്നു. അപ്പോഴും നിന്നെ ഞാൻ ഇത്ര തന്നെ സ്നേഹിക്കുമായിരുന്നു. എന്നെ മാറ്റാൻ ഒന്നിനുമാകില്ല." ആന്ദ്രെ പറഞ്ഞു.

ഞാൻ അനങ്ങിയില്ല. എന്റെ കുഞ്ഞിനെക്കുറിച്ച് ആന്ദ്രെ അറിഞ്ഞിരിക്കാൻ ഒരു സാധ്യതയുമില്ല. പക്ഷേ ആന്ദ്രെ ഇപ്പോൾ പറഞ്ഞത് ഞാൻ കേൾക്കാൻ കൊതിച്ച വാക്കുകളാണ്. ജയിലിൽ വച്ച് പെൺകുട്ടികളെ ബലാത്സംഗം ചെയ്യാറുണ്ട് എന്ന് ആന്ദ്രെ കേട്ടിരിക്കണം. എനിക്ക് കണ്ണുനീരടക്കുവാനായില്ല.

"ഞാൻ ഗർഭിണിയല്ല."

"നിന്നെയവർ ഉപദ്രവിച്ചോ?"

"ഉവ്വ്. ഞാൻ മതം മാറിയത് എന്തുകൊണ്ടെന്ന് അറിയാമോ?"

എന്തൊക്കെ സംഭവിച്ചു എന്നദ്ദേഹത്തോട് തുറന്ന് പറയണമെന്നുണ്ടായിരുന്നു. എങ്ങനെ തുടങ്ങണം എന്നറിയില്ലായിരുന്നു.

"അതൊന്നും എന്നെ സംബന്ധിച്ചിടത്തോളം ഒരു പ്രശ്നമല്ല. മറ്റ് മാർഗ്ഗമില്ലാത്തതിനാൽ മാത്രമാണ് നീ അത് ചെയ്തത് എന്ന് എനിക്കറിയാം. ശരിയല്ലേ?"

"അതെ."

"ഞാൻ നിന്നെ സ്നേഹിക്കുന്നു."

"ഞാൻ നിന്നേയും."

ഞാൻ ആന്ദ്രേയ്ക്ക് നേരെ തിരിഞ്ഞു.

ഈ വാക്കുകൾ പരസ്പരം പറഞ്ഞ ആദ്യ അവസരമായിരുന്നു അത്.

ആന്ദ്രേയുടെ കൈകൾ എന്നെ ചുറ്റി.ചുണ്ടുകൾ എന്റെ ചുണ്ടിലമർന്നു. ഏതാനും നിമിഷങ്ങൾ എവിൻ എന്നത് ഓർമ്മയിലില്ലാതായി. എന്നെ പിടിച്ചു നിറുത്തുന്ന തിക്തസ്മരണകൾ ഏതാനും നിമിഷങ്ങളിലേക്ക് അപ്രത്യക്ഷമായി.

അന്ന് രാത്രി അത്താഴത്തിന് എല്ലാവരും ഒരുമിച്ചിരുന്നു. അമ്മ മാട്ടിറച്ചിയും ചോറുമുണ്ടാക്കിയിരുന്നു. ആദ്യമെല്ലാം ഊണുമുറി നിശ്ശബ്ദമായിരുന്നു. സ്പൂൺ തളികയിൽ തട്ടുന്ന സ്വരം മാത്രമേ കേൾക്കാനുണ്ടായിരുന്നുള്ളൂ. അതല്ലെങ്കിൽ ഇടയ്ക്കൊരു ചുമ.

"മഴ പെയ്തത് വളരെ നന്നായി. എത്രകാലമായി ചൂട് തുടങ്ങിയിട്ട്. മുറ്റമെല്ലാം വരണ്ട് കിടപ്പായിരുന്നു. ഇപ്പോൾ ഒരു സുഖമെല്ലാം തോന്നുന്നു." സെനിയയാണ് നിശ്ശബ്ദതയ്ക്കറുതി വരുത്തിയത്. അഞ്ചടി ഉയരത്തിൽ നൂറ്റിയമ്പത് റാത്തൽ തൂക്കത്തിലുള്ള ആ ശരീരത്തിൽ നിന്നും സംഗീതം പൊഴിയുന്നതുപോലെയാണ് ഈ സ്വരമെത്തിയത്. കറുത്ത കണ്ണുകളും സ്വർണ്ണ നിറമുള്ള മുടിയുമുണ്ട് സെനിയയ്ക്ക്.

"മഴ നന്നായാൽ പനിനീർ ചെടികളെല്ലാം പൂവ്വിടും." ഹൂഷാങ്ങ് ഖാൻ പറഞ്ഞു. അവർ സെനിയയുടെ സുഹൃത്താണ്. ഞങ്ങളോടൊപ്പം അത്താഴത്തിനദ്ദേഹവുമുണ്ടായിരുന്നു.

സെനിയയുടെ പൂച്ചകളിലൊന്ന് സിസി മേശയ്ക്ക് ചുവട്ടിൽ പതുങ്ങിയിരുന്നു. അവൾ എന്റെ കാലിൽ ശരീരമുരസുന്നുണ്ട്. ഞാൻ കൈ താഴേക്കിട്ട് അവളുടെ തല ചൊറിഞ്ഞ് കൊടുത്തു. അവൾ സ്നേഹം പ്രകടിപ്പിച്ചൊരു സ്വരമുണ്ടാക്കി.

അച്ഛൻ മിക്കപ്പോഴും തളികയിൽ മാത്രം നോക്കിയിരിക്കുകയായിരുന്നു. എങ്കിലും ഇടയ്ക്കാക്കെ കണ്ണൊന്ന് പാളും. അതെന്നിലെത്തും. അച്ഛന്റെ മുഖത്തെ ഭാവം വായിച്ചെടുക്കാൻ ഞാൻ ശ്രമിച്ചു. പതിവുപോലെ അതിൽ ഒരു വികാരവും കാണാനില്ല. തടവറയിലെ സന്ദർശനങ്ങൾക്കെത്തിയിരുന്നപ്പോൾ ആകെ തകർന്നതുപോലെയായിരുന്നു ആ മുഖം. എന്നാൽ ഇപ്പോൾ ഞാൻ തിരിച്ചെത്തിയിരിക്കുന്നു. അച്ഛൻ തന്റെ പൂർവ്വരൂപം പ്രാപിച്ചിരിക്കുന്നു. എന്നെ അങ്ങനെ അറസ്റ്റ് ചെയ്യുകയോ, തുറുങ്കിലടയ്ക്കുകയോ ചെയ്തിട്ടേയില്ലെന്ന് അഭിനയിക്കുക ഒരുപക്ഷേ എല്ലാവർക്കും വളരെ എളുപ്പമായിരുന്നിരിക്കണം. ഈ നിശ്ശബ്ദത സ്വയം അവരെ സംരക്ഷിച്ച് നിർത്തുന്നതാണോ അതോ എന്നെ സംരക്ഷിക്കുകയാണോ?

അലിയെ വധിച്ച അന്ന്, അലിയുടെ അമ്മ ഇതേ വിഭവങ്ങളാണുണ്ടാക്കിയിരുന്നത്. അതിനെക്കുറിച്ച് ഞാൻ എന്റെ വീട്ടുകാരോട് എങ്ങനെ പറയും? അലിയെക്കുറിച്ചെങ്ങനെ പറയും? അലിയെക്കുറിച്ച്, ഞങ്ങളുടെ വിവാഹത്തെക്കുറിച്ച്, അലിയുടെ മരണത്തെക്കുറിച്ച്? ഞാനിവിടെ ഒരു അപരിചിതയാണെന്ന് തോന്നി. ആരും ഗൗരവമായെടുക്കാത്ത ഒരു അതിഥി. ഒരു ചുമതല തീർക്കുവാൻവേണ്ടിമാത്രം ക്ഷണിക്കപ്പെട്ട ഒരു അതിഥി. ഈ സന്ദർശനം കഴിഞ്ഞാൽ ഞാൻ എല്ലാവരോടും ശുഭരാത്രി പറയണം. വീട്ടിൽ പോകണം. ഏത് വീട്ടിൽ? മൂസാവിയുടെ വീട്ടിലേക്കോ അതോ എവിനിലേക്കോ?

അന്ന് രാത്രി എനിക്ക് ഉറങ്ങാനായില്ല. ചുമരിൽ പരിചയമില്ലാത്ത നിഴലുകൾ പ്രത്യക്ഷപ്പെടുന്നു. അലി മരിച്ച അന്ന് എന്നെ രണ്ട് തവണ രക്ഷപ്പെടുത്തുകയുണ്ടായി. ആദ്യം എന്നെ തള്ളിയിട്ടുകൊണ്ട്. രണ്ടാമത്തേത് അലി തന്റെ അച്ഛനോട് എന്നെ എന്റെ വീട്ടിലെത്തിക്കണം എന്നാവശ്യപ്പെട്ടുകൊണ്ട്. എനിക്ക് മൂസാവിയുടെ പിന്തുണയില്ലായിരുന്നു എങ്കിൽ ഞാൻ എന്റെ ആയുസ്സ് എവിനിൽ കഴിക്കേണ്ടി വരുമായിരുന്നു. അല്ലെങ്കിൽ അതിലും മോശമായ എന്തെങ്കിലും സംഭവിക്കുമായിരുന്നു. മൂസാവി പറഞ്ഞതുപോലെ ഹമെഹ്ദ് എന്നെ തന്റെ ഏതെങ്കിലുമൊരു സുഹൃത്തിനെക്കൊണ്ട് വിവാഹം കഴിപ്പിക്കുമായിരുന്നു. പിന്നെ ആത്മഹത്യയല്ലാതെ മറ്റൊരു മാർഗ്ഗം എനിക്കില്ലാതാകുമായിരുന്നു.

യുദ്ധമുന്നണിയിൽ നിന്നും തിരിച്ചെത്തിയപ്പോൾ അലി എന്നോട് അയാളെ വിവാഹം കഴിച്ചില്ലെങ്കിൽ ആന്ദ്രെയേയും എന്റെ മാതാപിതാക്കളേയും അറസ്റ്റ് ചെയ്യും എന്ന് ഭീഷണിപ്പെടുത്തിയിരുന്നു. അന്ന് അലിയെ ഞാൻ വിശ്വസിച്ചു. എന്നാൽ ഇപ്പോൾ അതിനെക്കുറിച്ചൊരു സംശയം എനിക്ക് തോന്നുന്നു. അതൊരു ഭീഷണി മാത്രമായിരുന്നെങ്കിലോ? അങ്ങനെയായിരുന്നെങ്കിൽ എനിക്ക് അലിയുടെ ആവശ്യം നിഷേധിക്കാമായിരുന്നു. ആരേയും അപകടത്തിലാക്കാതെ നിഷേധിക്കാമായിരുന്നു. അങ്ങനെ ചെയ്തിരുന്നെങ്കിൽ എന്ത് സംഭവിക്കുമായിരുന്നു?

ഇപ്പോൾ ഞാൻ സുരക്ഷിതയായി എന്റെ മെത്തയിൽ കിടക്കുകയാണ്. ഇങ്ങനെ കിടക്കുമ്പോൾ ധീരയാകുക എളുപ്പമാണ്.

പിറ്റേന്ന് ഞാൻ എന്റെ പുസ്തകങ്ങൾ തിരഞ്ഞു. അതിലധികവും ആൽബർട്ട് എന്നെ എന്റെ പഴയ പുസ്ത്കകക്കടയുടമയായ സുഹൃത്ത് സമ്മാനിച്ചവയായിരുന്നു. അതിനോടൊപ്പം ഉണ്ടായിരുന്ന മുത്തശ്ശിയുടെ കഥയുള്ള ആ പെട്ടി. എനിക്കവ കണ്ടെത്താനായില്ല. ഞാൻ അമ്മയുടെ അടുത്തെത്തി. അമ്മ സ്വീകരണമുറിയിലിരുന്ന് സിഗരറ്റ് വലിക്കുകയായിരുന്നു.

"മാമൻ... എന്റെ പുസ്തകങ്ങളെവിടെ? അവയൊന്നും കാണാനില്ലല്ലോ?"

അമ്മ എനിക്ക് നേരെ തലയൊന്ന് ചെരിച്ചു. ഏറ്റവും അപ്രസക്തമായ ഒരു ചോദ്യമാണപ്പോൾ ഞാൻ ചോദിച്ചതെന്ന മട്ടിൽ. "നിന്റെ പുസ്തകങ്ങളോ? നീ ഇപ്പോഴും ഒന്നും പഠിച്ചില്ല അല്ലേ? നിന്റെ ആ പുസ്തകങ്ങൾ ഒരു ടൈം ബോംബിനേക്കാൾ ഭീകരമായിരുന്നു. ഏത് നിമിഷവും പൊട്ടിത്തെറിക്കാൻ പാകത്തിലിരിക്കുകയായിരുന്നു അവ. നിന്നെ അറസ്റ്റ് ചെയ്തപ്പോൾ ഞങ്ങളെല്ലാം എത്ര ഭയന്നു എന്ന് നിനക്കറിയാമോ? അന്ന് നിന്നെ അറസ്റ്റ് ചെയ്യാൻ വന്ന ഗാർഡുകൾ കൊണ്ടുപോകാത്ത പുസ്തകങ്ങളെല്ലാം ഞാൻ നശിപ്പിച്ചു. പല ദിവസങ്ങളെടുത്തു എനിക്കതിന്. എന്നാലും ഒരു വിധത്തിൽ ഒഴിവാക്കി."

അമ്മയ്ക്ക് അവയെല്ലാം കത്തിച്ച് കളയുവാനായില്ല. ഞങ്ങൾക്ക് അതിനുള്ള സൗകര്യങ്ങളില്ലായിരുന്നു. മുറ്റമില്ലായിരുന്നു. അതിനാൽ ഒന്നൊന്നായി കീറി. അവ അരച്ച് കുഴമ്പ് രൂപത്തിലാക്കി. എന്നിട്ട് പാഴ്വസ്തുക്കളോടൊപ്പം ചേർത്തു.

ഞാൻ കസേരയിലേക്ക് വീണു. എന്റെ ഇഷ്ടലോകങ്ങൾ വൃത്തികെട്ട അഴുക്കിൽ ചേർന്നതിനെ മനസ്സിൽ കണ്ടു.

എന്റെ പുസ്തകങ്ങൾ അലക്കിവെളുപ്പിച്ചിരിക്കുന്നു. എഴുതപ്പെട്ട വാക്കുകൾ മുങ്ങി മരിച്ചിരിക്കുന്നു. നിശ്ശബ്ദത തളം കെട്ടുന്നു.

അതിൽ എനിക്ക് ഏറ്റവും നഷ്ടം തോന്നിയത് The Chronicles of Narniyaയാണ്. അതിൽ ആൽബർട്ടിന്റെ ഒപ്പുണ്ടായിരുന്നു.

"എന്റെ മെത്തയ്ക്ക് കീഴെ സ്വർണ്ണനിറമുള്ള ഒരു ചെറിയ പെട്ടിയുണ്ടായിരുന്നു. അതിനെന്തുപറ്റി?"

"നിന്റെ മുത്തശ്ശിയുടെ കുറിപ്പുകൾ. ഒന്നാലോചിക്ക് മറീനാ! ആ ഗാർഡുകൾ വീണ്ടും വീട്ടിൽ വരുന്നു. ഈ കടലാസുകൾ കാണുന്നു. റഷ്യൻ ഭാഷയിലെഴുതിയ കുറിപ്പുകൾ! അവർ എന്ത് കരുതും? നമ്മളെല്ലാം കമ്മ്യൂണിസ്റ്റല്ല എന്ന് സ്ഥിരീകരിക്കാൻ പിന്നെ വർഷങ്ങളെടുക്കും."

ഞാൻ അമ്മയെ കുറ്റപ്പെടുത്തില്ല. അമ്മ ഭയന്നിരുന്നു. ഇത് ഇസ്ലാമിക് വിപ്ലവത്തിന്റെ അനന്തര ഫലമാകുന്നു.

ദുഃഖം എന്നത് വിചിത്രമാണ്. അതിന് പല രൂപങ്ങളും ഭാവങ്ങളുമുണ്ട്. പല പ്രകൃതങ്ങളുണ്ട്. അവയെയെല്ലാം ആരെങ്കിലും തിരിച്ചറിഞ്ഞിട്ടുണ്ടാകുമോ? അവർക്കെല്ലാം ആരെങ്കിലും എന്തെങ്കിലും വർണ്ണാഭമായ പേരുകൾ നൽകിയിട്ടുണ്ടാകുമോ?

അധിക ദിവസങ്ങൾ കഴിയുന്നതിനുമുമ്പ് എന്റെ പത്തൊമ്പതാം ജന്മദിനമായി. അമ്മ ചില അടുത്ത ബന്ധുക്കളേയും സുഹൃത്തുക്കളേയും ക്ഷണിച്ചു. അതിഥികൾ വരുന്നതിനു മുമ്പ് ഞാൻ എന്റെ അലമാരയിലെ വസ്ത്രശേഖരമൊന്ന് പരിശോധിച്ചു. കറുപ്പ്, തവിട്ട്, അങ്ങനെയുള്ള നിറങ്ങൾ. നീളൻ കൈയുള്ളവ. എനിക്കിഷ്ടപ്പെട്ട നിറങ്ങളൊന്നും കാണാനില്ല. ഒന്നും ഒരു ഉന്മേഷവും തരുന്നില്ല. എനിക്കിപ്പോൾ എൺപത് വയസ്സൊന്നുമാകുന്നില്ല. നല്ല തിളങ്ങുന്ന നിറങ്ങൾ വേണമെനിക്ക്. കൈകളില്ലാത്ത ഉടുപ്പുകൾ വേണം. അതിലിറങ്ങി നിന്ന് കണ്ണാടിയിൽ നോക്കണം. ഞാനെന്തായിരുന്നോ അവളെ എനിക്കു തിരികെ കാണണം. ഞാനുപേക്ഷിച്ചു പോയ ജീവിതത്തിലേക്ക് അതണിഞ്ഞെനിക്ക് തിരികെ നടന്നെത്തണം.

ഞാൻ അമ്മയുടെ അടുത്തെത്തി. അമ്മയുണ്ടാക്കിവച്ചിരിക്കുന്ന ഉടുപ്പുകളെല്ലാം നല്ലതാണെന്നും എനിക്കിഷ്ടമായെന്നും പറഞ്ഞു. എന്നാൽ എനിക്ക് ഈ ജന്മദിനത്തിന് കുറച്ചുകൂടി തിളക്കമുള്ള നിറങ്ങൾ വേണം. അമ്മ പണ്ട് വിരുന്നുകളിൽ അണിയാറുള്ള വസ്ത്രങ്ങളിലൊന്ന് എനിക്ക് കടം തരാമോ എന്ന് ചോദിച്ചു. അമ്മയുടെ പക്കൽ ഇളംചുവപ്പ് ഉടുപ്പുകളുണ്ടായിരുന്നു. എനിക്കിഷ്ടമായിരുന്നു അവ. ഒരു പക്ഷേ എനിക്ക് സ്വല്പം വലുതായിരിക്കാം. എന്നാൽ അത് ശരിയാക്കാവുന്നതേയുള്ളൂ. എവിനിൽ വച്ച് തുന്നൽ ഞാൻ ശീലിച്ചിട്ടുണ്ട്. അമ്മ സമ്മതിച്ചു. ഞാൻ തുന്നൽ യന്ത്രത്തിൽ അര മണിക്കൂർ ചിലവിട്ടു. ആ ഉടുപ്പ് എനിക്ക് പാകമായി. ഞാൻ എന്റെ കാലുകൾ ഒരു ജോടി ഹൈ ഹീൽ ചെരുപ്പിലിറക്കിവച്ചു. ഞാൻ എന്റെ ജീവിതം തിരികെപ്പിടിക്കുകയാണ്. അതിലേക്ക് തിരിച്ച് പോകുകയാണ്.

അതിഥികൾ എന്നെ നോക്കി പുഞ്ചിരിച്ചു. കെട്ടിപ്പിടിച്ചു. ചുംബിച്ചു. ഗംഭീരമായിരിക്കുന്നു എന്ന് പറഞ്ഞു. അവരെയെല്ലാം കണ്ടപ്പോൾ എനിക്കും സന്തോഷം തോന്നി. എന്നാൽ ഞങ്ങൾ തമ്മിൽ ഒരകലമുണ്ട്. കാണാവുന്ന അകലം. എവിടേയോ പോയി വന്ന പെൺകുട്ടിയും ഇവിടെ സാധാരണമായ ജീവിതം നയിച്ചവരും തമ്മിലുള്ള പറഞ്ഞറിയിക്കാനാവാത്ത ഒരകലം. എല്ലാ ചർച്ചകളിലും അസുഖകരമായ ഇടവേളകളും വിമൂകമായ അർദ്ധവിരാമങ്ങളും കണ്ടു.

“സുന്ദരിയായിരിക്കുന്നല്ലോ മറീനാ, സുഖമല്ലേ?”

“അതെ, സുഖം.”

അപ്പോൾ അവരുടെ കണ്ണിൽ വ്യക്തമായിരിക്കുന്ന അസ്വസ്ഥതയെ മറച്ച് പിടിക്കാൻ അവർ ഒരു പുഞ്ചിരി വരുത്തും.

"ഓ... ഈ പാസ്ത്രി എത്ര നന്നായിരിക്കുന്നു. നിന്റെ അമ്മയുണ്ടാക്കിയതാണോ?"

ആരുടേയും കുറ്റങ്ങളല്ല ഒന്നും. എല്ലാവരും എന്നോട് സൗമ്യമായും ദയയോടെയും പെരുമാറുന്നു. അവിടെ എല്ലാം അവസാനിക്കുന്നു. ആർക്കും ഒന്നും അറിയണ്ട. പുരോഹിതരിൽ ഒരാളായ നികോള വിരുന്നിനെത്തിയിരുന്നു. അദ്ദേഹം അക്കോർഡിയനിൽ റഷ്യൻ നാടോടി ഗാനങ്ങൾ വായിച്ചു. എന്റെ മാതാപിതാക്കൾ അതിനൊപ്പം പാടി. പരിചിതമായ മുഖങ്ങൾക്ക് നടുക്കിരിക്കുക സുഖകരമാണ്. പുഞ്ചിരിക്കുന്ന മുഖങ്ങൾക്ക് നടുക്കിരിക്കുക സുഖകരമാണ്. അതുപോലെ എന്റെ ബാല്യകാലത്തിൽ കേട്ട് ശീലിച്ച സുന്ദരഗാനം കേട്ടിരിക്കുക, ബന്ധുക്കൾക്കരികിലിരിക്കുക എന്നതൊക്കെ സുഖകരമാണ്. പക്ഷേ, അലി പറഞ്ഞതിൽ വാസ്തവമുണ്ട്. വീട് ഇപ്പോൾ ആ പഴയ വീടല്ല. കാരണം ഞാൻ മാറിയിരിക്കുന്നു. എന്റെ ബാല്യത്തിലെ, സൗകര്യപ്രദമായ, സുരക്ഷിതമായ നിഷ്കളങ്കത എവിടേയോ പോയിമറഞ്ഞിരിക്കുന്നു.

അത്താഴശേഷം എന്റെ തലതൊട്ടമ്മയായ സിറാൻ എനിക്കരികിൽ വന്നിരുന്നു. നല്ല ബുദ്ധിയുള്ള സ്ത്രീയാണവർ. അവരുടെ വീക്ഷണകോണുകളെ ഞാൻ എന്നും പ്രകീർത്തിച്ചിരുന്നു.

"എന്തു പറയുന്നു?" അവർ ചോദിച്ചു.

"പുതിയതുപോലെ.... നന്നായിരിക്കുന്നു."

"നിന്റെ ആ തിളക്കം നഷ്ടമായിട്ടില്ല എന്നതിൽ സന്തോഷമുണ്ട്." അവർ ചിരിച്ചു. അവർ നല്ല വെണ്ണയുടെ നിറമുള്ള ബ്ലൗസും തവിട്ട് പാവാടയും ധരിച്ചിരിക്കുന്നു. "നീ നിന്നെക്കുറിച്ചോർത്ത് അഭിമാനിക്കണം. എവിനിൽ നിന്നും തിരികെ വന്നവരിൽ അധികവും മുറിക്കകത്ത് അടച്ചിട്ടിരിക്കുന്നു. ദീർഘകാലം അവരാരും ആരുമായും സംസാരിക്കാറില്ല. നീ ഈ കരുത്ത് നിന്റെ മുത്തശ്ശിയിൽ നിന്നും നേടിയതാണ്."

നൃത്തം തുടങ്ങി. എല്ലാവരും നൃത്തം ചെയ്യാനാരംഭിച്ചു.

"എന്തുകൊണ്ടാണാരും എന്നോട് കഴിഞ്ഞ രണ്ട് വർഷത്തെക്കുറിച്ച് ചോദിക്കാത്തത്?" ഞാനവരോട് ചോദിച്ചു.

"ഉത്തരം ലളിതമാണ്. അറിയാൻ ഭയക്കുന്നതിനാൽ ചോദിക്കാനും ഭയക്കുന്നു. ഒരു സ്വാഭാവിക സ്വയം പ്രതിരോധത്തിന്റെ ഭാഗമാണെന്ന് എനിക്ക് തോന്നുന്നു. ഒരു പക്ഷേ നമ്മളൊന്നും അതിനെക്കുറിച്ച് സംസാരിച്ചില്ലെങ്കിൽ, അങ്ങനെയൊന്ന് സംഭവിച്ചിട്ടേയില്ലെന്ന് അഭിനയിക്കുന്നുവെങ്കിൽ, അത് മറന്ന് പോയേക്കാം."

വീട്ടിൽ തിരിച്ചെത്തിയാൽ കാര്യങ്ങൾ വീണ്ടും ലളിതമാകും എന്നാണ് ഞാൻ ധരിച്ചിരുന്നത്. അതുണ്ടായില്ല. എനിക്ക് ചുറ്റിലുമുള്ള ഈ

നിശ്ശബ്ദതയെ ഞാൻ വെറുത്തു. മറ്റുള്ളവർ എന്നെ സ്നേഹിക്കുന്നുണ്ട് എന്നറിയാൻ ഞാൻ കൊതിച്ചു. എന്നാൽ ഈ നിശ്ശബ്ദതയിലൂടെ സ്നേഹമെങ്ങനെ അരിച്ചിറങ്ങും? നിശ്ശബ്ദതയും ഇരുട്ടും സമാനമാണ്. ഇരുട്ട് എന്നാൽ വെളിച്ചമില്ലായ്മയാണെങ്കിൽ നിശ്ശബ്ദത ശബ്ദമില്ലായ്മ യാണ്. അങ്ങനെയൊരു വഞ്ചനയിലൂടെ, വിസ്മൃതിയിലൂടെ എങ്ങനെ മുന്നേറാനാകും?

ജന്മദിനം കഴിഞ്ഞപ്പോൾ ഹൈസ്കൂൾ വിദ്യാഭ്യാസം പൂർത്തിയാക്കാനും ഡിപ്ലോമ നേടാനും ഞാൻ തീരുമാനിച്ചു. എനിക്കെന്റെ ജീവിതം മുന്നോട്ട് കൊണ്ടുപോകണം. വീട്ടിലിരുന്ന് പഠിച്ച് പരീക്ഷയെഴുതാം. ആന്ദ്രെ ഇല ക്ട്രിക്കൽ എഞ്ചിനിയറിങ്ങിൽ ബാച്ചിലർ ബിരുദത്തിനു പഠിക്കുകയാണ്. ആന്ദ്രെ ദിവസവും എന്നെക്കാണാൻ വരും. എന്നെ കണക്കിലും ഊർജ്ജ തന്ത്രത്തിലും സഹായിക്കും. തന്റെ ക്ലാസുകളെക്കുറിച്ചും സുഹൃത്തു ക്കളെക്കുറിച്ചും പ്രൊഫസർമാരെക്കുറിച്ചും ആന്ദ്രെ എനിക്ക് പറഞ്ഞ് തരും. ചിലപ്പോൾ എന്നേയും കൂട്ടി തന്റെ സുഹൃത്തുക്കളെ സന്ദർ ശിക്കും. വിരുന്നിനും ജന്മദിനാഘോഷത്തിനും കൊണ്ടുപോകും. വിചിത്ര മെങ്കിലും ഇതായിരുന്നു ഞങ്ങളുടെ പ്രണയകാലം.

അക്കാലങ്ങളിൽ നഗരത്തിൽ മുഴുക്കെ വിപ്ലവ ഗാർഡുകളുടെ പരി ശോധനയുണ്ടാകുമായിരുന്നു. അവർ അതിനായി ചില സ്ഥലങ്ങളിൽ തമ്പടിച്ചിരുന്നു. കാറുകൾ നിർത്തി പരിശോധിക്കും. പ്രത്യേകിച്ചും രാത്രി യിൽ. അടുത്ത ബന്ധുക്കളല്ലാത്തവരോ, അല്ലെങ്കിൽ വിവാഹിതരാകാൻ തീരുമാനിച്ചവരോ അല്ലാത്ത, ഒരു സ്ത്രീയും പുരുഷനും ഒന്നിച്ച് ഒരു കാറിൽ സഞ്ചരിക്കുന്നത് കുറ്റകരമായിരുന്നു. അവർ മാത്രമേയുള്ളൂ എങ്കിലാണിത് കുറ്റമായി കണക്കാക്കിയിരുന്നത്. അതിനാൽ സുരക്ഷി തമായിരിക്കാനായി, ഞങ്ങൾ അതുവരേക്കും വിവാഹത്തെക്കുറിച്ച് സംസാരിച്ചിരുന്നില്ലെങ്കിലും പുരോഹിതരുടെ പക്കൽ നിന്ന് ആന്ദ്രെ ഞങ്ങൾ വിവാഹിതരാകാൻ തീരുമാനിച്ചിരിക്കുന്നു എന്ന് കാണിക്കുന്ന ഒരു കത്ത് വാങ്ങി വച്ചിരുന്നു. ഈ കത്ത് എപ്പോഴും കാറിലുണ്ടാകും. ആരെങ്കിലും ഞങ്ങളെ തടഞ്ഞ് നിർത്തി ചോദ്യം ചെയ്താൽ അത് കാണിക്കും.

ദിവസത്തിൽ ഏകദേശം പത്ത് മണിക്കൂറോളം ഞാൻ പഠിച്ചു. ഒന്നു കിൽ മുറിയിലിരുന്ന് പഠിക്കും. നടന്ന് പഠിക്കും. അല്ലെങ്കിൽ ഒഴിഞ്ഞ നീന്തൽ കുളത്തിനരികിലിരുന്ന് പഠിക്കും. അങ്ങനെ ഞാനറിയാതെ ഞാൻ എന്റെ അബോധമനസ്സിൽ പഠനം നിറയ്ക്കുകയായിരുന്നു. ഭൂത കാലം തികട്ടി വരാൻ സമ്മതിക്കാതിരിക്കുകയായിരുന്നു. അച്ഛൻ ആഴ്ച യിൽ ആറുദിവസവും ജോലിയിലാകും. അപ്പോഴും പാർതെഫിനോടൊപ്പം ഓഫീസിൽ ഗുമസ്തനായി ജോലി ചെയ്യുകയാണച്ഛൻ. അമ്മയാകട്ടെ മിക്ക സമയവും പലചരക്ക് കടയിൽ വരിനിൽക്കുന്ന തിരക്കിലാകും.

അല്ലെങ്കിൽ അടുക്കളയിൽ. അതുമല്ലെങ്കിൽ തുന്നൽ പണിയിൽ. അമ്മയുടെ വഴിയിൽ നിന്ന് ഞാൻ എപ്പോഴും മാറി നിന്നു.

തണുപ്പില്ലാത്ത ഒരു സായാഹ്നത്തിൽ ഞാൻ ആന്ദ്രെയോടൊന്നിച്ച് വീടിനു പുറകിലുള്ള മുറ്റത്തിരിക്കുയായിരുന്നു. ആന്ദ്രെ എനിക്കരികിലേക്ക് കസേര നീക്കിയിട്ടു. എന്റെ തോളിൽ കൈ വച്ചു. ഞങ്ങൾക്ക് ചുറ്റിലും ചെറുകിളികൾ പറന്ന് കളിക്കുന്നുണ്ടായിരുന്നു. ചുവപ്പും വെള്ളയും ഇളം ചുവപ്പും പനീർചെടികൾ പൂത്ത് നിൽക്കുന്നുണ്ടായിരുന്നു. അതിന്റെ പരിമളം ചുറ്റിലുമുണ്ടായിരുന്നു.

“നമ്മൾ എന്ന് വിവാഹിതരാകണം?” ആന്ദ്രെ ചോദിച്ചു.

എവിനിൽ വച്ച് മൊഹമ്മദ് എന്നോട് ഞാൻ ഒരു ക്രിസ്ത്യാനിയെ വിവാഹം കഴിക്കരുത് എന്ന് താക്കീത് നൽകിയിരുന്നു. ഇസ്ലാമിക് നിയമങ്ങളനുസരിച്ച് ഒരു മുസ്ലീം യുവതി ക്രിസ്ത്യാനിയെ വിവാഹം കഴിക്കുന്നത് അനുവദനീയമല്ല. എന്നാൽ മുസ്ലീം പുരുഷന് ക്രിസ്ത്യൻ യുവതിയെ വിവാഹം കഴിക്കാം. എന്നെ നിർബന്ധിച്ച് മതം മാറ്റിയതാണെന്നതും അത് ഒരു അസാധാരണ സംഭവം മൂലം നടന്നതാണെന്നതും സർക്കാരിനെ സംബന്ധിച്ചിടത്തോളം ബാധകമായിരുന്നില്ല. അതല്ല, ഞാൻ ഇസ്ലാം മതത്തെ ഉപേക്ഷിച്ച് വീണ്ടും ക്രിസ്ത്യാനിയായി എന്ന് കുമ്പസാരിച്ചാൽ, ഇസ്ലാം ആചാരങ്ങൾ അനുസരിച്ച് എന്നെത്തേടിയെത്തുന്നത് മരണമായിരിക്കും.

“കാര്യങ്ങളെല്ലാം നിനക്കറിയാമല്ലോ. നമ്മൾ വിവാഹിതരായി എന്നവർ അറിഞ്ഞാൽ, എന്നെ, ഒരുപക്ഷേ നിന്നേയും അവർ വധശിക്ഷയ്ക്ക് വിധേയരാക്കും.” ഞാൻ പറഞ്ഞു.

മേശപ്പുറത്ത് കിടന്ന കണക്ക് പുസ്തകത്തിന്റെ താളുകൾ കാറ്റിൽ മറിഞ്ഞു.

“നമ്മൾ ആദ്യം കണ്ടത് ഓർമ്മയുണ്ടോ? പള്ളിയിലെ ആ ഓഫീസിൽ വച്ച്? അന്ന്, ആ നിമിഷത്തിൽ, എനിക്ക് നിന്നോട് പ്രണയം തോന്നി. ആ നിമിഷം മുതൽ എനിക്കറിയാമായിരുന്നു, നീ എനിക്കുള്ളതാണെന്ന്. നിന്നെ സംരക്ഷിക്കണം എന്ന് അപ്പോഴേ എനിക്ക് തോന്നിയിരുന്നു. അവർ നിന്നെ കൊണ്ടുപോയപ്പോഴും നീ ഒരു ദിവസം തിരിച്ച് വരുമെന്ന് എനിക്ക് അറിയാമായിരുന്നു. നമ്മൾ ഒന്നാകേണ്ടവരാണ്. അങ്ങനെയേ സംഭവിക്കാനാകുകയുള്ളൂ.”

ഞാൻ അവന്റെ മുടിയിലൂടെ വിരലോടിച്ചു. അവനെ ചുംബിച്ചു. “എവിനിലുണ്ടായിരുന്ന ആ ദിവസങ്ങളിലെല്ലാം നിന്റെ അടുത്തേക്ക് തിരികെ എത്താൻ ഞാൻ കൊതിച്ചിരുന്നു. അതൊരിക്കലും സംഭവിക്കില്ല എന്നൊരു തോന്നലുണ്ടായിരുന്നെങ്കിലും വരണം എന്ന ആഗ്രഹം, പ്രതീക്ഷ എന്നുമുണ്ടായിരുന്നു.”

അന്ന് ആദ്യമായി അവൻ ചില കാര്യങ്ങൾ പറഞ്ഞു. മാർച്ച് പത്തൊമ്പതാം തിയതി എന്നെ വിട്ടയയ്ക്കുന്നതിന് ഒരാഴ്ച മുമ്പ് വീട്ടിലേക്ക് ഒരു ഫോൺ വന്നിരുന്നു. എവിനിൽ നിന്നായിരുന്നു ആ വിളി. അന്നേ ദിവസം എന്നെ അവർ വിട്ടയയ്ക്കും എന്നായിരുന്നു സന്ദേശം. അതറിഞ്ഞയുടൻ അച്ഛനുമമ്മയും ആന്ദ്രേയും എവിനിലെത്തി. ദിവസം മുഴുക്കെ കാത്തു. പക്ഷേ ഒരു കാരണവും പറയാതെ അവരെ അധികാരികൾ തിരിച്ചയച്ചു. ഇത് കേട്ട ഞാനൊന്ന് ഞെട്ടി. ഇതെന്നോട് ആരും ഇതുവരേക്കും പറഞ്ഞിട്ടില്ല. ഈ വിളംബം ലദ്ജെർവാദിയും മൂസാവിയും തമ്മിലുള്ള കിടമത്സരത്തിന്റെ ഭാഗമായിരുന്നോ? എങ്കിൽ അതിനർത്ഥം മൂസാവി എനിക്ക് വേണ്ടി ശക്തമായി തന്നെ പൊരുതിയിട്ടുണ്ട് എന്നാണ്. അയാത്തൊള്ള ഖൊമേനിയുടെ പിന്തുണയില്ലാതെ അദ്ദേഹത്തിന് വിജയം അസാധ്യമാകുമായിരുന്നു എന്ന് ഞാൻ മനസ്സിലാക്കുന്നു.

"ഞങ്ങൾ വല്ലാതെ വിഷമിച്ചു," ആന്ദ്രെ തുടർന്നു. "അവർ മനസ്സ് മാറ്റിയതെന്തുകൊണ്ട് എന്ന് ഞങ്ങൾക്ക് മനസ്സിലായില്ല. അവിടെയുള്ള ഗാർഡുകളൊന്നും ഞങ്ങളുമായി സംസാരിക്കാൻ തയ്യാറായില്ല. പിന്നെ മാർച്ച് ഇരുപത്തിയാറാം തിയതി വീണ്ടും വിളി വന്നു. ഞങ്ങൾ ജയിലിലേക്ക് കുതിച്ചെത്തി. പടിക്കലെത്തിയപ്പോൾ ഞങ്ങളോട് ലൂണ പാർക്കിൽ പോയി കാത്ത് നിൽക്കാൻ ആവശ്യപ്പെട്ടു. ലൂണ പാർക്കിനടുത്ത് കാർ നിർത്തിയിട്ട് ഞാനതിലിരുന്നു. നിന്റെ അച്ഛനുമമ്മയും അവിടെ നിന്ന് നടന്ന് പോയി. ഞാൻ വല്ലാതെ ഉത്തേജിതനായിരുന്നു. എന്നിരുന്നാലും ഒന്നും സംഭവിക്കുവാൻ സാധ്യതയില്ല എന്നൊരു അശുഭചിന്തയുമുണ്ടായിരുന്നു. ഒന്നിനും ഒരു ഉറപ്പുമില്ലായിരുന്നു. എന്റെ പ്രതീക്ഷകൾ അസ്തമിക്കരുതെന്ന് ഞാൻ പ്രാർത്ഥിച്ചു. അതിനായി ശ്രമിച്ചു. നിന്റെ മാതാപിതാക്കൾ നടന്നകന്ന് അധിക സമയം കഴിയുന്നതിനു മുമ്പ് സാധാരണ വസ്ത്രം ധരിച്ച ഒരു താടിക്കാരൻ എനിക്കരികിലേക്ക് നടന്ന് വന്നു. അയാൾ എന്നോട് 'സലാം അലൈക്കും' എന്ന് അഭിവാദ്യം ചെയ്തു. ഞാൻ തിരിച്ചും അഭിവാദ്യം ചെയ്തു. വഴി ചോദിക്കാൻ വന്നയാളാകും എന്നാണ് ഞാൻ കരുതിയത്. എന്നാൽ അയാൾ എനിക്കരികിലേക്ക് തല താഴ്ത്തി "നിനക്ക് മറീനയെ വിവാഹം കഴിക്കാനാകില്ല എന്നത് മറക്കരുത്" എന്ന് പറഞ്ഞു. "താങ്കൾ ആരാണ്" എന്ന് ഞാൻ ചോദിച്ചു. എന്നെ എങ്ങനെ അറിയും എന്നും ചോദിച്ചു. അത് അറിയേണ്ടതില്ല എന്നയാൾ പറഞ്ഞു. "ഞാൻ ഒരു മുന്നറിയിപ്പ് തരികയാണ്. അവൾ ഒരു മുസ്ലീമാണ്. നീ ക്രിസ്ത്യാനിയും. നിങ്ങൾക്ക് വിവാഹിതരാകാൻ പറ്റില്ല. പാടില്ല." അയാൾ തിരിഞ്ഞ് നടന്നു.

ആ മനുഷ്യനുമായി സംസാരിച്ച് കഴിഞ്ഞപ്പോൾ ആന്ദ്രേയുടെ മനസ്സ് വല്ലാതെ വിമ്മിഷ്ടപ്പെടുവാൻ തുടങ്ങി. ഭയക്കാനും. എന്നെക്കാണാൻ അന്ന് ആന്ദ്രെ പള്ളിയിൽ വന്നിരുന്നതിനാൽ ഞങ്ങൾ തമ്മിലുള്ള ബന്ധം വിപ്ലവ ഗാർഡുകൾക്ക് അറിയാമായിരുന്നു. പക്ഷേ, ഈ നിമിഷത്തിൽ

മാത്രമാണ്, തന്നേയും ജയിൽ അധികാരികൾ നിരീക്ഷിക്കുന്നുണ്ട് എന്ന് ആന്ദ്രെയ്ക്ക് മനസ്സിലായത്. ഈ ഭയം കോപമായി. താൻ ആരെ വിവാഹം കഴിക്കണം എന്നത് മറ്റുള്ളവർ ശ്രദ്ധിക്കേണ്ട കാര്യമല്ല. അവർ ഇടപെടേണ്ടതുമില്ല. ആന്ദ്രെ എന്നെ സ്നേഹിക്കുന്നു. അത്രമാത്രം മതി.

"നിന്റെ അവസ്ഥ എനിക്ക് മനസ്സിലാകുന്നു മറീനാ. നിന്നെ വിവാഹം കഴിക്കുക എന്നത് അപകടം വിളിച്ചു വരുത്തുന്നതിനു തുല്യമാണെന്നും എനിക്കറിയാം. പക്ഷേ എനിക്കത് ചെയ്യണം. നമുക്കങ്ങനെ പരാജയം സമ്മതിച്ച് കൊടുക്കാനാകില്ല. നമ്മൾ തെറ്റൊന്നും ചെയ്യുന്നില്ലല്ലോ. നമ്മൾ പ്രണയിക്കുന്നു. പരസ്പരം വിവാഹം കഴിക്കാൻ ആഗ്രഹിക്കുന്നു. അവർ നമ്മെ ഇങ്ങനെ എത്രകാലം അടിച്ചമർത്തും. നമുക്കും നമ്മുടേതായ ഒരു വ്യക്തിത്വം വേണ്ടേ?"

ആന്ദ്രെ പറഞ്ഞത് ശരിയായിരുന്നു

ആ താടിക്കാരൻ മൊഹമ്മദായിരിക്കണം എന്ന് ഞാൻ ഊഹിച്ചു. ഈ വിവാഹം മരണമണിക്ക് തുല്യമാകുമെന്ന് എനിക്കറിയാം. എന്നാൽ എന്റെ ജീവിതം എന്റേതാക്കാൻ എന്റെ ജീവിതത്തെ അപായപ്പെടുത്തുകയല്ലാതെ മറ്റൊരു മാർഗ്ഗവും എനിക്കില്ല എന്ന വിരോധാഭാസവും നിലനിൽക്കുന്നുണ്ട്. എവിനിൽ വച്ച് ഞാൻ മരണത്തിനു വളരെ അടുത്തെത്തി. അലി എന്നെ രക്ഷിച്ചു. അലി എനിക്ക് എന്റെ ജീവിതം തിരിച്ച് തന്നില്ല. അതയാൾ സ്വന്തമാക്കി വച്ചു. ഞാൻ ജീവനോടെയിരിക്കുന്നതിന് ഞാൻ നൽകിയ വില എന്റെ ജീവിതമായിരുന്നു. അത് തിരിച്ചെടുക്കാൻ ഞാനിനി അങ്കം വെട്ടിയേ പറ്റൂ.

ആന്ദ്രെയെ വിവാഹം കഴിക്കാനുള്ള എന്റെ തീരുമാനം ഞാൻ അച്ഛനേയും അമ്മയേയും അറിയിച്ചു. എനിക്ക് ഭ്രാന്തായി എന്നാണവർ കരുതിയത്. മിക്ക പുരോഹിതരും ഈ വിവാഹത്തെ എതിർത്തു. എങ്കിലും 1985 ജൂലായ് പതിനെട്ടാം തിയതി വിവാഹിതരാകാം എന്ന് ഞങ്ങൾ രണ്ടു പേരും കൂടി തീരുമാനിച്ചു. അപ്പോഴേക്കും എവിനിൽ നിന്നും എന്നെ വിട്ടയച്ചിട്ട് പതിനാറ് മാസം കഴിയും. സുഹൃത്തുക്കളും കുടുംബങ്ങളും ഞങ്ങളുടെ മനസ്സ് മാറ്റുവാൻ പല തവണ ശ്രമിച്ചു. അവസാന ശ്രമം എന്ന നിലയിൽ എന്റെ മാതാപിതാക്കൾ ഹൂഷാങ്ങ് ഖാനോട് എന്നോടൊന്ന് സംസാരിക്കാൻ ആവശ്യപ്പെട്ടു. ജ്ഞാനിയായ, കരുണയുള്ള ഒരു മനുഷ്യനാണയാൾ. അയാളെ ഞാൻ ബഹുമാനിക്കുന്നുണ്ട്. ഒരു സായാഹ്നത്തിൽ അയാൾ എന്റെ കിടപ്പ് മുറിയുടെ വാതിലിൽ മുട്ടി. ഞാനപ്പോൾ എന്റെ സോഫയിൽ ഇരുന്നു വായിക്കുകയായിരുന്നു. അദ്ദേഹം അകത്ത് വന്നു. വാതിലടച്ചു. ഒരു കസേരയിലിരുന്നു. ഒന്ന് മുന്നോട്ടാഞ്ഞ് കൈമുട്ടുകൾ കാൽമുട്ടുകളിലമർത്തി. എന്നെ നോക്കി.

"ഇത് ചെയ്യരുത്."

"എന്ത്?"

"ആന്ദ്രെയെ നീ വിവാഹം കഴിക്കരുത്. നിങ്ങൾ തമ്മിൽ പ്രണയത്തിലാണെന്ന് എനിക്കറിയാം. എന്നാൽ സമയം അത്ര നന്നല്ല. ഇത് മൂലം നീ കൊല്ലപ്പെട്ടേക്കാം. സമയമെടുത്ത് ആലോചിക്ക്. കാര്യങ്ങൾ മാറി വരും. വെറുതെ ജീവൻ കളയുന്നതിൽ അർത്ഥമൊന്നുമില്ല."

അതുവരേക്കും എന്നിൽ ഉറങ്ങിക്കിടന്നിരുന്ന കോപത്തെ അത് ഒന്നാകെ പുറത്ത് കൊണ്ടുവന്നു.

"ഞാൻ ആരെ വിവാഹം കഴിക്കണം ആരെ വിവാഹം കഴിക്കരുത് എന്ന് പറയാൻ നിങ്ങൾക്ക് യാതൊരു അവകാശവുമില്ല! നിങ്ങൾക്ക് മാത്രമല്ല, എന്റെ മാതാപിതാക്കൾക്കുമില്ല. സർക്കാരിന് അത്രയുമില്ല! എനിക്ക് എന്ത് ചെയ്യണം എന്ന് തോന്നുന്നുവോ അത് ഞാൻ ചെയ്യും! എന്താണോ ശരി അത് ഞാൻ ചെയ്യും! ഇനിയും ഒത്തുതീർപ്പുകൾക്ക് ഞാനില്ല!"

എന്റെ ജീവിതത്തിൽ ഞാനിങ്ങനെ സ്വരമുയർത്തി സംസാരിച്ചിട്ടില്ല. എന്നേക്കാൾ പ്രായമുള്ള ഒരാളോട് ഇങ്ങനെ പരുഷമായി സംസാരിച്ചിട്ടില്ല. എന്റെ പെരുമാറ്റം മോശമായി എന്നെനിക്കറിയാം. ഹൂഷാങ്ങ് ഖാന്റെ മുഖം വിവർണ്ണമായി. അദ്ദേഹം വാതിൽ തുറന്ന് പുറത്ത് കടന്നപ്പോൾ ഞാൻ കരയുവാൻ തുടങ്ങി. എന്റെ ജീവിതം നശിപ്പിക്കാൻ ഞാൻ സർക്കാരിനെ അനുവദിക്കില്ല.

അവർ എന്നെ അറസ്റ്റ് ചെയ്തു. മാനസികമായും ശാരീരികമായും പീഡിപ്പിച്ചു. നിർബന്ധിച്ച് ഇസ്ലാം മതം സ്വീകരിപ്പിച്ചു. എനിക്കൊരു പരിചയവുമില്ലാത്ത ഒരുവനെക്കൊണ്ട് വിവാഹം കഴിപ്പിച്ചു. എന്റെ സുഹൃത്തുക്കൾ പീഡയേറ്റ് മരിച്ചുവീഴുന്നത് ഞാൻ കണ്ട് നിന്നു. ഇപ്പോൾ, ഇനി, ആവശ്യം ശരിയായത് ചെയ്യുക എന്നതാണ്. എന്നെ നിർബന്ധിച്ച് മതം മാറ്റിയെങ്കിലും എന്നെ സ്നേഹിക്കുന്ന, ഞാൻ സ്നേഹിക്കുന്ന മനുഷ്യനെ വിവാഹം കഴിക്കും എന്നവർക്ക് കാണിച്ച് കൊടുക്കണം. അങ്ങനെ ചെയ്താൽ അതെന്നെ തിരികെ തുറുങ്കിലെത്തിക്കുമെങ്കിലും വലിയ അപകടങ്ങൾ വരുത്തുമെങ്കിലും, അത് ചെയ്യണം. ഇത്തവണ ഒരു ഒത്തുതീർപ്പിന് ഞാനില്ല. അവർ എന്നെ പൂർണ്ണമായും നശിപ്പിച്ചിട്ടില്ല. അതിനവർക്ക് ആവുകയുമില്ല.

ഞാനും ആന്ദ്രെയും ഒന്നിച്ച് വിവാഹസാമാനങ്ങൾ വാങ്ങാൻ പുറത്തിറങ്ങിയ ദിവസം ആന്ദ്രേയോട് അലിയെക്കുറിച്ച് പറയാൻ ഞാൻ ശ്രമിച്ചു. ആന്ദ്രെ എന്നെ മനസ്സിലാക്കും എന്നെനിക്കറിയാമായിരുന്നു. ഞങ്ങൾ ആഭരണക്കടയ്ക്ക് ചുറ്റും നടന്നു. അവിടെ പ്രദർശനത്തിനു വച്ചിരിക്കുന്നതെല്ലാം കണ്ട് നിന്നു. ആന്ദ്രെ അലിയെക്കുറിച്ചറിയണം. എനിക്കയാളോട് എല്ലാം പറയണം. രണ്ട് മോതിരങ്ങൾ വിളക്കി ചേർത്തതുപോലെയുള്ള ഒരു വിവാഹമോതിരം എനിക്കിഷ്ടമായി. അതൊന്ന്

കാണട്ടെ എന്ന് ഞാൻ ആവശ്യപ്പെട്ടു. ഞങ്ങൾ ഇരുവർക്കും അതിഷ്ട പ്പെട്ടു. ഞങ്ങൾ തിരികെ കാറിലെത്തി. കാറിൽ പാർക്കിങ്ങിനായി വാങ്ങുന്ന ടിക്കറ്റ് ഇരിപ്പുണ്ടായിരുന്നു. ഏറ്റവും ആദ്യം ഇവിടെ വന്നപ്പോൾ വാങ്ങിയ ടിക്കറ്റാണ് ഞാൻ ഇപ്പോഴും ഉപയോഗിക്കുന്നത് എന്ന് ആന്ദ്രെ പറഞ്ഞു. അത് കേട്ട് ഞങ്ങൾ ഇരുവരും പൊട്ടിച്ചിരിച്ചു.

തിരികെ വീട്ടിലേക്ക് വരുമ്പോൾ എവിടെ തുടങ്ങണം എന്നാലോചി ക്കുകയായിരുന്നു ഞാൻ. ആദ്യത്തിൽ തന്നെ തുടങ്ങണോ? എവിനിലേക്ക് കാലെടുത്ത് വച്ച ആ നിമിഷത്തിൽ? അങ്ങനെയെങ്കിൽ ഓരോ നിമിഷ ത്തിൽ നടന്നതും പറയേണ്ടി വരും. നടന്ന ഓരോ സംഭവവും പറയേണ്ടി വരും. അതിനെനിക്കാകില്ല. തിരിച്ച് പോയി ആ നിമിഷങ്ങളിൽ വീണ്ടും ജീവിക്കാൻ എനിക്കാകില്ല.

ആ വേനൽകാലത്ത് എന്റെ മാതാപിതാക്കൾ ഏതാനും ദിവസം കോട്ടേ ജിൽ പോയി താമസിച്ചു. ഞാനും ആന്ദ്രെയും അവരോടൊപ്പം ചേർന്നു. എന്റെ ഓർമ്മയിലുണ്ടായിരുന്ന അതേ സുന്ദരൻ കോട്ടേജ്. ആ ശാന്തത അവിടെ ഇന്നും നിലനിൽക്കുന്നു. എന്നാൽ അതെനിക്ക് തന്നി രുന്ന സന്തോഷം ഇന്നൊരു ഓർമ്മ മാത്രമായിരിക്കുന്നു. ആദ്യ ദിവസ ത്തിലെ പ്രഭാതത്തിൽ, എല്ലാവരും ഉറക്കമായിരുന്നപ്പോൾ, ഞാൻ എന്റെ പ്രാർത്ഥനപ്പാറയിലേക്കോടി. അവിടെയും ഒന്നിനും ഒരു മാറ്റവും വന്നി ട്ടില്ല എന്ന് തോന്നി. വൃദ്ധരായ മരങ്ങൾ ആകാശം മുട്ടി നിൽക്കുന്നു. ഉദിച്ചുയരുന്ന സൂര്യന്റെ രശ്മികൾ അവയുടെ ഇലകളെ മദിപ്പിക്കുന്നു. മഞ്ഞ് മൂലം എന്റെ പാന്റ്സും ഷൂസും നനഞ്ഞു. ഞാൻ ആ പാറപ്പുറത്ത് മലർന്ന് കിടന്നു. അതിന്റെ പരുഷമായ, നനവുള്ള, പ്രതലം എന്റെ ചർമ്മ ത്തിലുരസുന്ന സുഖമനുഭവിച്ചു. അപ്പോൾ എനിക്ക് അരാഷിനെ ഓർമ്മ വന്നു. ഞാനും അവനും ഒന്നിച്ച് ഇവിടെ വന്ന് കളിച്ചിരുന്നു. അതിനു ശേഷം എന്തൊക്കെ മാറ്റങ്ങൾ സംഭവിച്ചിരിക്കുന്നു. ആ പാറപ്പുറത്തി രുന്ന് ഞാൻ കീശയിൽ നിന്ന് ആദ്യ വിവാഹമോതിരമെടുത്തു. അതിൽ നിന്നും ഒരു കല്ല് വേർപെടുത്തിയെടുക്കാൻ ശ്രമിച്ചു. അത് വിട്ട് പോന്നില്ല. പല തവണ ഞാൻ ശ്രമിച്ചു. എന്നാൽ ആ കല്ലുകളെല്ലാം മോതിരത്തിൽ നല്ലവണ്ണം ഉറപ്പിച്ചിരുന്നു. എന്റെ വിരലുകൾ വേദ നിച്ചു. ഞാൻ തിരികെ വീട്ടിലേക്കോടി. അച്ഛന്റെ കൂർക്കം വലിയല്ലാതെ മറ്റൊരു സ്വരം അവിടെയില്ലായിരുന്നു. സാവധാനത്തിൽ അടുക്കളയി ലെത്തി. ഒരു കത്തിയെടുത്തു. പാറയുടെ മുകളിലേക്ക് തിരിച്ചെത്തി. ഇത്തവണ അതിൽ നിന്നും മൂന്ന് കല്ലുകൾ വേർപെടുത്താൻ എനി ക്കായി. ആ മോതിരം ഞാനൊരു വിള്ളലിൽ നിക്ഷേപിച്ചു. കല്ലുകൾ തിരികെ കീശയിലിട്ടു. ആ മോതിരത്തിനു ചുറ്റിലും ആയിരം പ്രാർത്ഥനാ മന്ത്രങ്ങൾ വട്ടമിടുന്നുണ്ടെന്ന് ഞാൻ സങ്കല്പിച്ചു.

തിരികെ ടെഹ്റാനിലെത്തിയപ്പോൾ അമ്മയാണ് അതു പറഞ്ഞത്, ഞാൻ മുസ്ലീം ആയി എന്നറിഞ്ഞപ്പോൾ, "ഇനി മുതൽ അവളെന്റെ

മകളല്ല" എന്ന് അച്ഛൻ പറഞ്ഞത്രേ. അമ്മ അപ്പോൾ പാത്രം കഴുകി വൃത്തിയാക്കുകയായിരുന്നു. എന്റെ മുഖത്ത് നോക്കാതെയാണമ്മ അത് പറഞ്ഞത്. അത് കേട്ടപ്പോൾ എനിക്ക് അദ്ഭുതമൊന്നും തോന്നിയില്ല. ഒരു ചെറിയ ദുഃഖം മാത്രം തോന്നി. ഞാൻ ഏതെങ്കിലും അഭയകേന്ദ്ര ത്തിലേക്ക് മാറണം എന്നായിരുന്നു അച്ഛന്റെ അഭിപ്രായം. എന്നാൽ വിചാരിച്ചതുപോലെ അതത്ര എളുപ്പമായിരുന്നില്ല. ഞങ്ങൾ തമ്മിലുള്ള അകലം വർദ്ധിക്കുന്നതായി തോന്നി. ഞാൻ എന്റെ രഹസ്യങ്ങളെല്ലാം അമ്മയോട് തുറന്ന് പറഞ്ഞാൽ പോലും അമ്മയിൽ നിന്ന് ഞാനെന്താ ഗ്രഹിക്കുന്നോ അത് ലഭിക്കുകയില്ലായിരുന്നു. എനിക്ക് വേണ്ടത് അമ്മ എന്നെ മനസ്സിലാക്കുകയാണ്. അമ്മയിൽ മാറ്റം ഞാൻ പ്രതീക്ഷിക്കു ന്നില്ല. ലോകത്തെക്കുറിച്ചുള്ള അമ്മയുടെ കാഴ്ചപ്പാട് എന്റേതിൽ നിന്നും വളരെ വ്യത്യസ്തമാണ്. ഞാൻ ശരിയെന്നും അമ്മ തെറ്റെന്നും പറയാൻ എനിക്കാകില്ല. ഞങ്ങൾ വ്യത്യസ്തരാണ്. അമ്മ എന്നെപ്പോലെ ചിന്തിക്കും എന്ന് എനിക്ക് പ്രതീക്ഷിക്കാനാകില്ല. അമ്മ എങ്ങനെയാണോ അങ്ങനെ ഞാൻ സ്വീകരിച്ചേ പറ്റൂ. അതാണ് ഞാൻ അമ്മയിൽ നിന്നും എനിക്ക് വേണ്ടി പ്രതീക്ഷിക്കുന്നതും. എന്റെ മതംമാറ്റത്തെക്കുറിച്ച് അച്ഛൻ ഇങ്ങനെ പരുഷമായി പ്രതികരിച്ചുവെന്ന് അമ്മ പറഞ്ഞതെന്തുകൊണ്ടെന്ന് എനിക്കറിയില്ല. അച്ഛൻ എന്നോട് അതിനെക്കുറിച്ച് ഒരു വാക്ക് പോലും പറഞ്ഞിട്ടില്ല. ഈ കാര്യത്തിൽ അച്ഛന്റെ വികാരം എന്തെന്ന് ഞാൻ മനസ്സിലാക്കണം എന്ന് അമ്മ കരുതിയിട്ടുണ്ടാവാം.

വിവാഹ ദിവസം മേയ്ക്കപ്പിടാൻ എന്നെ സഹായിച്ചത് അമ്മയാണ്. അമ്മ യുടെ സഹോദരിമാരിൽ ഒരാൾ വസ്ത്രം തുന്നിത്തന്നു. അത് അലമാര യിൽ നിന്നെടുത്തപ്പോൾ എനിക്ക് കണ്ണുനീരടക്കാനായില്ല. ഈ ദിവസം വരെ ഞാൻ ജീവിച്ചിരുന്നല്ലോ എന്നായിരുന്നു അപ്പോൾ മനസ്സിൽ. പുറ കിലെ തോട്ടത്തിലുള്ള ഇളം ചുവപ്പ് പനിനീർപൂക്കളിലേക്ക് എന്റെ കണ്ണെത്തി. ഞാൻ സ്നേഹിക്കുകയും എനിക്ക് നഷ്ടമാകുകയും ചെയ്ത സുഹൃത്തുക്കൾക്കെല്ലാം വേണ്ടി ഞാൻ പ്രാർത്ഥിച്ചു. അവരെയെല്ലാം എനിക്ക് ഇപ്പോൾ നഷ്ടമാകുന്നു.

ഞാൻ എന്റെ വിവാഹവസ്ത്രം ഒരു കസേരയിൽ വച്ചു. ജനലിനരി കിൽ ഒരു കസേരയിൽ. എന്റെ മനസ്സിലേക്ക് അലിയുമൊത്തുള്ള വിവാഹദിനത്തിന്റെ ഓർമ്മകളെത്തി. അന്ന് ഞാൻ വല്ലാതെ ഭയന്നി രുന്നു. എന്നാൽ ഇന്നത്തെ ദിവസം വ്യത്യസ്തമാണ്. ഇന്ന് എന്റെ ദിവസ മാണ്.

എനിക്കും ആന്ദ്രേയ്ക്കും കുട്ടികളുണ്ടാകുമോ എന്നും ഞാനപ്പോൾ അദ്ഭുതപ്പെട്ടിരുന്നു. സ്വപ്നത്തിൽ എന്റെ കുഞ്ഞുമൊത്ത് കഴിഞ്ഞ നിമിഷങ്ങളെക്കുറിച്ചോർത്തു. പുഞ്ചിരിക്കുന്ന അവന്റെ കണ്ണുകൾ, അവന്റെ ഇക്കിളിപെട്ടുള്ള ചിരി, എന്റെ മുടി പിടിച്ച് വലിച്ചത്, അവൻ എന്റെ മുലക്കണ്ണുകളിൽ വിശപ്പകറ്റിയത്.

ആന്ദ്രെ കാലത്ത് തന്നെ പുറത്ത് പോയിരുന്നു. പള്ളിയിലേക്ക് കൊണ്ടുപോകാൻ പഴവർഗ്ഗങ്ങളും ശീതളപാനീയങ്ങളും വാങ്ങാനാണ് ആന്ദ്രെ പോയത്. വിവാഹ ചടങ്ങുകൾക്ക് ശേഷം പള്ളിയിൽ വച്ച് ഞങ്ങളോടൊപ്പം കേയ്ക്കും ശീതളപാനീയങ്ങളും കഴിക്കാനായി ഞങ്ങൾ കുറച്ച് അതിഥികളെ ക്ഷണിച്ചിരുന്നു. അധികം ശ്രദ്ധ ആകർഷിക്കപ്പെടാതിരിക്കാനായി ഞാൻ നേരത്തെ പള്ളിയിലെത്തണമെന്നും അവിടെ വച്ച് വസ്ത്രം മാറണമെന്നുമാണ് തീരുമാനിച്ചിരുന്നത്.

വിവാഹഗീതം മുഴങ്ങിത്തുടങ്ങിയപ്പോൾ അച്ഛൻ എന്റെ കൈ പിടിച്ച് പള്ളിയിൽ മുഴുക്കെ നടത്തി. എന്റെ ജീവിതത്തിൽ അത്രയും സന്തോഷിച്ച നിമിഷങ്ങളില്ല. അൾത്താരയിൽ പൂക്കൂടകൾ വച്ചിരുന്നു. ഞങ്ങൾക്ക് ചുറ്റിലും പുഞ്ചിരിക്കുന്ന മുഖങ്ങളുണ്ടായിരുന്നു.

ഞങ്ങൾ പള്ളിക്കകത്ത് വച്ച് ചിത്രങ്ങളെടുത്തു. പള്ളിയുടെ പുറകിലെ മുറ്റത്ത് നിന്ന് ചിത്രങ്ങളെടുത്തു. കേക്ക് കഴിച്ചു. അതിഥികളുമൊത്ത് സംസാരിച്ചു. വീട്ടിലേക്ക് പോകാൻ സമയമായി. ആന്ദ്രെയുടെ അച്ഛൻ മരിച്ച അവസരത്തിൽ ആന്ദ്രെ ഒരു കൊച്ചുവീട് വാടകക്കെടുത്തിരുന്നു. അക്കാലത്ത് തന്നെയാണ് ആന്ദ്രെയുടെ അമ്മായി തിരികെ ഹംഗറിയിലേക്ക് പോയതും. ആ വീട്ടിലിരുന്നാൽ അൽബോർസ് മലനിരകൾ കാണാം. ടെഹ്റാന്റെ വടക്ക് വശത്താണീ വീട്. ജോർദാൻ കുന്നുകളിലുള്ള ഒരു ബഹുനില മന്ദിരത്തിൽ. ജോർദാൻ ഹൈവെയ്ക്ക് അഭിമുഖമായി. പള്ളിയിൽ നിന്നും പുറത്ത് കടക്കുന്നതിനു മുമ്പായി ഞാൻ തലയിൽ തട്ടമിട്ടു. ഇസ്ലാം വേഷമായ മന്താവു എന്റെ വിവാഹവസ്ത്രത്തിനു മീതെയിട്ടു. ഞങ്ങൾ ഇരുവരും ആന്ദ്രെയുടെ നീല ഫിയറ്റ് കാറിലേക്ക് നടന്നു. ഞങ്ങൾ ഇരുവരും സന്തോഷത്തിലായിരുനു. ഇരുവരിലും ഭയവുമുണ്ടായിരുന്നു. നല്ലതേ സംഭവിക്കുകയുള്ളൂ എന്ന് ഞങ്ങൾ ആഗ്രഹിച്ചു. അങ്ങനെ ആഗ്രഹിക്കുവാനേ തരമുള്ളൂ. ഞങ്ങൾ ഞങ്ങളുടെ ജീവിതം ജീവിക്കാൻ തീരുമാനിച്ച് കഴിഞ്ഞിരുന്നുവല്ലോ.

വിവാഹം കഴിഞ്ഞ് അധികം താമസിയാതെ ആന്ദ്രെ ടെഹ്റാന്റെ വൈദ്യുതി വിഭാഗത്തിൽ ഒരു ജോലി കണ്ടെത്തി. രണ്ട് മാസം കഴിഞ്ഞപ്പോൾ ഞങ്ങൾ ഒരു അപ്പാർട്മെന്റ് വാടകക്കെടുത്തു. എന്റെ മാതാപിതാക്കൾ വാടകയുടെ ഒരു ഭാഗം പങ്കിടാം എന്ന് സമ്മതിച്ചു. ഇറാൻ-ഇറാക്ക് യുദ്ധം അപ്പോൾ അഞ്ചാം വർഷത്തിലെത്തിയിരുന്നു. അതിന്റെ കാഠിന്യം വർദ്ധിച്ചിരുന്നു. 1980ൽ തുടങ്ങിയ യുദ്ധം അതുവരേക്കും ടെഹ്റാനെ മിക്കവാറും ഒഴിവാക്കിയിരുന്നു. ഇറാക്കിൽ നിന്നും ഈ നഗരത്തിലേക്കുള്ള ദൂരമാണ് ഞങ്ങളെ ഇങ്ങനെ സംരക്ഷിച്ച് നിർത്തിയത്. അടുത്തുള്ള സ്ഥലങ്ങളിലെയെല്ലാം തെരുവുകൾ പേരു മാറ്റി, ആ തെരുവിൽ നിന്നും വീരമൃത്യു വരിച്ച യുവാക്കളുടെ പേര് സ്വീകരിച്ചിരിക്കുന്നു. എവിനിലേക്ക് ഞാൻ പോകുന്നതിനുമുമ്പ് ഇങ്ങനെ പേരുമാറുന്നത് പെട്ടെന്ന് ശ്രദ്ധിക്കപ്പെട്ടിരുന്നില്ല. സാവധാനത്തിലാണത് സംഭവിച്ചിരുന്നത്.

എന്നാൽ ഞാൻ തിരിച്ചെത്തിയപ്പോൾ പല തെരുവുകളും ഇതുപോലെ പേരുമാറ്റി പലരുടേയും ഓർമ്മയെ നിലനിർത്തുന്നവയായിട്ടുണ്ടായിരുന്നു.

ഞങ്ങളുടെ വിവാഹം കഴിഞ്ഞ് അധികകാലം കഴിയുന്നതിനു മുമ്പ് ടെഹ്റാനിലും മറ്റ് വലിയ നഗരങ്ങളിലും ഇറാക്ക് വായുസേനയുടെ ആക്രമണം തുടങ്ങി. ഒരു മുന്നറിയിപ്പുമില്ലാതെയാണ് ആദ്യ പൊട്ടിത്തെറിയുണ്ടായത്. ഒരു ദിവസം പ്രഭാതത്തിലാണത് സംഭവിച്ചത്. ജനങ്ങൾ തിങ്ങിപ്പാർക്കുന്ന ഒരിടത്ത് ഒരു മിസൈൽ പൊട്ടിത്തെറിച്ചു. സെനിയയുടെ വീട് നിന്നിരുന്നിടത്തു നിന്നും രണ്ട് നാഴികെ ദൂരത്താണിത് സംഭവിച്ചത്. വലിയ പൊട്ടിത്തെറിയായിരുന്നു അത്. ഞങ്ങൾ ഞെട്ടിയുണർന്നു. ആ ശബ്ദത്തിന്റെ കാരണം എന്താണെന്ന് അപ്പോൾ എനിക്ക് മനസ്സിലായില്ലെങ്കിലും അതിഭീകരമായ എന്തോ സംഭവിച്ചിരിക്കുന്നു എന്ന് ഞാൻ ഊഹിച്ചു. അന്ന് മുതൽ രാത്രിയും പകലും വ്യോമാക്രമണങ്ങളുടെ മുന്നോടിയായുള്ള സൈറണുകൾ കേട്ട് തുടങ്ങി. ബോംബ് ഷെൽട്ടറുകൾ എവിടെയുമില്ലായിരുന്നു. അങ്ങനെയൊന്ന് കെട്ടിയുണ്ടാക്കാൻ സർക്കാർ ശ്രമിച്ചിട്ടുമില്ല. എങ്കിലും സൈറൺ ശബ്ദം കേട്ടാൽ ജനം സുരക്ഷിത സ്ഥാപനങ്ങൾ നോക്കിയോടുമായിരുന്നു. ജനലുകളിൽ നിന്ന് ദൂരെയാണീ സ്ഥാനങ്ങൾ എന്നാണ് എല്ലാവരും മനസ്സിലാക്കിയിരുന്നത്. ഓരോ മിസൈൽ പതിക്കുമ്പോഴും പൊട്ടിയ ജനൽപാളികളിൽ നിന്നും പലർക്കും പരിക്കേറ്റു.

മരണം നിത്യജീവിതത്തിന്റെ ഭാഗമായിരിക്കുന്നു. നഗരം വിട്ട് ചെറുപട്ടണങ്ങളിലേക്കോ ഗ്രാമങ്ങളിലേക്കോ പോകാനാകുന്നവർ അത് ചെയ്തു. എന്നാൽ മിക്കവർക്കും പോകാനൊരു ഇടമില്ലായിരുന്നു. മലയിടുക്കുകളിലൂടെയാണെങ്കിലും താഴ്ന്ന പ്രദേശങ്ങളിലേക്ക് എളുപ്പവഴി തേടി കുതിച്ചിറങ്ങുന്ന നദിയെപ്പോലെ ജീവിതം 'സാധാരണത്വ'ത്തിലേക്കുള്ള എളുപ്പവഴി തേടി. ഭയത്തിനെതിരെ പടപൊരുതി.

മാതാപിതാക്കൾ ജോലി ചെയ്തു. കുട്ടികളെ സ്കൂളിലേക്കയച്ചു. സ്കൂളിൽ വിടുന്നതിനു മുമ്പ് അവർ ദീർഘനേരം മക്കളെ ആലിംഗനം ചെയ്ത് നിന്നു. നൊമ്പരങ്ങൾ നെഞ്ചിലടക്കിപ്പിടിച്ച് ക്ഷമയോടെ യാത്ര പറഞ്ഞു. വ്യോമാക്രമണം മൂലം ചില സ്കൂളുകൾ പാടെ നശിച്ചിരുന്നു. സ്കൂളിൽ പഠിച്ചുകൊണ്ടിരുന്ന, കളിച്ചുകൊണ്ടിരുന്ന നൂറുകണക്കിനു കുട്ടികൾ കൊല്ലപ്പെട്ടിരുന്നു. സദ്ദാം ഹുസൈൻ, യുദ്ധത്തിൽ രാസായുധങ്ങൾ പ്രയോഗിക്കാൻ തുടങ്ങിയിരുന്നു. അതുവഴി ആയിരങ്ങൾ മരിച്ചുകൊണ്ടിരിക്കുന്നുണ്ടായിരുന്നു.

ഞാനും ആന്ദ്രെയും പള്ളിയിൽ പോകാനോ അല്ലെങ്കിൽ ഏതെങ്കിലും സുഹൃത്തിന്റെ വീട്ടിൽ പോകാനോ നഗരത്തിലൂടെ വണ്ടിയോടിച്ച് പോയിക്കൊണ്ടിരിക്കുമ്പോൾ, വഴിയോരക്കാഴ്ചകൾക്കിടയിൽ തകർന്ന

കെട്ടിടങ്ങൾക്കിടയിൽ വലിയൊരു ശൂന്യത കാണാം. തലേദിവസം അവിടെ ഒരു വീടുണ്ടായിരുന്നു എന്ന് അപ്പോൾ ഓർക്കും. ചിലപ്പോൾ പൊളിഞ്ഞു വീഴാൻ മടിച്ച് നിൽക്കുന്ന ഒരു ഗോവണി കാണാം. അത് ചെന്ന് നിൽക്കുന്നത് അതിനു പുറകിലുള്ള ഭയാനകമായ ശൂന്യതയിലായിരിക്കും. അതുമല്ലെങ്കിൽ പൂക്കളുടെ ചിത്രങ്ങളോടുകൂടിയ വാൾപേപ്പറൊട്ടിച്ച ഒരു ചുമർ കഷ്ണം, നഷ്ടപ്പെട്ട ജീവനുകളുടെ നിഴൽ പതിപ്പിച്ച്, പൊടിപിടിച്ച് നില്പുണ്ടാകും.

എവിനിൽ നിന്നും എന്നെ വിട്ടയച്ച് രണ്ട് വർഷം കഴിഞ്ഞ ഒരു ബുധനാഴ്ച എന്റെ ഫോൺ ശബ്ദിച്ചു. ഞാൻ വീട്ടിൽ നിന്ന് പലചരക്ക് വാങ്ങാനിറങ്ങുകയായിരുന്നു. കൈയിൽ എന്റെ പഴ്സുണ്ടായിരുന്നു.

"എനിക്ക് മറീനയുമായി സംസാരിക്കാമോ?" പരിചയമില്ലാത്ത ഒരു സ്വരം മറുതലയ്ക്കൽ നിന്നും ചോദിച്ചു.

"മറീനയാണ്."

"മറീനാ. ഞാൻ എവിനിൽ നിന്നാണ് വിളിക്കുന്നത്."

എന്റെ ലോകം നിശ്ചലമായി. കൈയിൽനിന്നും പഴ്സ് താഴെ വീണു. ഞാൻ ചുമരിൽ ചാരി നിന്നു.

"ഈ ശനിയാഴ്ച എവിനിലെത്തണം. ചില ചോദ്യങ്ങൾക്ക് ഉത്തരം നൽകണം. കാലത്ത് ഒമ്പത് മണിക്ക് പ്രധാന കവാടത്തിലെത്തണം. വൈകരുത്."

"എന്ത് ചോദ്യങ്ങളാണ്?"

"അത് അപ്പോഴറിയാം. ശനിയാഴ്ച കാലത്ത് ഒമ്പത് മണിക്ക്. മറക്കണ്ട."

റിസീവർ പിടിച്ചുകൊണ്ട് ഞാൻ ഒരേ നില്പ് നിന്നു. എനിക്ക് അനങ്ങാനായില്ല. റിസീവർ താഴെ വയ്ക്കുവാൻ പോലുമായില്ല. എവിനു ശേഷമുള്ള എന്റെ ജീവിതം സ്വപ്നതുല്യമാണ്. ഈ സ്വപ്നത്തിൽ നിന്നും ഉണരാനുള്ള സമയമായിരിക്കുന്നു. വാസ്തവമായ ലോകത്തിലേക്ക് തിരികെപോകാൻ സമയമായിരിക്കുന്നു. അവർ ആന്ദ്രേയെക്കുറിച്ചന്വേഷിച്ചില്ല. അത്രയും നല്ലത്.

അവസാനം ഞാൻ റിസീവർ താഴെവച്ചു. കിടപ്പ് മുറിയിലെത്തി. വീട്ടിൽ ആരുമില്ലായിരുന്നു. സമചിത്തത വീണ്ടെടുക്കാൻ സമയമുണ്ട്. എന്ത് സംഭവിക്കും എന്ന് ആലോചിക്കാൻ ശ്രമിച്ചു. ഒരു കുഴപ്പവുമില്ല, അവർ എന്റെ സ്ഥിതിയെന്താണെന്ന് അന്വേഷിക്കുക മാത്രമാണെന്ന് സമാധാനിക്കാൻ ശ്രമിച്ചു. എന്നാൽ അതിനായില്ല. ഞാൻ പരിക്ഷീണയായി. മെത്തയിൽ കിടന്നു. ഉറങ്ങി. അമ്മ വന്ന് തോളിൽ തട്ടിയപ്പോഴാണ് ഉണർന്നത്.

"ഈ സ്കാർഫും മന്താവുവും ധരിച്ചെന്തിനാ ഉറങ്ങുന്നത്?" അമ്മ ചോദിച്ചു.

ഒരു നിമിഷം. ഞാനെന്താണ് പറഞ്ഞതെന്ന് എനിക്ക് ഓർമ്മയില്ല. പക്ഷേ ഞാനത് അമ്മയോട് പറഞ്ഞു.

“എന്ത്?” ഞാനപ്പോൾ പറഞ്ഞത് അമ്മയ്ക്ക് മനസ്സിലായില്ല എന്ന മട്ടിലായിരുന്നു ആ ചോദ്യം.

ഞാൻ ആവർത്തിച്ചു. അമ്മയുടെ മുഖം വിളറി.

എനിക്കപ്പോൾ ആകെ ചെയ്യാനായത് ഉറങ്ങുക എന്നതായിരുന്നു. എവിനെക്കുറിച്ച് ചിന്തിക്കാനാകുന്നില്ല. ചിന്തിച്ചതുകൊണ്ട് ഉപകാരവുമില്ല. ഇടയ്ക്ക് ഞാനെഴുന്നേറ്റ് ശൗചാലയത്തിലേക്കോ വെള്ളം കുടിക്കാനോ നടക്കുമ്പോൾ അടുത്ത് ആന്ദ്രെ ഇരിക്കുന്നത് കാണും. ആന്ദ്രെ ശൂന്യതയിലേക്ക് നോക്കിയിരിക്കുകയാണ്. മുഖം വല്ലാതെ വിളറിയിട്ടുണ്ട്. ശരീരം ചലനമറ്റിരിക്കുന്നു. വീട്ടിൽ ഒച്ചയും അനക്കവുമില്ല. ഒരു തിമിംഗലത്തെപ്പോലെ നിശ്ശബ്ദത ഞങ്ങളെയൊക്കെ വിഴുങ്ങിയിരിക്കുന്നു.

ശനിയാഴ്ച കാലത്ത് ഞാൻ ആന്ദ്രെയോട് യാത്ര പറഞ്ഞു. ആന്ദ്രെയുടെ കണ്ണിൽ നോക്കാതെ, ഞൊടിയിടയിൽ അത് കഴിച്ചു. ഞാൻ ആന്ദ്രെയുടെ കൈ പിടിച്ചില്ല. അങ്ങനെ ചെയ്താൽ അവനെന്നെ വിടില്ല എന്നെനിക്കറിയാമായിരുന്നു. ഇത് ഞങ്ങളുടെ തീരുമാനമായിരുന്നു. അതുകൊണ്ട് തന്നെ എന്നോടൊപ്പം അവൻ നിൽക്കും. ഞങ്ങളുടെ തീരുമാനത്തിന്റെ അവസാനം ഇങ്ങനെയാകും എന്ന് അന്നേ എനിക്കറിയാമായിരുന്നു. അച്ഛനാണെന്നെ എവിന്റെ പ്രധാന കവാടത്തിനരികിൽ കൊണ്ടു ചെന്ന് വിട്ടത്. ആന്ദ്രെയെ എന്നോടൊപ്പം കൊണ്ടുപോകുന്നത് അപകടമാകും എന്ന് ഞാൻ തീരുമാനിച്ചിരുന്നു. അച്ഛനും നിശ്ശബ്ദനായിരുന്നു.

അച്ഛനോട് അപ്പോൾ തന്നെ തിരികെപോകാൻ ഞാൻ ആവശ്യപ്പെട്ടു. അച്ഛന്റെ കാർ വളവ് തിരിഞ്ഞ് അപ്രത്യക്ഷമാകുന്നത് ഞാൻ നോക്കി നിന്നു.

അവർ എന്നെ പീഡിപ്പിക്കുമോ എന്ന് ഞാൻ ഭയന്നു. പക്ഷേ എന്തിനത് ചെയ്യണം? അവരെ സംബന്ധിച്ചിടത്തോളം ഞാൻ ക്രിസ്തുമതം സ്വീകരിച്ച ഒരു മുസ്ലീം വനിതയാണ്. ക്രിസ്തുമതം സ്വീകരിച്ച് ഒരു ക്രിസ്ത്യാനിയെ കല്യാണം കഴിച്ച മുസ്ലീം വനിത. എനിക്കുള്ള ശിക്ഷ മരണമണ്. അതിനർഹയാണ് ഞാൻ. എന്നാൽ എന്നിൽനിന്ന് യാതൊരു വിവരവും ചൂഴ്ന്നെടുക്കാൻ അവർക്കില്ല. “മാന്യമായി മരിക്കും ഞാൻ.” ഞാൻ ചെയ്തത് ശരിയെങ്കിൽ ഈ മരണം മാന്യതയോടെയാണെന്ന സത്യവും ശരിയാണെന്ന് എന്റെ മനസ്സ് ആവർത്തിച്ചു. ഞാനപ്പോൾ തരേനയെ ഓർത്തു. തരേനയ്ക്ക് എന്ത് സംഭവിച്ചിട്ടുണ്ടെങ്കിലും അവളുടെ മരണവും പൂർണ്ണ ബഹുമാന്യതയോടെ തന്നെയായിരുന്നു എന്നെന്റെ മനസ്സ് ഉറപ്പിച്ചു.

ചാദോർ ശരിക്ക് വലിച്ചിട്ട് ഞാൻ കവാടത്തിലെത്തി. അവിടെ നിന്നിരുന്ന ഗാർഡിനോട് എനിക്ക് വന്ന ഫോൺ വിളിയെക്കുറിച്ച് പറഞ്ഞു. അയാൾ എന്റെ പേരു ചോദിച്ചു. അകത്തേക്ക് പോയി. ഏതാനും നിമിഷങ്ങൾക്കുള്ളിൽ വീണ്ടും പ്രത്യക്ഷപ്പെട്ട് പുറകെ വരാൻ

പറഞ്ഞു. എനിക്ക് പുറകിൽ ലോഹം കൊണ്ടുണ്ടാക്കിയ ആ വലിയ വാതിൽ അടഞ്ഞു. ഞങ്ങൾ ഒരു ചെറിയ മുറിയിലേക്ക് പ്രവേശിച്ചു. അയാൾ ഫോണെടുത്ത് ഒരു നമ്പർ ഡയൽ ചെയ്തു.

"അവളെത്തിയിട്ടുണ്ട്." എന്ന് മാത്രം പറഞ്ഞു.

ഇത് എന്റെ അവസാന ദിവസമാകാം. എന്നെ സ്വീകരിക്കാൻ വരുന്നത് ഹമെഹ്ദാകാം. ഞാൻ തലയുയർത്തി നിൽക്കും എന്ന് തീരുമാനിച്ചു. വാതിൽ തുറന്നു. മൊഹമ്മദ് അകത്തേക്ക് പ്രവേശിച്ചു. എന്നിൽ നിന്നും ആശ്വാസത്തിന്റെ ഒരു നിശ്വാസമുതിർന്നു.

"മറീനാ... വീണ്ടും കണ്ടതിൽ സന്തോഷം. സുഖമല്ലേ?"

"അതെ, നന്ദി. താങ്കളോ?"

"ദൈവത്തിനു നന്ദി, ഞാൻ സുഖമായിരിക്കുന്നു. എന്നോടൊപ്പം വരൂ."

ഞാൻ അയാൾക്ക് പുറകിൽ നടന്നു. എന്നോട് കണ്ണ് കെട്ടാൻ അയാൾ ആവശ്യപ്പെട്ടില്ല. ചുറ്റിലും പൂച്ചെടികൾ കണ്ടു. എവിനു യോജിച്ചതല്ലല്ലോ ഇത് എന്നെനിക്ക് തോന്നി. അയാൾ എന്നെ ഒരു കെട്ടിടത്തിലേക്ക് നയിച്ചു. അതിലെ ഒരു മുറിയിലെത്തിച്ചു. അവിടെ ഒരു മേശയും അഞ്ചോ ആറോ കസേരകളുമുണ്ടായിരുന്നു. ചുമരിൽ ഖൊമേനിയുടെ ഒരു ചിത്രവുമുണ്ട്.

"ഇവിടെയിരിക്കൂ, ഇവിടെനിന്ന് പുറത്ത് പോയതിനുശേഷം എന്താണ് ചെയ്തതെന്ന് പറയൂ."

"പ്രത്യേകിച്ച് ഒന്നുമില്ല. പഠിക്കുകയായിരുന്നു മിക്കപ്പോഴും. ഹൈസ്കൂൾ ഡിപ്ലോമ ലഭിച്ചു."

"അത് നന്നായി. മറ്റെന്തെങ്കിലും."

"പ്രത്യേകിച്ച് ഒന്നുമില്ല."

അയാൾ തല കുലുക്കി. "നീ വീണ്ടും അപകടത്തിൽ ചാടിയിരിക്കുന്നു. ഞാനിപ്പോൾ ഉദ്ദേശിച്ചതെന്തെന്ന് നിനക്കും മനസ്സിലായിട്ടുണ്ടാകും എന്ന് കരുതുന്നു. എന്നാൽ നിനക്ക് ഇവിടെ കുറച്ച് നല്ല സുഹൃത്തുക്കളുണ്ടായത് നിന്റെ ഭാഗ്യം. ഹമെഹ്ദ് നിന്നെ ലക്ഷ്യമിട്ടിരുന്നു. ഞങ്ങൾക്ക് അയാളെ തടയാനായി."

"എന്താണുദ്ദേശിച്ചത്?"

"നിന്റെ രണ്ടാം വിവാഹം അയാൾ അറിഞ്ഞു. ഇസ്ലാമിക് വിപ്ലവ കോടതി വഴി നിന്നെ വധശിക്ഷയ്ക്ക് വിധേയയാക്കുവാൻ അയാൾ ശ്രമിച്ചു. ഇത് സംഭവിക്കും എന്ന് നിനക്കും അറിയാമായിരുന്നല്ലോ, അല്ലേ?"

"എനിക്കറിയാമായിരുന്നു."

"എന്നിട്ടും നീയത് ചെയ്തു?"

"അതെ."

"നീ ഇതിനെ ധീരത എന്ന് വിളിക്കുമോ അതോ വിഡ്ഢിത്തരം എന്നോ?"

"രണ്ടുമില്ല. എനിക്ക് ശരിയെന്നത് തോന്നിയത് ചെയ്തു."

"ശരി. ഇത്തവണ ഭാഗ്യം നിന്നോടൊപ്പമായിരുന്നു. ഹമെഹ്ദിനെപ്പോലെയുള്ള തീവ്രചിന്താഗതിക്കാർക്ക് ഇപ്പോൾ എവിനു മേലുള്ള പിടുത്തം അയഞ്ഞുകൊണ്ടിരിക്കുകയാണ്. അലിയുടെ കൊലപാതകം, അവർ ആവശ്യത്തിലധികം ദൂരം പോയി എന്ന് മറ്റുള്ളവരെ ബോധ്യപ്പെടുത്തി എന്നു തോന്നുന്നു. തനിക്ക് എന്തെങ്കിലും സംഭവിച്ചാൽ നിന്റെ കാര്യങ്ങളിൽ ഒരു കണ്ണ് വേണമെന്ന് അലി പറഞ്ഞിരുന്നു. നീ ചെയ്തതിനോട് എനിക്ക് യാതൊരു യോജിപ്പുമില്ലെങ്കിലും അവന്റെ ആഗ്രഹങ്ങളെ ഞാൻ ബഹുമാനിക്കുന്നു. എന്നാൽ ഇനി രണ്ടാമൊതൊരിക്കൽ ഞാൻ ഇതിനു കൂട്ട് നിൽക്കില്ല. അടുത്ത തവണ എന്തെങ്കിലും ചെയ്യുന്നതിനു മുമ്പ് ഒന്നാലോചിച്ച് പ്രവർത്തിക്കണം എന്ന് മുന്നറിയിപ്പ് നൽകാനാണ് നിന്നെ ഇവിടേക്ക് വിളിപ്പിച്ചത്."

"നന്ദിയുണ്ട്."

"മൂസാവി കുടുംബം നിന്നെ അന്വേഷിക്കാറുണ്ട്. ഇന്ന് നീ ഇവിടേക്ക് വരുന്നുണ്ടെന്ന് അവരെ ഞാൻ അറിയിച്ചിരുന്നു. അവർ നിന്നെ കാണാൻ കാത്തിരിക്കുന്നുണ്ട്."

വാതിൽ തുറന്നു. അവരെല്ലാം ഒന്നിച്ച് അകത്ത് വന്നു. അവരെ കണ്ടതിൽ എനിക്ക് സന്തോഷം തോന്നി. കുഞ്ഞ് അലി വളർന്നിരിക്കുന്നു. അക്രം എന്നെ ആലിംഗനം ചെയ്തു.

"നീ സുഖമായിരിക്കുന്നു എന്ന് കാണുന്നതിൽ സന്തോഷമുണ്ട് മറീനാ. എല്ലാം സുഖമായി പോകുന്നില്ലേ?" മൂസാവി ചോദിച്ചു.

"ഉവ്വ്."

"നീ വീണ്ടും വിവാഹം കഴിച്ചുവല്ലേ? സന്തോഷവതിയല്ലേ?"

"അതെ സർ."

"നീ വല്ലാത്ത വാശിക്കാരിയാണ്. നീ ചെയ്യുന്നത് ഞങ്ങൾ നിരീക്ഷിച്ചിരുന്നില്ലെങ്കിൽ അപകടത്തിൽ ചെന്ന് ചാടുമായിരുന്നു."

"എനിക്കറിയാം സർ, അതിനെനിക്ക് താങ്കളോട് നന്ദിയുണ്ട്."

"നിന്റെ പണത്തിൽ ഞാൻ കൈ വച്ചിട്ടില്ല. നിനക്ക് അത് എപ്പോൾ വേണമെങ്കിലും എടുക്കാം."

"വേണ്ട. എനിക്കിപ്പോൾ കുഴപ്പമൊന്നുമില്ല."

"ഇത് നിന്റെ മറീനഅമ്മായിയാണ് അലി. അമ്മായിക്കൊരു ഉമ്മ കൊടുക്ക്." അക്രം തന്റെ കുഞ്ഞിനോട് പറഞ്ഞു. അവൻ സാവധാനത്തിൽ എനിക്കരികിലെത്തി.

"വാ അലി. നീ വലുതായിരിക്കുന്നല്ലോ!"

അവൻ അടുത്ത് വന്നു. എന്റെ കവിളിൽ ചുംബിച്ചു. അവന്റെ അമ്മ യ്ക്കരികിലേക്ക് ഓടിപ്പോയി.

അലിയുടെ അമ്മ കരയുകയായിരുന്നു. ഞാൻ അവരെ ആലിംഗനം ചെയ്തു. അലി മരിച്ചില്ലെങ്കിൽ എന്റെ ജീവിതം തീർത്തും വ്യത്യസ്ത മാകുമായിരുന്നു. അപ്പോൾ ഇവരാകുമായിരുന്നു എന്റെ കുടുംബം. ആ പതിനഞ്ച് മാസം ഇവരായിരുന്നല്ലോ എന്റെ കുടുംബം. അലിക്ക് എന്തെ ങ്കിലും വിധത്തിൽ ദ്രോഹം വരണമെന്ന് ഞാൻ ഒരിക്കലും കരുതി യിട്ടില്ല. അലിയെ സ്നേഹിക്കാത്തതിൽ എനിക്ക് കുറ്റബോധമുണ്ട്. അതു പോലെ തന്നെ അലിയെ വെറുക്കാത്തതിലും. എന്നാൽ ഇപ്പോൾ അതെല്ലാം കഴിഞ്ഞിരിക്കുന്നു. ഇനിയിപ്പോൾ എനിക്ക് ഒന്നും ചെയ്യാനാ കില്ല. അലിയോടുള്ള വികാരം കോപം, നിരാശ, ഭയം, അനിശ്ചിതത്വം എല്ലാം കൂടിക്കലർന്ന സങ്കരമായിരുന്നു എന്നും. അതങ്ങനെതന്നെ തുടരു കയും ചെയ്യും.

എവിനിൽ നിന്നിറങ്ങി ഞാൻ നേരെ പ്രധാന വീഥിയിലെത്തി. ഒരു കാറിനു കൈ കാണിച്ചു. ഞാൻ ജീവനോടെയിരിക്കുന്നു. മരണം എന്നെ തള്ളി നീക്കുകയാണെന്ന് തോന്നി. ആരോ എന്നെ സംരക്ഷിച്ചുകൊണ്ടി രിക്കുകയാണെന്ന് തോന്നി. അത് എന്തുകൊണ്ടെന്ന് എനിക്ക് മനസ്സിലാ യില്ല. എനിക്ക് മുന്നിൽ ലോകം ചലിച്ചുകൊണ്ടിരിക്കുന്നു. മങ്ങി മങ്ങി പ്രകാശിച്ചുകൊണ്ടിരിക്കുന്നു. ഇത്രയധികം ആളുകൾ മരിച്ചിട്ടും ഞാൻ മാത്രം എന്തുകൊണ്ട് ജീവനോടെയിരിക്കുന്നു? സാറയെ വിട്ടയച്ചിട്ടില്ല. മൂസാവിയോട് അവളെക്കുറിച്ച് ചോദിക്കണമായിരുന്നു. എന്നാൽ അപ്പോൾ ഒന്നും ആലോചിക്കാനായില്ല. അവൾക്ക് വേണ്ടി അദ്ദേഹത്തിനെന്തെ ങ്കിലും ചെയ്യുവാനായോ എന്നറിയില്ല.

വീട്ടിലെത്തി വാതിൽ തുറന്നതേയുള്ളൂ, ഞാൻ ആന്ദ്രെയുടെ കര വലയത്തിലൊതുങ്ങി നിൽക്കുന്നതാണ് കണ്ടത്. ആന്ദ്രെ എന്നെ മുറുകെ ആലിംഗനം ചെയ്തു.

“നന്ദി ദൈവമേ..നന്ദി... നിനക്ക് കുഴപ്പമൊന്നുമില്ലല്ലോ? അവർ നിന്നെ വെറുതെ വിട്ടു എന്ന് എനിക്ക് വിശ്വസിക്കാനാകുന്നില്ല! എന്താണ് സംഭ വിച്ചത്?”

നടപടിക്രമങ്ങളനുസരിച്ചുള്ള ഒരു പരിശോധന എന്ന് ഞാൻ പറഞ്ഞു. എവിനിൽ മുമ്പുണ്ടായിരുന്നവരെയെല്ലാം അവർ ഇതിനു വിധേയമാക്കു ന്നുണ്ടെന്നും.

“നീ വിവാഹിതയാണോ എന്നവരന്വേഷിച്ചോ?”

“ഇല്ല.” ഞാൻ നുണ പറഞ്ഞു. ആന്ദ്രെയെ വിഷമിപ്പിക്കാൻ ഞാൻ ഇഷ്ടപ്പെട്ടില്ല. ഒന്നും വിശദീകരിക്കാനും ഞാൻ താത്പര്യപ്പെട്ടില്ല. “ഒന്നു കിൽ അവർക്കറിയില്ല. അല്ലെങ്കിൽ അറിഞ്ഞിട്ടും അതിൽ താത്പര്യമെടു ക്കുന്നില്ല.”

“എന്നുവച്ചാൽ ഇനി അവർ നമ്മളെ വിഷമിപ്പിക്കില്ല എന്നാണോ അർത്ഥം?”

“എനിക്കറിയില്ല. എന്നാൽ കുറച്ച് കാലത്തേക്കെങ്കിലും പ്രശ്ന മൊന്നുമുണ്ടാകില്ല എന്ന് തോന്നുന്നു. പക്ഷേ അവരെക്കുറിച്ച് ഒന്നും പ്രവചിക്കുവാനാകില്ല എന്നത് മറക്കണ്ട. നാളെ അവർ എന്ത് ചെയ്യും എന്ന് പറയാനാകില്ല.”

ഹമെഹ്ദിനെപ്പോലെയുള്ള തീവ്രചിന്താഗതിക്കാർ വീണ്ടും എവിനിൽ അധികാരം പിടിച്ചെടുത്താൽ എന്റെ അവസ്ഥയിൽ എന്തും സംഭവി ക്കാമെന്ന് എനിക്കറിയാമായിരുന്നു.

യുദ്ധം എന്നെ ഭയപ്പെടുത്തിയിരുന്നു. മിസൈൽ ആക്രമണങ്ങൾ മാത്ര മല്ല അതിനു കാരണം. ഏതാനും മാസങ്ങൾക്കുള്ളിൽ ആന്ദ്രെയ്ക്ക് നിർ ബന്ധ പട്ടാള സേവനത്തിന് ഹാജർ നൽകേണ്ടതുണ്ട്. ആയിടെ ഞങ്ങൾ ഒരു സർക്കാർ പദ്ധതിയെപറ്റി കേട്ടു. ബിരുദാനന്തര ബിരുദമുള്ളവർക്ക് പട്ടാളത്തിൽ സേവനമനുഷ്ഠിക്കുന്നതിനു പകരം ഇറാനിലെ വിദൂരങ്ങളായ പട്ടണങ്ങളിലെ സർവകലാശാലകളിൽ അദ്ധ്യാപകരായി സേവനമനു ഷ്ഠിക്കാം എന്നതാണാ പദ്ധതി. ആന്ദ്രെയെ യുദ്ധമുന്നണിയിലയക്കാ തിരിക്കാൻ ഞങ്ങളിലുണ്ടായിരുന്ന ഏക പ്രതീക്ഷ ഇത് മാത്രമായി രുന്നു. ആന്ദ്രെ അപ്പോൾ ബിരുദാനന്തര ബിരുദം പൂർത്തിയാക്കിയതേ യുള്ളൂ. ആന്ദ്രെ ഈ പദ്ധതിയിലേക്ക് അപേക്ഷിച്ചു. അപേക്ഷ സ്വീകരി ക്കപ്പെട്ടു.

ഇറാന്റെ തെക്ക് കിഴക്ക് ഭാഗത്തുള്ള സെഹാദാൻ എന്ന പട്ടണത്തി ലാണ് ജോലി ലഭിച്ചത്. അഫ്ഗാനിസ്ഥാന്റേയും പാക്കിസ്ഥാന്റേയും അതിർത്തിക്കടുത്താണീ പട്ടണം. യൂണിവേഴ്സിറ്റി ഓഫ് സിസ്താൻ ആൻഡ് ബലൂചിസ്ഥാനിൽ അദ്ധ്യാപകനായാണ് നിയമനം. ജോലിക്ക് ഹാജരാകേണ്ടതിന്റെ ഒരു മാസം മുമ്പ് അവിടെ ചെന്ന് എഴുത്ത് കുത്തു കളെല്ലാം പൂർത്തിയാക്കണം. ഞങ്ങൾ ഒരുമിച്ചാണതിനു പോയത്. രാജ്യ ത്തിന്റെ ആ ഭാഗത്തേക്കുള്ള എന്റെ ആദ്യയാത്രയായിരുന്നു അത്. ഭാവി യിൽ എന്റെ വീടാകാൻ പോകുന്ന ആ സ്ഥലം കാണാൻ എനിക്കും ആകാംക്ഷയുണ്ടായിരുന്നു.

ടെഹ്റാനിൽ നിന്നും സഹെദാനിലേക്ക് ഒന്നര മണിക്കൂർ നീണ്ട വിമാനയാത്രയുണ്ട്. വിമാനം താഴേക്കിറങ്ങാൻ തുടങ്ങിയപ്പോൾ ഞാൻ ജനലിലൂടെ പുറത്തേക്ക് നോക്കി. ഭൂമിയെ മറവ് ചെയ്തിരിക്കുകയാണ വിടെ എന്ന് തോന്നി. മണൽ കൊണ്ട് കൂമ്പാരങ്ങൾ കൂട്ടിയിരിക്കുന്നു. ദൂരെ ഒരു ഇളംപച്ച കുന്ന് കണ്ടു. പിന്നെ അത് മെല്ലെമെല്ലെ വലു തായി. അറ്റം കാണാത്ത മരുഭൂമിക്ക് നടുക്കാണാ പച്ചത്തുരുത്ത്. കുറച്ച് കഴിഞ്ഞപ്പോൾ മണലിൽ നിന്നും മണ്ണുകൊണ്ടും ഇഷ്ടിക കൊണ്ടുമുണ്ടാ ക്കിയ കെട്ടിടങ്ങൾ ഉയർന്നുവന്നു. അപൂർവ്വമായ മരത്തണലിലേക്ക് അവ ഉറ്റുനോക്കി നിന്നു.

വിമാനം താഴെയിറങ്ങി. നഗരത്തിലേക്ക് ഞങ്ങൾ ഒരു കാർ വിളിച്ചു. വെയിലിനെ ഇവിടെ അന്തരീക്ഷ പ്രദൂഷണമോ ഈർപ്പമോ അരിച്ചെടുക്കുന്നില്ല. അതിനാൽ തന്നെ ആ വെളിച്ചം എന്റെ കണ്ണുകൾക്ക് പരിചിതവുമല്ല. എന്റെ കണ്ണുകൾക്ക് താങ്ങാനാകുന്നതിലും അധികം വെളിച്ചം ഇവിടത്തെ സൂര്യൻ തരുന്നു. വിമാനത്താവളത്തിൽ നിന്നും നഗരത്തിലേക്കുള്ള പാതയ്ക്ക് കേടുപാടുകളൊന്നുമില്ല എന്നത് എന്നെ അദ്ഭുതപ്പെടുത്തി. മരുഭൂമിയുടെ ഉപരിതലത്തിൽ ഒരു വടു വീണതുപോലെ അത് നീണ്ട് കിടക്കുന്നു. സഹെദാനിന്റെ പ്രാന്തപ്രദേശത്തെത്തിയപ്പോൾ ഇടുങ്ങിയ വഴിക്കിരുവശത്തും ചെറിയ കടകൾ കണ്ടു. പരമ്പരാഗത വസ്ത്രം ധരിച്ച സ്ത്രീപുരുഷന്മാരെ കണ്ടു. അയഞ്ഞ പാന്റ്സും നീളൻ ഷർട്ടുമാണ് പുരുഷന്മാരുടെ വേഷം. കണ്ണങ്കാലിനൊപ്പമുള്ള, കൈത്തുന്നലുകളുള്ള ഉടുപ്പും നീളൻ സ്കാർഫും സ്ത്രീകളുടേതും. അവർ വഴിയുടെ ഇരുവശത്തും നിറഞ്ഞ് നിന്നു.

ഞാൻ അന്നുവരെ ഒരു ഒട്ടകത്തെ ഇത്ര അടുത്ത് കണ്ടിട്ടില്ല. ഇവിടെ വഴിയരികിൽ നിന്ന് ഒരു ഒട്ടകം എന്തോ ചവച്ചരക്കുന്നു. അതിന്റെ വലിയ കണ്ണുകൊണ്ട് വഴിയിലെ തിരക്കെന്തുകൊണ്ടെന്ന് നോക്കുന്നു. ഈ തെരുവുകൾക്ക് അപ്പുറത്ത് പുതിയ വീടുകളാണ്. കുറച്ചുകൂടി സമ്പന്നരുടെ വീടുകൾ. നല്ല രീതിയിൽ പടുത്തുയർത്തിയ വീടുകൾ. വീണ്ടും വടക്കോട്ട് നീങ്ങിയപ്പോൾ വീടുകളുടെ വലിപ്പം കുറഞ്ഞ് തുടങ്ങി. കെട്ടിടങ്ങളുടെ വലിപ്പം കുറഞ്ഞ് തുടങ്ങി. മിക്കവയും മണ്ണിഷ്ടികകൊണ്ടുണ്ടാക്കിയവ. നഗരത്തിന്റെ വടക്കൻ അതിരിൽ ഉയരമുള്ള, പാറകൾ നിറഞ്ഞ കുന്നുകളാണ്. അവയിൽ നിറയെ ഗുഹകളുണ്ട്. താമസിക്കാനായി ജനങ്ങൾ വെട്ടിയുണ്ടാക്കിയ ഗുഹകളാണ് അവയെല്ലാമെന്ന് ഞങ്ങളുടെ ഡ്രൈവർ പറഞ്ഞു. കീറിയ ഒരു പ്ലാസ്റ്റിക് പന്തിനു പുറകെ കാലിൽ ചെരിപ്പ് പോലുമിടാത്ത കുട്ടികൾ ഓടിക്കളിക്കുന്നത് കണ്ടു. ആ വെയിലിൽ പന്ത് കളിക്കുകയാണവർ. ഉറക്കെ ചിരിക്കുന്നുണ്ടവർ.

ഞങ്ങൾ എന്തിനാണിവിടെ വന്നിരിക്കുന്നത് എന്ന് ഡ്രൈവർ ചോദിച്ചു. സർവകലാശാലയിൽ പഠിപ്പിക്കാൻ എന്ന് ആന്ദ്രെ പറഞ്ഞു.

“ഈ സർവകലാശാല ഷാ നിർമ്മിച്ചതാണ്.” അയാൾ പറഞ്ഞു. “ഞങ്ങൾക്ക് അത് വലിയ ഉപകാരമായി. ഇപ്പോൾ ടെഹ്റാനിൽ നിന്നും മറ്റും നല്ല വിദ്യഭ്യാസമുള്ളവർ ഇവിടെ വന്ന് ഞങ്ങളുടെ കുട്ടികളേയും ഇവിടേക്ക് പഠിക്കാനെത്തുന്ന മറ്റു കുട്ടികളേയും പഠിപ്പിക്കുന്നു.”

1987 മാർച്ചിൽ ഞാനും ആന്ദ്രെയും വീട്ട് സാമാനങ്ങളെല്ലാം ഞങ്ങളുടെ കാറിൽ നിറച്ച് സഹെദാനിലേക്കുള്ള ആയിരം നാഴിക യാത്രയാരംഭിച്ചു. രണ്ട് മണിക്കൂർ കഴിഞ്ഞപ്പോൾ ഈ ലോകത്തിൽ വാഹനമായി ഞങ്ങളുടെ ആ ചെറിയ മഞ്ഞ റെനോൾട്ട് 5 മാത്രമേയുള്ളൂ എന്ന് തോന്നിപ്പോയി. തുറന്നിട്ട ജനലിലൂടെ ചൂടുള്ള വായു എന്റെ മുഖത്ത് ആഞ്ഞടിച്ചുകൊണ്ടിരുന്നു. വഴിക്ക് കുറുകെ സ്വർണ്ണ നിറമുള്ള മണലിന്റെ

മഹാസമുദ്രം നൃത്തം വയ്ക്കാൻ തുടങ്ങി. അകലെ ചക്രവാളത്തിലെ മരീചികയിൽ ഭൂമി അപ്രത്യക്ഷമായി. മണിക്കൂറുകളോളം ഈ ഭൂപ്രകൃതിയിൽ മാറ്റമൊന്നും കണ്ടില്ല. വഴിക്ക് ഒരു വളവ് പോലുമില്ല. ഇടയ്ക്ക് ഞങ്ങൾ കൈകാലുകളൊന്ന് നിവർത്താൻ വണ്ടി നിർത്തും. അപ്പോൾ ഈ മരുഭൂമി എത്ര ശാന്തമാണെന്ന് തോന്നും. അതുവരേക്കും ഞങ്ങൾ കേട്ടുകൊണ്ടിരുന്നത് കാറിന്റെ മുരൾച്ച മാത്രമായിരുന്നല്ലോ. അത് നിന്നാൽ ചുറ്റിലും ശാന്തത മാത്രം. കടൽക്കരയിലാണെങ്കിൽ, ദിനം എത്ര ശാന്തമെങ്കിലും വെള്ളത്തിന്റെ മർമ്മരം നിരന്തരം കേൾക്കാനാകും. കാട്ടിലാണെങ്കിൽ, മൃഗങ്ങളൊക്കെ ഞങ്ങളിനി ശബ്ദമുണ്ടാക്കില്ല എന്ന് തീരുമാനിച്ചാലും ഇലകൾ വെറുതെയിരിക്കില്ല. അവ പരസ്പരം മുട്ടിയുരുമ്മി എന്തെങ്കിലും സ്വരമുണ്ടാക്കിക്കൊണ്ടിരിക്കും. എന്നാൽ ഇവിടെ നിശ്ശബ്ദത പൂർണ്ണമാണ്. അസ്തമയസമയമായപ്പോൾ സൂര്യൻ അത്യുഷ്ണത്തിൽ അലിഞ്ഞ് ചേരുവാൻ തുടങ്ങി. ഭൂമിയുടെ അറ്റത്ത് ചുവന്ന പൊട്ടായി അത് മറഞ്ഞ് തുടങ്ങി. സാവധാനത്തിൽ രാത്രിയെത്തി. തിളച്ച് മറിഞ്ഞുകൊണ്ടിരുന്ന കാറ്റിനെ തണുപ്പിക്കാൻ തുടങ്ങി. രാവിൽ ആകാശം നിറഞ്ഞ നക്ഷത്രങ്ങളെ എനിക്ക് തൊട്ടുനോക്കാമെന്ന് തോന്നിപ്പോയി. ഇവിടെ പ്രതിബിംബങ്ങളില്ല. പ്രതിധ്വനികളില്ല. വിദൂരമായ, എല്ലാവരാലും മറക്കപ്പെട്ട ഭൂമി. സമയത്തിനും അപ്പുറത്താണിത് എന്ന് തോന്നി.

സഹെദാൻ സർവകലാശാല അതിന്റെ അദ്ധ്യാപകർക്ക് താമസിക്കാനായി വീടുകൾ പണിതിട്ടുണ്ടായിരുന്നു. അത്ര ആഡംബരമുള്ള വീടുകളൊന്നുമല്ല. എന്നാൽ സൗകര്യപ്രദവും വൃത്തിയുള്ളതുമായിരുന്നു. ജീവിക്കാൻ ആവശ്യമുള്ള സൗകര്യങ്ങളൊക്കെ അവിടെ ഒരുക്കിയിട്ടുണ്ട്. പക്ഷേ പൈപ്പിൽ നിന്നും വരുന്ന വെള്ളത്തിൽ ലോഹത്തിന്റെ അംശം വളരെ കൂടുതലാണ്. അതിനാൽ കുടിവെള്ളമായി ഉപയോഗിക്കുവാനാകില്ല. അതിനാൽ ആഴ്ചയിൽ ഒന്നോ രണ്ടോ തവണ വെള്ള ശുദ്ധീകരണശാലയിൽ പോകണം. പത്ത് മിനിട്ട് യാത്ര ചെയ്യാനുള്ള ദൂരമുണ്ടവിടേക്ക്. അവിടെ ചെന്ന് വലിയ പാത്രങ്ങളിൽ കുടിവെള്ളം നിറച്ച് കൊണ്ടുവരണം.

ആന്ദ്രെ ജോലിയിൽ തിരക്കിലായി. ആന്ദ്രെ ഒന്നുകിൽ പഠിപ്പിക്കുകയാകും അല്ലെങ്കിൽ പഠിപ്പിക്കുവാനുള്ളത് പഠിക്കുകയാകും. അതുമല്ലെങ്കിൽ ഉത്തരക്കടലാസുകൾ പരിശോധിക്കുകയാകും. മരുഭൂമിയുടെ ഏകാന്തതയും നിശ്ശബ്ദതയും എന്നിൽ നിന്നും എന്റെ ഭൂതകാലത്തെ തള്ളിയകറ്റാൻ സഹായിച്ചു. എന്നും ഞാൻ സാധാരണ വീട്ടമ്മമാർ ചെയ്യുന്ന പ്രവർത്തികളിലേർപ്പെട്ടു. പാചകം, വീട് വൃത്തിയാക്കൽ എന്നിവ. എല്ലാം ചെയ്ത് കഴിഞ്ഞാൽ അവയെല്ലാം വീണ്ടും ആവർത്തിച്ചു. റേഡിയോ വല്ലപ്പോഴും കേൾക്കും. പുസ്തകം വായനയില്ല. ടിവി കാണാറേയില്ല. വായിക്കാൻ അധികം പുസ്തകങ്ങളും ബാക്കിയില്ലായിരുന്നു. എനിക്കാകട്ടെ ഇപ്പോൾ പുസ്തകങ്ങളില്ലല്ലോ എന്ന പരാതിയുമില്ലായിരുന്നു. അതൊരു അദ്ഭുതമായിരുന്നു.

ഞാൻ ക്ഷീണിതയായിരുന്നു. മാരത്തോൺ ഓടുന്നയാൾ മണിക്കൂറുകൾ ഓടിയതിനുശേഷം അവസാനത്തിലെത്തിയപ്പോൾ ഇഴഞ്ഞ് നീങ്ങുന്നത് പോലെ. പിന്നെ അവസാനത്തിലെത്താനാകാതെ കുഴഞ്ഞ് വീണതുപോലെ. ഞാൻ ചെയ്യേണ്ടതെന്ത് എന്നത് മാത്രം എന്റെ മനസ്സപ്പോൾ എന്നോട് പറഞ്ഞു. അത്ര മാത്രം ഓർത്തു. ലളിതമായ കാര്യങ്ങളെക്കുറിച്ച് മാത്രമത് പറഞ്ഞ് തന്നു. വസ്ത്രം എപ്പോഴും വൃത്തിയായിരുന്നു. വീട് അഴുക്കില്ലാതിരുന്നു. ഭക്ഷണം ശരിയായ സമയത്ത് മേശപ്പുറത്തെത്തിച്ചു.

സർവകലാശാലയിൽ ആന്ദ്രെയ്ക്ക് നല്ല സുഹൃത്തുക്കളെ ലഭിച്ചു. ചിലപ്പോൾ ഞങ്ങൾ കുടുംബയോഗങ്ങൾ സംഘടിപ്പിച്ചു. അവരെല്ലാം ദയയോടെ ഞങ്ങളോട് പെരുമാറി. എന്റെ ഭൂതകാലത്തെക്കുറിച്ച് അവർക്കാർക്കും ഒന്നുമറിയില്ല.

ഞാനാകട്ടെ അവരുമൊത്ത് പുതിയ പാചകക്കുറിപ്പുകളെക്കുറിച്ചും വീട് അലങ്കരിക്കുന്നതിനെക്കുറിച്ചും മാത്രം സംസാരിച്ചു.

സഹെദാനെ യുദ്ധം സ്പർശിച്ചിട്ടില്ല. ഇറാൻ, ഇറാക്ക് അതിർത്തിയിൽ നിന്നും ഇവിടേക്ക് ദൂരമൊത്തിരിയുണ്ട്. എന്നാൽ ടെഹ്റാനു മുകളിലും മറ്റ് നഗരങ്ങൾക്ക് മുകളിലുമുള്ള മിസൈൽ ആക്രമണങ്ങൾ തുടർന്നു കൊണ്ടിരുന്നു. മിക്കവാറും എല്ലാ ദിവസവും ഞാൻ അമ്മയെ വിളിച്ച് അവിടെ ആർക്കും ഒന്നിനും കുഴപ്പമൊന്നുമില്ലല്ലോ എന്ന് അന്വേഷിക്കുമായിരുന്നു. ഇടയ്ക്കിടെയുള്ള പൊട്ടിത്തെറിയുടെ ശബ്ദമൊന്നും കേൾക്കാതെ ഉറങ്ങുക എന്നത് സുഖകരമായിരുന്നു എങ്കിലും എനിക്കെന്തോ, ഞാനൊരു രാജ്യദ്രോഹിയാണെന്ന് തോന്നിയിരുന്നു. ഞാൻ അച്ഛനോടും അമ്മയോടും ഇവിടെ സഹെദാനിൽ വന്ന് ഞങ്ങളോടൊപ്പം കുറച്ച് കാലം താമസിക്കാൻ ആവശ്യപ്പെട്ടു. പക്ഷേ അച്ഛൻ, തനിക്ക് ജോലിയുണ്ട് എന്ന് പറഞ്ഞ്, ആ ക്ഷണം നിരസിച്ചു. എങ്കിൽ അമ്മയെയെങ്കിലും പറഞ്ഞയയ്ക്കാൻ ഞാൻ ആവശ്യപ്പെട്ടു. ഇവിടെ വിഷമിക്കാനൊന്നുമില്ല എന്നായിരുന്നു അച്ഛന്റെ മറുപടി. ടെഹ്റാൻ ഒരു വലിയ നഗരമാണ്. ഞങ്ങൾ താമസിക്കുന്നിടത്ത് മിസൈൽ പതിക്കാനുള്ള സാധ്യതയും കുറവാണ്. അങ്ങനെയിരിക്കെ ഒരു ദിവസം കാലത്ത് അമ്മ വിളിച്ചു.

"മാമൻ... കുഴപ്പമൊന്നുമില്ലല്ലോ?"

"ഇല്ല. എനിക്ക് കുഴപ്പമൊന്നുമില്ല. ഞാൻ കുറച്ച് ദിവസം മേരിയുടെ കൂടെ താമസിക്കാമെന്ന് കരുതി. അവിടെയാണ് കൂടുതൽ സുരക്ഷിതം."

ഒരു ബഹുനില കെട്ടിടത്തിലാണ് മേരി താമസിക്കുന്നത്. എന്റെ മാതാപിതാക്കൾ താമസിക്കുന്നിടത്തുനിന്നും അധികം ദൂരെയല്ല അത്. എനിക്കെന്തോ ഇതിലൊരു പന്തികേട് തോന്നി.

"മാമൻ... എന്താ ഈ പറയുന്നേ? ഇവിടെ സഹെദാനിൽ വരൂ. ഇവിടെയാണ് കൂടുതൽ സുരക്ഷിതം. ടെഹ്റാൻ ഒട്ടും സുരക്ഷിതമല്ല. എവിടെയായാലും സുരക്ഷിതമല്ല."

“ഞാൻ പറയുന്നത് വിശ്വസിക്ക്. ഇവിടെ എല്ലാം സുരക്ഷിതമാണ്.”

“മാമൻ... എന്നോട് സത്യം പറയ്. ഇപ്പോൾ എന്താണവിടെ സംഭവിച്ചുകൊണ്ടിരിക്കുന്നത്? അല്ലെങ്കിൽ ഞാൻ അടുത്ത വിമാനത്തിൽ അവിടെയെത്തും എന്നിട്ട് എന്ത് നടക്കുന്നു എന്ന് കണ്ട് പിടിക്കും.”

“ഇന്നലെ കാലത്ത് നമ്മുടെ തെരുവിൽ ആക്രമണമുണ്ടായി.”

എന്റെ മാതാപിതാക്കൾ ഒരു ചെറിയ വീട്ടിലാണ് താമസിച്ചിരുന്നത്. അമ്മ വീട്ടിലുള്ള നേരത്താണ് മിസൈൽ പതിച്ചിട്ടുള്ളത് എങ്കിൽ അമ്മയ്ക്ക് പരിക്കൊന്നും പറ്റിയിട്ടില്ല എന്ന് പറയുന്നത് എനിക്ക് വിശ്വസനീയമല്ല.

“എവിടെ? എവിടെയാണത് പതിച്ചത്?”

“ആ മൂലയിലെ ആദ്യത്തെ വീട്ടിൽ.”

അതായത് അവർ താമസിക്കുന്നതിൽ നിന്നും നാല് വീടകലെ. എന്നിട്ടും അമ്മയ്ക്ക് ഒന്നും പറ്റിയിട്ടില്ല എന്ന് പറയുന്നത് സത്യമാണോ?

“ആ വീട് പൂർണ്ണമായും നശിച്ചു. അവിടെ ഇപ്പോഴുള്ളത് ഒരു വലിയ കുഴി മാത്രം. എനിക്കവരെ അത്ര അടുത്തറിയില്ല. ഞങ്ങളുടെ പ്രായമുണ്ടാകുമവർക്ക്. വളരെ ശാന്തപ്രകൃതരായിരുന്നു അവർ. അയാൾ ജോലിക്ക് പോയിരിക്കുകയായിരുന്നു. ഭാര്യയും പേരക്കുട്ടിയും മരിച്ചു. അതുവഴി പോയിരുന്ന ഒരു കാറിലുണ്ടായിരുന്ന രണ്ടു പേരും മരിച്ചു. അയൽവക്കത്തുള്ള ചിലർക്കൊക്കെ പരിക്ക് പറ്റി. പക്ഷേ ആർക്കും അത്ര സീരിയസ്സല്ല. വീട്ടിലൊന്നും ആളുണ്ടായിരുന്നില്ല. പലരും ജോലിക്ക് പോയിരുന്നു. ചിലർ ഷോപ്പിങ്ങിനിറങ്ങിയിരുന്നു.”

അമ്മ വിവരിച്ച ആ രംഗം ഞാൻ മനസ്സിൽ കാണാൻ ശ്രമിച്ചു. എന്നാൽ എനിക്കതിനായില്ല.

“അയാൾ വന്നപ്പോൾ വീട്ടുകാർ മരിച്ചിരിക്കുന്നു.” അമ്മ തുടർന്നു. “അയാളുടെ വീട് നിന്നിരുന്നിടത്ത് ഒരു വലിയ ദ്വാരം മാത്രം. ആ മിസൈൽ വരുന്നതിനു തൊട്ട് മുമ്പ് സൈറൻ കേട്ടു. ഞാൻ അടുക്കളയിലിരുന്ന് നെഗാറുമായി സംസാരിക്കുകയായിരുന്നു. “അതാ സൈറൺ കേൾക്കുന്നു. പോയി സുരക്ഷിതമായ എവിടെയെങ്കിലും ഒളിക്ക്” എന്ന് നെഗാർ പറഞ്ഞു. ഞാൻ ഫ്രിഡ്ജിനും അടുക്കളയിലെ അലമാരയ്ക്കും ഇടയിൽ ഒളിച്ചു. അപ്പോൾ വലിയ ഒരു പൊട്ടിത്തെറി കേട്ടു! ഞാൻ തന്നെ പൊട്ടിത്തെറിച്ചോ എന്നെനിക്ക് സംശയം തോന്നി. പിന്നത്തെ നിമിഷത്തിൽ എല്ലാം നിശ്ശബ്ദമായി. എന്റെ ചെവി പൊട്ടിപ്പോയെന്നാണ് ഞാൻ കരുതിയത്. ഞാൻ പുറത്തേക്കിറങ്ങി. എല്ലായിടത്തും ഗ്ലാസ് പൊട്ടിച്ചിതറി കിടക്കുന്നു. ചിലയിടത്തെല്ലാം ഗ്ലാസ് മണൽ തരിപോലെ പൊടിഞ്ഞ് കിടക്കുന്നു. വലിയ കഷണങ്ങൾ അമ്പ് പോലെ ചുമരിൽ തറച്ചിരിക്കുന്നു. നമ്മുടെ വീടിനൊന്നും പറ്റിയില്ല. പക്ഷേ എല്ലാം അലങ്കോലമായിട്ടുണ്ടായിരുന്നു. നിന്റെ അലമാരയുടെ വാതിൽ മുറ്റത്ത് കിടക്കുന്നത് കണ്ടു.”

1988 ആഗസ്തിൽ യുദ്ധം അവസാനിച്ചു. അപ്പോൾ ഞാൻ നാലുമാസം ഗർഭിണിയായിരുന്നു. ഇറാൻ സർക്കാർ ഐക്യരാഷ്ട്ര സഭയുടെ ഒരു പ്രസ്താവം സ്വീകരിച്ചു. ഇറാനും ഇറാക്കും തമ്മിൽ വെടിനിർത്തൽ പ്രഖ്യാപിച്ചു. ആരും ജയിച്ചില്ല. ഒരു ദശലക്ഷത്തിലധികമാളുകൾ കൊല്ല പ്പെട്ടു.

1980 കളുടെ മദ്ധ്യം മുതൽ അവസാനം വരെയുള്ള കാലഘട്ടത്തിൽ മൊജാഹിദിൻ-എ ഖൽഗ് എന്ന സംഘടന, ഇറാൻ സർക്കരിനെതിരെ പൊരുതുവാൻ ഇറാക്കുമായി കൈകോർത്തു. ഏഴായിരത്തിലധികം അണികളെ അവർ അതിനായി സംഘടിപ്പിച്ച് സദ്ദാമിനോടൊപ്പം നിന്നു. മൊജാഹിദ്ദീൻ പോലെയുള്ള ഒരു സംഘടന എങ്ങനെ സദ്ദാമു മായി കൈകോർത്തു എന്ന് എത്രയാലോചിച്ചിട്ടും എനിക്ക് മനസ്സിലാ യില്ല. വെടിനിർത്തൽ പ്രഖ്യാപിച്ചയുടൻ, ഇറാക്കിൽ താവളമടിച്ചിരുന്ന മൊജാഹിദ്ദീൻ, പടിഞ്ഞാറൻ ഇറാനിലെ കെർമൻഷാ എന്ന പ്രവിശ്യ ആക്രമിച്ചു. തങ്ങൾക്ക് ഇറാനിലെ ഇസ്ലാമിക് സർക്കാരിനെ അട്ടിമറിക്കാ നാവശ്യമായ പിന്തുണ ലഭ്യമാകും എന്ന വിശ്വാസത്തിലാണവർ ഇത് ചെയ്തത്. എന്നാൽ വിപ്ലവ ഗാർഡുകൾ അവരെ അനായാസം പരാജ യപ്പെടുത്തി. അവരിൽ പലരും കൊല്ലപ്പെട്ടു. ബാക്കിയുള്ളവർ ഇറാക്കി ലേക്ക് തിരിച്ചോടി. ഇതിനു ശേഷം മൊജാഹിദീനുകളോട് അനുഭാവം പുലർത്തുന്നു എന്ന് ആക്ഷേപിച്ച നൂറുകണക്കിന് എവിൻ അന്തേവാസി കളെ വധശിക്ഷയ്ക്ക് വിധേയരാക്കുകയുണ്ടായി.

ഗർഭകാലത്തിന്റെ ആദ്യ മൂന്ന് മാസം എനിക്ക് തുടർച്ചയായി ഛർദ്ദിയു ണ്ടായിരുന്നു. നാലാം മാസം മുതൽ സുഖം പ്രാപിച്ചു. കുഞ്ഞ് വളരുന്നത് ഞാനറിഞ്ഞു. അത് എന്റെ ഉദരത്തിൽ അനങ്ങുന്നതും ഞാനറിഞ്ഞു. ആ അനുഭവം എന്നിൽ സന്തോഷം നിറച്ചു. സന്തോഷം കരച്ചിലായി. എനിക്ക് സാധ്യമാകും എന്ന് ഞാൻ കരുതിയതിലും അധികം ഞാൻ എന്റെ കുഞ്ഞിനെ സ്നേഹിക്കുന്നുണ്ട് എന്ന് അപ്പോഴാണ് തിരിച്ചറിഞ്ഞത്.

എന്റെ പ്രസവസമയത്ത് അമ്മ എന്നോട് എന്റെയൊപ്പം കുറച്ച് ദിവസം വന്ന് താമസിക്കാമെന്ന് പറഞ്ഞു. കുഞ്ഞിനു വേണ്ട തൊട്ടിൽ ഞാൻ ശരിയാക്കി വച്ചിരുന്നു. കുഞ്ഞിനു വേണ്ട ഉടുപ്പുകൾ ഞാൻ സൂക്ഷിച്ച് വച്ചിരുന്നു.

എട്ടാം മാസം അവസാനം ഞാൻ ആശുപത്രിയിൽ പോയി അൾട്രാ സൗണ്ട് സ്കാൻ ചെയ്തു. സഹൈദാൻ ഒരു കൊച്ചു പട്ടണമാണ്. അൾട്രാ സൗണ്ട് ചെയ്യുമ്പോൾ എന്റെ ഗൈനക്കോളജിസ്റ്റ് അവിടെയുണ്ടായി രുന്നു. കുഞ്ഞിനെ തലയ്ക്ക് വലിപ്പമധികമുണ്ടോ എന്ന് സംശയ മായി. കുഞ്ഞിന് തല വലുതാകുന്ന അസുഖമുണ്ടെന്ന് ഗൈനക്കോള ജിസ്റ്റ് വിധിയെഴുതി. ഗർഭസ്ഥശിശുവിന്റെ തലച്ചോറിൽ വെള്ളം നിറയു ന്ന ഒരു അവസ്ഥയാണിത്. എന്നാൽ റേഡിയോളജിസ്റ്റിന്റെ അഭിപ്രായം വ്യത്യസ്തമായിരുന്നു. തലയുടെ ഈ വലിപ്പം വൈദ്യശാസ്ത്രം

ഹൈഡ്രോസെഫാലസ് എന്ന് വിളിക്കുന്ന, തല വലുതാകുന്ന രോഗമാണെന്ന് തീർത്ത് പറയാനാകില്ല എന്നവർ പറഞ്ഞു. അതിന് മറ്റ് പല ലക്ഷണം കൂടി കാണേണ്ടതുണ്ട്. അതൊന്നും കാണാനില്ല. രണ്ട് ഡോക്ടർമാരും വാഗ്വാദത്തിലേർപ്പെടുന്നതും കേട്ട് ഞാനവിടെ കിടന്നു.

"കുഞ്ഞിന്റെ തലയിൽ ഒരു ദ്വാരമിടണം. കുഞ്ഞിനെ പുറത്തെടുക്കണം. ഒരു സിസേറിയൻ ചെയ്തിട്ട് കാര്യമൊന്നുമില്ല," ഗൈനക്കോളജിസ്റ്റ് അഭിപ്രായപ്പെട്ടു.

എനിക്കും ആന്ദ്രേയ്ക്കും മടുത്തു. ഞാൻ ഭയപ്പെട്ടു. കോപിച്ചു. എന്റെ കുഞ്ഞിനെ മരിക്കാൻ ഞാൻ അനുവദിക്കില്ല. ഒരിക്കൽ കൂടി അത് സംഭവിക്കാൻ ഞാൻ അനുവദിക്കില്ല. എനിക്ക് ടെഹ്റാനിൽ പോകാനും മറ്റൊരു ഡോക്ടറുടെ അഭിപ്രായമറിയാനും ആഗ്രഹമുണ്ടായി. എന്നാൽ ഗർഭാവസ്ഥ അവസാന നാളുകളിലെത്തിയിരുന്നു. വിമാന കമ്പനിക്കാർ വിമാനത്തിൽ കയറ്റില്ല. ടെഹ്റാൻ വരെ കാറിൽ പോകുക എന്നത് വലിയ അപായമാണ്. എവിടെയെങ്കിലും എത്തുന്നതിനു മുമ്പ് പ്രസവവേദന വന്നാൽ എന്ത് ചെയ്യും?

ആന്ദ്രെയുടെ കൂടെ ജോലി ചെയ്തിരുന്ന ഒരാളുടെ സുഹൃത്ത് വിമാനക്കമ്പനിയിലുണ്ടായിരുന്നു. അയാളുടെ സ്വാധീനം ഉപയോഗിച്ച് ടിക്കറ്റുകൾ ലഭിച്ചു. ഒട്ടും സമയം പാഴാക്കാതെ ഞങ്ങൾ ടെഹ്റാനിലേക്ക് യാത്ര തിരിച്ചു. അവിടെ ചെന്നപ്പോൾ എന്റെ കസിൻ അവളെ പരിശോധിച്ച ഗൈനക്കോളജിസ്റ്റിനു സമീപം എന്നെ എത്തിച്ചു. അവർ പരിശോധിച്ചു.

ഞാൻ വിമാനത്താവളത്തിൽ നിന്നും നേരെ ആശുപത്രിയിലാണ് പോയത്. അവർ വീണ്ടും അൾട്രാസൗണ്ട് ചെയ്യാൻ ആവശ്യപ്പെട്ടു. പരിശോധന കഴിഞ്ഞപ്പോൾ കുഞ്ഞിന് യാതൊരു അസുഖവുമില്ലെന്ന് അവർ അറിയിച്ചു. തല കുറച്ച് വലിപ്പക്കൂടുതലുണ്ട് എന്ന് മാത്രം. സ്വാഭാവിക പ്രസവം അതിനാൽ അവർ ഉപദേശിക്കുന്നില്ല. 1988 ഡിസംബർ മുപ്പത്തിയൊന്നാം തിയതി സിസേറിയൻ ചെയ്യാം എന്ന തീരുമാനത്തിലെത്തി. എനിക്കിപ്പോഴും ആശ്വാസമായിട്ടില്ല. ഇവർ പറഞ്ഞത് തെറ്റാണെങ്കിലോ? ഈ കുഞ്ഞിനെ എനിക്ക് കൈവിട്ടുകൂടാ. അതിനെ എനിക്ക് വേണം. അവനെ മുലയൂട്ടണം. അവന്റെ കരച്ചിൽ കേൾക്കണം. ഈ പുതുജീവൻ എന്റെയുള്ളിൽ സുരക്ഷിതമായിരിക്കണം. സുരക്ഷിതമായി ജനിക്കണം. സുരക്ഷിതമായി ജീവിക്കണം.

1988 ഡിസംബർ മുപ്പത്തിയൊന്നാം തിയതി ഞങ്ങളുടെ മകൻ, മൈക്കൽ ജനിച്ചു. ശസ്ത്രക്രിയയ്ക്ക് ശേഷം കണ്ണു തുറന്നപ്പോൾ നല്ല വേദനയുണ്ടായിരുന്നു. ഓക്കാനം വരുന്നുണ്ടായുരുന്നു. തൊണ്ട വരണ്ടിരുന്നു. വായിൽ കയ്പ് രസമുണ്ടായിരുന്നു. കുഞ്ഞ് സുഖമായിരിക്കുന്നു എന്ന് ആന്ദ്രെ എന്നെ അറിയിച്ചു. അവനെ കൈയിലെടുത്തപ്പോൾ എനിക്ക് ഷീദയെ ഓർമ്മവന്നു. അവളുടെ മകനെ വീട്ടിലേക്കയച്ചപ്പോൾ

അവളിലുണ്ടായ ദുഃഖം ഓർമ്മവന്നു. ആ ദുഃഖം എത്ര വലുതാണെന്ന് ഇപ്പോൾ എനിക്ക് മനസ്സിലാകുന്നു.

1989 ജൂൺ മൂന്നാം തിയതി അയാത്തൊള്ള ഖൊമേനി അന്തരിച്ചു. അദ്ദേഹം അർബുദ ബാധിതനായിരുന്നു. മരിക്കുന്നതിന് ഏതാനും ദിവസം മുമ്പ് ഒരു ശസ്ത്രക്രിയയ്ക്ക് വിധേയനായിരുന്നു. അദ്ദേഹത്തിന്റെ മരണം അധികം ദൂരെയല്ലെന്ന് എല്ലാവർക്കുമറിയാമായിരുന്നു. ഞാനപ്പോൾ സഹെദാനിലായിരുന്നു. റേഡിയോയിലൂടെ വാർത്ത വരുമ്പോൾ മൈക്കിലിനെ മുലയൂട്ടുകയായിരുന്നു. അവനപ്പോൾ അഞ്ച് മാസം പ്രായം. വാർത്ത വായിച്ചിരുന്നയാൾ കരയുന്നുണ്ടായിരുന്നു. എന്റെ മനസ്സിലൂടെ ഓടിപ്പോയത് എവിനിൽ ഞാൻ കഴിച്ച എന്റെ രണ്ട് വർഷങ്ങളായിരുന്നു. വിപ്ലവം എവിന്റെ അന്ത്യമായിരിക്കും എന്ന് എല്ലാവരും പ്രതീക്ഷിച്ചിരുന്നു. എന്നാൽ അതുണ്ടായില്ല. പകരം എവിന്റെ കരുത്ത് വർദ്ധിക്കുകയാണുണ്ടായത്. നിശ്ശബ്ദ ഭീകരതയുടെ കരുത്ത്. അവിടെ കൂടുതൽ രക്തം പൊടിഞ്ഞു.

ആ ചുമരുകൾക്കുള്ളിൽ സംഭവിച്ചതിനെല്ലാം ഉത്തരവാദി ഖൊമേനി മാത്രമാണ്. ഗീത, തരേന, സൈറസ്, ലൈല, മീന, എന്ന് വേണ്ട ആയിരക്കണക്കിനാളുകളുടെ ജീവൻ നഷ്ടപ്പെട്ടതിനുത്തരവാദി. എങ്കിലും അദ്ദേഹം മരിച്ചു എന്ന് കേട്ടപ്പോൾ ആഹ്ലാദിക്കാനൊന്നും തോന്നിയില്ല. ഒരു കണക്കിന് ഞാൻ അയാളോട് പരിതപിക്കാറുണ്ടായിരുന്നു. മരിച്ചവനെ വിധിച്ചിട്ട് എന്ത് കാര്യം? അലിയെപ്പോലെ അദ്ദേഹത്തിലും എന്തൊക്കെയോ നന്മകളുണ്ടായിരുന്നിരിക്കണമെന്നും എല്ലാം തിന്മ മാത്രമായിരുന്നിരിക്കില്ലയെന്നും എനിക്കുറപ്പുണ്ട്. കവിത അദ്ദേഹത്തിനിഷ്ടമായിരുന്നു എന്നും സ്വയം ഒരു കവിയായിരുന്നു എന്നും ഞാൻ കേട്ടിട്ടുണ്ട്. ഈ ലോകത്ത അദ്ദേഹം അപ്പാടെ മാറ്റി. എന്നാൽ ഒരു സുരക്ഷിത ദൂരത്തിലിരുന്ന് ഈ മാറ്റത്തെ വിശകലനം ചെയ്യാനാകുന്നത് വരേക്കും അതിന്റെ ചരിത്രപരമായ പ്രഭാവം എന്തെന്ന് ആർക്കും പറയുവാനാകില്ല. വിപ്ലവ ശേഷം മരിച്ചുപോയവരെല്ലാവരുടേയും ആത്മാവിനായി ഞാൻ പ്രാർത്ഥിച്ചു. അവരുടെ കുടുംബങ്ങൾക്ക് ശാന്തിയുണ്ടാകട്ടെ എന്നും ജീവിതം മുന്നോട്ട് കൊണ്ടുപോകാനുള്ള കരുത്ത് ലഭിക്കട്ടെ എന്നും പ്രാർത്ഥിച്ചു. ജീവിക്കാൻ ഇറാൻ ഇതിലും നല്ലൊരു സ്ഥലമായിതീരട്ടെ എന്നും പ്രാർത്ഥിച്ചു.

മൈക്കൽ ഉറക്കം തുടങ്ങിയിരുന്നു. സുന്ദരനാണവൻ. അവന്റെ മാതാപിതാക്കളുടെ ജീവിതം ഖൊമേനി എന്നൊരാൾ അപ്പാടെ മാറ്റിയെന്നത് അവനറിയില്ല. ഖൊമേനിയുടെ മരണം ഇറാനികളായ ഞങ്ങളെ എങ്ങനെ ബാധിക്കുമെന്ന് ഞാൻ വിസ്മയിച്ചു. ഖൊമേനിയുടെ മരണശേഷം ഇസ്ലാമിക് സർക്കാരിന് പിടിച്ച് നിൽക്കാനാകില്ലെന്ന് പലരും കരുതി. സർക്കാരിനകത്തുള്ള വിവിധ വിഭാഗങ്ങൾ തമ്മിലുള്ള അധികാര വടം വലി മൂലം ഇസ്ലാമിക് റിപ്പബ്ലിക് നിലംപൊത്തുമെന്ന് കരുതി.

ഖൊമേനിയുടെ സംസ്കാരചടങ്ങ് നിശ്ചയിച്ച ദിവസം ഒരു ദശലക്ഷത്തോളം ജനങ്ങൾ കറുത്ത വസ്ത്രം ധരിച്ച് ടെഹ്റാന്റെ തെരുവ് നിറച്ചു. ടെഹ്റാനും കടന്ന് അവർ ബെഹെഷ്ത്-എ സാഹ്റ സെമിത്തേരിയിലേക്കുള്ള വഴിയിലെത്തി. ഞങ്ങൾ അതെല്ലാം ടെലിവിഷനിലൂടെ കണ്ടു. ഇത്രയും വലിയൊരു ജനക്കൂട്ടത്തെ ഞാനിതുവരേക്കും കണ്ടിട്ടില്ല. ആരും കണ്ടിട്ടുണ്ടാകില്ല. അവർ കരയുന്നുണ്ടായിരുന്നു, നിലവിളിക്കുന്നുണ്ടായിരുന്നു, നെഞ്ചത്തടിക്കുന്നുണ്ടായിരുന്നു. ഷിയാ വിഭാഗക്കാർ തങ്ങളുടെ രക്തസാക്ഷികൾക്ക് വേണ്ടി ഇതെല്ലാം ചെയ്യാറുണ്ട്. എനിക്കപ്പോഴും ചിന്തിക്കാനായത്, ഓർക്കാനായത്, വിപ്ലവത്തിന്റെ പേരിൽ ജീവൻ നഷ്ടപ്പെട്ട നിഷ്കളങ്കരായ യുവതീയുവാക്കളെക്കുറിച്ച് മാത്രമായിരുന്നു. എവിനിൽ ജീവിതം പൊലിഞ്ഞവർ. എന്നാൽ അനുശോചിക്കുന്ന ഈ ജനസഞ്ചയത്തിന് അതൊരു പ്രശ്നമല്ലായിരുന്നു.

ഖൊമേനി അവരുടെ ഇമാമായിരുന്നു. അവരുടെ നേതാവായിരുന്നു. അവരുടെ വീരനായകനായിരുന്നു. തന്റേതായ ശൈലിയിൽ, അചഞ്ചലമായ ശൈലിയിൽ, പടിഞ്ഞാറിനെതിരെ പടവെട്ടി നിന്ന മനുഷ്യൻ. പക്ഷേ ഈ മനുഷ്യനെ ഇവരെന്തുകൊണ്ടിത്രയധികം സ്നേഹിക്കുന്നു? ഞാൻ വീണ്ടും ആലോചിച്ചു. പടിഞ്ഞാറുള്ള ലോകത്തിനോട് ഇവർക്കെല്ലാം ഇത്ര വെറുപ്പായിരുന്നോ? ആ വെറുപ്പാണോ നിഷ്കളങ്കരായ സ്വന്തം കുഞ്ഞുങ്ങളെ തടവിലിട്ടതും കൊന്നതും ഇവർ മാപ്പാക്കാൻ കാരണം? ഒരുപക്ഷേ അദ്ദേഹവുമായുള്ള ഇവരുടെ ബന്ധത്തിന് സ്നേഹമാകില്ല കാരണം, പകരം, ദരിദ്രമായ സാഹചര്യത്തിൽ നിന്ന് വന്ന ഒരു മനുഷ്യനോടുള്ള ഭയവും ഭയപരവശമായ ആരാധനയുമാകണം. ദരിദ്ര കുടുംബത്തിൽനിന്നും വന്ന ആ വീരനായകനിലൂടെയാണവർ ദീർഘകാലം തങ്ങളെ അടിച്ചമർത്തിവച്ച ലോകത്തിനെതിരെ ശബ്ദമുയർത്തിയത്, പടവാളോങ്ങിയത് എന്നതാകണം.

ഖൊമേനിയുടെ മരം കൊണ്ടുണ്ടാക്കിയ ശവമഞ്ചം പേറിയ ട്രക്കിനു ചുറ്റിലും ജനങ്ങൾ തിങ്ങിക്കൂടിയിരുന്നു. എല്ലാവർക്കും അദ്ദേഹത്തിന്റെ ശവക്കച്ചയിൽ നിന്നും ഒരു തുണ്ട് വേണം. കറുത്ത വസ്ത്രം ധരിച്ച ജനക്കൂട്ടത്തിൽ ആ ട്രക്ക് മുങ്ങിപ്പോയതുപോലെ തോന്നി. ജനക്കൂട്ടത്തെ മാറ്റി നിർത്തുവാൻ സുരക്ഷാ ഭടന്മാർ വിഷമിക്കുന്നത് കണ്ടു. അതിനായി അവർ ജലപീരങ്കി ഉപയോഗിക്കുന്നുണ്ടായിരുന്നു. അതുകൊണ്ട് പ്രത്യേകിച്ച് ഗുണമൊന്നുമുണ്ടായില്ല. ഈ കരച്ചിലിനും ജലപീരങ്കിയുണ്ടാക്കിയ, മൂടൽ മഞ്ഞിനും പൊടിപടലങ്ങൾക്കും ചൂടിനുമിടയിൽ ഒരു ഹെലികോപ്ടറിന്റെ ശബ്ദം കേട്ട് തുടങ്ങി. ജനക്കൂട്ടത്തിന്റെ ഉച്ചത്തിലുള്ള നിലവിളി ആ ഹെലികോപ്ടറിന്റെ ഒച്ചയിൽ ഇല്ലാതായി. ഹെലികോപ്ടർ ശവമഞ്ചം വഹിച്ച ട്രക്കിനു മുന്നിൽ വന്നിറങ്ങി. ഖൊമേനിയുടെ ശവമഞ്ചം ട്രക്കിൽ നിന്നെടുത്ത് ഹെലികോപ്ടറിൽ കയറ്റാൻ തുടങ്ങി. എന്നാൽ ജനക്കൂട്ടം ശവമഞ്ചത്തിൽ കയറിപ്പിടിച്ചു. അത് പൊട്ടിപ്പോയി. ശവക്കച്ച ജനം കീറിയെടുക്കാൻ തുടങ്ങി. ഖൊമേനിയുടെ ഒരു കാൽ പുറത്ത് കണ്ട് തുടങ്ങി. അവസാനം അവർ ഒരു വിധത്തിൽ ഖൊമെനിയുടെ ശവം

ഹെലികോപ്ടറിലെത്തിച്ചു. ജനം അതിന്റെ വശങ്ങളിൽ ഞാന്ന് കിടക്കാൻ ശ്രമിച്ചു. അവരിൽ നിന്നും കുതറി മാറാനെന്നതുപോലെ ഹെലികോപ്ടർ ഒന്ന് രണ്ട് തവണ ഉയർന്ന് താണു.

ഏതാനും മണിക്കൂർ കഴിഞ്ഞപ്പോൾ ഖൊമേനിയുടെ മൃതദേഹം മറവ് ചെയ്യാനുള്ള കുറച്ചുകൂടി കൃത്യമായ നടപടിക്രമങ്ങളുണ്ടായി. ഇത്തവണ അവർ വിജയിച്ചു. പട്ടാളത്തിന്റെ ചില ഹെലികോപ്ടറുകൾ അവിടെയെത്തി. അതിലൊന്നിൽ നിന്നും ലോഹത്തിന്റെ ഒരു കൂട് പുറത്തെടുത്തു. ഖൊമേനിയുടെ മൃതദേഹം അതിൽനിന്നും പുറത്തെടുത്തു. അതിന്മേൽ അപ്പോൾ ശവക്കച്ചയുണ്ടായിരുന്നു. ഷിയ ആചാര പ്രകാരം സംസ്കരിക്കുമ്പോൾ ശവക്കച്ച നിർബ്ബന്ധമാണ്. ശവമഞ്ചം ഒപ്പം കുഴിയിലിറക്കുകയില്ല. അവസാനം നാടിന്റെ ആയിരക്കണക്കിന് രക്തസാക്ഷികൾക്കൊപ്പം അവർ ഖൊമേനിയെ അടക്കം ചെയ്തു.

മാസങ്ങൾ കഴിഞ്ഞ് പോയി. ഇസ്ലാമിക് സർക്കാർ ഖൊമേനിയുടെ മരണത്തെ തരണം ചെയ്തു. രാജ്യത്തിന്റെ പരമോന്നത നേതാവായി അയാത്തൊള്ള അലി-എ ഖമേനെയി അവരോധിക്കപ്പെട്ടു. അദ്ദേഹം രണ്ട് തവണ രാഷ്ട്രപതിയായിട്ടുണ്ട്. ഭീകര ഭരണം തുടർന്നു. അറസ്റ്റുകളുടെ എണ്ണം കുറഞ്ഞത് കൂടുതൽ സ്വാതന്ത്ര്യമുണ്ടായിരുന്നതിനാലല്ല, മറിച്ച്, സർക്കാരിനെതിരെ സംസാരിച്ചാൽ എന്ത് വില നൽകേണ്ടി വരും എന്ന് എല്ലാവർക്കും അറിയാവുന്നതിനാലാണ്. എപ്പോഴെങ്കിലും ആരെങ്കിലും ശബ്ദിച്ചാൽ ആ ശബ്ദം ഉടൻ ഇല്ലാതാക്കപ്പെട്ടു. സ്ത്രീകൾക്ക് 'നല്ല' കാലവും 'ചീത്ത' കാലങ്ങളുമുണ്ടായി. രണ്ട് മാസം കൂടുമ്പോൾ വിപ്ലവ ഗാർഡുകൾ അവരുടെ പിടി മുറുക്കും. മേയ്ക്കപ്പിടുന്നതിനും ഹെജാബ് ശരിക്ക് ധരിക്കാത്തതിനുമെതിരെ കർശന നടപടിയെടുക്കും. പിന്നെ ചില ആഴ്ചകളിൽ മുടിയിഴകൾ കണ്ടാലോ ലിപ്സ്റ്റിക് അണിഞ്ഞാലോ കുഴപ്പമില്ലാത്ത കാലമാകും.

എനിക്കും ആന്ദ്രേയ്ക്കും ഞങ്ങൾ ഇറാനിൽ ഒരിക്കലും സുരക്ഷിതരാകില്ല എന്ന് അറിയാമായിരുന്നെങ്കിലും രാജ്യം വിടാൻ സാധിച്ചില്ല. എവിനിൽ നിന്നും വിട്ടയയ്ക്കുമ്പോൾ മൂന്ന് വർഷത്തേക്ക് രാജ്യം വിടരുതെന്ന് എനിക്ക് വിലക്കുണ്ടായിരുന്നു. മൂന്ന് വർഷം കഴിഞ്ഞുവെങ്കിലും വിലക്ക് നീക്കപ്പെട്ടിരുന്നില്ല. ആദ്യം ഞാൻ പാസ്പോർട്ടിനപേക്ഷിക്കണം. അപ്പോൾ പാസ്പോർട്ട് ഓഫീസർ എനിക്ക് ഒരു കത്ത് നൽകും. ആ കത്തിൽ എനിക്ക് രാജ്യം വിടാൻ അനുമതിയുണ്ടെന്ന് എവിനിൽ നിന്നും കത്തുമായി വരണം എന്നെഴുതിയിട്ടുണ്ടാകും സഹെദാനിൽ മൂന്ന് വർഷം അദ്ധ്യാപനം കഴിയാതെ ആന്ദ്രെയ്ക്കും രാജ്യം വിടാനുള്ള അനുമതിയില്ലായിരുന്നു. എന്റെ അവസ്ഥ ആന്ദ്രേയുടേതിനേക്കാൾ സങ്കീർണ്ണമായിരുന്നു എങ്കിലും ഒന്ന് ശ്രമിക്കാതെ എന്ത് സംഭവിക്കും എന്ന് അറിയാനാകില്ലായിരുന്നു.

ഞാൻ പാസ്പോർട്ടിനപേക്ഷിച്ചു. അത് നിരസിക്കപ്പെട്ടു. അത് ഞാൻ പ്രതീക്ഷിച്ചതായിരുന്നു. അവർ എനിക്കൊരു കത്ത് നൽകി. ഞാനെന്റെ അപേക്ഷ എവിനിൽ സമർപ്പിച്ചു. 500,000 ടോമൻ സുരക്ഷാനിക്ഷേപ മായി നൽകിയാലേ രാജ്യം വിടാനാകൂ എന്നവർ അറിയിച്ചു. ഏകദേശം 3500 ഡോളറിനു തുല്യമാണീ തുക. ഞാൻ തിരിച്ചെത്തും എന്നതിനുള്ള ജാമ്യമാണിത്. ഒരു വർഷത്തിനുള്ളിൽ തിരിച്ചെത്തിയാൽ ഈ പണം തിരികെ ലഭിക്കും. അതല്ലെങ്കിൽ അത് സർക്കാരിലേക്ക് കണ്ടുകെട്ട പ്പെടും. അക്കാലത്ത് ആന്ദ്രെയുടെ ശമ്പളം 7,000 ടോമൻ ആയിരുന്നു. അതായത് 60 അമേരിക്കൻ ഡോളർ. ഞങ്ങളുടെ പക്കൽ ആവശ്യത്തി നുള്ള പണമില്ലായിരുന്നു.

ഞാൻ അച്ഛനോട് കടം ചോദിച്ചു. ഞങ്ങൾ സഹെദാനിലേക്ക് താമസം മാറ്റിയതിനു ശേഷവും അവരുടെ പാതി വാടക നൽകിയിരു ന്നത് ഞങ്ങളായിരുന്നു. അവരെ സഹായിക്കാനാണിത് ചെയ്തിരു ന്നത്. അച്ഛൻ ഞങ്ങളുടെ കോട്ടേജ് വിറ്റിരുന്നു. എനിക്ക് ആവശ്യമുള്ള തിന്റെ ഇരട്ടി പണം അപ്പോൾ അച്ഛന്റെ ബാങ്കിൽ നിക്ഷേപമുണ്ടായി രുന്നു.

“കടമാണ് ചോദിക്കുന്നത് പപ്പാ,” ഞാൻ പറഞ്ഞു. “ഇതിനു മുമ്പൊ രിക്കലും ഞാൻ പണം ചോദിച്ചിട്ടില്ല. ഒരു സ്വതന്ത്ര രാജ്യം ഞങ്ങളെ സ്വീകരിച്ചാലുടൻ ഞങ്ങൾ ഒരു ജോലി കണ്ടെത്തും. പപ്പയുടെ പണം സാവധാനത്തിലെങ്കിലും തിരികെ നൽകും.”

“അവിടെയൊക്കെ കാര്യങ്ങൾ വളരെ എളുപ്പമാണെന്നാണോ നീ ധരിച്ചിരിക്കുന്നത്? ജീവിതം ദുഷ്കരമാണ്. ബുദ്ധിമുട്ടേറിയതാണ്. ഈ പറയുന്നതെല്ലാം നടപ്പിലാകും എന്ന് നിനക്കെങ്ങിനെ അറിയാം?”

“ഞങ്ങൾ കഠിനാദ്ധ്വാനികളായതുകൊണ്ട്. ദൈവം മഹാനായതു കൊണ്ട്. ദൈവം ഞങ്ങളെ സഹായിക്കും എന്ന് ഉറപ്പുള്ളതുകൊണ്ട്.”

അച്ഛൻ ചിരിച്ചു. “ഞാനൊരു കഥ പറയാം. രണ്ട് മുക്കുവർ ഒരു ചെറിയ വള്ളത്തിൽ കടലിൽ പോയി. തീരം വിട്ടപ്പോൾ എല്ലാം സുഖ മായിരുന്നു. കടൽ ശാന്തമായിരുന്നു. കുറച്ച് ദൂരെ പോയപ്പോൾ കാലാ വസ്ഥ മാറി. അവർ ഒരു കൊടുങ്കാറ്റിൽ പെട്ടു. ‘നമ്മളിനി എന്ത് ചെയ്യും?’ അവരിലൊരാൾ ചോദിച്ചു. കടൽ അപ്പോൾ അവരുടെ വള്ളമെടുത്ത് അമ്മാനമാടുകയായിരുന്നു. ‘രക്ഷയ്ക്കായി ദൈവത്തിനോട് പ്രാർ ത്ഥിക്കാം. അവൻ മഹാനാണ്. കരുത്തനാണ്. അവനു നമ്മെ ഈ അപ കടാവസ്ഥയിൽ നിന്നും രക്ഷപ്പെടുത്തുവാനാകും.’ ‘ദൈവം മഹാനായി രിക്കും സുഹൃത്തേ, എന്നാൽ ഈ വള്ളം ചെറിയതാണ്.’ ആദ്യത്തെ യാൾ പ്രതികരിച്ചു. അവർ രണ്ടുപേരും കാറ്റിലും കോളിലും പെട്ട് മുങ്ങി മരിച്ചു.”

എനിക്ക് കേട്ടത് വിശ്വസിക്കാനായില്ല. ഞാൻ ജയിലിൽ കഴിഞ്ഞി രുന്ന കാലത്തെ കഥകളും എന്റെ അനുഭവങ്ങളും അച്ഛന് പൂർണ്ണമായി അറിയില്ല എന്ന് എനിക്കറിയാം. എങ്കിലും ഇറാനിൽ എനിക്കിനി ഒരു

ഭാവിയില്ല എന്ന് അച്ഛനറിയാം. ഞാൻ നിരന്തരം ഭീതിയിൽ ജീവിക്കണം. എന്റെ രാഷ്ട്രീയ പിന്നാമ്പുറങ്ങൾ മൂലം എനിക്ക് സർവകലാശാലയിൽ ചേർന്ന് പഠിക്കാനാകില്ല. എനിക്കപ്പോൾ അച്ഛന്റെ സഹായം വേണമായിരുന്നു. അച്ഛന് അപ്പോൾ എന്നെ സഹായിക്കുവാനാകുമായിരുന്നു. എന്നാൽ അച്ഛൻ അത് നിഷേധിച്ചു.

"അച്ഛന് എന്നേക്കാൾ വലുത് പണമാണല്ലേ!" ഞാൻ ചോദിച്ചു. "ഞാൻ തിരിച്ച് തരാമെന്ന് വാക്ക് പറഞ്ഞതാണ്. തിരിച്ച് തരികയും ചെയ്യും. അത്രയും ഗതികെട്ടില്ലെങ്കിൽ ഞാൻ ചോദിക്കില്ലായിരുന്നു."

"തരില്ല." അദ്ദേഹം തീർത്ത് പറഞ്ഞു.

അച്ഛന്റെ രീതികളിലെ കയ്പ് നിറഞ്ഞ സത്യം സ്വീകരിക്കുകയല്ലാതെ മറ്റ് മാർഗ്ഗമില്ലാതായി. എനിക്ക് വേണ്ടി എന്തെങ്കിലും ബലി നൽകാൻ അച്ഛൻ ഒരിക്കലും തയ്യാറായിരുന്നില്ല. അച്ഛൻ എന്തുകൊണ്ടാണിങ്ങനെ പെരുമാറുന്നതെന്ന് എനിക്കൊരിക്കലും മനസ്സിലായിട്ടില്ല. എന്നും എന്നിൽ നിന്ന് അകന്ന് നിൽക്കാനേ അച്ഛൻ ശ്രമിച്ചിട്ടുള്ളൂ. പക്ഷേ ആ ദൂരം ഞാൻ അത്ര ഗൗരവമായെടുത്തില്ല. അത് അച്ഛന്റെയുള്ളിലെ ശരിയായ വികാരങ്ങളുടെ പ്രതിഫലനമല്ല എന്ന വിശ്വാസത്തിലായിരുന്നു ഞാൻ. അച്ഛൻ ആരോടെങ്കിലും സ്നേഹത്തോടെ പെരുമാറുന്നത് ഞാൻ കണ്ടിട്ടില്ല. അമ്മയോടും ചേട്ടനോടും പോലുമില്ല. എന്റെ ജീവിതകാലം മുഴുക്കെ, കണ്ണിന്റെ ഒരു കോണിൽ കൂടി, പുത്രിമാരെ സ്നേഹിക്കുകയും അവരോട് തുറന്ന് സംസാരിക്കുകയും ചെയ്യുന്ന പിതാക്കളെ ഞാൻ കണ്ടിട്ടുണ്ട്. തന്റെ മക്കൾക്ക് വേണ്ടി എന്തും ത്യജിക്കാൻ തയ്യാറുള്ള പിതാക്കന്മാരെ. എന്റെ അച്ഛൻ ഇതിൽ നിന്നെല്ലാം വ്യത്യസ്തനാണെന്ന തീർപ്പോടെ ഞാൻ എന്റെയീ ചിന്തകൾക്ക് കടിഞ്ഞാണിട്ടു. അച്ഛൻ എന്നും ദയാലുവും സ്നേഹം നിറഞ്ഞവനും ആശ്രിതവത്സലനുമെല്ലാമാണെന്ന് ഞാനെന്നെ സ്വയം വിശ്വസിപ്പിച്ചു.

എനിക്കപ്പോൾ മൂസാവിയെ ഓർമ്മവന്നു. ഫോണെടുത്ത് ഒന്ന് സംസാരിച്ചാൽ മതി എന്നെനിക്കറിയാം. എനിക്ക് എത്ര പണം വേണമോ അത്രയും പണം എത്തിച്ച് തരും. അലി എനിക്കായി നിക്ഷേപിച്ചിരുന്നത് മുഴുവൻ എടുത്ത് തരും. എന്നാൽ അത് ചെയ്യാൻ എനിക്ക് താത്പര്യമില്ല. എന്റെ ജിവീതത്തിന്റെ ആ ഭാഗം കഴിഞ്ഞ് പോയതാണ്. അലിയുടെ വീട്ടുകാർ എങ്ങനെയാണോ എന്നോട് പെരുമാറിയത് അതുപോലെ എന്റെ വീട്ടുകാരും പെരുമാറുമെന്ന് ഞാൻ കരുതി. പക്ഷേ അതൊരിക്കലും സംഭവിക്കുകയില്ല എന്ന് എനിക്കറിയാമായിരുന്നു.

തന്റെ ജീവിതത്തിന്റെ ആദ്യകാലങ്ങളിൽ ആന്ദ്രെയുടെ പിതാവ് ഒരു ഫർണിച്ചർ നിർമ്മാണശാലയിൽ ജോലി ചെയ്തിട്ടുണ്ട്. ഈ നിർമ്മാണശാലയുടെ ഉടമസ്ഥന്റെ സഹായത്തോടെ ആന്ദ്രെയുടെ പിതാവും മറ്റ് ചില ജീവനക്കാരും കൂടി ഒരു തുണ്ട് ഭൂമി വാങ്ങിച്ചിട്ടുണ്ടായിരുന്നു. വീടുകൾ കെട്ടിയുണ്ടാക്കാനായിരുന്നു അന്ന് അവർ അത് വാങ്ങിയത്. ആന്ദ്രെയുടെ അച്ഛൻ മരിച്ചപ്പോൾ ഈ പദ്ധതി തുടങ്ങി വച്ചിരുന്നില്ല. എങ്കിലും

അതിനായി ആന്ദ്രെ കൂടുതൽ പണം നൽകിയിരുന്നു. ഒരു ദിവസം ആ നിർമ്മാണ ശാലയിൽ ജോലി ചെയ്തിരുന്ന ഒരു സ്ത്രീയുടെ ഫോൺ വന്നു. കെട്ടിടത്തിന്റെ പണി തുടങ്ങിയിരിക്കുന്നു എന്നറിയിച്ചു. രാജ്യം വിടാൻ ആഗ്രഹിക്കുന്നു എന്നും അതിനായി കുറച്ച് പണത്തിന്റെ ആവശ്യമുണ്ടെന്നും ഞങ്ങൾ അവരെ അറിയിച്ചു. ഞങ്ങളുടെ പങ്ക് അവർ വാങ്ങാം എന്നവരേറ്റു. പകരം ഞങ്ങൾക്ക് 500,000 ടോമൻ തരാമെന്നും. ഇത് ഞങ്ങൾ അവിടെ നിക്ഷേപിച്ചതിലും അധികമായിരുന്നു. ഞങ്ങൾക്ക് ഇത്രയും മതിയായിരുന്നു.

സഹെദാനിലെ മൂന്ന് വർഷം കഴിഞ്ഞപ്പോൾ ആന്ദ്രെയ്ക്ക് തന്റെ പാസ്പോർട്ട് ലഭിച്ചു. ഞാൻ എവിനിൽ ചെന്ന് ജാമ്യത്തുക കെട്ടിവച്ചു. എനിക്ക് എന്റെ പാസ്പോർട്ട് ലഭിച്ചു. മാഡ്രിഡിൽ കാതലിക് വിഭാഗക്കാരായ അഭയാർത്ഥികളെ സ്വീകരിക്കുന്ന ഒരു ഏജൻസിയുണ്ടെന്ന് ഞങ്ങൾ കേട്ടിരുന്നു. അവരെ സമീപിച്ച് സ്പെയിനിലേക്ക് പോകാൻ ഞങ്ങൾ തീരുമാനിച്ചു. വിമാനത്തിനുള്ള ടിക്കറ്റുകൾ വാങ്ങി. ഞങ്ങളുടെ പക്കലുണ്ടായിരുന്നതെല്ലാം വിറ്റു. അതധികമൊന്നുമുണ്ടായിരുന്നില്ല. അതെല്ലാം അമേരിക്കൻ ഡോളറാക്കി മാറ്റി. ഇത്രയൊക്കെയായെങ്കിലും അപ്പോഴും നാട് വിടാനാകുമെന്ന് ഒരു ഉറപ്പുമുണ്ടായിരുന്നില്ല. വിമാനത്താവളത്തിൽ വച്ച്, പാസ്പോർട്ട് കൈയിലുണ്ടായിട്ടും രാജ്യം വിടാൻ അനുവദിക്കാതെ അനേകരെ വിപ്ലവ ഗാർഡുകൾ തടഞ്ഞിട്ടുണ്ട്. വിമാനം ഇറാൻ അതിർത്തി കടക്കാതെ ഞങ്ങൾ സ്വതന്ത്രരായി എന്ന തോന്നൽ ഞങ്ങളിലുണ്ടാകില്ല.

1990 ഒക്ടോബർ ഇരുപത്തിയാറാം തിയതി, വെള്ളിയാഴ്ചയായിരുന്നു ഞങ്ങളുടെ വിമാനം. അർദ്ധരാത്രിയോടെ എന്റെ മാതാപിതാക്കൾ ഞങ്ങളെ ടെഹ്റാൻ വിമാനത്താവളത്തിലെത്തിച്ചു. മൈക്കലിനപ്പോൾ ഇരുപത്തിരണ്ട് മാസം പ്രായമായി. അവനെ അവന്റെ ഉടുപ്പണിയിക്കാൻ ഞാൻ ശ്രമിച്ചപ്പോൾ അവൻ ഞരങ്ങുകയും മൂളുകയും ചെയ്തു. പക്ഷേ കാറിൽ കയറി, കാർ മുന്നോട്ട് നീങ്ങാൻ തുടങ്ങിയപ്പോൾ അവൻ ഉറക്കം തുടങ്ങി. നഗരത്തിൽ ആരുമുണ്ടായിരുന്നില്ല എന്ന് തന്നെ പറയണം. തെരുവുകളെല്ലാം ഒഴിഞ്ഞ് കിടന്നു. പരിചിതമായ തെരുവുകൾ കടന്ന് പോകുന്നത് ഞാൻ കണ്ടിരുന്നു. ആദ്യം ദവൂദീഹിലെ ഇടുങ്ങിയ തെരുവുകൾ. അതിനിരുവശത്തും വീടുകളാണ്. സഹെദാനിൽ നിന്നും തിരിച്ചെത്തിയതിനു ശേഷം ഞങ്ങൾ അവിടെയായിരുന്നു താമസം. പിന്നെ പ്രധാന നിരത്ത്. വീതിയുള്ള, ഇരുവശത്തും കടകളുള്ള പ്രധാന നിരത്ത്.

ഓരോ തെരുവിനെക്കുറിച്ചും ഓരോ മൂലകളെക്കുറിച്ചും എനിക്കോരോരോ ഓർമ്മകളുണ്ട്. ഇറാനിലെ എന്റെ ജീവിതമാണെന്നെ ഞാനാക്കിയത്. ഞാൻ ഇവിടെ വിട്ടുപോകുന്നത് എന്റെ ആത്മാവിന്റെ, എന്റെ ഹൃദയത്തിന്റെ ഒരംശമാണ്. ഇവിടെയാണെന്റെ പ്രിയ സുഹൃത്തുക്കളെ അടക്കം ചെയ്തിരിക്കുന്നത്. എനിക്ക് ഈ നാട് വിട്ട് പോകുകയല്ലാതെ

ഇപ്പോൾ മറ്റ് മാർഗ്ഗമില്ല. ഇവിടെ ഞങ്ങൾക്ക് ഭാവിയില്ല. ഭൂതം മാത്രമേയുള്ളൂ. ഞാൻ വളർന്ന് വലുതായ എന്റെ വീട് ഇനിയെപ്പോഴെങ്കിലും എന്റെ കുട്ടികൾക്ക് കാണാൻ കഴിയുമോ എന്ന് സംശയമാണ്. സ്കൂളിലേക്ക് നടന്ന് പോയ വഴികൾ, ഞാൻ കളിച്ച് നടന്ന് പാർക്ക്, വിശ്വാസത്തിന്റേയും സമാധാനത്തിന്റേയും സമ്മാനങ്ങൾ നൽകിയ എന്റെ പള്ളി, എന്റെ നീല കാസ്പിയൻ കടൽ. തുറമുഖത്തിന്റെ രണ്ട് വശങ്ങളും ബന്ധിപ്പിച്ച പാലം. ഉയരമേറിയ മലനിരകളുടെ മടിത്തട്ടിൽ വിശ്രമിച്ച നെൽവയലുകൾ. എല്ലാം അവർക്കിനി കാണാൻ കഴിയുമോ? എനിക്കവർക്ക് മരുഭൂമി കാണിച്ച് കൊടുക്കണം, അതിന്റെ ഏകാന്തതയും. പക്ഷേ ഇതും സംഭവ്യമാകാൻ സാധ്യതയില്ലാത്ത സ്വപ്നമാണെന്ന് എനിക്കറിയാം. ഞങ്ങൾക്കിനി ഒരു മടക്കയാത്രയില്ല.

ഷായുടെ കാലത്ത് നിർമ്മിച്ച ടെഹ്റാനിലെ സ്മാരകമാണ് ആസാദി ചത്വരം. വെളുത്ത നിറമുള്ള, നല്ല ഉയരമുള്ള ഒരു സ്മാരകം. ഇന്നിത് ടെഹ്റാനിലേക്കുള്ള കവാടമാണ്. അത് കടന്ന് പോയപ്പോൾ ഇത് അവസാന യാത്രാമൊഴിയാണെന്ന് എന്റെ മനസ്സ് പറഞ്ഞു. മഞ്ഞ് മൂടിയ അൽബോർസ് മലനിരകളുടെ കൊടുമുടികളിലേക്ക് ഞാനൊന്ന് തിരിഞ്ഞ് നോക്കി. രാത്രിയിലെ ആകാശത്തിൽ അതപ്പോഴും തെളിഞ്ഞ് കണ്ടു.

വിമാനത്താവളത്തിലെത്തിയപ്പോൾ കാർ പാർക്ക് ചെയ്ത് നിശ്ശബ്ദം ഞങ്ങൾ ടെർമിനലിലേക്ക് നടന്നു. ദീർഘിച്ച സുരക്ഷാ പരിശോധനകളുണ്ടെന്നത് ഞങ്ങൾക്ക് അറിയാമായിരുന്നു. അതുകൊണ്ട് തന്നെ വളരെ നേരത്തെ എത്തിയിരുന്നു. വിപ്ലവ ഗാർഡുകൾ ഞങ്ങളുടെ ഓരോ സാധനങ്ങളും പുറത്തെടുത്ത് പരിശോധിച്ചു. പുരാതന വസ്തുക്കൾ, ധാരാളം ആഭരണങ്ങൾ, വലിയ തുക എന്നിവ രാജ്യത്തിനു പുറത്തേക്ക് കൊണ്ടുപോകുന്നത് വിലക്കപ്പെട്ടിരുന്നു. എല്ലാം സുഗമമായി നടന്നു. ഞാൻ മാതാപിതാക്കളോട് കൈ വീശി യാത്ര പറഞ്ഞു. അപ്പോൾ ഞങ്ങൾ എല്ലാവരും കരയുകയായിരുന്നു.

ഇരുട്ടും തണുപ്പുമുള്ള പ്രഭാതത്തിൽ സ്വിസ് എയർ വിമാനം ഞങ്ങളേയും വഹിച്ച് പറന്നുയർന്നു. അധികം താമസിയാതെ ഞങ്ങൾ അതിർത്തി കടന്നു. അപ്പോൾ മിക്കവാറും എല്ലാ സ്ത്രീകളും അവരുടെ ഹെജാബ് അഴിച്ച് മാറ്റി. അവരെല്ലാം മേയ്ക്കപ്പിട്ടു. എഞ്ചിന്റെ മുരൾച്ച കേട്ടുകൊണ്ട് ഞാൻ കണ്ണടച്ചു. സ്വർഗ്ഗം നഷ്ടപ്പെടുകയും അത് വീണ്ടെടുക്കപ്പെടുകയുമുണ്ടായോ എന്നെന്റെ മനം ചോദിച്ചു. വീട്ടിൽ ഉപേക്ഷിക്കപ്പെട്ട സാധനങ്ങളെക്കുറിച്ച് എനിക്ക് ഓർമ്മ വന്നു. അതിലൊന്ന് മുത്തശ്ശിയുടെ വെള്ളി ആഭരണപ്പെട്ടിയായിരുന്നു. അവർ പ്രായോഗികമതിയായിരുന്നു. അതുകൊണ്ട് തന്നെ ആ പെട്ടി ഉപയോഗിച്ചിരുന്നത് ഊണുമേശയിൽ പഞ്ചസാര നിറച്ച് വയ്ക്കാനായിരുന്നു. അതവർക്ക് അവരുടെ ഭർത്താവ് നൽകിയ ഒരു സമ്മാനമായിരുന്നു. അവർ അതിൽ നിന്നും പഞ്ചസാരയെടുത്ത് ചായയിലിട്ടിരുന്നത് എനിക്ക് ഓർമ്മവന്നു. ഉപേക്ഷിച്ച് പോന്ന മറ്റൊന്ന് അരാഷിന്റെ പുല്ലാങ്കുഴലായിരുന്നു. എനിക്ക്

തരാൻ അവന് അവസരം ലഭിക്കാതിരുന്ന മാലയും അതിനോടൊപ്പമുണ്ടായിരുന്നു. കൂടാതെ എന്റെ ആദ്യ വിവാഹ മോതിരവും. ഒരുപക്ഷേ അവയൊന്നും എനിക്ക് നഷ്ടമായിട്ടുണ്ടാകില്ല. അവയെല്ലാം ഒരു ദിവസം പായൽ നിറഞ്ഞ എന്റെ പ്രാർത്ഥനപ്പാറയിൽ നിന്നും എനിക്ക് കണ്ട് കിട്ടും. അപ്പോഴേക്കും അത് മാലാഖമാർ താമസിക്കുന്ന വിചിത്രമായൊരു കാടായിട്ടുണ്ടാകും.

ഉപസംഹാരം

1991 ആഗസ്ത് ഇരുപത്തിയെട്ടാം തിയതി, അതായത് മാഡ്രിഡിൽ എട്ട് ദിവസവും ബുഡാപെസ്റ്റിൽ പത്ത് മാസവും ഞങ്ങളുടെ കടലാസുകൾ ശരിയാകുന്നതിനായി കാത്തിരുന്നതിനു ശേഷം, സ്വിസ് എയറിന്റെ ഒരു വിമാനം ഞങ്ങളെ സൂറിച്ച് വിമാനത്താവളത്തിലെത്തിച്ചു. ഞങ്ങളവിടെ വരി നിന്നു. ടൊരോന്റൊയിലെക്കുള്ള വിമാനം കാത്ത് വരി നിന്നു. അപ്പോഴേക്കും ഞാൻ മൈക്കലിനെ കുറച്ച് ഇംഗ്ലീഷ് പഠിപ്പിച്ചിരുന്നു. കാനഡ എന്ന സുന്ദര രാജ്യത്തെക്കുറിച്ച് അവന് പറഞ്ഞുകൊടുത്തിരുന്നു. തണുപ്പുകാലത്ത് ധാരാളം മഞ്ഞ് പെയ്യുന്ന സുന്ദരരാജ്യം. മഞ്ഞു കൊണ്ട് വലിയ പ്രതിമകളുണ്ടാക്കാനാകുന്ന രാജ്യം. വേനലിൽ ചുറ്റിലും പച്ചപ്പ് നിറയുന്ന രാജ്യം. ഞങ്ങൾക്കപ്പോൾ നീലതടാകങ്ങളിൽ നീന്താനിറങ്ങാം.

അവൻ എന്റെ കൈ പിടിച്ച് എനിക്കരികിൽ നിന്നു. അവന്റെ മുഖത്ത് സന്തോഷമുണ്ടായിരുന്നു. ആവേശമുണ്ടായിരുന്നു. കണ്ണുകൾ തിളങ്ങുന്നുണ്ടായിരുന്നു. ഞങ്ങൾക്ക് മുന്നിൽ കുറച്ച് വിദ്യാർത്ഥികൾ നിന്നിരുന്നു. കാനഡയിൽ നിന്നുള്ള വിദ്യാർത്ഥികൾ. അവരെ കണ്ട് ഞാൻ അസൂയപ്പെട്ടു. കാനഡക്കാരിയാകുക എന്നാൽ എത്ര മികച്ചതാണെന്ന് അസൂയപ്പെട്ടു.

"ടൊറോന്റോയിലെത്താൻ തിരക്കായി" അവരിലൊരാൾ പറഞ്ഞു.

"എനിക്കും" അടുത്തയാൾ ഏറ്റ് പിടിച്ചു. "ഇവിടെ ചിലവഴിച്ച ദിനങ്ങൾ സുന്ദരമായിരുന്നു. എങ്കിലും വീട് പോലെ മറ്റൊരു സ്ഥലം എന്തായാലും ഉണ്ടാകില്ല."

ആ നിമിഷം ഞാൻ ഒന്ന് ഉറപ്പിച്ചു. ആ കൗമാരക്കാരുടെ വിടർന്ന പുഞ്ചിരിയും ഉത്സാഹവും കണ്ട നിമിഷത്തിൽ. ഞങ്ങൾക്ക് കാനഡയിൽ ഒരു കുഴപ്പവുമുണ്ടാകില്ല എന്നായിരുന്നു അത്. അത് ഞങ്ങളുടെ പുതിയ വീടാകും. അവിടെ ഞങ്ങൾ സ്വതന്ത്രരാകും. സുരക്ഷിതരാകും. ഞങ്ങളുടെ കുട്ടികൾ വളരുന്നത് കാണും. ഞങ്ങൾ അവിടത്തുകാരാകും.

അനുബന്ധം

സഹ്റ കസേമി 2003 ജൂലായ് പതിനൊന്നാം തിയതി എവിനിൽ വച്ച് അന്തരിച്ചു.

2003 ജൂൺ ഇരുപത്തി മൂന്നാം തിയതി കനേഡിയൻ-ഇറാനിയൻ ഫോട്ടോ ജേണലിസ്റ്റ് ആയ സഹ്റ കസേമി എവിന്റെ പുറത്ത് വച്ച് ചിത്രങ്ങളെടുക്കുകയായിരുന്നു. അപ്പോൾ വിദ്യാർത്ഥികളുടെ ഒരു പ്രകടനം അവിടെ നടക്കുന്നുണ്ടായിരുന്നു. അവരോടൊപ്പം സഹ്റ കസേമിയേയും അറസ്റ്റ് ചെയ്തു. അധികം കഴിയാതെ അവർ കോമയിലാണെന്ന വിവരങ്ങൾ പുറത്ത് വന്നു.

അവരുടെ മരണം സംഭവിച്ച് അധിക ദിവസം കഴിയുന്നതിനു മുമ്പ് ഇറാൻ രാഷ്ട്രപതി മൊഹമ്മദ്-എ ഖതാമി ഒരു അഭ്യന്തര അന്വേഷണം പ്രഖ്യാപിച്ചു. കസേമിയുടെ മകനും കാനഡയുടെ വിദേശകാര്യമന്ത്രാലയത്തിലെ ഉദ്യോഗസ്ഥരും സഹ്റയുടെ മൃതദേഹം വിട്ടുകിട്ടണമെന്നും കാനഡയിലേക്ക് കൊണ്ടുവരണമെന്നും ആവശ്യപ്പെട്ടു. മർദ്ദനത്തിൽ കൊല്ലപ്പെട്ടതാണെന്ന് ഇറാൻ അധികാരികൾ സമ്മതിച്ചു എങ്കിലും അന്താരാഷ്ട്ര സമ്മർദ്ദത്തെ വക വയ്ക്കാതെ അവരെ ഇറാനിൽ തന്നെ മറവ് ചെയ്തു. ഒരു സ്വതന്ത്ര ഫിസീഷ്യനേയും അവരുടെ ശരീരം പരിശോധിക്കുവാൻ അനുവദിച്ചില്ല. സഹ്റയുടെ മരണത്തിനുത്തരവാദികളാകാം എന്ന് പറഞ്ഞ് ചില സുരക്ഷാ ഗാർഡുകളെ ഇറാനിയൻ അധികാരികൾ അറസ്റ്റ് ചെയ്യുകയുണ്ടായി. എന്നാൽ അവരേയും അധികം താമസിയാതെ വിട്ടയച്ചു.

അവസാനം മൊഹമ്മദ് റെസ അഘ്ദാം അഹ്മദി എന്ന അന്വേഷകന്റെ മേൽ ഈ മരണത്തിന്റെ കുറ്റം ചുമത്തപ്പെട്ടു. അദ്ദേഹം വിചാരണ ചെയ്യപ്പെട്ടു. പക്ഷേ വെറുതെ വിട്ടു. കസേമിയുടെ കുടുംബ വക്കീലന്മാരിൽ സമാധാനത്തിനുള്ള നോബൽ സമ്മാനം ലഭിച്ച ഷിരിൻ എബാദിയുമുണ്ടായിരുന്നു. അവർ വിശ്വസിക്കുന്നത് അഹ്മദി ഒരു ബലിയാട് മാത്രമായിരുന്നു എന്നാണ്.

2005 മാർച്ച് മുപ്പത്തിയൊന്നാം തിയതി, ടെഹ്റാനിലെ ബഖിയാത്തുള്ള ആശുപത്രിയിൽ അടിയന്തിര വിഭാഗത്തിൽ ജോലി ചെയ്തിരുന്ന ഡോക്ടർ

ഷാഹ്രം ആസം, അവർ ഒരു വർഷം മുമ്പ് സ്വീഡനിൽ വച്ച് ഒരു കനേഡിയൻ നയതന്ത്ര ഉദ്യോഗസ്ഥനോട് വെളിപ്പെടുത്തിയ ഭീകര വിശദാംശങ്ങൾ പുറത്ത് വിട്ടു. സാഹ്ര ക്രൂരമായി ബലാത്സംഗം ചെയ്യ പ്പെട്ടിരുന്നു. ശരീരത്തിലെമ്പാടും മുറിവുകളുണ്ടായിരുന്നു. രണ്ട് വിരലു കൾ ഒടിഞ്ഞിരുന്നു. മൂക്കിന്റെ അസ്ഥി ഒടിഞ്ഞിരുന്നു. മൂന്ന് നഖങ്ങൾ കാണാനുണ്ടായിരുന്നില്ല. തലയോട്ടിയിലും പൊട്ടലുണ്ടായിരുന്നു. ഇടത് കാലിലെ തള്ളവിരൽ ചതഞ്ഞിട്ടുണ്ടായിരുന്നു. കാലിൽ ചാട്ടയടികൊണ്ട പാടുണ്ടായിരുന്നു.

എനിക്ക് സഹ്ര കസേമിയെ അറിയില്ല. 2003 ജൂലായ് മദ്ധ്യത്തിലെ ഒരു ദിനം, കാലത്ത് എട്ടു മണിക്ക് ഞാൻ എന്റെ വീടിന്റെ മുൻ വാതിൽ തുറന്നു. പോർച്ചിൽ പത്രം കിടപ്പുണ്ടായിരുന്നു. ഞാൻ പത്രമെടുക്കാനി റങ്ങി. നല്ല വെയിലുള്ള ദിവസം. എന്റെ പനിനീർ ചെടികളും മറ്റ് പൂച്ചെടി കളും പൂത്തുലഞ്ഞ് നിൽക്കുന്നു. അവയെ നോക്കി പുറത്തിരുന്ന് പത്രം വായിക്കാമെന്ന് ഞാൻ തീരുമാനിച്ചു. നീല പ്ലാസ്റ്റിക് ബാഗിൽ പൊതിഞ്ഞ് വച്ചിരുന്ന പത്രം ഞാൻ പുറത്തെടുത്തു. അപ്പോൾ അതിന്റെ മുൻപേജിൽ വിടർന്ന പുഞ്ചിരിയും തിളങ്ങുന്ന കണ്ണുകളുമായി നിൽക്കുന്ന ഒരു സുന്ദരി യുടെ പടം കണ്ടു. ഇതാരാണാവോ എന്ന് ഞാൻ അദ്ഭുതപ്പെട്ടു. ഞാൻ ആ ലേഖനം വായിച്ചു. അതിലെ ഓരോ വാക്കും എന്റെ കഴുത്തിൽ കുരു ക്കിട്ട് മുറുക്കുന്നതുപോലെ എനിക്ക് തോന്നി.

2002 ജനുവരിയിലാണ് ഞാൻ എന്റെ ഓർമ്മക്കുറിപ്പുകൾ എഴുതാൻ തുടങ്ങുന്നത്. മൂന്നാമത്തെ പകർപ്പ് ഞാൻ എഴുതി തീർത്തിരിക്കു ന്നു. അതുകൊണ്ട് തന്നെ എവിനെക്കുറിച്ചുള്ള ഓർമ്മകൾക്ക് അപ്പോൾ നല്ല തെളിച്ചമുണ്ട്. എവിനിൽ വച്ച് ഞാൻ അനുഭവിച്ചതെല്ലാം അപ്പോഴും അവിടെ നടന്നു കൊണ്ടിരിക്കുന്നുണ്ട് എന്നെനിക്കറിയാമായിരുന്നു. സഹ്രയുടെ സുന്ദര ചിത്രവും അവരുടെ വിടർന്ന പുഞ്ചിരിയും പിച്ചി ചീന്തുന്ന, ഞെട്ടിക്കുന്ന വേദനയായി എന്നിലേക്കിറങ്ങി വന്നു. അവളും മീനയെപ്പോലെയാണ് മരിച്ചത്. പക്ഷേ, മീനയുടെ ചിത്രം ഒരു പത്ര ത്തിന്റേയും മുൻപേജിൽ വന്നില്ല. സഹ്ര ഒരു കാനഡക്കാരിയാണെന്ന തിനാലാണ് ഈ വാർത്ത ലോകം ശ്രദ്ധിച്ചത്. ലോകം ഇതിനു മുമ്പേ ഇതെല്ലാം ശ്രദ്ധിക്കാനാരംഭിച്ചിരുന്നു എങ്കിൽ, സഹ്ര മരിക്കില്ലായി രുന്നു. പല നിഷ്കളങ്ക ജീവനുകളും രക്ഷപ്പെടുമായിരുന്നു. പക്ഷേ ലോകം നിശ്ശബ്ദത പാലിച്ചു. എന്നെപ്പോലെയുള്ള ദൃക്സാക്ഷികൾ പോലും ഉച്ചത്തിൽ സംസാരിക്കാൻ ഭയന്നത് അതിന് ഭാഗികമായ ഒരു കാരണമാണ്. സഹിച്ചത് മതി. ഇനിയും ഭയത്തിനടിമയായി ജീവിക്കാൻ എനിക്കാകില്ല.

2005 മാർച്ച് മുപ്പത്തിയൊന്നാം തിയതി എന്റെ സുഹൃത്തായ മിഷേൽ ഷെപ്പേർഡ് എന്നെ വിളിച്ചു. ടൊറൊന്റൊ സ്റ്റാർ എന്ന പത്രത്തിൽ മദ്ധ്യ-

പൗരസ്ത്യ നാടുകളിലെ ഭീകരവാദത്തെക്കുറിച്ചും സുരക്ഷാപ്രശ്നങ്ങളെ ക്കുറിച്ചും എഴുതുകയാണദ്ദേഹം. അവളുടെ ശബ്ദം കേട്ടപ്പോൾ സന്തോഷം തോന്നി. അവളുടെ പക്കൽ വാർത്തയുണ്ട് എന്നവൾ എന്നെ അറിയിച്ചു.

"നീ ഒരു അഭിമുഖം തരണം." അവൾ പറഞ്ഞു.

ഞാനത് അനുസരിച്ചു. അവളെന്നോട് ഡോക്ടർ ഷാഹ്രം നൽകിയ റിപ്പോർട്ടിനെക്കുറിച്ചും സഹ്രയുടെ പരിക്കുകളെക്കുറിച്ചും പറഞ്ഞു. എനിക്ക് സാഹ്രയെ രക്ഷിക്കാമായിരുന്നു എന്നെനിക്ക് തോന്നി. അവളോ ടൊപ്പം ഞാനും മരിച്ചിരുന്നെങ്കിൽ എന്ന് തോന്നി. എന്നാൽ എന്റെ മരണം ഒന്നിനും ഒരു വ്യത്യാസവും വരുത്തില്ല. എന്റെ പക്കൽ പറയാൻ ഒരു കഥയുണ്ട്. ഇറാനിലെ രാഷ്ട്രീയ തടവുകാർക്ക് സഹ്ര ഒരു മുഖം നൽകി യിരിക്കുന്നു. ഒരു പേരും നൽകിയിരിക്കുന്നു. ഇനി അവർക്ക് വാക്കുകൾ നൽകുക എന്നത് എന്റെ കർത്തവ്യമാണ്.

കൃതജ്ഞത

സത്യം പറഞ്ഞാൽ എവിടെ എങ്ങനെ തുടങ്ങണം എന്നെനിക്കറിയില്ല. ഒരു പക്ഷേ ഞാൻ പുതിയ വാക്കുകൾ കണ്ടെത്തേണ്ടി വന്നേക്കാം. 'നന്ദി', 'വലിയ ഉപകാരം' എന്നിവയെല്ലാം വളരെ സാധാരണമായി തോന്നുന്നു. അവസരത്തിനനുയോജ്യമല്ലാത്തതായി തോന്നുന്നു. അങ്ങനെ പറഞ്ഞവസാനിപ്പിച്ചാൽ ഞാനത് അവരോട് ഞാൻ ചെയ്യുന്ന വിശ്വാസവഞ്ചനയാകും.

എന്റെ ജീവനായ ആന്ദ്രെ, ദൈവം സൃഷ്ടിച്ചിട്ടുള്ളതിൽ വച്ച് ഏറ്റവും വിശ്വസ്തനും സത്യസന്ധനുമായ വ്യക്തി നീയാണെന്ന് ഞാൻ കരുതുന്നു. നിന്നിലെ നന്മ പ്രകൃതിയുടെ എല്ലാ നിയമങ്ങളേയും അതിലംഘിക്കുന്നവയാണ്. നീ എന്നും എന്നോടൊപ്പം നിന്നു. എല്ലാത്തിനേയും അതിജീവിക്കുവാനുള്ള കരുത്തും പ്രതീക്ഷയും പകർന്ന് തന്നു. ഞാൻ എന്റെ ഹൃദയം പറയുന്നതനുസരിച്ച് ഇങ്ങനെ ഒരു പുസ്തകം എഴുതിയത് സ്വീകരിക്കുക എന്നത് നിനക്കെത്ര മാത്രം വേദനാജനകമാണെന്ന് എനിക്കറിയാമായിരുന്നു. എങ്കിലും നീ എന്നെ പിന്തുണച്ചു. നിന്റെ സ്നേഹത്തിനും വിശ്വാസത്തിനും ക്ഷമയ്ക്കും നന്ദി.

മൈക്കൽ, തോമസ്. എനിക്ക് മാതൃത്വം എന്ന സമ്മാനവും സ്നേഹവും പകർന്ന് തന്നതിനു നന്ദി. നിങ്ങളിലൂടെയാണ് ഞാൻ പൂർണ്ണയായത്. നിങ്ങളുടെ ഊർജ്ജം ഞാനുമായി പങ്കുവച്ചതിനു നന്ദി. അതിനോടൊപ്പം ഞാൻ എഴുതിക്കൊണ്ടിരുന്ന സമയങ്ങളിൽ സ്നേഹപൂർവം എന്നോട് സഹകരിച്ചതിനും നന്ദി.

എന്നെ അദ്ഭുതപ്പെടുത്തുന്ന എന്റെ പിയ ഏജന്റ്, അമാനുഷികയായ ബെവേർലി സ്ലോപൻ, താങ്കളാണെന്നെ രക്ഷിച്ചത്. ഈ പുസ്തകം വാസ്തവമാക്കിയത്.ലോകത്തിനു മുന്നിൽ അതിനെ അവതരിപ്പിച്ചത്. താങ്കൾ നൽകിയ കരുത്തുള്ള ഉപദേശങ്ങളാണെന്നെ വിഷമഘട്ടങ്ങൾ തരണം ചെയ്യാൻ സഹായിച്ചത്. താങ്കളോടുള്ള കൃതജ്ഞത എത്ര പറഞ്ഞാലും തീരില്ല.

ഡിയാൻ ടർബ്ബിഡ്, ഡേവിഡ് ദാവിദാർ (പെൻഗ്വിൻ കാനഡ), എലെനോർ ബിർണെ, റോളണ്ട് ഫിലിപ്സ് (ജോൺ മറെ പബ്ലിഷേഴ്സ്/

യുകെ), ലിസ് സ്റ്റീൻ, മാർത്ത ലെവിൻ (ഫ്രീ പ്രസ്/ യു.എസ്) എന്നിവ രടങ്ങുന്ന എന്റെ പ്രിയ പ്രസാധകരേ എഡിറ്റർമാരെ, നിങ്ങളെല്ലാം നൽകിയ പിന്തുണയ്ക്ക് നന്ദി. നിങ്ങൾ നൽകിയ ഉപദേശങ്ങൾക്കും ചോദിച്ച ചോദ്യങ്ങൾക്കും നന്ദി. ഞാൻ എന്റെ കഥ പറയണം എന്ന ആഗ്രഹത്താൽ നിങ്ങളെനിക്ക് അറിവിന്റെ നല്ല വഴികൾ കാണിച്ചു തന്നു.

എന്റെ ജീവിതത്തിൽ ഒരു മഹാദ്ഭുതം പോലെ പ്രത്യക്ഷപ്പെട്ട ജിംഗി ഫോർഡ്. താങ്കളെന്നെ പ്രോത്സാഹിപ്പിച്ചു. എന്റെ അദ്ധ്യാപകനും സുഹൃ ത്തുമായി.താങ്കളാണീ കയ്യെഴുത്തിനെ ഒരു പുസ്തകമാക്കിയത്. ഞാൻ എന്നെന്നും അതിന് താങ്കളോട് കടപ്പെട്ടിരിക്കും

ഒന്ന് പുറകോട്ട് മാറി താങ്കളുടെ വാക്കുകളിലൂടെ എന്റെ കഥയെ കാണാൻ സഹായിച്ചത് താങ്കളാണ് മിഷേൽ ഷെപ്പേർഡ്. എന്നെ എന്റെ ഓർമ്മകളിലേക്ക് ഊളിയിടുവിച്ചതും ഓർത്തെടുക്കാനാകില്ല എന്ന് കരുതി യതൊക്കെ ഓർത്തെടുക്കാൻ സഹായിച്ചതും താങ്കളാണ്. ഞാനറിയാതെ ഞാനൊഴിവാക്കാൻ ശ്രമിച്ചിരുന്നതെല്ലാതിനേയും അഭിമുഖീകരിക്കാൻ സഹായിച്ചതും താങ്കളാണ്. എന്റെ ഹൃദയത്തിൽ താങ്കൾക്ക് എന്നും പ്രത്യേക സ്ഥാനമുണ്ടാകും.

റൈച്ചൽ മാൻലി: താങ്കൾ എനിക്ക് എത്രമാത്രം അമൂല്യമാണെന്നത് ഞാനെങ്ങനെ വിവരിച്ചാലും അത് പൂർണ്ണമായും വരച്ചുകാട്ടുന്നതിൽ ഞാൻ പരാജയപ്പെടും. നിങ്ങളാണെന്റെ മാർഗ്ഗദർശി. അതിലുമുപരി പലതുമാണ് താങ്കൾ. താങ്കളെനിക്ക് ഒരു നല്ല അമ്മയായിരുന്നു, നല്ല സുഹൃത്തായിരുന്നു, നല്ല സഹോദരിയുമായിരുന്നു. എന്നും എന്താവശ്യ ത്തിനും ഞാൻ താങ്കളിലേക്കാണുറ്റു നോക്കിയത്. താങ്കളുടെ പിന്തുണ യ്ക്കും, ഈ പുസ്തകത്തിന് താങ്കൾ നൽകിയ സുന്ദരമായ പഠനത്തിനും നന്ദി. എനിക്ക് ലഭിച്ച ഏറ്റവും നല്ല പഠനമായിരുന്നു അത്. താങ്കൾ ഒരു വലിയ എഴുത്തുകാരിയും കവയത്രിയും അദ്ധ്യാപികയും സ്വതന്ത്ര ചിന്തകയുമാണ്.

നഷ്ടം, ജീവിതപ്രയാസങ്ങൾ, ദുഃഖം എന്നിവയെക്കുറിച്ചെല്ലാം നമ്മൾ ഇരുവർക്കും വളരെയധികമറിയാം സ്കോട്ട് സിമ്മീ, എഴുതപ്പെട്ട അക്ഷര ങ്ങളിലും പനിനീർപൂക്കളുടേയും ഡാഫോഡിലുകളുടെയും പരിമളത്തി ലുമാണ് നമ്മളിരുവരും സ്വാതന്ത്ര്യവും, സന്തോഷവും, സുഖവും കണ്ടെ ത്തിയത്. മരണം ശൂന്യമാക്കിയ വിശാലതയിൽ ആ പരിമളങ്ങൾ ഊഷ്മ ളത നിറച്ചു.

താങ്കൾ എന്റെ മാലാഖയായിരുന്നു ജോവൻ ക്ലാർക്ക്. അങ്ങനെ യല്ലാതെ മറ്റൊരു രൂപത്തിൽ എനിക്ക് താങ്കളുടെ കാരുണ്യത്തെ വർണ്ണിക്കുവാനാകില്ല. വിശദാംശങ്ങൾ ശ്രദ്ധിക്കുവാനുള്ള താങ്കളുടെ കഴിവ് അപാരമാണ്. എന്റെ ചിതറിയ ചിന്തകൾക്ക് ഒരടുക്കും ചിട്ടയും വരുത്താൻ സഹായിച്ചത് താങ്കളാണ്. അതുവഴി ഈ പുസ്തകത്തിന്റെ കയ്യെഴുത്ത് പ്രതിക്ക് അതിന്റെ ഭംഗി വരുത്താനും സഹായിച്ചത് താങ്ക ളാണ്. താങ്കളുമായുള്ള സൗഹൃദം ഒരു അനുഗ്രഹമായി കരുതുന്നു.

എന്റെ പ്രതീക്ഷകൾ തകർന്നപ്പോൾ, ആ അവശിഷ്ടങ്ങളിൽനിന്നും താങ്കളെത്തി. എനിക്ക് പുതിയ പ്രതീക്ഷകൾ പകർന്നുതന്നു. എനിക്ക് ഇങ്ങനെ എഴുതാനാകും എന്ന് വിശ്വസിച്ചതിനു നന്ദി. തെറ്റ് തിരുത്തി തന്നതിനും, ഉപദേശങ്ങൾക്കും പിന്തുണയ്ക്കും നന്ദി, സ്റ്റീവൻ ബിയാറ്റി.

എന്നോട് ശരിയായ ചോദ്യങ്ങൾ ചോദിച്ചതിനും താങ്കളുടെ പ്രോത്സാഹനത്തിനും നന്ദി ഒലീവ് കോയാമ.

എനിക്ക് ഇന്ന് എഴുത്തിനെക്കുറിച്ച് അറിയാവുന്നതെല്ലാം എന്നെ പഠിപ്പിച്ചത് താങ്കളാണ് ലീ ഗൊവാൻ. താങ്കളെപ്പോലെ എഴുതാനായെങ്കിൽ എന്ന് ഇപ്പോൾ ഞാൻ സ്വപ്നം കാണുന്നു. എന്റെ പ്രതീക്ഷകൾ നഷ്ടമാകുന്നു എന്ന് കണ്ടപ്പോൾ എനിക്ക് വേണ്ട പ്രചോദനം നൽകിയത് താങ്കളാണ്. വാതിൽ തുറന്ന് തന്ന് എന്നെ ഇവിടെ എത്തിച്ചതും താങ്കൾ തന്നെ. താങ്കളുടെ അസ്തമിക്കാത്ത കരുണയ്ക്കും സൗഹൃദത്തിനും നന്ദി.

ജില്ല്യൻ ബാർലറ്റ്: ആത്മവിശ്വാസത്തോടെ എഴുതാനെന്നെ സഹായിച്ചത് താങ്കളാണ്. താങ്കളെപ്പോലെ ഇത്രയും ഊർജ്ജവും, ഔദാര്യവും ജ്ഞാനവുമുള്ള ഒരാളെ ഞാൻ കണ്ടിട്ടില്ല. ജീവിതത്തോടുള്ള താങ്കളുടെ സ്നേഹം താങ്കൾക്ക് ചുറ്റിലുമുള്ള എല്ലാവരേയും സ്പർശിക്കുന്നു. അത് ഈ ലോകത്തെ കൂടുതൽ സന്തുഷ്ടമാക്കാൻ, സന്തോഷമുള്ളതാക്കാൻ സഹായിക്കുന്നു.

ടൊറൊന്റെ സർവകലാശാലയിലെ തുടർ പഠനത്തിനുള്ള വിഭാഗത്തിലെ അദ്ധ്യാപകരും സുഹൃത്തുക്കളുമായ കറീന ദാഫ്ലിൻ, കിം എഷ്‌ലിൻ, കെന്റ് നസ്സെ തുടങ്ങിവരെ, നിങ്ങളുടെയെല്ലാം സഹായവും പിന്തുണയുമില്ലായിരുന്നെങ്കിൽ ഈ പുസ്തകം യാഥാർത്ഥ്യമാകില്ലായിരുന്നു. സാഹിത്യത്തിന്റെ കരുത്തിനെക്കുറിച്ച് ഞാൻ എത്ര കണ്ട് ബോധവതിയാണോ, എത്രമാത്രം അതിനെ സ്നേഹിക്കുന്നുവോ, അത്ര തന്നെ നിങ്ങളെല്ലാവരെയും സ്നേഹിക്കുന്നു. തുറന്ന് സംസാരിക്കുക എന്നത് ഈ ലോകത്തിലെ അക്രമങ്ങളെ മയപ്പെടുത്തി ഇല്ലാതാക്കാൻ ഉതകുന്നതിനുള്ള ഒരു ചവിട്ടുപടിയാണെന്ന എന്റെ വിശ്വാസം നിങ്ങളും പങ്കുവയ്ക്കുന്നു.

മാർത്ത ബതീസ് സുക്ക്, സോണിയ വൊറോടൈനെക്: സൗഹൃദം എന്ന സമ്മാനം എനിക്ക് നൽകിയതിനു നന്ദി. എന്റെ ജോലിയിൽ ആത്മവിശ്വാസം കാണിച്ചതിനു നന്ദി. നിങ്ങളെല്ലാവരും തന്ന പ്രതികരണങ്ങൾക്കും നന്ദി. ആ പ്രതികരണങ്ങൾ പലപ്പോഴും ഏത് ദിശയിലേക്ക് തിരിയണമെന്നറിയാതെ നിന്ന എനിക്ക് സഹായകരമായി. ഞാൻ എന്റെ എഴുത്തുമായി മുന്നോട്ട് പോയപ്പോൾ എന്നെ ലോകവുമായി ബന്ധപ്പെടുത്തി നിർത്തിയ നിങ്ങളുടെ ഇമെയിലുകൾക്കും നന്ദി. നിങ്ങളെല്ലാമാണെന്നെ രക്ഷിച്ചത്. ഞാൻ എപ്പോഴൊക്കെ മാനസിക പിരിമുറുക്കത്തിലാകുന്നോ അപ്പോഴൊക്കെ മാർത്ത, താങ്കളാണെന്നെ സഹായിച്ചിട്ടുള്ളത്. ഒരു

സഹോദരിയെ തിരഞ്ഞെടുക്കാൻ എനിക്ക് അവസരം ലഭിക്കുന്നുവെങ്കിൽ അത് താങ്കളായിരിക്കും.

ബുക്ക് ക്ലബ്ബിലെ മാന്യവനിതകളായ റോമാന ഡോൾഷെറ്റി, കാരെൻ എകേർട്ട്, നേവ ലോറേൻസോൺ, ഫ്ളാവിയ സിലാനൊ, ജോവൻ തോംസൺ, ഡോറോത്തി വേലൻ: നമ്മളൊന്നിച്ച് പതിന്നാലുവർഷമായി വായിക്കുന്നു. എന്തൊരു നല്ല കാലമായിരുന്നു അത്! ഞാൻ ഏകയും അപരിചിതയുമായിരുന്നപ്പോൾ നിങ്ങളെന്നെ നിങ്ങളുടെ വലയത്തിൽ ചേർത്തു. സ്വന്തമെന്നതുപോലെ എന്നോട് പെരുമാറി. നിങ്ങൾക്ക് എവിടേയോ നഷ്ടപ്പെട്ട ഒരു കസിനാണു ഞാൻ എന്ന മട്ടിൽ. നിങ്ങൾ നിങ്ങളുടെ ഹൃദയം എന്നോടൊത്ത് പങ്കുവച്ചു, കുട്ടികളെ പരിപാലിക്കുന്നതിനുള്ള വഴികൾ പറഞ്ഞ് തന്നു, നല്ല ഭക്ഷണവിഭവങ്ങളെക്കുറിച്ചുള്ള അറിവ് പങ്കുവച്ചു. നിങ്ങളാണ് ഈ പുസ്തകത്തിന്റെ ആദ്യ കയ്യെഴുത്ത് പ്രതി വായിച്ചത്. അത് അപക്വമായ ഒരു കയ്യെഴുത്ത് പ്രതിയായിരുന്നു. അടുക്കും ചിട്ടയുമുണ്ടായിരുന്നില്ല. അത് വായിച്ച് നിങ്ങൾ എനിക്ക് പ്രോത്സാഹനം നൽകി.

എന്റെ ഈ പുസ്തകത്തിന്റെ ആദ്യ പ്രതി, കൃത്യമായി എഡിറ്റ് ചെയ്തതിന്, അതുവഴി എനിക്ക് ആത്മവിശ്വാസം പകർന്ന് തന്നതിന്, നന്ദി മേരി ലിൻ വാന്ദെർവീലെൻ.

എന്നെ ഒരു സഹോദരിയായി കണ്ടതിനു നന്ദി ലിൻ തോബിൻ. ഈ സൗഹൃദം ഞാൻ ആസ്വദിക്കുന്നു.

കൂടാതെ സ്വിസ് ചാലറ്റിൽ എന്നോടൊപ്പം ജോലി ചെയ്യുന്നവർക്കും അവിടത്തെ സ്ഥിരം ഉപഭോക്താക്കൾക്കും എന്റെ മേലധികാരിക്കും അവരുടെ പിന്തുണയ്ക്കും കരുണയ്ക്കും എന്നെ മനസ്സിലാക്കിയതിനും പ്രത്യേകം നന്ദി.

സഹ്ര കസേമി, ഇറാനിലെ രാഷ്ട്രീയ തടവുകാരുടെ കഥ പറയേണ്ടത് തന്നെയാണെന്ന് ഉറപ്പിച്ചത് താങ്കളുടെ മരണമാണ്. ഞങ്ങൾക്ക് ഒരു മുഖവും പേരും നൽകിയത് താങ്കളാണ്. താങ്കൾ മൂലം ഇന്ന് ലോകം മുഴുക്കെ എവിനിലെ ഭീകരതകളെക്കുറിച്ചറിഞ്ഞു. താങ്കളുടെ ആത്മാവിന് നിത്യശാന്തി നേരുന്നു.

ഈ പുസ്തകം എന്റെ എല്ലാ സുഹൃത്തുക്കൾക്കുമുള്ളതാണ്. ഹാം ബാൻഡ് സുഹൃത്തുക്കൾക്ക്.

ഞാൻ നിങ്ങളെയെല്ലാം ഓർക്കുന്നു. നിങ്ങളെ എനിക്ക് നഷ്ടമാകുന്നു. ഞാൻ നിങ്ങളെയെല്ലാം സ്നേഹിക്കുന്നു.

എന്റെ ദീർഘമൗനത്തിനും മറ്റ് അനേകം തെറ്റുകൾക്കും എനിക്ക് മാപ്പ് നൽകുക.

■

www.ingramcontent.com/pod-product-compliance
Lightning Source LLC
LaVergne TN
LVHW100638051026
849519LV00001B/255
* 9 7 8 9 3 8 7 3 3 1 3 8 9 *